வாழ்ந்து போதீரே

**இரா. முருகன்,** *1953* ஆகஸ்ட் *28* அன்று பிறந்தார். தந்தை என்.எஸ்.ராமசாமி, தாய் மீனாட்சி. இரா. முருகனின் முதல் கவிதை 1977ஆம் ஆண்டும், முதல் சிறுகதை 1984ஆம் ஆண்டும் கணையாழியில் வெளியானது. தொடர்ந்து நூறுக்கும் மேற்பட்ட சிறுகதைகள், ஐந்து நாவல்கள், ஒரு கவிதைத் தொகுப்பு, தகவல் தொழில்நுட்பம் குறித்த இரண்டு புத்தகங்கள், இரண்டு தொகுப்பு நூல்கள் மற்றும் ஏராளமான கட்டுரைகள் எழுதியுள்ளார். மலையாளத்தில் இருந்து தமிழுக்குக் குறிப்பிடத்தக்க மொழிபெயர்ப்பு களை செய்துள்ளார். இவரது பல படைப்புகள், ஆங்கிலத்தில் மொழிபெயர்க்கப்பட்டுள்ளன. கதா விருது, இலக்கியச் சிந்தனை விருது, திருப்பூர் தமிழ்ச் சங்கம் விருது, லில்லி தேவசிகாமணி விருது உள்பட பல்வேறு விருதுகள் பெற்றுள்ளார். ஒரு பன்னாட்டு நிறுவனத்தில் அதிகாரியாகப் பணிபுரிந்து அண்மையில் ஓய்வு பெற்ற முருகன், தற்போது சென்னையில் வசித்து வருகிறார்.

**ஆசிரியரின் பிற நூல்கள்**

சைக்கிள் முனி
ராயர் காபி கிளப்
அரசூர் வம்சம்
விஸ்வரூபம்
அச்சுதம் கேசவம்
தியூப்ளே வீதி
இரா. முருகன் கதைகள்
இரா. முருகன் குறுநாவல்கள்
மூன்று விரல்
நெம்பர். 40 ரெட்டைத் தெரு
லண்டன் டயரி
ப்ராஜெக்ட் மேனேஜ்மெண்ட்

# வாழ்ந்து போதீரே

இரா. முருகன்

கிழக்கு

**வாழ்ந்து போதீரே**
Vaazhndu Pothire
*Era. Murukan* ©

First Edition: December 2016
536 Pages
Printed in India.

ISBN: 978-81-8493-705-3
Kizhakku 961

Kizhakku Pathippagam
177/103, First Floor,
Ambal's Building, Lloyds Road
Royapettah, Chennai 600 014.
Ph: +91-44-4200-9603

Email : support@nhm.in
Website : www.nhm.in

kizhakkupathippagam
kizhakku_nhm

Author's Email: eramurukan@gmail.com

Cover Image: Shutterstock

Kizhakku Pathippagam is an imprint of New Horizon Media Private Limited

அம்பலப்புழை ஸ்ரீ கிருஷ்ணனுக்கு

# முன்னுரை

ஒரு சிறு விதையைக் காற்றில் தூவிவிட்டு உறங்கப்போய், அதிகாலையில் கண் விழிக்கும்போது ஓங்கி உயர்ந்த, கிளை வீசிப் பரந்த பெரிய மரங்கள் அடர்ந்த காட்டின் நடுவே இருப்பதாக உணரும் ஆச்சரியத்திலும் மகிழ்ச்சியிலும் நான் இருக்கிறேன்.

ஆயிரத்து எண்ணூறுகளின் மத்தியில் தமிழ்நாட்டில் ஒரு சிற்றூரில் வாழ்க்கைப்பட்ட மலையாளக் கரைப் பெண்ணொருத்தி, ஐந்து கல் தூரத்தில் உள்ள கோவிலில் வழிபடப் போவதைச் சித்தரிக்கும் ஒரு சிறுகதையைத்தான் நான் பதினாறு ஆண்டுகள் முன், அரசூர்க் கதையாக ஒரு பனிக் கால இரவில் மனதில் எழுதினேன். பிரிட்டனில், யார்க்ஷயர் பிரதேசத்து சிறு நகரத்து, ஆளரவம் ஓய்ந்த கடைத் தெருவில், வீழ்ந்த பனிக் குவியலில் கால் அமிழ்த்தி நடந்தபடி என் அரசூரைப் பற்றி யோசித்துக் கொண்டிருந்தேன். அது புனைவும் தொன்மமும், படிமமும், நிஜமும், நிழலுமான மாட்டு வண்டிப் பயணமாகத் தன்னைக் கோடி காட்டி மறைந்தது.

பகவதி என்ற அந்தப் பெண் - சொல்லப் போனால் பூப்படைந்து உடன் கல்யாணமும் செய்விக்கப்பட்ட சிறுமி அவள் - பயணம் போன கதையை வரி வடிவில் அந்த வார இறுதி தினங்களில் என் மடிக் கணினியில் எழுத உட்கார்ந்தபோது, தன் கல்யாணத்துக்கு ஒரு வருடம் முன்பிருந்து இதைத் தொடங்கலாம் என்று பகவதி சொன்னாள். அவள் என் பிரியமான முப்பாட்டி.

அரசூர் வம்சமாக ஐம்பத்திரெண்டு அத்தியாயங்கள் நீண்டு அது நிறைவு பெற்றபோது எனக்கு மன நிறைவைத் தந்த நாவலாக இருந்தது. 1870-லிருந்து 1890-வரையான காலகட்டத்தை, மாந்திரீக யதார்த்த நிகழ்வுகளும் கனவுரைத்தலும், மக்கள் வரலாறுமாக பதிவு செய்த நூல் அது.

அது முடிந்து ஓராண்டு அரசூரில் இருந்து மனதளவில் விலகி இருந்தேன். ஆனால், அம்பலப்புழை சமையல்காரர்களின்

குடும்பமும், அரசூரின் ஜமீந்தார் வம்சமும், புகையிலைக் கடைக்கார அந்தணர்களின் குடும்பமும், முதல் தலைமுறை சர்க்கார் ஊழியர்களாக துரைகளுக்கு வந்தனம் செய்து பேனா பிடித்த பழைய சென்னைப் பட்டண குமாஸ்தா குடும்பமும், கடல் கடந்துபோன ஆண்களும், பெண்களும் அரசூர் வம்சத்தின் நீட்சியாக, 1890-கள் தொடங்கி, 1930-கள் வரையான கால கட்டத்தின் கதையை எழுதச் சொல்லி வற்புறுத்தினார்கள். நினைக்கவும் சொல்லவும் நிறைய உள்ள காலம் அது. சம்மதித்தேன்.

பெருங்கதையாடலாக, அறுபதுக்கும் மேற்பட்ட கதாபாத்திரங் களும், அரசூர், சென்னை, கண்ணூர், அம்பலப்புழை, எடின்பரோ, லண்டன், கயானா என்று கதை நிகழும் பல இடங்களாகவும், அவை சார்ந்த, ஒன்றுக்கொன்று மாறுபட்ட எழுத்து நடையுமாக பகவதியின் கதை விரிவடைந்து நூற்றிரண்டு அத்தியாயங்களாக நீட்சி பெற்று, 'விஸ்வரூபம்' என்ற அடுத்த அரசூர் நாவலாகப் பரிணமித்தது.

இனி அரசூர் பக்கமே போக வேண்டாம் என்று வைராக்கியமாக அடுத்த சில மாதங்கள் பத்திரிகைப் பத்திகளும், அறிவியல் கட்டுரை களும், சிறுகதைகளுமாக எழுதி இருந்தபோது, மனதில் திரும்ப அரசூர் எழுந்து வந்தது.

விஸ்வரூபத்தோடு அரசூர் கதையை நிறுத்தினால் அது முறையா? 1930-க்கு அப்புறமான கதையைச் சொல்ல வேண்டாமா? பாதிக் கதையோடு முடிக்கும் எழுத்தாளர்கள் போய்ச் சேரும் கற்பனை வரண்ட நரகத்தில் போய் வீழ்வாய். அது தேவையா? அரசூர் என்னைக் கேட்டது.

அதெல்லாம் நேரவேண்டாம் என்று அவசரமாகப் புறம்தள்ளி 1960-களில் நிகழும் அடுத்த அரசூர் பெருங்கதையாக 'அச்சுதம் கேசவம்' எழுதத் தொடங்கினேன்.

பெருங்கதையாக இருக்கட்டும். பெருங்கதையாடல் வேண்டாம் என்று தீர்மானித்துச் சிதறுண்ட கதையாடலாக அரசூரின், கால்டர்டேலின், பெயர் குறிப்பிடாத ஆப்பிரிக்க தேசத் தலைநகரின், அம்பலப்புழையின் அடுத்த தலைமுறை வாழ்க்கையைப் புனைவாக, புனைவை வாழ்வாகச் சித்தரிக்கும் ‘அச்சுதம் கேசவம்’ எழுந்து வந்தது.

அம்பலப்புழையைத் தாச்சிபோல வைத்துக்கொண்டு அந்த நகரோடு நெருங்கியும், அகன்றும் உறவுகொண்டு கதாபாத்திரங்கள் இயங்குவதாக அச்சுதம் கேசவம் நிகழ்கிறது. அதே கால கட்டத்தில் தொடர்ந்து, அவை இயங்கி முடிந்து தாற்காலிகமாக நிலை பெறுவதைச் சொல்வது, நீங்கள் வாசிக்க இருக்கும் இந்த நாவல் - வாழ்ந்து போதீரே.

இதுவரை நூற்றிருபது கதாபாத்திரங்களை இந்த நான்கு அரசூர் நாவல்கள்மூலம் உங்களுக்கு அறிமுகம் செய்ததில் பெருமகிழ்ச்சி அடைகிறேன். இவர்களை நீங்கள் மறக்க மாட்டீர்கள். என்னையும் உங்களையும் இவர்களில் காணலாம். நம்மிலும் இவர்கள் உண்டுதான்.

ஒன்றிலிருந்து நீண்டு மற்றொன்றாகி அதுவும் நீட்சிகொள்ள அடுத்து விரிந்து மேலும் நீளமும் அகலமும் சிறக்க மொத்தம் இரண்டாயிரத்துக்கு மேற்பட்ட பக்கங்களில் நிறைந்திருக்கும் நான்கு புதினங்கள். இந்த அரசூர் நாவல் தொடரில் வருமளவுக்கு மேஜிக்கல் ரியலிசம் தமிழில் இதுவரை எழுதப்பட்டிருக்காது என்று நிச்சயம் நம்புகிறேன். வாசகர்களாகிய நீங்கள் அளித்த ஊக்கமும் உற்சாகமுமே இதைச் சாதிக்க என்னைத் தூண்டியவை.

அண்மையில் (திசம்பர் 24, 25 - 2016) கோவையில் விஷ்ணுபுரம் விருது வழங்கும் விழாவில் பங்கு பெற்றபோது, எனதருமை நண்பர் ஜெயமோகன் கேட்டார் -

'முருகன், இங்கே வந்திருக்கும் வாசகர்களில் எத்தனை பேர் உங்கள் அரசூர் நாவல்களைப் படித்திருப்பார்கள் என்று நினைக்கிறீர்கள்?'

நான், 'ஒரு நூறு பேர் இருக்கலாம், ஜெயன்' என்றேன்.

'இல்லை, ஒரு நூறு பேர் தவிர மற்றவர்கள் அதில் ஒரு நாவலாவது படித்தவர்கள்'.

நான் நம்பாமலேயே கருத்தரங்கில் பங்குகொள்ள, அங்கே எழுந்த ஆழமான கேள்விகளும், அரங்கு முடிந்து வெளியே சந்திக்கும்போது பரிமாறிக் கொண்ட ஆழ்ந்த, அலசி ஆராய்ந்து தெரிவிக்கும் கருத்துகளுமாக என்னைச் சூழ, அரசூர் நாவல்கள் ஒரு கணிசமான வாசகர் பரப்பைச் சென்றடைந்திருப்பதை மகிழ்ச்சியோடு அறிந்தேன். ஜெயமோகன் சொன்னது சரிதான்.

'வாழ்ந்து போதீரே' அரசூர் நாவல்களில் இறுதியானது என்பதாலோ என்னமோ, இந்தக் கதை மாந்தருக்கான அன்பும் பரிவுமாகக் கலந்து ஒவ்வொரு இழையாக நெய்துகொண்டு போனேன். நேசமும் கருணையும் என்னைச் சுற்றி இயங்கும் சக உயிர்களுக்கு மட்டுமானது இல்லைதானே.

'வாழ்ந்து போதீரே' எனக்கு நல்ல எழுத்தனுபவத்தை அளித்தது. வாசகர்களுக்கு மிகச் சிறந்த வாசிப்பனுபவத்தை அது அளிக்கட்டும். கிருஷ்ணார்ப்பணம்.

**இரா.முருகன்**

# வைத்தி வைத்தியநாதனின் நெருங்கிய உறவுகள்

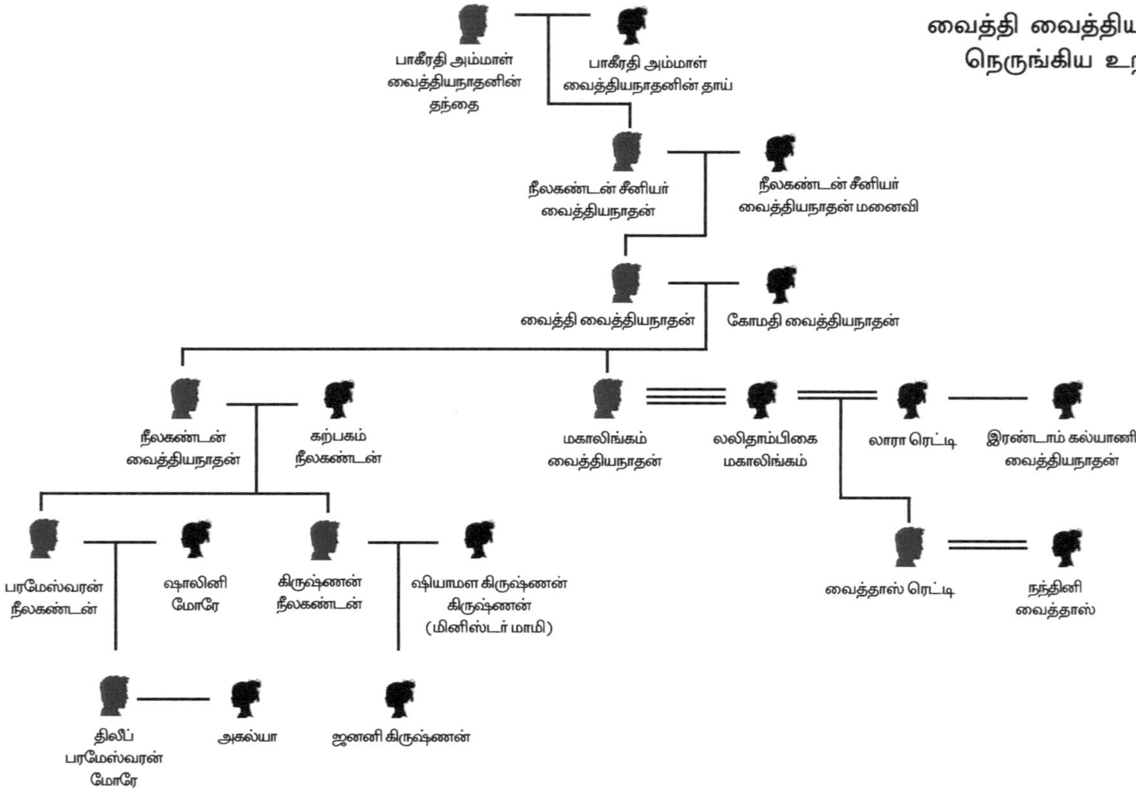

# பகவதியின் நெருங்கிய உறவுகள்

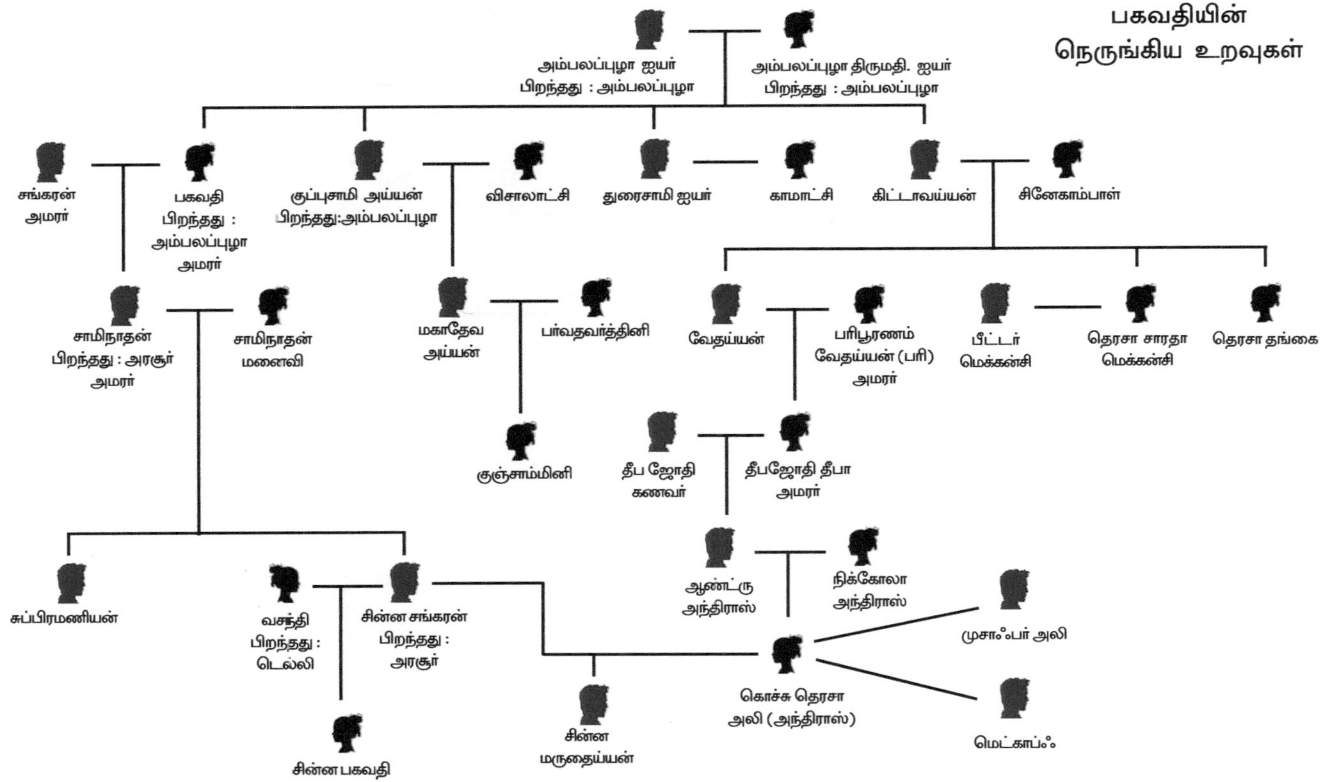

# சங்கரனின் நெருங்கிய உறவுகள்

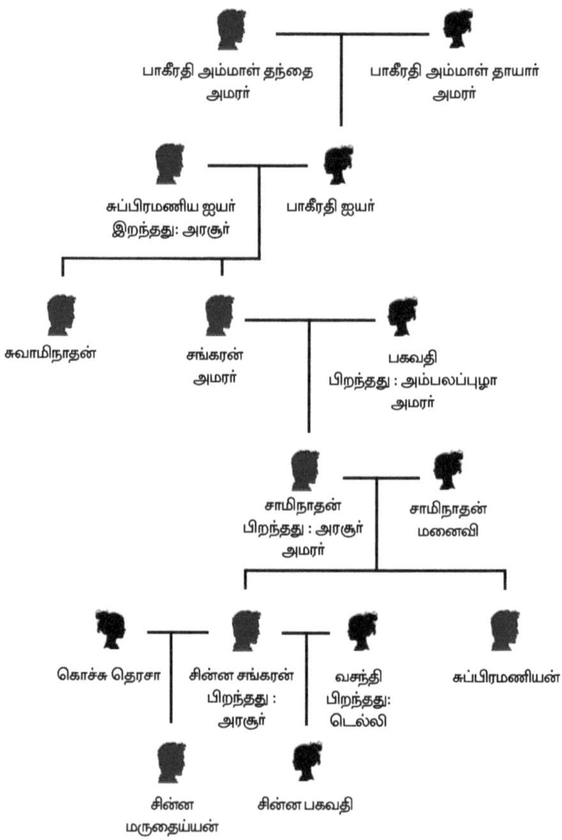

அத்தியாயம்

# ஒன்று

கடவுள்.

கிட்டத்தட்ட கடவுள்.

உறங்கிக் காலையில் விழித்ததும் தேநீர் கொடுக்க ஒரு படையே நிற்கிறது. ராணுவம். நூறு, இருநூறு வீரர்கள். கருத்துத் தடித்தவர்கள். மாறி மாறி வருகிறார்கள். நந்தினிக்கு அவர்கள் எல்லோரும் பகலும் இரவும் காவல். நந்தினி அவர்களுக்கு நிரந்தரக் காவல். ஒரு வருடமாக இப்படித்தான் நடக்கிறது.

வீட்டு வாசலில் ராணுவ வண்டி வந்து நின்ற ஒரு பகல் பொழுதில் நந்தினி கடவுளானாள்.

சரியாகச் சொன்னால், கடவுளுக்கு மூத்த சகோதரி.

அவள் கிடைத்த நிம்மதியில் கடவுளை சாவகாசமாக அடையாளப் படுத்திக்கொள்ளலாம் என்று மற்றவர்களால் ஒத்திப்போடப் பட்டது.

புழுக்கமான அந்தப் பகல் நேரத்தில், நந்தினி ராணுவத் தாவளங் களையும், ஒற்றைக் கட்டிலும், பழைய மேஜை மின்விசிறி யுமாக, அவற்றில் புழுங்கி நாறும் சிறு அறைகளையும் ஏனோ நினைத்தாள். முக்கியமாக, குறுக்குக் கம்பிகளோடு கதவு அடைத்து வெளியே

இருந்து உள்ளே முழுக்க பார்க்கக்கூடிய அப்படியான ஓர் அறையை. அவள் இதுவரை பார்க்காத இடம் அது. அசுத்தமான அறை. இருட்டான அறை. ஆண் வாடை ஆக்கிரமித்த, வயிறு வாயில் எழும்பி வரக் குமட்டும், கழிவறைக்கும் மோசமான குச்சு. பத்திரிகைக் கட்டுரை ஒன்றில் வேறேதோ நாட்டில் ராணுவ அத்துமீறல்கள்பற்றிய கட்டுரைக்குத் துணையாக வந்து, நினைவில் ஊடுருவி இருந்த அந்த அறை, புகைப்படம்கூட இல்லை. கையால் வரைந்த கோட்டுச் சித்திரம்.

ராணுவத்தால் சிறை பிடிக்கப்பட்ட ஒரு பெண், கிட்டத்தட்ட நந்தினி வயது அல்லது நாலைந்து வருடம் இளையவள். அவளை ஒரு வருடத்துக்கு அடைத்து வைத்தார்களாம். உடல் தினவு எடுத்த போதெல்லாம் யார்யாரோ சர்வ சுதந்திரமாக வந்து ஒற்றைக் கட்டிலில் தள்ளி அந்த உடலை அனுபவித்துவிட்டுப் போனது பற்றிப் பேசிய கட்டுரைக்கு ஓரமாக, ஓவியன் பெயர் போடாமல் வந்த சித்திரம் அது.

அந்த ராணுவம் ஒடுக்கப்பட்டபோது விடுவிக்கப்பட்ட பெண், ஒற்றை அறைச் சிறையைவிட்டு வெளியே கிளம்ப மாட்டேன் என்று அடம் பிடித்துப் பித்தாக, நடைப் பிணமாக ஆஸ்பத்திரிக்குச் சுமந்து போகப்பட்டதுபற்றிக் கட்டுரை நீண்டதும் நந்தினிக்கு நினைவில் உண்டு.

நந்தினி கடவுளான தினத்தில், வாசலில் வந்து நின்ற ராணுவ வண்டி, அவளை அவளுக்கேயான ஒற்றை அறைக்கு அழைத்துப்போக வந்திருக்கிறது என்ற தீர்மானத்தோடு, செருப்புக்குள் கால் நுழைத்துக்கொண்டாள் நந்தினி. ஹாலில் மாட்டியிருந்த லண்டன் பாலம் புகைப்படத்தில் அவள் இடுப்பை வளைத்துப் பிடித்து அணைத்து நின்ற வைத்தாஸிடம் சொன்னாள் –

நான் உனக்குத் திரும்பக் கிடைக்காமலே போகணும்னு நீ கும்புடற தெய்வத்தை வேண்டிக்கோ என் அன்பே. அடுத்த பிறவி எல்லாம் இல்லை. இதோடு நாம் பிரிந்து போறோம். என் ஒற்றை அறையின் துர்க்கந்தம் உனக்கு அனுபவப்பட வேணாம். உன் நாவல் நல்ல வண்ணம் முடிய என் வாழ்த்து.

கண்ணில் துளிர்த்த கண்ணீரோடு வாசலில் போவதற்கு முன் பௌதீக அவஸ்தைகள். முதலில் சிறுநீர் கழிக்கவேண்டும். போய்வந்தாள்.

பசி எடுக்கிறது. ராணுவ அதிகாரியை அல்லது அதிகாரிகளை வாசலில் உட்காரச் சொல்லிவிட்டு உள்ளே சமையல் அறையில்

முந்தாநாள் செய்து மீந்த ரொட்டிகள் நாலைந்தை வெறும் தண்ணீராவதுவிட்டு நனைத்துப் பிசைந்து சாப்பிடவேண்டும். நமுத்துப்போன தயிர் மிளகாய்களும் அங்கே உண்டு.

உண்டதற்கு அப்புறமும் பத்து பதினைந்து நிமிடம் காத்திருக்கச் சொல்லலாம். இருக்கச் சொன்னால் இருப்பார்கள். விரோதி என்றாலும் முக்கிய அதிகாரியின் மனைவி. சிறு ஏவல்கள் செய்து தீர்க்கப்படவேண்டியவை, அவர்களை ஹாலில் இருக்க வைத்துவிட்டு, பாத்ரூமில் ஷவரை முழுக்கத் திறந்துவிட்டு ஒரு குளியல். சுத்தமான ஆடைகள் அணியவேண்டும். கைப்பையிலும் அதே படியான உடுப்புகளை எடுத்து அடைத்துக்கொள்ள வேண்டும். சானிடரி நேப்கின் பொதிவுகளும்கூட. பூப்போட்ட கர்ச்சீஃப். அப்புறம் படுக்கை அறையில் கூடவே இருக்கும் இந்தக் கல்யாண போட்டோ.

புகைப்படத்தைப் பார்த்ததும் நிலை குலைந்துபோய் அழலானாள் நந்தினி. மனதில் திரண்டெழுந்த இறுக்கம் பிரி நெகிழ்ந்து ஆடிக் குழைந்து சிதறியது. எங்கே போகப் போகிறாள் அவள்? ஏன் போகவேண்டும்? விருப்பமில்லாமல் இழுத்துச் செல்லப்படும் பிராணிபோல் அவளைக் கூட்டிப்போய்க் குற்றேவல் செய்ய வைக்க யாருக்கு எல்லாம் அதிகாரம், யாரால் கொடுக்கப் பட்டிருக்கிறது?

படுக்கையில் உட்கார்ந்து அழுதபோது இன்னொரு பயம் எட்டிப் பார்த்தது. இப்படியே இங்கேயே முதல் தடவை அவள் உடம்பை அத்து மீறுவார்களோ? எத்தனை பேர்? வியர்வை பெருகிய கை இடுக்கு உடுப்பை நனைக்க, முகர்ந்து பார்த்தாள். இந்த நாற்றத் தோடும், வாயில் புரண்டெழும் துர்வாடையோடும், இன்னும் எத்தனையோ அசுத்தத்தோடும் அவளை ஒரு பன்றியைப்போல், சொறிபற்றிப் பிடித்த நாய்போல் மேலேறி, இழிகலவி செய்ய வருகிறவர்களை அவளுக்குத் தடுக்க முடியாமல் போகுமோ? ஏன்?

எழலாமா இருக்கலாமா என்றுகூட முடிவு செய்ய பலமில்லாமல் அவள் தளர்ந்து இருந்தபோது, கூக்குரலாக வெளியே ஆண் குரல் ஒன்று. யாரோ, யாரையோ வெட்டிச் சாய்க்கிறார்களோ? அவள் பயத்தில் உறைந்து போனாள், பிணங்கள் அழுகி நாற, அவற்றுக்கு வெகு அருகில் அவளுடைய உடலில் அத்துமீற நேரம் நெருங்கி வருகிறதோ.

படுக்கை அறைக் கதவு தட்டப்படுகிற சத்தம். தட்டியிருக்கக் கூடாதோ என்ற நினைப்பில் நிறுத்திய மாதிரி அந்தச் சத்தத்தோடு வந்த தெருவின் மங்கிய ஒலிகளும் ஒரேயடியாக நின்று போயின.

இன்னொரு ஐந்து நிமிடம் நிசப்தம். மறுபடி மெல்லத் தட்டப்படும் கதவு. மறுபடி நிசப்தம். பொறுக்க முடியாமல் ஓடிப்போய்க் கதவைத் திறந்தாள் நந்தினி.

கதவுக்கு வெளியே நிறையப் பதக்கங்களும் கயிறுகளும் நாடாக்களும் அப்பிய, பச்சை அழுத்தமாகப் பதிந்த ராணுவ உடுப்போடு நடு வயது மேஜரோ வேறே பெரிய பதவியில் இருப்பவரோ ஒருவர், மண்டி போட்டுக் கைகளை ஒருசேர மேலே உயர்த்தி இருந்தார். அவர் கண்களில் கண்ணீர் தாரை தாரையாக வழிந்தது.

அந்த அதிகாரிக்கு இரண்டு அடி தூரத்தில் அறை முழுக்க ராணுவத் தினர். வெளியே படிகளில், தெருவுக்கு இட்டுச் செல்லும் நடைபாதை யில், வீட்டு வாசலில், தெரு முழுக்க எங்கேயும் ராணுவம்தான்.

அதிகாரி விக்கி விக்கி அழுதபடி ஆடும் பறவை ஆடும் பறவை என்று திரும்பத் திரும்ப ஆப்ரிகான்ஸ் மொழியில் சொல்லிக் கொண்டிருந்தார்.

டான்ஸ் உயல். பௌ. டான்ஸ் உயல். பௌ. பௌ. உயல்.

அந்தக் கூவலை உள்வாங்கி அருகே இருந்த அதிகாரிகளும் அவர்களிடமிருந்து அலையலையாகக் கடந்து தெரு வரை, அல்லது அதற்கும் அப்புறம் நின்றவர்களும் ஆடும் பறவை என்று திரும்பச் சொல்லும் சத்தம். ஒன்று சேர முயலும் ஒலிகள் திரண்டு எழும்பி வர, பல கைகள் வானம் பார்க்க நீண்டு உயர்ந்து நின்றதைப் பார்வை சென்ற இடமெல்லாம் சந்தித்தாள் நந்தினி. என்ன பறவை? எங்கே ஆடுகிறது?

மெல்ல எழுந்த ராணுவ அதிகாரி குரல் கரகரக்க நந்தினியின் கைகளை தேவதையை ஸ்பர்சிப்பதுபோல் பிரமிப்போடு தொட்டார். தெய்வச் சின்னங்களை மரியாதையோடு முத்தமிட்டு வணங்குவதுபோல் இன்னொருமுறை மண்டியிட்டு அவள் கைகளில் ஆராதகராக முத்தமிட்டார்.

சகோதரி, மூத்த சகோதரி.

நந்தினி எதுவும் புரியாமல் ஒரு வினாடி நின்றாள். அவளுக்கு, இவர்களால் இனி எந்தத் துன்பமும் வராது என்று மனதில் பட்டது. அது கொடுத்த ஆசுவாசமே பலமானதாக இருந்தது. சாப்பிடலாம். குளிக்கப் போகலாம்.

வாசலில் மரியாதையோடு நின்று உள்ளே வரலாமா என்று உத்தரவு கேட்டார் அந்த அதிகாரி. அபத்தமான சூழ்நிலை. பழைய பருத்தி

அங்கி அணிந்து படுக்கையில் உட்கார்ந்தபடி நந்தினி. அந்த ஆபீஸர் உட்கார வேறு இடம் இல்லை என்பதால் அவரையும் அங்கே அமரச் சொல்லித் தான் கைகாட்ட வேண்டியிருந்தது. படுக்கையில் வேற்று மனிதரை இருக்கச் சொல்லிக் கூப்பிடுவதன் அபத்தம் புலனாக, மெல்லச் சிரித்தாள் நந்தினி.

காட் ஸெ அவொர் சிஸ்டொர். கடவுளின் அக்கா. அவொர் சிஸ்டொர்.

அவர் பிதற்றியபடி உள்ளே வந்து விதிர்விதிர்த்து நின்றார். உட்கார மறுத்துவிட்டார். அது மரியாதையில்லை என்பதுபோல் கையசைத்தார். ஏதோ சொல்லி உடனே வெளியே போகவேண்டிய அவசரம் அவர் அசைவுகளில் தெரிந்தது. உடல் நடுங்கிக் கொண்டிருந்தார் அவர். வாசலை நோக்கிக் கை காட்டினார்.

ஒரே ஒரு செய்தி மட்டும் சொல்லவேண்டும் உங்களிடம். சொல்ல அனுமதிப்பீர்களா?

அவர் மரியாதை விலகாத குரலில் கேட்டார்.

சொல்லுங்கள் என்று ஆதரவாகக் கூறினாள் நந்தினி.

வாசலில் வைத்த படத்தில் இருந்து அந்தப் பறவை.

அவர் ஆரம்பித்து ஒரு வினாடி நிறுத்தினார். உடல் இன்னும் நடுங்கியது.

அந்தப் பறவைக்கு என்ன?

எல்லாமேதான், அவொர் சிஸ்டொர். நிறைய இறகுகள் உள்ள, வர்ணத்தில் அவை மினுமினுக்கும் பறவை இல்லையா அது. பறவை படத்துக்குள் இல்லை. வெளியே உங்கள் அறைக்கு வெளியே நடனமாடியபடி நின்றது. நீங்கள் கடவுளின் மூத்த சகோதரி என்று அகவியபடி அறை முழுக்கத் தாழப் பறந்து வந்தது. பார்த்தேன். கேட்டேன். அந்தக் குரல். அதை எப்படி மறப்பேன்?

அவர் வாசல் பக்கம் திரும்பவும் உத்தேசமாகக் காட்டி வியப்பு மறையாமல் சொல்ல, நந்தினிக்கு முன்னறையில் மாட்டிய இந்திய ஓவியம் நினைவில் வந்தது. ஆடுகிற ஆண் மயிலும், ஓரமாக நின்று கவனிக்கிற பெண் மயிலுமாக இந்திய ஓவியன் வரைந்தது அது. லண்டனில் ஆர்ட் கேலரிக்கு வெளியே படங்களையும் நகல்களையும் பரத்திப் போட்டுக்கொண்டு உட்கார்ந்திருந்த போலந்து நாட்டுக் கிழவரிடம் ,முப்பத்து நாலு பிரிட்டீஷ் பவுண்டுக்கு வாங்கியது அந்த ஓவியம். இன்னார் வரைந்தது என்ற

உறுதி தரும் ஆவணம் எதுவும் மயிலாடும் ஓவியத்துக்கு இல்லை என்று கை விரித்துவிட்டார் போலந்துக்காரர்.

ராத்திரியில் விளக்குகள் அணைக்கப்பட்டதும் படம் மாந்திரீகமான நீல ஒளியைச் சிந்தி அறையையே அந்த நிறத்தில் குளிரக் குளிரக் குளிக்க வைப்பது அவ்வப்போது நடக்கிறதுதான். ஆனாலும் அந்த மயில் படச் சட்டத்தைவிட்டு வெளியே வந்து ஆடியதும், பறந்து அறை முழுக்கச் சுற்றியதும், திரும்ப உள்ளே போனதும் எல்லாம் நடந்ததில்லை.

இந்த மாதிரியான நீள இறகு கொண்ட மயில்கள் அம்பலப்புழையில் நிறையக் காணக் கிடைக்கும் என்று விடுமுறைக்கு லண்டனில் இருந்து வந்த அம்மா சொன்னாள். வைத்தாஸுக்குப் பிடித்ததால் லண்டனில் வாங்கியது என்பது தவிர வேறே சிறப்பான கவனம் எதையும் இந்தப் படத்தில் வைக்கவில்லை.

பறவை இருக்கட்டும். நீங்கள் சொல்ல வந்தது?

அதிகாரி கை உயர்த்தி உறுதியான குரலில் முழங்கினார்.-

உங்களை யாரும் துன்பப்படுத்த மாட்டார்கள். துரும்பை எடுத்து உங்கள்மேல் தூக்கிப் போட்டாலும் எட்டு சிப்பாய்கள் முன்னால் வந்து நின்று அவர்களை நாட்டுத் துப்பாக்கியால் சுட்டுத் தள்ளுவார்கள். அதற்கான உத்தரவை இன்று பிறப்பிக்கிறேன்.

அப்போதுதான் முன்னால் வணங்கி நிற்பவர் ராணுவத்தில் உச்ச பட்ச மரியாதைகளோடு இருப்பவர் என்று நந்தினிக்குத் தெரிய வந்தது. தேசத்தின் அடுத்த அதிபராகப் பதவி ஏற்கப் போகிறவர் அல்லது ஏற்றவர்.

வைத்தாஸ் ஐயன், நாட்டின் செல்வம். அவருடைய அன்பு மனைவியான நீங்களோ, இங்கே இருக்கும் உங்கள் உறவினர்களோ இந்த நாட்டைவிட்டு எப்போதுமே வெளியே போகவேண்டாம். வைத்தாஸ் அவர்களும் திரும்பி வந்து எங்களோடு சேர்ந்து இருக்கவே விரும்புகிறோம். அவர் எழுத்தாளர். மகிழ்ச்சியாக இங்கே இருந்து நாவல் எழுதாமல், எதற்கு அவர் தனியாக எங்கேயோ கிடந்து துன்பப் படவேண்டும்? இருந்து எழுத விசாலமான இடம், தட்டச்சு செய்து தரக் காரியதரிசி, புதிதாக எழுதத் தோதான பழங்கதைகளைப் பாடும் நாட்டுப்புற முதுபெண்கள், தேநீர் தயாரித்து வழங்க, கைகால் பிடித்து விட ஊழியர்கள் என்று ஏற்படுத்திவிடலாம். விருதுகளை ஏற்படுத்தி, நாமே ஒவ்வொரு ஆண்டும் அவருடைய நூல்களுக்காகக் கொடுத்து விடுவோம்.

ராணுவ அதிகாரி சொன்னதற்கெல்லாம் மரியாதையோடு தலையசைத்து உய் உய் என்று ஆமோதித்து பேச்சை முடிக்க அவசரம் காட்டினாள் நந்தினி,

அந்தப் பறவை படத்தில் திரும்பப்போய் என்னிடம் சொன்னது. உங்களை கடவுளின் மூத்த சகோதரியாகப் போற்றினாலே எம் அரசாங்கம் நிலைக்கும் என்று. அதற்கான உத்தரவும் இன்னும் இரண்டு மணி நேரத்தில் வெளியாகும்.

புதிய ஜனாதிபதி கையை உயர்த்தி, உச்ச பட்ச கௌரவமான விருதை அளிப்பதுபோல் நின்று, அது சரிப்படாது என்று உணர்ந்தவராக, இன்னொருமுறை நந்தினிக்கு முன் மண்டியிட்டார்.

வைத்தாஸ், நீ எங்கே? இதையெல்லாம் பார்க்க வேண்டாமா உனக்கு? உன் பெண்டாட்டி காலடியில் நொடிக்கொரு தரம் நாட்டின் அதிபர் மண்டியிட்டு மரியாதை செலுத்துகிறார். வெளியாகப் போகும் அரசாங்க உத்தரவு சொல்கிறது, நான் கடவுளின் மூத்த சகோதரி என்று. வைத்தாஸ், உன் நாவலில் இது வருமா? உனக்கு இதெல்லாம் ஆச்சரியமாக இல்லையா?

ஒரு ஆச்சரியமும் இல்லை. உன்னை தெய்வமாக்கின பிறகும் பாத்ரூம் உபயோகிக்கவோ, சாப்பிடவோ, உறங்கவோ எந்த விதமான இடைஞ்சலும் இருக்கக்கூடாது என்று தயவு தாட்சணியம் பார்க்காமல் அவர்களிடம் கூறு.

லண்டன் பாலம் படத்தில் இருந்து வைத்தாஸ் வெளிப்பட்டு உலாத்தியபடி இதைச் சொல்லித் திரும்பப் படத்தில் ஏறும்போது நந்தினியைப் பார்த்தான்.

மயில் எச்சம் எல்லாம் வரவேற்பறை சோபாவில் இல்லாமல் கவனமா இரு. மேலே அப்பினால் லேசில் போகாது. எல்லா நரகலும் நாறும்.

வைத்தாஸ் இல்லை. ஆடும் மயிலும் இல்லை. படங்கள் இனிப் படங்களாகவே இருக்கட்டும்.

ராணுவ வண்டி வாசலில் நின்ற பகல் பொழுதில் நந்தினி அப்படி நினைக்க ஆரம்பித்து ஒரு வருடம் ஆகிவிட்டது.

ராணுவக் குழுக்கள் மாறி மாறி ஆட்சியைப் பிடிக்கின்றன. யார் வந்தாலும், நந்தினி வீட்டுக்கு அந்தப் புரட்சிக்கு தலைமை தாங்கியவர் வந்து அவளை மண்டியிட்டு வணங்குகிறார். வாசலில் ஆடும் பறவை ஓவியத்தை, பிரமிப்போடு பார்க்கிறார். அதன் அருகில் நின்று புகைப்படம் எடுத்துக்கொண்டு போகிறார்கள்.

மறுநாள் உள்ளூர்ப் பத்திரிகையில் மக்கள் தலைவர் புனித சகோதரியிடம் ஆசி பெற்றார் என்ற செய்தியும் புகைப்படமும் வெளியாவதும் தவறாமல் நடந்துகொண்டுதான் இருக்கிறது.

வைத்தாஸ் சார்ந்திருக்கும் அரசியல் பிரிவை ஆதரிக்கும் ராணுவக் குழு நேற்று திரும்பவும் பதவிக்கு வந்தது. ஏழு மாசம் முன்னால் ஒரு தடவை அவர்கள் அதிகாரத்தைப் பிடித்தார்கள்தான். ஆப்பிள் களோடும் ஆரஞ்சுகளோடும் அப்போது நந்தினியைப் பார்க்க வந்தபோது, அவள் இந்தியா போகவேண்டும் என்ற விருப்பத்தை வெளிப்படுத்தினாள்.

ஏற்பாடு செய்கிறேன்.

சொல்லிப் போனவர் அடுத்த வாரம் சுட்டுக் கொல்லப் பட்டார்.

வாசலில் இதோ இப்போது ஒரு ராணுவ வண்டி நிற்கிறது. புது ஜனாதிபதி. கூடவே மரியாதையான இடைவெளிவிட்டுப் புகைப்படக் காரர்கள். ராணுவ அதிகாரிகள்.

மயிலும் குயிலும் இருக்கட்டும். இந்தியா போக வழி பண்ணுடா

முணுமுணுத்தபடி, கடவுளின் மூத்த சகோதரி மூட்டுப் பிடிப்புக்குக் காலில் களிம்பு புரட்டலானாள்.

அத்தியாயம்

# இரண்டு

அலை ஓங்கி அடிக்குது அகல், தர்காவுக்கு இன்னொரு நாள் போகலாம்.

திலீப் அகல்யாவின் கையை இறுகப்பற்றியபடி நின்றான். அவள் இப்போது பிடிவாதம் பிடிக்கவேண்டும் என்று எதிர்பார்த்தான். நீ வரட்டா போ, நான் போயே தீருவேன் என்று அவள் ஓடவேண்டும்.

ஹை டைட், ஹை டைட் என்று ஒரு காவலர் அறிவித்துக்கொண்டே போக, அகல்யாவும் திலீப்பும் கடல் பாதையில் ஒருத்தர் பின்னால் ஒருத்தராக ஓடவேண்டும்.

எழுந்த அலையில் ரெண்டு பேரும் அடித்துக்கொண்டுபோய் மஹாலட்சுமி கோவில் பின்னால் பாறை அடுக்கில் கொண்டு சேர்க்கப் படவேண்டும். அங்கே அவளை இடுப்பில் கை சேர்த்து வளைத்து அணைத்துக்கொண்டு பின்னால் வந்துபோகும் அலைகளைப் பார்த்தபடி பிதற்றவேண்டும்.

இதுக்காக அலை அடிச்சுப் போகணுமா என்ன?

அகல்யா சிரித்தபடி அவன் உள்ளங்கையில் கிள்ளினாள்.

அவளுக்கு சின்னச் சின்ன சந்தோஷங்கள் மட்டுமே போதும். மகாலட்சுமி ஏரியாவோ, தாதரில் ரானடே ரோடு பாதையோரக் கடையோ, ஒரு பிளேட் சமோசா, இஞ்சி தட்டிப் போட்ட சாயா. பிளாட்பாரக் கடையில் நீலப் பூ போட்ட கர்ச்சீப். எப்போதாவது

திலீப்பை தனியாக நிற்கச் சொல்லிவிட்டு ஸ்தூல சரீர மராத்திப் பெண்ணை ஷாந்தி-தாய் என்று விளித்து காதில் ரகசியமாக அளவு சொல்லி வாங்கும் மார்க்கச்சை. வீட்டு முகப்பில் கட்டி, ஒரு வருடம் கழித்து எடுத்துப் போடும் ஜரிகைத் தோரணத்தில், ஜெய் மாதா தி என்று சுபமாக எழுதியது.

இது எல்லாத்துக்கும் மேல் இதில் கொஞ்சமாவது நிறைவேறிய சந்தோஷத்தோடு திலீப்போடு கை கோர்த்து நடப்பது.

பாந்த்ரா பேண்ட் ஸ்டாண்டில் சுற்றும்போது ஏதோ கட்டடத்தின் பின் பகுதிக்கு அவசரமாக இட்டுப்போய் இங்கிலீஷ் சினிமாவில் வருகிறது போல முத்தம் கொடுத்தான் திலீப். அதுவும் அகல்யாவுக்குப் பிடித்திருந்தது. ஆனாலும் பிடிக்கும் என்று சொல்ல மாட்டேன் என்று முரட்டுப் பிடிவாதம். திலீப்புக்கு அது தெரியும். பாந்த்ரா போகலாமா என்று குருவிபோல தலையைக் கவிழ்த்துப் பார்த்தபடி கேட்கிற சந்தோஷம் அவனுக்கும் வேண்டியிருக்கிற ஒன்று.

*சரி, டாட்டா சொல்லிக்கலாமா?*

அகல்யா கைக்கடியாரத்தைப் பார்த்தாள். யாதொரு சந்தேகமும் வரவழைக்காமல் வீட்டில் போய்ச் சேர இன்னும் ஒரு மணி நேரம் இருக்கிறது. மாசம் பிறந்து ஐநூறு ரூபாய் சம்பளத்தை அப்படியே அப்பாவிடம் கொடுத்துவிட்டு ஐம்பது ரூபாயை மட்டும் மாசாந்திரக் கைச்செலவுக்காக வாங்கிக் கொள்ளும் அவளை, எல்லோருக்கும் பிடிக்கும். வீடு திரும்பத் தாமதமாகும் ஒவ்வொரு கணமும் அவர்கள் பீதி அடைகிறார்கள். எல்லோருக்கும் பிடித்த நல்ல பெண்ணாக, அதற்கு வழி வகுக்காமல் அவள் இருப்பாள்.

*ரயில்வே ஸ்டேஷன் வரைக்குமாவது கூட வரேனேடி செல்லக் குட்டி?*

செல்லக் குட்டியை மகாலட்சுமி – போரிவாலி ஸ்லோ லோக்கலில் ஏற்றிவிட்டு பஸ் பிடித்துத் திரும்பிக்கொண்டிருந்தான் திலீப். இனி ஒரு மாதமாவது அவளோடு இன்னொரு சந்திப்புக்காகக் காத்திருக்கவேண்டும்.

அகல்யாவும், சிரிப்பும், பேல்பூரியும், உயர்ந்து பொங்கும் கடல் அலைகளும் இல்லாத உலகம் அவன் போகவேண்டியது. அதுவும் இந்த ஆறு மாதத்தில் அவனுக்கு ஏற்கெனவே அனுபவமான கொஞ்சம்போல் நிம்மதி சூழல்கூட இல்லை. அப்பா காணாமல் போனதில் தொடங்கியது இது.

பரமேஸ்வரன் நீலகண்டன். ஐம்பத்தேழு வயது. தாடையில் மிகச் சரியாக நடுவில் நீளமாகக் கீழே இறங்கும் ஒரு வெட்டுத் தழும்பும், இடது புறங்கையில் பாம்பு கொத்தினதுபோல் பக்கத்தில் பக்கத்தில் இரண்டு மச்சங்களும்கொண்ட சதைப் பிடிப்பு இல்லாத, வெளுத்த மனுஷர். இடது முட்டிக்குக் கீழே கால் இல்லாதவர். ஆங்கிலம், மராட்டி, தமிழ், சம்ஸ்கிருதம் மொழிகளில் புலமைகொண்டவர். டில்லியில் இருந்து பம்பாய்க்கு விமானத்தில் வந்துகொண்டிருந்த போது நாக்பூரில் காணாமல் போய்விட்டார். ஒரே மகன் திலீப் பரமேஸ்வரன். மனைவி, லாவணிக் கலைஞர் அம்பேகாவ் ஷாலினி மோரே. வாய் ஓயாமல் பேசிக்கொண்டே இருக்கும் இந்த முதியவரைப்பற்றிய விவரங்கள் அறிந்தவர்கள் தெரிவிக்க வேண்டிய தொலைபேசி எண்.

காவல்துறை மாநிலம் சார்ந்த ஒன்று என்றாலும், திலீப்பின் மினிஸ்டர் சித்தப்பா முன்கை எடுத்ததால், மாநிலம் முழுவதும் சுவரொட்டி அடித்து ஒட்டிச் சகலமானவர்களுக்கும் சேதி சொல்லப் பட்டது. கோவாவிலும் இது நடந்தது.

பதினைந்து நாள். ஒரு மாதம். ஆறு மாதம். பரமேஸ்வரன் நீலகண்டன் என்ற இடதுசாரி சிந்தனையுள்ள, ஒரு காலை இழந்த அறுபத்தாறு வயதான மனிதர், மிச்சமிருக்கும் காலோடு எந்தக் கண்டத்திலும் ஏது நாட்டிலும் எந்த வேலையும் செய்து வருமானம் ஈட்ட ஆர்வம் காட்டியவர், இன்னும் எங்கோ உயிரோடு இருக்கிறார் என்று யாரும் நம்பத் தயாராக இல்லை.

ஆனாலும் அவர் காணாமல் போவதற்கு முன்பு தில்லியில்போய் ஒருநாள் அடையாள உண்ணாவிரதம் இருந்தது, அமைச்சரின் சகோதரர் நீதிக்குப் போராட்டம் என்ற சிறிய செய்தியாக பம்பாய் நகரின் மத்தியானப் பத்திரிகை ஒன்றில் அச்சுப் போட்டுவந்து ஆயிரம் பேராவது படிக்கக் கிடைத்தது.

எப்படியோ யார் மூலமோ அந்தச் செய்தி அதிகார யந்திரத்தை அசைத்து பரமேஸ்வரனின் மனைவி ஷாலினி-தாய்க்கு அவளுடைய நாட்டுப்புறக் கலைஞர் பென்ஷனை மீட்டுக் கொடுத்தது. அந்த முன்னூறு ரூபாயில்தான் ஒற்றை அறைக் குடியிருப்பில் திலீப்பும் அம்மாவும் தங்க வேண்டியிருக்கிறது.

அம்மாவை ஆஸ்பத்திரியில் இருத்தி கவனித்துக்கொண்டதற்கே அப்பாவுக்கு அவ்வப்போது வந்த வருமானம்தான் காரணம். அவர் உறுப்பினராக இருந்த இடதுசாரிக் கட்சிக்காக அவர்களுடைய வருடாந்திர மாநாட்டு வெளியீடுகளைத் தமிழிலும் மராத்தியிலும் மொழி பெயர்ப்பதை சிரத்தையாகச் செய்து வந்தார் திலீப்பின்

அப்பா. அந்தக் கட்சியில் எத்தனை பேர் இருந்தாலும் போனாலும் திரும்பி வந்தாலும், வருடம் ஒரு மாநாடும் உள்கட்சி மோதலும், தேர்தலும் இன்னும் நடந்துகொண்டுதான் இருக்கிறது. அது மட்டுமில்லை, அங்கே பதவிக்கு வருகிறவர்கள் எல்லோரும் இங்கிலீஷில் மட்டும் தான் யோசித்து எழுதக்கூடியவர்கள். மற்ற மொழிகளில் அவர்களுடைய கருத்துகள் கடந்து போக வேண்டியுள்ளது.

திலீப்புக்கும் நல்ல இங்கிலீஷ் வசப்பட அப்பா வழி காட்டியிருந்தால் திலீப், அவர் செய்த சாஸ்வதமான மொழிபெயர்ப்பு வேலையைத் தொடர்ந்து, அவனுக்கும் அவ்வப்போது காசு வந்திருக்கும். அந்தக் கட்சி இன்னும் நூறு வருடம் இப்படியே தள்ளாடியபடி இருக்கும் என்பதிலும் ஆங்கிலத்தில் சிந்திப்பதையும் விவாதிப்பதையும் நிறுத்த மாட்டார்கள் என்பதிலும் மற்ற மொழிக்காரர்கள் அந்தச் செய்திகளை ஆர்வத்தோடு என்றும் எதிர்பார்த்துக்கொண்டிருப்பார்கள் என்பதிலும் திலீப்புக்குச் சந்தேகமில்லை.

அம்மாவை ஆஸ்பத்திரியில் இருந்து டிஸ்சார்ஜ் செய்து கூட்டி வரவும் அப்பாதான் உதவினார். அப்போது அவர் காணாமல்போய் நாலு மாதம் ஆகியிருந்தது. அம்மாவை ஆஸ்பத்திரியில் இருத்திப் பராமரிக்கக் காசு இல்லாதது வீட்டுக்குக் கூட்டி வர ஒரு காரணம். காசு தராததால் அவளைப் பட்டினி போட்டிருந்தார்கள் என்று அண்டை அருகில் மற்ற நோயாளிகளைக் கவனிக்க இருந்தவர்கள் சொன்னார்கள்.

நம்மாத்து பொண்ணை பட்டினி போடறதாவது. மினிஸ்டர் கிருஷ்ணனோட மன்னியாக்கும் இந்தக் கிறுக்கச்சி. போய்ச் சொல்லி உடனே கூட்டிண்டு வாங்கோடா.

பேரன் திலீப்பையும் பேத்தி ஜனனியையும் விரட்டியவள் அவள்தான்.

அவளை வீட்டில் வைத்து யார் கவனிப்பது என்று மூத்த மருமகள் கேட்டபோது, பாட்டி மினிஸ்டர் மகனின் பங்களாவில் இருந்து கிளம்பிவிட்டாள்.

நீங்க யாரும் என் மாட்டுப்பொண்ணைக் கவனிக்க வேண்டாம். நான் கவனிச்சுக்கறேன். அந்தக் கிழவருக்கு ஆயுசு முடியறவரை பீத்துணி தோச்சுப்போட்டு, மூத்தரம் தொடச்சுவிட்டு, கொழந்தை மாதிரி தாடையைத் தாங்கிப் பருப்புஞ் சாதம் ஊட்டியே என் ஜீவன் முடியும்னு எதிர்பார்த்தேன். அது இன்னமும் இருக்கு. இங்கே இவளுக்கு ஊழியம் பார்க்கத்தான் மிச்ச பிராணன்.

கற்பகம் பாட்டி வற்புறுத்திக் கூட்டி வரச் சொன்னபோது திலீப்பிடம் ஆஸ்பத்திரிக்கு அடைக்கவேண்டிய பணம் இல்லை. வருமானம் இருந்தால்தானே காசும் பணமும் புழங்கும். மிட்டாய்க் கடை வைத்திருக்கும் மதராஸிகள் மேல் விரோதம் வளர்க்கும் கட்சிக்காரர் பாலகிருஷ்ண கதம் கூட மதராஸி ஓட்டலை உடைத்து நொறுக்க திலீப்பை இப்போதெல்லாம் அழைப்பதில்லை. அவன் பாதி மதராஸி என்பது அப்பா தில்லியில் ஆர்ப்பாட்டம் செய்தது தொடங்கி, காணாமல் போனதுவரை செய்தியானதில் நிறைய வெளிச்சம் போடப்பட்டுவிட்டது. அதை விட முக்கிய காரணம், பாலகிருஷ்ண கதம்-ஜீயின் மூத்த மகள் ஒரு மதராஸி சோக்ராவைக் காதல் கல்யாணம் செய்துகொண்டாள் என்பது. அந்தப் பையனின் குடும்பம் மதராஸிலும் ஆந்திராவிலும் நாலைந்து பெரிய மதராஸ் ஓட்டல்களை வெற்றிகர மாக நடத்துகிறார்களாம்.

எல்லாம் சேர்ந்து ஷாலினி-தாய் ஆஸ்பத்திரியில் பிணைக் கைதியாக இன்னும் ஒரு வாரம், கேவலம் இருநூறு ரூபாய் ஃபீஸ் அடைக்க முடியாததினால் கழிக்க வேண்டி வந்தபோதுதான் திலீப்புக்கு அப்பாவின் புத்தகங்கள் நினைவு வந்தன. உயர ஸ்டூலைத் தேடினான். அதில் போன வருடம் விநாயக சதுர்த்திக்கு வந்த விநாயகர் பொறுமையாக இன்னும் நின்றுகொண்டிருந்தார்.

இன்னும் ஒரு மாதத்தில் அடுத்த சதுர்த்தியே வரப் போறது, இன்னுமா என்னை அனுப்பி வைக்கலே என்று திலீப்பைக் கேட்டார் அவர். அவன் பதில் சொல்லாமல் அவரைப் படியிறக்க, நீ மட்டும் அந்த சிவத்த குட்டியோடு பேண்ட் ஸ்டாண்டு, மகாலட்சுமின்னு சமுத்திரக் கரையிலே திரியறே, என்னை அந்த சமுத்திரத்திலே கரைச்சு வழியனுப்பிட்டு அடுத்த வருஷம் வான்னு சொல்லத் தெரியலே என்று கமுக்கமாகத் தலையில் குட்டினார்.

மேலே லாஃப்ட்டில் தலை இடிக்க ஒரு பக்கம் மண்டையே பள்ளமாகிற அளவு இடது கையால் பரபரவென்று தேய்த்துக் கொண்டு லாப்டில் சிரமப்பட்டு கால் மடித்து அமர்ந்தான் திலீப். அப்போது மனசு அகல்யா என்றது. அவளை அங்கே ஏற்றிவிட்டுக் கூடவே தானும் உட்கார்ந்துகொண்டால் எப்படி சுகமாக இருக்கும் என்று கற்பனை தறிகெட்டுப் பறந்தது. இங்கே லேடீஸ் டாய்லெட் எங்கே இருக்குன்னு பாருங்கோ என்றாள் அகில்.

சிரித்துக்கொண்டே புரட்டக் கூடிய புத்தகம் இல்லை சேர்மன் மா ஸ்ட்ஸே துங்கின் சிவப்புப் புத்தகம். மராட்டி மொழிபெயர்ப்பு. அப்பாவை கட்சித் தலைமை கேட்க மொழிபெயர்த்துக் கொடுத்து கையில் காசு வராமல் அலைய வைத்த புத்தகம் அது. நூறு காப்பி

தருகிறேன், விற்றுக் காசு எடுத்துக் கொள்ளுங்கள் என்று கடைசியாக வந்தார்கள். அப்பா ரொம்ப யோசித்து ஒரு வழியாகத் தாதர் பிளாட்பாரத்தில் வைத்துக் கூவி விற்கத் தீர்மானித்தபோது கட்சியில் இருந்து ஸ்டாண்டர்ட் காரில் வந்து ஒரு கவரில், என்ன கணக்கோ, முன்னூற்றுப் பதினேழு ரூபாய் கொடுத்துவிட்டு வவுச்சரில் கையெழுத்து வாங்கிக்கொண்டு, சமாதானமாக இருக்கச் சொல்லிப் போனார்கள். அம்மாவுக்கு மருந்து வாங்கியதுபோக வீட்டுக்கு ஒரு சீப்பு வாழைப் பழம் வாங்க மராட்டி பேசிய மா ஸ்ட்ஸே துங் வழி வகுத்தார் அப்போது.

லெனின் என்ன பேசினார் என்று ஒரு பெரிய புத்தகம். அவர் பேச நினைத்ததாக மற்ற ஆட்கள் நினைத்ததும் கூட்டிச் சேர்த்தோ என்னமோ ஆயிரம் பக்கம் இருக்கும் அது. மராத்தியில் மொழி மாறிய லெனின் பேச்சு, இருபது காப்பி லாஃப்ட்டில் இருந்தது. காகிதம் மக்கிப்போய் ஆனால் ஒரு தடவைகூட யாரும் கையாளாமல் புழுதியில் புதுக்கருக்கு அழிந்தும் அழியாமலும் கிடந்தது. அந்தக் காகிதப் பொதியில் சொல்லத் தகும் நிலையில் இருந்த கடைசி ஆறு காப்பிகளைப் பக்கத்தில் தனியாக எடுத்து வைத்தான் திலீப். மார்க்ஸ், எங்கேல்ஸ், ஹோ சி மின் என்று மற்றத் தலைவர்களும், சோவியத் படைப்பாளிகளும் இப்படிக் காகித நிலையைக் கருத்தில்கொண்டு, எந்தப் பட்டியலில் போகவேண்டும் என்று தீர்மானிக்கப்பட்டார்கள். கரையானுக்கு ஆட்பட்டவர்கள் தெருக்கோடி குப்பைத் தொட்டிக்கு, ஒரு சல்யூட் அடித்து திலீப்பால் அனுப்பப்பட்டார்கள். மற்றவர்கள் இரண்டு பெரிய மூட்டையாக மெரின் லைன்ஸ் புத்தகக் கடை இருக்கும் பிளாட்பாரத்தில் குடியேறி அவர்களின் ஆசிர்வாதப் பணமாக இருநூற்றுப் பதினைந்து ரூபாய் திலீப்புக்குச் சம்பாதித்துக் கொடுத்தார் கள். அம்மா ஆஸ்பத்திரிவிட்டு டாக்ஸியில் சாலுக்கு வந்து இறங்க அவர்கள் அளித்த ஆதரவு மகத்தானது.

நிறுத்து நிறுத்து நிறுத்து.

நடுரோட்டில் தூறல் வலுத்த ஈரத்துக்கு இடையே போய்க் கொண்டிருக்கும் பஸ்ஸின் உள்ளே இருந்து எட்டிப் பார்த்துக் கூச்சல் போட்டான் திலீப். எதேதோ யோசித்தபடி வழக்கம்போல் ஸ்டாப்பைத் தவற விட்டாச்சு.

மதராஸிகள் அதிகம் குடியிருக்கும் பிரதேசங்களில் மராத்தி இளைஞர்கள் ஊரே எனக்கு சொந்தம் என்ற மமதையோடு போகிற மாதிரிப் பார்த்துக்கொண்டு, திலீப் நிதானமாக நடந்து முன்னால் போனான். அவனுக்கு முன்பாகக் கூட்டமாக நிற்கும் எல்லோரையும் விலகும்படி அசல் விதர்பா மராத்தியில்

கேட்டுக்கொண்டு அவன் முன்னேற, கண்டக்டர் அவசரமாக விசில் ஒலித்து வண்டியை நடுத் தெருவில் உடனடியாக நிறுத்தச் செய்தான். சேனைக்காரன். நாளைக்கே மளமளவென்று விரார் கி சோக்ராக்களும் பாந்த்ரா கா லட்காக்களும் மேலே வந்து எலக்ஷனில் ஜெயித்து மந்திராலயத்தில் மினிஸ்டராக உட்காரலாம். யாரென்று பார்க்காமல் மரியாதை தருவது நல்லது என்ற முன்னேற்பாடு கண்டக்டரின் கண்களில் மின்னியதைக் கண்டு திலீப் திருப்திப்பட்டான்.

இறக்கிவிட்டுக் காத்திருந்த பஸ் கண்டக்டரைப் போகச் சொல்லிக் கையசைத்தபடி வலது புறமாகத் திரும்பி நடந்தான் அவன். வீட்டு வாசல் இருட்டில் இருந்தது. உள்ளே மங்கின வெளிச்சத்தில் அம்மா குரல் நவ்ய நவ்ய கத்யா என்று லாவணிப் பாட்டாக மேலெழுந்து வந்தது.

சாதத்தை முழுங்கிட்டுப் பாடேண்டீ. பாட்டு எங்கே ஓடியா போகும்? அவன்தான் போய்ட்டான். ஓடினானோ நொண்டிக் காலாலே கெந்திக் கெந்தி நடந்தானோ ஒரேயடியாப் போய்ச் சேர்ந்தாச்சு. உனக்கு ஒண்ணாவது தெரியறதா? பரப்பிரம்மம்டீ நீ. எங்க அவர் மாதிரி, அதாண்டி, உன் மாமனார். ஆக்காட்டுடி லண்டி முண்டை. சோறாவது ஒழுங்காத் தின்னத் தெரியறதா?

கற்பகம் பாட்டி தன் மருமகளைக் கொஞ்சுகிற நேர்த்தி அந்த லண்டி முண்டையில் நிரம்பி வழியும் வாத்சல்யத்தில் தெரியும்.

இருட்டிலேயே நின்றுகொண்டிருந்தான் திலீப். அம்மா மராத்தியில், சோறு வேணாம், பரமா எஜ்மானைக் கூட்டி வா கிழவி என்று யார் என்ன என்ற போதமின்றி கற்பகம் பாட்டியைத் திரும்பத் திரும்பக் கேட்டுக்கொண்டிருந்தாள். அப்பாவை அதிக மரியாதையோடு அப்படித்தான் கூப்பிடுவாள் அவள்.

குளிக்க மாட்டேன்னு அப்படி என்ன அடம்? தலை மயிர் சிக்கு பிடிச்சு எட்டு ஊருக்கு நாறறது. இங்கே என்ன பட்டணம் மாதிரியா, தண்ணிக் கஷ்டமா ஒண்ணா? குழாயைத் தெறந்தா கங்கா ஸ்நானம். உங்க மாமனாருக்கு குளிக்கறதுன்னா அப்படி ஒரு இஷ்டம். செயலா இருந்தப்போ ரொம்பவே செயலா இருப்பார். நீயும் வாடி கல்ப்பு சேர்ந்தே இதை எல்லாம் முடிச்சுடுவோம்பார். என்னோட கூட ஜலக்ரீடை பண்ணனுமாம் கிழத்துக்கு. எப்போ? ரிடையர் ஆனதுக்கு முந்தின வருஷம். தீபாவளியன்னிக்கு. கருமம் கருமம்.

பாட்டி சிரிப்பில் நாணம் கலந்து இருந்ததை திலீப் உணர்ந்தான். நீலகண்டன் தாத்தா நாய் மாதிரி லோல்பட்ட கடைசி ஐந்து

வருஷத்தைக் கழித்துப் பார்த்தால் ராஜபோகமாகத்தான் மூச்சுவிட்டுக் கொண்டு இருந்திருக்கிறார்.

இன்னும் கொஞ்சம் தயிர்சாதம் எடுத்துக்கோடி தங்கமே. முருங்கைக் காய் சாம்பார் பிடிச்சிருக்கா? ஊற ஊறத்தான் ருஜி. காலம்பற வைக்கற முருங்கை சாம்பாரை ராத்திரிதான் இவர் ஒரு பிடி பிடிப்பார். அன்னிக்கு நாலு தடவை.

பாட்டி, ஏன் இருட்டிலே உக்காந்திருக்கீங்க ரெண்டு பேரும்

திலீப் உள்ளே நுழையும்போது உற்சாகமாக உணர்ந்தான்.

அத்தியாயம்

# மூன்று

நீங்கள் உற்சாகமாக இருக்கிறீர்களா? நேற்று இரவு உணவுக்கு என்ன சாப்பிட்டீர்கள்? நல்ல முறையில் சீரணமானதா? இரவு நல்ல உறக்கம் கிடைத்ததா? விடியலில் பறவைகள் ஜன்னலில் வந்து பாடினவா? தேத்தண்ணீர் கலந்து கொடுக்கும் உதவியாளர் குறித்த நேரத்தில் வந்தாரா? புதியதாகக் கறந்த பசும்பாலை அரசு பண்ணையின் தலைவர், மூத்த ஊழியர்கள் மூலமாகக் கொடுத்து அனுப்பியிருந்தாரா? அது நேரத்துக்கு வந்ததா? தேயிலையைப் பாலில் கொதிக்க வைத்து நீங்கள் விதித்த வெப்ப அளவுக்குக் காய்ச்சப் பட்டதா? நீங்கள் விரும்பியபடி வெண்மை குறைந்த சர்க்கரை சரியான அளவில் சேர்க்கப்பட்டுத் தேநீர் அருந்தக் கிடைத்ததா?

நந்தினி பேசி நிறுத்தினாள். மூச்சு வாங்கியது. கோப்பை கழுவுவதைப்பற்றி விட்டுப்போனதே என்று ஒரு எண்ணம் வந்து நழுவியது. இன்னொரு தடவை அதையும் சேர்த்து முழுவதுமாகச் சொல்லி விசாரிக்கலாமா?

புதிய ராணுவத் தலைவர் எல்லா மரியாதையும் தொனிக்க, சற்றே முன் சாய்ந்து நந்தினி தொடுத்த கேள்விச் சரங்களைச் செவிப்படுத்தி, கைகளை விரைப்பாக வைத்து நின்றுகொண்டிருந்தார். கேள்விகளின் மழை ஓய்ந்ததும் அதே மரியாதையோடு அவர் பதில் சொல்வார் என்று நந்தினிக்குத் தெரியும்.

கடவுளின் சகோதரி மகிழ்ச்சியாக இருப்பதையும் நகைச்சுவை யாகப் பேசுவதையும் எங்களின் பாக்கியமாகக் கருதுகிறோம். இந்த

மகிழ்ச்சி நாடு முழுவதும் இப்போது எதிரொலிக்கும். ஆடும் பறவைகள் வீட்டு முன்னறையில் சிறகு விரித்து ஆடி வாழ்த்தும் உங்களுடைய புனிதமான குரலைப் பதிவு செய்ய ஏற்பாடு செய்திருக்கிறேன். நாட்டு வானொலியில் இன்று ஒவ்வொரு மணி நேரத்துக்கு ஒரு முறையும் அது ஒலிபரப்பாக உத்தரவு செய்கிறேன். இந்த ஒலிபரப்பைக் கேட்பது எல்லோருக்கும் கட்டாயமாக்கப் பட்டிருக்கிறது. பள்ளிகளிலும் ரேடியோக்கள் கொடுத்திருப்பதால் உங்கள் குரல் கேட்ட பிஞ்சு நெஞ்சங்களில் நல்ல சிந்தனைகள் மேலெழுந்து வரும். சர்க்கரைத் தொழிற்சாலைகளிலும், உணவு விடுதிகளிலும், மின்சார மயானங் களிலும், போக்குவரத்து வாகனங்களிலும், இரும்புத் தளவாடங்கள் உருவாக்கும் தொழில் நிறுவனங்களிலும், கசாப்புக் கடைகளிலும் இந்த நல்ல அதிர்வுகள் பரவி சகலமானவர்களின் நினைப்பும் செயலும் மேம்படட்டும்.

உடல் வளைந்து நின்று பேசும்போது தொப்பி கீழே விழாமல் ஜாக்கிரதையாக ஒரு கையால்பற்றியபடி ராணுவத் தலைவர் பேச, நந்தினிக்கு முதல் தடவையாகச் சிரிப்பு வந்தது.

இந்த மாதிரித்தானே மிகவும் சாதாரணமான விஷயங்களைப்பற்றிக் கரிசனம் மேலிடக் கேட்கப் போகிறீர்கள் என்று பகடியாக அவள் கோர்த்துச் சொன்னதை வானொலியில் ஒலிபரப்புவார்களாம். நல்ல கூத்து இது.

வைத்தாஸ் இருக்கும் இடத்தில் அந்த ஒலிபரப்பு போய்ச் சேரலாம். மற்ற நாடுகளில் இது ஒற்றர்களாலும், அரசாங்கப் பிரதி நிதிகளாலும், அமைச்சர், நிர்வாக அதிகாரிகளாலும் மறைபொருள் தேடிக் கவனமாகக் கேட்கப்படலாம். இந்த நாட்டின் தற்போதைய நிலைபற்றிய கவலைகளோ, மகிழ்ச்சியோ பரவலாக எழுந்திருக் கலாம். நந்தினி பேசி அதெல்லாம் ஏற்பட வேணுமா?

நேரே விஷயத்துக்கு வந்து விட்டாள் நந்தினி.

நான் போக வேண்டி இருக்கிறது. இனியும் இங்கே தங்கியிருக்க விரும்பவில்லை. வைத்தாஸோடு இருக்க, என் குடும்பத்தோடு இருக்க. எனக்கு உடனே புறப்பட வேணும். எல்லையில் விட்டால் நானே போய்விடுவேன். ஒரு துணையும் வேண்டாம். காசு பணமும் மற்றதும் வேண்டாம்.

அதிகாரி நம்ப முடியாத சொற்களைக் கேட்க நேர்ந்தவரின் முக பாவத்தையும், பதறும் உடல் மொழியையும்கொண்டவராக ஒரு வினாடி தலை குனிந்து நின்றார். தொண்டையைக் கனைத்துக் கொண்டு பேசத் தொடங்கியது மூன்று முறையும் மேலே நகராமலேயே நின்றுவிட்டது.

இன்னும் கடுமையாகச் சொல்லலாமா என்று நினைத்தாள் நந்தினி. வேண்டாம். உயிருக்கும் மானத்துக்கும் இங்கே பாதுகாப்பு கிடைக்கிறது. இருக்க இடமும் தின்னச் சோறும் சகல வித மரியாதையோடு கிடைக் கிறது. உடுதுணி புதிதாகவேண்டும் என்று கழிப்பறைச் சுவருக்கு முன் நின்று முணுமுணுத்தாலும் இருபத்து நாலு மணி நேரத்தில் நாட்டுத் தலைவர் தன் முக்கியமான அதிகாரிகள் மூலம் அனுப்பி வைக்கிறார். மாறி மாறி வரும் அரசாங்கத் தலைமையை மனதில் கொள்ளாமல் எல்லாமும், எல்லோரும், எல்லா ஆட்சியும், அதனால் சுகப்படுகிறவர் களும், துக்கப்படுகிறவர்களும் ஒன்றேதான் என்றும், தானே கடவுளின் சகோதரி என்றும், தன் சகோதரனே கடவுள் என்றும் பார்க்கப் பழகி விட்டால் இந்த வாழ்க்கையும் இனியதாகவே இறுதிவரைபோய் ஓயலாம். நாளடைவில், இடுப்புக்குக் கீழே மரத்துப்போய், வெளியே நடக்க முடியாமல், கட்டைக் கால்களோடு, இருப்பிடத்தி லேயே சுவரைப் பிடித்தபடி நகர்ந்து அருள் பாலிக்கும் முது பெண்மணியாவாள் அவள். வைத்தாஸ் இல்லாத உலகம் அதன் நியதிகளோடும் எதிர்பார்ப்பு களோடும் இயங்கும். இதைக் கடந்து பழைய அனுபவங்களின் ஆசுவாசத்தை நோக்கித் திரும்பிப்போக முற்பட்டால் உயிருக்கே ஆபத்து ஏற்படலாம். தானே அதை வருவித்துக்கொள்ள வேண்டுமா?

நந்தினி கண் மூடி இருந்த நிலை மாற்றி மெல்ல எழுந்து நின்றாள்.

கவலை வேண்டாம். மயில் ஆடிக்கொண்டிருக்கும்வரை நான் இங்கே இருப்பேன். எனக்கான விதிப்பு அது என்பதை அறிவேன். நட்டாற்றில் விட்டுவிட்டுப் போக மாட்டேன். ஆயாசம் சற்றே ஏற்படும்போது இதை எல்லாம் விலக்கி நடந்துவிடலாமா என்று தோன்றுகிறது. நொடி நேரம்தான். மனம் மறுபடி தெளிவு பெறுகிறது. இப்போது என் மனதில் அந்தப் பறவை ஆடுகிறது.

வரவழைத்துக்கொண்ட குளிர்ந்த குரலில் அவள் அலுப்பை மறைத்தபடி சொன்னாள்.

நந்தினியின் காலடிகளை நோக்கி நீட்டிய கைகளைத் தன் இரு கண்ணிலும் வைத்துக்கொண்டார் தலைவர். இந்தச் சந்திப்பு முக்கியத்துவம் வாய்ந்தது என்று முன் அறையில் இருந்தவர் களோடு சொல்லியபடி கார் ஏறிப் போனார்.

அவர் போய் வெகு நேரம் சென்றும், அவரிடம் கேட்க நினைத்ததும், பொங்கிப் பொங்கி வந்து அடங்கும் ஆத்திரமும் மனதிலேயே தங்கி அலையடித்து இருக்க படுக்கையில் உட்கார்ந்திருந்தாள் நந்தினி.

வைத்தாஸ் எங்கே இருக்கான்? அவன்கிட்டே நான் எப்போ போக முடியும்? சொல்லேண்டா படுபாவி. களவாணித் தேவிடியா மகனே. நான் இங்கே என்ன புடுங்கணும்னு கூழைக் கும்பிடு போடறே? கடவுள் விளையாட்டுக்கு நான் இல்லே. நீ ஆட்சிக்கு வா. அல்லெங்கில் புழுத்துச் செத்துப் போ. என்னை விடுடா. நான் போகறேன். டிராயிங் ரூம் மயில் படத்தை எடுத்து உன் ஆசன வாயில் செருகிக்கோ. அங்கே அது ஆடட்டும். குத்திக் குடையட்டும். எனக்கு ஒரு விரோதமில்லே.

வேலைக்கு நிற்கிற பெண் கதவைத் தட்டிவிட்டு எட்டிப் பார்த்தாள். உதடு அசையாமல் ஜாக்கிரதையாக வாயை இழுத்து மூடிக்கொண்டு நந்தினி அவளை நோக்கினாள். உள்ளே ஓடி வந்து, தரையில் உருண்டிருந்த ஆப்பிள் பழத்தை எடுத்து மேஜை மேல் வைத்து விட்டுத் திரும்ப வெளியே ஓடி, வாசல் கதவைத் தட்டினாள் அந்தப் பெண்.

நந்தினி சிறு புன்னகையோடு அவளை உள்ளே அழைப்பதற்கு முன் பொதியாக இருட்டு மேலே விழுந்து கவிந்ததாக ஒரு பிரமை. ஆசுவாசமாக இருந்தது. இந்த வினாடி உறங்கி எல்லாத் துயரும் களையலாம் என்று தோன்றியது. இருட்டில் நடந்து கடக்க முடியாமல் போகும் பாதை முன்னே நீண்டு பயமுறுத்தியது. அந்தப் பாதையின் தொடக்கத்தில் பெரிய வீடு ஒன்று. மின்சாரம் போன ராத்திரி நேரத்தில் படிகளில் இயக்கம் மிகுந்து, சப்த ரூபமாக விரியும் மிகப் பழைய இருப்பிடம் அது. அரிக்கேன் விளக்கொளியும் மெழுகுவர்த்திகளின் வெளிச்சமும் இருளைப் பெருக்கிக் காட்டும் நிழல். தோளில் செத்த மயிலைச் சுமந்து போகிற வாளிப்பான பெண்ணின் கண்கள் காம மயக்கத்தில் லகரி ஏறிக் கிடக்கின்றன. அவளுடைய வெப்ப மூச்சு நந்தினியைத் தகிக்கிறது.

வீராவாலிதானே நீ?

நந்தினி கேட்க, மௌனமாகத் தலையசைக்கிறாள். அவளுக்குப் பின்னால் வைத்தாஸ் இப்போது வருவான்.

உறுதியான தோல் செருப்புகள் தரையில் அழுந்தப் பதிந்து ஒலிக்கும் காலடிச் சத்தம். வைத்தாஸ்தான். இவன் எழுத்தில் இருந்து வருகிறவன். வைத்தாஸ் இவனை எழுதியபடி, காமம் மீதேறித் திரிகிறவன். என்றென்றைக்கும்.

வீராவாலியை இணை விழைந்து குறி விரைத்து வரும் மிருகம் இவன். தனக்கு முன்னால் படிக்கட்டுகளில் காமம் அடர்ந்து செறிந்து ஏறிப் போகும் அவளுடைய வடிவான பின்புறத்தில்

பார்வை நிலைக்க, முன்னேறி நடக்கிறவன். அந்த வைத்தாஸை வழி மறிக்கிறாள் நந்தினி.

நான் இன்னும் எத்தனை நாள் இங்கே இருக்கணும்? நந்தினி கேட்கிறாள்.

அவன் முன்னால் ஊர்ந்து வீராவாலியின் தேகம் பரத்தும் ஒச்சை வாடை பிடித்துப் போவதில் மும்முரமாக இருக்கிறான்.

நான் இன்னும் எத்தனை நாள் இங்கே இருக்கணும்?

மறுபடி கேட்டபடி அவன் தோளை உலுக்குகிறாள் நந்தினி. அவன் நகர்கிறான். நந்தினி பிடி தளரப் படிக்கட்டில் சரிகிறாள்.

நான் வைத்தாஸ் இல்லை. அவன் எழுதுகிற நாவலில் இருந்து இறங்கியவன். வீராவாலியைப் புணர்வதல்லாமல் எனக்கு வேறேதும் அனுபவப்பட என்னை எழுதிப் போகிறவன் அனுமதிக்கவில்லை.

அவன் முணுமுணுக்க, வீராவாலி நின்று திரும்பிப் பார்த்து நாம் இடம் மாற்றிக் கொள்ளலாமா என்று நந்தினியைக் கேட்கிறாள். அப்படி என்றால்?

நீ செத்த மயிலைச் சுமந்து இந்த வைத்தாஸோடு போகம் செய்யப் படி ஏறி நட. நான் நீயாக, ஆடும் மயிலின் ஓவியத்தோடு, புனிதம் சுமந்து உன் இடத்தில் வந்து விடுகிறேன். எனக்கு இந்த உபசாரங்கள், மரியாதைகள் எல்லாம்வேண்டும். போகம் அலுத்துப் போய்விட்டது.

நந்தினியாவதில் உனக்கென்னடி சந்தோஷம்? வீராவாலியின் கன்னத்தில் கிள்ளி விசாரிக்கிறாள் நந்தினி.

நீங்கள் உற்சாகமாக இருக்கிறீர்களா? நேற்று இரவு உணவுக்கு என்ன சாப்பிட்டீர்கள்? நல்ல முறையில் சீரணமானதா? நீர் பிரிந்ததா? இரவு நல்ல உறக்கம் கிடைத்ததா? விடியலில் பறவைகள் ஜன்னலில் வந்து பாடினவா? தேத்தண்ணீர் செய்து கொடுக்கும் பெண் ஊழியர் குறித்த நேரத்தில் வந்தாரா? புதியதாகக் கறந்த பசும்பாலைக் காய்ச்சிக்கொண்டுவந்தார்களா?

அவள் நிறுத்தி நிதானமாகச் சொல்ல, பதறிப்போய்க் கைகாட்டி நிறுத்தினாள் நந்தினி. அடுத்த ராணுவத் தலைவர் ஆட்சியைப் பிடிக்க, வீராவாலியை நந்தினி இடத்தில் வைத்துத் தொழத் தொடங்குவார்கள். நந்தினி தப்பி ஓடி, வீராவாலியாக மயிலின் சவம் சுமந்து, வைத்தாஸ் பின்னால் தொடர்ந்து வந்து தன்னைக் கூடுவான் என்று எதிர்பார்த்து நடக்கிற மாடிப்படிகள் அந்தரத்தில் நிற்கக்

கூடும். இந்த வைத்தாஸூம் எழுந்து வந்த புத்தகத்துக்குள் போய்த் திரும்ப மறைவான். அவனை எழுதியவன் மீண்டும் அவனை மிருகமாகக் கலவி செய்ய விதிப்பான். இன்னொரு வீராவாலி அவனுக்குக் கிடைப்பாள். நந்தினியைத் தெருவில் உருட்டித் தள்ளுவார்கள்.

நந்தினியை அப்போது ஈவிரக்கமில்லாமல், தெரு நாய் போல, புழுத்த தெருநாய் போல, கருக்கொண்ட சொறிநாய் போல, மலம் தின்ன ஓடும் பட்டி போல நக்னமாக்கி மேலே உமிழ்ந்து முகத்தை நனைத்து, நாறும் குறிகள்கொண்டு நெம்பித் திறந்த வாயில் மூத்திரமும் விந்தும் நிறைத்து விழுங்க வைத்து காலால் வயிற்றுக்குக் கீழே உதைத்து, உதைத்து, இன்னும் உதைத்து, சுற்றி நின்று சுட்டுத் தள்ளிக் கொன்று போடுவார்கள்.

வேண்டாம். கடவுளின் சகோதரியாகவே இருப்பேன். வைத்தாஸூம் ஆச்சு, மயிரும் ஆச்சு.

அப்படித்தான் அப்படித்தான்.

இருட்டில் லாந்தரைக் கொளுத்திப் பிடித்துக்கொண்டு படி இறங்கி வந்த யாரோ சொல்லியபடி காத்திரமான நிழல்களைச் சுவர்களில் பதித்துப் போகிறார்கள்.

படகு நீள முழக்கி அழைத்தபடி காயலில் மிதந்து வரும் சத்தம் அருகில் கேட்கிறது. அடர்ந்த திரையாக மழை வழி மறைக்கும் வேம்பநாட்டுக் காயல்.

படகுத் துறையில் குடையோடு நிற்கிற சாமு சொல்கிறான் –

தம்புராட்டி, வரூ. மேல்சாந்தி மனையில் கவடி நிறத்துப் பார்க்கலாம். நீங்க எப்போ வைத்தாஸ் சேட்டனோடு திரும்பச் சேரலாம்னு உடனே தெரியும்.

எனக்கு யாரோடெயும் சேர வேணாம். சோழி உருட்டிப் பார்க்க ஏதுமில்லை.

சரி, அப்படியே ஆகட்டும்.

நான் நந்தினியா, வீராவாலியா?

சாமு படகு வலித்துப் போகிறான் பதிலேதும் சொல்லாமல்.

மாடிப்படி வளைந்து இருட்டில் திரும்பும் வளைவில் நந்தினி நிற்க, கண் தெளிவடைந்து வந்தது. மேசையில் இருந்து விழுந்த ஆப்பிள்

பழத்தை எடுத்துத் திரும்ப அங்கேயே வைத்துவிட்டு வாசலுக்கு ஓட, யாரோ அந்தப் பக்கம் கதவைத் தட்டுகிறார்கள்.

நான் உள்ளே வரலாமா?

வா. ஆனா, நான் யார், அதைச் சொல்லு முதல்லே. நீ யார்? அதையும் சொல்.

நந்தினி கேட்டாள்.

நீங்கள் கடவுளின் சகோதரி, நான் நான்தான், உங்கள் சேவகன்.

புதிதாக ஆட்சிக்கு வந்த ராணுவத் தலைவர் அறிவித்தபடி உள்ளே நுழைந்தார்.

அத்தியாயம்

# நான்கு

ஆவக்கா ஊறுகா இருந்தாப் போடேன் பாட்டி. மொட்டை ரசஞ்சாதமா எப்படிச் சாப்பிடறது?

திலீப் தட்டில் பரப்பி வைத்த தணுத்த சாதமும் மேலே மிதக்கும் ரச வண்டலுமாகத் தரையில் சம்மணமிட்டு உட்கார்ந்தபடி, வாசலைப் பார்த்துச் சத்தம் போட்டான்.

வச்சுண்டா வஞ்சகம் பண்றேன், ஏண்டா? ஊர்லே இருந்து மூட்டை கட்டிக்கொண்டுவந்தது முழுக்க நீதான் தின்னு தீர்த்தே. ஜனனிக்கு ஒரு எவர்சில்வர் டப்பாலே போட்டுக்கொண்டுபோய்க் கொடுடான்னு தாவாக்கட்டையைப் பிடிச்சுக் கெஞ்சினேன். போடி கெழவின்னு குண்டியைத் தட்டிண்டு கிளம்பிட்டே. உன் தங்கை தானே அந்தக் கொழந்தையும்? கொடுக்கணும்னு தோணாதோ?

பாட்டி பதிலுக்கு இரைந்து வழக்கமான குற்றப் பட்டியலைப் படித் தாள். மதராசில் இருந்த கற்பகம் பாட்டி இல்லை இவள். மதராசுக்கு இவளை கூட்டி வரப் போன திலீப்பும் இல்லை ஊறுகாய்க்காகக் காத்திருக்கிறவன்.

எல்லாம், எல்லோரும் மாறிக்கொண்டிருக்கும்போது, அப்படி இல்லை என்று திடமாக நம்பி, பழசைப் பிடித்து அழுத்தமாக மனதில் ஒட்ட வைத்து ரணம் ஆற்றிக்கொள்ள அவள் படும் சிரமம் தெரியத்தான் செய்கிறது.

திலீப்புக்கு அதெல்லாம் வேண்டாம். ஒரு துண்டு ஆவக்காய் இருந்தால் போதும். இந்த ரசஞ் சாதத்தையும், தொடர்ந்து சற்றே நீர்க்கக் கரைத்த மோர் ஊற்றிப் பிசைந்து மோருஞ்சாதத்தையும் விழுங்கிவிட்டுப் பாயை விரித்து விடலாம்.

மோருஞ்சாதம் சாப்பிடுகிற கலகக்காரன். காசு கொடுத்தால் என்ன அவதாரம் வேண்டுமானாலும் எடுக்க திலீப் தயார்தான். உடுப்பி ஓட்டல் வாசலில் சோடா பாட்டில் எறிகிறவன். ஜீப்பில் தலைவர் ஊர்வலம் வரும்போது ஆம்புலன்ஸ் வருவதற்காகச் சத்தம் போடுவதுபோல் படபடப்போடு விலகச் சொல்லிக் கூவி, தலை தெறிக்கும் வேகத்தில் ஜீப்போடு ஓடி வருகிறவன். கூட்டம் முடிந்து தலைவர் கிளம்பும்போது நிதானமான வேகத்தில் ஆதரித்துக் கோஷம் போட்ட படி திரும்ப லொங்கு லொங்கென்று ஜீப்போடு கூட ஓடுகிறவன். மைக்கைப் பிடித்து ஆவேசமாக சி.சுப்பிரமணியத்துக்கும், க்ருஷேவுக் கும், ஜான் கென்னடிக்கும் சவால்விட்டுச் சாதிக்கச் சொல்லி மராத்தியில் இரைகிறவன். சித்திவினாயகர் கோவில் வாசலில் செருப்புப் பார்த்துக்கொள்ள டோக்கன் தருகிறவன். மெரின் ட்ரைவ் கக்கூசில் பத்து பைசா கட்டணம் வாங்கி பாத்ரூம் உபயோகிக்க விடுகிற வன், ராஜ்புத் ரெஸ்டாரண்டில் வடா பாவும் சாபுதானா வடையும்கொண்டுவந்து விநியோகித்து பில் கொடுத்து நாலணா டிப்ஸ் வாங்கு கிறவன், சர்ச் கேட்டில் பஞ்சும் குச்சியுமாகக் காது குடைந்து விடுகிறவன். காசு கிடைக்குமானால் எதுவும், நல்லது என்று இல்லா விட்டாலும் கெடுதல் அல்லாத காரியம் எதுவும் செய்ய திலீப் தயார் தான்.

இந்தாடா கொட்டிக்கோ.

கற்பகம் பாட்டி கண்ணைக் கவிந்துகொண்டு குழந்தைக்குப் புகட்டுகிற சங்கு மாதிரி இத்தணூண்டு கிண்ணம் வழிய ஊறுகாய் கொண்டுவந்து நீட்டினாள். திலீப் முகத்தில் சிரிப்பு திரும்பி வந்திருந்தது. பாட்டியும் சிரித்துவிட்டாள்.

ஏண்டி கெழவி, வச்சுண்டே வஞ்சகம் பண்றியே. நீலகண்டன் தாத்தா வுக்கு எடுத்து வச்சியோ?

ஆமாடா, அவர் ஆயுசோட இருந்தா நான் உங்களோட எல்லாம் லோல் படாம கவுரதயோட பட்டணத்திலேயே நாலு பொம்மனாட்டிகள் கால் பிடிச்சுவிட, நாலு பேர் வெந்நீர் கொடுக்க, நாலு பேர் எண்ணெய் தேச்சுக் குளிச்சுவிட சுகம் கொண்டாடிண்டு, சௌக்கியம் பாராட்டிண்டு இருந்திருப்பேன். என் தலைவிதி.

பாட்டி கிண்டலாகச் சொன்னாலும் அதில் ஒரு பகுதியாவது அவள் மனம் நம்புகிறது. திலீப்புக்கு அவளைப் பார்த்துப் பாவமாக இருந்தது. தஞ்சாவூர் மிராசுதாரின் ஒரே பெண். அதிகாரம் தூள் பறக்கும் இமிக்ரேஷன் ஆபீஸ் சூப்பரிண்டெண்ட் பெண்டாட்டி. இங்கே அட்டுப் பிடித்த, அழுக்கான பம்பாய் சாலில் சகலருக்கும் சிசுருஷை பண்ணிக்கொண்டு, இருக்கப்பட்ட இறுதி நாளெல்லாம் வாதனைப் படவேணும் என்று தலையெழுத்தா என்ன அவளுக்கு?

மாங்காயைத்தான் காணோம். மத்தபடி ஊறுகாயேதான்.

விழுதாகச் சாதத்தில் கலந்து பிசைந்து அவசரமாக அள்ளி விழுங்கினான் திலீப். இதுவும் சந்தோஷம்தான்.

மாங்காய் ஒரு கஷணமும் பரணியிலே பாக்கி இல்லே கேட்டுக்கோ. விழுது இருக்கு. அதுவும் இன்னும் ரெண்டு நாள் வரும். அப்புறம் சுகுதான்.

பாட்டி இடக்கரடக்கலாக ஊறுகாயோ விழுதோ இல்லாத, இன்னும் இரண்டு நாள் கடந்த பின் வரும் தினங்களைக் கோடிட்டுக் காட்ட, திலீப் சிரித்தான்.

கவலையேபடாதே. நாளைக்கு சாயந்திரம் மடுங்காவிலே மாங்கா வாங்கி அரிஞ்சு எடுத்துண்டு வந்துடறேன். உப்பு, மொளகா, எண்ணெய் எல்லாம் கூடவே வந்துடும். யூ ஸ்டார்ட் தி மியூசிக் யங் லேடி.

திலீப் அபயம் அளித்தான். இன்றைக்கு இந்த விஷயம் நினைவு வராமல் போய்விட்டது. வந்திருந்தால், அகல்யாவை வைத்து இந்த ஊறுகாய்க் கொள்முதலை முடித்திருக்கலாம்.

அட சே, நேசம் வைத்த பெண்ணை கையைப்பிடித்து வெளியே கூட்டிப்போய் ஆவக்காய் ஊறுகாய்க்கான சாமக்கிரியைகள் வாங்கச் சொல்வது என்ன மாதிரி காதலில் சேர்த்தி?

திலீப்... திலீப்பு...

அம்மா சுவரைப் பிடித்தபடி நடந்து உள்ளே வந்தாள். கை நீட்டி திலீப்பைப் பார்த்துக் கெஞ்சலாகவும் பிடிவாதமாகவும் சொன்னாள்.

திலீப் கண்ணு, சீக்கிரம் சாப்பிட்டு வா. நான் ஆடப் போகணும். காத்துட்டிருக்காங்க. நேரு வந்திருக்காராம்.

நேரு மேலே போய்ச் சேர்ந்தாச்சு ஆயி.

திலீப் சொல்ல சோறு மென்றபடி இருந்த அவன் வாயை அவசரமாகப் பொத்தினாள் அம்மா. புரையேறியது திலீப்புக்கு. நேரு இருந்துவிட்டுப் போகட்டும். அவர் கொஞ்ச நேரம் பக்கத்தில் திரும்பி யஷ்வந்த்ராவ் சவாணோடும் கிருஷ்ண மேனனோடும் அரட்டை அடிக்கட்டும்.

நான் மோருஞ் சாதம் சாப்பிட்டு முடித்து எச்சில் தாம்பாளம் அலம்பி வைத்துவிட்டுத்தான் வேறு காரியம் பார்க்க முடியும். அதுவரை நீ உறங்கிக்கோ அம்மா. வந்து எழுப்பறேன்.

திலீப் சொல்லிக்கொண்டிருக்க, ஓரமாகப் பத்தமடைப் பாயை விரித்து மெழுகு சீலைத் தலையணையைப் போட்டாள் கற்பகம்.

படுடீ. படுத்தாமப் படு. தாலாட்டு வேணும்னா பாடறேன். மன்னு புகழ் கோசலை தன் மணி வயிறு வாய்த்தவனே. மன்னு புகழ் கோசலை தன் மணி வயிறு வாய்த்தவளே.

ராமாயணத்தில் கோசலைக்கு ஒரு பெண் குழந்தையையும் சிரமமில்லாமல் உண்டாக்கிக் கொடுத்து கற்பகம் பாட்டி தாலாட்டு பாட, திலீப் கை அலம்பி வரும்போது அம்மா தூங்கி இருந்தாள்.

பாட்டி புடவை முந்தானையில் கை துடைத்துக்கொள்ளும்போது அவள் பேரனின் தலை தடவி கொழந்தே என்று கரைந்தாள்.

மதராசில் இருந்த கற்பகம் பாட்டிதான் இவள். இவளைக் கூட்டி வர மதராசுக்குப் போன திலீப் தான் சாப்பிட்டு முடித்துக் கை துடைத்தவன்.

கற்பகம் பாட்டி பேரனிடம் சொன்னாள் –

உன் பெரியம்மா அவசரமாப் பாக்கணும்னாளாம். ஜனனி வந்திருந்தாடா கூட்டிண்டு போறதுக்கு. உன்னைத்தான் பகல் பூரா காணோமே.

பெரியம்மா கூப்பிட்டுவிட்டால் வேலை ஏதாவது இருக்கும். மொழி பெயர்க்க, நாலு கார்பன் காப்பி வைத்து அழுத்தி எழுதி நகல் எடுக்க, டைப் அடிக்க, ஒன்றும் இல்லாவிட்டால் பைண்ட் பண்ணித் தர என்று வேலை. காசும் வாங்கிக் கொடுத்துவிடுவாள். சாப்பாடு, காப்பி எல்லாம் மினிஸ்டர் பெரியப்பா செலவு. ஏர்கண்டிஷன் அறையில் உட்கார்ந்து வேலை பார்க்கக் கொடுத்து வைத்திருந்தால் சாயந்திரம் எலக்ட்ரிக் ரெயிலில் வீட்டுக்குத் திரும்பின பிறகுகூட உடம்பில் சில்லென்று உஷ்ணம் கம்மியாக இருக்கும்.

ஜனனி ஞாயித்துக்கிழமை அன்னிக்கு லண்டன் போறாளாம். உங்கிட்டே அதையும் சொல்ல வந்திருந்தா. போனா திரும்பி வர ஒரு வருஷம் ஆகும்.

தெரியும் என்றான் திலீப். தங்கை. ஒன்று விட்ட சகோதரியோ ரெண்டு விட்ட சகோதரியோ. மனசுக்கு இதமான, அருமையான தோழியாகப் பிரியமும் கரிசனமும் உள்ள சின்னப் பெண். மேல் படிப்புக்குப் போகிறாள். அண்ணாவாக, நல்ல சகாவாக மனசார வாழ்த்த மட்டும் தான் முடியும் திலீப்புக்கு இப்போதைக்கு. நேசம் காட்டும் உறவு எல்லாம் உதிர, மனுஷ சிநேகிதம் மேலும் குறைந்த முழு யந்திரத்தனமான வாழ்க்கைக்கு திலீப் தயார்ப்படுத்திக்கொள்ள வேண்டியிருக்கிறது.

இயந்திரமாகத் தூங்கினான். இயந்திரமாகவே கண் விழித்தான். ஒரு பக்கம் விடிகிறபோதே சப் அர்பன் எலக்ட்ரிக் டிரெயின் பிடித்துக் கிளம்பினான்.

இங்கேல்லாம் நிக்கக்கூடாது. மந்திரி சாப் வீடு. ஹட் ஜா.

மினிஸ்டர் பெரியப்பாவின் மலபார் ஹில்ஸ் மந்திரி பங்களா வாசலில் துப்பாக்கி ஊன்றி நின்ற போலீஸ் சேவகன் வழக்கம் போல் தடுத்தான். தோளில் கை வைத்து ஓரமாகத் தள்ளுவான் என்று எதிர்பார்த்தான் திலீப்.

அதற்குத் தயாராக நின்று, உள்ளே இருக்கப்பட்டவர்களோடான உறவு முறையைச் சொல்ல ஆரம்பிக்க, உள்ளே இருந்து பெரியம்மாவே வந்தாள்.

கோசாயிகள் மாதிரி, சுவேதாம்பர ஜெயின் சாமியாரிணிகள்போல நீள அங்கி உடுத்தி இருந்த பெரியம்மா, இரைந்து உள்ளே வாடா என்று திலீப்பைக் கூப்பிட்டாள். சேவகன் நடுநடுங்கி அவனை உள்ளே தள்ளாத குறையாக அனுப்பி வைக்க, திலீப் பெரியம்மாவைத் தொடர்ந்து டிராயிங் ரூமில் நுழைந்தான்.

பெரியப்பா எங்கே, டூர்லேயா?

மரியாதைக்கு விசாரித்தான். அவர் எங்கே இருந்தாலும் அவனுக்கு ஒன்றும் ஆகப் போவதில்லை. பெரியம்மா கரிசனத்திலாவது நாலு காசு வருமானம் வர வாய்ப்பு இருக்கிறது.

பெரியப்பா ராத்திரி முழுக்க அவர் புத்தகத்துக்கு ப்ரூஃப் பாத்துட்டு இப்போ தூங்கிண்டிருக்கார்.

என்ன புத்தகம் பெரியம்மா?

ஆர்வத்தோடு கேட்டான். குடும்பத்திலேயே ஒரே ஒரு எழுத்தாளர் காணாமல்போய் அவர் புத்தகங்களும் எடைக்குப்போட்டு இருநூறு ரூபாய் வாங்கிக் கதையை முடித்தாயிற்று. இன்னொரு எழுத்தாளரை எப்படி எதிர்கொள்வது என்று திலீப்புக்குப் புரியவில்லை.

நேரு பிறந்தநாளை ஒட்டி பெரியப்பாவோட ஜன்ம தினமும் வருது. அறுபது வயசு ஆரம்பிக்கறதே.

கன்கிராட்ஸ் என்று வாழ்த்துச் சொன்னதை மினிஸ்டர் தூக்கத்தில் கேட்டிருக்க வாய்ப்பு இல்லை.

பிறந்தநாள் அன்னிக்கு உங்க பெரியப்பா புத்தகம் ரிலீஸ் ஆகலாம். நேருவும் நானும்.

திலீப்புக்கு டிராயிங் ரூமில் பெரிய புகைப்படமாக நேரு சுவரில் இருப்பது நினைவு வந்தது. போன வருஷம் காலமான அவரை வருஷத் திவசம் வரைக்குமாவது மினிஸ்டர் வகையறாக்கள் நினைவு வைத்திருப்பதோடு அவசர அவசரமாகப் புத்தகமும் எழுதி அதை ரூபாய் பைசாவாக மாற்றி விடுவார்கள் என்று தோன்றியது.

மிச்ச சொச்ச நேரு நினைவு எல்லாம் எழுதித் தர, கோஸ்ட் ரைட்டராகத் திலீப்பைக் கூட்டி வரச் சொல்லியிருப்பாரோ பெரியப்பா?

அதெல்லாம் இல்லை என்றாள் பெரியம்மா. அவரே வாராவாரம் கொங்கணிப் பெண் ஒருத்தியைக் கூப்பிட்டு டிக்டேட் செய்து அத்தியாயம் அத்தியாயமாக முடித்துக்கொண்டிருக்கிறதாகத் தெரிவித்தாள் அவள்.

அந்த லேடி லட்சணமா வேறே இருக்காளா. நேரு நினைவு இப்போதைக்கு முடியும்னு தோணலை. பாகம் பாகமா இன்னும் பத்து வருஷம் வரலாம்.

பெரியம்மாவோடு சேர்ந்து திலீப்பும் சிரித்தான். காப்பி உபசாரத்துக்கு இடையில், ஜனனி விடிகாலையிலேயே லண்டன் பயணத்துக்காக ஏற்பாடு ஏதோ செய்யப் புறப்பட்டுப் போனதாகச் சொன்னாள் பெரியம்மா,

ஏதாவது டைப் செய்யணுமா பெரியம்மா? திலீப் காப்பி தம்ளரை மோரியில் போட்டுவிட்டுக் கேட்டான்.

இல்லேடா. உனக்கு கிட்டத்தட்ட ஒரு வருஷத்துக்காவது நீட்டிச்சுப் போகக்கூடிய ஒரு வேலை திகைஞ்சிருக்கு. அதைச் சொல்லத்தான் கூப்பிட்டேன்.

தாங்க்ஸ் பெரியம்மா. அவன் பெரியம்மாவின் காலைத் தொட்டுக் கண்ணில் ஒற்றிக்கொண்டு சொன்னான். பெரியம்மாவை ப்ரீதிப் படுத்தும் விஷயங்களில் இது முக்கியமானது. இப்படியான சந்தோஷ சமாசாரம் சொல்லும் தருணத்தில் அவளை விழுந்து கும்பிடவும் அவனுக்கு இஷ்டமே.

கல்கத்தாவிலேதானே? அந்த பிஸ்கட் கம்பெனி டைரக்டர் ராமேந்திர சர்மாவோ யாரோ அன்னிக்கு இண்ட்ரட்யூஸ் செஞ்சீங்களே.

ராம சாஸ்திரிகள் சொல்லி வச்சுக் கிடைச்சது இல்லேடா. நான் சொல்லி வாங்கினது. சுபஸ்ய சீக்ரம்னு உடனே ஆரம்பிச்சுட வேண்டியதுதான்.

பெரியம்மா சொல்லச் சொல்ல உற்சாகமானான் திலீப்.

ஒரு பிரயாணம். கேரளா போகணும். நாளை மறுநாள் சாயந்திரம் கிளம்பறோம்.

பாட்டியையும் ஓரகத்தியான திலீப்பின் அம்மாவையும் தினம் ஒரு தடவை போய்ப் பார்த்துக்கொள்ள மினிஸ்டர் பங்களா சேவகத்தில் இருக்கும் நாலு பேரைக் கை காட்டி வைத்திருக்கிறாராம் மினிஸ்டர். திலீப் விடிகாலையிலேயே வராமல் நேற்றைக்கே வந்திருந்தால் பெரியப்பா வாய் வார்த்தையாகவே இந்த நல்ல நியூஸ் எல்லாம் கேட்கக் கொடுத்து வைத்திருக்குமாம்.

ஆனாலும் அவர் சதா சூழ்ந்து இருக்கும் நேரு நினைவில், இன்னொரு முக்கியமான காரியத்தை அனேகமாக மறந்திருப்பார். உடனடி செலவுக்காக திலீப்பிடம் இருநூறோ முன்னூறோ கொடுத்து அனுப்புவது அது.

பெரியம்மா வள்ளிசாக ஐநூறு ரூபாயை எடுத்துக் கொடுக்க திலீப் கண் கலங்கிவிட்டது. எல்லாம் நல்லபடியாகத் தொடங்கி நல்ல விதமாகவே முடிந்தால் அகல்யாவை செம்பூர்க் கோவிலில் கல்யாணம் பண்ணிக்கொண்டுவந்து ஜோடியாக பெரியம்மா காலில் விழுந்து ஆசிர்வாதம் வாங்கிவிடலாம்.

விக்டோரியா டெர்மினஸில் ரயிலேற வந்தபோது முதல் வகுப்பு கம்பார்ட்மெண்டில் பெரியம்மாவும், பிஸ்கட் ராமா சாஸ்திரிகளும், அவர் வீட்டுக்காரியும் இருப்பதைப் பார்த்தான் திலீப். அவனும் அந்தப் பெட்டியில் ஏற, சாஸ்திரிகள் அவனிடம் கோழிக் கிறுக்கலாக சென்ட்ரல் ரயில்வே காகிதத்தில் எழுதிய அனுமதி பாஸை எடுத்து நீட்டினார்.

அம்பி, உனக்கு அம்சமா ரிசர்வ்ட் சீட். ஜனதா க்ளாஸ்லே இஞ்சின்லே இருந்து ரெண்டாம் கம்பார்ட்மெண்ட். வழியிலே சாப்பாட்டுக்கு நீ எதுவும் வாங்கிடாதே. இங்கே இருந்து ரயில் ஊழியக்காரா மூலமா மெத்துனு இட்லியும், நல்லெண்ணெயோட கன் பவுடரும் அனுப்பி வச்சுடறோம். இதை பத்திரமா பாஸோடு வச்சுக்கோ. உன் நியமன உத்தரவு. நீ உடனே ஜாயின் பண்ணனும் கேட்டியா? அண்டர்வேர் மாதிரி அவசியமானதை மட்டும் எடுத்துக்கோ. ஒரு மாசம் கழிச்சு வந்து மத்ததெல்லாம் கொண்டு போகலாம்.

திலீப் காகிதத்தை வாங்கிப் பார்த்தான். ஏதோ போக் ஆர்ட் பவுண்டேஷன் ட்ரஸ்ட் என்று போட்டு அவன் பெயருக்கு எழுதிய வேலை நியமனக் கடிதம்.

அர்ஜுன நிருத்தம் ஆராய்ச்சி செய்யும் குழுவினருக்கு ஊழியம் செய்யும் சிப்பந்தியாக அவன் நியமனம் ஆகி இருந்தான். தாற்காலிக குமாஸ்தா, டைப்பிஸ்ட் மற்றும் ஃபைலிங் கிளார்க். மற்றும், யாவருக்கும் அடிப்படை சௌகரியங்களை உறுதி செய்கிற மேஸ்திரி.

வண்டி கிளம்பப் போறது. உன் கம்பார்ட்மெண்டிலே போய் ஏறிக்கோ.

பெரியம்மா சொல்ல, திலீப் ட்ரங்க் பெட்டியோடு மூணாம் கிளாஸில் ஓடிப்போய் ஏறினான்.

அடுத்த மாதம் வரும்போது வேலை கிடைத்திருப்பதை அகல்யாவிடம் பகிர்ந்துகொண்டு கசோடியும், குலோப்ஜாமுனும், பிளாட்பாரத்தில் வாங்கிய ஸ்டிக்கர் கோலமுமாக அவளை சந்தோஷப்படுத்தவேண்டும். கல்யாணம்பற்றி வீட்டில் மெல்லப் பேச்சை நகர்த்தச் சொல்லவும் வேண்டும். தேவைப்பட்டால் ஒரு நடை அகல்யா வீட்டுக்குப் போய்.

என்ன வேலையில் இருக்கே?

அகல்யாவோ அவள் வீட்டிலோ கேட்டால்?

மினிஸ்டரின் பெண்டாட்டியான சொந்தம் பெரியம்மாவுக்கும் மித்ரர்களான பிஸ்கட் தம்பதிகளுக்கும் அனுசரணையான வேலைக்காரன். நேரத்துக்கு சாப்பாடு விளம்பி, எச்சில் தட்டு அலம்பி, வென்னீர் வைத்துக் கொடுத்து, கால் ஆணிக்கு சைபால் களிம்பு தடவிவிட்டு, வெற்றிலை பாக்கு வாங்கி வந்து சிற்றூழியம் செய்கிறவன். டைப்பும் அடிப்பான். ஃபைல் கட்டில் காகிதம்

வைப்பான். பினாயில் கலந்து கக்கூஸ் கழுவி விடுவான். மேஜை துடைப்பான்.

திருப்தியாகச் சிரித்துக்கொண்டான் திலீப்.

சல்தா ஹை.

கரி தின்னும் ரயில் எஞ்சின் ஆமோதித்துக் கூவிச் சத்தம் உயர்த்த, மெயில் நகர்ந்தது.

அத்தியாயம்

# ஐந்து

விருச்சிக மாதப் பிறப்பு தினத்தில் பகவதி, தில்லியில் சின்னச் சங்கரன் வீட்டுக்கு வந்தாள். மென்மையாகத் தில்லி குளிர்காலம் தொடங்கி இருந்த விடிகாலை நேரம் அது.

உன் பேரன் சின்னச் சங்கரன் உறங்கிண்டிருப்பான் என் பொன்னு பகவதி. பெத்துப் பொழச்ச குட்டிப் பொண்ணு, சின்னச் சங்கரன் பாரியாள் வசந்தியும்தான். அவளுக்கு பிறந்த சிசுவும் நல்ல உறக்கத்திலே இருக்கும். நமக்கு இப்ப போயே பற்றுமா?

தயக்கத்தோடு கேட்டபடி கூட வந்தாள் விசாலம் மன்னி. அவளால் யாருக்கும் ஈர்க்குச்சி அளவுகூட, ரணம் ஊறிச் சிவந்த காயம் உண்டாக்கவோ நுள்ளி நோவிக்கவோ, என்றால் கிள்ளி உபத்திரவப் படுத்தவோ முடியாது என்பதை பகவதி அறிவாள். அங்கே இங்கே அலைவதிலும் ஈர்ப்பு இல்லை அவளுக்கு. என்றாலும் வந்தே தீரவேண்டியதாகி விட்டிருந்தது.

போய்ட்டு சீக்கிரம் திரும்பிடலாம்.

ஆவி ரூபத்தில் பகவதி கூப்பிட்டாள். ஆவியாக விசாலம் மன்னி புறப்பட்டாள்.

உதயத்துக்கு முன் இப்படி ஒரு வந்து சேருதல் இன்றைக்கு நடக்கிறது.

பாட்டி, சித்தெ இரேன்.

தாழச் சடை பின்னி, நீளமாக குச்சிப் பின்னல் போட்ட சிறுமி பின்னால் இருந்து குரல் கொடுக்க, விசாலம் மன்னி நிற்கிறாள்.

நீ போய் களிச்சுண்டு இரு குஞ்ஞும்மிணி. அப்புறமா உன்னைக் கூட்டிண்டு வரேன்.

விசாலம் மன்னி அவசரமாக அவளைத் தடுக்கக் கை நீட்ட சின்னப் பெண் பகவதியின் பாதுகாப்பான கை வளையத்துக்குள் புகுந்து கொள்கிறாள்.

பகவதி அத்தை, நான் சமத்தா வருவேன். விசாரம் ஏதும் வேணாம். நம்ம மூணு பேருக்குமே உடம்பு இல்லையே. இருந்தாத்தானே மத்தவாளுக்கு கஷ்டம் தர?

குனிந்து அவள் கன்னத்தில் முத்தமிட்டுக் கை பிடித்து அழைத்துப் போகிறாள் பகவதி.

இதெல்லாம் என்ன? அக்னியை உருளை உருளையாப் பிடிச்சு இப்படி வீட்டுக்குள்ளே அடுக்கி வச்சிருக்கே?

குஞ்ஞும்மிணி கேட்கிறாள்.

இது குளிர் போக்கறதுக்கு கரண்ட்லே வேலை செய்யற கணப்பு, குஞ்ஞே.

பகவதி பிரியமாகப் பகர்ந்து தருகிறாள். ஆயுள் முடிந்து போனாலும் புதுசு புதுசாகத் தெரிந்துகொண்டுதான் இருக்கிறாள் அவள்.

குஞ்ஞும்மிணி சித்தாடையை இடுப்பு நழுவவிடாமல் பிடித்துக் கொண்டு வேகவேகமாக பகவதி பின்னாலேயே ஓடி வருகிறாள். அவளுக்கு இந்த இடமே புதுசாக, உள்ளே நடந்து திரிந்து சுற்ற உற்சாகமான இடமாக இருக்கிறது.

எய் அது பஞ்சசார டப்பா. துறக்கண்டா.

விசாலம் சொல்வதற்குள் அம்மிணி சர்க்கரை டப்பாவைக் குதிகாலில் எழும்பி எடுக்கிறாள். சமையல் அறைத் தரை முழுக்க வெள்ளைத் துணி விசிறிப் போட்டதுபோல சர்க்கரை படியும் நேரத்தில் அம்மிணி கை காட்டி நிறுத்த எல்லாம் வழக்கம்போல் பழையபடி. குஞ்ஞும்மிணி ரசித்துச் சிரிக்கிறாள்.

குறும்பையும் மத்ததையும் வேறே ஒரு பொழுதுக்கு மாற்றி வச்சுக்கோ குஞ்ஞும்மிணி. குழந்தை பொறந்திருக்கற நேரம். அதன் பிருஷ்டத்துலே எறும்பு மொய்க்கப் போறது. கஷ்டம். கடிச்சா

இத்திரி நோகும் கேட்டியா. உன்னாலே தானாக்கும் அதெல்லாம்னு ஆயிடும்.

விசாலம் கண்டிப்பதாக குஞ்ஞம்மிணியைப் பார்த்துச் சொன்னதில் சிரிப்பு மட்டும்தான் இழைத்துச் சேர்த்திருக்கிறது. பகவதி தலையை வெளியே எக்கி சின்னச் சங்கரனைத் தேடுகிறாள்.

நான் இங்கேயே இருந்து ஆசீர்வாதம் பண்றேன்.

விசாலம் மன்னி அம்மிணியின் கைகளைப் பிடித்துக்கொண்டு நிற்கிறாள்.

பாட்டியும் பேத்தியும் சர்க்கரை டப்பாவை வச்சு விளையாடிண்டு இருங்கோ. நான் இதோ வரேன்.

தில்ஷித் கவுரைத் தன் நெஞ்சில் அவள் வெற்று முதுகு படர இறுக அணைத்து பின்னாலிருந்து உருட்டிப் பிடித்து விளையாடும் கற்பனையில் அரைத் தூக்கமும் பிரக்ஞையுமாகப் புரண்டு படுக்கிற சின்னச் சங்கரனைப் படுக்கை அறையில் நுழைந்ததும் பார்க்கிறாள் பகவதி.

அட படவா, தாத்தா பேரை உனக்கு வச்சபோதே நினைச்சேன். சில்லுண்டி ஆட்டம் எல்லாம் ஆடுவேன்னு. சரியாப் போச்சு பாரு. அந்த ஸ்திரி அவளோட குஞ்ஞுக்கு ஊட்ட ஒண்ணுக்கு ரெண்டா அவளுக்கு மொல மாணப் பெரிசா, சக்க பருமன்லே எழும்பியிருக்கு. உனக்கு சொப்பனத்திலும் விஸ்தாரமாக் கையாளவா பகவான் அதுகளைப் பெருக்கி வச்சு அனுப்பியிருக்கான்?

சங்கரன் வாசல் வழியாக மிதந்து உள்ளே வருகிறான். இவன் பெரிய சங்கரன். அரசூர்ப் புகையிலைக் கடைக்காரன். பகவதி என்ற சுந்தரிக் குட்டியை அம்பலப்புழையில் கல்யாணம் கழித்து அரசூர் வம்சம் தழைக்கக் கூட்டி வந்தவன்.

என் பகவதி கண்ணம்மா. பேரனை பெட்ரூமிலே வந்து பார்க்கறது தப்புடீ செல்லம். என்னமோ உருட்டிண்டிருக்கானே?

சும்மா இருக்கேளா. அதென்ன பெட்ரூம்? புருஷனும் பொண்டாடியும் கட்டிண்டு படுத்துக்கற உள்ளுதானே? அன்னிய ஸ்திரியை அங்கே எதுக்கு கூப்பிட்டு வச்சு அவளோட கம்பளி ஸ்வெட்டரை அவுக்கணும்? ஊர்லே இல்லாத ஸ்தனமா அவளுக்கு வாய்ச்சது?

என்னைக் கேட்டா?

பெரிய சங்கரன் சிரிக்கிறான்.

அதானே. நீங்க கப்பல்லே வெள்ளைக்காரிகளோடு ஓஹோன்னு ராக்கூத்து அடிச்ச மனுஷராச்சே. எதெது எங்கேன்னு தெரியாமத் தானே கூட்டமா இருந்து ரமிச்சதெல்லாம்?

பகவதி மிதந்து பெரிய சங்கரனின் தோளில் செல்லமாகக் கடித்து அவன் கையை இறுகப்பற்றிக்கொள்கிறாள். இரண்டு பேரும் உள்ளே இருட்டு கவிந்த அறைக்குப் போகிறார்கள்.

போன வாரம் பிறந்த குழந்தை தொட்டிலில் சிணுங்குகிறது. வசந்தி எழுந்து உட்கார, கீழே படுத்திருந்த அவளுடைய அம்மா சுவரைப் பிடித்துக்கொண்டு, எழுந்துவந்து பால் கொடுக்கறியா என்று விசாரிக்கிறாள்.

பொகையிலை கடைக்காரா, நீ வெளியிலே போய் நில்லு. குஞ்ஞுக்கு மொல கொடுக்கப் போறா.

நான் தாத்தா, நீ பாட்டி. பாத்தா தப்பு இல்லே. மனசுலே கல்மிஷம் கிடையாது. மனசே இல்லை. உடம்பும்தான்.

சங்கரன் திடமாகச் சொல்கிறான்.

இவனுக்கு ஒரு பொண்ணு பிறக்கப் போறான்னு எனக்கு அவன் அம்பலப்புழை போய்ட்டு ஜோடியா இந்த முறிக்கு வந்தபோதே தெரியும்.

ரகசியம் சொல்லும் குரலில் பகவதி சங்கரனிடம் தெரிவிக்கிறாள்.

பேரன் பெட்ரூம்லே, ஜோடியா இருக்கறபோது பார்த்ததும் தப்புதான் செல்லம். எனக்கு ஒரு முத்தம் கொடு. தப்பு எல்லாம் நேராயிடும்.

கடைக்கார பிராமணா, இன்னுமா முத்தம், ஆலிங்கனம்னு அலையறே.

பகவதி முத்தம் கொடுத்து முகத்தை மூடிக்கொள்கிறாள். மெல்லக் கண் திறந்து பார்த்து சங்கரனிடம் மெதுவான குரலில் சொல்கிறாள்-

குழந்தைக்கு என் பெயரை வைக்கணும்னு சொல்றா விசாலம் மன்னி.

சரியாத்தான் சொல்றா. என் பகவதிக்குட்டியை இந்த வீட்டுலே திரும்பவும் வாய் நிறைய எல்லோரும் கூப்பிடட்டும்.

சங்கரன் உத்தரீயத்தை தோளைச் சுற்றி இறுக்கிக்கொண்டு பகவதியையும் அடுத்து அணைத்துக்கொண்டு சொல்கிறான்.

பால்யம் திரும்பறதா என்ன? நம்ம காலம் முடிஞ்சு போயாச்சு. கட்டிக்கறதும் கொஞ்சறதும் கொஞ்சம் கம்மி பண்ணணும், என்ன புரியறதா?

பகவதி பெரிய சங்கரனிடம் பொய்க் கோபத்துடன் சொல்ல, சின்னச் சங்கரன் தூக்கத்தில் குழந்தை மாதிரி சிரிக்கிறான்.

பொண்ணுக்கு பகவதி, பிள்ளைக்கு மருதையன், இதான் பெயர் வைக்கவேண்டியது

பெரிய சங்கரன் சொல்ல, அடுத்தது பிள்ளையா எனக் கேட்கிறாள் பகவதி.

இவன் எமகாதகன். வசந்தியை கொஞ்சமும் உபத்திரவிக்காமல் புத்ர பாக்கியம்.

பெரிய சங்கரனும் பகவதியும் சின்னச் சங்கரனுடைய படுக்கை அறைக்குள் மறுபடி பிரவேசிக்கிறார்கள்.

பின்னால் வந்த விசாலம் மன்னியும், குஞ்ஞம்மிணியும் சங்கரனைச் சூழ்ந்துகொண்டு விவரம் கேட்கிறார்கள். பகவதி ஆவலோடு அவன் முகத்தைப் பார்க்க, சின்னச் சங்கரன் எழுந்து ரகசியம் கேட்கத் தயாராக உட்கார்கிறான்.

வாசலில் காலிங் பெல் சத்தம்.

கனவுதான் என்று தெரிகிறது சின்னச் சங்கரனுக்கு. ஆனாலும் தெளிவாக துலக்கமாக வந்த பகவதிப் பாட்டியின் முகம், படத்தில் பார்த்துப் பழகி, அதேபோல் பட்டையாக வீபுதியும் காதில் கடுக்கனும், முகத்தில் ரெண்டு நாள் தாடியுமாக தாத்தா பெரிய சங்கரன், இன்னும் யாரோ பழுத்த சுமங்கலியாக ஒரு கிழவி, பச்சை ரிப்பன் வைத்துப் பின்னிய தலைமுடியும் ரப்பர் வளையுமாக ஒரு சின்னப் பெண்.

எல்லோரும் இங்கே, இந்தச் சின்ன அறையில்தான் சுற்றிச் சுற்றி வந்தார்கள். எங்கே அவர்கள் எல்லாம்?

பகவதிப் பாட்டி, எங்கே போனே? உன் பெயரை வைக்க ஏற்கெனவே முடிவு செஞ்சாச்சு.

சின்னச் சங்கரன் வாசல் கதவைத் திறக்கிறான். பால்காரன்.

அதிகப் பால் வேணும்னு சொல்லியிருந்தாங்க மாதாஜி. வீட்டுலே விசேஷமாமே?

பத்து லிட்டர் பிடிக்கும் தகரக் குவளையை உள்ளே நகர்த்திவிட்டு நேரு மாதிரி ஷெர்வானி கோட்டை சரி செய்துகொண்டு தூத்வாலா வெளியே போகிறான்.

சின்னச் சங்கரன் குழந்தை அழுகை சத்தம் கேட்டு உள்ளே போகிறான். பெற்ற உடம்பு அதியுன்னதமாக உலகத்து தாய்மை எல்லாம் சேர்ந்து கவிந்து மின்ன, வசந்தி மெல்ல அவனை ஒரு வினாடி பார்த்துவிட்டு, தொட்டிலில் உறங்கும் பெண் குழந்தையைப் பிரியமாக நோக்குகிறாள்.

பொண்ணு. பரவாயில்லையா?

குழந்தை பிறந்த தினத்தில் அவன் ஆஸ்பத்திரிக்கு முதலில் வந்தபோது வசந்தி கேட்டது இது. அவளிடம் அவளுடைய அம்மாவும் அம்மாவிடம் அவர்களுக்கு உதவியாக ஆஸ்பத்திரியில் தங்கி இருந்த மூத்த உறவுக்காரப் பெண் ஒருத்தியும் கேட்டது இது.

வசந்தியிடம் மட்டும் சொன்னான் – நான் இவளைத்தான் எதிர்பார்த்தேன். பெயர் என்ன தெரியுமா? பகவதி. பகவதின்னு வச்சு பகவதிக்குட்டின்னு வாய் நிறையக் கூப்பிடணும். கொச்சு பகவதியாக்கும் இவள்.

மலையாள வாடை தூக்கலா இருக்கே.

வசந்திக்குப் பிடித்த ரேஷ்மா, ஷிஃபாலி, கோமல்கலி போன்ற பெயர்களை நிராகரித்து விட்டான் சின்னச் சங்கரன். பசுமை மணக்கும் ஊரும், காயலும், அம்பலமும், சோபான சங்கீதமும், பால் பாயச இனிப்பும் மனதில் எழுப்பும் பகவதிக்கு ஈடாகுமா அதெல்லாம்?

வசந்தி ஒரு சமாதானத்தைச் சொன்னாள் – பகவதின்னு ஒரு பெயர் இருக்கட்டும். பெயர் சூட்டற அன்னிக்குவரை பார்ப்போம். வேறே ஏதாவது கூப்பிடற பெயர் தட்டுப்பட்டா குழந்தைக்கு அதையும் சூட்டிடலாம்.

வசந்தி கண்ணால் சிரித்து, குழந்தையைப் பார்வையால் காட்டி, சின்னச் சங்கரனைப் பாரு என்றாள். பட்டுத் துணியில் பொதிந்த பழக்குவியல் மாதிரி சின்னதாக வாய் அசைத்து சின்னஞ்சிறு கண்கள் செருகி சற்றே திறந்துபின் மலர்ந்து உறக்கத்தில் லயித்த குழந்தையை வைத்த கண் வாங்காமல் பார்த்துக்கொண்டிருந்தான் சின்னச் சங்கரன்.

ஆண் குழந்தை. அதுவும் வருமாம். வசந்தி இல்லாமல். எங்கோ கேட்டது மாதிரி. பிரமை தானா? சங்கரனுக்குத் தெரியவில்லை.

மனசு, தப்புச் செய்யப்போகும் குறுகுறுப்பில். அதற்கான சந்தோஷம் வேறே நேரம் காலம் பார்க்காமல்.

குழந்தைக்கு பக்கத்தில் இந்த மாதிரி மனநிலை ஏன் வரணும்? பரிசுத்தமான நினைப்பும் பார்வையும் பேச்சும் இருக்கவேண்டிய இடத்தில் தப்பு செய்கிற குறுகுறுப்பு ஏன்?

வசந்தி கண்ணை மெதுவாக மூடி அடுத்த உறக்கத்தில் அமிழ வெளியே வந்தான்.

ஒன்று விட்ட மைத்துனியோ, மைத்துனன் சம்சாரமோ, அவளுக்கு அம்மாவோ, தங்கையோ, இளம் வயதாகத் தெரிகிற பெண்பிள்ளை கலந்து கொடுத்த காப்பியோடு பொழுது தொடங்குகிறது. வசந்தி ஒத்துழைப்பு இல்லாமல் ஆண் குழந்தை. வேண்டாம். அது கனவு. தறிகெட்டு மனதை அது அலைக்கழிக்க வேண்டாம். தில்ஷித் கவுர்? அவள் வீட்டுக்காரன் புதுச் செருப்பு வாங்கி வந்து விலைச் சீட்டைப் பிய்த்து எறிந்துவிட்டு, சாப், கன்னத்தைக் காட்டுங்கள் என்று மரியாதையோடு அடிப்பான். தேவையா?

ஷங்கர் ஷார், சாஸ்திரிகள் எட்டு மணிக்கு ரெடியா இருக்கச் சொன்னார். புண்ணியாஜனனம் இன்னிக்கு.

ஷார்ட்ஸும் கான்வாஸ் ஷூவுமாக வெளியே வந்தபோது சின்ன மடேடர் வேனை ஓட்டிவந்து காம்பவுண்டுக்குள் நிறுத்திய மைத்துனன் சொன்னான்.

குழந்தைக்கு என்ன பெயர் சூட்டப் போறாப்பல?

இந்த போறாப்பல, வந்தாப்பல என்று கேள்வியை மொண்ணை யாக முடிப்பதெல்லாம் செம்மண் பூமி வழக்கம். வெறும் கேள்விகூட கூர்மையாகக் காயப்படுத்தும் என்று யோசித்துக் கொண்டு எழுந்து வருவது அந்த பதவிசான மொண்ணை. சங்கரனின் மைத்துனன் அதை கேலி செய்கிறானாம்.

வெட்டிப் பயல். இப்போது இவனோடு வம்பு வளர்க்க சங்கரன் உடம்பில் சக்தி இருந்தாலும் மனசில் விருப்பம் இல்லை. இருந்தாலும் சும்மா இருந்தால் துளிர்த்துவிடுவான். குட்டிக் கொண்டே இருக்க வேணும்.

என்ன பெயர் வைக்கலாம், நீயே சொல்லேன். நம்ம குடும்பத்திலேயே நேரு மாதிரி புத்திசாலி நீ மட்டும்தானே?

சங்கரன் குறுக்கே வெட்டினான்.

அய்யே நேருவெல்லாம் என்ன புத்திசாலியிலே சேர்த்தி? பி எல் சோந்தி மாதிரின்னு சொல்லுங்கோ.

நேரு எங்கே, இவன் கொண்டாடும் உதிரிகள் எங்கே?

சின்னச் சங்கரன் மணி பார்த்தான். சரியாக ஆறு மணி. இப்போது ஓடப் போனால் திரும்பி வரச் சரியாக இருக்கும்.

குழந்தைக்கு ஜ்யோத்ஸ்னான்னு பெயர் வைக்கலாம். டக்கரா இருக்கும். சரியா அத்திம்பேர்?

மைத்துனன் யாசிக்கிறான்.

ஓ, ஜ்யோத்ஸ்னாவா?

அதென்ன ஓ ?

உங்க பக்கத்து வீட்டு தல்வார் குடும்பத்துலே பொண்ணுதானே ஜ்யோத்ஸ்னா? அவள் மேலே உனக்கு ஒரு கண்ணு இருக்குன்னு ரொம்ப நாளா எனக்கு ஊகம்.

சங்கரன் மைத்துனனின் கண்ணைப் பார்த்துச் சொல்கிறான்.

அதெல்லாம் ஒண்ணுமில்லே அத்திம்பேர். பாக்க பளிச்சுனு பால் பாட்டில் மாதிரி இருக்கான்னு ஒரு அப்ரிசியேஷன்.

பால் பாட்டிலா? குடிக்கலாம்னு சொல்லு. ரொம்ப நெருங்கியாச்சோ.

சே சே எப்பவாவது நாலு வார்த்தை பேசறதுதான். அவ எண்ணெய் தேச்சுக் குளிச்சுட்டு நிகுநிகுன்னு இடுப்பு மின்ன நிக்கறபோது, ஐயோ ஏன் கேக்கறேள்.

மைத்துனன் தலையைக் குனிந்தபடி அந்த இடுப்பின் லகரியில் ஈடுபட்டுச் சொல்ல சின்னச் சங்கரனுக்குச் சிரிப்பு வந்தது. பொறாமையும் தொடர்ந்து எனக்கு அதெல்லாம் கிடைக்கலையே என்ற கோபமும் எட்டிப் பார்த்தது.

அட படவா, பர ஸ்திரியை எங்கெல்லாம் பார்வையாலே தடவி இருக்கே. என் கிட்டே வேறே வெக்கமே இல்லாம வர்ணிச்சுச் சொல்லி மகிழ்ந்து போறே. உன் இடுப்புக்குக் கீழே இருக்கப் பட்டது தானே கிடந்து துள்ளச் சொல்றது. தயவு தாட்சண்யம் இல்லாம அதை நசுக்கணும் இப்படி.

சின்னச் சங்கரன் மனசில் அவனைக் கொட்டையில் ஓங்கி மிதித்துக் கூழாக்கினான்.

மனசு சமனப்பட, சாத்வீகமாக வார்த்தை சொன்னான் -

சொன்னாக் கேளு. கல்யாணம் ஆகி ரெண்டு பிள்ளை பெத்தவ அந்த ஜ்யோத்ஸ்னா. வேணாம். பேச்சுலேதான் ஆரம்பிக்கும் சகலமும்.

சிரித்துக்கொண்டே சொல்கிறான் சங்கரன். அதை யாசித்து நின்ற மைத்துனன் முகம் நேசமாகிறது.

பேசினாலே பிரசவமாயிடுமா அத்திம்பேர்? சும்மா இருங்கோ. உங்க ஆபீஸ்லே கூடத்தான் அந்த சர்தார் பொண்ணு. நீங்க சொல்லி யிருக்கேளே. மதமதன்னு மாரு. தினசரி திவ்ய தரிசனம். இறுக்கிப் பிடிச்ச ஸ்வெட்டர். இன்னிக்கு அவளை வரச் சொல்லி கூப்பிட்டிருக்கோ?

மைத்துனனுடன் பானகம் சாப்பிடக் கூட இனி யோசிக்கவேண்டும். ஒரு மக் பியரில் சகல அந்தரங்கத்தையும் இவனிடம் எப்போதோ உளறி இருக்கிறான் சங்கரன்.

உள்ளே உங்கக்கா இருக்கா. தெரிஞ்சா என்னை இழுத்து வச்சு அருவாமணையிலே முழுசா நறுக்கிடுவா. அப்புறம் கவுரை நினைச்சாக்கூட வெத்து அரைக்கட்டுலே உயிர் போற மாதிரி வலிக்கும்.

தோல்வியை மறைத்துக்கொள்ள இன்னும் தாழ்த்திக்கொள்ள வேண்டி இருக்கிறது. போகட்டும். ஞாயிற்றுக்கிழமை எல்லா அவமரியாதையும் பொறுத்துக் கொள்ளக்கூடியதே. ரெண்டு வேளை ஒசத்தியான சாப்பாடும் கள்ளுச் செட்டுபோல் காப்பியும் வெட்டியாக திவானில் சாய்ந்து நேரம் போக்கவுமாக ஆன தினம். இன்றைக்கு வீட்டு விசேஷம் என்பதால் திவானில் இளைப்பாற சாயந்திரம் ஆகிவிடலாம். மற்றது உண்டு.

தலைக்கு மேலே வேலை. நம்மாத்திலே முப்பது பேருக்கு சமையலாக்கும் இந்த முகூர்த்தத்துக்காக. போய் முடிச்சு எடுத்துண்டு வரணும்.

மைத்துனன் உள்ளே ஓடினான்.

நீ ஒரு துரும்பையும் நகர்த்தாமல் சும்மா லோதி கார்டனில் ஓடப் போகிற சோம்பேறிக் கழுவேறி என்றும் அவன் செய்கைக்கு அர்த்தம்.

நீ என் முடிக்கு சமானம் என்று மனதில் வழக்கம்போல் வடக்கு நோக்கி நின்று திட்டிவிட்டு ஸ்கூட்டரைக் கிளப்பி மெதுவாக ஓட்டிப் போனான் சின்னச் சங்கரன்.

தோட்டத்தில் பெரிய கூட்டமாக ஓடிக்கொண்டிருந்தார்கள். கிடைத்த இடத்தில் ஓரமாக உட்கார்ந்து பத்மாசனம் போட்டு ஜமக்காளம் விரித்து இருந்தவர்களையும், சவாசனமாகப் படுத்து கால்களின் ஊர்வலத்தை ரசித்துக்கொண்டிருந்தவர்களையும் கடந்து மெதுவாக ஓட ஆரம்பித்தான் சின்னச் சங்கரன்.

அரே பாய் ஷங்கர், பெண் குழந்தையாமே. ஜீத்தே ரஹோ.

நாற்பத்தேழாம் வருடம் முதல் மந்திரிசபையில் இலாகா இல்லாத அமைச்சராக இருந்த எண்பது வயது தலைவர் வாக்கிங் ஸ்டிக்கால் சங்கரன் முதுகில் தட்டி வாழ்த்த, அவனுக்கு வானத்தில் பறக்கிற சந்தோஷம். எவ்வளவு பெரிய மனுஷன் கையால் ஒரு சுபதினத்தில் முதல் வாழ்த்து கிடைத்திருக்கிறது. வசந்தியிடம் சொன்னால் இதன் மகத்துவம் புரியாது. சுதந்திரப் போராட்டம், ஜவஹர்லால் நேருவின் முதல் சர்க்கார், அமைச்சரவை என்று கொஞ்சம் முன்னால்போய் லோதி தோட்டத்தில் ஓடுகிற பெரியவருக்கு வரவேண்டும். தகவலில் பாதி சங்கரனுக்கே மறந்து போக ஆரம்பித்துவிட்டது.

ஷங்கர் ஷம்போ.

குரலைக் கேட்க மனம் இன்னும் அதிகம் உற்சாகத்தில் துள்ளியது. ஜோதிர்மய் மித்ரா மோஷாய் மெம்பர் ஆஃப் பார்லிமெண்ட். முதல் லோக்சபாவில் இருந்து தொடர்ந்து நாடாளுமன்ற உறுப்பினர். சுருட்டு குடிக்காத நேரம் எல்லாம் சுறுசுறுப்பாக தொகுதிக்காக சண்டை வலிக்கும் இடதுசாரி மனுஷர்.

இனிப்பும் மீனும் இல்லாமல் சந்தோஷ சமாசாரம் சொன்னால் ஏற்றுக் கொள்ளப்பட மாட்டாது என்று சொல்லியபடியே சங்கரனை அணைத்துக்கொண்டார் மோஷாய்.

ஓடி முடித்துப் போகும்பொழுது பக்கத்து வங்காளி ஸ்வீட் ஸ்டாலில் இங்கே இருக்கும் பெரியவர்கள், நண்பர்கள் எல்லோருக்கும் ரஸகுல்லா வாங்கித் தருவதாக உடனே வாக்குத் தத்தம் கொடுத்தான் சங்கரன் சந்தோஷமாக.

இங்கே ஓடற முக்கால்வாசிப்பேருக்கு, என்னையும் சேர்த்து ஷுகர் கம்ப்ளெயிண்ட்னு தெரிஞ்சுதானே சொல்றே?

வங்காளிகளின் புத்திசாலித்தனத்துக்கு என்றென்றும் தலை வணங்குவதாகச் சிரம் குவித்து அவரிடம் சின்னச் சங்கரன் சொல்ல, நீ மதறாஸிக் களவாணி என்று உன்னதமான பாராட்டு வழங்கினார் மோஷாய்.

சேர்ந்து மெதுவாக ஓட ஆரம்பித்தார்கள்.

பிரசவ ஆஸ்பத்திரி சேவை எல்லாம் சீராகக் கிடைக்கிறதா?

மோஷய் அக்கறையாகக் கேட்டார். ஏதாவது குறை இருந்தால் அவரிடம் சொன்னால் உடனே சரி பண்ணித் தருவதாகவும் சொன்னார். அவரால் அது முடியும்.

ஒரு பிரச்னையும் இல்லே. வீட்டுக்கு முந்தாநாளே வந்துட்டா. நார்மல் டெலிவரிதான்.

பெயர் என்ன வைக்கப் போறே?

கனவு, நினைவில் உடனடியாக வந்து புகுந்துகொண்டது. கூடவே வசந்தி ஒத்தாசை இல்லாமல் இன்னொரு குழந்தை.

ஆறடி ஆகிருதியாகக் கடந்து வந்து முன்னால் முந்திப் போன வடிவான பஞ்சாபிப் பெண்ணின் பின்னால் நிலைத்த பார்வையை வலுக்கட்டாயமாகப் பிடுங்கி எடுத்தான் சங்கரன். சங்கரனின் குழந்தையை அவள் ஏன் சுமக்க வேணும்? அடுத்த கனவில் விசாரித்தால் தெரியுமாக இருக்கும்.

பெயர் இன்னும் வைக்கலேன்னா கல்பனான்னு வை.

மோஷாய் நேராகப் பார்த்துக்கொண்டு சொன்னார்.

மார்க்சீயர்களுக்கு அச்சு வெல்லம்போல பெண் குழந்தை என்றால் உடனே நினைவு வரும் பெயர் இந்த கல்பனா. கல்பனா தத்பற்றியும் சிட்டகாங் நகரில் காங்கிரஸ் சோஷலிஸ்ட்கள் நடத்திய ஆயுதக் கிடங்கு ஆக்கிரமிப்புபற்றியும் பிடார் ஜெயம்மா சங்கரனுக்கு நிறையச் சொல்லி இருக்கிறாள். அவளுக்கு இடதும் வலதும் ஒன்றுதான் என்றாலும் கல்பனாவை ரொம்பவே பிடிக்கும்.

குழந்தை வெள்ளிக்கிழமை பொறந்திருக்கா. சாரதான்னு பெயர் போடுடா. சிருங்கேரி பீடம் சாரதாம்பா தரிசனத்துக்குப் போயிருக்கியோ? நீ எங்கே போனே? லீவு கிடைச்சா அரசூருக்கு கோழி மேய்க்க ஓடிப் போயிடுவே.

பிடார் ஜெயம்மா கேண்டீனில் வழக்கம்போல ஒலிபரப்பி சங்கரனுக்குப் பெண் பிறந்த தகவல் புதிதாகப் போய்ச்சேர்ந்தது. சந்தோஷ சமாசாரம் பகிர்ந்துகொண்ட மகிழ்ச்சி கடலை எண்ணெய் முழுக்காட்டிய கேண்டீன் ஜிலேபியாக முடிந்தது வேறே கதை.

மித்ரா மோஷாய் ஒன்றிரண்டு சந்தர்ப்பங்களில் கேண்டீனுக்கு வந்திருக்கிறார். அவருக்கு அங்கே காப்பி மட்டும் இஷ்டம்.

நசநசவென்று எண்ணெய் கையில் பிசினாக ஒட்டும் மதறாஸி இனிப்பெல்லாம் அவருக்குப் பகை.

கல்பனா, அஜிதா, மிருணாளினி இது தவிர வங்காளத்தில் பெண் குழந்தை பெயரே இல்லையா மோஷாய்?

ஓடிக்கொண்டே சங்கரன் விசாரித்தான்.

ஏன் இல்லாமல், காவேரி.

அது சுத்தத் தமிழ்ப் பெயர்தான் என்றான் சங்கரன். அப்புறம் குழந்தைக்கு அதை வைக்க என்ன தடை என்று விசாரித்தார் அவர். அதானே?

மோஷாய், மான்செஸ்டர் கார்டியன் பத்து நாள் பேப்பர் ஒற்றைக் கட்டாக பிளேனிலே அனுப்பி வச்சு பிரஸ் கிளப்பில் நேற்று வந்தது. படிச்சீங்களா?

பேச்சை மாற்றுவதற்காக இல்லை, உண்மையாகவே அந்த பிரிட்டீஷ் செய்தித்தாளைப் படிப்பதில் சகல மார்க்சீயர்களுக்கும் பெருவிருப்பம் இருப்பதை சங்கரன் அறிவான்.

படிச்சேன் ஷொங்கொர். அதென்ன, எலிசபெத் ராணிக்குக் கொடுக்கற மானியத்தை குறைக்கணும்னு ஹவுஸ் ஓஃப் காமன்ஸ்லே இப்படி விடாப்பிடியா வாக்குவாதம் பண்றாங்க. வேதனையா இருக்கு. ராணியம்மா மதிப்பு இந்த அறிவிலிகளுக்கு என்ன தெரியும்?

சங்கரன் அவரை ஆச்சரியத்தோடு பார்த்தான். எல்லா மார்க்சீயர்களும் ஏகாதிபத்தியத்தை எதிர்த்துக்கொண்டே இங்கிலீஷ் கலாசாரத்தில், மரபில், லண்டன் மாநகரத்தில், பிரிட்டன் என்ற தேசத்தில் முழு ஈடுபாடு உடையவர்கள் என்று பிடார் ஜெயம்மா சொல்வது நினைவு வந்தது. இங்கே இருந்து விரட்டினால் அங்கேபோய்க் குடியேறி விடுவார்களாக இருக்கும்.

பார் அட் லா அங்கேதான் படிச்சு வருவாங்க. பிரிட்டீஷ் ராணி, ராஜ குடும்ப விசுவாசிகளோட பட்டியல் எடுத்தா இவங்க பெயர் முதல்லே இருக்கும்.

ராஜ விசுவாசிக்கு வாழ்த்துச் சொல்லி சங்கரன் கிளம்பினான்.

மயூரா. இந்தப் பெயர் எப்படி இருக்கு?

போகும்போது அவனை நிறுத்தி மோஷாய் கேட்டார்.

கல்பனா வேணாமா மோஷாய்?

அவ பாவம் ரொம்ப கஷ்டமான ஜீவிதம். கல்கத்தாவிலே தெருவுக்கு நாலு கல்பனா உண்டு. போதும் இப்போதைக்கு. மயூரா பிடிச்சிருக்கா? மயூரான்னா மயில். அழகும் உண்டு. போர்க் குணமும் உண்டு. இந்தக் காலப் பெண்ணுக்கு இதெல்லாம்தான் முக்கியம்.

மோஷாய் மூச்சு வாங்கிக்கொண்டு சொன்னபடி வாசலில் காரை நோக்கி நகர்ந்தார்.

சங்கரன் வீட்டில் நுழைந்தபோது வீட்டு முற்றத்தில் ஒரு மயில் தோகை விரித்து ஆடிக்கொண்டிருந்தது. அவன் உள்ளே நுழைய, அது ஒரு கணமும் தாமதிக்காமல் வெளிச்சுவர் கடந்து பறந்து போனது.

மயூரா.

அத்தியாயம்

# ஆறு

என்ன, கிருஷ்ண ஜெயந்தி வந்த மாதிரி கால் காலா மாக்கோலம்? உன் ஏற்பாடா?

பிடார் ஜெயம்மா காரில் வந்து இறங்கியதும் உரக்க விசாரித்தாள். ரொம்ப சிரத்தை எடுத்து கதர்ப் புடவையைக் கணுக்காலுக்கு உயர்த்திக்கொண்டு, கோலத்தை மிதிக்காமல் தத்தித் தத்தி சங்கரனின் அபார்ட்மெண்டில் நுழைந்தாள்.

சங்கரா, எங்கே போனே?

பாத்ரூமில் தண்ணீர் அடைத்துக்கொண்டுவிட்டது என்று ஒட்டடைக் குச்சியால் குத்திக் கிண்டியபடிக்கு மடித்துக் கட்டிய வேட்டியோடு சின்னச் சங்கரன் பிரசன்னமானான்.

கல்சுரல் மினிஸ்டரி அண்டர் செக்ரட்டரி மாதிரியா இருக்கே நீ?

ஜெயம்மா சிரித்தாள்.

ஆபீஸ்லே பாத்ரூம் அடைச்சாலும் முதல் குச்சி நான் தான் என்றான் சங்கரன்.

அப்படி ஒரு சந்தர்ப்பம் வந்தால் அவன் லீவு போட்டுவிடுவான். இல்லாவிட்டால் வேறே ஏதாவது வேலையை இழுத்துப்போட்டுக் கொண்டு டூர் கிளம்பி விடுவான்.

கித்தான் பையில் இருந்து சின்ன சைஸ் ஹோம குண்டத்தை எடுத்த சாஸ்திரிகள் மற்ற சாமக்கிரியைகள் வேணுமே என்று மகா பொதுவாகச் சொல்ல, ஜெயம்மா கேட்டாள் –

சாஸ்திரியவரே, அரணி கடைஞ்சு அக்னி கொண்டுவரப் போறேளா?

வயதான சாஸ்திரிகள். காப்பியை எதிர்நோக்கி இருமிவிட்டு ஜெயம்மாவைப் பார்த்தார். எல்லோரும் எல்லாருக்கும் தெரிந்த தில்லி தென்னிந்தியச் சூழலில் புரோகிதர்கள் வெகு பிரபலம். அதுவும் ஜெயம்மா வீட்டுக்கு வந்துபோகும் அதே சீனியர் வைதீகர்தான் இவர்.

இல்லேம்மா கொழந்தே, அரணியெல்லாம் எதுக்கு? ஒரு தீப்பெட்டியும் காக்கடாவும் எதேஷ்டம் என்றார்.

அப்படியே அண்டர் செக்ரட்டரி சார் கிட்டே சாக்கடை குத்தறதெல்லாம் சாவகாசமா வச்சுக்கலாம், ஸ்நானம் பண்ணிட்டு மனையிலே உக்காரும்ன்னு சொல்லும்மா.

உள்ளே இருந்து டபரா செட்டில் வழிய வழியக் காப்பி கொண்டுவந்து கொடுத்த சமையல் மாமியையும் தெரிந்தவர் என்பதால், தில்லியில் பீப்ரி காப்பிக் கொட்டை வரத்து இல்லாமல், ரோபஸ்டா மட்டும் வறுத்து அரைத்த காப்பி தொண்டையில் இறங்க மறுப்பதுபற்றி அவர் மாமியிடம் புகார் செய்ய, பாத்ரூம் பிரச்னை தீர்த்துவந்த சங்கரன் தனக்கும் ஒரு காப்பி என்று அடி போட்டான்.

நான் காப்பி குடிக்கறதில்லே என்று ஜூனியர் சாஸ்திரிகள் டபராவைத் தியாக உணர்வோடு சங்கரனுக்கு நீட்ட, ஜெயம்மா உள்ளே திரும்பி குட்டி சாஸ்திரிக்கு நாலு ஸ்பூன் அஸ்காவும் நாலு கட்டெறும்பும் போட்டு பால் கொண்டாங்கோ என்று சத்தமிட்டாள். வெட்கத்தோடு தாங்க்ஸ் மாமி சொன்ன ஜூனியர், சீனியரிடம் இருந்து வாங்கிக்கொண்ட ஹோம குண்டத்தை மேல் வேஷ்டியால் பிரியமாகத் துடைத்தார்.

ஹோம குண்டம் இப்படி கைக்கடக்கமா செஞ்சு விக்கறதா? நம்மாத்திலே எல்லாம் தரையிலே செங்கல் வச்சுன்னா அக்னி வளர்த்தது? இது எனக்கு ஒண்ணு வேணுமே.

ஜெயம்மா புரோகிதர் கையில் இருந்து அஸ்பெஸ்டாசும் மரமும் இன்னும் ஏதோ உலோகமும் கலந்த ஹோம குண்டத்தை வாங்கிப் பார்த்துவிட்டுக் கேட்டாள்.

ஆமா மாமி, புதுசுதான். இது நூர்ணி மேட்.

ஜூனியர் சாஸ்திரி சந்தோஷமாக அறிவித்தார்.

நூர்ணி அப்படீன்னா? இதாலியன் கம்பெனியா?

ஜெயம்மா புரியாமல் கேட்டாள்.

நூர்ணி பாலக்காட்டு பக்கம். எனக்கு ஸ்வதேசம்.

ஜூனியர் சாஸ்திரிகளுக்கு பெருமை பிடிபடவில்லை, சொந்த ஊரில் ஒரு கொல்லர், ஒரு தச்சர், ஒரு மோட்டார் மெக்கானிக் இப்படி ஒரு குழுவை அமைத்து டிசைன் ஸ்பெசிபிகேஷன் சொல்லி வாங்கிவந்த பெருமை அடுத்த ஐந்து நிமிடம் அரங்கேறியது.

என்ன செய்ய, தில்லி பட்டணத்துலே வந்து கவர்மெண்ட் குவார்ட்டர்ஸ் சிமெண்ட் தரையிலே அக்னி வளர்த்தா நாளைக்கே மெமோ வரும்

உங்களுக்கு யார் மெமோ தர? ஜெயம்மா சிரித்தாள்.

ஏன் கேக்கறேள். ஒரே ஒரு காரியத்துக்குத்தான் கைக்கடக்கமா இன்னும் செஞ்சு வாங்கலே. அதுக்கு அங்கே நிகம்போத் காட்லே கொண்டு போய்க் கிடத்தினா எட்சட்ரா எட்சட்ரா

ஜூனியர் பால் குடித்தபடி தெம்பாகச் சொல்ல, அசத்தே அடக்கி வாசி என்றார் சீனியர்.

புண்ணியாஜனன நேரத்தில் சாவுச் சடங்குபற்றி வேறெதும் குறிப்பிடாமல் கவனமாக அவர் தவிர்க்க, ஜெயம்மா உள்ளே நோக்கினாள்.

உங்க ப்ரண்டை பாஷாண்டியா நிக்காம குளிக்கச் சொல்லுங்கோ. புண்ணியமாப் போகும்.

வசந்தி மெல்ல குழந்தை உள்ளு என்று தாற்காலிகமாகப் பெயர் சூட்டிய உள்ளறையில் இருந்து எட்டிப் பார்த்து ஜெயம்மாவிடம் சொல்ல, அவள் சாடிப் பாய்ந்து அடி என் சமத்துக் கொடமே என்று வசந்தியைக் கட்டிக்கொண்டாள்.

இந்த மாதிரி அணைப்பு பெண்கள் மத்தியில் அந்நியோன்யத்தை அழகாகக் காட்டுகிறபோது ஆண்கள் கட்டிக்கொண்டால் அராஜகமாக இருப்பதை நினைத்தபடி சங்கரன் குளிக்கப் போனான்.

உன்னை மாதிரி அழகா இருக்கா இந்தப் பொண்ணரசி.

பிடார் ஜெயம்மா குழந்தையை கன்னடத்திலோ, இல்லை, குழந்தைகளைக் கொஞ்சவே பொதுவாக யாரோ ஏற்படுத்திய

மொழியிலேயோ சரம் சரமாக வார்த்தை சொல்லிக் கொஞ்சுவது குளியல் அறையில் எதிரொலிக்க, சோப்பு வாசனையோடு வந்து சாஸ்திரிகள் பக்கம் உட்கார்ந்தான் சங்கரன்.

இந்த வாசனைக்கும் இதமான பொழுதுக்கும் வசந்தி பக்கத்தில் இல்லையா உட்கார்ந்திருக்கவேண்டும்!

ஆரம்பிக்கலாமா? ஆத்துக்காரியை கூப்புடுங்கோ. நீங்க பஞ்ச கச்சம், அவா மடிசார். அதான் நியதி

சங்கரன் சற்றே சலிப்போடு வேஷ்டி மாற்ற உள்ளேபோக, ஹோகித்தாரே, ஒன் மினிட் சாஸ்திரிகளே என்று ஜூனியர் சாஸ்திரியை அவனுக்கு பஞ்ச கஞ்சம் உடுத்தி விடக் கண் காட்டி உள்ளே அனுப்பியது ஜெயம்மாதான்.

ஏம்மா உனக்கு ஹெல்ப் தேவையா?

உள்ளே பார்த்து குரல் கொடுத்துவிட்டு, சமையல் மாமிக்கும் தெரியாதுன்னா நான் வரேன் என்றாள் சீரியஸாக முகத்தை வைத்துக்கொண்டு.

சங்கரனாலே அவுக்கவே முடியாம கொசுவம் வச்சுப் புடவை கட்ட நானாச்சு.

சொன்ன அடுத்த வினாடி அவளுடைய அவுட்டுச் சிரிப்பு வீடு பூரா எதிரொலித்துக் குழந்தையை எழுப்பிவிட்டது.

மங்களகரமான சிசு அழுகை என்றார் கடியாரத்தைப் பார்த்தபடி காத்துக்கொண்டிருந்த சாஸ்திரிகள்.

சாஸ்த்ரிகளே பசுமாடு, ஒட்டகம் எல்லாம் அக்னியிலே வராதே? பிடார் ஜெயம்மா அக்கறையாக விசாரித்தாள்.

அதை ஏன் கேக்கறேள் நியூஸ் மாமி. கல்காஜியிலே ஒரு ஆந்திராக்கார கிருஹத்திலே ஆயுட்ஷேமம் பண்றபோது பசுமாடும் கன்னுமா ஹோமகுண்ட அக்னிக்குள்ளே தெரிஞ்சதுன்னு நம்ம ராஜப்பா சாஸ்திரிகள் ரெண்டு மாசம் முந்தி சொன்னாலும் சொன்னார், எல்லோரும் அவரை தீவிரமா அவாவா கிருஹங்கள்லே வைதீகத்துக்குக் கூப்பட ஆரம்பிச்சுட்டா. கணபதி ஹோமம் பண்ணினா யானை, நவக்ரஹ ஹோமம் செஞ்சா அண்டங்காக்கா மேலே சனி பகவான், திவசம் பண்ணினா போய்ச் சேர்ந்தவா இப்படி அக்னியிலே வந்து முகம் காட்டணும்னு ஆசைப்படறா. சொன்னா உடனே இதெல்லாம் நடக்க, கவர்மெண்ட் ஆர்டினன்ஸ் போட்டு நடத்திக்கறதா என்ன?

ஜூனியர் சொல்வதை புன்சிரிப்போடு அங்கீகரித்தபடி, காக்கடாவில் தீக்குச்சியால் பற்றவைத்து கைக்கடக்கமான ஹோம குண்டத்தில் அக்னி வளர்க்க ஆரம்பித்தார் பெரியவர்.

சங்கரன் அவசரமாக உத்ருணியில் ஜலம் வார்த்து மூன்று தடவை உறிஞ்சி ஆசமனியம் செய்துவிட்டு சாஸ்திரிகளை வெற்றிப் பார்வை பார்த்தான்.

ஏத்து வாங்கி மந்திரம் சொன்னாப் போறும் அண்டர் செக்ரட்டரி சார். நான் சொன்னதுக்கு அப்புறம் ஆசமனியம் செய்யுங்கோ. எதேஷ்டம்.

இந்த சடங்கை நிர்வகித்து நடத்திக் கொடுப்பதில் தனக்குத்தான் முதலிடம் என்று தெளிவாக சீனியர் நிலைநாட்ட சங்கரன் அவசரமாகப் பின்வாங்கிக் கட்டளையிடக் காத்துக் கொண்டிருந்தான்.

புண்ணியாஜனனத்திலே அக்னி வளர்த்தா அதிலே என்ன வரும்?

ஜெயம்மா கேட்க, ஓரமாக நின்ற பகவதியைப் பார்த்து, நான் அக்னியிலே தலை காட்டப் போகட்டா என்று அவசரமாக விசாரித்தாள் குஞ்ஞம்மிணி.

வேண்டாம்டி கொழந்தே, இனிமே அங்கங்கே சட்டுபுட்டுனு போய் நின்னுடக் கூடாது. உனக்கு இன்னிக்கு இருந்தா எழுபது வயசு, பகவதிக்கு எண்பத்தைஞ்சு, எனக்கு நூத்துப் பத்து. வயசுக்கு ஏத்தாப்பல நடந்துக்கறதுதான் சரிப்படும், கேட்டியா?

விசாலம் மன்னி சொல்லியபடி மற்ற இருவரையும் அங்கே இருந்து வெளியே நடத்திப் போனாள். குழந்தை அழுகை நின்றுபோன வீட்டில் மந்திரங்களின் ஒலி மட்டும் இருந்தது

அண்டர் செக்ரட்டரி சார் மந்திரம் சொல்லலாமோன்னோ.

சங்கரன் ஹோம அக்னியில் பார்த்த மூன்று பெண்டுகளையும் காலையில் உறக்கமா விழிப்பா என்று விளங்காமல் கிடந்த நேரத்தில் பார்த்த நினைவு வந்தது. ஒன்று பகவதிப் பாட்டி, மற்ற இருவர்?

அவாள்ளாம் யாரு?

சங்கரன் சாஸ்திரிகளிடம் கேட்க, யாரெல்லாம் என்று எதிர்க் கேள்வி கேட்டார் அவர்.

அதற்கெல்லாம் நேரமே கொடுக்காமல் உள்ளே இருந்து மாவிலை, ஜிகினாக் காகிதம், பட்டு ரிப்பன் என்று அலங்காரம் செய்த

ஆகிவந்த மகா பழைய தொட்டிலும் வசந்தி அம்மா ஜாக்கிரதை யாகத் தலைக்குப் பின்னால் அணைத்துப் பிடித்த குழந்தையும் வந்தானது. அந்தத் தொட்டில் ஜெயம்மா வீட்டில் மூணு தலைமுறை யாக வம்சம் வளர்ப்பது.

கொழந்தையை தோப்பனார் மடியிலே வச்சுக்கவேண்டியது.

சாஸ்திரிகள் அறிவிக்க, ஜெயம்மா கவுண்டர் போட்டாள்.

இவன் மடியிலேயா? வசந்தியைப் போட்டுண்டாலே ஒழுங்காப் பிடிச்சுக்கத் தெரியாது. இன்னும் தலை நிக்காத குழந்தை அவனோட சிசு. இருங்கோ. பின்னாலே நின்னு நான் பிடிச்சுக்கறேன்.

ஆறடியை நாலடியாக வாமனக் குறுக்கம் செய்து பின்னால் இருந்து குழந்தையை ஏந்தியபடி ஜெயம்மா நிற்க, சங்கரனுக்கு மனசு நிறைந்து போனது.

சிநேகிதம்னா இப்படி இருக்கணும் என்றாள் குஞ்ஞும்மிணியின் கண்ணீரைத் துடைத்தபடி பகவதி. இந்தக் காலத்திலும் இப்படி ஒருத்தருக்கொருத்தர் அனுசரணையாக இருக்கப்பட்ட சிநேகிதத்தை விசாலம் கை அசைத்து ஆசீர்வதித்தாள்.

அக்னியிலே யாரோ ஒரு மாமி ஆசிர்வாதம் பண்ற மாதிரி இருக்கு.

வசந்தி சொல்ல, சாஸ்திரிகள் எல்லாம் புரிந்த திருப்திச் சிரிப்பு சிரித்தார்.

ரொம்ப நல்லது அண்டர் செக்ரட்டரி மாமி. இதை நான் நாலு ஆத்திலே சொன்னா, எனக்கும் வைதீகம் விருத்தியாகும்.

அந்தக் கதம்ப பாஷையையும் அதன் உள்ளுறை பொருளையும் ஜெயம்மா தவிர வேறு யாரும் புரிந்துகொண்டு சிலாகித்ததாகத் தெரியவில்லை. என்றாலும், ஜெயம்மாவின் அங்கீகாரத்தை ஏற்று வாங்கி, ஏமாற்றத்தை ஒதுக்கிவைத்தார் சீனியர் சாஸ்திரிகள்.

தொட்டில் போட்டு சீதா கல்யாண வைபோகமே பாடுவதையும் ஜெயம்மாவே எடுத்துக்கொண்டாள். வசந்தி வீட்டுக்காரர்களில் பாடத் தெரிந்தவர்கள் யாரும் கிடையாது. அவளுடைய அப்பா ஒரு வினாடி கூட யோசிக்கவில்லை.

கொழந்தே, நீ வசந்திக்கு உடன் பொறக்காத அக்கா. முகத்திலே ஜாடை கூட ஒரே மாதிரி இருக்கு, நீயே பாடு.

ரெண்டு குடும்பத்துக்கும் தீராத களங்கமாகப் புரிந்துகொள்ளக் கூடியதாக நல்வாக்கு சொன்னார் அவர். நற்சொல் என்பதால்

அதற்குள் ரொம்ப ஆழமாக இறங்காமல் மேலோட்டமாகக் கால் நனைத்து அனுபவிக்க மட்டுமாக எல்லோரும் அதை எடுத்துக் கொண்டார்கள்.

தொட்டில் போட்டபோது பக்கத்தில், எதிரில் இருக்கும் சர்தார், வங்காளிக் குடும்பக் குழந்தைகள் ஆச்சரியமாகப் பார்த்துக்கொண்டு குழந்தையை விட்ட தொட்டிலை மெல்ல ஆட்டி வசந்தி அம்மா சின்னச் சின்னதாக இந்துஸ்தான் டைம்ஸ் நியூஸ்பேப்பரில் கட்டி வைத்த காப்பரிசி வாங்கிக்கொண்டார்கள்.

காப்பரிசி. தொட்டில் போட்டா இதான் ஸ்வீட் என்றாள் வசந்தியின் அம்மா.

காப்பர் சி-யா? மேல் மாடிக் குடித்தன வங்காளிப் பெண் கேட்டாள்.

காப்பர்-டி வச்சுண்டா காப்பர்-சி வராது.

சங்கரன் மெதுவாக வசந்தியிடம் சொல்ல அவள் முறைத்தாள். வசந்தியின் தம்பி, ஜ்யோத்ஸ்னா நினைப்பில் இடுப்பு இடுப்பாகப் பார்த்துக்கொண்டிருந்ததை சங்கரன் தவிர வேறு யாரும் கவனிக்கவில்லை.

காப்பரிசியை அப்படியே சாப்பிட்டுடவேண்டியதுதான். அரிசி, வெல்லம், தேங்காய்க் கீத்து, வெள்ளை எள்ளு எல்லாம் போட்டது. நடுவிலேயே இருபது பைசாக் காசு வச்சிருக்கும். அதை முழுங்காம எடுத்துண்டுபோய் அம்மா அப்பாகிட்டே கொடுங்கோ.

வசந்தியின் அப்பா சுந்தர வாத்தியார் பேசிய வினோத இந்தி புரியாமல் காப்பரசி மகத்துவமறியாது அதையும் தொட்டிலில் விட உத்தேசித்த அண்டை அயல் குழந்தைகளுக்காக ஜெயம்மா ஒரு பாக்கெட்டை பிரித்து ரெண்டு பிடியாக உள்ளே இருந்து எடுத்துச் சாப்பிட்டு, அதன் சேர்மானம் சொல்லி அதுகளையும் சாப்பிடவும், இலை போட்டபின் பந்திக்கு உட்காரவும் வைத்தாள்.

பந்தியில் பாயசம் பரிமாறிக்கொண்டிருந்தபோது கார் வந்து நிற்கும் சத்தம். சங்கரன் எட்டிப் பார்த்தான். ஏகமாக அம்பாசடரும், அடுத்த படியாக பியட் காரும் நிறைந்த தில்லியில் விசேஷமான இந்துஸ்தான் ஸ்டாண்டர்ட் கார் கொஞ்சம்தான் உண்டு. சங்கரனின் சிநேகிதனும் ஜாக்ரன் பத்திரிகை ஆசிரியருமான சந்தோஷிலால் குப்தா அதில் ஒருத்தன்

குப்தாக் கடன்காரனையும் வரச் சொல்லிக் கூப்பிட்டியா, பேஷ்.

வடையைக் கடித்துக்கொண்டே ஜெயம்மா சிலாகிக்க, ஞாயிற்றுக்கிழமை பகல் கானாவுக்கு அப்புறம் எப்பவாவது இப்படி குப்தா வருவது வாடிக்கைதான் என்றான் சங்கரன்.

*சாப்பிட்டியாடா பிரம்மஹத்தி?*

ஜெயம்மா குறையாத அன்போடு குப்தாவை விசாரிக்க, கழிச்சு கழிஞ்சு என்று விசித்திரமாக மூக்கை சுருக்கிக்கொண்டு பதில் சொன்னான் குப்தா.

*அட பீடை, அது மலையாளம். எனக்கு அர்த்தமாகாது. நீ இந்தியிலேயே பேசு* என்றபடி, பரிமாறுகிற பெண்ணிடம் ஓர் இலை நறுக்கில் ரெண்டு வடையும் பால் திரட்டுப் பால் ஒரு குத்தும் வைத்து குப்தா உட்கார்ந்த அப்புறம் கொடுக்கச் சொன்னாள் ஜெயம்மா.

*பாயசமும் கொண்டுபோய் வை, தாராளமா குடிச்சுட்டு கழிஞ்சுண்டு கிடக்கட்டும்.*

பந்திக்கு முதுகைக் காட்டிக்கொண்டு ஹால் ஓரமாகக் குரிச்சி போட்டு குப்தாவை உட்காரவைத்தான் சங்கரனின் மைத்துனன்.

*சாம்பார் குடிக்கறானான்னு கேளு முதல்லே. அப்புறம் வடையும் திரட்டுப்பாலும் தின்னுட்டு பாயசம் குடிக்கட்டும்.*

ஜெயம்மா கேட்டதுக்காகக் காத்திருந்த மாதிரி எல்லாத்துக்கும் சரி என்றான் குப்தா.

ஒரு பெரிய கும்பா நிறைய முருங்கைக்காய் சாம்பாரும் வெள்ளிக் கிண்ணம், ஸ்டெயின்லெஸ் தட்டில் மற்றதும் ஸ்டூல் போட்டு வைக்கப்பட குப்தா ஆசையாக வடையைக் கடித்து *அரசூர் நியூஸ் சொல்லு* என்றான் சங்கரனிடம்.

*எச்சக் கையோடு என்னத்தைச் சொல்ல?*

சங்கரன் கை அலம்பிவிட்டு ஒரு வெற்றிலையை சர்க்கரை உள்ளே வைத்துப் போட்டுக்கொண்டு, குப்தா எதிரே, கதை சொல்கிற சுவாரசியத்தோடு வந்து உட்கார்ந்தான். அப்படியான மதராஸி பானும் வேண்டுமென்ற குப்தாவின் கோரிக்கை உடனே நிறைவேற்றப் பட்டது.

*தினசரி ஒருநாள் விடாமல் ராமாயணம் பிரசங்கம் செஞ்சு முப்பது வருஷத்துலே முடிக்க திட்டம் போட்டிருந்த பஞ்சாபகேச சாஸ்திரிகள்கற பண்டிதர் அரசூர்லே இருந்தார். ராமர் காட்டுக்குப்*

போகும் முன்பா ஒவ்வொருத்தராச் சொல்லிண்டு போற இடத்திலே ரொம்ப நாள் சிக்கி பரலோகம் போயிட்டார். இப்போ தினம் அவர் கதை சொல்ற நேரத்திலே, ஒரு குடத்திலே தண்ணியைக்கொண்டு வந்து சபையிலே நடுவிலே வச்சுட்டா அதிலே ஆவாஹனமாகி கதையைத் தொடரறாராம். என்ன, குரல் கொஞ்சம் சன்னமா இருக்கு, அதோடு தண்ணியிலே வர்றதாலே அடிக்கடி தொண்டை கட்டிப் போயிடறதாம்.

இதை அடுத்த ஞாயிறு சப்ளிமெண்டுக்கு ஊர் பேர் போடாம கதையா எழுதிடச் சொல்றேன். ரெண்டு வடையை மிதக்கவிட்டு இன்னும் கொஞ்சம் சாம்பார் கொடு.

குப்தா வாயும் காதுமே உடம்பாக இருந்து மீதிக் கதை கேட்க ஆயத்தமானான்.

வேறே என்ன விசேஷம் உங்க ஊர்லே என்று இலைக்கு முன்னால் கொஞ்சம் சிரமத்தோடு இருந்து தயிர் சாதத்தை ரசித்துக் கொண்டிருந்த ஜெயம்மாவும் கேட்டாள்.

அங்கே இப்போ மனுஷர்கள் எல்லாம் விதி முடிஞ்சு சாகறது திரும்ப நடக்கறது. ஆனா, மிருகங்கள் ஆயுசு நீண்டு போயிருக்காம். சீரியஸா ஒரு தோஸ்த், தியாகராஜன்னு பேரு, எனக்கு போஸ்ட் கார்ட் போட்டிருக்கான். அங்கே சீனியர்மோஸ்ட் சாஸ்திரிகளாக்கும்.

உங்க ஊர்லே எல்லோருக்கும் தரைக்கு அரை அடி மேலே கோழி, கரப்பான் பூச்சி மாதிரி பறக்கற வழக்கம் உண்டோ?

குப்தா சிரிக்காமல் கேட்க, ஜெயம்மாவுக்குப் புரை ஏறிவிட்டது.

அரசூர்லே பறக்காட்ட என்ன, அம்பலப்புழையிலே உண்டே. எங்க சிநேகா மன்னி அப்பா ஆலப்பாட்டு வயசர். கோயில் கொடி மரத்தை நனைச்சுண்டு திந்தோம்னு பறந்தாரே. அதை இந்த மனுஷருக்கு யாராவது சொல்லணும் என்றாள் யாருக்கும் கேட்காத குரலில், பகவதி.

உள்ளே குட்டி பகவதி அசந்து தொட்டிலில் உறங்க குஞ்ஞும்மிணி சீராக ஆட்டிக்கொண்டிருந்தாள்.

காத்துலே என்ன அழகா தொட்டில் ஆடறது பாருங்கோ.

வசந்தியின் தம்பி வெற்றிலை பாக்கு வாங்கிக்கொள்ளவந்த மேல் ப்ளாட் பஞ்சாபிப் பேரிளம் பெண்ணை வெறித்தபடி சங்கரனிடம் சொன்னான். நல்லவேளையாக அவள் இடுப்பு சற்றும் தெரியாத படிக்கு சூடிதாரில் வந்திருந்தாள்.

வம்பும் வாய்க்கு ருசியான சாப்பாடுமாகக் கடந்து போன பகல் அது.

அத்தியாயம்

# ஏழு

அடுத்த வாரம் குப்தா வீட்டுலே சத்சங்க் ஆரம்பம்.

ஜெயம்மா பேசப் புதிதாக விஷயம் கிடைத்த சந்தோஷத்தில் அறிவித்தாள்.

ஒரு மாசம் நடக்குமே? ராத்திரி பன்னிரெண்டு மணிபோல ஆகிடும். டோலக்கும் கஞ்சிராவுமா அத்தனை பேர் சேந்து ராம நாமம் சொல்றது குளிருக்கும் மனசுக்கும் இதமா இருக்கும்.

வசந்தி சொன்னாள். சங்கரனும் அவளும் போன வருஷம் தினசரி கலந்துகொண்டுவிட்டு ஸ்கூட்டரில் பத்திரமாக வந்துசேர்ந்து இஞ்சி தட்டிப்போட்ட சாயா குடித்துத்தான் உறங்கப் போகிற நியமம். இந்த வருஷம் குட்டி பகவதி பிறந்து அதையெல்லாம் ரத்து செய்துவிட்டாள்.

ஆமா, வாய் உலர கத்திக் கத்திப் பாடினா, நீர்க்கக் கரைச்சு வச்சு பானகம் கொடுப்பான். பிரசாதம்னு தொன்னை தொன்னையா கொண்டக்கடலை சுண்டலை கொடுத்து அனுப்பிடுவான் கழுதை விட்டை கை நிறையன்னு.

ஜெயம்மாவுக்குப் பிடிக்கும்தான் அந்த அகண்டநாம பஜனையும் கூட்டாக இருந்து பாடுவதும், சுடச்சுட ரொட்டியும் ஆலு சப்ஜியும் சாப்பிடுவதும். இருந்தாலும் குப்தாவை எதற்காவது கிண்டல் செய்யவேண்டும்.

அவசரமான மொழிபெயர்ப்பையும் குப்தாவுக்கு அவளே செய்தாள். லட்சம் பிரதி வட மாநிலங்களில் தினம் விற்று ஊர் உலக நிலவரம் அறிவிக்கும் தினசரிப் பத்திரிகையின் ஆசிரியரான அவன் கொஞ்சமும் கோபமோ சங்கடமோ இல்லாமல் ஜெயம்மாவின் கிண்டலை சகஜமாக ஏற்றுக்கொண்டது மட்டுமில்லை, ரசித்துச் சிரிக்கவும் செய்தான். குப்தா சொன்னது-

பகவான் பிரசாதத்தை கழுதை விட்டைன்னு சொன்னா அடுத்த ஜன்மத்திலே ஜெயா தீதீ கர்த்தபமாத்தான் பிறக்க வேண்டி வரும். ரொம்ப ஒண்ணும் பெரிசா வித்தியாசம் இருக்காதுதான்.

அட சோழ பிரம்மஹத்தி. சாம்பார் குடிக்கறதுக்குன்னே வந்து சேர்ந்திருக்கியே.

ஜெயம்மா அவனை அவனுடைய பத்திரிகையை மடக்கிக்கொண்டு முதுகில் அடித்து, இன்னும் கொஞ்சம் சாம்பாரும் ஓரம் கருகிய ரெண்டு வடையும் சுவாதீனமாகச் சமையல் கட்டில்போய் எடுத்துவந்து அவனுக்குப் படைத்தாள்.

சத்சங்கும், அகண்ட நாம பஜனையும் தில்லி முழுக்கக் கொடி கட்டிப் பறக்கிறது. தெற்கத்தி மனுஷர்கள், வடக்கர்கள், மீன் வாசனையோடு கிழக்கில் இருந்து வந்த முக்கோபாத்தியாயா, சட்டோபாத்தியாயா வகையறாக்கள், இன்னும் மேற்கில் இருந்து நாசுக்காக வந்து சேர்ந்த காசு கனத்த தேஷ்பாண்டே, அய்யங்கர், கினி, தந்த்வாடேக்கள் என்று எல்லோரும் பங்கு பெறும் ஆராதனை இது.

வீடு வீடாக ராத்திரியில் ராமர் பட்டாபிஷேகப் படத்துக்கு ஜவந்திப்பூ மாலை போட்டு இருத்தி, விளக்கேற்றி வைத்து, ராம் ஏக் ராம் தோ ராம் தீன் என்று ஒவ்வொரு ராம் சொல்லும்போதும் கணக்கை ஏற்றி பதினாயிரம் ராம் வந்ததும் நீர்க்கப் பானகம் கரைத்துக்கொண்டாடுகிற ஆராதனைகள் அமர்க்களமாக அரங்கேறுகின்றன.

கோல்ஃப் லிங்க்ஸிலும், லோதி காலனியிலும் வீடு தவறாமல் இது நடக்க, தெருக்கோடியில் பிளாட்பாரத்தில் சட்டமாக உட்கார்ந்து, கட்டிடத் தொழிலுக்காக வந்த பீகாரிகளும் உத்தரப் பிரதேச பையாக்களும் இதே படிக்கு ராத்திரிதோறும் ராம் ஏக் ராம் தோ கணக்கோடு சாமான்ய ராம பஜனை செய்கிறார்கள். அது காடாவிளக்கு பஜனை என்பது தவிர வித்தியாசமில்லை.

பஜனையா? நான் வர முடியாதே. கேரளா போறேன்.

சின்னச் சங்கரன் குறைப்பட்டதாகத் தொனித்துச் சொல்ல பிடார் ஜெயம்மா அவனை ஒரு கைத் தள்ளலில் ஒதுக்கினாள்.

இவன் ஒருத்தன். என்னடி சுப்பின்னா எட்டு மணிக்கு தயார்னு இங்கே வேறே எதுவும் குப்பை பொறுக்க இல்லாட்ட கேரளத்துக்கு ஓடவேண்டியது. வசந்தி, இவனை கொஞ்சம் நோட் பண்ணி வை. அங்கே டட்டடாண் பின் அப் பொண்ணுகள், கறுப்பும் செகப்புமா நிறைய ஓமனக்குட்டிகள் உண்டு. உனக்குத்தான் தெரியுமே. எப்படித்தான் தலைமுடி தரை வரைக்கும் வருமோ, ரதிகள்.

வசந்தி உள்ள படிக்கே பயந்து போனாள். எதுக்கு இப்போ கேரளாவும் மண்ணாங்கட்டியும். வீட்டோட இருக்கணும் என்று கல்சுரல் மினிஸ்டிரி அண்டர் செக்ரட்டரியை மிரட்ட அவன் பூனையாகிக் கூழைக் கும்பிடு போட்டு குப்தாவை ஆதரவுக்காகப் பார்த்தான்.

அந்தப் பேர்வழியோ வழிச்சு வார்த்த வடையையும் விடாமல் விழுங்கி ஏப்பம் விட்டுவிட்டு வசந்தியிடம் சொன்னது – பெஹன் ஜீ, இவன் செய்யக் கூடியவன்தான். ஜெயம்மாவும் நானும் இங்கே வேலி தப்பாம பார்த்துப்போம். கேரளுக்கு யார் இவன் கூடக் கழுதை மேய்க்கப் போறது?

அடே, தர்ப்பையை வறுத்து நாக்குலே போட்டுப் பொசுக்க. அது கேரள் இல்லே. கேரளம். இப்படித் தப்புத் தப்பா எழுதியே பெரிய பத்திரிகைக்காரன் ஆயிட்டே.

ஜெயம்மா செல்லமாகக் குப்தாவின் கையை எடுத்து வைத்துக் கொண்டு சொல்லி பாவம்டா சங்கரன், விட்டுடுவோம் அவனை என்றாள்.

கேரளத்துலே என்ன தலை போகிற வேலை? குப்தா விசாரித்தான். அதானே என்றாள் வசந்தி சந்தேகம் குறையாமல்.

எங்க மினிஸ்டர் அங்கே கான்பரன்ஸ் தொடங்கி வைக்கிறார். நாம் போனோமே அம்பலப்புழை. அங்கேதான். நாட்டுப்புறக் கலைகள் விழா.

நைச்சியமாக வசந்தியைப் பார்த்துக்கொண்டு சொல்ல, உள்ளே குழந்தை அழும் சத்தம். ஃபீடிங் டைம் என்று வசந்தி உள்ளே போனாள்.

இவனுக்கும் வேல இல்லே இவனோட மினிஸ்டர் அந்தத் தீவட்டித் தடியனுக்கும்தான்.

ஜெயம்மா சொல்லிவிட்டுச் சிரித்தாள்.

ஒரு தடவை அந்தப் பீடைக்கு கேரளா வாசனை காட்டிட்டி வந்தாச்சு. மாசா மாசம் ஏதாவது சாக்கை வச்சுண்டு டூர் அடிக்கறான். ஒட்டடைக் குச்சிக்கு கையும் காலும் மொளச்ச மாதிரி இருந்துண்டு ஆகிருதியான மலையாள ஸ்திரியைத் தேடி எச்சல் வடிச்சபடி போனா, அவ ராபணான்னு இடுப்பிலே தூக்கிண்டுபோய் சமுத்திரத்திலே வீசி எறிஞ்சிடுவா, போடா போய்க்கோன்னு.

பயமுறுத்தும் குரலில் சொன்னாள் ஜெயம்மா. சரிதான் என்றபடி குப்தா வாசலுக்கு நடந்தான்.

வாசலில் யாரோ கூப்பிடுகிற சத்தம். கோசாயி உடுப்பும் முகத்தில் மண்டிய தாடியுமாக ஓர் பைராகி. அப்படித்தான் தெரிந்தது சின்னச் சங்கரனுக்கு. பகவதிப் பாட்டி அரசூரில் சந்தித்த பைராகிகளின் மூணாம் தலைமுறையாக இருக்கும். சாமியாருக்கு ஏது தலைமுறை? அவனுக்குச் சிரிப்பு வந்தது.

வசந்தியின் அப்பா வாசலுக்குப்போய்ப் பார்த்துவிட்டுத் தன் இந்தியைப் பரிசோதிக்க வாய்ப்பு கிடைத்த சந்தோஷத்தில் பைராகியிடம் கேட்டார் –

விசேஷம் நடக்கற வீடுன்னு கண்டுபிடிச்சு சாப்பாட்டைக் கொண்டான்னு வந்திருக்கியே? எல்லாம் தீர்ந்து போச்சு. போய்க்கோ.

பைராகி முறைத்ததில் சப்தநாடியும் ஒடுங்கிப் போனார் அவர். சங்கரன் வெளியே வர, பைராகி முறையிட்டான் –

உங்க வீட்டுலேதான் பிக்ஷை ஏத்துக்கச் சொல்லி உத்தரவு. போடறதுன்னா போடு. இல்லேன்னா ஜலமும் வாயுவும் எதேஷ்டமா இருக்கு. போறேன்.

அதெல்லாம் வேண்டாம். கொஞ்சம் இரு.

பிடார் ஜெயம்மா பைராகியை நிற்கச் சொல்லிவிட்டு சமையல் அறைக்கு வந்தாள். சாதம், உருளை ரோஸ்ட், பரங்கிக்காய்ப் பால் கூட்டு, திரட்டுப் பால், தேங்காய் அரைத்து விட்ட பூசணிக்காய் சாம்பார், எரிசேரி, அவியல், எலுமிச்சை ரசம், கட்டித் தயிர் என்று கிண்ணம் கிண்ணமாக ஒரு பெரிய தட்டில் எடுத்துப்போய் பைராகியிடம் நீட்டி, அங்கே உக்காந்து சாப்பிட்டுப் போ என்றாள் கருணையோடு.

அன்னபூரணி என்று ஓங்கி விளித்து அவளைப் பைராகி கும்பிட்டு வாசலில் ஓரமாகக் குந்தி இருந்து சாப்பிடும்போது, தோட்டத்தில் சத்தம்.

சங்கரன் திரும்பிப் பார்க்க மயில் மறுபடி பறந்து வந்து சேர்ந்திருந்தது. பைராகி சங்கரனைப் பார்த்துச் சிரித்தான்.

நான் சீக்கிரம் சாப்பிட்டு முடிக்கறேன். அப்புறம் மயிலைப் பாரு. அது உனக்காகக் காத்திருக்கும்.

திரும்ப அவன் ஜெயம்மாவை வணங்க, அவள் திருப்தியாக அரட்டையைத் தொடர்வதற்காகத் திரும்ப உள்ளே போனாள். பெண்களுக்கே ஆன பேச்சு என்று சங்கரன் ஊகிக்க, அவனை விலக்கி வைத்திருந்தார்கள்.

மீரட் கத்தரிக்கோல் என்று வசந்தி உச்சக் குரலில் சிரித்தபடி சொல்ல, ஜெயம்மா ஏற்று வாங்கி இன்னும் கொஞ்சம் சுருதி சேர்த்தாள் அவுட்டுச் சிரிப்புக்கு. இந்தியா முழுக்க மீரட்டுனா வேறே ஞாபகமே வராது என்றாள் ஜெயம்மா அடுத்த சிரிப்புக்கு ஆயத்தம் செய்தபடி. அது என்ன என்று சங்கரனுக்குத் தெரியும் என்றாலும் அவன் சிரிக்க முடியாது.

பைராகி திருப்தியாகச் சாப்பிட்டு முடித்து பாயசமும், மோரும் ஒரு சொம்பு தண்ணீரும் வாங்கிக் குடித்துக் கொஞ்சம் வெற்றிலை கேட்டு வாங்கினான். ஐந்தே நிமிஷத்தில் சிரம பரிகாரம் முடிந்து அவன் கிளம்பும் முன்னால், வசந்திக்கும் அவள் குழந்தைக்கும் சகல விதமான சுகமும் அதிர்ஷ்டமும் வர பிரார்த்தனை சொன்னான். அவன் போனதும் தோட்டத்தில் மயில் ஆட ஆரம்பித்தது.

ஆடி முடியும்வரை அதைப் பார்த்தபடி இருந்தார்கள். பிடார் ஜெயம்மா எல்லோரிடமும் பிரியத்தோடு சொல்லிக்கொண்டு இன்னும் கொஞ்சம் ஊர்க் கதை பேசி, இன்னும் ஒரு டோஸ் புது டிகாக்‌ஷன் காப்பி சாப்பிட்டு ரெண்டு தரப்பிலும் பிரிய மனசே இல்லாமல் புறப்பட்ட போது பிற்பகல் மூணு மணியாகி விட்டிருந்தது.

அதற்குள், சங்கரனும் வசந்தியும் வேணாம் வேணாம் என்று மறுக்க, அசத்துகளே, சித்த சும்மா இருக்கணும் என்று அவர்களைக் கடிந்து கொண்டு ஜெயம்மா குழந்தை கழுத்தில் ரெண்டு பவுனுக்கு ஒரு புது சங்கிலி போட்டிருந்தாள். சிங்கப்பூர் போயிருந்தபோது வாங்கியது என்று பளபளவென்று ராஜாக்களின் வஸ்திரம்போல மின்னித் திளங்கிக்கொண்டு ஜரிகையில் புட்டா புட்டாவாகப் போட்டு ஒரு புடவை வேறே கொடுத்தாள்.

சங்கரனுக்கு ஏது வாங்கித் தருவது என்று புரியாததால், கன்னாட் ப்ளேஸில் மதராஸ் பேங்குக்குப்போய் கிப்ட் செக் இருநூறு ரூபாய்க்கு வாங்கியிருந்தாள்

பிரம்மஹத்திகள், டாய்லெட் போற வழியிலே கூரையிலே சொருகி வச்ச பழைய பேப்பர்லே நாலு பூப் போட்டா கிப்ட் செக்காம். சரி அந்தக் கந்தல் காகிதத்துலே எழுதறபோது பார்த்து எழுத வேணாமோ? இன்னும் பத்து வருஷம் கழிச்சு இருக்கற தேதியைப் போட்டுக் கொடுத்துடுத்துகள். வாங்கிப் பார்த்துட்டு சண்டைக்குப் போனா, அதனாலே என்னன்னு முழ நீளத்துக்குக் கீழேயே கோழிக் கிறுக்கலாக் கையெழுத்துப் போட்டுக் கொடுத்துடுத்து அந்த ஏஜண்ட் பிரம்மஹத்தி. நீ முதல்லே நாளைக்கு அந்த கிப்ட் செக்கை என்கேஷ் பண்ணு.

வசந்தியின் அப்பா ஜெயம்மாவின் தாராள குணத்தாலும் தன் மகளிடம் அவள் காட்டும் வாத்சல்யத்தாலும் பரவசமடைந்து சங்கரனிடம் சொன்னார் –

மாப்ளே, இந்த காஷ்மீர் லேஞ்சியை நீங்க பதில் மரியாதையாக் கொடுத்தா நிறைஞ்சு இருக்கும்.

சங்கரன் அவர் கையில் பிடித்திருந்த நீள வாட்டில் மடித்த துணியைச் சிரத்தையின்றிப் பார்த்தான். அதில் பத்து நிமிஷம் முன் அவனுடைய மைத்துனன் மூக்குத் துடைத்த ஞாபகம்.

பதில் மரியாதையாக அப்புறம் ரூபாய் முன்னூற்றொண்ணு பழுக்காத் தட்டில் வெற்றிலை பாக்கு புஷ்பத்தோடு வைத்து ஜெயம்மாவிடம் வசந்தி தர, அவள் ஒரு ரூபாய்க் காசையும் புஷ்பத்தையும் மட்டும் எடுத்துக்கொண்டாள்.

அவர் எப்போவாது வெத்திலை போடுவார். பல்லு சரியில்லேன்னு டெண்டிஸ்ட் அதுக்கும் தடை போட்டிருக்கார். எனக்கானா இதெல்லாமே அலர்ஜி. நீயே உங்கப்பாவுக்கு நான் கொடுத்ததா கொடுத்திடு வசந்தி.

ஜெயம்மா சொல்ல, சங்கரன் இடைவெட்டினான் – எதுக்கு, அவர் திரும்ப தன் கடையிலே கொண்டுபோய் விக்கறதுக்கா?

நீ இன்னொரு சோழ பிரம்மஹத்தி.

ஜெயம்மா அவனுக்குப் பழிப்பு காட்டிவிட்டு வாசலுக்கும் உள்ளுக்குமாக நின்றாள். அடுத்து ஏதாவது பேச யாராவது விஷயத்தை எடுத்தால் அவள் திரும்ப உள்ளே வந்து அதையும் பேசி முடித்துத்தான் போவாள் என்று தோன்றியது.

வசந்தி பழைய இந்துஸ்தான் டைம்ஸ் பத்திரிகையில் சுற்றி எடுத்து வந்த இலையில் நாலு லட்டும், தேங்காய்ப் பருப்புத் தேங்காயில் பாதியும் இருப்பதாகச் சொன்னாள். வீட்டுக்குப் போனதும் ஓவல்டின் டப்பாவில் எடுத்து வைக்க மறக்கவேண்டாம் என்று கேட்டுக்கொண்டாள் அவள்.

ஓவல்டின் சப்ளை இல்லே இப்போ என்றார் வசந்தியின் அப்பா. கரோல்பாக் தமிழ்க் கடைக்காரராகப் பொறுப்போடு யோசித்துச் சொன்னார் –

அதுக்கு பதிலா, மெட்ராஸில் இருந்து ஆல்விட்டோன்னு ஒரு புது பானம் வந்திருக்கு. நன்னா இருக்குன்னு எல்லோரும் சொல்றா.

அது வாயிலே ஒட்டிக்கறதே. ரெண்டு வாய் குடிச்சா உதடு கப்புனு ஒட்டி பேச்சே எழும்ப மாட்டேங்கறது என்றாள் புதுசாகப் பேசக் கிடைத்த ஜெயம்மா.

அடுத்த பத்து நிமிஷம் வேறே பேச்சே எழாமல், அவள் காரில் ஏறிக் கைகாட்டிக்கொண்டு புறப்பட்டுப் போக மழை பெய்து ஓய்ந்த அமைதி அங்கே. சங்கரன் ஒரு பத்து நிமிஷம் தூக்கம் போடலாம் என்று மெழுகு சீலைத் தலகாணியைத் தேட, வசந்தி உள்ளே இருந்து சத்தம் போட்டாள் –

இப்போ தூங்கினா ரெண்டுங் கெட்டானா ராத்திரி ஏழு மணிக்குத்தான் எழுந்திருப்பீங்க. அப்புறம் ராத்திரி முழுக்க...

அவள் பாதியிலேவிட்டதும் அதற்கு மேலும் அர்த்தமாக, தான் பிரசவம் கழிந்துப் பத்தே நாள் ஆன மனைவியை சரீர ரீதியாகச் சுகம் கொடுக்க கஷ்டப்படுத்துகிறவன் இல்லை என்பதை எப்படியாவது அவளுக்குச் சொல்லத் துடித்தான். மேல் மாடி பஞ்சாபிப் பெண்கள் போனால் அதைச் சொல்லலாம்.

சாயந்திரம் வரைக்கும் பொழுது உருப்படியாகப் போக பகவதியின் டயரியைப் படிக்கலாம் என்று முடிவு செய்து உள்ளே இருந்து அந்தப் பழைய ஹோ அண்ட் கோ வெளியிட்ட கருப்பு தோல் போர்த்திய டயரியை எடுத்து வந்தான். வசந்தியின் உறவுக்காரர் களும் மேல் மாடி பஞ்சாபிப் பெண்களும் குங்குமம் வாங்கிக் கொண்டு போக, அமைதியாகக் கிடந்த வீடு.

கதவை அடைத்துவிட்டுவந்து படிக்க உட்கார்ந்தான் சின்னச் சங்கரன்.

## அத்தியாயம்

# எட்டு

***(பகவதியின் டயரியில் இருந்து)***

*1896 திசம்பர் 23 புதன்கிழமை*

விடிகாலையில் குளிக்கறது நல்ல பழக்கம்தான். இங்கே அரசூர்லே, எல்லார் வீட்டுப் பெண்களும் அதேபடிக்குத்தான் செய்யற வழக்கம். முக்கியமா செவ்வாய், வெள்ளிக்கிழமை. அதோடுகூட, மாசாந்திரம் விலகி இருக்கறது கழிஞ்சு. அப்புறம் மார்கழி மாசம் முப்பது நாளும்.

மார்கழி கொண்டாடறது எனக்கு அரசூர் வந்த பிற்பாடுதான் சீலமாச்சு.

முதல்லே மார்கழின்னு பேரே புதுசா இருந்தது. மலையாளத்திலே தனு மாசம்னு கேட்டுத்தான் பழக்கம். அது இங்கே மார்கழி.

தனு மாசத்துக்கு முந்தி வரும் சிங்க மாசம் இங்கே ஆவணி. கன்னி மாசம் புரட்டாசி. துலாம் மாசம் ஐப்பசி. விருச்சிகமோ கார்த்திகை ஆயிடும். இப்படி மாசம் பந்த்ரெண்டும் இங்கே முழுக்க மாறி வரும்.

மார்கழி மாசம் இருக்கே. அது தனி அனுபவமாக்கும். வெறும் நாளிலே உதயத்துக்கு முந்தி ஒரு அஞ்சரை மணிக்கு எழுந்து வாசல்

தெளிக்கக் கிளம்பறது வழக்கம் என்னாக்க, மார்கழி மாசத்திலே அலாரம் கடியாரத்தைத் தலைமாட்டுலே வச்சுண்டு நாலு மணிக்கு முழிப்புத் தட்டினதுக்கு அப்புறம் விடாம மணி அடிக்க எழுந்திருக்கறேன். அலாரம் நான்தான் வைக்கறது. லண்டன் கடிகாரம். ரொம்ப காசு அடச்சு பட்டணத்துலே இருந்து வாங்கிண்டு வந்தார். ஒரு தடவை எப்படின்னு செஞ்சு காட்டி விளக்கிச் சொன்னார். புரிஞ்சுண்டேன். நல்ல விஷயம் புதுசா தெரிஞ்சுக்கற சந்தோஷமாக்கும் அது.

ராத்திரி எடுத்து வச்ச பால் குளிர் காலங்கறதாலே திரியாம, கெட்டுப் போகாமல் அப்படியே திடமா இருக்கும். என்ன, எருமைப் பால் எடுத்து வச்சா அவ்வளவு நிச்சயமாச் சொல்ல முடியாது. ரொம்ப கொழுத்து நாள் முழுக்க நாக்கிலே சுத்திண்டே இருக்கும். வயத்துலேயும் சமயத்திலே குடுகுடுன்னு ஓடி ரகளைப்படுத்திடும் எருமைப் பால். பசும்பால்தான் சரியானது. பசு மாதிரியே ரொம்ப சாத்வீகம் அது.

பால் இந்தக் கதைன்னா, காப்பிப் பொடி இன்னொரு மாதிரி. அதை சித்த முன்னாடியே திரிச்சு வச்சுக்கணும். அப்போ அப்போ அரைக்க வீட்டுலே கையாலே சுத்தற மிஷின் இருக்குதான். ஆனாலும் காலம்பற மூணு மணிக்கு கரகரன்னு அதுலே பிடிப்பிடியாப் போட்டு சுத்தி அந்த சத்தத்திலே ஊர் முழுக்க எழுந்து உட்கார வைக்க மனசு இல்லே எனக்கு. இவரானா ரெண்டு நாளைக்கு ஒரு தடவை பீப்ரியும் ரொபஸ்டாவும் ஒரு ரகசியமான விகிதத்துலே கலந்து ஐயங்கார் கடையிலே புதுசா அரைச்ச பொடி வாங்கிண்டு வந்து வச்சுடுவார். சளைக்காமல் காப்பிப் பொடி வாங்குவார் இப்படி சிராங்காய்க்கு ரெண்டு முட்டைக் கரண்டி அதிகமா. ரெண்டு நாளைக்கு மேலே அதோட வாசனை போயிடுமாம். சுல்தான் கெட்டார், புகையிலைக் கடை ஐயர்வாள் காப்பி ருசி அப்படி.

குமுட்டி அடுப்பு பத்த வச்சு வென்னீர் போட்டு, ரெண்டு கரண்டி வழிய வழிய காப்பிப் பொடியை பில்டர்லே போடவேண்டியது. வென்னீரைக் கொதிக்கக் கொதிக்க விட்டு, ராஜாவுக்கு மரியாதைக்குக் குடை பிடிக்கற மாதிரி சில்வர் குடையை மேலே வச்சு அடச்சுட்டு தந்தசுத்தி. நம்பூத்ரி சூரணத்தை தீத்தி பல் தேய்க்கப் போய்ட்டுவந்தா, கமகமன்னு காப்பி டிகாஷன் இறங்கி இருக்கும்.

எனக்குத் தானாக்கும் முதல் காப்பி. புகையிலைக் கடைக்காரர் எழுந்திருந்தா அவருக்குத்தான் முதல்லே. தூங்கற மனுஷனை என்னத்துக்கு எழுப்பி காப்பி கலந்து தர்றதாம்? அகத்துக் காரர்னாலும் சரிதான். ஊர், உலக நடப்பு இது. காப்பி மரியாதை இது.

வாசல்லேபோய் ஒரு மரக்கால் முழுக்க அரிசி மாவும் கோல மாவும் கலந்து எடுத்துப் போனதை வச்சு இருபது புள்ளி இருபது வரிசை கோலம் போட உக்கார்ந்தா, நேரம் போறதே தெரியாது. கோலம் சீரா வந்து எங்கேயும் சிக்காமல் அம்சமா முடிய அஞ்சரை மணி ஆகிடும். அதுக்குள்ளே அண்டை அயல்லே இருக்கப்பட்ட பெண்டுகளும் அவரவரோட வாசல்லே கோலம்போடவந்து எல்லாருமா கை பேசப் பேச வாயும் கூடவே கலகலன்னு சேர்ந்து பேசறது நடக்கும்.

மார்கழி மாசம்னோ என்னமோ, யாரும் வம்பு பேசறதில்லே. ஹரிகதையிலே கேட்டது, வீட்டிலே கர்ண பரம்பரையா வந்த தகவல் இப்படிச் சொல்லிக்கேட்டு கோலம் போடற சிரமமே தெரியாமப் போயிடும். நான் இவர் வாங்கி வந்து கொடுக்கற அறுபத்து மூவர் கதை, பக்த விஜயம் இப்படி புஸ்தகம் படிச்சு அதிலே வர்றதை எல்லாம் சொல்றதாலே என் பக்கம் எல்லோரோட காதும் திரும்பி இருக்கும். கதை சொல்லிண்டே கோலம் தப்பு இல்லாம போட பழக்கம் வேணும். எனக்கு ரெண்டு மார்கழி ஆச்சு அது மனசிலே படிய. இப்போ கண்ணை மூடிண்டுகூடக் கோலம் போடுவேனாக்கும்.

இன்னிக்குக் காலம்பற இப்படித்தான் தெம்பா காப்பி உபசாரம் எனக்கு நானே நடத்திண்டு, கோலம் போட்டு முடிச்சுட்டு உடனே குளிச்சேன். சரி இவ்வளவு பண்ணியாச்சு, மார்கழி ஆச்சே, கோவிலுக்குப் போகலாம்னு கிளம்பிட்டேன். கோவில் பக்கத்திலே ஊருணியிலே ஜில்லுனு வெள்ளம் கோரியெடுத்து குடத்துலே நிறைச்சு வரலாம்னு கூட பரிபாடி. சட்டுனு வார்த்தை வர மாட்டேங்கறது. பரிபாடின்னா, திட்டம்னு சொல்றதா?

நிறைகுடத்தோட கோயிலுக்குள்ளே போகலாம்தான். ஆனா கொண்டு போனதை அபிஷேகத்துக்குத் தந்துடறதுதான் மரியாதை. காலிக் கொடம்னா வாசல்லே வச்சுட்டு உள்ளே போகணும். சமயத்திலே காணாமப் போயிடும்.

பரவாயில்லேன்னு காலிக் கொடத்தை வெளியிலே சண்டிகேசுவரர் சந்நிதிக்குப் பின்னாடி வச்சுட்டு நிர்மால்ய தரிசனத்துக்காக உள்ளே போனேன். வக்கீல் குமஸ்தா பெயர் சொல்லாதவர் திருவெம்பாவைன்னு ராகத்தோடு படிச்சுண்டிருந்தது கண்ணுலே பட்டது. பெயர் சொல்லாதவர் ஏன்னு கேட்டா, எங்க அவர், அதான் புகையிலைக் கடைக்காரர் பெயர் தான் குமஸ்தருக்கும்.

அவருக்கு பரிவட்டம் கட்டி ஒவ்வொரு பாட்டாகப் பாடி எம்பாவே எம்பாவேன்னு முடிக்க முடிக்க அடுக்கு தீபாராதனை காட்டினதைக் கொஞ்ச நேரம் கண் குளிரப் பார்த்துட்டு வெளியிலே வந்தேன்.

சின்னக் குருக்கள், புகையிலைக் கடை மாமி, பொங்கல் பிரசாதம் இந்தாங்கோன்னு நீட்டினார். கண்ணிலே ஒத்திண்டு வாங்கிண்டேன்.

நம்ம வகை சேவை என்னிக்குன்னு கேட்டேன். புகையிலைக் கடைக்காரர் மார்கழி பத்துலே இருந்து இருபது வரை சேவை நடத்தறதாச் சொல்ல ஒரே சந்தோஷம். இன்னிக்கானா வக்கீல் ராவ்ஜி திருப்புழிச்சை உபயதாரராம். யார் கொடுத்தா என்ன, கோவில் பொங்கல் ருஜியே தனிதான்.

ஒரு ஆறு மணி இருக்கறச்சே ஊருணியிலே தண்ணி எடுத்துண்டு ஜாக்கிரதையாப் படி ஏறிண்டு இருந்தேனா. இருட்டு இன்னும் விலகலே. படியிலே மசமசன்னு எதுவோ இருக்கற மாதிரி தட்டுப் பட்டது. ஊருணிக்குள்ளே போகற போதும் இருந்ததான்னு கேட்டா எனக்குச் சரியாத் தெரியலே. இருந்திருக்கலாம். நான் பார்த்திருக்க மாட்டேனா இருக்கும். அது ஒரு மிருகமோ பட்சியோ தான். மனுஷர் இல்லே.

ஜிவ்வுனு றெக்கையை விரிச்சு அந்தப் பட்சி தத்தித் தத்தி என் முன்னாலே ஓடினது. நான் அப்படியே நின்னேன். இவ்வளவு பிரம்மாண்டமா றெக்கை வச்சுண்டு என்னவாக்கும் இது. மயில் தானே? அது ஏன் விடிகாலை இருட்டுலே வந்தது? எங்கே இருந்து வந்தது?

சரி அதுக்கும் மார்கழிக் குளிர் வேணும்போல இருக்கு. யாருக்கும் உபத்ரவம் பண்ணாம ஊருணிக் கரையிலே ஆடிட்டு சுப்ரமணிய சுவாமியைத் தொழுதுட்டு பறந்து போகட்டும்னு நான் ஒரு ஓரமாப் படி ஏறினேன்.

ஊருணிக் கரையிலே நடந்துண்டு இருக்கறபோதுதான் பின்னால் ஏதோ சலசலன்னு சத்தம். என்னவா இருக்கும்னு பார்த்தா, என்னத்தைச் சொல்ல? அந்த மயில் என் பின்னாலேயே தொரத்திண்டு வந்துண்டிருந்தது.

இன்னும் இருட்டு விலகலேன்னாலும் மயிலோட கண்ணு எனக்கு ரொம்ப திவ்யமாத் தெரிஞ்சது. அதுலே விரோதம் இல்லே. ஏதோ சொல்ல வர மாதிரி தோணல். தோணல் மாத்திரம். கேட்கலேன்னா உனக்குக் கஷ்டம்னு சொல்லாமச் சொல்ற கண்ணு அது. மிரட்டல் இல்லே. பிடிவாதம். அலகு வேறே ரொம்ப குரூரமா நீட்டிண்டு பின்னால் றெக்கை எல்லாம் செம்மண்ணுலே புரள, அது என் பின்னாலேயே வருது. எனக்கு சப்தநாடியும் ஒடுங்கிப் போனது.

நான் ஒரு நிமிஷம் செய்யறது அறியாம, ஆதித்ய ஹிருதயமும் அப்புறம் ஞாபகம் வந்த வரைக்கும் ஹனுமான் சாலிசாவும் சொன்னபடிக்கு முன்னாடி போக, மயிலானா விடாமே திட சித்தத்தோடு பின்னாலேயே வருது.

நான் ஓட ஆரம்பிச்சேன். அதுவும் என் பின்னாலே ஓடி வந்துண்டு இருக்கு. மயில் ஆடினா கண்ணுக்கு நிறைவா இருக்கும். ஓடினா என்னமோ தத்தக்கா புத்தக்கான்னு கோணலா இருக்கு. தோகை பாரம் இல்லாட்ட இன்னும் வேகமா ஓடுமோ என்னமோ. அதுவும் நல்லதுக்குத்தான். என் வேகத்துக்கு ஈடு கொடுக்க முடியாம அது தெருக் கோடியில் நிக்கறது. சரி அப்படியே போயிடும்னு ஆசுவாசம்.

இது என்ன தெரு? அரசூர் மாதிரி தெரியலியேன்னு கவனிச்சுப் பார்க்கறேன். அட, இதெல்லாம் நம்ம அம்பலப்புழை ஆச்சே. இங்கே எப்படி வந்தது? கனவு ஏதாவது காணறேனா?

நின்னு யோசிக்கறபோது ஜிவ்வுனு அந்த மயில் பறந்து வர்றது தெரிஞ்சது. வெலவெலத்துப்போய் எதிர் வசத்திலெ தெரிஞ்ச பாதையிலே ஓடறேன். அது அம்பலக் குளக்கரை. செண்டை மேளம் சத்தம் கேக்கறது. எங்க அம்பலப்புழ கிருஷ்ணன் அம்பலம்தான். இந்த மாரார் குரல் எத்தனையோ காலம் கேட்டுப் பழக்கமானது ஆச்சே.

வந்தே முகுந்த ஹரே ஜெய ஷவ்ரே

அம்பலப்புழை கிருஷ்ணன் அம்பலம் ஆச்சே இது. மனசுக்கு ஆசுவாசமா இருக்கு. குளக்கரையிலே யாரோ உக்கார்ந்திருக்கார்.

அம்மா பசி உசுரு போறது. புண்ணியமாப் போறது. அன்னபூரணி. சாப்பிட ஏதாவது கொடு.

பைராகின்னா அது. நட்ட நடுத் தலையிலே திரிசூலம் மாதிரி சூடு போட்டுண்ட சித்தன். அன்னிக்கு என்னோட பேசி நல்ல வார்த்தை சொன்னவன் ஆச்சே. அவனா பசின்னு ஆகாரம் யாசிக்கறது?

பைராகிகள் பசிச்சாலும் அல்பமான சம்சாரிகள் சமைச்சதைச் சாப்பிடுவாங்களோ? நான் புரியாமல் அவனைப் பார்த்தேன்.

காலம் மாறிவரும் போது நாங்களும் மாறித்தான் போகணும் குஞ்ஞே. வீட்டுக்குப் போய் பழைய சாதம் இருந்தாலும் சரி, ஒரு குத்து தயிர் விட்டு ஒரு விழுது மாங்காய் உப்பிட்டது சேர்த்து எடுத்து வா.

பைராகி பெத்தவா மாதிரி பிரியமான குரல்லே சொல்ல மனசு கரைஞ்சு போனது எனக்கு.

இதோ வந்தாச்சுன்னு சொல்லி, இடுப்பிலே வச்ச குடத்தோடு விரசா நடக்கிறேன். குப்புசாமி அண்ணா, விசாலம் மன்னி. வந்துட்டேன். பழைய சாதத்தை களைய வேண்டாம். கேட்டேளா. பைராகி கேட்கறார்.

வீடு எங்கே? எந்தத் தெருவிலே இருக்கு? இருட்டு இன்னும் ஏன் விலகலே?

நான் பதைபதைச்சு நடக்கறேன்.

ஏய் பகவதி, எங்கே நீ பாட்டுக்கு போறே?

எங்க அவர், புகையிலைக் கடைக்காரர் குரல். அரசூர் வீட்டு வாசல் இது. நான் போட்டுட்டுப்போன கோலத்தை ரசிச்சபடி நின்னுண்டு கூப்பிடறார். ஒண்ணும் புரியாம திரும்பறேன்.

ஏன் இந்த வீட்டை, இவரை மறந்து போனேன்? எங்கே போயிண்டிருக்கேன்? அம்பலப்புழை வீட்டு இங்கே எப்படி வந்தது? அம்பலம் எங்கேயிருந்து இடம் பெயர்ந்து வந்தது?

வீட்டுக்குள்ளே வேகமாப் போனேன். அவரும் கதவை அடச்சு உள்ளே வந்தார். கட்டிப் பிடிச்சுண்டேன் ஆமா. கட்டிண்டு கரைஞ்சேன் ஒரு பாட்டம் அழுகை. வேண்டி இருந்தது எல்லாம்.

அவர் காப்பி டம்ப்ளர்லே இக்கிணி இக்கிணியா சீப்பிக் குடிச்சுண்டே சொல்றார் - சமயத்துலே போதம் கெட்டுப் போயிடும் தான். எல்லோருக்குமே அது நடக்கலாம். சரீரத்துலே பித்தம் அதிகமானா இப்படி நேரும்னு வைத்தியன்மார் சொல்றா. அது இருக்கவே இருக்கு. இனிமே நீ இருட்டு விலக முந்தி எங்கேயும் போக வேண்டாம்.

இல்லேன்னா. எங்கேயும் போகலே. அம்பலப்புழை அம்பலம். வீடு.

நான் சொல்லத் தெரியாத சொப்பனம் கண்ட சிசு மாதிரி புலம்பறேன்.

உனக்கு அதெல்லாம் ஆத்மாவிலே ஒட்டின விஷயம்கறாரு இவரானா. ராத்திரி சொப்பனத்துலே பைராகி வந்தான். சொல்றான் -

குழந்தே. பத்திரமா வீட்டுக்குப்போய்ச் சேர்ந்தியே அதுவே போதும்கறான்.

அடடா, உனக்கு சாதம் போடறேன்னு சொல்லிட்டு நான் பாட்டுக்கு வந்துட்டேனேன்னு வருத்தத்தோட சொல்றேன்.

சாரமில்லே குஞ்ஞே. நான் திரும்பி வருவேன். உன் வீட்டுலேதான் சாப்பிடுவேன். அப்போ மயில் ஆடும். எல்லாரும் செழிப்பா இருக்கட்டும்.

அவன் ஜல்ஜல்னு சதங்கையைக் கையிலே வச்சு சத்தப்படுத்திண்டே போகறான். இது சொப்பனம்னா, பைராகி பசின்னு அன்னம் யாசிச்சது? ஊருணிக் கரையிலே மயில் தொறத்தினது? நான் ஓடினது? பிரமையா?

அதுலே எல்லாம் மனசை ரொம்ப அலைபாய விடக்கூடாதுன்னுட்டார் இவர். பைராகி ஆசிர்வாதம் பண்ணினது தான் இதிலே எடுத்துக்க வேண்டியதுன்னுட்டார்.

திரும்பி வருவானாமே? வரட்டுமே. வந்தா உக்கார வைச்சு பத்து காய்கறி தித்திப்பு, காரம், புளி சேர்த்து அமர்க்களமா ஆக்கிப் போட்டுடுன்னார். நான் இருக்கறதுக்குள்ளே வருவானா? தெரியலியே.

அது எப்படியோ போகட்டும். அம்பலப்புழையிலே ஒரு வீடு வாங்கச் சொல்லணும் இவரை. சின்னதா ஒரு குச்சுவீடா இருந்தாலும் சரிதான். அங்கே ஒரு வீடு வைக்கணும். மயில் அதைச் சொல்லத்தான் பின்னாலேயே வந்திருக்கும். அதைப் பார்த்து ஏன் பயப்பட்டேன்? சிங்கமா புலியா அது?

அப்புறம் வந்து, அது எம்பாவே இல்லையாம். எம்பாவாய்-னு சொல்லணுமாம். திருப்புழிச்சை இல்லையாம். திருப்பள்ளி எழுச்சியாம். இவர் இதைப் படிச்சுட்டுச் சொன்னார். நான் என்னத்தைக் கண்டேன்.

அத்தியாயம்

# ஒன்பது

கேரளம் திலீப் நினைத்ததுபோல் இல்லை.

பம்பாய் மாடுங்கா சங்கர மட வைதீகர்களும், ஓணத்துக்கு வாழைக் குலை வாங்கக் குடும்பத்தோடு கும்பலில் புகுந்து புறப்படும் சென்ட்ரல் ரயில்வே டிவிஷனல் கிளார்க் நாயர்களும், ஐயப்பன் கோவிலில் மார்கழி மாதம் இருமுடி கட்டிவிட செண்டை மேளத்தோடு வந்து சேரும் மாரார்களுமாக அவன் மனதில் எழுப்பியிருந்த உலகம் வேறு விதமாக இருந்தது.

அந்த நிலப் பிரதேசத்தில் விடிய ரெண்டு மணி நேரம் முன்னால் நம்பூதிரிகள் ஆறு, குளம் என்று பார்த்து முழுக்குப் போட்டுவிட்டு முன்குடுமி முடிவார்கள். வாசல் திண்ணைகளிலும் கோயில் பிரகாரங்களிலும் உட்கார்ந்து இடைவிடாமல் மயேமயே என்று எல்லா வேதமும் நீட்டி முழக்கி ஓதுவார்கள். அகண்ட ஜபமாகக் கூடி உட்காந்து நாசியில் கை வைத்து ஜபித்துக்கொண்டிருப்பார்கள்.

வெள்ளைப் புடவையும் சந்தனப் பொட்டுமாக, லட்சணமான ஸ்தூல சரீர சுந்தரிகள் கால்களை அகட்டி வைத்து ஆடுவார்கள். கை கோர்த்து வட்ட வட்டமாக சுற்றி வந்து பாடுவார்கள். சதா கும்மியடித்துக்கொண்டிருப்பார்கள்.

உச்ச ஸ்தாயியில் செண்டையும் பெரிய சைஸ் தாளங்களுமாக பெருஞ் சத்தமாக வாசித்துக்கொண்டு மாரார் வகை ஆசாமிகள் சுற்றிச் சுற்றி வருவார்கள். அவர்களோடு, பட்டப்பகல் என்றாலும்

கோல் விளக்கு ஏற்றிப் பிடித்துக்கொண்டு கோவில் ஊழியர்கள் அவசரமாக நடந்து போவார்கள்.

இருபது வயதுக்கு மேற்பட்ட ஆண்கள் எல்லாரும் சட்டம் போட்டுக் கட்டாயமாக்கியதுபோல் தாடி வளர்த்து, சதா கண்ணில் அப்பிய சோகத்தோடு அலைவார்கள். மேலே லேசாகத் தொட்டால் ராக்கிளிகளும் படகுத் துறையில் தனித்து நிற்கும் பெண்களும் யாத்ரிகர்களும் கடந்து வரும் கீதங்களை ஊர் முழுக்க ஒலிக்கும் ஒரே குரலில் பாடத் தொடங்குவார்கள்.

பலாப்பழமும், நேந்திரம்பழ வறுவலும், தேங்காய் துருவியதுமாக எல்லாப் பொழுதும் சாப்பிடக் கிடைக்கிற நிலம் அது. பிரகாரத்தில் வரிசையாக இலைபோட்டு கோயில்களுக்கு வருகிறவர்களைக் கட்டாயப்படுத்தி சாப்பிடச் சொல்வார்கள். சோற்றை அள்ளி வீசி, மடி ஆசாரத்தோடு பரிமாறுவார்கள்

நடந்தது என்னமோ இதுதான்.

திலீப் உட்கார்ந்திருக்கும் பழைய கட்டடத்தின் முன்னறையில் குடிக்கத் தண்ணீர் பிடித்துவைத்த வயசன் திலீப்பைப் பார்த்துச் சொல்லிச் சிரிக்கிறான்.

சுவரில் சாய்ந்து நிற்கிற வயசன் அவன். ஆப்பீசு திறக்கறீங்க எடுபிடி காரியம் செய்ய ஆள்கார் வேணாமா என்று கேட்டு முதலில் படி ஏறி வந்தவன் அவன்.

இருந்துட்டுப் போகட்டும். காப்பி வாங்கிண்டு வரவும் தண்ணி பிடிச்சு வைக்கவும் வேண்டி இருக்கு.

பிஸ்கட் சாஸ்திரி நியமித்த முதல் ஊழியன் அவன். வயசு எழுபதுக்கு மேல் என்றாலும் அறுபது ரூபாய் மாத சம்பளத்துக்கு மலிவாகக் கிட்டிய ஊழியம் இது என்பதை இங்கிலீஷில் குழூக்குறியாக எடுத்துச் சொல்லி திலீப்பின் சிரிப்பை யாசித்தார் சாஸ்திரி.

நீங்க சொன்னா அதுதான் சட்டம் என்று மினிஸ்டர் பெண்டாட்டி சியாமளா பெரியம்மா, சாஸ்திரியை சிம்மாசனத்தில் வைத்தாள் அப்போது.

வந்தது முதற்கொண்டு சதா பேசியபடி இருக்கிறான் வயசன். இந்த வயசில் அவனுக்கு ஒருத்தர் வேலை போட்டுக்கொடுத்த பூரிப்போ சந்தோஷமோ வார்த்தையாய் வந்து விழுந்த மணியமாக இருக்கிறது.

எப்போதோ கண்ணூர் போன கதையை வயசன் திலீப்புக்கு இதுவரை ரெண்டுமுறை சொல்லிவிட்டான். அவன் சின்ன வயதில் பொண்ணு தோற்றுப் போகிற வனப்பில் இருப்பானாம். கையும் காலும் முகமும் தொடையும் வழுவழுவென்று மினுங்கிய பையன். கண்ணூர் ஓட்டலில் ராத்தங்கியபோது பரிசாரகன் கடித்து விட்டானாம். அது எங்கே என்று அவன் விஸ்தாரமாகச் சொல்ல, திலீப்புக்கு அன்னத் திரேஷமாக இருந்தது. வடுப்பட்டு விட்டதாம், அவன் உடம்பே அவனுக்கு வித்தியாசமாகிப் போனதாம். திலீப் நம்பவில்லை என்றால், அதுக்கென்ன, அவிழ்த்துக் காட்டவும் தயாராக இருந்தான் வயசன்.

அகல்யா, வயசன்மாரோட நாறிப் பிடுங்கும் ப்ரத்யேக சமாசாரங் களைப் பார்வையிடவா நான் நாலு நாள் அரசாங்க விஜயமாக கேரளத்துக்கு வந்தேன்?

இங்கே இல்லாத அகல்யாவிடம் புலம்ப, திலீப்புக்கு பசி மூண்டெழுந்து வந்தது.

முந்தாநாள் ஆலப்புழையில் பஸ் ஏறுகிறவரை திலீப்புக்கும் மற்றவர்களுக்கும் கேரளம் தெய்வங்களின் சொந்த நாடாகவே இருந்தது. மலையாளக் கரைபற்றிய மாதுங்கா மதிப்பீடுகளை அவற்றின் உச்சபட்ச மேன்மையான கற்பிதங்களோடு நம்பத் தயாராக வந்திருந்தார்கள் சியாமளா பெரியம்மாவும் சாஸ்திரி தம்பதிகளும்.

அவர்களுக்கு ஆசுவாசம் அளிக்கும் பூமி கதகளியும், சோபான சங்கீதமும், மயில் தோகையை இடுப்பில் செருகிக்கொண்டு ஆண்பிள்ளைகள் ராத்திரி முழுக்க ஆடும் அர்ஜுன நிருத்தமுமாக இருந்தது.

முக்கியமாக அர்ஜுன நிருத்தம். அதைத் தேடித்தான் மினிஸ்டர் மனைவியான சியாமளா பெரியம்மா இங்கே வந்தது.

பரத நாட்டியமும் கூடியாட்டமும் ஒடிசியும் கதக்கும் அர்ஜுன நிருத்ததில் இருந்து அபிநயங்களைக் கடன் வாங்கியவை என்று பெரியம்மாவின் ஆய்வுக் கட்டுரை சொல்லப்போகிறது. எல்லா நடனமும் யுத்தத்தோடு தொடர்புடையவை என்றும் அது பேசும்.

களரியில் இருந்து அர்ஜுன நிருத்தம், அங்கே இருந்து பரதம் என்று போர் எல்லோரையும் எல்லாவற்றையும் எல்லாக் காலங்களிலும் கவ்விச் சூழ்கிறது என்று பிஸ்கட் சாஸ்திரி வழிகாட்டலில் பெரியம்மா செய்கிற ஆராய்ச்சியால் அர்ஜுன நிருத்தம் மேம்படுமோ என்னமோ அவளுக்கு டாக்டரேட் கட்டாயம் அடுத்த வருஷம் இந்த நாளில் கிட்டும்.

ஆராய்ச்சிக் கட்டுரையைப் பெரியம்மா நின்றும் இருந்தும் நகர்ந்தும் வாய்விட்டும், முணுமுணுத்தும், அரை வார்த்தை சொல்லி மற்றது முழுங்கியும் டிக்டேட் செய்யச் செய்ய அதைக் கவனித்து சரியாக டைப் அடித்துத் திருத்தித் திருத்தி, திலீப்புக்கும் அர்ஜுன நிருத்தம் பற்றித் தெளிவாகவே தெரிந்திருக்கிறது. சாஸ்திரி தம்பதிகளில் அம்மையாருக்குத் தெரிந்ததை விட அது பத்து மடங்கு அதிகம்; சாஸ்திரியை விடவும்தான் என்று அவன் நினைக்கிறான்.

இன்னும் சிரத்தையாக இதுவே வாழ்க்கை என்று திலீப் உட்கார்ந்தால், சியாமளா பெரியம்மாவுக்கும் சாஸ்திரிக்கும் அவன் அர்ஜுன் நிருத்தமும், களரியின் போர்க் கலாசார அடவுகளும் பற்றிப் பாடம் எடுப்பான்.

இந்த பிஸ்கட் கோஷ்டிக்கு எதற்காக செய்யணும்? வவுச்சரில் ரெவின்யூ ஸ்டாம்ப் ஒட்டி கையெழுத்துப்போடச்சொல்லி நூற்று முப்பது ரூபாய் மூக்கால் அழும் கும்பல் இது. அவர்களின் ரெவின்யூ ஸ்டாம்ப்களை அவர்களே அவர்களின் பின்னஞ் சந்தில் இறுக்க ஒட்டிக் கொள்ளட்டும். திலீப் வெள்ளைக்காரனுக்கு லண்டனில் பாடம் எடுப்பான். அகல்யாவைக் கல்யாணம் செய்துகொண்டு அந்த வெள்ளைக்காரப் பட்டணத்திலோ வேறே எங்கேயோ குடிபெயர்ந்து விடுவான்.

பெரியம்மாவும் பிஸ்கட்களும் இன்றி, இப்படி ஒரு குமாஸ்தா உத்தியோகமும் இதுவரை பார்த்தே இருக்காத ஆலப்புழை, அம்பலப்புழைக்குப் பயணமும் கிடைத்திருக்குமா? அகல்யா மனசில் விசாரிக்க, அதானே என்றான் திலீப்.

ஃபீல்ட் ஸ்டடி, சந்திப்பு, பாட்டு ஒலிப்பதிவு, கோவில் கோவிலாகப் போவது, அசாதாரணமாக மயில் இறகிலிருந்து உடுப்பு சேர்த்துத் தருகிற தையல்காரர்களின் தொழில் ரகசியம் அறிவது என்று வேலை எல்லாம் ஒரு இடத்தில் இருந்து பார்க்க இடம் தேவைப்பட்டது. பெரியப்பா தில்லியில் இருந்து டெலிபோன் செய்து இங்கே யாரோ மந்திரி உதவி செய்ய இந்தப் பழைய கட்டிடம் கிடைத்தது. கல்யாண சமையல்காரர்களின் வீடாக இருந்து கிறிஸ்துவ இல்லமாகி அதுவும் கழிந்து சர்க்கார் ஆபீசாக இருபது வருஷம் இருந்து பூட்டி வைத்திருந்த ஒண்ணாம் தரம் கல்லுக் கட்டிடம்.

பெரியம்மாவோ சாஸ்திரி தம்பதிகளில் ஒருத்தரோ வந்தாலே ஒழிய இந்த இடத்தைவிட்டு இப்போது வெளியே போக முடியாது. ஏகப்பட்ட வேலை ஒரே நேரத்தில் ஆரம்பித்திருக்கிறது இங்கே.

டைப்ரைட்டர், வெள்ளைக் காகிதம், டேப் ரிக்கார்டர், ஒலிப்பதிவு நாடா என்று எங்கும் நிரம்பி வழிகிறது.

வரலாமா? கேட்டபடி யாரோ படி ஏறி உள்ளே வந்தார்கள். நேற்று பகலில் இருந்து திலீப் இப்படி உள்ளே கடந்து வருகிறவர்களைத் தான் பார்த்துக்கொண்டிருக்கிறான்.

தூக்கத்துக்கு ஆள் எடுக்கற ஏஜென்சிதானே?

வந்தவன் கேட்க, மர ஸ்டூலில் உட்கார்ந்திருந்த வயசன் சிரிக்க ஆரம்பித்தான். திலீப்புக்கும் சிரிப்பு வந்தது. வந்தவர்கள் இப்படித்தான் விசாரிக்கிறார்கள். பத்திரிகையில் விளம்பரம் பார்த்து விட்டு வருகிறவர்கள்.

அர்ஜுனன் களிக்குதான் ஆள்கார் வேணும்னு கேட்டது. தூங்கி மரிக்க இல்லே கேட்டோ சாமு மாஸ்டரே.

வயசன் பதில் சொன்னான். வந்தவன் தோளில் ஒரு குடை ஆடியபடி இருந்தது.

அர்ஜுன நிருத்தம் ஆடக்கூடிய கலைஞர்கள் தேவை. இதுதான் மலையாளப் பத்திரிகைகளில் சிறு வரி விளம்பரமாக வெளிவரக் கொடுத்திருந்தது. இன்னும் நான்கு நாள் தொடர்ந்து வெளியாகும். பத்திரிகைப் பிரதிகள் இங்கே அனுப்பப்படுகின்றன.

காசு கொடுத்தா தூங்கி மரிக்கவும் செய்யலாம்.

வந்தவன் விட்டத்தைப் பார்க்க, திலீப் உட்காரச் சொன்னான்.

ஆடணுமா அதோ பாடணுமோ?

அவன் விசாரிக்க, நல்லா சாயா உண்டாக்குவாராக்கும் சாமு மாஸ்டர் என்று நேரங்கெட்ட நேரத்தில் அவனுக்கு சர்ட்டிபிகேட் கொடுத்தான் வயசன்.

இந்த வெடிக்காரனை என்னத்துக்கு கூட்டு சேர்த்திருக்கீங்க? வெளிநாட்டில் இருந்து யாராவது வந்தா சாமு எங்கேன்னுதான் கேட்பாங்க. வைத்தாஸ் கேட்டிருக்கீங்களா? ஆப்பிரிக்க நாட்டு பிரதமரோ யாரோ. இங்கே வந்து பரிசல்விட்டு இறங்கினதும் சாமு எங்கேன்னுதான் தேடுவார். நோட்டபுள்ளி.

அது என்ன வெடிக்காரன்? வயிறு சரியில்லாத மனுஷரா நீங்க?

திலீப் வயசனை விசாரிக்க, குடையைக் கக்கத்தில் இடுக்கிக் கொண்டு விவரித்தான் சாமு.

மூன்று தலைமுறையாக வயசன் குடும்பம் அம்பல வெடி வழிபாட்டு சேவை நடத்திக்கொண்டிருப்பது. அம்பலம் தொழ வந்து காசு கொடுக்கிறவர்களுக்காக கந்தகத்தில் உருட்டிய வெடி வெடித்து கடவுள் காதில் கேட்க வைக்கிற காரியம் அது.

இந்த வயசனின் மூத்தச்சன் மேல் நக்னனான ஒரு வயோதிகன் பறந்து வந்து விழுந்து வெடித்த வெடியால் மூத்தச்சன் கால் விரல் போனது தொடங்கி சாங்கோபாங்கமாக எடுத்துச் சொன்னான் சாமு. ஊரிலே வௌவால் கூட்டமாக வந்ததும், வயசனின் கண்ணூர்ப் பயணமும், குறி கடியுண்டதும் அதே ஆர்வத்தோடு சொல்லப்பட, மெய்க்கீர்த்தி பாடிக் கேட்ட அரசன் மாதிரி மகிழ்ந்து பொக்கைவாய்ச் சிரிப்போடு உட்கார்ந்திருந்தான் வயசன்.

ஒரே தூசி துப்பட்டையா இருக்கே. பெருக்கலியா திலீப்?

சாஸ்திரி மாமி நாலு தடவை அடுக்கு தீபாராதனை மாதிரி தும்மல் போட்டு புகார்ப் படலத்தைத் தொடங்கிவைத்தபடி உள்ளே வந்தாள்.

ஆள் ஏற்பாடு பண்ணியிருக்கு. வந்துடுவாங்க. ஜாடு வாங்கி ரெடியா வச்சாச்சு.

திலீப் கவர்மெண்ட் உத்தியோகஸ்தன் மாதிரி சொன்னது சாஸ்திரி மாமிக்குப் பிடிக்கவில்லையோ அல்லது தன்னை வேலைக்கு அஞ்ச மாட்டாள் என்று காட்டிக்கொள்ளவோ அவள் நேரே அறைக் கோடிக்குப்போய் அங்கே சார்த்தியிருந்த துடைப்பம் கொண்டு சரசரவென்று பெருக்க ஆரம்பித்தாள்.

திலீப் பதறி அவள் கையில் இருந்து துடைப்பத்தைப் பிடுங்கி விதிர் விதிர்த்து இனிமேல் இப்படி ஆகாமல் கவனித்துக்கொள்வேன் என்று வாக்குத்தத்தம் செய்து, அவனே பெருக்க ஆரம்பிப்பான் என்று எதிர்பார்த்தாள் போலும்.

எழவெடுத்தவன் உலக்கையை முழுங்கிச் சுக்குக் கஷாயம் சாப்பிட்டவனாக உட்கார்ந்தது உட்கார்ந்தபடி இருந்தான். அது மட்டுமில்லாமல் அவள் பெருக்க வாகாகக் காலைத் தூக்கி மேஜை மேலும் வைத்துக்கொண்டான் கிராதகன்.

நல்லவேளையாக வயசன் அவளிடமிருந்து துடைப்பத்தை வாங்கி குடைக்கார சாமு மாஸ்டரிடம் ஒப்படைத்தான். அவனும் குடையை நாற்காலியில் வைத்துவிட்டு மாப்பிளா பாட்டு ஒன்றை உரக்க முணுமுணுத்தபடி பெருக்க ஆரம்பித்தான்.

யாரெல்லாம் உத்தியோக பார்க்கவந்தது?

கேட்டபடிக்கு சியாமளா பெரியம்மா உள்ளே நுழைய தன்னை அறியாமல் எழுந்து நின்றான் திலீப்.

எல்லோரையும் ஒன்பது மணிக்கு வரச் சொல்லி இருக்கேன். இன்னும் அஞ்சு நிமிஷத்துலே இங்கே இருப்பாங்க.

நான்கூட அதுக்குத்தான் வந்தேன்.

துடைப்பத்தை உயர்த்திப் பிடித்தபடி முன்னால் வந்த சாமுவைப் பார்த்த பெரியம்மா கொஞ்சம் பின்வாங்கினாள். இவனுக்கும் அர்ஜுன் நிருத்தத்துக்கும் என்ன தொடர்பு?

அர்ஜுனன், சகாதேவன் எல்லாம் அப்புறமா வந்தது. இங்கே இதை மயில்பீலி தூக்கம்னுதான் சொல்றது. பகவதி கோவில் உற்சவத்திலே நான் ஆடுவேன்.

குடைக்கார சாமு சொன்னான். எங்கே ஆடு பார்க்கலாம் என்றார் சாஸ்திரி ஏப்பம் விட்டுக்கொண்டு.

பன்னி மாதிரி கண்டதையும் மேஞ்சுட்டு வந்த திமிர். திலீப் நினைத்தான்.

திலீப், நீ போய்ப் பசியாறிட்டு வா.

பெரியம்மா அனுப்பி வைத்தாள்.

இந்தா நூறு ரூபாயாத்தான் இருக்கு. சாப்பிட்டுட்டு பத்திரமா மீதி கொண்டுவந்துடு.

பாக்கெட்டில் இருந்து நிஜாம் பாக்கு வாசனையோடு பணம் எடுத்து நீட்டிய பிஸ்கட் சாஸ்திரியை ஒருநாள் திலீப் சொறிநாய் பாதி தின்னத் தரையில் விழுந்த பிஸ்கட் தின்ன வைப்பான். திலீப் கழிந்ததில் தோய்த்து எடுத்து ரசித்துத் தின்பான். அந்தப் புடுங்கி.

அத்தியாயம்

# பத்து

சின்னக் குளிரோடு விடியும் இன்னொருபொழுது. திலீப் நேரம் பார்த்தான். ராத்திரியும் இல்லாத, அதிகாலையும் வந்து சேராத மூன்று மணி. பம்பாயை நோக்கி குட்ஸ் வண்டிகளில் லோனாவாலாவில் இருந்து எருமைகளும் பசுக்களும் பயணம் செய்யத் தொடங்கும் நேரம் இது. தாதர் யார்டு பக்கம் நிற்கும் விசாலமான ரயில் பெட்டிகளுக்குள் கட்டி வைத்தபடி அவற்றைக் கறந்து பால்காரர்கள் சைக்கிளில் தாதர் தெருக்களில் வலம் வருவதும், எலக்ட்ரிக் ரயிலில் கூட்டம் ஆரம்பிப்பதும் கிட்டத்தட்ட ஒரே நேரமாக இருக்கும்.

இந்த ஊர் இன்னும் உறங்கிக்கொண்டிருக்கிறது. அம்பலம் அம்பலம் என்று முழுக்கக் கோவிலையே சார்ந்து இருக்கும் ஊர். கோவிலில் ஒலிக்கிற சங்கும் தொடர்கிற தாள வாத்தியச் சத்தமும் தான் ஊரை விடிகாலையில் எழுப்புகிறது. அப்போது தாதர் பால் வியாபாரிகள் காலி பால் பாத்திரங்களோடும், கறந்த மாடுகளோடும் லோனாவாலா திரும்பத் தொடங்கியிருப்பார்கள்.

திலீப் கடைத் தெருவில் இந்நேரம் திறந்திருக்கக்கூடிய வேலு நாயர் சாயா பீடிகைக்கு நடந்துகொண்டிருந்தான். விடிகாலை தரக் கேடில்லாத சாயாவும், நல்ல பசி எடுத்து வேறு எதுவும் சாப்பிடக் கிடைக்காதபொழுதில் வேக வைத்த முட்டையும் வேலு நாயர் தயவால் கிடைத்துக்கொண்டிருக்கின்றன. ஆபீசிலேயே தங்கி அங்கேயே ரெண்டு மேஜைகளை இழுத்து நீட்டிப்போட்டு உறங்கிப் பழகிப்போயிருக்கிறது.

ஆபீஸிலேயே குளிக்கவும் செய்யலாம்தான். ஆனால் அந்தத் தண்ணீர் தலைமுடியை ஒரே நாளில் சிக்குப் பிடிக்கச் செய்து விடுகிறது. சோப்பும் திட்டுத் திட்டாக உடம்பிலேயே தங்கி ஊரல் எடுக்கும். இந்தக் கஷ்டத்துக்காகத்தான் அம்பலக் குளத்தில் விடிகாலை பொழுதில் குளிக்கப் போவது.

அதில் இன்னொரு சந்தோஷமும் உண்டு. கிழங்கு கிழங்கான இளம் பெண்கள் குளிக்க வரும் நேரம் அது. அது என்னமோ இந்தப் பிரதேசத்துப் பெண்களுக்கு ஸ்தனபாரமாகவும் பின்பாரமாகவும் கூடுதலாகச் சதை வைத்து அனுப்பி விடுகிறான் பிரம்மன். திலீப்புக்கு அம்பலக் குளத்துக் கரையில் அதெல்லாம் உடுப்பு மறைக்காமல் கணிசமாகப் பார்க்கக் கிடைக்கிறது இப்படியான காலை நேரங்களில் தான். எத்தனை முகங்கள். எத்தனை ஸ்தனங்கள், பிருஷ்டங்கள். முகத்தைப் பார்த்து அடையாளம் காண்பதைவிட மற்றதை வைத்துக் காண்பது திலீப்புக்கு சுலபமாகப் போயிருக்கிறது. அந்தப் பருத்த உதடுகளும் வெகுவாக இஷ்டம்தான்.

இங்கே அவன் விதவிதமான முலைகளை ஆராய்ந்து கொண்டிருக்கும் நேரத்தில் அகல்யா குளித்து பருத்திப் புடவை உடுத்தி சின்ன டப்பாவில் அவல் உப்புமா அடைத்து எடுத்துக் கொண்டு வேலை பார்க்கும் இடத்துக்கு ரயில் பிடிக்க ஓடிக்கொண்டிருப்பாள். அவளை ஒருநாளாவது இங்கே கூட்டி வந்து எல்லாம் காட்டித் தரவேண்டும்.

எதுக்கு? நீ வெக்கமே துளிக்கூட இல்லாம சொளசொளன்னு எச்சிலை வடிய விட்டுண்டு பாச்சி பார்க்கறபோது நானும் ஏன் நோக்கணும்? எத்தனை பாத்து மனசு திருப்தி வரும் உனக்கு? ஒரு ஆயிரம்? பத்தாயிரம்? லட்சம்? கோடி முலை?

அகல்யா கேட்பாள்.

இந்த ஊரில் வேறே என்ன உண்டு கோவிலையும் பால் பாயசத்தையும் இதையும் தவிர?

படகு. பக்கத்தில் உட்கார்ந்து வருகிறவளின் கிறங்கடிக்கும் வியர்வை வாடை. வேலு நாயர் சாயாக்கடை. அங்கே சுவரிலே மாராப்பு இல்லாது ஒய்யாரமாக நிற்கும் மலையாள சுந்தரிகளின் கண்ணைக் குத்தும் சினிமா போஸ்டர். புட்டும் கடலையும். பாப்பச்சன் தையல் கடை. அங்கே சாயந்திரம் ரேடியோவில், மனம் உருகி உருகி சம்ஸ்கிருதம் கலந்து பாடும் சினிமா கானம். எல்லாம் உண்டே.

கடலில் மீன் பிடிக்கும் முக்குவனும் சமஸ்கிருதத்தில் பாடுகிற அபூர்வ பூமியா இது? அகல்யா மேலும் கேட்பாள். திலீப்புக்குப் பதில் தெரியாத கேள்வி அதெல்லாம். பாட்டைக் கேட்டால் போதாதா? ஆராய்ச்சி எதுக்கு?

வேலு நாயர் கடை வாசலில் கூச்சலும் குழப்பமுமாக இருந்தது. கூட்டமாக, பரபரப்பு தொற்றிக்கொள்ள எல்லோரும் எல்லாத் திசையிலும் ஓடி நடந்துகொண்டிருந்தார்கள். வேலு நாயர் என்ன இழவுக்காகவோ எலுமிச்சம்பழ மிட்டாய் அடைத்த பாட்டிலைத் தலை நிற்காத கைக்குழந்தை மாதிரி அணைத்துப் பிடித்துக்கொண்டு கடைக்கு உள்ளே ஒரு காலும் வெளியே மற்றதுமாக இருந்தான். வேலு நாயர் கடையே உலகின் சகல இயக்கங்களுக்கும் மையம் என்கிற மாதிரி சைக்கிள்களில் வந்து இறங்கி ஓடி வருகிறவர்களும், சைக்கிளைத் தள்ளிக்கொண்டு ஓடி, போகிற வாக்கில் ஏறி ஓட்டிப் போகிறவர்களுமாக, திலீப் வயது இளைஞர்கள் அவர்களாக ஏற்படுத்திக்கொண்ட வேலை கிரமத்தில் சுறுசுறுப்பாக இயங்கிக் கொண்டிருந்தார்கள்.

ப்ராதல் கழிக்கான் பாடில்ல.

திலீப்பைப் பார்த்து ஏழெட்டுப் பேர் தன்மையாகவும், கண்டிப்பு மிகுந்தும், விளக்கம் கொடுக்கும் கருணையோடும் சொன்னார்கள். வேலு நாயர் அந்தக் கூட்டத்தில் இல்லை.

என்ன ஆச்சு? ஏதாவது ஜகடாவா?

காலை எட்டரை மணி லோனாவாலா கல்யாண், லோக்கல் பேட்டைத் தகராறு காரணம் நின்றுபோய் ஊரே முடங்கிப்போன சோகம் திலீப்புக்கு அனுபவப்பட்டது. இங்கேயுமா அதுபோல கஷ்டம்? வீடு கூட இல்லாத இடத்தில் வெறும் வயிற்றோடு எப்படி வேலை செய்ய?

பணிமுடக்கு.

சந்தோஷமாக எல்லோரும் சொன்னார்கள். வேலாயுதன் நாயர் அதில் கலந்துகொள்ளவில்லை என்றாலும் அவன் முகத்திலும் அந்தக் கூட்டத்தின் பெருமிதமான களை ஏறிக்கொண்டிருப்பதைப் பார்த்தான் திலீப். இன்றைக்கு வேறே வேலை செய்ய வேண்டியதில்லை என்ற நிம்மதியாக இருக்கும் அது. ஊரை முடக்கி வீட்டில் முடங்க வைக்க மாதம் ஒரு நிகழ்ச்சியாவது வந்து விடுகிறது என்று வேலு நாயர் உடைந்த இந்தியில் திலீப்பிடம் சொன்னான். அதில் குறையேதும் அவனுக்கு இருப்பதாக திலீப் உணர்ந்துகொள்ளவில்லை.

என்ன காரணத்துக்காக ஸ்டிரைக், யாரெல்லாம் பணி முடக்கு கிறார்கள், எப்போதிலிருந்து எப்போதுவரை, இன்றைக்கு மட்டுமா நாளைக்கும் அதற்கு அப்பாலும் நீளுமா? போகிற போக்கில் மிக வேகமான மலையாளத்தில் ஏதோ சொல்லிப் போகிறார்கள் எல்லோரும்.

குட்டநாடு பஞ்சாயத்து எலக்‌ஷன் தகராறு காரணமாக ஸ்டிரைக். கேரள காங்கிரஸ் ஒரு பிரிவுக்காரர்கள் செய்கிறார்கள் என்று ஒரு வழியாக துண்டு துணுக்காகத் தெரிய வந்தபோது வேலு நாயர் சாயா பீடிகையை அடைத்துப் பூட்டிவிட்டு ஒரு பீடி வலித்தபடி சைக்கிளில் வீட்டுக்குக் கிளம்பி விட்டான்.

முட்டை ரெண்டு கொடு நாயரே

சைக்கிளை நிறுத்திக் கேட்டான் திலீப்.

ஏய் அது பாடில்ல. கொடுத்தா என்னை நொங்கிடுவாங்க என்று உச்ச பட்ச மகிழ்ச்சியோடு சொல்லியபடி போனான் நாயர். ஒருநாள் வியாபாரம் கெட்டதுபற்றி ஒரு புகாரும் அவனுக்கு இல்லைபோல.

கோவிலில் இருந்து செண்டை மேளம் சத்ததோடு மாரார் குரல் எடுத்துப் பாடுவதும் கேட்டது. அவரை திலீப் அறிவான். அர்ஜுன நிருத்தம் தெரிந்தவர்கள் தேவை என்று விளம்பரம் கொடுத்த அடுத்த தினத்தில் செண்டையோடு படி ஏறி வாசித்துப் பாடிக் காட்டி அது காரியத்துக்கு ஆகுமென்றால் சேர்த்துக்கொள்ளச் சொன்னார் சின்னச் சிரிப்போடு அவர். பிஸ்கட் சாஸ்திரி நிராகரித்தது மட்டுமில்லை, அவர் போன பிற்பாடு எடுத்தேன் கவிழ்த்தேன் என்று விமர்சனம் வேறே வைத்தார் -

இதுக்கு பேரு சோபான சங்கீதமாம். சோம்பேறி சங்கீதம்னு வச்சிருக்கலாம். நல்லவேளை இது கேரளத்துக்கு வெளியே வந்து புழங்கி, இதான் மதராஸி சங்கீதம்னு மானத்தை வாங்காமப் போச்சு.

பிஸ்கட் மண்டையில் மேலே சுழன்றுகொண்டிருந்த ஃபேன் விழுந்து மூஞ்சி நசுங்கிப் போவதைக் கற்பனை செய்தபடி அப்போது அடுத்து நிருத்தமாட வந்தவரைக் கவனித்தது திலீப்புக்கு நினைவு வந்தது. மாராருக்கு இன்றைக்கு பணி முடக்கு இல்லை போல. என்றைக்கும்?

அம்பலமும் செண்டையும் மாராரும் கோவிலில் இருந்து கூப்பிடுகிறது கேட்கிறது. அங்கேயே போகலாம். பணிமுடக்கு பகவானுக்கு இருக்காது. பசியாற ஏதாவது கிடைக்கலாம்.

திலீப் நம்பிக்கையோடு சட்டையை அவிழ்த்து ஒரு தோளில் தாழத் தொங்க விட்டுக்கொண்டு கோவிலை நோக்கி நடந்தான்.

தரிசனம் முடிந்து எதிர்பார்த்தபடியே பிரகாரத்தில் உன்னியப்பம் நாலைந்து ஓர் இலை நறுக்கில் வைத்து கோவில் தந்த்ரி திலீப் கையில் போட்டார். வந்த ஒரு மாதத்தில் கோவில் ஊழியர்கள் யார் என்ன பதவி என்று தெரிந்துகொள்ள உதவி செய்தவர் உப புரோகிதரான தந்த்ரி தான். திலீப் பழகிய கொஞ்ச நஞ்சம் மலையாளமும் இவரும் மாராரும் சொல்லிக் கொடுத்ததுதான்.

இன்னிக்கு பணி முடக்காமே மாமா? நான் பட்டினி முடக்க முடியுமோ?

திலீப் சோகமாகக் கேட்க, தந்த்ரி தாராளமாக இன்னும் நாலு உன்னியப்பமும் மிளகு புரட்டிய சாதமுமாக மீண்டும் அவன் கையில் தொப்பென்று இட்டார். வேலு நாயர் கடை முட்டை ஆப்பாயிலை விட அமோகமாக இன்றைக்குக் காலைச் சாப்பாடு திலீப்புக்கு. சாயா கிடைக்காவிட்டால் என்ன? ஊரில் இருக்கப் பட்ட நெய், சர்க்கரை எல்லாம் கொட்டிக் கலந்து கிளறி கொதிக்கக் கொதிக்க அம்பலத்துப் பால் பாயசம் ஒரு கும்பா நிறையக் கிடைத்தது. இன்னும் நாலு நாள் பணிமுடக்கினாலும் பிரச்னை இல்லை. சாயந்திரமும் இங்கே வந்துவிடவேண்டியதுதான் என்று முடிவு செய்தான் அவன்.

குளித்து அம்பலம் தொழ வந்த ஒரு கூட்டம் பெண்கள் வர, பிடிவாதமாகக் கண்ணைக் கவிந்துகொண்டு பிரகாரம் சுற்றினான் திலீப். கூடவே வந்து, சூழ்ந்து, விலகிப்போன, அம்மே நாராயணா என்று நாமம் சொல்லிக்கொண்டுவந்த அந்தக் கும்பலில் இருந்து. குளத்து நீர்த் தாவர வாடையும் சந்திரிகா சோப்பு வாசனையும், ஈரத் தலைமுடி வாடையும், அரைத்த மஞ்சள் மணமும், பல்பொடி வாசனையும் தூக்கலாகக் கலந்து உயர்ந்துகொண்டிருந்ததை அனுபவித்தபடி வெடித் தரைப் பக்கம் நடந்தான். இவர்களுக்குப் பணி முடக்கு இல்லையென்று விதித்த எல்லோருக்கும் மனதுக்குள் நன்றி சொன்னான் அவன்.

ஓரமாகச் சுருண்டு படுத்திருந்தான் வெடி வழிபாட்டுக்காரன்.

முத்தச்சா முத்தச்சா

திலீப் எழுப்பி முழுசாக ரெண்டு நிமிஷம் கழித்து எழுந்து உட்கார்ந்தவனின் கைகள் நடுங்கிக்கொண்டிருந்தன.

நீங்க போங்க தம்பி. என் கிட்டே வர வேணாம் இப்போ.

திரும்பத் திரும்பச் சொன்னான் அவன். ஒன்றும் புரியாமல் நின்றான் திலீப். ஏதாவது தொற்றுநோய் பாதித்திருக்கலாம் என்று நினைப்பு.

இன்னிக்கு வேலைக்கு வரலே என்றான் வெடி வழிபாட்டுக்காரன்.

காலையில் ஒரு கூட்டம் வௌவால்கள் தாழப் பறந்து வந்து அவன் மேல் உட்கார்ந்து றெக்கை நாற்றத்தோடு அவனை எழுப்பினவாம். அப்போது அவன் கண்டுகொண்டிருந்த கனவில் திலீப்பும் வாட்ட சாட்டமான ஒரு மதாம்மாவும், என்றால் சின்ன வயது வெள்ளைக் காரியும் வௌவால் தொங்கும் மண்டபத்துக்குள் போய்க்கொண்டு இருந்தார்களாம். அந்தப் பெண் திலீப்பின் இடுப்பில் தாழ்வாகக் கை வைத்து அணைத்திருந்த இடம் சரியில்லையாம். கண்ணூரில் வெடிக்காரனைக் கடித்த பட்டன் அப்படித்தான் ஆரம்பித்தானாம். இவள் பட்டன் இல்லை. பெண்பிள்ளை. கடிக்க எல்லாம் மாட்டாள் தான். ஆனாலும் ஜாக்கிரதையாக இருக்க வேணும் என்று எச்சரிக்கவே வெடிக்காரன் திலீப் பின்னால் வந்துகொண்டிருந்தானாம்.

வெடிக்காரன் கனவிலே, அந்த மண்டபத்துக்கு உள்ளே, பேப்பர் மில் மாதிரி என்னென்னமோ மெஷின். ஆனா எதுவும் வேலை செய்யலே. எல்லா மெஷின் மேலேயும் அண்டங்காக்கா மாதிரி வௌவால் உட்கார்ந்திருக்கு. வாசல்லே கம்பி வலைக்கு அந்தப் பக்கம் ஆயிரம் பத்தாயிரம் பேர் கொடியோட நிக்குது. வேலாயுதன் நாயரும் தந்த்ரியும் அர்ஜுன நிருத்தத்துக்கு வந்த பதினேழு பேரும், செண்டையோடு மாராரும் அந்தக் கூட்டத்தில் அடக்கம். எல்லாரும் நின்று ஜிந்தாபாத் சொல்லி எதற்கோ போராடுகிற விஸ்தாரமான கனவாம் அது.

வெகு பின்னால் இருந்து கத்தியை ஓங்கிக்கொண்டு ஒருத்தன் நீலச் சட்டையும் கிழிந்த கால் சராயுமாக ஓடி வந்ததில் கனவு முடிந்ததாம். அவன் அலறிக்கொண்டே எழுந்திருக்கவும், வௌவால்கள் கருத்த, அழுகி நாற்றமடிக்கும் சிறகு சிலிர்த்துப் பறந்து போனதாம்.

நீங்க போய் இன்னிக்கு ஆப்பீஸை அடைச்சுப் பூட்டுங்க. பணிமுடக்கு. யாரும் அர்ஜுன நிருத்தம் ஆடிக் காட்டவோ அரையிலே கடிக்கவோ வரப் போறது இல்லே. மதாம்மா யாரும் வந்தா பக்கத்திலே சேர்க்க வேணாம். பொம்பளை வேணும்னா நாளை ராத்திரிக்கு ஏற்பாடு செஞ்சு தருவானாம் அவன். சுத்தமா குளத்தில் குளிச்சு ஈரத் தலைமுடியோடு வர்ற, பல்லு விளக்கின பொண்ணு அது. சொன்னதைச் செய்யும். கண்ணூர் பட்டன் மாதிரி கடிச்சு கையிலே எடுக்காது.

வெடிக்காரன் பழைய கதையில் ஆழ்ந்து சுருண்டு படுத்துக்கொண்ட போது பணிமுடக்கு ஏற்படுத்தும் சந்தோஷத்துக்கு ஈடான இன்னொரு சந்தோஷத்தை அடைந்திருக்கிறதாக திலீப்புக்குத் தோன்றியது. ஒரு ஆயுசுக் காலம் முழுவதும் அதுவே நினைப்பாகிப் போனது அந்தப் பாவம் மனுஷனுக்கு.

ஆபீசில் யாரும் வந்திருக்கவில்லை. வாசல் கதவில் ஏதோ செருகி இருந்தது கண்ணில் பட்டது. இண்லண்ட் லெட்டர்.

இந்தக் களேபரத்துக்கு நடுவிலேயும் போஸ்ட்மேன் வந்திருக்கிறார் போலிருக்கு. இல்லை, வேறே யாராவது நேற்றே வாங்கி இப்போது கொடுக்கவந்து, ஆள் இல்லையென்று கதவில் செருகிப் போயிருக்கலாம்.

அவனுக்கு வந்ததுதான். அகல்யா எழுதிய இண்லாண்ட் லெட்டர். நுணுக்கி நுணுக்கி மராட்டியில் எழுதியிருந்த கடிதம் அது.

பாண்டுரங்க விட்டலன், விடோபா, காண்டோபா சாமிகள் துணை. உங்க அட்ரஸ் சந்தேகமாக இருந்ததாலும், கேரளத்தில் அதுவும் நீங்க இருக்கும் கிராமத்தில் மலையாளமும் இங்கிலீஷூம் இந்தியும் அல்லாத வேறே பாஷை தெரிஞ்சவங்க இருக்க வாய்ப்பு இல்லை என்பதாலும் நம் ரெண்டு பேருக்கு மட்டும் அர்த்தமாகும் மராத்தியில் எழுதியிருக்கேன்.

அம்மாவுக்கு ஈசனோபிலியாவுக்காக ஆஸ்பத்திரி போனது, திலீப்பை இறுகத் தழுவி கீழ் உதட்டைக் கவ்வி முத்தம் கொடுக்க ஆசை, தம்பி ஸ்கூல் பைனல் பரீட்சைகளில் வாங்கிய மார்க் விவரம், கூட்டம் இல்லாத ராத்திரி எலக்ட்ரிக் ரயிலில் திலீப் அவளிடம் செய்த விஷமங்களின் அட்டவணையும், அவற்றைப்பற்றிய நினைப்பும், தங்கை டைப்ரைட்டிங் படிக்க ஆசைப்படுவது, ஹால்டா டைப்ரைட்டர் சிலாக்கியமா ரெமிங்டன்னா, கல்யாணம் ஆனதும் ரெண்டு பேரும் தனிக்குடித்தனம் போகவேண்டிய அவசியம், பிட்மன் ஷார்ட் ஹேண்ட் புத்தகம் பழைய புத்தகக் கடையில் மலிவாகக் கிடைத்தால் வாங்கி வரணும், விவித்பாரதிக்கு போஸ்ட் கார்ட் போட்டு ஒலிபரப்ப வைத்த தேவ் ஆனந்த் சினிமா பாட்டு, ஆபீஸ் தோழியோடு சனிக்கிழமை சாயந்திரம் ரகசியமாகப் போன தாதா கோண்ட்கே மராத்திப் படம்... ஐயே கர்மம், கேரளா சாப்பாடு தேங்காய் போட்டது ஆச்சே, ஒத்துக் கொள்கிறதா, அங்கே மதர்த்துத் திரிகிற பெண்கள் மயக்கிக் கூட்டிப்போய் ஆயுசு பூரா அடிமை ஆக்கி, குளிக்கும்போது முதுகு தேய்த்து விடச்சொல்வார்கள் என்று மாடுங்கா சத்சங்கம் போனபோது பேச்சு அடிபட்டதால்

கவனம் தேவை என்று வளர்ந்துபோன கடிதத்தை நெஞ்சோடு இறுக்கிக்கொண்டான் திலீப். அகல்யாவை உடனே பார்க்கணும் என்று ஆசை மனதில் மூண்டெழுந்து வர, மேலும் படித்தான்.

கார்ப்பரேஷன் எலக்ஷனுக்கு கட்சி வேட்பாளர்களை முடிவு செய்கிறதாம். அடுத்த வாரத்துக்குள் திலீப் வந்தால் அவன் இருக்கும் வார்டுக்கு நிற்க வைக்க வாய்ப்பு இருக்குமாம். அவன் அரைகுறை மராத்திக்காரன் என்பதும் பூசி மெழுகப்பட்டு புது அடையாளம் கிடைக்கக்கூடுமாம். முடிந்தால் உடனே வந்து போகணும் என் ராஜா.

ராஜா ராணியைப் பார்க்கப் புறப்பட்டாச்சு.

அத்தியாயம்

# பதினொன்று

பிரியத்துக்கு பாத்தியதை உள்ளவர்களே, உங்களுடைய ஆத்மா ஜீவித்திருப்பதுபோல நீங்கள் அனைத்திலும் சுகமாக ஜீவித்திருக்க கர்த்தராகிய ஏசு கிறிஸ்துவின் திருநாமத்தால் வாழ்த்துகிறேன் (யோவான்).

நேசமான புத்ரி கொச்சு தெரிசா, கொச்சு தெரிசாளின் அன்பான கணவன் ஜனாப் முசாஃபர் அலி சாஹேப், நலம்தானே நீங்கள்? நான் இங்கே கால்டர்டேலுக்கு ஐந்து நாள் முன்பாக, அதாவது கடந்த மாசம் இருபத்தெட்டாம் தேதி திங்கள்கிழமை காலையில் நலமாக வந்து சேர்ந்தேன்.

அமேயர் பாதிரியார் இங்கிலாந்து போய்ச்சேர்ந்த கையோடு கொச்சு தெரிசாவுக்கு எழுதிய கடிதம் இப்படி ஆரம்பித்தது. இந்த நாலைந்து வரியை எழுதவே அவருக்கு ஒரு மணி நேரத்துக்கு மேல் ஆகிவிட்டது.

வயோதிகம்தான் காரணம். அமேயர் பாதிரியாருடைய அறிவின் ஒரு கோடியில், இப்படிச் சுணங்கியதற்குக் காரணமாக வயது சொல்லப் பட்டது.

எனில், பசிக்கும்போது ஆகாரம் இவ்வளவு போதும் என்று தோன்றும் வரை சாப்பிடவோ, தேத்தண்ணீர் பெரிய குவளையில் அளவாகச் சர்க்கரை சேர்த்து நல்ல சூடாக வழங்கச் சொல்லிக்

கோரிக்கை விடுத்துக் காத்திருக்கவோ, எந்த விதமானத் தாமதமும் குறுக்கே வருவதில்லை என்பதையும் பாதிரியார் நினைத்துப் பார்த்தார்.

அதை எல்லாம் இயக்கும் இன்னொரு பகுதி மூளையில் இருந்தால், அதுவும் வயோதிகத்தால் தளர்ந்திருக்கும் இல்லையா? இல்லையே. பசியும் தாகமும் தீர்க்கத் தீர்க்க அதிகமாகிறதே தவிர, கொஞ்சமாவது குறைந்திருக்கிறதா?

பாதிரியாருக்குத் தெரியவில்லை. இதை எல்லாம் இன்னும் அதிகமாக ஆராய்ந்து புத்தகம் போட்டால், வாடிகனில் இருந்து சீரிய சிந்தனையாளர் என்று எழுதிய காகிதக் கிரீடத்தோடு வந்து யாரும் அவருக்கு அணிவித்து வாழ்த்திப் போகப் போவதில்லை.

அப்பன், சாயா எடுத்துக்கொள்ளணும். உங்களுக்காக இந்திய மோஸ்தரில் பாலையும் டீத் தூளையும் தனித் தனியாகச் சுட வைத்துக் கலந்தது.

கால்டெர்டெல் மார்க்கெட்டில் கசாப்புக்கடை வைத்திருக்கும் பெர்ணாந்தஸ். அமேயர் பாதிரியாருக்கு அன்போடு ஒரு குவளை தேநீர் தர முன் வந்தான்.

பாதிரியார் இரண்டு நீண்ட மாதங்கள் இந்தியாவில் சுற்றி வந்ததைக் குறிப்பிட்டு அவருடைய அனுபவத்தைப் பங்கு வைக்கக் கோரிக்கை விடுக்கும் கால்டர்டேல் மறைநில மந்தையின் அன்பான ஆடுகளை அவர் மகிழ்ச்சியோடு வரவேற்றார். அனுபவங்கள் எல்லாம் பங்கு வைக்கத்தானே. காடியில் அமிழ்த்தி சீனப் பரணியில் ஊறுகாய் போட்டுச் சேமிக்க இல்லையே

பெர்னாந்தஸ், பாதிரியாருக்குச் சிறப்பான டீத்தூளை அன்பளிப்பாக வழங்கினான். அது ப்ராட்ஃபோர்டில் இருந்து மாமிசம் எடுத்து வருகிற டிரக் ஓட்டும் சீனாக்காரன் சூ மின், பீஜிங்கில் விடுமுறைக்குப்போய்விட்டு வந்தபோது கொண்டுவந்ததாம்.

இந்தியப் பெண் மாதிரி மல்லிகைப் பூ வாசனை அடிக்கிற சாயா என்றான் பெர்னாந்தஸ். வேண்டாம் என்று சொல்லி, சாயா இலைகளைக் கிள்ளிப்போட்டு உண்டாக்கிய பழைய மூணு ரோஜாப் புஷ்பம் டீ கேட்டு வாங்கிக்கொண்டார் அமேயர் பாதிரியார். அது நேற்று காலையில்.

வாடிகனில் இருந்து அவருடைய இந்தியப் பயணத்தைப்பற்றித் தொலைபேசியில் அழைத்து விசாரிக்காவிட்டாலும், கூப்பிடு தூரத்தில் மான்செஸ்டரில் இருந்து திருச்சபை அழைப்பு வந்தது. அது முந்தாநாள் மாலையில்.

அமேயர் பாதிரியார் தென்னிந்தியாவின் சிறப்பை, அங்கே ஏசு சபை நடவடிக்கைகள் இன்னும் மேம்பட வழி இருப்பதை எல்லாம் ஆர்வத்தோடு பகிர்ந்துகொள்ளத் தொடங்கினார். சரிதான் என்று குறுக்குச்சால்போட்டு அந்தப் பக்கம் பேசிக்கொண்டிருந்த வயதானவரும் ஒரு நிமிஷத்துக்கு பத்து வினாடி நேரம் மட்டும் காது கேட்கிறவருமான கார்டினல் சொன்னார் –

தந்தையார் அவர்களே, நீங்கள் இரண்டு வருஷம் உங்கள் மந்தையைப் புறக்கணித்து, ஆடை துறந்த விக்கிரக ஆராதகர் களிடையே ஆனந்தக் களிப்போடு பாடி ஆடித் திரிந்து தேவ ஊழியத்தை ஒதுக்கி வைத்ததன் காரணம் என்ன? இப்போதாகிலும் திருந்தி வந்தீரா?

நான் இரண்டே இரண்டு மாதம்தான் எழுதி அறிவித்து விடுப்பில் போனது. இந்தியாவில் இருந்து ஆயர் கடிதம், திருச்சபை செய்தித் தொகுப்பு இரண்டு சேவைகளையும் செய்துதான் வந்தேன். தொழாமல் ஒருநாளும் இருந்ததில்லை.

அமேயர் சொன்னது எல்லாம் கார்டினல் காதில் விழாமல், அருவி பொழியும் சீரான ஓசை மட்டும் அவருடைய உட்செவியில் நிறைந்து வழிந்தது.

வாரும், உம் மந்தைக்காக மன்றாடுவோம்.

நாத்தழதழக்க, கார்டினல் உரக்க லத்தீனில் திருவசனம் சொல்ல ஆரம்பித்துவிட்டார். தனக்கு எதுவும் காதில் கேட்காத தோரணையில் நாலு ஹலோ, ஹலோவும் அவசரமான ஆமெனு மாக அமேயர் பாதிரியார் கார்டினலை அகற்றி நிறுத்தவேண்டி இருந்தது அப்போது.

பாதிரியார் இத்தனை வருடம் செய்த ஊழியமும், செய்ய இருப்பதும் இப்படி மறைவில் ஒளிக்கப்படுவதுபற்றி அவருக்கு வருத்தம் இல்லை. அவருடைய பயணத்தைப்பற்றி வாடிகனில் ஊழியம் புரியும் தெக்கே பரம்பில் அச்சன் மூலம் அங்கே சரியான தகவலைப் போப்பரசர்வரை அறிவித்து வைத்திருக்கிறார். நாளைக்கே அவரை ரோமாபுரிக்குப் பதவி மாற்றமும் இட மாற்றமும் செய்து அழைத்துக்கொள்ளலாம். அப்பன் வீட்டில் ஆயிரம் அறை.

கால்டர்டேல் குரிசுப் பள்ளியில் ஒரு நூற்றாண்டு முன்னர் பியானோ வாசித்துவந்த ஒரு ஊழியக்காரன் சின்னஞ்சிறு கிரகமான யுரேனஸைக் கண்டுபிடித்தது உண்மையன்றோ. அதற்காக போப்பாண்டவரின் பாராட்டு பத்து வருஷம் கழித்து

வந்துசேர்ந்தபோது அந்த ஊழியன் சர்ச் வளாகத்தில் அந்திம உறக்கத்தில் இருந்தான். இங்கிலீஷிலும் லத்தீனிலும் கடிதம் எழுத ஆள் தேடுவதில் தாமதமானதாக அப்போது அறிவிக்கப்பட்டது. அமேயர் பாதிரியாருக்கான திருச்சபை கடிதம் எழுத தெக்கே பரம்பில்போல் அங்கே எல்லா மொழியும் தெரிந்த பாதிரியார்கள் அருகே இருக்கவேண்டும்.

இந்த அக்கப்போர்கள் அல்லாமல் ரெண்டு மாசத்தில் கால்டர்டேலில் வேறு எந்த மாற்றங்கள் உண்டு என்பதை முதலில் அவதானிக்க வேணும். அதெல்லாம் இனி அவர் ஊழியம் செய்ய இருக்கும் முறையை மாற்றி வைக்க வழி செய்யக்கூடும். இல்லா விட்டாலும் வம்புக்கு படி ஏறும் மந்தையின் மூத்த ஆடுகளோடு பேச விஷயத் தீவனம் தரும் அதெல்லாம்.

கசாப்புக்காரன் பெர்னாந்தஸ் சொன்னபடிக்கு, யார்க்ஷயர் நெடுக இந்த ரெண்டு மாசத்தில் ஒரு கொடூரன் உலாவி வந்தானாம். ராத்திரி வீடு புகுந்து, கழுத்தில் ரேசர் பிளேடால் கீறி ரத்தம் வர வைத்துப் போவதே அவன் செய்ததாம். யாரும் ரத்தப் போக்கால் மரிக்கா விட்டாலும், சன்னமாகக் கழுத்தில் கீறி, வந்த நாலைந்து துளி ரத்தத்தை அவன் தன்னுடைய ஆள்காட்டி விரலில் பூசிப் போனதாகக் கதை பரவியதாம். அப்புறம் கால்டர்டேல் நகர மன்றம் கூட்டம் கூடி, பாதிக்கப்பட்ட நூறு பேரை அழைத்து நாலு கதவையும் சார்த்தி வைத்து நல்வழி காட்ட வகுப்பு எடுக்கப்பட்டதாம். அது முடிந்து ஆளுக்கு பத்து பவுண்ட் காசும், நாலு மரக்கால் கோதுமையும், ரெண்டு ராத்தல் ஆட்டு இறைச்சியும் அளிக்கப்பட்டதாம்.

இப்படி வெகுமதி வாங்கிய அவர்கள் எல்லோரும் ஒருத்தர்போல் மற்றவர் கீசுக் கீசென்று கழுத்தில் யாரும் அவர்களைக் கிழிக்கவில்லை என்றும் ஏதோ ஒரு அசட்டுத் தைரியத்தில் அவர்களே வீட்டில் இருந்த பழைய பிளேடு, பியர் பாட்டில் திறக்கும் சின்ன அறம் இவற்றால் தத்தம் கழுத்திலும் கையிலும் முதுகிலும் கீறிக்கொண்டதாகவும் அறிவித்தனர். இறந்துபோன இரண்டு பேர் விஷயம் இன்னும் வினோதமானது. கழுத்தில் பிளேடுடன் மாடத்தில் இருந்து குதித்துச் சவப்பெட்டியில் நேரே விழுந்தால் எப்படி இருக்கும் என்று தெரிந்து கொள்வதற்காக அவர்கள், தாங்களே பெட்டிக்குள் விழுந்து மூடிக்கொண்டதாகச் சிலர் சொன்னார்கள். அவர்கள் சவப்பெட்டியின் சவுகரியத்தை விட்டுத் திரும்ப வெளியே வர முடியாது என்று சொல்லி விட்டார்களாம். எது எப்படியோ ரேசர் பிளேட் ராட்சசர்கள் இல்லாமல் போனதில் அமேயருக்கு ஆசுவாசம் கொஞ்ச நஞ்சமில்லை. அவர்களோடு சாத்தானும் ஒழிந்துபோனான்.

ஊரில் போன மாதக் கடைசியில் பேய்களின் ஆராதகன் ஒருவன் குடியேறி இருப்பதாக அமேயர் பாதிரியாருக்குத் தெரியவந்தது. பேயோட்டுகிறவன் இல்லை இவன். பிசாசு இருப்பதாகத் தெரிந்த இடங்களில் ராத்தங்கி, அவற்றோடு பேசவும் பழகவும், முடிந்தால் கேமராவில் அவற்றைப் படம் பிடிக்கவும் ஆர்வம் உள்ளவனாம். அம்மாதிரியான இடங்களில் தங்கி இருந்து நடவடிக்கைகளைக் கவனிக்க அவன் பணம் செலவழிக்கவும் தயாராம்.

அட்சன் முடுக்குச் சந்தில் முப்பது பரம்பரைக் கொல்லன் பெர்ரியின் வீட்டு முகப்பில் ஒரு ஆவி உண்டு. முன்னூறு வருடங்களுக்கு முன் கோட்டைக் கதவுக்கு மாற்றுச் சாவி செய்யப் பணம் கொடுத்து, இன்னும் அந்தச் சாவி கிடைக்காமல் காத்திருக்கும் ஒரு சர்க்கார் உத்தியோகஸ்தனின் ஆவி அது. பௌர்ணமி இரவுகளில் சாவி வேணும் சாவி வேணும் என்று அது பாடுவது உண்டாம். அதைக் கேட்கக் கொல்லனுக்கு பத்து பவுண்ட் வாடகை கொடுத்து பிசாசு ஆராதகன் அந்த வீட்டில் தங்கினதாகக் கேள்வி. பூட்டி வைத்த எல்லா வீடுகளுக்கு உள்ளும் அவன் பிசாசு ஆராய்ச்சிக்காக நுழைய ஆர்வம் காட்டுகிறானாம். நல்லதிற்கில்லை இது என்று அமேயர் நினைத்தார்.

ஆராதகர்கள் ஒரு பக்கம் பிசாசுகளின் தோளில் கை போட்டு அணைத்துச் சேர்ந்து சுற்ற முன்வர, உள்ளூர்ப் பேய்கள் தங்கள் விளையாட்டுகளை மும்முரமாக்கிக்கொண்டிருப்பதாகவும் அமேயர் பாதிரியார் காதில் விழுந்தது.

கால்டர்டேல் நைட் கிளப்பில் சுற்றும் பத்தொன்பதாம் நூற்றாண்டு விடலைப் பேய் ஒன்று உண்டு. ஆண்தான். நைட் கிளப்பில் இருந்து வந்து, அமேயர் பாதிரியாருக்கு இருபது பவுண்ட் தட்சணை வைத்து அந்தப் பேயை ஓட்ட வரச் சொன்னார்கள் ஒருமுறை. அது சில ஆண்டுகள் முன்பு நடந்தது.

அவர் சகல சாமக்கிரியைகளோடும் உதவியாளர்களோடும் அங்கே போக, அவசரமாக உள்ளே அழைத்த நைட்கிளப் உரிமையாளர் சொன்னார் –

அச்சன், நாலைந்து வாடிக்கையாளர்கள், எல்லோரும் கிழவர்கள், அவர்கள் சல்யம் பொறுக்கமுடியாமல் உங்களைப் பேயோட்டக் கூப்பிட்டது. உள்ளபடிக்கு அந்தப் பேய்பற்றிய வதந்தியால்தான் கிளப் நிரம்பி வழிகிறது. அதுவும் போன வாரத்தில் பெண்கள் கூடவே பிசாசு உள்ளே நுழைவதாகச் செய்தி. கடைசி வரிசை இருக்கையை அந்த ஆவி ஆக்ரமித்துக்கொள்ள அதன் மடியில் அமர்ந்து சிலீரென்று பிருஷ்டம் ஈரமாக, அரக்கப் பரக்க வெளியே

ஓடி வரும் பெண்களைப் பின்னால் தொட்டுப் பார்க்கவே வெளியூர்க் குடிகாரர்கள் வந்துசேர்கிறார்கள் இருந்து விட்டுப் போகட்டும். வியாபார விருத்தி ஆகிறது. வந்ததற்கு ஒரு பிரார்த்தனையும் நன்றி அறிவிப்பும் சொல்லிப் போங்கள்.

அன்றைக்கு விரட்டாமல் திரும்பிவந்த விடலைப் பிசாசு, இப்போது பெண்கள் கழிவறையில் தண்ணீர் திறக்கவேண்டிய நேரத்தில் நீர்ப் போக்கை அடைக்கிறதாம். காலிலும் தலையிலும் தண்ணீர்க் குழாய் திறந்து பெண்களின் உடுப்பை நனைக்கிறதாம். இன்னும் மோசமாக, பெண்கள் கழிவறைக் கதவுகளை, உள்ளே யாராவது இருக்கும்போதே மட்ட மல்லாக்கத் திறந்து வைக்கிறதாம். அது மட்டுமில்லை, இருக்கும் வெளிச்சமான விளக்குகளை எல்லாம் போட்டுக் கழிப்பறையைப் பிரகாசப்படுத்துகிறதாம். கழிவறைச் சத்தங்களை ஒலி பெருக்குகிறதாம். கேட்பவர்களுக்கு மனக் கிளர்ச்சி உண்டாகும் படி அந்தரங்க பாகங்களைக் கிசுகிசுக்கும் குரலில் வர்ணிக்கிறதாம்.

மேற்படித் தகவலை பெர்னாந்தஸ் குறையாகச் சொன்னாலும் அவன் முகத்தில் சந்தோஷம் இருந்ததைக் கவனித்தார் அமேயர் பாதிரியார். வியாபாரம் இன்னும் அதிகமாக இதைவிட வேறே என்ன மார்க்கமுண்டு?

நேரம் கிடைக்கும்போது நைட் கிளப் வாசலில் ஒரு பிரார்த்தனை ஏற்பாடு செய்து நடத்திவிட்டு வந்தால் சர்ச்சுக்கு வரும் கூட்டம் அதிகரிக்கலாம். இன்னும் இரண்டு மாதத்துக்கு ஞாயிறுதோறும் இதைப்பற்றிப் பிரசங்கம் செய்து திருப்பலி தரலாம். இந்தச் சிந்தனையைப் பத்திரமாக நினைவில் மூடி வைத்தார் அவர்.

ஊரில் எங்கே போனாலும் அவரிடம் கொச்சு தெரிசாபற்றியும் முசாபர் அலிபற்றியும் அன்போடு விசாரித்தார்கள். அவர்கள் திரும்ப வந்து பிஷ் அண்ட் சிப் கடை மறுபடி இயங்குவதை எல்லோரும் ஆவலோடு எதிர்பார்க்கிறார்கள்.

எல்லாம் எழுதிக் கொச்சு தெரிசாவுக்கு அமேயர் பாதிரியார் இன்று கடிதம் அனுப்புவார். குரிசுப் பள்ளி வளாகத்தில் நிம்மதியாக ஒரு மணி நேரம் அவர் தெய்வ சிந்தனையில் சாய்வு நாற்காலி போட்டு அமரும் நேரம் இது. அது கழிந்து கடிதம் எழுதப்படும்.

அமேயர் பாதிரியார் திருப்தியாகக் கண்ணை மூடிக்கொண்டபோது நாலு கல் படி சுலபமாக ஏறி, உள்ளே கடந்து வந்து அவரை இடித்துக்கொண்டு மெட்காஃபின் விநோதமான கார் நின்றது.

## அத்தியாயம்

# பனிரெண்டு

அமேயர் பாதிரியார் கொலாசியம் மதுக் கடைக்குள் நுழைந்தபோது அங்கே ஒரு சங்கடமான அமைதி நிலவியது. அந்தச் சங்கடத்தை அவரும் உணர்ந்தார். ஒரு முப்பது நாற்பது ஜோடிக் கண்கள் ஆச்சரியத்தில் நிலைக்க, அதில் சரிபாதியாவது கால்கள் உயரமான மதுக்கடை முக்காலிகளில் இருந்து குதித்து இறங்கிக் கூடிய மட்டும் திடமாக நின்றன.

யாரோ அவருக்குப் பிதா, சுதன் பெயரால் வரவேற்புச் சொன்னார்கள். அவருக்காக, கணப்பு அருகே நல்ல இடத்தை ஒதுக்க வேறு யாரோ கையில் பாதி பருகிய மதுக் கோப்பையோடு முன்னால் வந்தார்கள்.

மதுக்கடை விளக்குகள் ஒவ்வொன்றாக உயிர் பெற்று எரிய, மதுக்கோப்பைகளை ஜாக்கிரதையாக அருகில் வைத்துவிட்டு குடித்துக்கொண்டிருந்த ஆண் பெண் அடங்கலாக எல்லோரும் சேர்ந்து அவர் வருகையைச் சிறப்பிக்க, விடாமல் கை தட்டினார்கள்.

சங்கோஜத்தோடு அங்கீகரித்துக்கொண்டு எதிரே விரல் நீட்டினால் கண்ணைக் குத்தும் தூரத்தில் அழுக்கு கோட்டும் எண்ணெய் வடியும் மூஞ்சியுமாக நின்றவனை உத்தேசமாக, என் நல்ல நண்பரே என்று விளித்தார் பாதிரியார்.

சகல வர்க்க மதுபானமும் பேதமில்லாமல் தீர்க்கமாகக் குடித்து, தொட்டால் கனிந்து தோல் உள்வாங்குகிற பழமான பதத்தில் இருந்த அவன், அமேயர் பாதிரியாரின் இரண்டு காலையும் கட்டிப் பிடித்து எதற்காகவோ மன்றாட நினைத்துக் குனிந்து அப்படியே உருண்டான்.

பேசக் கூப்பிட்டால் முட்டக் குடித்துவிட்டுக் காலில் தட்டி இவன் ஒன்றுமில்லாமல் போன விநோதம் என்ன என்று யோசித்தபடி, யாரென்று பார்க்காமல் பொதுவாகப் பார்த்து, பாதிரியார் சற்றே குரல் உயத்திக் கேட்டார் –

ப்ரியமானவர்களே, ஆண்டர்சன் எங்கே இருக்கிறார் என்று சொல்ல முடியுமா?

அவர்களில் எவ்வளவு குடித்தாலும் தரக்கேடில்லாத நிதானத்தில் இருக்கிறவர்கள் சொல்லத் தயாராகவே இருந்தார்கள். ஆனால், எந்த ஆண்டர்சன்?

இந்த கொலாசியம் மதுக்கடையை நிர்வகித்து நடத்துகிற செபாஸ்தியன் ஆண்டர்சன் என்ற நம் மந்தையின் சிற்றாடு.

அவரை மரியாதை நிமித்தம் வலிக்காமல் கையைப்பற்றியும், பின்னால் இருந்து மெல்ல உந்தியும், தேவையென்றால் நாலு பேராகக் கிடை மட்டத்தில் வைத்துச் சுமந்தும் செபாஸ்தியன் இருக்கும் உள்ளறைக்குக் கொண்டுபோக அல்லது கூட்டிப்போக அந்தக் கூட்டத்தில் ஆர்வம் மிகுதியாக இருந்தது.

அமேயரின் பாதிரிக் குப்பாயத்தின் இடுப்புப் பகுதியில் இரண்டு கடிதங்கள் துருத்திக்கொண்டிருப்பதை எல்லோரும் பார்த்தார்கள். அவற்றை அவ்வப்போது உள்ளே தள்ளிக்கொண்டு பாதிரியார் இண்டு இடுக்கு விடாமல் தண்ணீர்ப் பரப்பில் பூத்திருக்கும் தாமரைப் பூக்களின் இடையே தடாகத்தில் மிதந்துபோகும் அன்னப் பறவைபோல் உள்ளறைக்குப் போனார்.

இரண்டு கடிதங்களும் இன்றைக்குத் தபாலில் வந்தவை. இங்கே கொண்டுவர ஒன்று போதும். ஆனாலும் அவசரமாகக் கிளம்பும் போது ரெண்டையுமே குப்பாயத்தில் திணித்துக்கொண்டார் அவர். ஞாபகமாக இங்கே காட்டவேண்டிய கடிதத்தைக் காட்டி வேலையை முடித்து, படி இறங்கவேண்டும்.

நாலு பேர் உட்காரப் போட்டது போன்ற கருப்பு லெதர் பிதுங்கி வழியும் இருக்கையில் அமர்ந்திருந்த செபாஸ்தியன் பெரிய மேஜைக்குக் குறுக்கே கை நீட்டி அமேயர் பாதிரியாரை எதிர்

நாற்காலியில் அமரச் சொல்லி வேண்டினான். பிறகு அது போதாது என்று படவோ என்னமோ மெல்ல நாற்காலிச் சிறையில் இருந்து எல்லாப் பக்கமும் திரும்பி வளைந்து விடுபட்டு, மேஜையைக் கடந்து பாதிரியாரின் அடுத்து வந்தான்.

சர்ச் என்னிடம் ஏதாவது நன்கொடை எதிர்பார்க்கிறதா அச்சன்?

செபாஸ்தியன் சட்டென்று விஷயத்துக்கு வந்துவிட்டான்.

அமேயர் பாதிரியார் வியாழக்கிழமை ராத்திரி எட்டு மணிக்கு பியர் குடிக்க கொலாசியம் மதுக்கடைப் படி ஏறி இருக்கமாட்டார் என்று அவனுக்குத் தெரியும். அவரைக் கொண்டுசெலுத்துவது மாதாகோவில் நிர்வாகம், கோவில் புதுப்பித்தல், சுண்ணாம்பு அடித்தல், மந்தையை வழிநடத்தல் இப்படியான ஈசுவர சிந்தனை சார்ந்த விஷயங்களாகவே இருக்கும் என்பதை செபஸ்தியன் அறிவான். அவன் மனைவி சிறுசபை என்ற ப்ராட்டஸ்டண்ட் வகுப்பில் பட்டவள் என்றாலும், வீட்டுக்காரனான செபாஸ்தியன் சார்ந்திருக்கும் ரோமன் கத்தோலிக ஆலயத்துக்குச் சுவர் எழுப்பக் காசு தர மாட்டேன் என்றா சொல்லப் போகிறாள்? எல்லாச் சபையும், இறுதியில் சொர்க்கத்தில்தானே முடியும்? எல்லா மொழியிலும் அறிவிப்புப் பலகை வைத்த ஒரே இடமன்றோ அது?

அமேயர் பாதிரியார் தன் சபைக்கு வெளியே எப்போதும் நல்ல மரியாதையையே எதிர்கொண்டிருக்கிறார். மெட்காஃப் உயிரோடு இருந்த காலத்தில் அவன் கோவிலையும், அங்கே சுருதி தப்பி பியானோ வாசித்து, எந்தக் குரலிலும் ஒத்துச் சேராமல் பிரார்த்தனை கீதம் பாடுகிறதையும் இதே கொலாசியம் மதுக்கடையில் உட்கார்ந்து, வெளியே குடை பிடித்து நடக்கிற அவர் காதுபடவே கிண்டல் செய்திருக்கிறான்தான். ஆனால் அமேயர் பாதிரியார்மேல் அவன் வைத்த மதிப்பையும் அனைவரும் அறிவார்களே.

புது வீடு வைக்க நினைத்தபோது மெட்காபுக்கு முதலில் நினைவு வந்தது அமேயர் பாதிரியாரைத்தான். வீட்டையும் தன்னையும் வாழ்த்தி ஆசீர் சொல்ல வரவேண்டும் என்று வேண்டி வழக்கமாக எல்லோரும் தரும் ஐந்து பவுண்டுக்கு மேலேயே இன்னொரு ஐந்து பவுண்ட்டுமாக மொத்தம் பத்து பவுண்ட் தட்சிணை வைத்தபோது அவருக்கு அது இஷ்டமாக இல்லை.

பத்து பவுண்டுக்கு போப் ஆண்டவரே வந்து கிரேஸ் சொல்லி பிரார்த்தனை நடத்திவிட்டு எல்லோர் நெற்றியிலும் குரிசு வரைந்து ஆசி சொல்லி, ஒரு ஓரமாக நின்று, சகலரோடும் கை குலுக்கி விடைபெறவேண்டும் என்று அவனுக்கு எதிர்பார்ப்பு இருந்ததாக அவருக்குப் பட்டது.

காசு கொட்டிக் கிடக்கிற யாருக்குத்தான் பத்து பவுண்ட்டைப் பாதிரியாரிடம் விட்டெறிந்தால் திருச்சபையே ஊழியத்துக்கு அணி வகுத்து முன்னால் வந்து நிற்கும் என்று ஒரு வினாடியாவது தோன்றாமல் போகும்?

எடின்பரோ பிரதேச ஸ்காட்லாந்துக்காரர்கள் பாதிரியாருக்கு நாலு பவுண்டும், பேக்பைப் இசைக்கருவி தம் பிடித்து வாசிக்கிற வித்வானுக்குப் பத்து பவுண்டும் தருகிற சீலத்தைக் கடைப் பிடிப்பதாகச் சொல்வது உண்மையாக இருக்கலாம். பாதிரியார்கள் மூச்சைப் பிடித்து நிறுத்தி திருவசனம் சொல்லவேண்டியதில்லை. அதுவும், பேக்பைப் வாசிக்கிறவன் மூச்சை வாத்தியத்தில் செலுத்தி நடந்தபடியே இனிமையாக, அபஸ்வரம் சற்றும் தட்டாமல் வாசிக்க வேண்டியிருப்பதால் அவனுடைய ஊழியத்துக்கு பாதிரி ஊழியத்தை விட ஸ்காட்லாந்தில் மதிப்பு அதிகமாம். இந்தத் தரப்படுத்தலோடும் ஒப்பு நோக்குதலோடும் ஒப்பிட்டால் இங்கே கால்டர்டேலில் மெட்காபோ, இந்த செபாஸ்தியனோ மற்ற புதுப் பணக்காரர்களோ அமேயர் பாதிரியாரைத் தாங்கு தாங்கென்றல்லவா தாங்குகிறார்கள்.

சமாதானமும், அன்பும், ஈசுவரச் சிந்தனையும் என்றும் உம்மிடம் இருக்கட்டும். உம் ஆத்மா ப்ரியத்தோடு சகல உயிரிலும் உயிர்க்கட்டும்.

அமேயர் பாதிரியார் குரிசு வரைந்தபோது பின்னால், மதுக்கடையில் சத்தம். என்னவென்று பார்த்தார் அவர்.

நட்ட நடுநாயகமாக ரெண்டு மர நாற்காலிகளை ஒன்றின்மேல் ஒன்றாகப்போட்டு ஒருத்தன் ஏறி நிற்கிறான். ஒரு கிளாஸ் பியரையோ பிராந்தியையோ ஒற்றை மடக்கில் குடிக்கும் அவன் அந்தத் திரவம் கழுத்துக்குக் கீழே போகாமல் வாயிலேயே அடைத்தபடி நிறுத்துகிறான். ஒரு வத்திக் குச்சியைப் பற்ற வைத்து வாயில் இருந்து அருவியாகத் துப்பும் திரவத்தின் மேல் தெளிக்க அந்த இடம் பூரா தீச்சிதறல்.

அவனுக்கு முகம் வெந்தெல்லாம் போகவில்லை என்பதை ஆசுவாசத்தோடு கவனிக்கிற பாதிரியார் அடுத்து எல்லோரும் கூட்டமாகக் கைதட்டுவதையும் வியப்போடு கவனிக்கிறார். இதெல்லாம் பாதிரியார்களுக்கானதில்லை.

ஒரு பெரிய கூர்மூக்கு கண்ணாடிக் கோப்பையில் ஆப்பிள் ஜூஸ் நிரப்பி எடுத்து வந்த கொலாசியம் மதுக்கடைச் சிப்பந்தியை அமேயர் பாதிரியாருக்குத் தெரியும். அவனுடைய அப்பனும்

மனைவியும் விடாது சபைக்கு ஞாயிற்றுக்கிழமை திருப்பலிக்கு வருகிறவர்கள். அப்பங்களின் அளவு குண்டூசி முனையளவு சிறுத்துப் போனதாகவும், மாஸ் நேரத்தில் கொடுக்கும் ஒரு துளி ஒயின் கூட புளிப்புக் காடியாகிப் போன விநோதம் நடப்பதாகவும் ஒரு ஞாயிறு விடாமல் பிரசங்கம் முடிந்து சங்கீதம் நடக்க பியானோவைப் பிராண்டிக்கொண்டிருக்கும் போது அந்த ரெண்டு பேரும் புகார் சொல்வதை அமேயர் பாதிரியார் அறிவார்.

ஆப்பிள் பழச்சாறு கொடுத்துவிட்டு அப்பத்தின் அளவைச் சற்றே பெரியதாக்கவேண்டியதன் அவசியத்தை அவன் பாதிரியாரிடம் வலியுறுத்த நேரம் காலம் பார்க்காமல் உத்தேசித்திருக்கக் கூடும். அவன் மேல் தப்பில்லை. பாதிரியார்தானே அவனைத் தேடி கொலாசியம் மதுக்கடையில் படி ஏறி இருக்கிறார்.

அமேயர் பாதிரியார் ஆப்பிள் பழச் சாறைக் கையில் வாங்கி ஒரு மடக்கு பருகினார். எல்லாம் சரியாக, உத்தேசித்திருந்ததற்குமேல் எவ்வளவோ சிறப்பாக நடைபெறுகிறது என்ற நம்பிக்கையும் ஆசுவாசமும் மனசைக் கிலேசம் ஏதுமில்லாமல் லேசாக்கின.

பொதுவாக பாதிரியார்களுக்கே உரித்தான, அன்பையும் நேசத்தையும் மிகச்சரியாக ஒவ்வொரு மந்தை ஆட்டுக்கும் ஒரே அளவில் பகிர்ந்தளிக்கிறபடியாக, ஒரு புன்சிரிப்பு சிரித்தார் அவர்.

மூத்த பாதிரியார்களுக்கும் தாடி வைத்த, மெலிந்து கருத்த சற்றே இளைய பாதிரிகளுக்கும் அதிகமாக சித்திரிக்கிற வசீகரம் அந்தப் புன்னகை.

குருத்துவக் கல்லூரியில் ஆகமம் சொல்லிக் கொடுக்கிறபோது வகுப்பு எடுக்கிற பாதிரியார்களின் உடம்பு மொழியிலும், சிரிப்பிலும் அமேயரும் இதர மாணவர்களும் கற்றுக்கொண்டது மழிக்காத தாடியைத் திருத்துதலும், அவ்வப்போது பொங்கி வரவேண்டிய சின்னச் சிரிப்பும். புன்னகையின் பின்னணியில் சற்றே தெரிந்து மறையும் பற்களைச் சுத்தமாக வைத்திருப்பதன் முக்கியத்துவமும் அவர்களால் உணரப்பட்டது அப்போது.

அமேயர் பாதிரியாரின் புன்னகை அதன் இயல்பான நேரமான பத்து வினாடிகளுக்கும் அதிகமாகக் கூடுதல் ஒரு வினாடி நேரம் நின்று செபாஸ்தியனை அவர் முன் குனிந்து வணங்க வைத்தது. அவனுடைய உதவிக்காரனோ, இப்போதே மாதா கோவிலுக்கு ஓடி, வரும் ஞாயிறு காலைப் பிரார்த்தனைக்கு ஆயத்தமாக வெளியே காத்திருக்கவும் தயார் என்ற மனநிலையைப் புலப்படுத்திக்கொண்டு துடிப்பாக நின்றான்.

அமேயர் பாதிரியார் அவசரமாகத் தன் பாதிரிக் குப்பாயத்தில் இருந்து ஒரு கடிதத்தை எடுத்து கொலாசியம் மதுக்கடைக்கார செபஸ்தியனுக்குப் படிக்கக் கொடுத்தார். இன்னொரு மடக்கு ஆப்பிள் ரசம் சுவைத்து உலகம் போகிற போக்கு குறித்து திருப்தி தெரிவிக்கிற முகபாவத்தோடு அடுத்த புன்சிரிப்புக்கு ஆயத்தம் செய்தார் அவர்.

கண்ணை இடுக்கி, பொறுமையாகக் கடிதத்தைப் படித்த செபஸ்தியன் உடனே பாதிரியாரோடு கை குலுக்க முற்பட்டான். அது மரியாதையாகாது என்று பட, உதவிக்காரன் முதுகில் பலமாகத் தட்டி அவனிடம் சந்தோஷமான ஓர் அறிவிப்பை உரக்க வெளியிட்டான் –

இந்த நிமிடத்திலிருந்து இன்னும் ஒரு மணி நேரம் யாரும் கொலாசியம் மதுக்கடையில் பியர் குடிப்பார்களானால், அதெல்லாம் காசு ஏதும் வாங்காது வழங்கப்படுகிறது. லாகர், ஏல், ஸ்டவுட் என்று எந்த வகையில் பட்ட பியர் என்றாலும் இந்தப் பொன்னான பொழுதில் இலவசம்.

அந்த மகிழ்ச்சியான அறிவிப்பு, கொலாசியம் மதுக்கடையே அதிரக் கைத்தட்டும், குரல் ஒலியுமாக வரவேற்கப்பட்டது. எல்லோரும் சேர்ந்து கைதட்டவும், தான் எந்த உணர்ச்சியும் காட்டாமல் நின்று கொண்டிருக்கலாகாது என்று பட, அமேயர் பாதிரியார் வலது கையைத் தூக்கி எல்லோருக்கும் வாழ்த்துச் சொல்வதாக அசைக்க இன்னொரு தடவை கைத்தட்டு உயர்ந்தது.

அச்சன், எங்களோடு இருந்து ஒரு ஜாடி பியர் மாந்திப் போக வேணும்.

கடையின் எல்லா மூலை முடுக்கில் இருந்தும் அவரை விளிக்க, செபாஸ்தியன் கைகாட்டி எல்லோரையும் அவர்களுடைய உற்சாகத்தையும் மேலே உயர்ந்து பொங்கி லாகர் பியராக வழியாமல் நிறுத்தி வைத்தான்.

இந்தக் கொண்டாட்டம் நம் பெருமதிப்புக்குரிய அமேயர் பாதிரியாருக்கு விடுக்கப்பட்ட அழைப்பை ஊரோடு சிறப்பித்து மகிழ...

என்ன அழைப்பு அது? கொலாசியத்தில் பியர் அருந்தவா?

நாக்கு துடுத்த ஒருத்தன் கிண்டலாகக் கேட்க, அவன் உடனே வெளியேற்றப்பட்டான். ஆயிரம் முறை மாப்பு சொல்லியபடி அவன் வெளியே நின்றே குடிக்க அனுமதி கேட்டதை செபாஸ்தியனோ சக குடியர்களோ லட்சியம் செய்யவில்லை.

என்ன அழைப்பு அது? யார் விடுத்தது?

தகவல் அறிய விரும்பும் குரல்கள் உயர்ந்தன. புன்சிரிப்போடு சுற்றும் பார்த்தான் செபாஸ்தியன். தொண்டையைக் கனைத்தபடி அறிவித்தான் –

வாடிகன் புனித நகரத்தில் சங்கைக்குரிய போப் ஆண்டவர் அருகில் இருந்து இறை ஊழியம் செய்ய அமேயர் அச்சனுக்கு அழைப்பு வந்திருக்கிறது.

இன்னொரு தடவை கைத்தட்டும் ஹோவென்ற பேரிரைச்சலும் எழ, செபஸ்தியன் குரல் அதை எல்லாம் மீறி ஒலித்தது.

இந்தப் பட்டணத்திற்கு இதுவரை கிடைத்தவற்றில் உச்சபட்ச மரியாதையும் வெகுமதியும் இதுவாகத்தான் இருக்கும். அமேயர் பாதிரியாரின் இடையறாத இறை ஊழியத்தையும், மாதாக் கோவில் பராமரிப்பில் ஈடுபாட்டையும், இசைக்குழுவுக்குப் பயிற்சி அளிப்பதில் குன்றாத ஆர்வத்தையும் நாம் எல்லோரும் அறிவோம். இந்த ரோமாபுரி அழைப்பு இந்த ஊருக்கே விடப்பட்ட அழைப்பு என்று பெருமை கொள்ளலாம். அன்புக்குரிய அமேயர் பாதிரியார் ரோமாபுரிக்குப் பயணம் வைக்கும்போது இன்னொரு கொண்டாட்டத்தை இன்னும் பெரிய தோதில் நாம் ஏற்பாடு செய்வோம்.

செபாஸ்தியன் பெருமையோடு அறிவிக்க, அமேயர் பாதிரியார் அவசரமாக அவன் கையில் இருந்து கடிதத்தைத் திரும்ப வாங்கக் கை நீட்டினார்.

கொஞ்சம் இருங்க, இன்னொரு முறை படிச்சுட்டுக் கொடுத்துடறேன்.

செபாஸ்தியன் சொல்ல, கொலாசியத்தில் எப்போதும் நிறைந்திருக்கும் கூச்சலுக்கு இடையே குரல் எழுப்ப முயற்சி செய்து, எழாமல் போக, கையை வேகமாக அசைத்து செபாஸ்தியன் கையில் இருப்பதை அவன் படிக்க விடாமல் தொட்டு அசைத்து ஒரு வழியாகப் பிடுங்கியும் விட்டார் அமேயர் பாதிரியார்.

ஏமாற்றத்தோடு நின்ற செபாஸ்தியன் கையில் பாதிரிக் குப்பாயத்தில் கை விட்டு எடுத்த இன்னொரு கடிதத்தைக் கொடுத்துவிட்டு, வாடிகன் கடிதத்தை வெகு பத்திரமாக உள்ளே வைத்தார் அவர்.

செபாஸ்தியனுக்குத் தன் கண்ணையே நம்ப முடியவில்லை. இந்தக் கடிதத்தில் உள்ள முத்திரை லண்டன் மாநகரில் அரச குடும்பம் வசிக்கும் அரண்மனையில் இருந்து வந்ததல்லவா.

அமேயர் பாதிரியார் அடுத்த வாரம் அரண்மனை விருந்துக்கும் அரசியாரோடு பேச்சு வார்த்தைக்கும் அழைக்கப்படுகிறார். மறைந்த ரிச்சர்ட் மாண்ட்கோமரி மெட்காஃப் , அவனுடைய மனைவி தெரிசா மெட்காஃப் என்ற கொச்சு தெரிசா முசாபர் அலி ஆகியோருக்குச் சொந்தமான, அமேயர் பாதிரியார் பொறுப்பில் இருக்கும் அதி நவீனமான மோட்டார் வாகனத்தையும் பார்வையிட அரசியார் விரும்புகிறார். எனவே சங்கைக்குரிய அமேயர் பாதிரியாருக்கு சகல மரியாதையோடும் பிரியத்தோடும் இந்த அழைப்பு வெளியிடப்படுகிறது.

*சரிதானா நான் படித்தது?*

செபாஸ்தியன் குனிந்து அமேயர் பாதிரியாரின் செவிகளில் உரக்கக் கேட்க அவர் கையமர்த்தினார்.

அந்தப் பிசாசு பிடித்த காரை எனக்கு ஓட்டிப்போக முடியாது. மெட்காபின் உயிர் நண்பன் நீதானே. காரை ஓட்டிப்போக உன் துணை எனக்கு வேணும். நீ ஊருக்கு எங்கேயாவது கிளம்பி விடுவாய் என்பதால் மதுக்கடை என்றாலும் பரவாயில்லை என்று உன்னைத் தேடி வந்தேன். உதவி செய்வாயா சகாவே?

செபாஸ்தியன் மெய்மறந்து நின்றான். உதவியாளனை ஒருமுறை கரகரவென்று உயர்த்திப் பிடித்துச் சக்கரம்போலச் சுற்றிக் கீழே தொப்பென்று போட்டான். கரையுடைந்த உற்சாகத்தோடு அறிவித்தான் –

இந்த ஒரு மணி நேரத்தில் யாரும் இங்கே எதுவும் குடிக்கலாம். ஜின்னும் எலுமிச்சை ரசமும், பிராந்தியும் வென்னீரும், விஸ்கியும் சோடாவும், டெக்கிலாவும் சிராங்காய் உப்பும், வோட்கா, ரம், பியரும் எல்லாம் இலவசம்.

அத்தியாயம்

# பதின்மூன்று

நீங்க எந்த வாகனங்களை ஓட்டி இருக்கீங்க, ஃபாதர்?

கொலாசியம் மதுக்கடைக்காரனும் மறைந்த மெட்காபின் உற்ற தோழனுமான செபாஸ்தியன், தன் பக்கத்தில் உட்கார்ந்திருந்த அமேயர் பாதிரியாரிடம் விசாரித்தான். ஓவர்கோட்டை மேலே இழுத்து காது மடலை மறைத்தபடி அவர் ஒரு வினாடி யோசித்தார்.

வெறும் நாளில், நடக்கும்போதும், சைக்கிள் ஏறி கால்டர்டேல் பிரதேசத்துக் கல்பாளம் வேய்ந்த குறுகிய பாதைகளில் சுருதி கெடாமல் ரப்பர் டயரால் தட்டித் தட்டி ஓட்டிப் போகும்போதும் தெரியாத குளிரின் ஊடுருவும் தன்மை, லண்டன் போகும் நெடுஞ்சாலையில் விரையும் காரில் முன் வசத்து இருக்கையில் அமர்ந்து போகும்போது மனதில் பலமாக வந்து நிறைகிறது.

சிறுநீர் இந்த வினாடி போயே ஆகணும் என்று நெருக்கவும், கைகால்கள் கொஞ்சம் நீட்டி நிமிர்ந்து படுத்துக்கிடந்து சுகம் கொண்டாடிவிட்டுப் போகலாமென ஒரேயடியாக ஓய்ந்து வரவும் குளிர் வாதனைப் படுத்துகிறது.

எனில், பயணம் போகாமல் தீராது. அழைப்பு விடுத்த அரண்மனைக் காரர்கள் அவரையும், மறைந்த மெட்காபின் அதிசயமான மோட்டார் காரையும் சேதன அசேதனப் பொருட்களுக்கான வேற்றுமை குறித்த போதமின்றி ஒரே நேர்கோட்டில் சீராகக்

காண்கிறவர்கள். பாதிரியாரை ஒரு பென்ஸ் நாணயம்கூட யாத்திரைச் செலவுக்கென்று தராமல், அரண்மனைத் தோட்டத்துக்குக் காரோடு வரச்சொல்லிக் கூப்பிட்டு விட்டு எதிர்பார்த்துக் காத்திருக்கிறார்கள்.

இந்தக் காரை ஓட்டத் தெரிந்திருந்தால் அமேயர் கூட்டுக்கு ஆள் சேர்த்துக்கொண்டு இப்படிக் கிளம்பியிருக்க மாட்டார்தான். இந்தக் கார் மட்டும் என்ன, வேறு எந்தக் காரையும் அவர் ஓட்டப் படித்ததில்லை இதுவரை. கொலாசியம் மதுக்கடைக்காரன் செபாஸ்தியனும், அவனுடைய நிழல்போல சதா கூடவரும் உதவியாளனும் இன்றைக்குக் கூட்டிப் போகாவிட்டால் அவரால் அரண்மனை விருந்துக்குச் சகல கம்பீரத்தோடும் கிளம்பி இருக்க முடியாது.

அப்பன், நீங்கள் ராணுவத்தில் இருக்கும்போது தண்ணீரிலும் தரையிலும் ஓடியபடிக்குக் கண்ணி வெடி விதைத்துப்போகும் புது மோஸ்தர் ஜீப் ஓட்டியவர் என்று கேள்விப்பட்டேனே. உண்மை தானா அது?

செபாஸ்தியன் தன் கேள்வியைச் சற்றே மாற்றி அவரிடம் கேட்டான். அவனுக்கு இந்தக் கேள்விக்காவது பதில் சொல்லியே ஆகவேண்டும்.

உலக மகா யுத்த காலத்தில் எங்களுக்கு விமானம் ஓட்டப் பயிற்சி கொடுத்தார்கள். நான் தலைகீழாக விமானத்தைத் திருப்பி நிதானம் தவறாமல் ஓட்டுவதில் சிறப்புப் பயிற்சி எடுத்திருந்தேன். அதை நடப்பாக்கிக் காட்டுவதற்குள் போர் ஓய்ந்துவிட்டது.

அமேயர் பாதிரியார் தனக்கு வேதாகம கீர்த்தனம் எத்தனை பாடத் தெரியும் என்று யாராவது கேட்டால் சொல்கிற, விலகி நின்று தகவல் மட்டும் அறிவிக்கிற குரலில் போர் விமானம்பற்றிச் சொல்ல, செபாஸ்தியன் அவரைப் புது மரியாதையோடு நோக்கினான்.

அவன் விமானத்தின் இஞ்சின் அறைப் பக்கம்கூடப் போனதில்லை. வயதான ஒரு பாதிரியார் யுத்த விமான பைலட்டாக, சாகசங்கள் செய்யும் திறமை வாய்க்கப் பெற்றவராக இருந்திருக்கிறார் என்பது அவனை நிலைகுலைய வைத்துப் போட்ட தகவல்.

அமேயர் பாதிரியார், ஏற்கெனவே மரித்து விழுந்தவர்களைத் துப்பாக்கி எடுத்துச் சுடவும், ஏன், ராணுவத் தாவளத்தில் பினாயில் கலந்த தண்ணீரை அடித்து அடித்து ஊற்றிக் கழிப்பறை கழுவவும் கூட லாயக்கற்றவர் என்று நினைத்ததற்காகத் தன்னையே சபித்துக் கொண்டான் செபாஸ்தியன்.

அடேயப்பா. என்ன ஆச்சரியம். கர்த்தருக்கு ஸ்தோத்ரம். விமானம் தவிரவும் வேறு நுட்பமான வாகனங்கள் ஓட்டி இருப்பீங்கன்னு நினைக்கறேன் ஃபாதர். மலைப் பாதையில் போகும் ராட்சச ட்ரக், போர்க் களத்தில் டேங்க் இப்படி.

அமேயர் பாதிரியார் சிரித்தார். அதெல்லாம் அவர் பரிட்சயப் படுத்திக் கொள்ளாதது. கொஞ்சம் யோசித்து மன்னிக்கக் கோரும் குரலில் அவர் தொடர்ந்தார் – மோட்டார் படகு அசுர வேகத்தில் ஆற்றில் ஓட்டிப் போயிருக்கேன். ரெண்டு தடவை படகு கவிழ்ந்து அடிபடாமல் தப்பிச்சேன். சோன் நதியில் ராத்திரி நேரத்தில் படகு ஓட்டினது ஒரு காலம். அது பிரான்ஸில் பெரிய ஆறு. எப்பவும் வெள்ளம் பெருக்கெடுத்து ஓடும் நதி.

செபாஸ்தியனின் உதவியாளன் ரெண்டு கையையும் வானத்தை நோக்கி உயர்த்தியபடி அமேயர் பாதிரியாருக்கு மங்களம் சொன்னான். பிரான்ஸ் என்ற ஒருநாடு, பக்கத்தில் கடல் கடந்து எங்கோ இருக்கிறது என்பதை மட்டும் தெரிந்த அப்பாவி மனுஷன் அவன். ஆற்றையும் படகையும்கூட அவன் அபூர்வமாகவே பார்த்திருக்கிறான்.

இவ்வளவு சிக்கலான யந்திர அமைப்பு இருக்கிற சமாசாரம் எல்லாம் ஓட்டி ஜெயித்து வந்திருக்கீங்க ஃபாதர். இந்தக் காரை ஓட்டறது சின்னப் பிள்ளை விளையாட்டாகத்தான் இருக்கும் உங்களுக்கு. வாங்களேன் ஒரு ஐந்து நிமிடம் ஸ்டியரிங் பிடியுங்க. நீங்களே ஓட்டிப் போயிடலாம்.

செபாஸ்தியன் ஆர்வத்தோடு அழைக்க, அது மட்டும் வேணாம் என்று அவசரமாக மறுத்தார் அமேயர். ஏற்கெனவே பர்மா ஷெல் பீரோ பீரோவாக நிறுத்தி வைத்து ரப்பர் குழாய் மூலம் பெட்ரோல் வழங்கும் இடத்தில் உடனொடுத்த மற்ற கார்கள்போல் பெட்ரோல் நிரப்பிக் கொள்ளாமல் தலை திரிந்து ஓடுகிற வண்டி இது. தண்ணீரை ஊற்றி ஓட்டுகிற மோட்டார் கார் என்று உள்ளூர் நிலவரம் தெரியாத யாரிடமாவது, முக்கியமாக, பத்திரிகைக்காரர் களிடம் சொன்னால் வழித்துக்கொண்டு சிரிப்பார்கள். அப்படித் தானா?

அது மட்டுமில்லை, இதைப்பற்றிக் கிண்டலும் கேலியுமாக ஒரு கட்டுரை எழுதிப் பத்திரிகை உலக வழக்கப்படி அடி ஸ்கேலால் அளந்து ஒரு செண்டிமீட்டருக்கு இரண்டு பவுண்ட் விகிதத்தில் சன்மானம் கிடைக்கப் பெறுவார்கள் அவர்கள். காரையும் பக்கத்திலேயே ஓய்வெடுக்கும் ஒட்டகம் போல, அமேயர் பாதிரியாரையும் படம் பிடித்துப்போட்டு பத்திரிகை விற்க வழி

பார்ப்பார்கள். சினிமா, நாடக நடிகைகள் கிடைத்தால் அவர்களும் பெரிய முலைகளைக் காட்டிக்கொண்டு புகைப்படமாகக் காரோடும் பாதிரியாரோடும் காட்சி தருவார்கள். பாதிரியாரின் பாஸ்போர்ட் சைஸ் புகைப்படம் அந்த மார்பகங்களுக்கு நேர் கீழே ஒரு இங்கிதமும் இல்லாமல் அச்சாகி இருக்கும். அவருடைய விருப்பத்தை யார் கேட்கிறார்கள்?

வண்டியை ஒரு ஓரமாக நிறுத்தினான் செபாஸ்தியன். இன்னும் ஒரு மணி நேரம் அவனுடைய உதவியாளன் இந்தக் காரை ஓட்டப் போகிறான். அவனுக்கு இதை ஓட்டிப் பழக்கம் இருக்குமா என்று பாதிரியாருக்குத் தெரியவில்லை. மெட்காஃப் உயிரோடு இருந்த போது செபாஸ்தியனோடு இந்தக் காரில் அவன் அங்கும் இங்கும் இலக்கில்லாமல் திரிந்ததையும், சில நேரம் செபாஸ்தியனே இந்தக் குறளிப் பிசாசு யந்திரத்தை ஓட்டிப்போவதையும் அமேயர் பாதிரியார் பார்த்திருக்கிறார்.

இது கூறு கெட்ட மாந்திரீக யந்திரம் ஒன்றும் இல்லை என்று அவர் சொல்ல மறந்ததே இல்லை. மந்தையாடுகளின் பயத்தைப் போக்கவும், குறளி வித்தை போன்ற கீழான விஷயங்களில் அவர்களுக்கு ஈடுபாடு வராமல் இருக்கவும் இந்த மோட்டார் வண்டி பிசாசு பிடித்தது இல்லை என்று அவர் பார்க்கிறவர்கள் எல்லோரிடமும் ஒரு பாட்டம் சொல்லித் தீர்த்திருக்கிறார்.

என்ன சமாதானம் தனக்கும் பிறருக்கும் சொல்லிக்கொண்டாலும், மெட்காபிடம் மெல்ல எடுத்துச்சொல்லி இந்தக் காரை வாங்கின படிக்கே கைக்குக் கிடைத்த விலைக்கு விற்றுவிடச் சொல்ல வேணும் என்பதில் அவர் முழு முனைப்பாக இருந்த நேரம் அது.

யாரும் எதிர்பார்க்காதவிதமாக மெட்காஃப் யேசுவில் உறங்கப் புறப்பட்டுப்போய்விட, கொச்சு தெரிசா இந்தக் காரை ஓர் ஓரமாக நிறுத்தி வைத்துவிட்டு முசாபர் அலியைக் கைப்பிடித்தது அதற்கு அப்புறம் நடந்தது. ஒன்றிரண்டுமுறை இந்தக் காரை அவள் ஓட்டிப் போவதைப் பாதிரியார் பார்த்திருக்கிறார்தான். ஆனால் இன்றுவரை அங்கே இங்கே பேச்சு எழுந்ததைத் தவிர, இந்த மோட்டார் வாகனத்தைத் தண்ணீர் நிறைத்து ஓட்டிப் போகவேண்டும் என்பதை நிதர்சனமாக அவர் கண்டதில்லை.

ஆனாலும் இரண்டு தினம் முன்பு, மாதா கோவில் வளாகத்தில் திருப்பலிக்கான பாத்திரங்களும், தூபக்கால் மற்றும் சாமக்கிரியை களும் பாதுகாப்பாக வைத்துப் பூட்டிய அறைக்கு முன்னால் சாய்வு நாற்காலி போட்டு, தான் அமர்ந்து இருந்த தருணம் நினைவு வந்தது அமேயருக்கு.

இந்தியாவில் இருக்கும் மந்தையாட்டுக் குட்டியான பிரியமான கொச்சு தெரிசாளுக்கு சுபமங்களம் என்று தொடங்கும் தகவல் பகிரும் கடிதம் எழுதத் தொடங்கும்போது, காம்பவுண்ட் சுவர்ப் பக்கம் இருந்து உள்ளே சின்னச் சின்னதாகப் படிகளைச் சிரமமின்றிக் கடந்து ஏறி வந்து அமேயர் பாதிரியாரின் சாய்வு நாற்காலி பக்கம் அந்த மோட்டார் வண்டி நின்றது அதிசயம்தான்.

அது நடந்து சரியாக ஐந்து நிமிடம் கழித்து வாடிகனில் போப்பரசர் சாம்ராஜ்ஜியத்தில் இருந்து திரு ஊழியம் செய்ய அழைப்பும், பக்கிங்ஹாம் அரண்மனை வளாகத்தில் தேநீர் விருந்தில் பங்கு பெற்றுச் சிறப்பிக்க அரச குடும்பம் விடுத்த அழைப்பும் பாதிரியாருக்கு ஒரு சேரக் கிடைத்த நாள் அது.

ஆனாலும் இந்த வண்டி பிசாசு பிடித்ததில்லை என்று எத்தனையோ நாளாக நீங்கதான் விடாமல் சொல்றீங்க ஃபாதர். இதைக்கேட்க மெட்காஃப் இல்லாம போனதுதான் எனக்கு வருத்தமாக இருக்கு.

செபாஸ்தியன் எதற்கோ வருத்தப்பட்டுப் பாரம் சுமக்க ஆரம்பித்தான். அவன் கார் ஓட்டாமல் இருந்தாலோ, மதுக்கடையில் பெரிய கண்ணாடிக் கோப்பைகளில் வழிய வழிய லாகர் பியர் நிறைத்துத் தராமல் இருந்தாலோ தன்னிச்சையாக மனம் நொந்து போகிற நிலைக்குப் போவதாக அமேயர் பாதிரியாருக்குத் தோன்றியது. ஆனாலும் ஒற்றைக் கெட்டில் எத்தனை பொழுதுதான் கால்டர்டேலில் இருந்து முன்னூறு கிலோமீட்டர் லண்டனுக்கு அவனும்தான் வண்டி ஓட்டி வர முடியும்?

லீட்ஸிலும் லீஸ்செஸ்டரிலும் பத்து பத்து நிமிடம் கழிப்பறை போகவும், சாப்பிடவுமாக காரை நிறுத்தினான் செபாஸ்தியன். அவன் மதுக்கடை ஏதாவது எதிர்ப்பட நிறுத்தி உதவிக்காரன் சகிதம், கொஞ்சம் போல தாக சாந்தி செய்துகொள்வான் என்று அமேயர் பாதிரியர் எதிர்பார்த்தார். அதற்காக அவனை, அவனை மட்டும் உடனடியாக மன்னிக்கவும் அவர் ஆயத்தமாக இருந்தார். அதற்கான லத்தீன் வசனத்தை மனதுக்குள் ஒத்திகை பார்த்திருந்தார் அவர். ஆனாலும் அவனானால் அந்தப் பக்கமே போகவில்லை.

கால்டர்டேல் கடந்து இந்தக் கார் மேன்சஸ்டர் நெடுஞ்சாலையை நோக்கி யாரும் ஓட்டாமல் கணிசமான வேகத்தில் நகர்ந்து போய்க் கொண்டிருந்ததை ஒரு தினம் நான் பார்த்தேன். அது சாத்தான் ஏறிய செயல்தானோ?

செபாஸ்தியானின் உதவியாளன் காரை ஓட்டியபடிச் சொல்ல, சட்டென்று தெருவோரம் வளைந்து திரும்பி மோட்டார் கார் சக்கரங்கள் கீச்சிட நகர்ந்தது.

அரசியோ அவருடைய கணவரோ இந்தக் காரை பரிச்சயப்படுத்திக் கொண்டு பரீட்சை செய்ய முனைந்து, இது ஏதும் செய்யாமல் திடமாக நின்றால் ஏமாற்றமாகி விடாதோ.

செபாஸ்தியானின் உதவியாளனுக்கு ஊரில் இல்லாத சந்தேகம் எல்லாம் கிளம்பி வருகிறது என்று பாதிரியார் சங்கடத்தோடு நினைத்தார். அவருக்கும் மனசின் ஒரு ஓரத்தில் இருந்த கவலைதான் அது. சாத்தான் பிடிக்காவிட்டாலும், ஒன்றிரண்டு குறும்பாவது இந்தக் கார் காட்டித் தரவில்லை என்றால், இத்தனை தூரம் லொங்கு லொங்குவென்று ஒருத்தருக்குப் பதில் மூன்று பேர் இதோடு புறப்பட்டு முன்னூறு கிலோ மீட்டர் தூரம் போய்வருவது வியர்த்த மான வேலையாகவே இருக்கும்

அதுகூடப் பரவாயில்லை, கொச்சு தெரிசா வீட்டுக்கு ஃபாதர் காலையில் போனபோது சைத்தானின் பறவையை ஆட வைத்து அவருடைய சைக்கிளைத் தள்ளி சேதம் வர உடைத்துப் போட்டதே. அதுபோல அரண்மனையில் ஏதாவது செய்து வைத்தாலோ அல்லது ராணியம்மாளுக்கு உபத்திரவம் கொடுத்தாலோ...

செபாஸ்தியன் இன்னொரு கோணத்தில் இருந்து பிரச்னை என்னவாக இருக்கக்கூடும் என்று யோசித்ததும் அமேயர் பாதிரியாருக்கு ருசிக்கவில்லை. இந்த ரெண்டு பேருக்கும் அரண்மனை விருந்தில் பங்கெடுத்துக்கொள்ள வாய்ப்புக் கிடைத்தது என்றால் அதுக்கு ரெண்டே காரணம் – அமேயர் பாதிரியாருக்கு வேண்டப்பட்டவர்கள் இவர்கள். மற்றது, அரசியார் பார்க்க ஆசைப்பட்ட காரோடு மெட்காஃப் மூலமும் அவன் போன பிற்பாடும் ஏதோ விதத்தில் சம்பந்தப் பட்டவர்கள் இவர்கள். நல்ல வார்த்தை சொல்லாவிட்டால்கூடப் பரவாயில்லை. காரைப்பற்றித் தூற்ற வேண்டாம். மாநகரம் வந்துகொண்டிருக்கிறது.

லண்டன் தெருக்களில் எந்தத் தொந்தரவும் இல்லாமல் சீராக ஓடிய அந்தக் கார் பிக்கடெலியில் புகுந்து கிரீன் பார்க் பாதாள ரயில் நிலையம் முன்பு வந்தபோது ஒரு நீண்ட தீனமான சத்தம் எழுப்பி நின்று போனது.

செபாஸ்தியனும் அவனுடைய உதவியாளனும் மோட்டார் காரை முன்னால் நகர்த்தச் செய்த முயற்சிகள் வீணாக, அவர்கள் செய்வதறியாமல் நின்றார்கள். அமேயர் பாதிரியார் கார்க் கதவைத் திறந்து மெல்ல இறங்கினார்.

அரண்மனை விருந்துக்கு வந்திருக்கோம். இந்தக் காரைப் பார்க்கணும்னு கூப்பிட்டு விட்டிருக்காங்க. கார் நின்னு போச்சு.

இதை மெல்லத் தள்ளிப்போய் அங்கேயே தோட்டத்தில் ஒரு ஓரமாக சமாதானமாக விட்டுடறோம்.

அமேயர் பாதிரியார் போக்குவரத்துக் காவலர்களிடம் விளக்கிச் சொல்ல ஆரம்பித்தபோது அரண்மனை வளாகத்துக்குள் மெட்காபின் கார் நுழைந்துகொண்டிருந்தது.

அத்தியாயம்

# பதினான்கு

ஒடிந்து விழுவதுபோல் கதாநாயகி. அவளைப் படைத்தவனோ, உடுப்புத் தைத்தவனோ, சரீர பாரத்தை எல்லாம் ஸ்தன பாரமாக மட்டும் உடம்பில் வடக்குப் பிரதேசத்தில் உருட்டிவைத்து மற்றப்படி குச்சிக் கால்களோடு அவளைப் புல் தரையில் வெட்டுக்கிளிபோலத் தத்தித் தத்தி ஓட வைத்திருக்கிறான். அவளைக் கட்டி அணைத்துத் தூக்கித் தட்டாமாலை சுற்றுகிற மீசை மழித்த கதாநாயகனை ஒரு நூற்றுச் சில்லறைப் பேர் கிராண்ட் ரோடு சினிமா தியேட்டரின் பூச்சி ஊறும் நாற்காலிகளில் உட்கார்ந்து, பகல் காட்சியில் அசூயையோடு பார்த்துக்கொண்டிருக்கிறார்கள். திலீப்பும் அந்தக் கூட்டத்தில் உண்டு.

அம்பலப்புழையில் திலீப் வேலை பார்க்கிற, மங்களூர் ஓடு வேய்ந்த ஆபீஸில், பிஸ்கட் ராமா சாஸ்திரி என்ற நிர்வாகிக் கடன்காரனிடம் கையைக் காலை, பீஜத்தைப் பிடித்துத் தாங்கிப் பத்து நாள் மாத்திரம் லீவு சொல்லி பம்பாய் வந்தது நேற்று நடுப் பகலுக்குத்தான்.

உன் அம்மா உடம்பு ரொம்பவே படுத்திண்டு இருக்குடா திலீபா. சியாமளாகிட்டே நான் சொன்னேன்னு ஒரு வாரம் ரஜா சொல்லிட்டு வா.

பாட்டி எழுதிய இண்லண்ட் லெட்டரை மகா நிர்வாகியான சியாமளா பெரியம்மாளிடம் திலீப் காட்டியபோது, திலீப் தனக்கு

என்ன உறவு என்றே மறந்து போனவளாக அவள் சர்க்கார்த்தனமாகச் சொன்னாள் –

சாஸ்திரி சார் கிட்டே லீவு சொல்லிட்டுப் போ. அடுத்த மாதம் முதல் வாரம் கான்பரன்ஸ் இருக்கு. வேலை ஏகத்துக்கு உண்டு.

பாட்டி உனக்கு மாமியார்தானே பெரியம்மா? என் அம்மா உனக்குப் பிடித்தாலும் பிடிக்காவிட்டாலும் உன் ஓரகத்திதானே. அப்படி என்ன அலட்சியம் அவர்களைப்பற்றி? என்னைப்பற்றி? காசு இல்லாது போனதா?

கேட்க நினைத்ததை மனதிலேயே அடக்கிக்கொண்டு, பிஸ்கட் நாய் சாஸ்திரி காலை நேர ஏப்பத்தோடும், அவனுடைய அதிசுந்தரி வானரமுகி பெண்டாட்டி உடுத்திக் கிழித்த பட்டுப் புடவைத் துணியில் லாலேலா என்று கோமாளி உடுப்பு போல தைத்த கால்சரா யோடும், வாயில் ஸ்கலித வாடை அடிக்கும் தாம்பூலத்தோடும் உள்ளே நுழைந்தபோது லீவுக்காகத் திலீப் மன்றாட ஆரம்பித்தது வெற்றியில் முடிய சாயந்திரம் ஆனது.

ரொம்ப நன்றி சாஸ்திரி மாமா. அயோக்கியா, உனக்கென்ன நன்றியும் நமஸ்காரமும் நபும்சகனே. போய்ட்டு ஒரு வாரத்துலே ஓடி வந்துடறேன். உன் மயிர்பிடுங்கி மேனேஜர் பதவிக்காக இல்லேடா அல்பமே, பெரியம்மா ஏதோ மாசாமாசம் சம்பளமா விட்டெறியறாளே அந்தப் பணத்துக்காகத்தான் திரும்ப ஓடி வரேன். பாவம் உங்களுக்கு ஒரு வாரம் கொஞ்சம் அதிகம் வேலை. சும்மா மரச் சாமானை மத்தது வச்சுத் தேச்சுண்டுதானே உக்கார்ந்திருக்கே. குண்டி வணங்கி வேலை செய்யடா குண்டுசட்டி நரகல் புழுவே.

வடக்கே சூலம் தெற்கே ஈட்டி கிழக்கே கத்தி என்று பஞ்சாங்கத்தில் போட்டதோ என்னமோ காரணமாகக் கிட்டத்தட்ட காலியாக இருந்த கம்பார்ட்மெண்டில், அவன் சுகமாக யாத்திரை செய்து பம்பாய் வந்தது நேற்றுப் பகலில்.

விச்சியா இருக்கியா என்று வரவேற்ற கற்பகம் பாட்டியிடம் அம்மா எங்கே என்று கேட்க, குடியிருக்கும் சால் காம்பவுண்டு சுவரை காட்டினாள் அப்போது.

கக்கூஸ் போற வழியிலே படுத்து, வெயிலோ மழையோ சதா தூங்கிண்டே இருக்காடா உங்கம்மா. சாப்பாடும் வேணாம்கிறா. பயமா இருக்கு எனக்கு.

பாட்டி அழ ஆரம்பித்தாள். கிழிசல் பாயில் கிழிந்த கோரைபோலக் கிடந்த அம்மாவை திலீப் பார்க்க அவன் கண்ணிலும் நீர் திரண்டது.

பாட்டி நான் பக்கத்து சால் தாய்டே மூலம் அட்டண்டர், அதான் அம்மாவைக் கவனிச்சுண்டு பகல் பூரா இங்கேயே இருக்க ஆள் ஏற்பாடு செஞ்சுடறேன். உனக்கும் உதவியா இருப்பா. இன்னும் ரெண்டே மாசம். பெரியம்மாவோட ஃபோல்க் ஆர்ட் ஃபோரம் ஆபீஸ் இங்கே திரும்பிடும். அப்புறம் ஆபீஸ் போய்ட்டுவந்து நானே பார்த்துப்பேன். பணம் எல்லாம் எதேஷ்டமா இருக்கு.

பாட்டி முகத்தில் கொஞ்சம்போல் நிம்மதி தெரிந்தது. புத்தி பேதலித்திருக்கும் பிரசித்தி பெற்ற மராட்டிய லாவணி நாட்டியக்காரி ஷாலினி மோரேக்குப் பணிவிடை செய்து ஓய்ந்து போயிருந்தாள் அவள். மருமகளானால் என்ன, சாதம் ஊட்டுகிறதும், பீ துடைக்கிறதும், உடுதுணி மாற்றுவதும் அலுக்காமல் எத்தனை வருடமாக அவள் செய்து வருகிறாள்! வீட்டுக்காரன், நாட்டுப் பெண் என்று அவள் சிஷ்ருஷைக்கு இதுவரை ரெண்டு பேர் வந்தாச்சு. அதில் ஒருத்தரை எல்லா உபசாரத்தோடும் மேலே அனுப்பியும் ஆனது.

இன்றைக்குக் காலையில் முதல் வேலையாக தாய்டே மூலம் அம்மாவுக்கு உதவி செய்ய ஆள் நியமித்து அட்வான்ஸ் பணமாக ஆயிரம் ரூபாயும் கொடுத்து ஒரு கடமை முடித்தான் திலீப்.

அடுத்து கட்சி ஆபீஸுக்குப் போய் கார்ப்பரேஷன் எலக்ஷனுக்கு கட்சி வேட்பாளர்களை முடிவு செய்கிறதைப்பற்றிக் கேட்க வேண்டும். எப்படியாவது அவன் இருக்கும் வார்டுக்கு நிற்க வைக்க வாய்ப்பு ஏற்படுத்திக் கொள்ளவேண்டும். நின்று ஜெயித்தால் அவன் எங்கேயோ போய் விடலாம்.

எல்லா நினைவும் கனவுமாக லோக்கல் டிரெயின் ஏறப்போனபோது தான் ஸ்டேஷனில் கூட்டமே இல்லாததைக் கவனித்தான். ஸ்டேஷன் பெட்டிக்கடைக்காரன் சொன்னான் –

இன்னிக்கு புத்த பூர்ணிமா. லீவு நாளாச்சே. மறந்துட்டீங்களா திலீப் அண்ணா?

ஆர்வம் எல்லாம் உடனே தணிய, எடுத்த அடி திரும்ப வீட்டுக்குப் போகாமல் வேறே என்ன செய்யலாம் என்று யோசிக்க, கமர்தீன் நினைவில் வந்தான்.

கிராண்ட் ரோடு, பெடர் ரோடு வட்டாரங்களில் நயம் வெளிநாட்டு சரக்குகளை மொத்தமாகவும் சில்லறையாகவும் விற்கிற கமர்தீன் திலீப்பின் பால்யகால சகா.

அம்பலப்புழை வெக்கையும் உச்சி மண்டையில் துளைத்துப் புகும் கேரள வெய்யிலின் உஷ்ணமும் குறைக்க கூலிங் கிளாஸ் வாங்க கமர்தீனைப் பார்க்கக் கிளம்பினதும் தாமதமாகியது. அவன் மஸ்ஜித்

பந்தர் சரக்கு கொள்முதலுக்குப் போயிருந்தான். இன்னும் ரெண்டு மணி நேரத்தில் வந்து விடுவான் என்றார்கள் அண்டை அயலில். குறைந்தது ரெண்டு மணியாகுமாம்.

சும்மா கிராண்ட் ரோடில் சுற்றி வருவதைத் தவிர்க்க சினிமா தியேட்டரில் புகுந்து இன்னும் இரண்டு மணி நேரம் இந்த நிழல் கதாநாயகியின் உருட்டித் திணித்த முலைகளைப் பார்த்துக் கொண்டிருக்க விதித்திருக்கிறது திலீப்புக்கு.

அம்பலப்புழை ஆபீசில் இப்போது என்ன செய்துகொண்டிருப் பார்கள்? அவன் நினைத்துக்கொண்டபோது கூட்டமாக விசில் அடிக்கும் சத்தம். திலீப் திரையைப் பார்த்தான்.

ஊஊஊ என்று காண்டாமிருகம்போலவோ, நிலக்கரி பற்ற வைத்து ஓட்டும் ரயில் இஞ்சின்போலவோ ஊளையிடும் அந்தத் தீக்குச்சி அழகியைப் பின்னால் இருந்து அணைக்க அடி மேல் அடி வைத்து நெருங்கி வருகிறான் கதாநாயகன். அழகான முன்பாரம் கொண்ட பெண். அவளுக்கு வாய் நாறும். திலீப்புக்கு எப்படியோ தெரியும். அது கவலைப்பட விஷயமில்லை. எல்லா துர்வாடையோடும் அவளை விடிகாலைக் கனவுகளுக்கு இடைபட்ட போர்வை நேரங்களில் அவன் அனுபவிப்பான். அந்தக் கதாநாயகி அகல்யா வாக உருமாறிக் குதித்து வரும்போது அவன் அடுத்த தூக்கத்துக்குப் போயிருப்பான்

மழைக்காலமும் தீபாவளியும் முடிந்து அடுத்த குறுகிய வேனல் காலம் எட்டிப் பார்க்கும் பொழுது இது. கடகடத்துச் சுழலும் கூரை மின்விசிறிகள் வெக்கையைக் கூட்டிப் புழுக்கத்தை சர்வ வியாபகமாக நிறுத்தி வைக்க, குளோசப்பில் உதட்டைச் சுழித்து அழகு காட்டும் கதாநாயகி, குச்சியில் செருகிய ஐஸ்கிரீம் சாப்பிட்ட படி கண்ணடிக்கிறாள்.

பெண்களே இல்லாத பார்வையாளர்கள் கூட்டத்தின் பொது ரசனையை இன்னும் இறக்கி அந்த உதடுகளுக்கு நடுவே புகுத்த வேண்டியது என்ன என்று கூப்பாடு எழுந்தது. அவள் முலைகள் திரையில் பெரும் பகுதியை ஆக்கிரமித்துத் திரண்டு நிற்கும்போது மூட்டைப்பூச்சி மண்டிய இருக்கைகளில் இருந்து பல இணைக் கைகள் அவற்றை அள்ளக் குவிகின்றன. திலீப்பும் ஒரு வினாடி கை குவித்துத் தன் நிலை உணர்ந்த சங்கடத்தோடு கரங்களைக் கால் சராய் பாக்கெட்டுகளில் நுழைத்துக் கொள்கிறான்.

திலீப்பின் பக்கத்து இருக்கையில் இருந்து கொங்கைகளுக்குக் கை நீட்டி லகரியோடு அரைக்கண் மூடியவன் திலீப்பின் அரைக்கட்டை வெறித்துப் பார்த்து விஷமமாகச் சிரிக்க அவன் பாக்கெட்டில்

வைத்த கைகளைத் திரும்ப எடுத்து அவசரமாக மடியில் குறுக்கே வைத்துக்கொண்டான்.

கதாநாயகன் குரங்குபோலக் குதித்து யாஹூ என்று சத்தம் போட்டுக் கதாநாயகியைத் துரத்திப் பிடித்து அவளைத் தூக்குகிறான். அவள் ஒரு வினாடி திகைத்து, பின் சந்தோஷமாகச் சிரித்து அவன் உடம் போடு, மேலே பருத்த நீளமான அட்டைப் பூச்சிபோல ஒட்டிக் கொள்கிறாள், அந்தக் காட்சியில் எல்லோருக்கும் ஏதோ கிளர்ச்சி இருப்பதாக திலீப் உணர்ந்தான். அந்தப் பெண்ணின் கவனத்தைச் சட்டென்று கவர்ந்து அவளை ஆக்கிரமிக்கும் செயலில் இருக்கும் மிருகத்தன்மை அதற்குக் காரணம் என்று தோன்றியது. இதை எல்லாம் அகல்யாவோடு பேசும்போது சொல்லவேண்டும். அவள் சோடோ ஏ சப் கந்தா பாத் என்று, ஒற்றைப் பொட்டு மூக்குத்தி அணிந்த மூக்கை விடர்த்திச் சொல்லும்போது எழும் காம உணர்ச்சி இந்த ஆக்கிரமிப்பு வெறிக்குச் சற்றும் குறைந்ததில்லை என்று திலீப்புக்குத் தெரியும்.

அரங்கத்தில் உள்ளே வரும் வழி ஓரமாக, ஒளிக் கற்றையைக் கசிய விட்டுக்கொண்டு ஒரு கதவு திறந்தது. கம்பளிச் சால்வையும், சரிகை மாலையும், புகையும் ஊதுபத்தியும் ஒரு தட்டில் சுமந்து ஒரு முதிய முகம்மதியர். அவர் இடுப்பில் இருந்து இறங்கி வழியும் பைஜாமாவும், மேலே இறுக்கமான கமீஸும் அதற்குச் சுற்றி மேலே அரைகுறையாக நிற்கும் கை இல்லாத கம்பளிக் கோட்டுமாக உள்ளே நுழைகிறார். நேரே நடந்து இடது பக்கம் கதவு திறந்து அவர் வெளியேறுகிறார். திலீப்புக்கும் அங்கே இருக்கும் எல்லோருக்கும் அவர் செய்கை புரியும்.

சினிமா தியேட்டர் வளாகத்தில் கபர்ஸ்தான் உண்டு. சரியாகச் சொல்லப் போனால், கபர்ஸ்தான் வளாகத்தில்தான் சினிமா தியேட்டர் எழுந்து நிற்கிறது. அடக்கத்துக்கு வரும் உடல்கள் பின் வாசல் வழியாக வரும்போதும், அங்கே கல்லறைகளுக்கு மரியாதை செலுத்த யாராவது போகும்போதும், தியேட்டருக்குள் குப்பென்று ஊதுபத்திப் புகை சூழும்.

மழையில் நனைந்த, வாய் நாறும் கதாநாயகியை ஹீரோ இறுக அணைத்து மின்னலும் இடியும் அனுமதி கொடுக்க, இரண்டு பேரும் களைந்த உடுப்புகள் தெறித்து விழுந்து, சுகத்தை யாசிக்கும் பாடலோடு திரை நிறைகிறது.

விசில் சத்தம் திரும்ப உயரும்போது, இன்னொரு முறை கதவு திறந்தது. ஊர்வலம்போல வரிசையாக, கையில் தட்டுகளில் சாதர் என்ற பூ வேலைப்பாடு கொண்ட சால்வையும், புகையும்

ஊதுபத்தியும், சரிகை மாலைகளுமாக முதியவர்கள் உள்ளே வந்தார்கள். முப்பது பேராவது இருக்கும்.

உயர்ந்து எழுந்த சாம்பிராணிப் புகையில் தியேட்டரில் எல்லோரும் தும்மத் துவங்கினார்கள். ஒரே வினாடியில் சிருங்காரமும் காமமும் கலந்து வியர்வையாக வழிந்த சூழ்நிலை மாற, இறப்பையும் இழப்பையும் நினைவுபடுத்தி தியேட்டர் அமைதியாக இருந்தது. அறைக்குள் சுற்றிச் சுற்றி வந்து இலை மறைவு காய் மறைவாக ஒன்று கலக்க முற்படுகிற ஜோடியை யாரும் சிரத்தையோடு கவனிக்கவில்லை. சாதரோடு வரும் பெரியவர்கள் ஒருவர் பின் ஒருவராகத் திரைக்கு முன்னால் கடந்து போவதை எல்லோரும் நோக்கி இருந்தார்கள்.

அந்த ஊர்வலம் கபர்ஸ்தானில் முடிந்தபோது, மேலும் சினிமா பார்க்க அலுப்பு ஏற்பட்டவர்களாக அங்கே இருந்ததில் ஏழெட்டுப் பேர் தவிர மற்றவர்கள் வெளியே நடந்தார்கள், திலீப்பும் வெளியே வந்தான்.

உங்கப்பாகிட்டே உன் பங்கு சொத்தைக் கேளேன். காக்கி நிஜார்தான் ஐவேசுன்னாலும் உன் பங்குக்கு ஒரு கிழிஞ்ச நிஜார் வருமில்லே?

யாரோ யாரிடமோ கிண்டலடித்துக்கொண்டு ரெண்டு பேரும் ஒரு ஓட்டை ஸ்கூட்டரில் வேகமாகத் தெருவில் போய்க்கொண்டிருந்தார்கள்.

தேவ வசனம் கேட்ட அனுபூதிக்குப் போயிருந்தான் திலீப்.

அதானே, அப்பா போன தடமே தெரியவில்லை. மெட்ராஸ் வீட்டில் அவருக்கும் பங்கு உண்டே. அது திலீப்புக்கு இப்போது கை மாறி இருக்குமே. பெரியப்பாவைச் சந்தித்து தைரியமாக அப்பா பங்கை, தன் பங்கைத் தரும்படி கேட்டால் என்ன தப்பு?

வேலை கொடுத்திருக்கிறாளே பெரியம்மா. பங்கைக் கொடு பவிஷைக் கொடு என்று பெரியப்பாவிடம் கேட்டால் மாதச் சம்பளம் தரும் காமதேனு இனிமேல் சுரக்காமல் போகுமா?

போகலாம். வேலை இல்லாமல் அகல்யாவை எப்படிக் கல்யாணம் செய்ய? குடும்பம் நடத்தப் பணம்? கவுன்சிலர் எலக்‌ஷனில் நிற்பது உத்திரவாதமானதா? நின்றாலும் ஜெயிப்பது எவ்வளவு உத்திரவாத மானது?

எதிரே மோதவந்த மோட்டார் சைக்கிளைத் தவிர்த்து பிளாட்பாரத்தில் ஏறி நடந்தான் திலீப். வீட்டுக் கதவு திறந்து தலையில் சீப்போடு வந்த பெண் தெருவில் எறிந்த முடிக்கற்றை அவன் காலைச் சுற்றி விலகிப் போனது. அவள் கதவில் ஒயிலாகச் சாய்ந்து, நான் குளிச்சுட்டு ஃப்ரஷ்ஷா வரேன் உள்ளே வந்து இரு

என்றாள், திலீப்பிடம் ரொம்ப நாள் பழகியதுபோல் அந்நியோன்ய மாக. புத்த பூர்ணிமா தினத்தில் நடுப்பகல் நேரம் தான் சுகம் தேடுவதில்லை என்று பதில் சொல்லியபடி திலீப் நடந்தான்.

வாக்கேஷ்வர் சாலை வழியாக மலபார் ஹில் போகும் டவுன் பஸ், நிறுத்தத்தில் அவனுக்காகக் காத்திருந்தது. பெரியப்பாவை அவன் சந்திக்க எல்லாம் கூடி வந்திருக்கிறது. சண்டை போடவேண்டாம். சும்மா பேசினால் போதும்.

அவன் பெரியப்பாவிடம் சுமுகமாக, வம்சத்துச் சொத்துபற்றி விசாரிப்பான். அதோடு தொடர்பு இல்லாமல் கல்யாணம், சின்னதாக சிஞ்ச்போக்லியில் ஒரு பேக்கரி ஆரம்பிக்க உத்தேசம், செட்டில் ஆக அவசரம், அம்மாவின் உடல்நிலை என்று தகவல் பகிர்வான். பெரியப்பா பணம் கொடுத்தால், அது கூடக் குறைய இருந்தாலும் பரவாயில்லை, அவன் வாழ்க்கை முழுக்க அவரை நினைத்துத் தொழுவதாக வாக்குத் தத்தம் செய்வான். ஏற்கெனவே மாசாந்திரச் சம்பளத்துக்கு வழி செய்த பெரியம்மாவைத் தினம் மனதில் நெற்றி அம்பலப்புழை தூசி படிந்த தரையில் பட நமஸ்கரித்து எழுவதாகச் சொல்வான். பிஸ்கட் சாஸ்திரிக்கும் பெரியப்பா சொன்னால் சாஷ்டாங்கமாக நமஸ்காரமோ, வாய், மெய் உபச்சாரமோ செய்யத் தயாராக இருப்பதாகவும் அறிவிப்பான் அப்போது.

பெரியப்பாவின் மினிஸ்டர் மாளிகை.

வாசலில் வழக்கம்போல் பாரா சேவகன் யாரையும் காணோம். புத்த பூர்ணிமா. ஊரோடு விருந்துச் சாப்பாடு முடித்துப் பகல் தூக்கத்தில் இருக்கும் நேரம். மலபார் ஹில் மட்டும் விதிவிலக்கா என்ன?

படியேறி உள்ளே போகும்போது வாசல் அறையில் பெரியப்பா குரல் காதில் விழுந்தது –

நேருபற்றிய நினைவுகளை நெஞ்சின் உள்ளறைகளில் இருந்து பிரியத்தோடு கெல்லி எடுக்கச் சலிப்பதே இல்லை.

அடுத்து அதைப் பிரதி செய்தபடி ஒரு பெண் குரல், சலிப்பதே இல்லை என்றது, டைப்ரைட்டர் ஒலிக்கு நடுவே.

அப்புறம் சத்தமே இல்லை.

திலீப் கதவை மெல்லத் தள்ள, சோபாவில் பெரியப்பாவின் காரியதரிசியான கொங்கணிப் பெண்மணி கையிரண்டையும் உயர்த்தியபடி மலர்ந்து கிடப்பது கண்ணில் பட்டது. எதிரே தரையில் மண்டியிட்டு அமர்ந்து, பெரியப்பா அவளுடைய நெஞ்சின் உள்ளறையில் இருந்து நேரு நினைவுகளைப் பிரியத்தோடு கெல்லி எடுத்துக்கொண்டிருந்தார்.

அத்தியாயம்

# பதினைந்து

மூன்று மாதத்தில் பம்பாய் மாறியதோ என்னமோ, கட்சியின் தலைமைக் காரியாலயம் ஏகத்துக்கு மாறி இருந்தது. வரப்போகும் மாநகராட்சித் தேர்தலில் கட்சி பெரும் வெற்றி அடையும் என்று பரவலாக, எதிர்ப்பாளர்கள் மத்தியிலும்கூட எதிர்பார்க்கப் படுவதாலோ என்னமோ அங்கே தாதர் ரயில்வே ஸ்டேஷன் பிளாட்பாரம்போலப் பரபரப்பான சூழ்நிலை.

திலீப் உள்ளே நுழைந்தபோது காக்கிச் சட்டைக் காவலன் குறுக்கே விழுந்து தடுத்து நிறுத்தினான்.

ஜா நை சக்தா. பாஸ் திகாவ் நை தோ, ஹடாவ்

போடா நாயே பாஸ் இடுப்பிலே தொங்குது. அவுத்துக் காட்டறேன்... நாத்த பிருஷ்டத்தை ஓரமா நகர்த்துடா பொணமே என்று அந்த நேபாளிக்குப் புரியாத தமிழில் சொல்ல ஆரம்பித்து, அவசரமாக நிறுத்திக்கொண்டான் திலீப்.

இங்கே தமிழில் பேசுவது அனர்த்தம். இந்தத் தடியனின் அரைகுறை இந்திகூட வரவேற்கப்படுவதில்லை. மராத்தி, அது மட்டுமே செல்லுபடியாகிற நிலம் இது. நாளை மாநிலம் முழுக்க அப்படியே ஆகலாம்.

அதைவிடப் பயங்கரம், இந்த வாசல் காக்கும் சேவகன், அகல்யா மாதிரி, திலீப் மாதிரி சரளமான வடக்கத்தியான் வேடம் கட்டிய உள்ளூர் பிரகிருதியாக இருக்கக்கூடும். அவனுக்கும் தமிழ் புரியுமாக இருக்கலாம்.

புரிந்தாலும் திருடனுக்குத் தேள் கொட்டிய அவஸ்தைதான் அவனுக்குக் கிடைக்கும். வசவையும் சாபத்தையும் வெளியே சொல்ல மாட்டான். உனக்கு எப்படி மதராஸி பாஷை தெரியும் என்று கொக்கிப் பிடி போட்டுக் கொட்டையை நெரிப்பார்கள். அவனுக்குவேண்டிய உபசாரம்தான் அது.

ஆனால், ஏன் காவல்காரனின் விரோதத்தைச் சம்பாதித்து, கட்சி எலக்‌ஷன் டிக்கெட்டை யாசிக்க உள்ளே கடந்து போகவேண்டும்?

திரை விலகி உள்ளே இருந்து அதிகாரத் தோரணையோடு பேசிக் கொண்டு யாரோ வந்தார்கள். திலீப் நம்ப முடியாத ஆச்சரியத்தோடு பார்த்தான்.

கணபதி மோதக்.

மூணு மாசத்தில் மாற்றமாக, அவன் கட்சி ஆபீசில் கொஞ்சம்போல் முக்கியஸ்தனாக ஆகி இருந்ததாக அவன் பார்வையில் தெரியவந்தது.

அட, மோதகமே, மதராசி ஹோட்டலை முற்றுகையிட்டு சாம்பார் வடை கவர்ந்துபோய்ப் பெண்டாட்டிக்குச் சமர்ப்பிக்கத் தூக்குப் பாத்திரத்தோடு நீ வந்தது எந்த ஜன்மத்தில்? இன்னும் அந்த மாதிரி கைங்கர்யம் செய்கிறாயா?

என்ன பண்றே?

மோதக் ஆச்சரியப்பட்டு நின்றான். கூட நிற்கிறவர்கள் அவன்மேல் வைத்த மரியாதையைக் குறைக்கிற நக்னமான கேள்வி.

திலீப் மோரே. மூன்று மாதம் முன்னால் திலீப் அண்ணா. இப்போது அவனுக்கு இங்கே செல்வாக்கு இல்லை. எதற்கு வந்து நிற்கிறான் என்று ஏளனமாகப் பார்த்தான்.

என்ன திலீப், ஆள் அடையாளமே காணோம். மெட்றாஸ்லே கட்சி பிராஞ்ச் ஆரம்பிச்சுட்டியா?

மோதக் அதிகாரியாக நின்று கேட்க திலீப் தலைக்குக் கோபம் ஏறியது.

சாம்பார் குடிக்கப் பாத்திரத்தோடு அலைந்த பயல், அண்ணா, அண்ணா என்று ஏங்கி, மூஞ்சூறுபோல கெட்ட வாடையோடு நின்று முறையிடுகிறவன் இப்போது பெயரைச் சொல்லிக் கூப்பிடுகிறான். செருப்பாலே அடி தேவடியாப் பையனை. இவனை வைக்கவேண்டிய இடத்தில் வைக்கவேண்டும்.

என்னடா மோதக்கே, உன் பெண்டாட்டி சாம்பார் செய்யக் கத்துக்கிட்டாளா இல்லே நீயே ஆக்கி வச்சுப் போடறியா? தூக்குப் பாத்திரம் அதேதானே இல்லே இன்னும் பெரிசா வாங்கி வச்சுக்கிட்டியா? சாம்பார் குடிச்சுக் குடிச்சு சாலா மதராஸி ஆயிடுவே. பின்னாலே பிடுங்கிக்கும். ஜாக்கிரதை.

ஓங்கி அடித்ததும் நடுநடுங்கி, புட்டத்தில் வால் பதுக்கிய நாயானான் மோதக். அவனுக்கே நாலு பேர் பின்னால் சுற்ற இருந்தால் திலீப்புக்கு எத்தனை பேர் இருப்பார்கள் மூன்று மாதம் வெளியில் போயிருந்து விட்டு வந்தால் என்ன, திலீப் அடையாளம் இல்லாத வெற்று ஆளாகப் போய் விடுவானா என்ன?

அடடே திலீப் அண்ணா சும்மா தலைவர் குரல்லே பேசிப் பார்த்தேன்.

அவன் ஜரூராகப் பின்வாங்கிப் பணிய அதை அங்கீகரித்தபடி உள்ளே நடந்தான் திலீப். செக்யூரிட்டி சேவகன் ஒரு வார்த்தை சொல்லவில்லை.

முதல் அறையைக் கடக்கும்போதே அவனைப் பெயர் சொல்லி யாரோ அழைக்கிற சத்தம். உள்ளே இருந்து வேகமாக வந்து அவன் கையை அன்போடுபற்றிக்கொண்டார் மிட்டாய் ஸ்டால் பாலகிருஷ்ண கதம்.

பெங்களூர் போனா திரும்பி வரவே முடியாதும்பா என் மகள். நீ அங்கே போய் ஒரேயடியா செட்டில் ஆயிட்டேபோலே. உடம் பெல்லாம் தகதகன்னு சிவாஜி மகாராஜ் மாதிரி மின்னுது. நல்லா இருக்கேதானே?

கதம் ஜி, நான் கேரளம் போயிருந்தேன். பெங்களூரிலே இருந்து கிட்டத்தட்ட ஐநூறு கிலோமீட்டர் தூரம்.

அப்படியா, ஏதோ போ. நல்லவேளை சரியான நேரத்துக்கு வந்தே. லிஸ்ட் முடிக்கற நேரம்.

கதம் முகத்தில் அலாதி மகிழ்ச்சியைக் கண்டான் திலீப். ஆக, மிட்டாய்க்கடை கவுன்சிலர்தான் திலீப் வார்டுக்கு இனி வாய்க்கப் போகிறதாக்கும்.

ஏய், நான் கவுன்சில் எலக்ஷன் நிக்கலே. இன்னும் ஒரு வருஷத்துலே அசம்பிளி எலக்ஷன் வருதே. நேரே எம்.எல்.ஏ தான். என் வயசுக்கு கார்ப்பரேஷன் ஆபீசுக்குள்ளே குஸ்திச் சண்டை, தள்ளு முள்ளுன்னு தரையிலே கட்டிப் பிடித்து உருண்டு உதச்சு மெனக்கெட முடியாது.

ரொம்பப் பெருந்தன்மையாக அறிவித்தார் கதம். அவர் இல்லா விட்டால்?

உன் பெயர் லிஸ்ட்லே இருக்கு. நம்ம வார்டுக்கு மூணு பேர் உண்டு. உன்னைத் தவிர, ஸ்கூல் டீச்சர் ரகுநாத் காலே அப்புறம் ஒருத்தர்.

யார் நம்ம கணபத் மோதக் தானே?

அவனா, சோம்பேறி. பொறுக்கி மேஞ்சு சுத்திட்டிருப்பான். என் கடையிலே வேலை போட்டுக்கொடுத்தேன். பிடிப் பிடியா புஜியாவைத் தின்னு ரெண்டே நாள்லே நாலு கிலோ காயப். உடனே ஓட்டி விட்டுட்டேன் பன்னியை.

அவர் சிரித்தார். ஆனாலும் கவுன்சிலர் தேர்தலுக்கு வார்டில் டிக்கெட் கேட்கும் இன்னொருத்தர் யாரென்று சொல்லவில்லை.

உள்ளே போய் நமஸ்தே சொல்லிட்டு வர்லாமா? ஏன் வரல்லேன்னு அப்புறம் திட்டு கிடைக்கும்.

திலீப் கேட்டான். அங்கே யார் இருப்பார்கள் என்று அவனுக்குத் தெரியாது. என்றாலும் பாலகிருஷ்ண கதம் அவனுக்கும் இங்கே ஒரு பிடிமானம் இருக்கிறது என்பதை உணர்ந்துகொள்ளவேண்டும். எல்லாக் கிரகமும் கூடிவந்து இவனுக்கும் கவுன்சிலர் பதவி கிடைத்து அவரும் எம்.எல்.ஏவோ மினிஸ்டரோ ஆனால், திலீப் மோரே என்ற பின்னணியில் ஆள் பலம், தலைமை ஆதரவு உள்ள கவுன்சிலர் அவருக்கு வலது கையாகச் சதா செயல்படுவான் என்பதை உணரவேண்டும்.

உள்ளே சின்னவர்தான் இருக்கார். போய் உடனே வந்துடு. பெரிய கூட்டம் காத்து நிக்குது உள்ளே போகறதுக்காக. மூட் வேறே சரியில்லே தலைமைக்கு. கட்சி ஆரம்பிச்சு வர்ற முதல் எலக்ஷன். அதான்.

கதம் காதில் சொல்லி அனுப்பிவைத்தார்.

கையில் கதம் கடையில் வாங்காத புத்தம்புது தூத்பேடாவோ, சரிகை மாலையோ கொண்டுவந்திருக்கலாம். மடுங்கா சங்கர மடம் வாசல் பூக்கடையில் ஜம்மென்று மல்லிகைப்பூ மாலை கூடப் புதிதாகக்

கட்டியது கிடைக்கிறது. ஈரத்தோடு கொண்டுவந்து கழுத்தில் போட்டால் தெருவே மணக்கும்.

வேண்டாம். மதராஸித்தனத்தைக் கொஞ்சம்போலக்கூட வெளிப் படுத்தும் எந்த அடையாளத்தையும் இங்கே சுமந்து போகக்கூடாது. சரிகை மாலையும், வாசனை இல்லாத பூ நிறைய இடைவெளி விட்டுக் கட்டிய, நிற்கிற, நடக்கிற, மூச்சடங்கிக் கிடக்கிற யாருக்கும் பேதாபேதம் இல்லாமல் சூட்டி மகிழ்கிற உள்ளூர் ஆசாரத்துக்குப் பொருந்திய துலுக்க ஜவந்திப் பூமாலையும் எதேஷ்டமாகக் கிடைக்கும். அதில் ஒண்ணு ரெண்டாவது.

சீக்கிரம் வந்துடுங்க. இன்னும் பத்து நிமிஷத்துலே சித்திவினாயக் கோவில் போயிட்டிருக்கார் சின்னவர். மகனுக்குப் பிறந்த நாள்.

யாரோ சொல்லியபடி அவனை முன்னால் செலுத்தினார்கள்.

மாலை கொண்டு வராததற்காகத் தன்னையே சபித்துக் கொண்டாலும் கதவில் முட்டுகிறதுபோல் உள்ளே போனபோது திலீப் முகத்தில் மிகப் பெரிய சிரிப்பு ஒன்று ஒட்டி இருந்தது.

கதவு பக்கம் போட்டு வைத்திருந்த ஸ்டீல் மேஜையில் காகிதங் களைப் பரத்திக்கொண்டு அகல்யா உட்கார்ந்திருந்தாள். இவனைப் பார்த்ததும் மராத்தியில் கேட்டாள்

என்ன தேவ் ஆனந்த், லோக்சபா எலக்‌ஷனுக்கு சீட்டா? போய்ட்டு அடுத்த வருஷம் வாங்க.

அவள் டென்ஷன் எதுவும் இல்லாமல் வேலையில் இருப்பதை அனுபவித்துக்கொண்டிருந்ததைப் பார்க்க திலீப்புக்கு மகிழ்ச்சியாக இருந்தது. இத்தனைக்கும் அவளுக்குப் பின்னால் நாலு கட்சி முக்கியஸ்தர்கள் நிற்க, அறையின் அந்தக் கோடியில் சின்னவர் மட்டுமில்லை, பைப் புகைத்தபடி பெரியவரும் நின்று கொண்டிருந்தார்.

நம்ம கோட்டையிலே இப்போ மதராஸிக் கொடிதான் பறக்குது.

பெரியவர் சொல்ல, மற்றவர்கள் என்ன மாதிரி எதிர்வினை செய்வது என்று புரியாமல் நின்றார்கள். சின்னவர் ஆரம்பித்து வைக்க ஒரு பெரிய சிரிப்பு அறை முழுக்கச் சூழ்ந்தது. பைப்பை விலக்கிப் பிடித்தபடி பெரியவரும் புன்னகைத்தார்.

மாநகராட்சித் தேர்தலுக்கு வேட்பாளர் தேர்ந்தெடுக்கும் காரியத்தின் இறுக்கம் சற்றும் இல்லாத அந்தச் சூழலைத் திலீப் சந்தேகத்தோடு எதிர்கொண்டான்.

இது அவனுக்காக நடத்தப்படுகிற நாடகமா? அகல்யாவும் நடிக்கிறாளா? அவளை அவர்கள் விலைக்கு வாங்கி இருப்பார்களோ? எதைக் கொடுத்து?

உங்க தகப்பனார் காணாமல் போனதுபற்றி மனப் பூர்வமா வருந்தறேன் தம்பி. ரொம்ப படிச்ச மார்க்சிஸ்ட்னு சொன்னாங்க. என் நண்பர்கள் எல்லோரும் மார்க்சிஸ்ட்தான். நான் மட்டும் பத்திரிகைக்குப் போகாட்டா, தாடி வளர்த்துட்டு, ரணதிவே, ரங்கனேக்கர் பின்னாடிதான் செங்கொடி பிடிச்சுட்டு சுத்திட்டு இருப்பேன். உங்கப்பாவை பரிச்சயம் ஆகியிருக்கும்னு மனசு சொல்லுது. ஆனா, அவர் இல்லையே, நான் சொல்றதைக் கேட்டு ஆமா, இல்லேன்னு சொல்ல.

பெரியவர் பேசி நிறுத்த, மற்றவர்கள் மௌனமாக அவனையே பார்த்தார்கள். அகல்யா ஒரு காகிதத்தை சின்னவரிடம் மரியாதை யோடு கொடுத்தாள்.

வேட்பாளர் மனு. போன மாசமே கொடுத்திருக்கார்.

அவள் சொல்லும்போது திலீப்பைப் பார்த்து அழகாகச் சிரித்தாள். கூப்சூரத் மத்ராசி சோக்ரி. அவளே திலீப் சார்பில் தயாரித்து அவன் கையெழுத்தையும் அவன் ஒப்புதலோடு ஆபத்துக்குப் பாவமில்லை என்று போட்டு வைத்திருக்கிறாள்.

திலீப்புக்கு அவளை மேஜை கடந்துபோய்க் கட்டி அணைத்துக் கொள்ளவேண்டும்போல் இருந்தது. பெரியவர் சம்மதிக்கா விட்டாலும் சின்னவர் கோபப்பட்டாலும் பரிவார தேவதைகள் முகம் சுளித்தாலும் அவளை உதட்டிலும் தாடையிலும் முத்தமிட வேண்டும்.

இந்தக் காதல் சாஸ்வதமானது என்று முகம்மது ரஃபி குரலில் சோகம் இழையோடப் பாடுகிறவனாகத் தன்னைக் கற்பித்துக் கொண்டான். அப்பா ரசித்த அதிபயங்கர அழுகை ராகமான சிவரஞ்சனியில் அல்லது அதன் தாயாதி, பங்காளி ராகமான நீலமணியிலோ, விஜயநாகரியிலோ பாடுகிறவன்.

சின்னவர் கையில் வாங்கிய வேட்பு மனுவைப் படித்துக்கூடப் பார்க்காமல் பெரியவரிடம் கொடுத்தார். அடர்ந்த ஹவானா புகையிலை மூக்கில் குத்தும் கறாரான வாடையோடு புகைக்கும் குழாய் வெடித்துச் சிரித்ததுபோல் மேகத் தொகுதியாகச் சாம்பல் நிறப் புகையை வெளியேற்ற, பெரியவர் கண்ணாடி அணியாத கண்ணைச் சிறுத்து சில வினாடிகளில் அந்த மனுவைப் படித்து முடித்துவிட்டார்.

திலீப் ஆவலாக அவர் என்ன சொல்லப் போகிறார் என்று காத்திருக்க, பெரியவர் அவன் பக்கம்கூடத் திரும்பவில்லை. அவர் பைப்பை ஜன்னல் மாடத்தில் வைத்துவிட்டு, நேரே அகல்யாவின் நாற்காலிக்கு அருகே வந்தார்.

அகல்யா தாய்

அகல்யா எழுந்து நின்று கை கூப்பினாள். சிரிப்பு குமிழிட்டு வரச் சொன்னாள் –

சார், நான் உங்க பொண்ணு வயசு. தாய்ன்னு கூப்பிட்டா எங்க அம்மாவைக் கூப்பிடற மாதிரி இருக்கு.

அவர் வாஞ்சையோடு அவளை நோக்கினார்.

நீ என் அம்மாவுக்கே அம்மா, என் மகளுக்கு மகள், குழந்தே. மதராஸி ஆனா என்ன, மராட்டி ஆனா என்ன? பெண்ணை மதிக்கற சமூகம் ரெண்டுமே.

பரிசு வாங்குவதை நோக்கமாகக்கொண்டு எடுக்கப்பட்ட ஏதோ திரைப்படத்தில், கிளைமாக்ஸுக்கு முந்திய காட்சியைச் சாம்பிராணிப் புகைக்கு நடுவே இருந்து பார்ப்பதுபோல் கண்ணைக் கட்டியது திலீப்புக்கு. திரையரங்கில் கதவு திறந்து சாதரோடு நுழைந்த முதிய முகம்மதியர், உனக்குத்தான் வெற்றி என்று சொல்லியபடி நகர்ந்தார்.

பெரியவர் திலீப்பைக் கூர்ந்து பார்த்தார் –

அகல்யாம்மா, உன் சிநேகிதர் விவரம் எல்லாம் ஓகே. அவர் முழு மதராஸின்னாலும் பிரச்னை இல்லே. மாடுங்காவிலேயோ, முலுண்ட்லேயோ நிக்க வச்சுடுவேன். இல்லேன்னா கல்யாண் முனிசிபாலிடி எலக்‌ஷன் ஏப்ரல்லே இருக்கு. மதராஸின்னாத்தான் ஓட்டு விழும் அங்கே. நிச்சயம் ஜெயிப்பார்.

அகல்யா சட்டென்று குனிந்து அவர் பாதத்தைத் தொட்டுக் கண்ணில் ஒற்றிக்கொள்ள, திலீப்பும் அப்படியே செய்தான். அவனுக்கும் அகல்யாவுக்கும் கல்யாணம் முடிந்து அவர் ஆசியைப் பெறுவதுபோல் இருந்தது.

ஜீத்தே ரஹோ.

வாழ்த்திய பெரியவர் மெதுவான குரலில் தொடர்ந்தார்.

மற்ற கட்சி எல்லாம் பெரிசு. ரொம்பவே பெரிசு. ஒவ்வொரு கேண்டிடேட்டுக்கும் கட்சி நிதி எலக்‌ஷனுக்கு செலவழிக்கக்

கிடைக்கும். இங்கே பணம் இல்லே. நீங்கதான் தரணும். நன்கொடை இல்லே. பேங்குலே டிபாசிட் மாதிரி. தேர்தல் வேலைக்கும், கட்சியில் பொதுவாக தேர்தல் நிதியாகவும் ஒரு தொகை ஒவ்வொரு வேட்பாளர் கிட்டேயும் வாங்கிக்கறோம். அப்புறம் பத்து வருஷத்துலே நிதி நிலைமை சீரானதும் நிச்சயம் திருப்பிக் கொடுத்திடுவோம். நான் இறந்துபோனாலும், இவங்க எல்லாம்.

அவர் சின்னவரையும் மற்றவர்களையும் சுண்டிக் கைகாட்டி ஜன்னல் மாடத்தில் இருந்து புகைக் குழாயை எடுத்துக்கொள்ள, எல்லோரும் ஒட்டுமொத்தமாகச் சேர்ந்து, முறையிட்டார்கள் –

நீங்க நூறு வயசு இருப்பீங்க. இது என்ன பேச்சு.

திலீப்பும் மனப் பூர்வமாக அவர்களோடு சேர்ந்துகொண்டான். அவனுடைய அப்பா, அவனுக்காக எதுவும் செய்யாவிட்டாலும், எங்கே போனார் என்று தெரியாவிட்டாலும், அவரும் நூறு வருஷம் சௌக்கியமாக இருக்கட்டும்.

திலீப் தீர்மானத்தோடு சொன்னான் –

நான் எப்படியும் ஒரு லட்ச ரூபாய் அடைக்கப் பார்க்கறேன்.

நல்லது.

அவர் புன்னகையோடு கதவைத் திறந்து பைப் புகைத்தபடி வெளியே போக, அறைக்குள் சுற்றி வந்த புகை கலையும்வரை ஏதும் பேசாமல் மற்றவர்கள் நின்றார்கள்.

திலீப் வெளியே போகும்போது அகல்யா சொன்னாள் –

கொஞ்சம் வெயிட் பண்ணுங்க. நானும் வரேன். அரை நாள் லீவு சொல்லியிருக்கேன்.

அவள் தமிழில் பேசியதை யாரும் கவனித்ததாகத் திலீப்புக்குத் தெரியவில்லை.

அத்தியாயம்

# பதினாறு

அரசூர் தெரியுமா? அகிலா கேட்டாள்.

சிறிய சமோசாவைக் கடித்துக்கொண்டு தலையை இல்லை என்று ஆட்டினான் திலீப். இரானி ஹோட்டலில் மழைக்காக ஒதுங்க வருகிறவர்களின் கூட்டம் மெல்ல அதிகரித்துக்கொண்டிருந்தது.

மழை தொடங்கப் போகிறது என்று பூஜை செய்த பிள்ளையாரைச் சதுர்த்தி முடிந்து விசர்ஜன் நேரத்தில் கடலில் இடும்போதே எல்லோருக்கும் தெரியும். கணபதியைக் கரைத்ததும் மேகம் திரண்டு தென்மேற்குப் பருவ மழை ஆரம்பித்து விடும் என்ற நம்பிக்கையில் கையில் குடையோடு கணபதி பப்பா மோரியா பாடிக்கொண்டு வரும் சில வயதான மராட்டிய ஆண்களை, ஏன் பெண்களையும் கூடத் திலீப் பார்த்திருக்கிறான். அவர்களுக்காகவே ஏற்படுத்தியது போல சில சமயம் மழையும் பொழிந்து நின்றிருக்கிறது.

அரசூரா?

திலீப் அசிரத்தையாகக் கேட்டான்.

மெட்ராஸில் இருந்து ராமேஸ்வரம் போகிற ரயில் இருக்காம். போட் மெயில்னு அழகான பெயர் அதுக்கு. அந்த ரயில் போற பாதையில் இருக்கப்பட்ட ஊர் அப்படீன்னு கேட்டேன். அங்கே ஒரு விசேஷம், தெரியுமா?

அகல்யா தரையில் விழுந்த கைக்குட்டையை எடுத்து உதறி இடுப்பில் செருகியபடி சொன்னாள்.

மழைக்காக ஒதுங்கிய எல்லோரும் சின்ன சமோசாவும், டீயும் சாப்பிட்டுப்போக உடனடியாக உத்தேசித்தவர்களாகவே இருந்தார்கள். டீ தவிர ஓவல்டின், கோக்கோ மால்ட் போன்ற பானங்களும், இறுக்கமாக மூடிய உயரமான கண்ணாடி ஜாடிகளில் மைதா மாவு பிஸ்கட்டுகளும் விற்பனைக்கு இருந்தாலும், ஒற்றை விருப்பமாக டீயும் சமோசாவும்தான் விற்றாகிறது.

இவர்களில் ஆண்கள் எல்லோரும், வியர்வைக் கசகசப்பும் மழைத் தூறலும் நனைத்த முழுக்கைச் சட்டையைத் தோள்பட்டைக்கு ஏற்றி மடித்துவிட்டபடி, சபர்பன் ரயிலில் தொங்கிக்கொண்டு, அவரவர் குடித்தனத்துக்குப் போனதும் மர ஸ்டூலைத் தேடுவார்கள். பரணில் போட்டுவைத்த மழைக்கோட்டும், குடைகளும், கம் பூட்ஸ்களும் தொப் தொப்பென்று தூசியோடு தரையில் விழ துடைத்துப் போட்டு மழைக் காலத்தை எதிர்கொள்ளத் தயாராவார்கள்.

மழையை முன் வைத்தே இனி மூன்று மாதம் எங்கே போனாலும் வந்தாலும் பேச்சு இருக்கும் என்பது திலீப்புக்கு நிம்மதியான விஷயமாகப்பட்டது. நிறைய யோசித்துத் தினமும் எத்தனையோ தடவை பேசப் புதிதாக எதையும் கண்டெடுக்கவேண்டிய கவலை தாற்காலிகமாக ஒத்தி வைக்கப்படுகிறது.

நான் ஒரு விசேஷம் பத்தி பேச ஆரம்பிச்சு அஞ்சு நிமிஷமாச்சு. ஊம் கொட்டவாவது செய்யலாமில்லே. மனசெல்லாம் எங்கே? பெரிசு பெரிசா மலையாளப் பாச்சிக்கு நடுவிலேபோய் உக்கார்ந்துடுத்தா?

அகல்யா அவன் தோளில் அடித்தாள்.

உஸ் அந்த ஆளுக்குத் தமிழ் அர்த்தமாகும்.

ஜாக்கிரதையாகக் கோப்பையை ஏந்தி அதை விட சர்வ கவனத்தோடும் டீ குடித்துக்கொண்டிருந்த ஒரு ஆறடி சர்தார்ஜியைக் கண்ணால் காட்டிச் சொன்னான் திலீப்.

அவனுக்குத் தமிழ் தெரிந்திருந்தால்தான் என்ன போச்சு?

அகல்யா மென்மையாகச் சிரித்தபோது அவளுடைய புது மூக்குத்திப் பொட்டு ஒளிர்ந்ததைப் பார்த்த திலீப், மெல்ல நாசி முனையில் வருடினான்.

வேணாம் கை எடுக்கலாம். இல்லாட்ட தாறுமாறா கீழே இறங்கிடும்

அவள் குற்றப்படுத்தினாலும் அதில் எதிர்பார்ப்பும் தெரிந்ததைச் சிரிப்போடு கவனித்தான் திலீப்.

என்ன கேட்டே?

கேள்வியை மறந்த மாதிரி கேட்டான். அவள் வாயால் மலையாள செளந்தர்யம் திரும்ப நினைவு கூரப்பட அவனுக்கு இஷ்டம்தான்.

அரசூர் தெரியுமான்னு கேட்டேன்.

அகல்யா ஆதி கேள்விக்குப் போயிருந்தாள். அவளுக்கு கேரள வனப்பு தேவையில்லாத விஷயம். திலீப்புக்கும் அதே படி. ஆனால் அகல்யா இல்லாத நேரத்தில் அது தவிர யோசிக்க உருப்படியாக ஏதும் இல்லைதான்.

அரசூர்லே என்ன?

எனக்குப் பார்த்திருக்கற மாப்பிள்ளை அங்கேதான் கதா பிரசங்கம் பண்ணிண்டு இருக்கார். கல்யாணம் ஆனா, இங்கே வந்து புரோகிதம் பிராக்டிஸ் பண்ண ஆரம்பிச்சுடுவாராம். சங்கர மடத்திலே கதை சொல்லவும் திட்டமாம்.

திலீப் நிமிர்ந்து உட்கார்ந்தான். இது என்ன புதுசாக கூக்ளி போடுகிறாள்?

ஆமா, நீங்க சும்மா உக்காத்தி வச்சு பேசிட்டு, ஈரானியிலே இப்படி எண்ணெய் முக்குளிச்ச சமோசா தின்னுட்டு, போரிவ்லி லோக்கல் பிடிக்கக் கூடவந்து அனுப்பி வச்சுட்டு, மலையாள மாரைப் பாக்க ஓடினா, பாத்து அலுத்துப்போய் திரும்ப வரும்போது வரட்டும்னு பொறுமையா உக்காந்திருக்க முடியுமா?

சிரித்தபடி நீளமாகக் கேட்டாள் அகல்யா. சுருக்கெழுத்து டிக்டேஷன் எடுக்கும் ஸ்டெனோகிராபர் இந்தப் பெண். வாக்கியத்தை எங்கே தொடங்கி எப்படிக்கொண்டு போய், எங்கே முடிப்பது என்பதில் அவளுக்கு இருக்கும் தெளிவு திலீப்பை மலைக்க வைக்கிறது. பேச்சும் சிரிப்பும் மனசை அள்ளுகின்றன. கண், இது முக்கியமான விஷயம் என்கிறது.

அரசூர்ங்கறது மேப்லே பார்த்தா தெரியும். பெரிய ஊராக எல்லாம் இருக்காது. இருந்தா அதைப் பத்தி நாலு பேர் பேசறதோட, தெற்குலே போற ரயில்லே நாலு சீட்டாவது அந்த ஊருக்குப் போக ரிசர்வேஷன் கோட்டா இருக்குமே.

லா பாயிண்ட் கண்டு பிடித்த வக்கீல் குமாஸ்தாபோல தெம்பாகக் கேட்டான் திலீப். அவள் கையில் இருந்த எச்சில் சமோசாவைப்

பிடுங்கிக்கொண்டு அவளுடைய உதடுகளையே பார்த்தபடி மென்றான்.

அகல்யா கண்ணைக் கவிந்துகொண்டாள். இன்னும் அரை மணி நேரம் இப்படிக் கூட்டத்துக்கு நடுவே சேர்ந்து இருந்தாலும் திலீப்போடு, நாகமும் சாரையுமாகப் பின்னிப் பிணைந்து கிடக்கச் சொல்லி உடம்பு சுகம் கேட்க ஆரம்பித்துவிடும். வேறு எதுவும் இல்லாவிட்டாலும் பாறைக்குப் பின் கட்டி அணைத்து அவன் தரும் முத்தத்தை இன்னும் பத்து வினாடி நீடிக்க முடிந்தாலும் போதும்.

ரயில்வே ரிசர்வேஷன் பத்தி எல்லாம் தெரியாது. ஆனா, இந்த மனுஷர் அந்த ஊர்லே ராமாயணக் கதாபிரசங்கம் பண்ணி ஜீவிக்கிறாராம். அதுவும் மாசம் மூணு, இல்லேன்னா நாலு நாள் மட்டும்.

திலீப்புக்குச் சத்தியமாகப் புரியவில்லை. இத்தணூண்டு ஊரில் கதாபிரசங்கம். அதுவும் ஒரே கதை. அதுகூட மாசத்துக்கு மூணு நாள். என்ன வருமானம் வந்துவிடும்? காற்றைக் குடித்துக் கிடக்க அகல்யாவை வேறே கல்யாணம் செய்துகொள்ள வந்துவிட்டானா அந்த மனுஷன்?

வெளியே மழை விட்டிருந்தது. தூறல் வலுக்காமல் அப்படியே பூச்சொரிந்து நாளைக்கு வரேன் மேள தாளத்தோடு என்று விடை பெற்றுப் போயிருந்ததை மேலுடுப்பில் நனைந்த தடம் இன்றி உள்ளே வந்து சூடான சமோசா கேட்கிற கும்பலை வைத்து அவதானித்திருந்தான் திலீப்.

அரசூர் ரொம்ப விநோதமாக இருக்கு. அப்பாதான் கதை கதையாச் சொன்னார்

சொல்லியபடி கைப்பையைத் தோளில் மாட்டியபடி எழுந்து நின்றாள் அகல்யா. இடுப்போடு வளைத்து அணைத்துக்கொள்ளத் திலீப்பின் கைகள் பரபரக்க, உள்ளே வரும் பங்குச் சந்தைத் தரகர்களின் உரத்த குரல்களில் கவனம் சிதறியது.

சிமெண்ட் இன்னும் ஒரு மாசம் இப்படித்தான். இன்னும் இறங்கும். கட்டுமானத் தொழில் சீனா யுத்தத்திலே சரிஞ்சது இதுக்குக் காரணம் இல்லே. பண வீக்கம்தான். யூனிவர்சிட்டி புரபசர் எல்லாம் சொல்றாங்க.

ஈரமான, குளிர் காற்று மெல்ல வீசும் ஒரு ரம்மியமான சாயந்திர நேரத்தில் சிமிண்ட் கம்பெனி பங்கு விற்கும் விலைபற்றியும் பண வீக்கத்தைப்பற்றியும் பேசுகிற மனுஷர்களின் அந்தரங்க வாழ்க்கை எப்படி இருக்கும்?

திலீப் அகல்யாவைக் கேட்டான். அவன் கையைப்பற்றி நடந்தபடி அவள் சொன்னாள் -

இவங்க இருக்கற இடத்தில் மற்ற எந்தப் பேச்சு வார்த்தையும், பிரியத்தைப் பரிமாறிக்கறதும் சரிப்பட்டு வராது. ராத்திரி பெண்டாட்டியோடு கிடக்கற நேரத்தில்கூட ஏசிசி சிமெண்ட் க்ளோசிங்க் கொடேஷன் இவ்வளவு இருந்தா விடிஞ்சு என்ன விலைக்கு ஷேர் விற்கலாம், வாங்க முடியும்னு நினைச்சுண்டுதானே படுத்திருப்பாங்க, அப்படித்தானே?

என்னத்துக்கு சிரிக்கறே என்று திலீப்பைப் பக்கவாட்டில் பார்த்துக் கேட்டாள்.

ஞாபகம் வந்துது அதான்.

எதான்?

இவங்க எல்லாம் படுக்கையிலே பயங்கர சூரர்களா இருப்பாங்க.

எப்படிச் சொல்ல முடியும்?

போகம் முந்த விடாமல் அங்கே சிமெண்டை வச்சு அடைச்சு, பலசரக்கு விக்கற கடைக்காரன்னா அங்கே புளியை வச்சு அடச்சு.

சீ சீ சீ டர்ட்டி. உங்க வாயிலேதான் மிச்சப் புளியை அடைக்கணும்.

அகல்யா குறும்பாகப் பார்த்தபடி சொன்னாள். கோர்த்திருந்த கரங்கள் உயர்ந்து தாழ்ந்து உயர்ந்தன.

எல்லாம் வேண்டி இருக்கு உனக்கு, ஆனாலும் ஒரு பிகு.

திலீப் சீண்டினான்.

புளி வேணாம். சிமெண்டும்தான். மத்தது இருந்துட்டுப் போகட்டும். இதெல்லாம் இருந்தாத்தான் அகல்யா. இல்லேன்னா போரிவில்லி லோக்கல்லே போற வர, சோனியான வெறும் மதராஸ் சோக்ரி.

மெல்லிய குரலில் அகல்யா பேசியபடி வந்தாள்.

வெறும் சோக்ரியோ வெல்லம் போட்ட சோக்ரியோ எனக்கு எல்லாம் இஷ்டம்தான்.

அவள் கையை இறுகப்பற்றி நடந்தபடி சொன்னான் திலீப். இந்த கணத்தின் நிச்சயத்தன்மை இன்னும் தொடர்ந்து ஆயுசு முழுக்க வரட்டும் என்றது மனம்.

அரசூர் காளீஸ்வர சாஸ்திரிகளுக்கும் அதேபடிதான் இஷ்டமாம் என்றாள் அகல்யா.

அலைகள் சீராக உயர்ந்து தாழ்ந்து திரும்ப அமைதியாகப் பரவும் கடல் கூப்பிடு தூரத்தில். தொலைவில் கடலுக்கு நடுவே கம்பீரமாக நிற்கும் தர்க்காவைப் பார்த்தபடி ஒரு நிமிடம் நின்றார்கள்.

காளீஸ்வர, யாரு அந்த கதாகாலட்சேபக்காரரா?

ஆமா, அவரேதான்.

அப்புறம். ஏன் சிரிக்கறே? திலீப் புரியாமல் பார்த்தான்.

ஒரு பெரிய கதை. கேட்க நேரம் இருக்குமா? அகல்யாவுக்கு சந்தேகம்.

இப்போ இல்லேன்னா, நீ எங்க வீட்டுக்கு வா. கதவை அடைச்சு வச்சுட்டு நாள் முழுக்கக் கேக்கறேன் அகல் செல்லம்மா.

அவள் கையில் அவன் பிடி இறுகியது. காது மடல் ஓரம் அவன் இதழ் ஊர்ந்து அகல்யா ராஜாத்தி என்றபோது பித்தாகிப் போயிருந்தாள் அவள்.

உங்க வீட்டுலே? கதவைச் சாத்திட்டு உள்ளே தனியா? வேறே கதை தான் நடக்கும்.

சொல்லும்போதே குப்பென்று வெட்கத்தில் சிவந்த முகம் அவளுக்கு.

மாதம் ஐநூறு ரூபாய் சம்பளம் வாங்கும், வட்ட டிபன் பாக்ஸில் அவல் உப்புமா எடுத்துப்போய் மத்தியானச் சாப்பாடு முடிக்கும் டைப்பிஸ்டுப் பெண்கள் மழைக் காலத்துக்குச் சற்றே முந்திய தூறல் சாயங்காலங்களில் அப்சரஸ் ஆவார்கள் என்று திலீப் நினைத்தான். அவன் கரம் பிடித்து வருகிற இவள், அவர்களில் கிரேட் ஒன் நிலை அப்சரஸ். நிமிஷத்துக்கு இருபது வார்த்தை சுருக்கெழுத்தும், பத்து வார்த்தை தட்டச்சும் செய்யும் இந்தத் தேவதை திலீப்புக்கு வசப்பட்டவள். காலில் ரப்பர் செருப்பு தவிர மற்றப்படி யட்சிபோல வசீகரிக்கும் அணங்கேதான் அகல்யா.

வழியைவிட்டு விலகிச் சற்றே நடந்து ஈரம் பூரித்துக் கிடந்த மணலில் அமர்ந்தார்கள்.

அரசூர்லே முப்பது வருஷமா ராமாயணம் சொன்ன ஒருத்தர் பரலோகம் போனாலும் கதை சொல்றதை விடலியாம். செம்புத் தண்ணியிலே அவரை ஆவாஹனம் செஞ்சு வச்சதும், விட்ட

இடத்திலே இருந்து கதையை ஆரம்பிச்சு தொடர்ந்து போயிட்டிருக்காம்.

சந்தமாமா கதை சொல்லும் சுவாரசியத்தோடு தொடங்கினாள் அகல்யா.

எங்கே விட்டுப் போனாராம்? திலீப் கேட்டான்.

காட்டுக்குப் போற ராமன் எல்லோர்கிட்டேயும் சொல்லிட்டுப் போற இடம். இந்த மூணு மாசத்திலே ராமன் உள் தெருவெல்லாம் சொல்லி, கோட்டை மதிலுக்குப் பக்கத்துத் தெருவுக்கு வந்தாச்சாம்.

ரொம்ப வேகமாகத்தான் கதை நகர்றது.

திலீப் சிரிக்க, வேணாம் கிண்டல் எல்லாம் செய்யக் கூடாது என்று கண்டித்தாள் அகல்யா.

கதை சொல்றபோது பாத்திரத் தண்ணிக்குள்ளே வந்த, அந்த ஆகாச வாணிக்குப் பக்கமா யாரெல்லாம் உண்டாம்?

திலீப் சுவாரசியம் தட்டுப்படாமல் மீண்டும் கேட்டான். ஆனாலும் இது சுவாரசியமானதுதான்.

பாகவதரோட சிஷ்யகோடிகள்தான். தினசரி அவருக்கு மாலை மரியாதைன்னு செம்புக்கு சூட்டறதாம். தட்சணையை முன்னாடி பட்டுத் துணியிலே எல்லோரும் போட்டு அப்புறமா குவிச்சு எடுத்துக்கறதாம்.

அகல்யா அதிசயம் கேட்ட குரலில், குரல் கீச்சிட, கைக்குட்டையால் வாயை அவ்வப்போது பொத்தியபடி கதை சொன்னாள்.

செம்பாவது, குரல் வரதாவது. எல்லாம் ப்ராட். பக்கத்துலே இருக்கப்பட்ட சிஷ்யகோடி ஏதாவது வெண்ட்ரிலோகிஸ்டா இருப்பான். வாயைத் திறக்காம பேசற கலை அது.

திலீப் சொல்ல நிறுத்தச்சொல்லிச் சைகை காட்டித் தொடர்ந்தாள் அகல்யா.

அப்படியான சித்து உண்டான சிஷ்யை ஒருத்தியும் உண்டாம். பெரியவர் குரல் வழக்கம்போல வரல்லேன்னா, இந்தப் பொண்ணு ஓரமா உக்கார்ந்து வாயை மூடியபடி கதை சொல்லுமாம். அதுவும் ஒரு ரசம்னு கேட்பாங்களாம். பல நாள் குரல் வராதாம். இல்லே வந்து ஒரு நிமிஷம் பேசிட்டு நின்னுடுமாம். இந்தப் பொண்ணுதான் மீதி. என்ன கேட்கறீங்களா?

அகல்யா செல்லமாக அதட்டினாள்.

அதெல்லாம் சரி, இந்த மூணு நாள் ஆசாமி இதுலே எங்கே?

கேட்க ஆரம்பித்து உடனடியாக பலமாகச் சிரித்தான் திலீப்.

அகல்யா அவசரமாக அவன் வாயைப் பொத்தினாள்.

ஆமா, அதிலே என்ன சிரிப்பு? எதுக்கு சிரிக்கறதுன்னு இல்லியா? தூரமீனா கதை சொன்னா யாரு கேப்பா? தூரம் குளிக்கறவரை சப்ஸ்டிட்யூட் வேணும் இல்லியா? அதான் மாசம் மூணு நாளாவது இவர். மனசிலாச்சோ?

பெரிய புதிரை விடுவித்த மாதிரி நிமிர்ந்து உட்கார்ந்து திலீப்பை ஆர்வமாகப் பார்த்தாள் அகல்யா.

இதுக்கு என்னதுக்காகக் கஷ்டப்படணும்? அந்த ராமா சாஸ்திரி கதை சொல்ற பொண்ணையே கல்யாணம் பண்ணிக்கலாம். காட்டுக்குப் போறதை இன்னும் பத்து வருஷம் தடையில்லாம சொல்லி பேர் வாங்கலாம். என் அகல்யா கண்ணம்மாவுக்கு நான் தினசரி புதுக்கதை சொல்லுவேன்.

நீங்க காட்டுக்குப் போயிடுவீங்களே? அப்சரஸ்கள் மலையாளத்திலே பேசித் திரியற வனம். விடிகாலையிலே குளக்கரையில் ஊரே அழகாத் திரண்டு வடிவான முலையை வரிசையாக் காட்டி நிக்கற காடு.

காற்று திரண்டு வந்து கடலோடு ஆர்ப்பரிக்க, மழை பெய்யத் தொடங்கியது.

அத்தியாயம்

# பதினேழு

கொட்டும் மழையில் டாக்சியைவிட்டு இறங்கி பாண்டுப் சர்வமங்கள் சால் இருக்கும் குறுகலான தெருவில் அகல்யா நுழைந்தாள்.

தேங்கி இருந்த மழைத் தண்ணீரையும் பின்னால் ஒடுங்கிக்கிடந்த தெருவையும் பார்த்து, உள்ளே வந்தால் திருப்பிப் போக சிரமம் என்று தெரு முனையிலேயே நிறுத்திவிட்டார் டாக்சி டிரைவர்.

ஆனாலும் ரெக்சின் பை, லெதர் பேக், பூ மாலை, செண்டு இதை யெல்லாம் இறக்கவும், குடையை விரித்துப் பிடித்து திலீப்பிடம் தரவும் அவர் தவறவில்லை. வண்டியைக் கிளப்பும் முன் அவருடைய வாழ்த்தும் தார்வாட் பகுதி மராத்தியில் வந்ததைத் திலீப் கவனித்தான்.

ரொம்ப தூரம் நடக்கணுமா?

அகல்யா கேட்டாள். மழை சீரான சத்தம் எழுப்பிப் பாதையை நீர்த் திரையிட்டு மறைத்து முன்னால் ஓடியது. அகல்யா குடைக்குள், திலீப்புக்கு இன்னும் அருகில் வந்தாள். அவ்வளவு அருகில் திலீப்பின் வாயில் மட்டிப்பால் ஊதுபத்தி வாசனை எழுந்து வருவதாக அவள் நினைத்தாள். அதுதானா அல்லது அவன் பல் கூடத் துலக்க நேரம் கிட்டாமல், அவளை அவசரமாகக் கல்யாணம் பண்ணிக்கொள்ளக் கோவிலுக்கு ஓடி வந்தானா? எதுவோ, அந்த

வாடை அவளுக்கு வேண்டி இருந்தது. ஆம்பிளை வாடை. அவளுடையவன்.

லெதர் பேக் என்கிட்டே கொடு. ஜிப் சரி இல்லே. உள்ளே தண்ணி போயிடும்.

குடையை இன்னும் தாழப் பிடித்தபடி கனமான அந்தப் பைக்காகக் கை நீட்டினான் திலீப். குடைக்கு வெளியே சத்தம் எழுப்பி விழுந்த மழை, குடையின் சுற்றுவெளி மேலிருந்து சன்னமான தாரையாக வழிந்தது.

தலை குளித்து ஒரு முழம் கனகாம்பரப் பூச் சூடி இருந்த அகல்யாவின் உச்சந்தலையில் இருந்து சீயக்காய்த் தூள் நெடியும், நெற்றியில் கோவில் குங்குமம் எழுப்பும் இனம் தெரியாத பாதுகாப்பான மஞ்சள் வாசனையும், கரைந்து கண்ணைச் சுற்றித் தடமிட்டுப் பூசிய கண் மையில் டிங்சர் அயோடின் கலந்த மெல்லிய வாடையும் சேர்ந்து எழுந்து திலீப்பின் நாசியை நிறைந்தன.

ஈரமும் அண்மையுமாக அவள் உடல் நெடி திலீப்பை பெரிய சாதனை முடித்து விருது வாங்கி வரும் மகிழ்ச்சியை அடைய வைத்திருந்தது. அது மயக்கமடைய வைப்பது. முயங்கிக் களித்துக் கிடக்கக் கட்டியம் கூறுவது.

பேக் இருக்கட்டும். உங்க வேஷ்டியைக் கவனியுங்கோ. விழுந்து வைக்கப் போறது...

ஈரமான பூமாலையில் இருந்து பூக்கள் கலவையாக மழை நீருக்கு மணம் ஏற்றி நெடி தரப் புது வேட்டி முனை ஈரத்தில் புரளாமல் உயர்த்திப் பிடித்தபடி திலீப் நிச்சயமற்று ஒரு வினாடி நின்றான்.

லெதர் பேக்கை தோளில் உள்ளொடுக்கி மாட்டியபடி ரெக்சின் பையை வலம் மாற்றினாள் அகல்யா. இரண்டு சுமைகளின் கனத்தால் பக்கவாட்டில் உடல் வளைய பிடிவாதமாக அடியெடுத்து வைத்து வந்துகொண்டிருந்த அவள் திரும்பிப் பார்த்தாள்.

வேஷ்டி தாறுமாறா அவுந்து வழியறது. விழுந்து வைக்கப் போறது. பிடியுங்கோன்னா கேட்க மாட்டேளா?

நீண்ட அவள் கை மழையில் நனைந்து அவன் இடுப்பில் துணியைப் பிடித்து நிறுத்தியது. அவன் குடையைத் தோளில் சரித்தபடி அந்தக் கையைத் தன் கக்கத்தில் செருகிக்கொண்டு வேஷ்டியைச் சரியாகக் கட்டிக்கொண்டான்.

ஐயோ, கஷ்டம். ஆத்துக்குக் கூட்டிண்டு வர பொண்டாட்டி கையை எடுத்து ரொம்பக் காரியமா யாராவது கஷ்கத்திலே திணிச்சுப்பாளா?

எட்டு ஊருக்கு திவ்விய வாசனையா இருக்கு. குளிச்சேளோ இன்னிக்கு?

அவள் சிரித்ததைப் பார்த்து அவனுக்கும் சிரிப்பு குமிழிட்டு வந்தது. திலீப்புக்கு இரண்டு விஷயங்கள் மனசிலானது. முதலாவதாக, இன்று காலை எந்தத் தடங்கலும் இல்லாமல் நடந்த கல்யாணமோ, அது முடிந்த நிச்சயத்தால் அவன் மேல் வந்து சேர்ந்த உரிமையோ அவளை சுபாவமாகச் சிடுசிடுக்கவும் கண்டிக்கவும் வைக்கிறது. ரெண்டாவது, அவள் பேசுகிற தமிழில் டோம்பிவிலி பிராமணக் கொச்சை ஏறியிருக்கிறது. உரிமை இன்னும் கொஞ்சம் நாளில் அவனை இடுப்பில் முடிந்து கொள்கிற சுவாதீனமாக மாறுமோ என்னமோ, அந்தக் கொச்சை அரைகுரை மலையாளம் வண்டலாகப் படிந்த பாலக்காட்டு பாஷையாக அடுத்த வினாயக சதுர்த்திக்குள் முழுசாக மாறிவிடும் என்று திலீப் அறிவான்.

இதானே நம்ம ஆம்?

அகல்யா லெதர் பேக்கை தோளை உயர்த்திப் பின்னால் தள்ளியபடி திலீப்பைக் கூர்ந்து பார்த்துக்கேட்டாள். ஆமா என்று அவள் கை விரல்களை இறுக்கிய அவன் கை சொன்னது.

சர்வ மங்கள் சாலில், பழைய தினசரிப் பத்திரிகைப் பக்கமும், வாழைப் பழத் தோலும், வாழைச் சருகும், முட்டை ஓடும் மிதக்க, மழைத் தண்ணீர் கலங்கிச் சூழ்ந்த இரண்டாவது கட்டிடம். அங்கே முதல் மாடி. பால்கனியில் வைத்த டால்டா டப்பாவில் ஓங்கி உயரமாக ஏதோ செடி. அகல்யா அந்தக் குடியிருப்பில் எதிர்பார்த்த மெல்லிய ஆர்மோனியச் சத்தம்தான் கேட்கவில்லை.

படி இங்கே இருக்கு.

தண்ணீர் வழிந்துகொண்டிருந்த குறுகிய படிக்கட்டைக் காட்டினான் திலீப். அங்கே பெரிய நத்தை ஒன்று படிகளுக்கு இடையே ஊர்ந்து கொண்டிருந்தது. கீழே இன்னும் இரு சிறு நத்தைகள் தரையோடு ஒட்டியபடி கிடந்தன. மாடிப்படி ஏறும் வளைவு இருட்டில் இருந்து மராட்டியில் ஒரு குரல் குதூகலமாக வந்தது.

திலீப் மயிலோடு வந்துட்டான்.

அகல்யா திரும்பித் திலீப்பைப் பார்த்தாள். ஆமாம் என்று தலையசைத்தான். அம்மாதான்.

அவன் குடையை மடக்குவதற்குள் குனிந்து உள்ளே புகுந்து அகல்யாவின் கண்ணுக்கு மிக அருகே தன் சோர்ந்த கண்கள் நிலை குத்தி நிற்க, ஷாலினி சத்தமாக அறிவித்தாள் -

இந்த மயில்தான் இத்தனை நேரம் ஆடிட்டு இருந்தது இங்கே. மழை, ஈரம் எதுவும் பொருட்டில்லே இதுக்கு. எனக்காக ஆடறதுக்கே வந்திருக்காம். போய்ட்டு அப்புறம் வா தூங்கணும்னேன். பாரு, கேக்காம உன்னோட வந்துடுத்து.

அவள் ஈர்க்குச்சி போலிருந்த கைகளால் அகல்யாவின் கன்னத்தில் வருடியபடி பாட ஆரம்பித்தாள் –

அப்ஸரா ஆளி இந்த்ரபுரி துன் காலி

அகல்யா ஷாலினியை மெதுவாக அணைத்துக்கொண்டாள். ஷாலினி பாட்டிலேயே மூழ்கி, சட்டென்று விலகி நின்றாள். லாவணி தொடர, ஒரு கால் இழுத்திருக்க மற்றதை மட்டும் ஊன்றி திரும்பத் திரும்ப இந்திரபுரிவிட்டு அப்சரஸ் வந்த அதிசயத்தைப் பாடிக்கொண்டிருந்தாள்.

சரி, அப்சரஸுக்கு வழி விடு அம்மா.

திலீப், ஷாலினித்தாய் தோளில் அன்போடு அணைத்தபடி சொல்லி விட்டு அகல்யாவைப் பார்த்தான்.

அகல்யா அவன் கையை இறுகப்பற்றிக் கண் காட்டினாள். இருவரும் மாடிப்படி வளைவு ஈரத்தில் ஷாலினியின் கால் தொட்டு வணங்கினார்கள்.

நமஸ்காரம் பண்ணனும். இங்கே எடம் இல்லே. உள்ளே வரட்டும்

அகல்யா திலீப்பிடம் சொல்லிக்கொண்டிருக்க, படிகளில் தாய் தாய் என்று யாரோ விளித்தபடி இறங்கி வரும் ஓசை. அகல்யா நிமிர்ந்து பார்த்து உங்க பாட்டித் தள்ளையா என்றாள்.

அம்மாவை கவனிச்சுக்க நான் போட்டு வச்சிருக்கற நர்சிங் ஆர்டர்லி. ரேணுகாம்மா.

ரேணுகா, ஏண்டி ரேணுகா.

ஸ்தூல சரீரத்தோடு மத்திய வயசு ஸ்திரி ரேணுகா இறங்கும்போதே அவளை அழைத்தபடி மேலே இருந்து வந்த குரல் யாரென்று அகல்யாவுக்குத் தெரிந்தது. திலீப் அடிக்கடி பெருமையோடும் வருத்தத்தோடும் சொல்கிற கற்பகம் பாட்டியம்மா. பெரிய மனுஷியாக வாழ்க்கை பூரா வாழ்ந்து கற்பூரமாக எரிந்து போனபடி கடைசித் துளியிலும் பிரகாசிக்கும் மகா மனுஷி என்று திலீப் அடிக்கடி சொல்வான்.

நிமிர்ந்து பார்த்தபோதே அவளுடைய கம்பீரமும் இந்த வயதிலும் உடம்பில் பிடிவாதமாகத் தங்கி இருக்கும் சௌந்தர்யமும் மனதை ஈர்க்க, மழைச்சாரல் புகையாகப் படிந்து இறங்கும் ஒடுங்கிய படிகளில் ஊறும் நத்தைகளை ஜாக்கிரதையாக விலக்கி மெல்லப் படி ஏறினாள் அகல்யா.

சுமந்து வந்த கான்வாஸ் பையும் லெதர் பேக்கும் அவள் நடைக்குத் தடை சொல்லவில்லை. பின்னாலேயே ஷாலினியைத் தாங்கிப் பிடித்தபடி திலீப் வந்துகொண்டிருக்க, ரேணுகா உரக்கக் கேட்டாள்–

திலீப் தம்பி, கல்யாணம் ஆயிடுச்சா? எப்போ?

தடதடவென்று கட்டிடத்தில் சகல குடித்தனங்களிலும் மழைக்காகவும், ஞாயிறு விடுமுறைக்குக் கிடந்து உறங்கி ஓய்வெடுக்கவும் அடைத்திருந்த கதவுகள் எல்லாம் திறந்தன. சந்தோஷமாக வரவேற்கிற குரல்கள் முன்னால் வர, ஆணும் பெண்ணுமாக அடுத்து அடுத்து வந்ததைப் பார்க்க அகல்யாவுக்கு மனம் கொள்ளாத மகிழ்ச்சி. அவள் இருப்பிடத்திலும் இப்படி நடந்திருக்குமா என்று தெரியவில்லை அவளுக்கு. அப்பா அவளை நுழைய விட்டிருப்பாரா?

அப்பா காலையில் கோவிலுக்கு வந்திருந்தார். படபடப்பு இல்லாமல் கையில் வைத்திருந்த வாழைப்பழச் சீப்பை அவளிடம் கொடுத்து விட்டுத் தரையில் உட்கார்ந்து கொஞ்சம் அழுதார். அவர் இந்த வருடக் கடைசியில் ரிடையர் ஆவதால், அகல்யா இல்லாமல் வீடு எப்படி இயங்கும் என்று கேட்டார்.

ஆர்ய சமாஜ்னு தப்பாச் சொல்லிட்டா. அங்கேபோய் தேடிப் பார்த்துட்டு இங்கே வர நேரமாயிடுச்சு. செம்பூர்லே கோவில் இருக்குன்னே ரொம்பப் பேருக்குத் தெரியாது.

இந்தக் கடைசி வாக்கியத்தை கழுத்தில் மாலையோடு வந்த திலீப்பிடம் ஒரு தகவல் சொல்கிற குரலில் சொன்னார். சட்டையைப் பிடித்து இழுத்துக் கூச்சல்போட்டு சண்டை பிடிக்கும் ஒரு முதியவரைக் கற்பனை செய்துவந்திருந்த திலீப்புக்கு அந்த சாத்வீகமான மனிதர் பெரிய சங்கடத்தை அளித்தார். அவரையும் அகல்யாவின் அம்மாவையும் இரண்டு தம்பிகளையும் அவளுடைய மாதம் ஐநூறு ரூபாய் வருமானத்தில் இருந்து பிரித்து நிர்க்கதியாக நிற்க வைத்ததாகத் தன் மேலேயே கோபம் வந்தது அவனுக்கு.

கல்யாணம் ஆச்சா?

அவர் ஆவலோடு விசாரிக்க இல்லையென்றான் திலீப். குருக்கள் வந்துண்டிருக்கார் என்று அவன் சொல்லிக்கொண்டிருக்கும்போதே

காக்கி பேண்டும் டெர்லின் சட்டையுமாகப் பரபரவென்று உள்ளே வந்தார் ஓர் இளம் வயசுக்காரர். திலீப் வயது இருக்கலாம், அல்லது நாலைந்து அதிகமாக இருக்கலாம் அவருக்கு. சுவர் ஓரமாகப்போய் உடுப்பை அவிழ்த்தபடி மேலே வேஷ்டியை அணிந்துகொண்டு தலையைச் சிறு உச்சிக் குடுமியோடு முடித்து முப்பது வினாடி நேரத்தில் குருக்கள் ஆனார் அவர். விழுத்துப் போட்ட துணிகளை சீராக மடித்துக் கொடியில் போட்ட பிறகு நெற்றி நிறைய வீபுதியும் வாயில் அஷ்டோத்திரமுமாக சந்நிதிக்கு வந்தார்.

வரேளா?

திலீப் இதோ என்று சாடை காட்டி, அகல்யா அப்பாவையும் கூடவந்த அவள் சித்தப்பாவையும் அருகே அழைத்தான்.

அகல்யா அப்பாவைவிட திலீப் குறைவான நேரத்தில், சொல்லப் போனால் உடனேயே விஷயத்துக்கு வந்துவிட்டான். அகல்யா விருப்பம்போல் அவளுடைய சம்பாத்தியத்தைச் செலவு செய்யலாம் என்று சம்மதம் சொன்னான்.

அவ எங்கே இருப்பா?

இது ஒரு கேள்வியா சார். இந்தச் சால் விட்டா அந்தச் சால். அந்தச் சால் விட்டா இது. டால்டா டப்பாவிலே தண்ணியோட காத்திருக்கற டாய்லெட் ரெண்டு இடத்திலேயும் உண்டு

மாப்பிள்ளே, என்ன கல்யாண நேரத்துலே கக்கூஸ் பத்தி எல்லாம்.

அந்தக் கல்யாணம் மழைக்கு நடுவே சிரித்துக்கொண்டே நடந்து முடிந்தது காலையில்தான். குருக்கள்கூட தாலி எடுத்துக்கொடுக்கும் போது சிரித்துக்கொண்டே இருந்தார். மனதில் இறுக்கமாக உணர வைக்கும் மழை நாளில் சிரிக்க ஒரு சந்தர்ப்பத்தைத் தேடியிருந்த அவருக்கு அதற்கான சூழ்நிலை ஏற்பட்டதாக அவர் நினைத்திருக்கலாம்.

திலீப் மெல்ல விசாரிக்க, அவர் அகல்யாவைத் தவிர்த்துத் திலீப் காதில் மட்டும் விழ, ரகசியம் பேசும் குரலில் அவனிடம் சொன்னார்–

குளிச்சுட்டுத் துவட்டின துண்டை இடுப்பிலே கட்டியிருந்தேனா. லோக்கல் டிரெயின் பிடிக்கற அவசரத்துலே அது மேலேயே பேண்ட்டைப் போட்டுண்டு வந்துட்டேன். இங்கே உங்களைக் காக்க வைச்சதுலே டென்ஷன். சட்டுனு ஏண்டா இடுப்பு கனமா இருக்குன்னு கையை வச்சுப் பாத்தா...

அவர் இன்னும் சிரிக்க நிறைய இருந்தது. திலீப்பும் கல்யாணத்துக்கு வந்த அவன் சகாக்கள் ரெண்டு பேரும் சிரிக்க, அகல்யா அதற்காக இப்போது சர்வமங்கள் சாலில் சிரித்தாள்.

ரொம்ப தெய்வீகமா சிரிக்கறா இந்த மத்ராஸ் சோக்ரி

அண்டை அயலில் இருந்து பித்தளைத் தாம்பாளத்தில் அவசரமாக மஞ்சள், குங்குமத்தைக் கரைத்து ஆரத்தி செய்து எடுத்துவந்த பெண்கள், தம்பதியருக்கு ஆரத்தி சுற்ற அப்ஸரா ஆளி என்று மழையோடு திரும்பத் திரும்பப் பாடிக்கொண்டிருந்தாள் ஷாலினி. அந்தப் பெண்களும் நேர்த்தியாக அவளோடு பாட ஆரம்பித்தார்கள். சிக்கல் சிடுக்கு இல்லாத வாழ்க்கை இவர்கள் எல்லோருக்கும் வாய்த்திருக்கும் என்று ஒரு வினாடி சந்தோஷமாக நம்பினாள் அகல்யா. அவளுக்கும் அது லாவணியின் துள்ளி வரும் குதூகலத்தோடு சதா வாய்க்கட்டும். அந்தப் பெண்கள் அதைத்தானே பாடினார்கள்.

ஆரத்தி எடுத்தவர்களுக்கு எல்லாம் சட்டை பாக்கெட்டில் தேடித் தேடி ஐம்பது பைசாவும் ஒரு ரூபாயுமாகத் தட்டில் போட்டான் திலீப்.

கஞ்சூஸ். அண்ணிகிட்டே கேட்டு வாங்கிப் பத்து ரூபா ஆளாளுக்குப் போடு.

பக்கத்துக் குடியிருப்புப் பெண் செல்லமாக மிரட்டி, அகல்யாவின் முகவாயை வருடி ஜவ்வரிசி வடை சாப்பிட்ட வாடையோடு அவள் கன்னத்தில் முத்தமிட்டாள். அப்சரா வந்த ஆரத்திப் பாடல் தொடர, தோளில் மாட்டிய பையில் இருந்து இன்னும் கொஞ்சம் பணம் எடுத்து திலீப்பிடம் கொடுத்தாள் அகல்யா. வாழ்த்துகிற இந்தப் பெண் இன்னும் நிறைய ஜவ்வரிசி வடை உண்டு மங்களம் பொங்கி வழிந்து ததும்ப நூறாண்டு இருக்கட்டும்.

உள்ளே வா. நீயும் வாம்மா. வலது கால். ஆமா அதுதான். முன்னால் அது வரட்டும். விழுந்துடாதே. பையை என்னத்துக்கு தூக்கிண்டு வரே? சுமக்க இனிமேல்தான் நிறைய வரும். இப்போ அக்கடான்னு இரேன். உன் பேரென்னம்மாடி குழந்தே?

கற்பகம் பாட்டி வரிசையாகச் சீனச்சரப் பட்டாசாகக் கேள்வி கேட்டபடி கதவுக்கு அந்தப் பக்கம் நின்றாள்.

அகல்யா அணை உடைந்து பொங்கிய அழுகையை வலுக்கட்டாயமாக அடக்கிக்கொண்டு அவள் காலில் விழுந்து நமஸ்கரித்தாள்.

ஏய் நீலகண்டன் பொண்டாட்டி, ரெண்டு அடி அடிச்சுடு. முதல்லே நல்ல வார்த்தை சாவகாசமாச் சொல்லு. நீ மட்டும் சொல்லலே.. பார்த்துக்கோ.

திலீப்பும் செல்லமாக மிரட்டியபடி கற்பகம் காலில் விழ அவள் ரெண்டு பேரையும் எழுப்பித் தழுவியபடி ஆசி சொன்னாள்.

ஏண்டா திருட்டு படுவா, பலசரக்குக் கடையிலே ஒரு வீசை சக்கரை வாங்கிண்டு வரேன்னு போறமாதிரி திடுதிப்புனு குண்டி வேஷ்டியோடு கிளம்பி ஓடிப்போய் கல்யாணம் பண்ணிண்டு வந்து நிக்கறியே. வெக்கமா இல்லே. நான் இருக்கேன்னு நினைவே இல்லியா? உன் தங்கை ஜனனிக்குச் சொன்னியா? லண்டன்தான் கொல்லைப் பக்கம் ஆயிடுத்தே. ஒரு போஸ்ட் கார்ட் அவளுக்குப் போடலாமில்லே? உங்க பெரியப்பாவுக்கு? சியாமளாவுக்கு? அண்டா முழுங்கி மாதிரி அமுக்கமா இருந்து இவளையும் இழுத்துப் பிடிச்சுக் கூட்டிண்டு வந்துட்டே? ஆந்தைக் கண்ணா, வாய்லே என்ன கொழக்கட்டையா?

திலீப் எல்லாக் கேள்விக்கும் ஒரே பதில்தான் சிரிப்பில் சொன்னான்.

உங்கிட்டே பேசறதே தண்டம் சோழப் பிரம்ம சொருபமே. ஏண்டியம்மா கொழந்தே, இந்த கர்த்தபத்தை எப்படி செலக்ட் பண்ணினே?

அகல்யா, பாட்டி என்ன கேக்கறான்னு புரியறதா?

கர்த்தபம்னா என்ன கற்பூரமா?

அகல்யா திருப்பிக் கேட்க, கெட்டுது குடி என்று இன்னொரு தடவை சிரித்தான் திலீப். கல்யாண வீடு இப்படித்தான் உற்சாகமாக இருக்கும். இவர்கள் எல்லோருக்கும் சொல்லி அழைத்துவிட்டு அகல்யாவைக் கைப்பிடித்திருக்கலாமோ என்று தோன்றியது அவனுக்கு.

மழையிலே நடந்து வந்தியாடி பொண்ணே என்றாள் பாட்டி அடுத்ததாக.

நானா? இல்லையே. இவரோடு கூட ஃபியட் கார் டாக்சியிலே வந்தேன் பாட்டி

அப்பாவியாகச் சொன்னாள் அகல்யா.

என்ன குசும்புடி கிழவி இந்த வயசிலே. நீ ஒரிஜினல் தஞ்சாவூர்க்காரின்னு சொல்லாமலேயே உலகத்துக்குப் புரியும்..

திலீப் இப்போது சிரித்தது மழைச் சத்தத்தோடு போட்டியிட்டு உயர்ந்தது. கற்பகம் பாட்டியும் அவனோடு சேர்ந்து சிரிக்க, சூழ்நிலை லேசாகிப் போனது. அது உணர்ச்சி மேம்பட்டு, கோபமோ, ஒதுக்குதல்பற்றிய ஆத்திரமோ மேலேறி வர இருக்கும் என்று திலீப் நினைத்ததில்லை.

தமிழ்லே ஓடறதுன்னா தெரியுமில்லையோ? வீட்டுலே சொல்லாமக் கொள்ளாம வந்து ரகசியமாக் கல்யாணம் செஞ்சுக்கறது. பாட்டி குசும்பா கேட்கறா நீ படு சீரியஸா பதில் சொல்லிண்டிருக்கியே.

அவன் கற்பகம் பாட்டி கையைப் பிடித்தபடி சுருக்கமாகச் செம்பூர்க் கல்யாணம்பற்றிச் சொன்னான்.

போறது, நன்னா இருங்கோ. எங்க காலத்திலே நாலு நாள் கல்யாணம். இப்போ எலக்ட்ரிக் ட்ரெயின் ஸ்டேஷன்லே வந்து நின்னு திரும்பக் கிளம்பற நேரத்துக்குள்ளே கல்யாணம் முடிஞ்சுடும்.

பாட்டி ஆச்சரியப்பட, அகல்யா வேலைக்குப் போகப் புடவையும், மற்ற உடு துணியும் சீவில்லிப்புத்தூர் ஸ்னானப் பவுடரும், சாந்துப் பொட்டு பாட்டிலும் அடைத்து எடுத்துவந்த பைகளைச் சுவர் ஓரமாக வைத்தாள்.

வெளியே மழை நின்றிருந்தது, துல்லியமான வானமாக ஜன்னல் வழியே தெரிந்தது.

உக்காருங்கோ ரெண்டு பேரும். பூஷனிக்காய் சாம்பாரைக் கொஞ்சம் போல் பெருக்கி, ஒரு ஆழாக்கு சாதம் வடிச்சுட்டா எதேஷ்டம்.

கஷ்டப்பட்டுக்காதே சின்னக் குட்டி.

திலீப் பாட்டியைக் கன்னத்தில் தட்டினான். போடா வானரமே என்றபடி அவள் அகல்யாவைப் பார்த்தாள்.

ஒரு பாயசம் வச்சுடறேன் குழந்தே. போன வாரம்தான் தெருக்கோடி கன்னடக்காரா கடையிலே ஏழு ஏழு ஏழு பவுடர் எப்படி இருக்குன்னு பார்க்க வாங்கினேன். இப்படி உடனடியா உபயோகமாகும்னு தெரிஞ்சிருந்தா இன்னொரு பாக்கெட் வாங்கியிருப்பேன். ஒரு அரை மணி நேரம் பசி பொறுத்துப்பியோடீ? ரேணுகா, பக்கத்து கர் ஸே தூத் ஆவ். ஏண்டி சிரிக்கறே. கூறு கெட்டுப்போய் இவ ஒருத்தி. குருடும் செவிடும் கூத்துப் பார்த்த மாதிரி நானும் இவளும் இந்த அப்சரஸை பாத்துக்கறோம்.

தன் முன்னால் ஏக்கத்தோடு கன்றுக்குட்டிபோல வந்துநின்ற ஷாலினியைத் தோளில் தட்டியபடி கற்பகம் பாட்டி சொன்னாள்.

நான் பாயசம் பண்றேன் பாட்டி. சுமாரா சமையல் பண்ணுவேன். அம்மா அதுவும் ரெண்டு கீர்த்தனையும் கத்துக் கொடுத்திருக்கா.

அகல்யா பேசியபடி சுவாதீனமாக அறை ஓரத்தில் அடுப்பை நோக்கி நடக்க, கீழ்த் தளத்தில் மர ஜன்னல் கரகரவென்று ஓசையோடு திறந்து, ஒரு பெண் குரல் கூவியது.

திலீப் அண்ணா, உங்களுக்கு மதராஸில் இருந்து ட்ரங்க் கால்.

அத்தியாயம்

# பதினெட்டு

சாமுவேல் என்று பெயர் சொன்னார். போன வாரம் வந்தபோது சாமிவேல் என்று சொல்லியிருந்தார். அவருடைய பெயர் இந்த இரண்டில் எது என்று அரசூரில் ஒரு வாரமாகப் பலமான சர்ச்சை நடந்துகொண்டிருக்கிறது.

எந்தப் பெயரோ, கருத்து மெலிந்த ஒட்டடைக் குச்சிபோல ஓங்குதாங்காக வளர்ந்த ஒரு நடு வயசு மனுஷர், அரசூரில் வீடு வீடாக அத்து மீறிப் புகுந்து ரேடியோப் பெட்டிகளை உடைத்துப் போட்டுக்கொண்டிருக்கிறார்.

ரேடியோ பெட்டி வைத்து கானங்களையும், நேரம் கெட்ட நேரங்களில் யார் யாரோ தில்ரூபா வாசிப்பதையும், தேசப் பற்றைத் தூண்டும் பிரசங்கம் செய்வதையும், வீட்டுக்குள் சாய்வு நாற்காலியில் ஓய்வாக இருந்தபடி கேட்பதை இது தடை செய்தது. கிரிக்கெட்டில் ஈர்ப்பு உள்ள பிள்ளைகளையும் அவர்களின் நெருங்கிய உறவினர்களையும் யார் எத்தனை ஓட்டம் எடுத்தார், யார் பந்து வீசி அவரை வீழ்த்தினார் என்று சதா அறிவுத் தேட்டத்தில் ஈடுபடுவதையும், இந்த ஒட்டடைக் குச்சி மனுஷர் நிறுத்திப் போட்டார்.

பெட்டி வைத்திருக்க லைசன்ஸ் எடுத்தாகவேண்டும்.

அவர் கொட்டடையை நெருக்கிய பிறகுதான் ஊரில் பாதிப் பேருக்கு இப்படி ஒரு சங்கதி இருப்பதே தெரியவந்தது.

சர்க்கார் கேட்கச் சொல்லி பிராணனை வாங்குகிற பாட்டைக் கேட்க சர்க்காருக்கு ஏன் காசு கொடுக்கணும்? சங்கீதத்தை முறையாக எல்லோருக்கும் சொல்லித் தர ஏற்பாடு செய்யாமல், ராத்திரி உறங்கும் நேரத்தில் குடும்பத்தோடு விழித்திருந்து சங்கீதக் கச்சேரி களை கேட்கச் சொல்வதற்கு அவர்கள்தானே காசு கொடுத்தாக வேண்டும்? அப்படி விழித்திருக்கிற, கம்பளி ஸ்வெட்டர் அணிந்த வடக்கத்தியக் குடும்பங்களைப் பத்திரிகை விளம்பரங்களில் மங்கிய புகைப்படமாகப் போட்டால் மட்டும் போதுமா?

ஊர்ப் பெரியவர்கள் கீழ்ப்பாத்தி கண்மாய்க் கரையில் விடிகாலை நேரம் கூடுவார்கள். விடிந்துவிட்டது என்பதை நியாயப்படுத்துவதாக அவர்கள் கருதும் காரியம் முடிக்க அங்கே போய்க் குத்த வைக்கும் நேரம் அது. அப்போது புகைச் சுருட்டைச் செல்லமாகக் கடித்தபடி பேசத் தலை போகிற தகவல் கிடைத்தது.

ஏண்ணே, லைசன்ஸ் இல்லாட்ட பொட்டியை நடுத்தெருவிலே போட்டு உடைக்கறானாமே.

அதை ஏன் கேக்கறேப்பு? காளிமுத்தன் தெரு மாவன்னா ரானா வீட்டு ரேடியோவை இப்படிப் போட்டு உடைச்சு அது பத்து சுக்காகித் தெரிச்சு விளுந்துச்சாம். ஒண்ணொண்ணும் ஒவ்வொரு ஓரம் ஓடினதாம். இப்போ நடு ராத்திரியிலே அவுக வீட்டுக் கிணத்துக்குள்ளே இருந்து ஐயங்கார் கச்சேரிப் பாட்டு பாடறது கேக்குதாம். மாடப் புறையிலே இருந்து மன்மத லீலையை வென்றாருண்டோ வருதாம். தோட்டத்திலே கீரைப் பாத்திக்கு உள்ளாற இருந்து குஜாலா கரகாட்டப் பாட்டு கேக்குதாமில்லே?

அது என்ன பாட்டு அண்ணே?

சனிக்கிளமை சாயந்திரம் சாயாக்கடை ஓரத்திலே வண்ண மணிக் குட்டி கண்டாங்கி சேலைக்குள்ளே

கேட்டதே இல்லையே. அங்கனக்குள்ள இருந்துக்கிட்டே முளுக்கப் பாடும்.

வேணாம். நீர் அதைக் கேட்டு வந்ததைத் தவிர மத்த காரியம் செஞ்சுடுவீர்.

டப்டப் என்று பிருஷ்டத்தில் அடித்தபடி புகை விட்டவர்கள் சிரித்தார்கள். ரேடியோ லைசன்ஸ் தீர்வைபோல கீழ்ப்பாத்திக் கம்மாய்க் கரையில் கழிக்கவும் லைசன்ஸ் காசு கேட்பார்கள் இனி என்று எதிர்பார்க்கப்பட்டது.

ரெவ்வெண்டு லைசன்ஸா எடுத்தா சர்க்காரே ஆள் போட்டு அலம்பி விடுமாம். கட்டலேன்னா குண்டு வெடிக்கற மாதிரி குண்டி வெடிச்சுடும் ஆமா.

சிரிப்பு அவர்கள் வீடு போகும்வரைகூட வர வைத்த, ரேடியோ இன்ஸ்பெக்டருக்கு அவர்கள் மனசார நன்றி சொல்லிக் கலைந்தார்கள்.

சாமுவேலோ சாமிவேலோ, அவர்களை வயசேறிய விடலைகள் ஆக்கியதில் அந்த மனுஷர் முழு வெற்றி பெற்றிருந்தார். அவர்கள் மட்டும் என்று இல்லை, ஒரு வாரமாக எல்லாப் பேச்சும் இதில்தான் போய் நிற்கிறது.

செட்டியூரணியில் இருந்து குடிதண்ணீர் சுமந்துபோகும் பெண்கள், ரேடியோ லைசன்சுக்கார கழிச்சாலே போவான், சுக்கு நூறாகச் சிதறுத் தேங்காய்போல உடைத்துப் போட்ட ரேடியோப் பெட்டிகளில் இருந்து கரண்ட் தரையில் பரவி, வீட்டுத் தரை விரிசல் கண்டதாக உரக்கப் பேசி, தண்ணீர் சிலும்பி மேலே வழிந்து வளமான மாரிடம் நனைந்து, உடலில் வடிவாக ஒட்டிப் படிந்த சேலையோடு அதிரூப சுந்தரிகளாகக் குடம் சுமந்து போகிறார்கள்.

தணிந்த குரலில், அந்த மின்சாரம் பரவிய தரையில் இறுக்கப் பிணைந்து கிடந்து சுகிக்கும் ராத்திரி உறவின்போது நிறைய நேரம் ஈடுபட முடிவதாகச் சிரிப்புகளுக்கு இடையே தகவல் பகிர்ந்து கொள்கிறார்கள்.

ராத்திரிகளில் சப்தம் தாழ்த்திவைத்த வானொலியில் ஒலிபரப்பாகும் அகில பாரத நாடகத்தில் குப்தாஜி, உங்கள் ஆசனத்தை உள்ளே கொண்டுவந்து, வாயை இனிப்பு ஆக்குங்கள் என்பதுபோன்ற வசனங்களைக் கேட்டபடிக் கலவியில் உச்சம் தொட்டதைவிடத் தரையில் கசிந்த மின்சாரத்தால் வரும் சுகம் அதிகம் என்று அவர்கள் சொன்னாலும், அதற்காக ரேடியோ பெட்டியை உடைக்கக் கொடுப்பது தவறான நடவடிக்கை என்பதையும் கூடவே குறிப்பிடத் தவறுவதில்லை.

நவராத்திரி விடுமுறைக்கு அடைத்த நீதிமன்றங்கள் திறந்து, கேஸ் கட்டுகளை கேரியரில் வைத்துக்கொண்டு உற்சாகமாக உந்து வண்டி மிதித்துப்போன வக்கீல் குமாஸ்தாக்கள் மத்தியில் ரேடியோ உடைப்பு விதம் விதமாகச் சர்ச்சை செய்யப்பட்டது. அவர்களில் ஒருத்தர், ரேடியோ இன்ஸ்பெக்டர் வேலைக்கு சீமையில்தான் போய்ப் படித்து வரவேண்டும் என்றும், சர்க்கார் உத்தியோகங்களி லேயே, கலெக்டருக்கும், டிஸ்ட்ரிக்ட் கோர்ட் ஜட்ஜுகளுக்கும் கிடைக்கும் சம்பளம், பஞ்சப்படி, பயணப்படி சேர்த்து, இவர்களுக்கும் கிட்டும் என்றும் சொன்னார். எந்த வீட்டைக் கடந்து போகும்போதும் உள்ளே ரேடியோ இருக்கிறதா என்று ரேடியோ இன்ஸ்பெக்டர்களுக்குத் தெரிந்துவிடும் என்றும் இதைக்

கண்டுபிடிக்க, இடது கையில் தகடு கட்டி இருப்பார்கள் என்றும் இன்னொரு குமாஸ்தா தெரிவித்தார். லைசன்ஸ் இல்லாத ரேடியோக்களை மாசம் இவ்வளவு என்று இலக்கு நிர்ணயித்து உடைக்க அவர்களுக்கு உப ஜனாதிபதி மூலம் வருடம் இரண்டு முறை இந்தியில் எழுதிய தாக்கீது வரும் என்றார் அவர். லைசன்ஸ் இல்லாத ரேடியோ கேட்பது பிரிவினை வாதம் செய்வது போன்ற தேச விரோத நடவடிக்கை என்று சட்டம் சொல்கிறதாம்.

வக்கீல்களுக்கும் நேரடியாக இல்லாவிட்டாலும் ரேடியோ லைசன்ஸ் பிரச்னைமூலம் மறைமுகமாகப் பாதிப்பு இருந்தது.

கீழ்ப்பாத்திக் கண்மாய், வக்கீல்களுக்கு இல்லை என்பது எழுதாத விதி. அங்கே குமாஸ்தாக்களும், வேலை வெட்டி இல்லாத ஊர்ப் பெரிசுகளும் மட்டுமே சுருட்டோடும் புது வம்போடும் போய்க் குந்துவது வழக்கம்.

வக்கீல்கள் காலையில் வீட்டு வாசலில் வந்து விழும் ஆங்கிலப் பத்திரிகைகளில் விளையாட்டுபற்றிய பக்கத்தைத் திறந்து, அதன் கீழ்ப் பகுதியில், யாரெல்லாம் செத்துப் போனார்கள் என்று புகைப் படங்களோடு அச்சடித்து அறிவிப்பு வந்திருப்பதைப் படித்ததும், கிரமமாகக் காலைக் கடன் கழிக்க அவரவர் தேகத்தைத் தயார் செய்து வைத்திருந்தார்கள். அதை விட விரசாகக் கழிவு நீக்க ரேடியோ சந்தர்ப்பம் ஏற்படுத்திக் கொடுத்திருந்தது.

வக்கீல்கள் காலை ஏழரை மணிக்கு, ஆகாசவாணி, செய்திகள், வாசிப்பது என்று பத்து நிமிடம் வாசிக்கும் செய்தி அறிக்கை கேட்டு முடியும்போது அவர்களுக்கு வயிறு சந்தோஷ சமாசாரம் சொல்வது நடப்பானது. தினசரிப் பத்திரிகை வராத தினங்களிலும் ஆகாசவாணி உண்டென்பதால் நிலைமை சீராக இருந்தது.

அச்சமூட்டும்படி கூட்டம் கூட்டமாக வந்து இறங்கி ராப்பகல் பாராது, மழையும் வெய்யிலும் குளிரும் ஏற்படுத்திய காலநிலை வித்தியாசத்தை உணராமல் சதா மயில் ஆடிய வண்ணமாக இருந்ததுபோய், கழுகுகள் மட்டும் கூட்டமாகப் பறந்து கோயில் குருக்கள் மேலும் வக்கீல்கள் மேலும் தினசரி எச்சமிட்ட நேரம் அது. நடப்பதெல்லாம் நல்லதுக்குத் தானா என்று ராமாயணக் கதையை இன்னும் சுத்த ஜலம் நிறைத்த செம்பில் இருந்து தினமும் சொல்லி வரும் பஞ்சாபகேச சிரௌதிகளிடம் கேட்டார்கள். அவர் இதெல்லாம் நல்லதுக்கு இல்லை என்று தெரியப்படுத்திப் பரிகாரமும் சொன்னார்.

நமக்கு மூத்த குடியினர், முன்னூறு ஐநூறு வருஷம் முன் பயன்படுத்தாத, அதனால் நமக்கு அந்நியமான எல்லாவற்றையும்

பகிஷ்கரித்தாலே போதுமானது என்றார் சிரௌதிகள். வக்கீல்கள் தவிர வேறே யாருக்கும் அதை எடுத்துச்செய்ய நேரமும் சிரத்தையும் கிட்டவில்லை. அவர்கள் புதுப் பழக்கத்தைப் பகிஷ்கரிப்பதற்காக டிகிரி காப்பி குடிப்பதையும் ஆங்கிலப் பத்திரிகை வாங்குவதையும் நிறுத்திவைக்க வேண்டிப் போனது. முட்டைகோசும் காரட்டும் உருளைக்கிழங்கும் இதே நியாயத்திற்கு உட்பட்டு சாப்பிடுவது விலக்கப்படவேண்டும் என்றாலும், செம்புத் தண்ணீருக்குள் பஞ்சாபகேசன் ஆவாஹனமாகாத நாளில் அவருடைய பெண் சிஷ்யை இந்த சாத்வீகமான காய்கறிகளைப் புசிக்க எந்தத் தடையும் இல்லை என்று நாலு ஸ்லோகங்களையும், பாரசீக, ஜப்பானிய, சீனப் பாடல்களையும் தலா ரெண்டடி பாடி நிரூபித்தாள். பஞ்சாபகேசன் செம்பில் இறங்கி இருந்தாலும் அதேதான் சொல்லியிருப்பார் என்பதில் யாருக்கும் சந்தேகமே இல்லை. விரைவிலேயே சிக்கரி கலக்காத காப்பிக்கும், இறக்கை முளைத்த பசுவின் படத்தோடு கூடிய இங்கிலீஷ் செய்தித்தாளுக்கும் அதேபடி விலக்கு கிடைத்தது.

ஒயிட் லெக்கான் கோழியும், முட்டையும் சாப்பிடத் தகுதி வாய்ந்தது தானா என்று ரயில்வே ஸ்டேஷன் மாஸ்டர் ரெட்டியார் பஞ்சாபகேசன் சிஷ்யையிடம் தகவல் கேட்க, அவள் ரயில் வராத தினங்களில் அப்படிச் செய்யலாம் என்று அபிப்பிராயம் சொன்னாள். ரெட்டியார் வெளியூருக்குப் போனாலும் அந்த விதிவிலக்கு உண்டு என்று கொசுறாக இன்னொரு சுலோகம் சொல்லி எடுத்துரைத்தாள். ரெட்டியார் வாரம் மூன்று தடவையாவது பத்து கிலோமீட்டர் கடந்து போய்விட்டு வருவதற்குக் காரணம் ஏதும் யாரிடமும் கூறுவதில்லை. கோழியும் முட்டையும் வாய்க்கு ருசியாகச் சமைத்துப் பரிமாறவும், கூட இருந்து சிரம பரிகாரம் செய்ய ஒத்தாசை பண்ணவும் அங்கே ஏற்பாடு செய்துவிட்டார்.

ரேடியோவை முன்னோர் உபயோகிக்காத பட்டியலில் சேர்த்து அதன் உபயோகத்தை நிறுத்திவிடுவதை வக்கீல்கள் விரும்பாததால் அதைப்பற்றி சர்ச்சை இல்லாமல் போனது. கரண்டில் இயங்கும் எதுவும் சக்தி ஸ்வரூபமாக முன்னோர் ஆசியோடு உபயோகிக்கிறதால், தாராளமாக அதை பயன்படுத்திக்கொள்ளலாம் என்று பஞ்சாபகேசன் வகையறாக்கள் எடுத்துரைத்தார்கள். சிக்கல் இல்லாமல்போன ரேடியோ நடவடிக்கையை லைசன்ஸ் இன்ஸ்பெக்டர் சிக்கலானதாக்கி விட்டார். இவ்வளவுக்கும் வக்கீல்கள் எல்லோரும் வருடம் பத்து ரூபாய் செலுத்தி அவரவர் வீட்டு ரேடியோவுக்கு லைசன்ஸ் எடுக்கிறவர்கள்.

இது இப்படி இருக்க, ராமாயணக் கதை மெல்ல முன்னேறுவதற்குக் காரணம் என்ன என்று ஓய்வு பெற்ற முன்சீப் கோர்ட் நீதிபதி நீலமேகம் பிள்ளை தலைமையில் தாங்களாவே ஏற்படுத்திக் கொண்ட ஏழு நபர் குழு ஆராய்ந்தது. கதை நேரத்தை ஆருடம் கேட்கப் பயன்படுத்துவதே காரணம் என்று அந்தக் குழு தீர்மானத்துக்கு வந்தாலும் அதை முழுக்க எடுத்துச்சொல்ல அவர்களுக்குச் சந்தர்ப்பம் தரப்படவில்லை. இவர்கள் குறிப்பிட்ட ஆரூடம், தினசரி கதை சொல்வதற்கு முன்னால் கேள்வி பதில் ரூபத்தில் நிகழ்வது.

ஊர் நன்மையை உத்தேசித்து எழும் கேள்விகளில் ஒன்றாகப் போன வாரம் புதன்கிழமையன்று ரேடியோக்களை உடைத்துப் போடும் சர்க்கார் உத்தியோகஸ்தர்பற்றிச் செம்பு நீருக்குள் கேள்வி மரியாதை யோடு தொடுக்கப்பட்டது. பஞ்சாபகேசனின் ஆதிகால சிஷ்யர்கள் கைத்தாளமிட்டும், ஜிங்குஜிங்கென்று கைக்கடக்கமான ஜால்ராக் களை ஓசைப்படுத்தியும் சந்தோஷ ஒலி எழுப்ப, தண்ணீரில் இருந்து வந்த பதில் இப்படி இருந்தது –

அந்த வெளியூர் மனுஷ்யர் சாமுவேலாக வரும் நாட்களில் நல்லவராகவும் சாமிவேலாக வரும்போது பிசாசு மேலேறிய வராகவும் இருக்கிறார். பிசாசு தினங்களில் மட்டும் அவர் வானொலி உடைக்கிற துர்ச்செயலில் ஈடுபடுகிறார். வீட்டு வாசல்களில் குங்குமம் பூசிய எலுமிச்சைகளை நிலைக்குமேல் பொருத்தி வைத்தால் அவர் வீட்டுக்குள் நுழையாமல் இருப்பார். சர்க்காருக்குச் சேரவேண்டிய தொகையைச் செலுத்த எல்லோரிடமும் உபரியாகப் பணம் புழங்க, தினம் இங்கே உபரி சங்கீர்த்தனம் நடத்துவோம். எல்லோரும் புதிதாகப் பறித்த காய்கறிகளும், அரிசியும் பருப்பும், ரெண்டு ரூபாயிலிருந்து மேலே இஷ்டம்போலவும், உசிதம் போலவும், சுவர்ண புஷ்பமும் ரஜத புஷ்பமும், என்றால் கரன்சி ரூபாய் நோட்டுகளும், சில்லறைக் காசுகளும் சமர்ப்பித்து எல்லா விக்னமும் விலகி ரேடியோ கேட்கலாம்.

செம்பில் இருந்து மேலதிக வழிகாட்டுதல் உத்தரவு கிட்டா விட்டாலும், சிஷ்யை சொன்னதின் பேரில், எட்டு நபர் குழுவொன்று ரேடியோ உடைக்கும் சர்க்கார் உத்தியோகஸ்தனை, கடந்து போன சனிக்கிழமை காலையில் தெப்பக்குள மேற்குக் கரையில் உள்ள தபால் ஆபீசில் சந்தித்தார்கள்.

ரேடியோ உடைக்காத நேரங்களில் அந்த மனுஷர் போஸ்ட் ஆபீசில் தாற்காலிகமாக மேஜைபோட்டு, ஏற்கெனவே எழுதிய சர்க்கார் சாணித்தாள் கோப்புகளில் எல்லாப் பக்கங்களிலும் கையெழுத்துப்

போட்டுக்கொண்டிருந்தார். போனவர்கள் ஆச்சரியத்தோடு அதைப் பார்த்தபடி நின்றார்கள்.

இவர்களை அன்போடு வரவேற்று தன் மேஜை ஓரங்களிலும் பகுதி நாற்காலியிலும் உட்காரச் சொன்னார் அந்த மனுஷர், ஏன் பழைய கோப்புகளிலும் உதிரிக் காகிதங்களிலும் கையொப்பமிடவேண்டும் என்று அவரிடம் விசாரிக்கப்பட்டது. கை விரல்கள் நெறி கட்டி வலிக்காமல் இருக்க அப்படிச் செய்யச் சொல்லி நகரத்தில் டாக்டர்கள் ஆலோசனை கூறியதாகவும் ஐம்பது வருடத்துக்கு முந்திய பழைய ஃபைல்கள் இங்கே நிறைய இருப்பதால் கை விரல்கள் தற்போது சரியாக இயங்குவதாகவும் தெரிவித்தார் அவர்.

கை விரல்கள் சரியாக இல்லாவிட்டால் லைசன்ஸ் வாங்காத ரேடியோ பெட்டிகளை உடைப்பது சிரமமான காரியம் என்று விளக்கி அவர் வந்தவர்களிடம் அங்கே வந்த காரணம் விசாரித்தார். அவர்களும் மென்று முழுங்காமல் அவர் செய்கிற இந்த நாசகாரச் செயலை உடனே நிறுத்திப் போடவேண்டும் என்று விண்ணப் பித்தார்கள். கையொப்பம் இடுவதையா என்று அவர் கேட்க, ரேடியோவை உடைப்பதை என்று விளக்கினார்கள்.

அவர் எழுந்து நின்று பிரசங்கிபோல் உயர்த்திய குரலில் கூறியது:

உங்களுக்கு நான் ஒண்ணு சொல்ல வேண்டியிருக்கு. எதோ நான் உங்க ஊருக்கு வந்துதான் பொழுது போகாம வீடு வீடாகப்போய் ரேடியோ லைசன்ஸ் கேட்கறேன்னுதானே நினைக்கறீங்க.? அது சரியில்லே.

பின்னே எதுதான் சரி? ரேடியோ சரஸ்வதி இல்லையா? சரஸ்வதி தான் வாணி. ஆகாசத்திலே இருந்து இறங்கின சரஸ்வதி அவ சாஸ்வதமா இருக்கற இடம் ரேடியோப் பெட்டி. அதைப்போய் உடைக்கறது என்ன புதுப் பழக்கம்?

அவரோ, இது புதுசொன்றும் இல்லை என்றும் லைசன்ஸ் கட்டணம் வசூலிப்பதை சர்க்கார் மும்முரமாக்கி இருப்பதால் போன வருஷமே அவரையும், விலாசம் சரியாக எழுதப்படாத கடிதங்களைப் பட்டுவாடா செய்யும் இறந்த கடிதங்களின் பிரிவிலிருந்து இன்னும் பத்து பேரையும் இந்த வேலைக்காக உத்தியோக மாற்றம் கொடுத்து அனுப்பி வைத்ததாகச் சொன்னார். சொற்பமான சம்பள உயர்வும் உண்டு என்பதை அவர் சொல்லா விட்டாலும் அதிகமாக அது இருக்கும் என்பதையும், உடைக்காமல் இருக்க அவர் கையூட்டு வாங்கலாம் என்றும் எட்டு நபர் குழு நம்பியது.

அவர்கள் ஒருவரை ஒருவர் பார்க்க, லஞ்சம் கொடுப்பது குற்றம் வாங்குவதும் குற்றம் என்று ரேடியோ அறிவிப்பாக அவர் தெரிவித்து, லைசன்ஸ் இல்லாத ரேடியோக்களை உடைத்துத் தகர்த்தெறியும் மன நிறைவான காரியத்தில் கை சுத்தமானவர்களே ஈடுபட முடியும் என்றும் இல்லையென்றால் மின் அதிர்ச்சியில் கை கருகி விழுந்து விடலாம் என்றும், அப்படியான ரேடியோக்கள் கேட்கும்போதே வெடித்து வீட்டுக்காரர்களுக்கும் துன்பம் தரும் என்றும் எச்சரித்தார்.

மலையாளக் கரையில் போன மாசம்வரை சர்க்காருக்காக இதே உத்தியோக கைங்கரியம்தான் செய்து வந்ததைக் குறிப்பிட்டு விளக்கினார்.

அங்கே சமுத்திரக் கரையில் ஒரு அம்பலம். அவங்க மொழியிலே கோவில். கோவில்லே பூசை வைக்கிற குருக்கள் வீடெல்லாம் கோவில் பக்கம். பெரிய குருக்களை மேல் சாந்தின்னு சொல்வாங்க. அவரோட வீட்டம்மா காலேஜ் வாத்திச்சியா இருந்து ரிடையர் ஆனவங்க. வீட்டுலே டெல்லி டிரான்சிஸ்டர் ரேடியோ உண்டு. அவங்க பாடுன்னு சொன்னா பாடும். பேசுன்னா பேசும். சும்மா இருன்னா இருக்கும். யட்சினி வேலை அடச்சு வச்ச பெரிய பெட்டி. சரியாப் பாடலேன்னு லைசன்ஸ் கட்டலே. நான் கண்டு பிடிச்சு உடைச்சுப் போடப் போனேன். மலையாளத்திலெ பெரிய விவாதம் எனக்கும் அந்த அம்மாவுக்கும். சோழி உருட்டி எல்லா குருக்களும் அவங்கதான் ஜெயிப்பாங்கன்னாங்க. ஆனா, கடைசியிலே சர்க்காருக்குத்தான் ஜெயம்.

மலையாளத்தில் பேசிப் பாடிய, கோவில் வீட்டம்மா சதா கேட்டுக்கொண்டிருந்த பெரிய பெட்டியை உடைத்துப்போட்ட தன் விரல்களைப் பாசத்தோடு பார்த்துக்கொண்டார் அவர்.

அதெல்லாம் சரிதான், ஆனால், ரேடியோ இல்லாவிட்டால் நிறைய காரியம் கவனிக்க முடியாது என்பதை எல்லோரும் ஏகோபித்துச் சொன்னார்கள். சாப்பிடும்போது செய்தி அறிக்கை, பகல் நேரத்தில் சினிமா கானங்கள், சாயந்திரம் வித்துவான்களின் வாத்திய சங்கீதம் இதெல்லாம் இல்லாத வாழ்க்கை அலுப்படையச் செய்யக்கூடும், ஊரே இல்லாமல் போகலாம், அப்புறம் லைசன்ஸ் கட்ட ரேடியோ ஏது என்று பரவலான அச்சம் தெரிவிக்கப்பட்டது.

ரேடியோ இல்லேன்னா நல்லது நடக்கும்ங்கறதுக்கு ஒரே ஓர் உதாரணம் நம்ம பஞ்சு அண்ணா சொல்ற ராமாயணம் கேட்க நிறையக் கூட்டம் வரும்.

சிஷ்யர்களில் ஒருவர் புளகாங்கிதமடைந்து இரு கையும் தூக்கிக் கூப்பியபடி சொன்னார். அவருடைய கம்புக்கூட்டில் ரோமத் திரளை அருவருப்போடு பார்த்த ரேடியோக்காரர் திரும்புவதற்கு முன், அந்த சிஷ்யன், அதோ அந்த மயில்கள்போல ஆடவேண்டும் என்று பாடியாடி மற்றவர்களையும் கைகளை உயர்த்திப் பாடி ஆடச் சொன்னார்.

அக்குள்களின் அணிவகுப்பை எதிர்கொள்ளப் பயந்தவராக ரேடியோக் காரர், நல்லது, நான் நாளைக்குக் கதை கேட்க வருகிறேன் என்று சொல்லி, வந்தவர்களை அனுப்பிவைத்தார். அது வேறே எங்கோ அழைத்துப் போகும் என்று அப்போது யாருக்கும் தெரியாது.

சொன்னபடி அவர் மறுநாள் வெள்ளியன்று கதைப் பந்தலுக்குப் போனார். பாரம்பரிய உடை தரித்து வராவிட்டாலும் ரேடியோக்காரர் மாட்டியிருந்த கால்சராய் உடம்போடு ஒட்டி விஜயசேனன், பிரஜாசேனன் போன்ற பெயர்களுடைய ராஜகுமாரர்கள் கோட்டுச் சித்திரமாகச் சிறுவர்களுக்கான கதைப் புத்தகங்களில் உடுத்திக் காணப்படுவதுபோலத் தெரிந்தது. அவர் சமயவேலாகத்தான் இருக்கவேண்டும் என்று உறுதியாக நம்பினார்கள் அவரை வரவேற்ற சிஷ்யர்களும் ஒற்றை சிஷ்யையும்.

ரேடியோக்காரர் கையில் ஒரு கிடாரங்காயைக் காணிக்கை கொடுக்க வைத்திருந்ததையும் கூட்டத்தினர் கவனிக்கத் தவறவில்லை. முழுக்கப் பழங்களைக் காணிக்கையாகத் தராமல் காய்கறிகளையும் காப்பிக் கொட்டை, வெண்ணெய், பால், தயிர், நல்லெண்ணெய் போன்ற உன்னத உணவுகளையும் தரச்சொல்லிக் கதை கேட்க வருகிறவர்கள் சிஷ்யர்களால் ஊக்குவிக்கப்படுவது நடப்பதே. சிலர் அன்பின் மிகுதியால், வீட்டில் சமைத்த பொருட்களையும், கோழி முட்டை போன்ற வஸ்துக்களையும் எடுத்து வருவதைத் தடுப்பதும் அவர்களின் வேலையாக இருந்தது.

எனினும் இதுவரை எண்ணெயும் கார மிளகாயும் சேர்த்து ஊறுகாய் போட கிடாரங்காய் யாரும் காணிக்கை அளிக்கவில்லை என்பதை அவர்கள் நினைவு கூர்ந்தார்கள்.

வந்தவருக்கு எங்கிருந்தோ ஒரு மர முக்காலி கொண்டுவந்து ஆசனமாகப் போடப்பட்டது. அவரை முன் வரிசையில் அமரச் சொல்லியும் அன்றைய கதை முடிந்ததும் உபசாரமாகச் சில வார்த்தைகள் பேசச் சொல்லியும் அப்படியே ரேடியோ லைசன்ஸைப் புதுப்பிக்கவேண்டிய அவசியம் குறித்து ஒரு பரவலான தெளிவை உண்டாக்கும்படியும் அவர் கேட்டுக்கொள்ளப்பட்டார்.

ஒரு புன்முறுவலோடு அவர் அவர்களுடைய கோரிக்கைகளை, அவற்றில் முக்காலி தவிர மற்றவற்றை அங்கீகரித்தார். திரைக்குப் பின்னால் ஆவலோடு பார்வை நிலைக்க, கையில் பிடித்த கிடாரங்காயைப் பணிவாக ஏந்திய அவர் புண்ணியாத்மாக்களின் மன நிறைவை உடல்மொழியாகப் பிரதிபலித்தபடி நின்றுகொண்டிருந்தார்.

கனமான குரலில் சிஷ்யகோடிகள் முன்னோடியாக வழக்கமாகப் பாடப்படும் தோத்திரப் பாடல்களைப் பாடி முடித்து ஒரு நிமிடம் இடைவெளிவிட்டு பஞ்சாபகேச சிரௌதிகள் குரல் கொரகொர வென்று மெதுவாக ஒலிக்க ஆரம்பித்தது. இரண்டு நிமிடம் பேசி அது ஓய, பின்னால் பட்டுத் துணி விரிப்பில் பத்மாசனம் இட்டு அமர்ந்திருந்த சிஷ்யை தொண்டையைக் கனைத்துக்கொண்டு கம்பீரமாக அவர் விட்ட இடத்தில் தொடங்கினாள்.

ரேடியோக்காரரின் முகம் பொறுப்பையும் உத்தியோகத்தையும் பிரதிபலிக்க அவர் நிமிர்ந்து படை வீரன்போல நின்றார். கையில் கிடாரங்காய் அந்தக் கம்பீரத்தை அதிகரித்ததே ஒழியக் குறைக்க வில்லை.

அவர் ஏதோ கேட்கவோ சொல்லவோ கையுயர்த்த, பந்தலில் பலமான மௌனம் நிலவியது.

அந்த ரேடியோ பெட்டிக்கு லைசன்ஸ் இருக்கிறதா?

அவர் தண்ணீர் நிரப்பிப் பூமாலைகளும் மாவிலையும் சார்த்தி வைத்திருந்த செம்பைச் சுட்டிக் காட்டிக் கேட்டார்.

அது ரேடியோ இல்லை என்று அவசரமாக யார் யாரோ எழுந்து நின்று கை காட்டியும், உட்கார்ந்தபடிக்குச் சுற்றுமுற்றும் திகைப் போடு பார்த்து ஆமோதிக்க ஆள் தேடியும் கூச்சலாகச் சொன்னார்கள். ரேடியோக்காரர் எல்லாக் குரல்களையும் அரசு நடவடிக்கையாக உடனே தடை செய்து தன் புன்னகையை மறுபடி அணிந்துகொண்டு விளக்கினார் -

மனிதர்களின் பேச்சு தேகத்தில் இருந்து அந்நியப்பட்டு வந்து ஒரு ஜனக் கூட்டத்துக்குக் கேட்க கிடைக்கிறது. இதுவும் ஒருவகை வானொலி தான். அவசியம் இதற்கான லைசன்ஸ் கட்டியிருக்க வேண்டும்.

ரேடியோக்காரர் முன்னால் நகர்ந்து செம்பைக் கைப்பற்றக் கை நீட்ட கூட்டத்தில் இரைச்சல். அவர் கம்பீரமாக எல்லோரையும் திரும்பிப் பார்த்துத் திரும்பவும் கையமர்த்தினார். பள்ளிப் பிள்ளைகளை சத்தம் போடாமல் கைகட்டி வாய்பொத்தி இருக்க உத்தரவிடும்

ஆசிரியர்களின் சைகைகள் அவை என்று கூட்டத்தில் யாரோ அறிவித்தார்கள்.

சர்க்கார் உத்தியோகஸ்தரை வேலை செய்யவிடாமல் தொந்தரவு கொடுத்தால் உங்கள் எல்லோரையும் பிடித்துச் சிறையில் தள்ளவும் எனக்கு அதிகாரம் உண்டு.

அவர் மிரட்டியபடியே தண்ணீர்ச் செம்பை எடுத்துக்கொண்டு வெளியே போனார்.

பேரிளம் பெண் ஒருத்தியும் கூடவே அவளுடைய வீட்டுக்காரன் என்று சொல்லத்தக்க விதத்தில் உயரமும் உடம்பு கனமும் கொண்ட ஒரு ஆணும், குதிரை வண்டி விட்டிறங்கி ரேடியோக்காரரை நோக்கி வந்தார்கள். அந்தப் பெண் அவரை விசாரித்தாள் -

நான் கொச்சு தெரிசா. இங்கிலாந்தில் இருந்து வரேன். கதாபிரசங்கம் நடக்கிற இடம் இதுதானா?

அத்தியாயம்

## பத்தொன்பது

கொச்சு தெரிசா என்று தன்னை அறிமுகம் செய்துகொண்ட, தூர தேசத்திலிருந்து வந்த பெண்ணோடு ரேடியோ லைசன்ஸ் உத்தியோகஸ்தர் பேசுவதற்கு முன் பெருஞ் சத்தம் எழுப்பி கப்பி ரோடில் ஒரு சைக்கிள் தாறுமாறாக விழுந்தது. உடுப்பில் படிந்த செம்மண்ணைத் தட்டி உதிர்த்தபடி தரையில் இருந்து எழுந்த சைக்கிளோட்டி, உலகைக் கனிவாகப் பார்த்துப் புன்னகை செய்தபடி வண்டியை நிலை நிறுத்தினார்.

சக்கர வண்டிகள் நம்புதற்கு உரியவை அல்ல என்று அவரைப் பரிவோடு நோக்கியபடி ரேடியோ உத்தியோகஸ்தர் கூறினார். தன்னிடமும் அதேபோல் தாந்தோன்றியான ஒரு மோட்டார் கார் இருந்தது என்று சொல்ல நினைத்த கொச்சு தெரிசா, இந்த நபர்களோடு உரையாடல் நீண்டால் அந்தத் தகவலைச் சொல்லிக் கொள்ளலாம் என்று நினைத்தவளாக, கதா பிரசங்கம் செய்கிற கனவானின் வீடு இதுதானே என்று மீண்டும் கேள்வியை, சைக்கிளோட்டி வந்த தியாகராஜ சாஸ்திரி என்ற மத்திய வயதைத் தொட்டுக்கொண்டிருக்கும் புரோகிதனிடம், இந்தமுறை, அவள் சற்றே பழகிக்கொண்டிருக்கும் மலையாளத்தில் கேட்டாள்.

இங்கிலீஷ் புழங்கும் தேசத்துப் பெண் வந்திருக்க, ரேடியோ லைசன்ஸ் போன்ற அற்பமான சமாசாரங்களை வலியுறுத்து வதையும், அவள் பார்த்திருக்கப் பெட்டியுடைப்பை

நடத்துவதையும் தவிர்க்கலாம் என்று மனதில் பட்ட லைசன்ஸ் உத்தியோகஸ்தர், கையில் ஏந்திய, ஊருணி நீர் நிரம்பிய செம்பு சகிதம் பந்தலுக்குத் திரும்ப நடந்தார். அந்தப் பாத்திரத்தில் இருந்து, சன்னமான குரலில் சுருள் சுருளாக வசனம் சொல்லி ஆசிர்வதிப்பது கேட்டது.

நல்லது, அப்புறம் வைத்துக்கொள்ளலாம் இதையெல்லாம் என்று அந்தக் கலத்தை நோக்கி அன்போடு சொல்லியபடி நடந்தார் லைசன்ஸ் உத்தியோகஸ்தர். அவரை வியப்போடு பார்த்தபடி நின்ற கொச்சு தெரிசாவிடம் தியாகராஜ சாஸ்திரி சொன்னார் –

அது கும்பளங்காய் மகாத்மியம் என்ற அபூர்வமான ஹாஸ்ய கிரந்தத்தில் வரும் வரிகளாகும்.

கொச்சு தெரிசா அதென்ன என்று தெரிந்துகொள்ளும் அக்கறை முகத்தில் தெரிய முன்னால் வந்தாள்.

அந்த கிரந்தம்பற்றிப் பிற்பாடு விசாரித்துக் கொள்ளலாம் என்று முசாபர் பின்னால் இருந்து துரைமார்களின் தோரணையோடு கூடிய ஆங்கிலத்தில் சொல்ல, சாஸ்திரிகள் ஒரு வினாடி திகைத்து நின்றார். தன் ஆங்கிலம் தன் ஆகிருதிக்கு ஒத்து வராமல் லுங்கி கட்டிய துரை பிம்பத்தை உருவாக்குவதை எப்போதும் ரசிக்கத் தவறாத முசாபர், கொச்சு தெரிசாவிடம் கூறியது –

இந்த வீடாகத்தான் இருக்கும். இருட்டுகிற முன்பு உள்ளேபோய்ப் பார்த்துட்டு வா. இங்கே தங்கியிருக்க விடுதி இருக்குமான்னு வேறே தேடணும்.

காலியாகிக்கொண்டிருந்த பந்தலில் ஓரமாக ஒரு மர நாற்காலியை இழுத்துப்போட்டு முசாபர் அமர, கொச்சு தெரிசா சற்றுத் தயக்கத்துடன் பந்தலை ஒட்டி இருந்த கட்டடத்துக்குள் போனாள். வட இந்தியப் பெண்போல பைஜாமா தரித்து, மேல் துணியால் தலையில் பதவிசாக முக்காடுபோட்டிருந்த அவள் உள்ளே போகும் போதே வாசலில் மரப் பரணியில் வைத்திருந்த குங்குமத்தை எடுத்து நெற்றியில் வைத்தபடி நடந்தாள். முசாபர் அதைக் கவனித்திருந் தாலும் ஒன்றும் சொல்லியிருக்கப் போவதில்லைதான்.

தினசரி பண்டிகை கொண்டாடுகிற, காலண்டரைத் தொலைத்த வீடு போல அந்த இடம் இருந்தது. கூடை நிறைத்து இருந்த பூக்களின் வாசமும், சின்னதும் பெரிதுமான பாத்திரத்தில் பாலும், வைத்தியன் சொல்லி அனுப்பியபடி வாங்கிவைத்ததுபோல் தேனும், தட்டு நிறைய சர்க்கரை, இனிப்புப் பதார்த்தங்களும் பண்டிகைச் சூழலை அதிகப்படுத்தியது.

பனை ஓலைத் தடுக்குகளில் உட்கார்ந்திருந்த பஞ்சாபகேச சிரௌதிகளின் சிஷ்ய கோடிகள் உண்டியலில் சேர்ந்த சொற்பக் காசையும், பொருளாக வந்த காணிக்கையையும் கணக்கிட்டுப் புத்தகங்களில் கவனமாகப் பதிந்துகொண்டிருந்தார்கள். ராத்திரி ஒன்பது மணி அடிக்க இன்னும் முப்பது நிமிடம் இருக்கிறது, இருபத்தெட்டு நிமிடம் இருக்கிறது என்று ஒருவர் சிரத்தையாக அறிவித்துக்கொண்டிருந்தார். ஒன்பது மணிக்கு இங்கே ஏதோ அற்புதம் நிகழப் போவதாக இருக்கும் என்று கொச்சு தெரிசாவுக்குத் தோன்றியது.

கொச்சு தெரிசா கைப்பையில் இருந்து நூறு ரூபாய் நோட்டையும், ஒரு பிரிட்டீஷ் பவுண்ட் நாணயத்தையும் காணிக்கை வட்டிலில் போட, பக்கத்தில் இருந்த பெண் சிஷ்யை எழுந்து நின்று, என்ன மொழி என்று புலனாகாத கோரிக்கையாகவோ பிரார்த்தனை யாகவோ ஓங்கிய குரலில் சொல்லி, இன்னொரு தடுக்கை அவளருகில் பரத்தி, கொச்சு தெரிசாவை இருக்கச் சொன்னாள்.

கதை சொல்லி ஓய்வெடுத்துக்கொண்டிருக்கிறாரா?

கொச்சு தெரிசா கேள்விக்கு ஒரு சிரிப்பே பதிலாக வந்தது. சைக்கிளை ஸ்டாண்ட் போட்டு வாசலில் விட்டுவிட்டு உள்ளே வந்த தியாகராஜ சாஸ்திரிகளை, உள்ளே இருந்தவர்கள் தன்னை வரவேற்றதுபோல் முகத்தில் மகிழ்ச்சியும் சிரிப்புமாக வரவேற்க வில்லை என்பதை கொச்சு தெரிசா கவனித்தாள்.

காலட்சேபக்காரர் போய்ச்சேர்ந்து ஒரு வருஷத்துக்கு மேலே ஆச்சே. போன மாசம்தான் ஊரோடு உக்காந்து எள்ளும் தண்ணியும் ஊத்தி பிண்டம் பிடிச்சு வச்சானது. அப்புறமா செம்புலே வரார், பைப்பிலே வரார்னு இவா ஏதோ சொல்லிண்டு இருக்கா. எல்லாம் அந்தக் கட்டேலே போனான் ஜவஹர்லால் நேரு கொடுத்த தைரியம்.

கொச்சு தெரிசாவுக்கு மட்டும் கேட்கிற மாதிரி தமிழ் கலந்த ஓட்டை இங்கிலீஷில் மெதுவாகச் சொல்லியபடி அவர் பின்னால் உட்கார்ந்தார்.

இந்த ஊருக்கும் ஜவஹர்லால் நேருவுக்கும் என்ன சம்பந்தம் என்று யோசித்தாள் கொச்சு தெரிசா. ஒருவேளை அந்தப் பெயரோடு இங்கே யாராவது மூச்சு விட்டுக்கொண்டிருக்கிறார்களோ என்னமோ. அப்புறம், கட்டேலே போவன் என்றால்? போர்ச்சுகீஸ் காரர்கள் இங்கே யாரும் அந்தப் பெயரோடு உண்டா?

தியாகராஜ சாஸ்திரிகள் சொந்த சகோதரியை, மகளைப் பார்க்கும் பிரியத்தோடு கொச்சு தெரிசாவை நோக்கினார். இதெல்லாம்

முன்பே திட்டமிடப்பட்டவை. அவருக்கு நடப்பது இப்படித்தான் என்று தெரியும்.

இந்தப் பெண்ணுக்குத் தன்னாலான உதவியைச் செய்ய வேண்டுமென்று அவருக்கு மனதில் பட்டது முதல் தடவை இல்லை என்று நிச்சயமாக நம்பினார் தியாகராஜ சாஸ்திரிகள். மூன்று நாள் முன்பே, நடுப் பகலில் திவசச் சாப்பாடு சாப்பிட்டுவிட்டுத் தூங்கியபோது இந்தப் பெண்ணின் முகம், இவள் நிறையப் படி உள்ள மண்டபத்தினுள், படைக்கிற வெய்யிலில் படி ஏறி வருவதாகப் படிந்து இருந்தது.

தியாகராஜனின் அருமைச் சிநேகிதன் சின்னச் சங்கரனின் பிரியமான புரபசர் மருதையன் மாமா நேற்றுத் தியாகராஜன் அரசூர் குடும்ப வீட்டைக் கடந்து சைக்கிளில் போனபோது வாசலில் நின்றிருந்தார். அவர் இறந்து ரெண்டு வருஷம் ஆனாலும் சைக்கிளில் தியாகராஜன் அந்தப் பக்கம் போகும்போது வாசலில் உட்கார்ந்து செய்தித்தாள் படித்தபடியோ, தெரு முனையில் இருந்து பச்சைப் பசேல் என்று சாளூர்க் காய்கறி வாங்கி வந்துகொண்டிருப்பவராகவும் அவர் தியாகராஜ சாஸ்திரிக்குக் கண்ணில் படுகிறார்.

சொரிய முடியாத இடத்தில் வந்த வேர்க்குருபோல தியாகராஜனுக்கு எரிச்சல் தர வைக்கிற ஒரே பிரச்னை என்ன என்றால், புரபசருக்கு நேரு என்ற பெயர் நாகப்பட்டணம் மிட்டாய்க் கடை நெய் ஜாங்கிரி சாப்பிடுகிறதுபோல் அவ்வளவு பிரியமானது. அந்தக் குல்லாக் கடன்காரனைத் துதித்துப் பரவசப்படும் கும்பலைக் கண்டாலே தியாகராஜ சாஸ்திரிகளுக்கு குமட்டிக்கொண்டு வருகிறது. ஒரு பொக்கைவாய்க் கிழவனைப் பரவசத்தோடு துதிப்பதைக்கூட அவர் சகித்துக் கொள்வார். ஆனால் வழுக்கைத் தலையில் தொப்பி தரித்த காஷ்மீரப் பண்டிதரை அவரால் சுபாவமாகவே சற்றும் பொறுக்க முடியாது போனது.

அவரும் தன்னால் இயன்றவரைக்கும் நேருவைப்பற்றி தனக்கு உசிதமான தகவல்களைப் பேப்பரில் படித்ததாகவும், புத்தகத்தில் படித்ததாகவும் சொல்லிப் பரப்ப முயற்சி செய்து வருகிறார். அவர் படிக்கிற புத்தகங்கள் காந்தி, நேரு, அந்த மனுஷனுடைய தகப்பன் மோதிலால் நேரு, விபின் சந்த்ர பால், தாங்குதூரி பிரகாசம் என்று நிறையப் பேரைச் சகல கெட்ட குணங்களுக்கும் துர்நடவடிக்கைகளுக்கும் ஊற்றுக்கண்ணாகவும் உறைவிடமாக விவரித்தாலும், மற்ற துஷ்டர்களை அப்புறம் பார்த்துக்கொள்ளலாம், நேருவை முதலில் உண்டு இல்லை என்று ஆக்கிவிடலாம் என்று தியாகராஜ சாஸ்திரிகள் சதா யோசித்தபடி இருப்பார். சமீபத்தில் செத்த கிராதகன் என்பார் அவர் ஜவஹரை.

புதுசாக நேரு விரோதத் தகவல் ஏதும் ஒரு மாதத்துக்கு வராவிட்டால் அவரே விடிகாலை எழுந்து காலைக் கடன் முடித்து, குளிக்கக் கிளம்பும் முன்னால் மேற்கு நோக்கி உட்கார்ந்து நேருவும் கவர்னர் ஜெனரல் சம்சாரமும் சிநேகிதமாக இருந்தது, கட்டிப் பிடித்தபடி ஃபோட்டோ எடுத்துக்கொண்டது, நேருவும் இன்னொரு பெண்பிள்ளையும் கை கோர்த்தபடி நடந்தது, வேறோடு பெண்ணோடு ஒரே சிகரெட்டை மாற்றி மாற்றிப் புகைவிட்டது என்று அதீதக் கிளர்ச்சி உண்டாக்கும் கதைகளை உண்டாக்கிவிட்டு உடனே உடல் அசுத்தம் நீங்கக் குளித்து விடுவார். அந்த மாதிரி ஒரு ஐம்பது கதைகளைப் பரப்பி அதில் நான்கைந்து அவர் தேடி வாசிக்கும் புத்தகங்களில்கூட அச்சடித்து வந்ததில் தியாகராஜ சாஸ்திரிக்கு அலாதிப் பெருமை.

என்றாலும் இந்த நேரு லீலைக் கதைகளை உற்பத்தி செய்ய நிறையப் பெண்களை அந்த மனுஷரோடு பந்தப்பட்டவர்களாகக் கொண்டுவந்து நிறுத்த வேண்டியிருந்தது. இந்தி சினிமா நடிகைகள் பெயர்களைத் தெரிந்து மனதில் இருத்திக்கொள்ள லைப்ரரியில் அபூர்வமாகத் தட்டுப்படும் ஆங்கில சினிமா பத்திரிகைகளைக் கருத்தோடு படிக்க வேண்டி இருந்தது. தமிழ் சினிமா நடிகைகள் பற்றிக் கற்பனை செய்யலாம்தான். ஆனால் இவ்வளவு தேக புஷ்டியுள்ள பெண்கள் நேருவுக்குப் பிடித்திருக்கும் என்று தியாகராஜ சாஸ்திரிகளுக்குத் தோன்றவில்லை. என்னதான் கதை என்றாலும் கதாபாத்திரத்துக்கு உகந்தது இல்லாததை அதுவும் ரதிக் கேளிக்கை சம்பந்தப்பட்ட விஷயங்களில் வலிந்து புகுத்துவது தவறாச்சே.

இந்தக் கதாநாயகிகள்பற்றிய விவரம் சேகரிப்பது தவிர, இந்த மாதிரி கேளிக்கைக் கதைகளைக் கட்டியமைக்கும்போது ஏற்படும் கிளர்ச்சி எவ்வளவு நேரம் வென்னீரில் குளித்தாலும் மனதை விட்டுப் போகமாட்டேன் என்று அடம் பிடித்தது. பச்சைத் தண்ணீரில் குளித்தால் போய்விடும் என்று தோன்றினாலும், அது பீனிசத்திலும் ஒற்றைத் தலைவலியிலும் கொண்டுபோய்விடும் அபாயத்துக்கு, கிளர்ச்சி எவ்வளவோ தேவலை. சைக்கிளில் போகும்போதும் திவச வீட்டில் நுழையும்போதும் அது மனதில் அண்டாமல் பாதுகாத்துக்கொள்ள பதிமூன்றாம் வாய்ப்பாடை முழுக்க மனதில் சொல்வதை அவர் சீலமாகக்கொண்டிருந்தார்.

சிருங்கார நேரு வேண்டாம் என்று வலுக்கட்டாயமாக மனதில் ஒதுக்கி வைத்துக் கொலைகாரனும் சதிகாரனுமான நேருவைக் கற்பிக்கக் கொஞ்சம் எளிதாக இருந்தது. காந்தியில் தொடங்கி, ஏன் அவருக்கு முன்பே கோபால கிருஷ்ண கோகலேயில் ஆரம்பித்து

எத்தனையோ தேசியத் தலைவர்களை ஒழித்துக் கட்ட நேரு சதி செய்ததாக அவ்வப்போது புத்தகத்தில் வந்த தகவல் என்று எடுத்து விடுவது, சமயத்தில் அபாயகரமாகக் குடை சாய்ந்ததும் உண்டு.

வினோபா பாவேயை நேரு கொன்றாரா, வினோபா இன்னும் இருக்காரே என்று கேட்டுப் பேய்முழி முழித்த டிஸ்ட்ரிக்ட் கோர்ட் அமீனா ஒருத்தனிடம் வாய்சாலகமாகச் சமாதானம் சொல்ல வேண்டிப் போனது –

இவ்வளவு சதி நடந்தாலும் அந்த மனுஷர் வினோபா சப்தரிஷி ஆசிர்வாதத்தால் பூர்ண ஆயுளோடு இன்னும் ஆரோக்கியமாக இருக்கார் போல. நேருக் கடன்காரனுக்கு சாவு பிஸ்டுலா வந்தாம், மகா அடைப்பு அது பின்னாடி பிருஷ்டத்துலே. வயறு வீங்கித்தான் போய்ச் சேர்ந்தது. உமக்குத் தெரியுமோ?

ஸ்வாமி என் மூலக் கடுப்பே வேஷ்டியில் ரத்தமாகக் கசிந்து கஷ்டப்படுத்துகிறது. நேருவுக்கும் எலிசபெத் மகாராணி புருஷனுக்கும் வேறே தீத்தாராண்டிக்கும் எங்கே எது வந்தால் எனக்கென்ன உமக்கென்ன என்று அங்கலாய்த்தபடி அந்தாண்டை போனான் அந்த அமீனா. ஆனாலும், யார் பெயரையும் நேருவுக்கு எதிர் வரிசையில் நிறுத்த கொலைச் சதிக் கட்டமைப்பு பயன்பட்டது. கதைகளைக் காற்றில் தூவிவிடும் தியாகராஜ சாஸ்திரிகள் அதற்கான உத்தியைப்பற்றி மூச்சு விடுவதில்லை.

அது கிடக்கட்டும். என்னதான் நேருப் பைத்தியமாக இருந்தாலும் புரபசர் மருதையன் நல்ல மனுஷன். கைலாச பதவி அடைந்து வருஷம் கழித்தும் அவர் தியாகராஜ சாஸ்திரிகளின் கண்ணைக் கட்டுகிற மாதிரி இன்னும் அரசூர்த் தெருவிலும் வீட்டிலும் தட்டுப்பட்டால் அவர் சாஸ்திரிமேல் வைத்திருக்கிற பேரன்பு புலனாகும். அப்படி வந்து அவர், இந்தப் பெண்ணுக்கு உதவி செய்யச் சொல்லி கேட்டுக்கொண்டபோது தியாகராஜ சாஸ்திரியால் தட்ட முடியவில்லை.

அவருக்கும் தியாகராஜனுக்கும் ஒரே ஒரு விஷயத்தில் ஒரே அபிப்ராயம் – செம்பு நீருக்குள் இருந்து நடத்துவதாகச் சொல்லப்படும் இந்த பஞ்சாபகேச சிரௌதிகளின் தினசரி கதைப் பிரசங்கம், தான் உண்டாக்கிய, நேருவும் யாரோ பெண்ணும் பங்கு பெறும் கதைகள் போல, அதைவிட நீளமாக முடியாமல் நீளும் விஷயம் என்று தியாகராஜ சாஸ்திரிகள் நினைப்பதுண்டு.

புரபசருக்கு அந்தக் கதையாடலைக்கூடச் சகித்துக்கொள்ளமுடியும். சிஷ்ய கோடிகளின் பிரதாபங்கள்தான் அவரை எரிச்சல் படுத்தியவை.

நேபாளத்திலே இருந்து மகாராஜாவே பத்து வருஷம் முந்தி இங்கே நம்ம சிரௌதிகள் அண்ணாவைத் தேடி வந்துட்டா. ஆயிரத்தொண்ணு ஸ்வர்ண புஷ்பமும் ஐயாயிரம் ரஜத புஷ்பமும் காணிக்கை வச்சு, அண்ணா காலைப் பாலும் தேனும் ஊத்தி அலம்பி ரோஜாப்பூ க்ரீடம் வச்சு அவருக்கு கதாபிரசங்க சக்ரவர்த்தின்னு பட்டம் கொடுத்துட்டுத் தான் வேறே வேலை பார்க்க நகர்வேன்னு அவர் ஒரே பிடிவாதம் பிடிச்சார் பாருங்கோ, அண்ணா பட்டம் எல்லாம் வேணாம்னுட்டார். பட்டம் கொடுத்தா கதை சொல்றதுலே சிக்கல் வந்து கதையோட பீமனும் கடோத்கஜனும் உள்ளே வந்துடலாம்னு அபிப்ராயப்பட்டார். அதுக்கு என்ன போச்சு, ரெண்டு கதையையும் ஜாயின் பண்ணிக்க ரெண்டு மூணு ஷண்டிங் பாயிண்ட் இருக்கேன்னு மகாராஜா கேட்டார். அதெல்லாம் ஆதிகவிக்கும் மத்தவங்களுக்கும் ப்ரீதி ஏற்படுத்தாத விஷயம்னுட்டார் ஸ்ரௌதிகள்.

இப்படி ஒரு பிரகிருதி எடுத்துவிட, புரபசர் கடுப்பாகி அவனோடு மல்லுக்கட்டியதைச் சொன்னது தியாகராஜனுக்கு நினைவு வந்தது.

ஓய் நேபாள மகாராஜா வந்ததை நீர் பார்த்தீரா என்று புரபசர் அவன் வாய் நாற்றத்தையும் சகித்துக்கொண்டு சட்டையைப் பிடித்து உலுக்குகிற நெருக்கத்தில் நிற்க அந்த சோழப் பிரம்மஹத்தி ஸ்வரம் இறங்கி வளைத்து உருட்டி வார்த்தையால் ஜிலேபி பிழிந்தான் -

நேபாள மகாராஜான்னா மகாராஜாதானா? வடக்குலே இருந்து வர்ற முக்கியஸ்தர். மகாராஜாங்கறது ஒரு சீலம்தானே. வடக்குலே தெற்கைவிட எல்லா சீலமும் கிரமமா அனுஷ்டிக்கறதாலே நேபாள மகாராஜாவே மரியாதை செய்யறவங்க யாரோ, அவங்க மகாராஜாவுக்கு நேர்தானே.

மடியில் நாலு ஓட்டைக் காலணாவை முடிந்துகொண்டுவந்த யாராவது பேர்வழி, கதையைச் சீக்கிரம் முடிக்கச் சொல்லி பட்டம் சூட்டுங்கய்யா என்று குரல் கொடுத்ததாகக் கேள்வி. அதுதான் ஏகத்துக்குத் திரிந்து நேபாள மகாராஜா கதையாச்சு என்பார் புரபசர். அதுக்கு நமக்கென்ன நோப்பாளம் என்று நினைத்தபடி சுற்றுமுற்றும் பார்த்தார் தியாகராஜ சாஸ்திரிகள்.

நாலைந்து பித்தளைத் தாம்பாளங்களை ஒருசேர உயர்த்திப் பிடித்து செப்புக் கரண்டிகளால் தட்டி ஒலி எழுப்ப, நாளைக்கு நேரத்துக்கு வரணும் என்று சொல்லி சிஷ்யர்கள் சும்மா வேடிக்கை பார்க்கவந்த வெளியூர் டூரிஸ்டுகளை வெளியே அனுப்பினார்கள். குண்டுராயர் ஓட்டலில் சாப்பாடு நன்றாக இருக்கும் என்ற தகவலும் அவர்களிடம் சொல்லப்பட்டது. ஓட்டல் உரிமையாளர் அதற்காக

மாதாமாதம் தனியாக ஒரு தொகையை உபகாணிக்கையாக அவர்களுக்குத் தருவது தர்ம காரியமாகத் தினசரிக் கதையில் சொல்லப்படுவதைத் தியாகராஜன் அறிவார்.

நொடி நேரம் பிரார்த்தனையில் இருந்த கொச்சு தெரிசா கண் திறந்து பார்க்க, சிஷ்யகோடிகளிடம் ஏதோ சொன்ன தியாகராஜன் வெளியே பார்த்து முசாபரையும் உள்ளே வரச்சொல்லிக் கைகாட்டினார்.

படமாக மாட்டியிருந்த தெய்வங்களோடு கடைசி வரிசையில் வைத்திருந்த நேரு, காந்தி படங்களை சிஷ்யை அகற்றி அவற்றை அரிசிக் காணிக்கைப் பானைக்குள் வைத்ததை சாஸ்திரிகள் திருப்தியோடு பார்த்தார்.

கொச்சு தெரிசா பொதுவாக நோக்கிச் சொன்னாள் –

நான் என் குடும்ப வேர்களைத் தேடி அம்பலப்புழை போனேன். அங்கே அம்பலத்துலே மேல்சாந்தி உண்டு. அவரோட மனைவி என்கிட்டே இருந்த தகவல்களைப் பார்த்து, என்னை அரசூர் போ, இன்னும் நிறையத் தகவல் கிட்டும்னு சொன்னாங்க. அம்பலப் புழையிலே ஏதோ சர்க்கார் மகாநாடு நடக்கறதாம். மினிஸ்டர்கள் எல்லாம் வர்றதாலே அங்கே எதிரி நாட்டுக்காரங்க யாரும் தங்கக்கூடாதாம். இன்னும் ஒரு வாரத்துக்கு இங்கே வராதேன்னு எங்களைத் துரத்தி விட்டுட்டாங்க

சிஷ்யர் பட்டாளம் எல்லாவிதமாகவும் பரிதாபத்தையும் பச்சாதாபத்தையும் வெளிப்படுத்த, தியாகராஜன் கொச்சு தெரிசாவைக் கேட்டார் –

நீங்க இங்கிலாந்திலே இருந்துதானே வர்றீங்க. அது எதிரி தேசம்ன்னு கோட்டுலே ரோஜாப்பூ செருகிண்ட கபோதி சொல்லிட்டானா என்ன?

ரோஜாப்பூ சூடியவர்களை எனக்குத் தெரியாது, போகச் சொன்னவர் களைத்தான் தெரியும். என் புருஷன் பாகிஸ்தானில் இருந்து குடியேறிய குடும்பத்தில் வந்தவன். அவன் ஒருவேளை எதிரியாக இருக்கலாம்.

முசாபர், மேலே பெரிதாக வழிந்த ஜிப்பாவில் கைவிட்டு ஒரு பத்து பவுண்ட் கரன்சி நோட்டை எடுத்துக் காணிக்கை வட்டிலில் வைத்துக் குனிந்து சலாம் செய்தான்.

என் தரப்பில் இருந்து இந்தச் சிறு காணிக்கையை எடுத்துக் கொள்ளுங்கள்.

அவன் நேர்த்தியான ஆங்கிலத்தில் சொன்னதை அங்கே எல்லோரும் பிரியத்தோடு அங்கீகரித்தார்கள். மற்ற எல்லா வற்றையும்விட இந்த மிலேச்ச பாஷை இங்கே சகலரையும் சேர்த்து வைக்க வல்லமை படைத்தது என்று மனதில் தோன்றியதை வலுக்கட்டாயமாகச் சொல்லாமல் மறைத்துப் புன்னகை பூத்தான் முசாபர். அவனுடைய அத்தர் வாசம் எங்கும் நிறைந்தது.

உள்ளே இருந்துவந்த ஒரு சிஷ்யன் ஏதோ புத்தகத்தின் பிரதிகளை கொச்சு தெரிசாவிடமும் முசாபரிடமும் கொடுத்தான்.

கும்பளங்காய் மகாத்மியம்னு உன்னத நூல். சிரௌதிகள் எழுதியதை அமெரிக்காவிலே ஒரு ப்ரபசர் இங்கிலீஷ் பண்ணினது.

அவன் விளக்க, தியாகராஜன், அந்தப் புத்தகம் இருநூறு வருஷம் முந்தி எழுதின நகைச்சுவைப் பாட்டு ஆச்சே. சிரௌதிகள் எங்கே இதிலே வந்தார் என்று விசாரித்தார்.

பழைய புத்தகமாகவே இருக்கட்டும். அண்ணா அதை ஏடு தேடி எடுத்துச் செப்பம் பண்ணி புஸ்தகமாக்கினதாலே அது அவர் எழுதியது தான்

அந்த சிஷ்யன் மூக்கு விடைக்கச் சொல்லி தியாகராஜனைத் துச்சமாகப் பார்த்தான். இந்த மனுஷன் இங்கே ஏன் வந்து எழவு கூட்டுகிறான் என்று அதற்கு அர்த்தம் என்று தியாகராஜனுக்குத் தெரியும்.

மேல்சாந்தி மகாராஜா இங்கே வந்து சிரௌதிகளை மரியாதை செஞ்சுட்டுப் போனதாக பெரியவங்க சொல்லி இருக்காங்க.

சிஷ்யன் தன்னை முக்கியமானவனாகக் காட்டிக்கொள்ளும் ஆவலில் கைகட்டிக் கம்பீரமாக நிற்க முயற்சி செய்தபடிச் சொல்ல, தியாகராஜன் எகிறினார் –

ஓய், மேல்சாந்தி ஒரு புரோகிதர். அம்புட்டுத்தான். மகாராஜா எல்லாம் இல்லை. அம்பலப்புழை ஒரு காலத்திலே செம்பகச்சேரி மகாராஜா ஆட்சியிலே இருந்தது. அது அப்புறம் திருவாங்கூர் மகாராஜாகிட்டே போனது.

சொன்னவரைக்கும் தப்பு எதுவும் இல்லை என்று தியாகராஜ சாஸ்திரிக்குத் தெரியும். அந்த நேருவுக்கு ப்ரீதியான ஒரு வரலாற்று ஆசிரியன் எழுதியதுதான் அவருக்குப் படிக்கக் கிடைத்திருந்தது. போகிறது, நம்பித்தான் ஆகணும்.

அப்படி இல்லை.

சிஷ்யை வீணை வாசிக்க உட்கார்ந்ததுபோல் பாய் போட்டு சபை நிறைந்து அமர்ந்திருந்தாள். அவள் பார்வைக்கு ரொம்ப அழகாக இருந்தாள். இப்படியான பெண்கள் பெரிய குடும்பத்தை நிர்வாகம் செய்கிறவர்களாக, கலெக்டர் போன்ற பெரும் பதவிகளில் மலேரியா ஒழிக்கும் தீவிரத்தோடு ஜீப்பில் சதா பயணப்படுகிறவர் களாக இருப்பார்கள் என்று இங்கே படிக்கக் கிடைத்த பத்திரிகைச் செய்திகளிலும், இந்த இரண்டு மாதத்தில் நாலு மலையாள, இந்தி சினிமாக்களிலும் பார்க்கக் கிடைத்ததன் அடிப்படையிலும் முசாபர் நினைத்தான். மின்சார விசிறிகூட இல்லாத கட்டடத்தில் அந்தப் பெண் வியர்ப்பின் சுவடே இல்லாமல் இருந்ததை அவன் கவனிக்கத் தவறவில்லை.

மேல்சாந்தி உலக ஷேமத்துக்காக, சாந்தியும் சந்துஷ்டியும் நிலவப் பகவானை அனுதினம் பிரார்த்திக்கிற சாது ஜீவன். மகாராஜா செய்ய வேண்டிய இந்தக் கடமைகளை அவர் நிறைவேற்றுவதால் ராஜா போலத்தான். அதுக்கும்மேல்.

அவள் வேற்று மொழியில் பாட்டு மாதிரிச் சொல்லி நிறுத்தாமல் போய்க்கொண்டிருக்க, தியாகராஜ சாஸ்திரி வெளியே நடந்தார். கொச்சு தெரிசா அந்தப் பெண் நிறுத்தும்வரை காத்திருந்து பொதுவாக நமஸ்காரம் சொல்லி வெளியே வந்தாள்.

உன் வம்சம்பற்றி இந்தக் குடும்ப மரங்கள் சொல்வதைவிட நிறைய உண்டு. சோழிகள் அதில் கொஞ்சம்தான் சொல்லும். அரசூரில் கதாபிரசங்கக்காரருக்கு ஒருவேளை அதற்கு மேலேயும் தெரிந்திருக் கலாம். அல்லது அங்கே இதெல்லாம் அறிந்த வேறு யாராவது பழக்கமாகலாம். அது சின்ன ஊர்தான்.

சோழி உருட்டிப் பார்த்த மேல்சாந்தி மனைவி இப்படிச் சொல்லி இருந்தாள். அவள் நாசுக்காகக் குறிப்பிட்ட, நான்கு தலைமுறைக்கு முந்தி ஆவி போகம் அனுபவித்த அரசூர்க்காரனைப்பற்றிய செய்தி போன்ற எதையும் செம்புத் தண்ணீர்க் குரலும், சிஷ்யகோடிகளும், இல்லாத வீணை வாசிக்கும் சிஷ்யையும் தருவார்கள் என்று கொச்சு தெரிசாவுக்குத் தோன்றவில்லை.

சைக்கிள் ஓட்டி விழுந்து எழுந்து வந்த சிநேகிதமான புரோகிதர் மூலம் ஏதும் கிடைக்குமானால் சரி, இல்லாவிட்டால் வந்தபடிக்கு ஊரைப் பார்த்துவிட்டு மதுரைக்குப் போவாள் கொச்சு தெரிசா. அவளுடைய வேர்களோடு தொடர்பு உடைய ஊர் அல்லவா அரசூர்.

அரசூர் மட்டுமில்லை, இந்தப் பூமி முழுவதுமே அவளோடு சம்பந்தப்பட்டதுதான்.

## அத்தியாயம்

# இருபது

**வி**டியலின் ஈர வாடையும், சுட்ட சாம்பலைப் பொடி செய்து பன்னீரும் வாசனை திரவியமும் கலக்காமல் பூசும் வைராக்கியமான வீபுதி வாசனையும், குத்தாக அள்ளி ஏற்றிவைத்த மட்டிப்பால் ஊதுபத்தி மணமும், யாரிடம் இருந்து என்று குறிப்பிட முடியாதபடி நகர்கிற, நிற்கிற, உறங்கிக் கிடக்கிற ஜனத் திரளில் இருந்து எழுந்து பொதுவாகக் கவிந்த வியர்வை உலர்ந்த நெடியும், பறித்ததும் மாட்டு வண்டிகளில் ஏற்றிக்கொண்டுவரும் செழித்த காய்கறிகளின் பச்சை மணமும், காற்றில் அடர்த்தியாகக் கலந்த, இன்னும் தொடுக்கப்படாத ஜவ்வந்திப் பூக்களின் குளிர்ந்த நறுமணமும், ஒற்றைக் கெட்டாகப் பிடித்து உயர்த்திக் குளிர்ந்த தண்ணீர் தெளித்துத் தாழ வைக்கும் கொடிக்கால் வெற்றிலையின் கல்யாண வைபவ மணமும், பூக்கூடைகளில் இருந்து எடுக்கப்படக் காத்திருக்கும் கரும்பச்சை மரிக்கொழுந்து வாசனையும், குதிரை வண்டிகளில் விரித்த துணிக்குக் கீழே சன்னமாகப் பரத்திய காய்ந்த புல்லின் கூர்மையான வாடையும், குதிரைச் சாணம் தெறித்துச் சிதறி உலர்ந்த தெருக்களின் புதுத் தார் வாடையும், புழுதி அடங்கக் குளிரக் குளிர நீர் தெளித்துத் தூசி அடங்கும் வீட்டு வாசல் மண்ணின் நெகிழ வைக்கும் கந்தமுமாகக் காலை நேர மதுரை, கொச்சு தெரிசாவையும் முசாபரையும் வரவேற்றது.

காலையில் முதல் பஸ் ஐந்து மணிக்கு தொண்டியில் இருந்து, புதிதாகப் பிடித்த மீன் நிறைத்த கூடைகளோடு புறப்படுகிறது.

அரசூர் வழியாக மதுரை போகிற, பயணிகளின் நெருக்கமும் கூச்சலும் இல்லாத அந்த பஸ்ஸில் தியாகராஜ சாஸ்திரிகள் கொச்சு தெரிசாவையும் முசாபரையும் பிரியத்தோடு ஏற்றி வழியனுப்பி வைத்தார்.

ராத்திரி முசாபரி பங்களாவில் அவர் சாட்சிக் கையெழுத்துப் போட்டுத் தங்க இடம் கிடைத்தது. அதற்கு முன்னால் குண்டுராயர் ஓட்டலில் ராத்திரிக்குச் சாப்பாடாக இட்லி தின்னக் கூட்டிப் போனது தியாகராஜன் தான்.

கல்லுக் கல்லா இருந்தாலும் உடம்புக்குக் கெடுதல் எதுவும் வராது. இதை முப்பது வருஷம் தினம் சாப்பிட்டுத்தான் கல்லு மாதிரி இருந்தார் எங்க புரபசர் மருதையன்.

தியாகராஜன் குண்டுராயர் ஓட்டலில் கொச்சு தெரிசாவோடும் முசாபரோடும் இருந்து இட்லி தின்னாவிட்டாலும், அடுத்த மேஜைக்கு முன் வென்னீர் குடித்தபடி உட்கார்ந்து கொச்சு தெரிசா அவருக்குக் கைப்பையில் இருந்து எடுத்துக் கொடுத்த குடும்ப மரப் படங்களை சுவாரசியமாகப் பார்வையிட்டுக்கொண்டிருந்தார்.

அவருக்கு எடுத்த எடுப்பில் இந்தச் செவ்வகங்களையும் இணைப்புக் கோடுகளையும் ஒவ்வொரு செவ்வகத்துக்குள்ளும் எழுதிய பெயர் களையும் ஒருசேரப் பார்த்துப் புரிந்துகொள்ளக் கஷ்டமாக இருந்தது. வரைபடத்தை வைத்து இதுவரை போயிருக்காத ஊருக்கு வழி கண்டுபிடித்துப் போகிறதுபோல இந்தப் படங்கள் முன்னோர் களிடம் கொண்டுபோய்விடுமோ என்று கூட ஒருமுறை நினைத்தார். அதெல்லாம் திவசம் பண்ணி வைக்கிற தன் போன்ற புரோகிதர்களின் அதிகாரத்துக்கு உட்பட்ட உத்தியோக வெளி இல்லையோ. இந்த இங்கிலீஷ்காரி அங்கே என்ன செய்கிறாள் என்று சஞ்சலம் உண்டானது அப்போது. இட்லி வரக் காத்திருக்கும் போது கொச்சு தெரிசா அவருக்கு அந்தக் காகித வரைபட மரங்களை எப்படி அணுகவேண்டும் என்று சொல்லிக் கொடுத்தாள். அம்பலப்புழை குடும்பம் என்று ஆரம்பித்துக் கிட்டாவய்யன் வழியாகத் கொச்சு தெரிசாவில் வம்சம் இப்போது நிற்பதை அவள் எடுத்துக்காட்ட, தியாகராஜனுக்கு அதெல்லாம் மிகச் சுளுவாகப் புரிந்தது.

அந்தப் படத்தில் அம்பலப்புழை வம்சமும் அரசூர் வம்சமும் பகவதி என்ற அம்பலப்புழைப் பெண், சங்கரன் என்ற அரசூர் புகையிலை வியாபாரியைக் கல்யாணம் செய்த வழியாக விரல் நீட்டித் தேய்த்துப் போனார். கீழ்க்கோடியில் நிற்கும் சின்னச் சங்கரன் பெயரில் கை வைத்து, தான் அவனுக்கு உற்ற நண்பன் என்று

பெருமையோடு அறிவித்தார். கொச்சு தெரிசா இங்கே வந்ததற்குக் கிடைத்த உபயோகமான தகவல் அது.

சாப்பிட்டுவிட்டு முசாபரி பங்களாவுக்கு நிலவொளியில் நடக்கும் போது தியாகராஜன் சைக்கிளை உருட்டிக்கொண்டே எங்கோ பூத்துச் சொரிந்த மகிழம்பூ மணத்தைத் தீர்க்கமாக நாசியில் முகர்ந்து கொண்டுவந்தார்.

பௌர்ணமி ராத்திரி மாதிரி இருக்கு. இது அதுக்கு அடுத்த ரெண்டாம் நாள்.

சொல்லியபடி தியாகராஜன் தெருவில் பூட்டிக்கிடந்த ஒரு வீட்டு முகப்பில் நின்றார். சத்தம் எப்போதோ ஓய்ந்து உறங்கிக் கொண்டிருந்த பெரிய இரண்டு கட்டு வீடு அது. அந்த வீடு கொச்சு தெரிசாவை வா வா என்று அழைத்தது.

உள்ளே வந்து ஒரு நிமிஷம் இருந்து போகச்சொல்லி அங்கே இருந்த பெண்கள் கூப்பிட்டார்கள். எல்லோரும் புடவை உடுத்தியிருந்த விதம் வித்தியாசமாகவும் சிறப்பாகவும் கொச்சு தெரிசாவுக்குப் பட்டது. ஒரு தொண்டு கிழவி வாசல் திண்ணையில் உட்கார்ந்து பாடிக்கொண்டிருந்ததும் அவளுக்குப் பார்க்கக் கிடைத்தது. கனாக் கண்டேன் கனாக் கண்டேன் என்று அந்த முதியவளின் குரல் பாசமும் பரிவுமாக அவளை உள்ளே அழைத்தது.

இந்த வீட்டுக்குள் எப்படிப் போவது?

கொச்சு தெரிசா கேட்க, மௌனமாகத் தலையைக் குலுக்கினார் தியாகராஜன். அப்போது. நிலவொளியில் அந்த மூத்த பெண்ணின் குரலாகத் தன்னை வரவேற்று நிற்கும் வீட்டைக் கடந்து போகவே கொச்சு தெரிசாவுக்கு மனம் இல்லை.

சின்னச் சங்கரன் டெல்லியிலே இருக்கான். பக்கத்துலே ஒக்கூர்லே அவங்க நிலத்திலே சாகுபடி செஞ்ச அம்பலக்காரர் குடும்பத்திலே இந்த வீட்டுக்கு ஒரு சாவியும், சங்கரன் கிட்டேயே இன்னொண்ணும் இருக்கு.

ஒரு கார் வாடகைக்கு எடுத்துப்போய் அந்த ஆம்பல்காரைப் பார்த்து…

கொச்சு தெரிசா முடிக்கும் முன்னால் தியாகராஜன் சொன்னார் -

அம்பலகாரர், மகன் கூப்பிட்டானேன்னு போன வாரம்தான் கோலாலம்பூர் போயிருக்கார்.

முசாபர் நிம்மதியைச் சொல்லும் முகத்தோடு தியாகராஜனைப் பார்த்தான். கொச்சு தெரிசா ஏதோ ஈர்ப்பு செயல்பட அந்த வீட்டுக்கு இன்னும் நெருக்கமாகப்போய் நின்றாள்.

உள்ளே போய் இருந்து அந்த வீட்டை சாவகாசமாகப் பார்த்தும் புழங்கியும் அனுபவிக்கவேண்டும். முடிந்தால் அதை விலைக்கு வாங்கவேண்டும் என்று, நேற்று இரவு முசாபரி பங்களாவின் பெரிய மரக் கட்டிலில் கொச்சு தெரிசா முசாபருக்குக் காதில் சொன்னாள். அவன் தூங்கத் தொடங்கி இருந்தான் அப்போது. என்றாலும் இன்றைக்கு அதிகாலை நாலு மணிக்கு மதுரைக்குப் போவதற்காக எழுந்ததும் கொச்சு தெரிசாவிடம் அழுத்தமான குரலில் சொன்னான் –

இங்கே நீ எதுக்காக வந்திருக்கேன்னே மறந்துட்டிருக்கே. இங்கிலாந்து பிரஜை நீ. இங்கே வீடு வாங்கறது கஷ்டம். அப்படியே கிடைச்சாலும் வீட்டுச் சொந்தக்காரனை மீனும் வறுவலும் விற்றுச் சேர்த்த உன் பணத்தாலே அடிச்சு வாங்கினதாத்தான் இருக்கும். அவனோட சோகம் உன்னைச் சும்மா விடுமா என்ன. சரி, எல்லாம் சரியா அமைஞ்சாலும், எதுக்கு இங்கே வீடு உனக்கு? ஊருக்குப் போற எண்ணமே இல்லையா? அமேயர் பாதிரியார் இதோட ஒரு முழு மாசம் நம்ம கடையையும் வீட்டையும் ஆள் அம்பு விட்டு நிர்வாகம் செஞ்சுக்கிட்டிருக்கார். அவர் வாடிக்கனுக்குப் போனதும் அதுக்கெல்லாம் ஆள் இருக்காது தெரியுமில்லே. நம்ம விசாவும் முடிஞ்சுட்டிருக்கு. ஊர் பார்த்தது போதும். வா, கிளம்பலாம். மயில் பறக்கட்டும். இறங்கட்டும். நிக்கட்டும். ஆடட்டும். அது இங்கே ஆடட்டும். இஷ்டப்பட்டால் கால்டர்டேலுக்குப் பறந்துபோய் நம்ம வீட்டு வாசலில் தோகை விரிச்சு ஆடட்டும். அதைப் பார்த்து ஆச்சரியப்பட்டு ஒரு நிமிஷம் நிற்போம். அப்புறம் மார்க்கெட்டுக்கு மொத்த கொள்முதலாக மீன் வாங்கவும் வறுவல் வாங்கவும் நடப்போம். மயில் ஏன் ஆடினதுன்னு தெக்கே பரம்பில் பாதிரியார் சொல்ற அறிவுத் தேடல் எல்லாம் நமக்கு எதுக்கு? தொடர்புகளை ஏன் இங்கே உன் வம்சத்தோட வரலாற்றிலே தேடிக் காலத்தை வீணாக்கணும்? உன்னோட வேர் அம்பலப்புழையிலேயும் இந்த அரசூரிலும் இருக்கலாம். அதைத் தேடிப்பிடித்து என்ன சாதிக்கப் போறே? அந்தத் தகவல் இல்லாமலேயே நாம் இத்தனை வருஷம் மூச்சு விட்டாச்சு. இனியும் அதுக்குத் தேவை கிடையாது. தேடிட்டுத் தான் இருப்பேன்னா உன் இஷ்டம். நான் குறுக்கே வரமாட்டேன்.

இவ்வளவு பேசியதற்காக சிரம பரிகாரம் செய்துகொள்ளவோ என்னமோ சரியான நேரத்தில் முசாபரி பங்களா சிப்பந்தி இடுப்பில் குறுக்கே டவாலி என்ற அலங்காரப் பட்டை அணிந்து ஒரு சிறிய

பித்தளை அண்டாவில் தேநீர் எடுத்துவந்து முசாபரிடம் கொடுத்தான். அவன் கையில் வைத்திருந்த பிரம்மாண்டமான பித்தளைத் தாம்பாளத்தில் இருந்து இன்னொரு கொதிகலன் தேநீரை கொச்சு தெரிசாவுக்கும் நீட்டிவிட்டு அவளைப் பணிவோடு கேட்டான் –

கலெக்டர் அம்மா, பசியாற என்ன எடுத்தாரட்டும்?

அவளை கலெக்டர் என்று தானும் சொல்லி முசாபர் அப்போது சிரிக்க ஆரம்பித்ததை மதுரை வந்து சேரும்வரை நிறுத்தவில்லை.

ஒன்றும் இரண்டுமாக வாழைத் தாரும் இலையும் வாழைப் பூவும் ஏற்றி வருகிற டெம்போ வேன்களும், கருவாடு ஏற்றிப்போகும் காளைமாட்டு வண்டிகளும் கப்பி ரோடுகளில் தட்டுப்பட ஆரம்பித்த நேரம். பூவந்தி பூவந்தி என்று சொல்லியபடி பஸ் ஏஜண்டுகள் இடுப்பில் அழுந்தச் சொறிந்துகொண்டு சுற்றி வர, கசங்கிய காக்கி உடுப்பு அணிந்த க்ரூ கட் தலைமுடி டிரைவர்கள், டீக்கடைகளில் அரைச் செம்பு தண்ணீரில் வாய் கொப்பளித்து, சூடான டீக்காகக் காத்திருக்கிறார்கள். அம்பாசடர் கார்களில் எர்ஸ்கின் பொது மருத்துவமனையில் வந்து இறங்கும் டாக்டர்கள், பில்டர் காப்பி வாங்க ஆர்டர்லிகளைத் துரத்தியபடி ஆஸ்பத்திரி மாடிப்படி ஏறுகிறார்கள். அவசரமாகக் கண் விழித்து ஆஸ்பத்திரி மாடி வளைவில் ஓடிக் குதிக்கும் குரங்குக் குட்டியை பாதுகாப்பான இடத்துக்குக் கை சுண்டி விரட்டியபடி பதனீர் வியாபாரிகள் சத்தமிடுகிறார்கள். ரயில்வே ஸ்டேஷனில் இருந்து குதிரை வண்டிகளிலும் சைக்கிள் ரிக்ஷாக்களிலும் வெளிவரும் வடக்கத்திய யாத்திரீகர்கள் உரக்க இந்தி பேசினால் சகலருக்கும் புரியும் என்ற நினைப்பில் கத்திக்கொண்டிருக்கிறார்கள். மாசி வீதிகளில் தங்கும் இடம் தேடி அவர்களைச் சுமந்து போகும் வண்டிகள் நகர்கின்றன. சௌராஷ்டிர பக்த ஜன சபை என்று பதாகை உயர்த்திப் பிடித்து கெச்சலான, சிவந்த இரண்டு நபர்கள் முன்னால் நடக்க, மிருதங்கத்தை ஓங்கித் தட்டியபடி ஒரு பெண்ணும், கைத்தாளம் போட்டபடி சிவத்த இன்னும் பல ஆண்கள், பெண்களும் வேகமாக நடந்தபடி திருப்புகழ் சந்தம் அலைஅலையாக உயரப் பாடிப் போகிறார்கள்.

அமுதம் ஊறு சொலாகிய தோகையர்

பொருளுளாரை எனாணையுனா ணையென

இந்துஸ்தானி சங்கீதம்போல் இல்லாமல் இங்கிலீஷ் நோட் போல விரசாக வார்த்தைக்கு வார்த்தை ஏறி இறங்கிக் குதித்துப் போகிற

சங்கீதம் கொச்சு தெரிசாவின் மனதைக் கௌவி இழுக்கிறது. இது என்ன மொழி? இந்தப் பாட்டுக்கு என்ன அர்த்தம்? எப்படி இதை இயற்றினார்கள்? எப்படி இந்தப் பாடலைப் பிழையில்லாமல் பாடக் கற்றுக்கொண்டார்கள்?

கொச்சு தெரிசா மெய்மறந்து பார்த்து நிற்க அவர்கள் பதாகையும், குதித்து வரும் தாளமும் கைத்தட்டும் ஓங்கிய குரல்களுமாகக் கடந்து போனார்கள்.

முசாபர் கிழக்கு வாசல் பட்டமார் தெரு முனையில் காப்பிக் கடையில் யோசனையோடு நின்றான். காப்பி குடித்து முடித்து கொச்சு தெரிசாவோடு கோயிலுக்குள் போகலாமா அல்லது இங்கேயே நின்று தெரு வேடிக்கைகளை எல்லாம் பார்த்துக் கொண்டிருக்கலாமா என்ற யோசனை அது.

தெரு எங்கும் ஓடிப் போகாது. இவ்வளவு முக்கியமான இடத்துக்கு இனிமேல் திரும்ப வர முடியாது. வா, என்று கொச்சு தெரிசா அவனைக் குத்திக் கிளப்புகிறாள். அம்பலப்புழையில் வாங்கிய வெள்ளை வேட்டியும் அரைக்கைச் சட்டையுமாக அவன் குழப்பமான மலையாளியாக அங்கே இருந்து புறப்பட்டான்.

உள்ளே போய்வந்து பிரகாரம் சுற்றும் நேரத்தில் பொலபொல வென்று பொழுது புலர்ந்திருந்தது. மேற்குக் கோபுர வாசலுக்கு அருகே தாம்புக் கயற்றில் கட்டியிருந்த நரியைப் பார்த்துச் சற்றே நின்றார்கள் அவர்கள்.

ஒரு நரியை இவ்வளவு அருகே பார்த்தது இங்கேதான் என்றாள் கொச்சு தெரிசா. கால்டர்டேலில் திடீரென்று குன்றுப் பிரதேசத்தில் இருந்து கிளம்பிவந்து, கடைத்தெருவில் குறுக்கே ஓடி அங்காடிக்குள் புகுந்து பிக்விக் சாப்பாட்டுக் கடை வாசலோடு வெளியேறும் நரி எங்கேபோய் மறையும் என்று யாருக்கும் தெரியாது. அதில் சிரத்தை எடுத்துக் கொள்வதும் இல்லை.

இந்தத் தேடுதலும் நரிப் பாய்ச்சலாகப் போய்விடுமோ? முசாபர் சொல்கிறபடி, எதற்காகத் தேட வேணும்? எதைத் தேட வேணும்? ஏன்?

கொச்சு தெரிசாவுக்குத் தெரியவில்லை. ஆனால் மனதுக்குள் ஏதோ, யாரோ, ஒன்று பலவானவர்களாக ஆணும் பெண்ணுமாக அவ்வப் போது குரலாக, காட்சியாக வெளிப்பட்டு அவளை இங்கே சுற்றிவர வைக்கிற ஒரு சிறு கூட்டமோ, கனவில் பிரம்மாண்டமாக வெளிப்பட்டு ஓலைச் சிலுவைகளை உயர்த்திப் பிடித்தபடி கல்லறைத் திருநாளுக்குப் போகிற ஊர்வலமோ, மேல்தோல்

சிவத்த இந்தப் பாட்டுக் குழுவின் உயிரை உருக்கும் சங்கீதமோ ஏதோ ஒன்று அல்லது எல்லாமும் அவளைச் செலுத்திக் கொண்டிருக்கிறது.

நரி முகத்தில் முழிச்சா நாள் நல்லா இருக்கும்.

பக்கத்தில் வந்த வயதான ஒருவர் சுத்தமான இந்தியில் கொச்சு தெரிசாவிடம் சொல்லிக் கடந்து போனார். அப்படியானால் அந்த விலங்கை விலைக்கு வாங்கிப் போக முடியுமா என்று முசாபர் ஆர்வத்தோடு விசாரிக்க, அவர் ஓங்கிச் சிரித்துச் சொன்னார் –

இன்னிக்கு நரியைப் பரியாக்கிய உற்சவம். முடிஞ்சதும் காட்டுலே கொண்டுபோய் விட்டுடுவாங்க. இதை வாங்கி வீட்டுலே கட்டறதும், ஓணானைத் தூக்கி அரைக்கட்டுலே விட்டுக்கறதும் ஒண்ணு.

அவர் சொன்னது புரியாவிட்டாலும் சொல்லிச் சிரித்தது கொச்சு தெரிசாவுக்குப் பிடித்திருந்தது.

குதிரை வண்டியைக் கூப்பிடுங்க. மாரட் தெருவுக்குப் போயிடலாம். வழியிலே பத்து நிமிஷம் நிறுத்தினா காலைச் சாப்பாடும் முடிச்சுக்கலாம்.

கொச்சு தெரிசா விருப்பப்படி, வரிசையாக நின்ற வண்டிகளில் முதலாவது இவர்கள் ஏற நகர்ந்தது.

வண்டிக் கூலியும், பேசிப் பழக மொழியும் இசைந்து வந்ததில் குதிரை வண்டிக்காரனுக்கு சந்தோஷமோ என்னமோ, வண்டியில் பூட்டியிருந்த கருப்புத் தோல் போர்த்த குதிரை துள்ளி ஓடியது.

மேலமாசி வீதியில் சுமாரான சுகாதாரத்தோடு இருந்த ஒரு கடையில் மெத்தென்ற இட்டலிகளும், புதினா அரைத்த துவையலும், காப்பியும் கழித்து விட்டு அவர்கள் வித்துவான் ஆதினமிளகியைச் சந்திக்க மாரட் தெருவுக்கு வந்தார்கள். தியாகராஜ சாஸ்திரிகள் அறிமுகக் கடிதம் கொடுத்துவிட்டிருந்தார் ஆதீனமிளகி வித்துவானுக்கு. தங்கள் குடும்பமும் வித்துவான் குடும்பமும் நாலு தலைமுறை சிநேகிதர்கள் என்று கொச்சு தெரிசாவிடம் சொன்னார் தியாகராஜன். எப்படி அது வாய்த்தது என்று குடும்ப மரம் வரைந்து பார்த்தால் புலப்படலாம் என்றார் அவர். உலகில் விடை காண முடியாத சிக்கல்கள் சிலவாவது குடும்ப மரங்கள் மூலம் தீர்ந்துவிடும் என்று அவர் நம்பத் தொடங்கி இருந்தார். அவர் கடிதத்தில் இப்படிக் குறிப்பிட்டிருந்தது -

இந்தக் கடிதம் கொண்டு வரும் சௌபாக்கியவதி கொச்சு தெரிசா என்ற ஸ்ரீமான் முசாபர் சாகிப் அவர்களின் தர்மபத்தினி லண்டன் பட்டணத்தில் இருந்து தம் பிதாமகருடைய புஸ்தகத்தை அச்சுப் போட வந்திருக்கிறாள். மலையாள லிபியும் தமிழ் கீதமுமாக இருக்கும் அந்த கிரந்தத்தைப் பரிசோதித்து தேவரீர் கருத்துச் சொல்ல வேணும் என பிரார்த்திக்கிறேன். அச்சுப் போடவும் உதவி தேவை. பணம்பற்றிக் கவலை வேணாம். இடுப்பில் முடிந்த வராகன், தங்கக் காசோடுதான் வந்திருக்காள் அம்மாளும் புருஷனும். இவாள் டில்லி சர்க்கார் ஆபீஸ் மேலதிகாரி சங்கரய்யர் என்ற, உங்களைப்போல் என் உற்ற சிநேகிதரான அரசூர்க்காரருக்கு தாயார்வழி உறவு என்று அறிகிறேன். வேணும் விசாலாட்சி சமேத விஸ்வநாதர் கிருபை.

அன்போடு வரவேற்ற வித்துவான் பச்சைத் தலைப்பாகையும், காதில் துளசியும் மூலக்கச்ச வேட்டியுமாக இருந்தார். அறுபது வயசென்றார். அறுபதிலும் ஒருநாள்கூட மீனாட்சி கோவிலுக்குப் போனதில்லை என்றார். பெருமாள் கோவிலைத் தேடிப்போய்த் தொழுதேத்தும் பரம்பரை என்றார். பள்ளிக்கூடத்தில் தமிழாசிரியராக இருந்தபோதும் ஓய்வு பெற தற்போதும் எழுதுவதே தன்னை வாழ வைக்கிறதென்று நல்ல இங்கிலீஷில், உச்சரிப்பு சுத்தத்தோடு, ஆணித்தரமாகச் சொன்னார்.

யாரோ எதையோ பாடமாக எழுதினாலும் அதையெல்லாம் படித்து மாணவர்கள் நேரத்தை வீணாக்க வேண்டாம். நான் எழுதும் கையேடுகளைப் படித்தாலே போதும், மூலத்தையும் அதன் மூத்த தலைமுறை ஆதிமூலத்தையும் பொருளோடு அறிந்த ஞானம் கிட்டும் என்றார். ஜப்பானிய மொழியில் அதற்கு சடாரி என்று ஒரு சொல் இருப்பதாகக் குறிப்பிட்டார். ஞான அனுபவம் என்றும் அதற்கு மேலும் பொருள் தரும் ஒன்று அந்தச் சொல் என்றார். அவர் வீட்டின் பெரும் வசிப்பிடத்தை அச்சடித்து வந்து கட்டுக் கட்டாக, சிப்பம் சிப்பமாகப் பரத்தியிருந்த விதம் விதமான கையேட்டுப் பிரதிகளை மலைப்போடு முசாபர் பார்த்தான். இரண்டாம் வகுப்புத் தமிழ்ப் பாடத்தில் இருந்து முதுகலை தமிழ்வரை தான் எந்த பேதமும் பார்க்காது கையேடு எழுதி அச்சுப் போட்டு விற்பனைக்கு வெளியிடுவதாக அவர் பெருமையோடு அறிவித்தார்.

சுறுசுறுப்பாக அந்தக் கையேடுகளை வண்டியில் ஏற்றி யார்யாரோ வெளியே எடுத்துப் போக, இன்னொரு திசையில் இருந்து மலேயா கல்லூரிகளுக்கான பட்ட வகுப்பு தமிழ்க் கையேடுகள் குதிரை வண்டிகளில் வந்து இறங்கி வீட்டு முகப்பை ஆக்கிரமிக்க ஆரம்பித்தன. கூடவே எகிப்தில் குழந்தைகளுக்கு உதவி செய்யும்

மூன்றாம் வகுப்பு தமிழ் உரைநடை கையேடுகளும் தலைச்சுமை யாக வந்து இறங்கிப் புதுப் புத்தக, அச்சு மை வாடையோடு வெளியை நிறைத்தன. சீக்கிரம் வந்த வேலையை முடித்துக் கொண்டு திரும்பிப் போகாவிட்டால் கையேடுகளின் கோட்டையில் சிறைப்பிடிக்கப்படுவோம் என்று மேலெழுந்த பயத்தைத் கொச்சு தெரிசா அடக்கிக்கொண்டாள்

தன்னைப்பற்றிச் சுருக்கமாகச் சொல்லி, தன் வேர்களைத் தேடி அம்பலப்புழை வந்ததையும் அங்கே ஒரு வாரம் தங்க முடியாமல் சர்க்கார் இடைஞ்சல் செய்ததால் அரசூர் வந்ததையும் அவள் சொல்ல, ஆதினமிளகி இரு கையும் உயர்த்தி அந்த இரு ஊர்ப் பெயரையும் முணுமுணுப்பாகச் சொல்லிக் கண்கள் மூடி இருந்தார். அவர் கண் திறந்து கனிவோடு கொச்சு தெரிசாவைப் பார்த்தபடி சொன்னார் -

என் கொள்ளுத் தாதனார் பசுவை வீதி வீதியாக அழைத்துப்போய்க் கறந்து பால் விற்றாராம். ஒரு காலை நேரத்தில் அந்தணர் ஒருத்தரைச் சந்தித்தாராம். அவர் அம்பலப்புழையில் நடக்கவிருந்த திருமணத்துக்காக அரசூரில் இருந்து பயணப்பட்டவர். அந்த அந்தணர் தன் வீட்டு நவராத்திரி கொலு பொம்மைகளில் அச்சு அசலாக என் கொள்ளுத் தாத்தனார்போல் பச்சை முண்டாசோடு மாடு கறக்கும் ஆணின் சிறு களிமண் சிற்பம் உண்டென்றாராம். அந்தச் சிலையே நினைவாக அன்று முதல் அவர் பச்சை முண்டாசு கட்டத் தொடங்க, அதே அந்தணர் கனவில் வந்து பசுவைப் போற்றச் சொல்லியும், எள்ளுருண்டை படைத்து வணங்கிப் பகிர்ந்து கொள்ளச் சொல்லியும் உரிமையோடு கட்டளை இட்டார். சகலருக்கும் சகாயம் செய்கிற புத்தகங்கள் எழுதிப் பிழைக்கச் சொல்லியும் அன்போடு சொன்னாராம். அவர் சொன்னபடி வாரம் ஒரு பிடி அருகம்புல் கொடுக்க வீட்டுப் பின்புறத்தில் பசுவும், வாசல் நிலைப்படியில் பதித்த பசுவின் உருவமும், எழுத இப்படியான கையேடுகளும் உண்டு என்றார் வித்துவான் ஆதினமிளகி. எள்ளுருண்டை விடயமோ, அது மங்கலச் செயல் இன்மையால் வீட்டுப் பெண்கள் பலமாக எதிர்க்க, நின்று போய்விட்டது என்றார். வெள்ளை எள்ளை, நெய்யும் வெல்லமும் தேங்காய்த் துருவலும் கலந்து பிடித்த சுவையான எள்ளுண்டைகள் தேவதைகளுக்கு உரியவைதான் என்றார் ஏக்கத்தோடு.

மற்றப்படி, இதெல்லாம் மூத்தோர் கொடை.

அவர் ஐயமறச் சொல்லி மறுபடி அம்பலப்புழை, அரசூர் என்று பெயர் விளித்து, பக்கத்தில் கையேட்டுக் குவியலைக் காட்டி

வணங்க, கொச்சு தெரிசா ஒரு நிமிடம் மௌனம் அனுஷ்டிக்கக் கோரப்பட்ட பாவத்தோடு சாந்தமும் மன்றாடலும் கருணையும் முகத்தில் தெரிய இருந்து, தானும் அத்திசை நோக்கி வணங்கி, மெல்லத் தன் கைப்பையைத் திறந்தாள்.

கொச்சு தெரிசா அவரிடம் அளித்த பழைய காகிதங்களைப் பார்வையிட்டார் வித்துவான். ஜான் கிட்டாவய்யன் எழுதிய தமிழ்க் கீர்த்தனங்கள் ஆங்கில மற்றும் மலையாள எழுத்து வடிவில் இருந்த காகிதங்கள் அவை.

இந்தப் பாடல்களை எழுதிய உங்கள் முன்னோர் மிக நல்லவர். ஆனால் அவருடைய தமிழ்ப் புலமை சங்கடமடைய வைக்கிறது. உதாரணத்துக்கு கிறித்துமசு பாட்டு எழுதும்போது ஏசுவைச் சிசுபாலனே என்று விளிக்கிறார். சிசுபாலன் புராணத்தில் கண்ணனுக்கு எதிரியாக வந்து அவனால் அழிக்கப்படும் அரக்கன். ஏசுவுக்கு இந்தப் பெயர் ஒட்டாதது மட்டுமில்லை அபத்தமானதும் கூட. கல்வாரிக் கற்கள் மகிழக் கர்த்தார் பிறந்தார் என்று எழுதியிருக்கிறார். கல்வாரி என்பது ஏசுவைச் சிலுவையில் அறைந்த இடம். பிறந்த குழந்தையிடம், நீ சாகப் போகும் இடத்தில் இருக்கும் கல் நீ பிறந்ததைக்கொண்டாடுகிறது என்று சொல்வது மகா அபத்தம், அதுவும் ஏசுபிரானிடம்.

அவர் நிறுத்தாமல் சொல்லிக்கொண்டு போக முசாபர் தூங்கியிருந்தான்.

அத்தியாயம்

# இருபத்தொன்று

வாசலில் ஒருமித்து இசைக்கப்பட்ட வாத்திய இசை நந்தினியை எழுப்பியது. நாலு வயலின்கள் கூட்டாக மெல்ல உயர்ந்து சஞ்சரிக்க, ஓபோவும் குழல்களும், தரையில் நிறுத்தி வைத்து வாசிக்கும் ஒரு பிரம்மாண்டமன செல்லோவும் இசைப் பூத்தூவியபடி தொடர, முரசு ஒன்று ஓங்கி ஒலித்து அதிர்ந்து காலை ஏழு மணி என்றது.

மேல் தளத்தின் ஜன்னல் வழியாக நந்தினி வெளியே பார்க்க, ஆணும் பெண்ணும் குழந்தைகளுமாக ஒரு சிறிய கூட்டம் தரையில் மண்டியிட்டு வணங்கி நின்றது. துப்பாக்கிகளை உயர்த்திப் பிடித்துக் காவலுக்கு நின்ற ராணுவ வீரர்கள் சத்தமெழக் காலணிகளைத் தரையில் அறைந்து கூடவே வணங்கினார்கள்.

தினசரி நடக்கிறதுதான் இதெல்லாம். குழந்தைகள் நீங்கலாக, இவர்கள் எல்லோரும், அரசாங்கத்தால் பணியமர்த்தப்பட்டவர்கள். குழந்தைகள் பெற்றோரோடு வருகிறவர்கள். அவர்களுக்கான தொகையோடு காலை உணவையும் அரசாங்கம் வழங்குகிறது. பெரியவர்களுக்கு காப்பி மட்டும் வழங்கப்படுகிறது. வாசலுக்குப் போன ஓர் அபூர்வ சந்தர்ப்பத்தில் நந்தினி இந்தத் தகவல்களைக் கேட்டுச் சேகரித்து வந்தாள்.

தொடர்ந்து மாறி மாறி வந்த பதினேழு அரசுகளின் ஆட்சியின்போது கடவுளின் மூத்த சகோதரி என்று நந்தினியை மரியாதை செய்து

உயர்ந்த இடத்தில் வைத்திருந்தது மட்டும் நிலையாகத் தொடர்ந்தது. அவளுடைய அற்புதச் செயலாகச் சிறிதும் பெரிது மான நிகழ்வுகள் ரேடியோ மூலமும், பத்திரிகை மூலமும் நாட்டு மக்களை அடைந்த வண்ணம் இருந்தன. அந்த நிகழ்வுகளால் ஈர்க்கப்பட்ட அடியார்கள் அவளுக்கு நாடு முழுக்க உண்டு என்பதும் அவர்கள் அரசுப் பணியில் இல்லாமலேயே அவள் வீட்டு வாசலில் நின்று அவளை வாழ்த்தி வணங்க ஓடி வருவார்கள் என்பதும் உண்மையே.

ஆனால், அவர்கள் யாரும், வார நாட்களில் காலை நேரத்தில் இப்படிக் காத்து நின்று வாழ்த்த முடியாத நிலையில் இருக்கப் பட்டவர்கள். செய்கிற வேலை காரணமாக அல்லது குழந்தைகள் பள்ளி செல்ல வேண்டியிருப்பது கருதி அவர்கள் வார நாட்களைத் தவிர்த்து, வார இறுதியில் பங்குபெற முன்வருவார்கள் என்று பத்து நாள் மட்டும் நிகழ்ந்த ஓர் ஆட்சியின்போது அதன் ராணுவத் தலைவர் சொன்னார்.

ஆனால் ஞாயிற்றுக் கிழமைகளில் இந்த மரியாதை செலுத்துதல் கிடையாது. கடவுளின் சகோதரி என்றாலும் ஞாயிறு ஞாயிறு தானே? உறங்கி ஓய்வெடுக்கவும், எந்தப் பரபரப்பும் இல்லாமல் மெத்தனமாகச் செயல்படவுமான அந்தத் தினத்தில் ஆராதகர்களை அழைப்பது முறையாக இருக்காது என்று கருத்துச்சொன்ன அந்த ராணுவத் தலைவர் மறுநாள் காலை வீட்டுக் கழிவறைக்குள் சுட்டுக் கொல்லப்பட்டார். கழிவறையைப் பயன்படுத்திய பிறகு அதைச் செய்து, அவர் மனநிறைவோடு இறக்க மனிதாபிமானத்தோடு வழிசெய்த காரணத்தால், அடுத்து வந்த ஆட்சியில் அந்தத் துப்பாக்கிக்காரன் மன்னிக்கப்பட்டு விடுதலையானான்.

எனில், தற்போது, கடந்த ஒரு மாதமாக நாட்டின் அரசியலில் ஒரு வலுவான மாற்றம் உண்டாகி இருக்கிறது. வல்லரசுகள் இங்கே நிலையான ஆட்சிக்குத் துணை நிற்பதாக உறுதி சொல்வதோடு பாதுகாப்புக்காகப் படைகளையும் நிறுத்தி வைத்திருக்கிறார்கள். இந்த ஏற்பாடு இன்னும் பத்து வருடமாவது நிலைக்கும் என்று மந்திரவாதம் செய்ய நியமிக்கப்பட்ட உத்தியோகஸ்தர்கள் சொல்கிறார்கள். அவர்களுடைய தொழிற்சங்கத்தை அங்கீகரித்தால் இன்னும் தெளிவாக இதைச் சொல்ல முடியும் என்று நந்தினியை நேற்றுச் சந்தித்தபோது அவர்கள் தெரியப்படுத்தினார்கள். அவள் செய்யவேண்டியவற்றில் இந்த அங்கீகாரமும் ஒன்று. பத்து வருடத்துக்குப் பதிலாக இருபது வருடம் இங்கே நிலையான ஆட்சி இருக்கும் என்று தெரிந்தால் நந்தினிக்குச் சொந்த

எதிர்காலத்தைப்பற்றி இன்னும் கொஞ்சம் விரிவாக, ஆழமும் அகலமுமாகத் திட்டமிட முடியும்.

குனிந்து வளைந்து காப்பி ப்ளாஸ்கை சிறிய மேஜையில் வைத்துப் போனாள் பணிப்பெண். இந்தப் பானம் பரிசோதிக்கப்பட்டது என்று அறிவித்தபடி பின்னோக்கி நடந்து வணங்கிப்போன பரிசோதனை அதிகாரியைத் தொடர்ந்து வந்த ஊழியர், பானம் அருந்த நல்ல நேரம் என்று அறிவித்துப்போனார். நந்தினி காப்பியைக் குவளையில் சரித்து அருந்த ஆரம்பித்தாள்.

அறை வாசலில் மரியாதையோடு நின்ற வீட்டு நிர்வாக ராணுவ அதிகாரி அவள் பார்வை தன்மேல் படப் பொறுமையாகக் காத்திருந்தார். என்ன என்ற கேள்வியை நந்தினி பார்வையில் கேட்க அவர் சொன்னார் –

எங்கள் அன்பு அன்னையும் நாங்கள் விசுவாசிக்கும் மதங்கள் கடந்த கடவுளின் மரியாதைக்குரிய மூத்த சகோதரியும், ஆயிரம் ஆண்டு நிறைவாழ்வு வாழ்ந்த பெருமைக்குரியவரும், இன்னும் ஆயிரம் ஆயிரம் ஆண்டு வாழ்ந்து அருள வந்தவரும், இந்தியப் பறவை பாடி ஆடும் முகப்பு கொண்ட மாளிகையில் வசிப்பவரும், எதிரிகளுக்குக் காட்டு எறும்புகளின் புற்றுபோலப் பயமூட்டக்கூடியவரும், அடியவர்களுக்கு செம்மறியாட்டின் கல்லீரலைப் பக்குவமாகச் சமைத்த உணவுபோல் ஆனந்தமும் வலிமையும் அளிப்பவருமான நாட்டின் உன்னதத் தலைவர் இதைக் கேட்க மனம் கொண்டு செவி தர வேணும்.

சொல்லு என்பதுபோலக் கையைக் காட்டினாள் நந்தினி. இந்த மெய்க்கீர்த்தி இவர்களுக்கு கரதலப் பாடமாகச் சொல்லத் தெரிந்த பிறகுதான் நந்தினி வசிக்குமிடத்தில் இவர்களுக்குப் பணி ஒதுக்கப் படுகிறது. மாதம் ஒருமுறை இந்த வரிகள் அங்கங்கே மாற்றப்பட்டு, புது வரிகள் சேர்க்கப்பட்டு, பழையவை நீக்கப்பட்டு ராகத்தோடு சொல்ல இவர்களுக்குப் பயிற்சி தர அரசு ஊழியர்கள் நியமிக்கப் பட்டிருக்கிறார்கள். அவர்களில் சிலர் காலையில் வாத்திய இசையோடு பள்ளி எழுப்பவும் வருகிறவர்கள், நந்தினிக்கு எல்லாம் தெரியும்.

எனில் கேட்டருளுக. ஒன்பது மணிக்கு ராணுவத் தலைவர் உங்களைச் சந்திக்க வருகிறார். நேரம் உசிதமல்லாத பட்சத்தில் கருணை கூர்ந்து அறிவிக்கவேண்டும்.

வரச் சொல்லு என்று சலிப்போடு கை காட்டி அவள் குளிக்கக் கிளம்பினாள். எல்லா தினமும் ஞாயிற்றுக்கிழமையாக இருந்தால்

என்ன? ஞாயிறன்று மொத்தம் ஐந்து பேர் மட்டுமே காவலுக்கு இருப்பார்கள்.

வழக்கம்போல் பதினைந்து இல்லை. ஏற்கெனவே செய்து வைத்த உணவையோ, உணவு விடுதியில் அதிகாரிகளின் நேர் பார்வையின் கீழ் சமைத்த உணவையோ உண்ண அவளுக்கு இயலும். அதாவது அவள் விருப்பப்பட்டால் காலடியில் வைத்து வணங்கிப் படைக்கப்படும். அந்த உணவும் எச்சில் செய்யப்பட்டதாக இருக்கும். உணவுப் பரிசோதனை அதிகாரி வீட்டுக்கு உணவை எடுத்துப்போய் அக்கறையோடு செய்யப்படும் சோதனை அது. ஞாயிற்றுக் கிழமைக்கான அதிகாரி கடமைகளில் தட்டிக் கழிக்க முடியாத ஒன்று.

எல்லாத் தடியன்களோட எச்சிலையும் தினம் தின்னுட்டிருக் கேண்டா வைத்தாஸ் திருட்டுத் தேவடியா மகனே. வாடா, நாள்பட்ட காட்டெறும்புப் புற்றே. புற்றிலே உன் குறியைவிட்டு ஆகப் பாதியாக்க வேணும். என் அரைக்கட்டில் தகிக்கும் நெருப்பணைக்க வராத உனக்கு அதுதான் குறைந்த பட்சத் தண்டனை. நிலையான அரசியல் மாற்றம் ஏற்பட்டு ஒரு வாரம் நாளையோடு ஆகிறது. நீ என்னைப் பார்க்க, என்னோடு கூடி அனுபவிக்க ஓடி வந்திருக்க வேணாமோ? உள்ளே வா உள்ளே வா என்று நான் கேட்கவேண்டிய அவசியமே இல்லாமல் நீயாக வரவும், நீ எதிர்பார்ப்போடு என்னைக் கேட்கச் சொல்லி, நான் கேட்டு, மறுபடி மறுபடி எனக்குள் வரவுமாக உடல் கலக்க ஓடோடி வராமல் எந்த நாடோடிப் பெண்ணின் கையிடுக்கு வியர்வை வாடையைத் தீர்க்கமாக முகர்ந்துகொண்டு அவளுக்குத் தூமைத்துணி துவைத்துக்கொண்டிருக்கிறாயடா அயோக்கியா?

நந்தினி குளித்து உடுத்து வரும்போது ஒன்பது மணி அறிவிக்கப் பட்டது. சந்திக்கவும் பேசவும் நல்ல நேரம் என்றும் கூறப்பட்டது.

ஒன்பது மணிக்கு வந்தவர் இரண்டாம் கட்ட ராணுவத் தலைவர். ஓங்கு தாங்காக வளர்ந்த கெச்சலான இளையவர். இன்னும் விடலைப் பருவம் நீங்காமல் முகம் முழுக்கப் பருக்களாக வெடித்து வாரிக் கிடந்தது. இந்த வயதில் ராணுவத்தில் தொடக்க நிலை உத்தியோகங்கள்தான் தரப்படுவது வாடிக்கை. இவன் செயற்கரிய செயல் ஏதாவது செய்து இந்தப் பதவி உயர்வு கிட்டியிருக்கலாம்.

கைகளை விறைப்பாக வைத்து அசையாமல் சிலை போல நின்றபடி இருந்தவனை உட்காரச் சொன்னாள் நந்தினி. பெயர் கேட்டாள், தன் சரித்திரத்தை இரண்டு நிமிடத்தில் மரியாதை விலகாத குரலில்

ஒப்பித்தான் வந்தவன். அவன் சோபா நுனியில் விழுவதுபோல் உட்கார்ந்திருந்தான்.

இன்னும் பத்து வருடம் இந்த அமைதி நிலைத்திருக்கும் என்பது உண்மைதானா?

நந்தினி அவனிடம் விசாரித்தாள். அரசு ஆரூடக்காரர்கள் உறுதியாகச் சொன்னாலும் அவள் இன்னும் முழுக்க நம்பாத செய்தி அது.

பத்து வருடம்தான் அம்மா. பெரிய காலவெளி அது. பத்து வருடத்தில் என்னென்னவோ கடவுளின் சகோதரியின் அருளால் நடந்தேறுமல்லவா?

வந்தவன் கேட்டுவிட்டு நந்தினியைப் பார்த்து மரியாதை விலகாது சிரித்தான். சொல்வதைக் கருணையோடு ஏற்றுக்கொள்ளவேண்டும் என்ற யாசித்தல் அவன் பார்வையில் தட்டுப்பட, நந்தினி ஆமாம் என்கிறதாகத் தலையாட்டினாள்.

இந்த அரசு தாக்குப் பிடித்து இன்னொரு பத்து வருடம் ஆட்சியைத் தொடரலாம். பத்து வருடத்தில் நாடே உலக வரைபடத்தில் காணாமல் போகலாம். பத்து வருடத்தில், யார் கண்டது இங்கே உண்மையான ஜனநாயகம்கூட ஏற்பட்டுவிடலாம். நந்தினிக்கு இன்னும் பத்து வயது கூடி ஐம்பதுக்களில் சிறு ரோகங்களோடும், மெனோபாஸ் கோபங்களோடும், தலைமுடிக்கான சாயத்தோடும் அவள் வயோதிகத்தில் அடியெடுத்து வைப்பாள். அது நிச்சயமானது.

உன் பிரார்த்தனைகளைக் கூறு.

கடவுளின் மூத்த சகோதரி கீழ்ப்பட்டவர்களை விரிவாகப் பேசக் கோரும் மரபுப்படி கேட்டாள் நந்தினி.

அவன் பேசிக்கொண்டே போனான். கேட்பது தவிர குறுக்குக் கேள்விக்கு இடம் இல்லாத பேச்சு அது.

வைத்தாஸ் அடுத்த வாரம் இங்கே இருப்பான். தில்லியில் தூதரகம் புனரமைக்கிற, நட்புறவை மறு கட்டமைப்பு செய்கிற முக்கியமான பணி அவன்தான் செய்தாக வேண்டியிருக்கிறது. தேசியக் கடமை.

நந்தினி மக்களவை அதிபராக அடுத்த வாரம் பதவியேற்பாள். தேர்தல் அறிவிப்பதும், நட்பான வல்லரசு நாடு இங்கே தொடங்க இருக்கும் மோட்டார் கார் தொழிற்சாலைக்கு அஸ்திவாரம் இடுவதும் மக்கள் அதிபராக அவள் செய்யவேண்டிய முதல் செயல்களில் அடக்கம்.

இல்லை, இன்னும் நாட்டின் பொருளாதார நிலைமை முன்னேற வில்லை. ஆயிரம் பேருக்கு ஒரு கார் என்ற நிலைதான் இன்னும். வல்லரசின் கார்த் தொழிற்சாலையில் கனரக ஆயுதங்கள் உருவாக்கப்பட்டு நட்பு நாடுகளுக்கு மற்றவர்களோடு நட்பு வளர்க்க ஏற்றுமதி செய்யப்படும். நட்பு வளர்ப்பதில் நட்போடு கூடிய படையெடுப்பும் அன்போடு ஆக்கிரமித்தலும் அடங்கும்.

நந்தினி நாட்டு அதிபராக, நட்பான வல்லரசு நாடுகளுக்கு இரண்டு வார நல்லெண்ணப் பயணம் இந்த மாத இறுதியில் போக வேண்டி வரும். அந்த நாடுகளுக்குப் போகும்போது அவளுடைய மாந்திரீகம் கலந்த ஆளுமை வெளிப்படுத்தப்படாது. இந்தியமுறை நாட்டியத் தேர்ச்சியும், ஆங்கிலப் புலமையும், நிர்வாக அறிவின் முதிர்ச்சியும் வெளித் தெரியும்படி அவள் நடக்கவேண்டி வரும். வைத்தாஸ் அவளோடு அநேகமாகப் பயணத்தில் வருவான்.

மாந்திரீக ஆளுமை என்பது வீட்டு முன்னறை ஓவியத்தில் இருந்து இறங்கி மயில் ஆடி மரியாதை செய்த ஒன்று. அந்த மயில் இனியும் ஆடும் என்று நட்பு வல்லரசு நாடுகளில் சந்திப்பின்போது எதிர்பார்க்கப் படலாம். பறவையும் அதன் நடனமும் வளத்தோடு தொடர்புடையதாக உணர்ந்துகொள்ளவேண்டிய அழுத்தமான படிமங்கள் மட்டுமே என்றோ மற்றபடி உசிதமாகவோ நந்தினி பேசலாம். அதன்பிறகு, அவர்கள் பறவைகள் இடம் பெறும் வேறு ஓவியங்களைக் காட்டி அவற்றில் சிறைப்பட்ட பறவைகளை ஆடவும் அகவவுமாக அற்புதம் நிகழ்த்தச் சொல்லிக் கேட்க மாட்டார்கள் என்பது உறுதி.

உள்நாட்டில் நந்தினிக்கு இருக்கும் பிம்பம் முழுக்க மாந்திரீகம் மற்றும் காருண்யம் இவற்றின் அடிப்படையில் கட்டமைக்கப் பட்டது. அவள் பிரார்த்தனை செய்தால் தானியங்கள் ஆகாயத்தில் இருந்து சொரியும். அவள் கடுமையாகப் பார்த்தால் எதிரிகள் அடுத்த ஒன்பது மணி நேரத்துக்குள் குழைந்து விழுந்து உடல் சுருங்கி இறப்பார்கள். அவள் அன்போடு கை குலுக்கினால் தீராத நோய்கள் குணமாகும் என்று விரியும் அந்த மாந்திரீகப் புனைவை நந்தினி இனி பெரும்பாலும் இறக்கி வைக்கலாம். இந்தச் சிறப்புகளை அவளிட மிருந்து பெற்று, சிறு சிறு அற்புதங்களை அவள் சார்பில் நிகழ்த்தத் தக்க விதத்தில் மரபுத் தொடர்ச்சி ஏற்படுத்தித் தரப்படும். அதைப்பற்றி உரையாடவே இந்தச் சந்திப்பு.

கடவுளுக்கு மூத்த சகோதரியின் அற்புதங்கள் நிகழ்த்தும் புனித ஆளுமையைக் கைமாற்ற பத்து வயதுக்கு மேற்படாத சிறுமி அல்லது சிறுவன் தேர்ந்தெடுக்கப்படலாம் என்று முந்தாநாள் முடிவானது.

ஜோஜோ அல்லது வூடூ மந்திரவாதம் செய்யும் பரம்பரைக் குடும்பங்களில் தேடி அது அமையாத பட்சத்தில் வெளியில் இருந்து தேர்ந்தெடுத்துக்கொள்ளலாம் என்றும் முடிவானது. வூடூ முழுக்கத் தீமை வருத்தும் என்பதால் நன்மை வருத்தும் ஜோஜோ பிரிவு மாந்திரீகத்தைக் குலத்தொழிலாகச் செய்யும் குடும்பங்களுக்கு முன்னுரிமை அளிக்கப்பட்டது.

அதிகாரி பேசிக்கொண்டு போக, காப்பி பிளாஸ்கோடு உள்ளே வந்தாள் பணிப்பெண். கதவுக்கு வெளியே முன்னறையில் கறுத்து மெலிந்த ஒரு சிறுமி உட்கார்ந்திருந்தது நந்தினி கண்ணில் பட்டது. சிறுமி கையை உயர்த்த ரோஜாப்பூ இதழ்கள் தரையைப் பார்த்துக் கவிழ்ந்த அவளுடைய வெற்று உள்ளங்கைகளில் இருந்து மெல்லத் தரையில் உதிர்ந்தன.

நந்தினியின் பார்வை போன இடத்தைத் தொடர்ந்து ராணுவ அதிகாரியும் பார்த்துவிட்டு அவசரமாக நந்தினியை வணங்கினார்.

கையை அசைத்துப் பூ வரவழைத்துப் போகிற இடமெல்லாம் குப்பை போடக்கூடாது என்று எச்சரித்துத்தான் கூட்டி வந்தேன். மன்னிக்கவேண்டும் அம்மா. இதோ அவளை மேலும் எச்சரித்து விட்டு வருகிறேன்.

அவர் கிளம்ப, வேண்டாம் என்று நந்தினி கை காட்டி நிறுத்தினாள்.

அந்தப் பெண்தானா அற்புதங்களை என் சார்பில் நிகழ்த்தப் போவது?

அவர் மகிழ்ச்சியோடு தலையாட்டினார்.

அவள் பெயர் என்ன?

எமிலி ஆந்த்ரோசா. வடக்குப் பகுதியில் இருந்து வருகிறவள். நான்கு தலைமுறையாக ஜோஜோ நல்ல விஷயங்களுக்காகப் பிரயோகிப்பதைக் குலத்தொழிலாகக்கொண்ட குடும்பம். காதல் கைகூட, பிரிந்த கணவன் திரும்பி வரவும், இருப்பவன் போகாமல் இருக்கவும் உதவும் தாயத்து தயாரித்து விற்பனை, தொழில் அபிவிருத்திக்கான மாந்திரீகப் பிரயோகங்கள் நடத்துதல் இப்படி யான செயல்களை இவள் அப்பா செய்துவருகிறார். இவருடைய பெரியப்பா இன்னும் பிரபலமானவர். அவர் தற்போது உயிரோடு இல்லை.

என்ன மாதிரியான அற்புதங்கள் செய்த மனிதர் அந்த இறந்த மந்திரவாதி? நந்தினி கேட்டாள்.

அதிகாரி கொஞ்சம் தயங்கினார். ஒரு பெண் அதிகாரி வந்து கொண்டிருக்கிறார் அம்மா. அவர் இந்தக் கேள்விக்கு மட்டும் பதில் சொல்லுவார்.

எமிலி பிறந்த ஒரு வருடத்திலேயே சிறு சிறு அற்புதங்கள் நிகழ்த்த வல்லமை படைத்தவளாக இருந்துவருகிறாள். பள்ளியில் படிப்பதிலும், எறிபந்து விளையாட்டிலும்கூட ஆற்றல் மிகுந்தவள். பள்ளி நாட்களில் அற்புதம் நிகழ்த்தாமல் விடுமுறை தினங்களில் மட்டும் நடைபெற வைப்பதால் அவளுக்குக் கல்வியிலும் விளையாட்டிலும் இருக்கும் ஈர்ப்பும் அவற்றின் மேல் வைத்திருக்கும் மதிப்பும் புலனாகும்.

நினைத்த மாத்திரத்தில் கையில் இருந்து பூ இதழ்களை உதிர்ப்பது, சிறு நிலப்பரப்பில், அது சில சதுர அடிகள் பரப்பளவு கொண்டதாக இருந்தாலும் சரி, அந்த இடத்தில் மட்டும் மழை பொழிய வைப்பது, மழைக்கு நடுவே ஒரு சிறு இடத்தில் மட்டும் மழை இன்றி வைப்பது, நடக்கும்போது செவ்வெறும்புகள் குறுக்கிட்டால் அவை அனைத்தும் அப்புறம்போய் வரிசையாக அசையாமல் நின்று மரியாதை செலுத்தச் செய்வது போன்ற அற்புதங்களை எமிலி நிகழ்த்தி வருகிறாள். புற்றில் இருந்து ஈசல்களை வெளிவரச் செய்யும், பரவலாகக் கோரிக்கை வைக்கப்பட்டு நிகழ்த்தும் மற்றொரு அற்புதம் அரசால் நிறுத்தப்பட்டுள்ளது. வெளிவந்த ஈசல்களை அரிசி கலந்து வறுத்துத் தின்பதால் ஈசல் இல்லாத நாட்கள் வரும் என்பதாலேயே அந்தத் தடை. ஈசல் இல்லாத மழைக்காலங்கள் குறைந்த அதிர்ஷ்டம் தரக் கூடியவை அன்றோ.

வாசல் கதவு மறுபடி திறக்க, வெளியே நின்று கருத்து வடிவாகத் தடித்த வனப்புள்ள ஓர் இளம் பெண் அதிகாரி நந்தினியை வணங்கினாள்.

நீங்கள் கேட்ட சந்தேகத்துக்கு விளக்கம் அளிக்க வந்திருக்கிறார் என்று ஆண் அதிகாரி சொன்னார். என்ன சந்தேகம் என்று நந்தினிக்கு மறந்துவிட்டது. இந்தச் சிறுமியின் பெரிய தகப்பனார்பற்றி என்று அடியெடுத்துக் கொடுத்தபடி அவர் புதிதாக வந்த பெண் அதிகாரியைப் பார்க்க, அவள் தலையைக் குனிந்து மீண்டும் வணங்கி உள்ளே வந்தாள்.

உள்ளறையில் பெண் அதிகாரி கண்கள் தரையை நோக்கி இருக்க மெல்லிய குரலில் நந்தினியிடம் கூறியது -

ஆணும் பெண்ணும் இணை விழைந்து கலவியில் ஈடுபட்டு முடிந்ததும் அவனால் வெளியேற முடியாமல் அவளுக்குள்ளேயே சிறை வைக்கச் செய்யும் மந்திரவாதத்தில் இந்தச் சிறுமியின் பெரிய தகப்பனார் வல்லவர். திருமணம் மீறிய உறவுகள் அதிகமாக இருக்கும் சூழலில், வேலி தாண்டி வெளியே போன ஆண்களை உடனே பிடித்து, மிக வலுவான தடயத்தின் அடிப்படையில்

தண்டிக்க இதுவே சிறந்த வழி என்று நாட்டில் பலரும் எண்ணுகிறார்கள். அறுவை சிகிச்சை நடத்திக் கூட அவனைப் பத்திரமாகப் பிரித்து வெளியே எடுக்க முடியாது.

அந்தப் பெண் அதிகாரியை வாஞ்சையாகத் தோளில் தட்டி விடை கொடுத்தாள் நந்தினி. எழுந்தபோது கண் இருண்டு வர, சுவரில் கை வைத்து அழுத்தியபடி, அங்கேயே நின்றாள்.

நந்தினியைச் சுற்றி இருளும் ஒளியும் கலந்து நிகழும் ஓவியமாகக் காட்சி விரிந்துகொண்டிருந்தது.

வைத்தாஸே, அடே வைத்தாஸே. ஜுஜு மந்திரவாதம் செய்யப் போறேன். எனக்குள்ளே நீ வந்ததும் சிறைப் பிடிக்க வேணும். உடனே வந்து சேர். உள்ளே வந்த பின்னாடி நானாக விடுவிக்கும் வரை நீ திரும்பிப் போகவே முடியாது. இருபத்துநாலு மணி நேரமும் போகம் அனுபவிக்கணும், வாடா கழிசடையே. என் காது மடலைச் சுவைத்துக் காதல் செய்ய வா. உன் உடல் சூட்டில் என் காட்டெறும்புப் புற்று பற்றியெரிந்து சாம்பலாகட்டும்.

புகையோடு எழும் மாடிப்படி வளைவில் தோளில் குரங்குக் குட்டியோடு நின்றிருந்த பெண் நந்தினியைத் திரும்பிப் பார்க்கிறாள். பக்கத்தில் வைத்தாஸ் அந்தப் பெண்ணைக் காமம் நனைந்த குரலில் விளிக்கிறான் -

வீராவாலி வா. என் ரதியே, உன் அழகுச் சுனையில் நான் மூழ்கிக் கரைய வா.

வீராவாலி என்ற அந்தப் பெண் மோகம் தலைக்கேறச் சிரிக்கிறாள். இரு கை கொண்டு அவளைத் தூக்கி இடுப்போடு அணைத்து, அவளுடைய உடலின் வியர்வை மணத்தை ஆசையோடு முகர்கிறான் வைத்தாஸ்.

வைத்தாஸே திருடா, அந்த அழுக்குச் சிறுக்கி உனக்கு ரதியா? புணர்ந்ததும் சீக்குப் பிடிச்சு நீ அழுகி உதிர்ந்து போகப் போறே.

வைத்தாஸ் சிரிக்கிறான். அவன் வீராவாலியின் மார்பகங்களை ஆசையோடு வருடியபடி சொல்கிறான் -

மன்னிக்கணும். நான் வைத்தாஸ் எழுதும் நாவலில் வரும் வைத்தாஸ். இவளோடு சுகித்துக் கிடப்பது தவிர, என்னைப் படைச்ச வைத்தாஸ் எனக்கு வேறு எந்த வேலையையும் தரலே.

அவன் சொல்லியபடி நிதானமாக, இருளில் கிடந்த மாடிப்படி ஏறுகிறான். மேல் படியில் நின்று திரும்பப் பார்க்கிறான். இறங்கி வருகிறான்.

குரங்குக் குட்டியை விட்டுட்டு வா.

வைத்தாஸ் படைத்த வைத்தாஸ், வீராவாலியின் தோளில் இருந்து குரங்குக் குட்டியை இறக்கிவிட்டு அவள் இடையைத் தழுவிக் கொள்கிறான். குரங்குக் குட்டி அறைக்கு வெளியே ஓடுகிறது.

வைத்தாஸின் வைத்தாஸும் வீராவாலியும் நந்தினியின் கட்டிலில் சரிகிறார்கள்.

பின்னால் ரெட்டைக் கட்டிலில் ஆதி மனிதனும் மனுஷியும் வெறியோடு கலக்கும் வாடை அறையெங்கும் நிறைய, முன்னறைக்கு மெல்ல வந்தாள் நந்தினி. ராணுவ அதிகாரி மயக்க மடைந்து சோபாவில் கிடந்தார். ஒரு சதுர அடிப் பரப்பில் ரோஜாப் பூ வாசனையோடு அடர்த்தியான தூறல் விழுந்துகொண்டிருக்க, காத்திருந்த சிறுமி குரங்குக் குட்டியோடு விளையாடிக் கொண்டிருந்தாள்.

காப்பி சாப்பிடலாம் வா.

நந்தினி அந்தப் சிறுமியை அருகில் அழைத்தபோது சுவரில் மாட்டியிருந்த ஓவியத்தில் இருந்த மயில் ஆட ஆரம்பித்திருந்தது.

அத்தியாயம்

# இருபத்திரெண்டு

வைத்தாஸ் அறைக்குள் நுழைந்தபோது அங்கே சந்தன மணம் தூக்கலாக வந்துகொண்டிருப்பதைக் கவனித்தான். கொத்தாகக் கொளுத்தி ஜன்னல் பக்கம் வைத்த ஊதுபத்திகளின் ஒட்டு மொத்த நறுமணம் அது. கூடவே, மேஜை மேல் வைத்த டேப் ரிக்கார்டரில் இருந்து தரன்னன்னா என்று நிறுத்தி நிதானமாக ஆனால் வார்த்தைகள் தெளிவில்லாமல் பாடும் ஓர் ஆண் குரல் ஒலித்தபடி இருந்தது. சுழலும் ஒலி நாடாவோடு அந்தக் குரலும் சுற்றி வளைத்து உயர்ந்து ஊதுபத்தி வாடையோடு சூழ்ந்துகொண்டிருந்தது. நெற்றியில் பட்டையாக வெண்பொடி தரித்த, தட்டுச் சுற்றாக வேட்டி அணிந்த அமைச்சர் முன், வைத்தாஸ்போல சூட் உடுத்திய அதிகாரி ஒருவர் நாற்காலியில் தொடுக்கியதுபோல் உட்கார்ந்திருந்ததும் வைத்தாஸ் கண்ணில் பட்டது. எல்லாவற்றுக்கும் மேலாக, அறை நல்ல வெளிச்சமாக இருந்தது. இந்திய அமைச்சகங்களில் அமைச்சரின் அறைக்குள் முழுக்க இருள் பரத்திக்கொண்டு மடிப்பு மடிப்பாகத் தொங்கிக்கொண்டிருக்கும் துணித் திரைகள் பலவும் காணாமல் போயிருந்தன.

வைத்தாஸ் இந்த அறைக்குள் வந்திருக்கிறான். அது பதினெட்டு மாதங்களுக்கு முன் நடந்தது. அதற்கு அப்புறம்தான் இங்கே ஒரே ஒரு முறை அமைச்சர் மாற்றமும், அவனுடைய சொந்த நாட்டில் பதினோரு தடவை அரசாங்க மாற்றமும் நடந்துவிட்டிருந்தது.

திரும்பவும் அதிகாரபூர்வமான தூதராகப் பதவியேற்று இங்கே இப்போதுதான் வருகிறான். மாறித்தான் இருக்கிறது எல்லாம்.

அறையில் சந்தன மணமும் மற்றதும் தவிர, அமைச்சரின் மேஜையும் முன்னால் இருந்த திசைக்கு நேர் எதிரே பார்த்துப் போடப்பட்டிருந்தது. இந்தி எழுத்துக்கள் நிறைந்த கேலண்டரும், சுவரில் ஜவஹர்லால் நேரு படம் போட்டு இந்தியில் எழுதிய வாசகமும் காணோம். தென்னிந்தியக் கோவில் கோபுரம், இறகு விரித்து ஆடும் பறவை, அதை அணைத்துச் சாய்ந்திருக்கும், கையில் வேல் பிடித்த கடவுள் படம் என்று முழுக்க மாற்றம் தெரிந்தது. வட இந்தியாவில் இருந்து தெற்கு திசைக்கு நகர்ந்திருக்கிறது அந்த அறை.

வைத்தாஸ் நுழைந்ததும் அமைச்சர் எழுந்து நின்று கை கூப்பி வரவேற்றார். ஆறு அல்லது ஆறரை அடி உயரம் அவர். வைத்தாஸை விட ஒரு குத்து அதிகமாகவே நெட்டையாக வளர்ந்தவர். அவனை விட இளையவர். நெற்றி நிறையப் பூசி இருந்த வெண்பொடி மேல் அவசரமாக இட்ட கீற்றாகச் சிவந்த சிந்தூரம். அவர் மேஜையில் வாடிய வெற்றிலை நறுக்கில் அதுவே இருந்தது.

வருக, வருக என்று அன்போடு சிரித்தார் அமைச்சர். கூடவே எழுந்து நின்ற அதிகாரியும் வைத்தாஸைப் பார்த்துக் கை குவித்து வணங்கினார்.

வெளிநாட்டு தூதர்களை அமைச்சர்கள் சந்திக்கும்போது மூத்த அதிகாரிகளோடு சேர்ந்து அதை நிகழ்த்துவதை வைத்தாஸ் இங்கே கவனித்திருக்கிறான். அவர்கள் எல்லாருமே தலை நரைத்த அல்லது முழுக்க வழுக்கை விழுந்தவர்கள். ரிடையர் ஆகப்போகிறதை முகத்தின் சுருக்கங்கள் சொல்லும் வட இந்திய முதியவர்கள். கருத்த இந்த அதிகாரி நடுவயதில் அடியெடுத்து வைத்திருப்பான். வட இந்தியச் சாயல் இல்லாத அதிகாரிகள் இங்கே அபூர்வம் என்பதை வைத்தாஸ் அறிவான். நெற்றியில் தாராளமாக வெண்பொடி மூன்று பட்டைகளாகத் தரித்த அமைச்சரும், அதைச் சிறு கீற்றாகப் பூசியிருந்த மூத்த அதிகாரியும் தெற்கிலிருந்து வந்தவர்கள் என்பது வைத்தாஸுக்கு ஆச்சரியகரமான விஷயம். இவர்களுக்கு இந்தி தெரியுமா?

அறிமுகச் சடங்கு முடிந்தபிறகு அந்த அதிகாரி மறுமுறையும் எழுந்து நின்றார். வாடிய இலை நறுக்கை மேஜையில் இருந்து எடுத்து வைத்தாஸ் முன் நீட்டினார். வைத்தாஸ் அதில் இருந்து

வெண்பொடியை எடுத்து நெற்றியில் அணிந்துகொள்ள எதிர்பார்ப்பு இருந்ததை உணர்ந்துகொண்டான்.

பழனி கோவில் சந்தனாதி வீபுதி. முருகன் கோவில் அது. உங்க ஊர்லேயும் முருகன் கோவில் இருக்குமே. மொரிஷியஸ்லே இருக்கு. போயிருக்கேன்.

அமைச்சர் ஏற்கெனவே அறிந்ததை உறுதிப்படுத்திக்கொள்ளும் நோக்கத்தோடு சொன்னார். ஒரு வினாடி வைத்தாஸ் தயங்க, முன்னால் நின்ற அந்த அதிகாரி மன்னிப்புக் கேட்கும் தோரணையில் சங்கடமாகச் சிரித்தார். சங்கரன் என்ற பெயருள்ளவர் அந்த அதிகாரி என்றும், அமைச்சகத்தில் சங்கரன் என்ற பெயருள்ள ஒன்றுக்கு மேற்பட்டவர்கள் இருப்பதால் இவர் சின்னச் சங்கரன் என்று அழைக்கப்படுகிறார் என்றும் அறிமுகமாகும்போது தகவல் சொல்லியிருந்தார் அமைச்சர்.

சின்னச் சங்கரனை மேலும் சங்கடமடையச் செய்யவேண்டாம் என்று நினைத்த வைத்தாஸ், சங்கரன்போல் சிறு கீற்றாக அணிந்து கொண்டான்.

சரியாக வைத்துக்கொண்டிருக்கிறேனா திரு சின்ன... சின்ன...

அவனுக்கு அதிகாரியின் பெயர் அதற்குள் பாதி மறந்து போயிருந்தது. பெயரைத் தப்பாக உச்சரிக்கும் கெட்ட பழக்கம் வைத்தாஸின் நாட்டில் சபிக்கப்படுவதாகும். ஒவ்வொருமுறை அப்படித் தவறாக உச்சரிக்கப் படும்போதும், ஏற்படுத்தப்பட்ட மொத்த வாழ்நாளில் ஒருநாள் குறைக்கப்படும் என்ற நம்பிக்கை வலுவாக அமைந்த நாடு அது. கடவுளின் மூத்த சகோதரி, வீட்டு முன்னறையில் ஆடும் பறவை போன்ற சமீபத்திய படிமங்கள்போல் இல்லாமல் வழிவழியாக வருகிற நம்பிக்கை இது. கடவுளின் மூத்த சகோதரி நந்தினியும், கடவுளின் மைத்துனனான வைத்தாஸும் நிகழ்கலையிலும் பாரம்பரிய ஓவிய முறையிலும் அற்புதம் கலந்த பிம்பங்களோடு காலக்கிரமத்தில் நிரந்தரப்படுத்தப்படலாம்.

உங்களை நான் எப்படி அழைக்க?

மரியாதையோடு வைத்தாஸ் கேட்க, சின்னச் சங்கரன் உதவிக்கு உடனே வந்தான்.

சங்கரன் என்றே கூப்பிடலாம்..

இனிஷியல்கள் மட்டும் வைத்துக் குறிப்பிடுவது இங்கே வழக்கம் இல்லையோ?

ஆமாம். இனிஷியல்கள் மட்டும் போதும் என்றால் என்னைக் கழுதை என்று அழைக்கலாம்.

சங்கரன் சொல்லிவிட்டுச் சிரிக்க அமைச்சரும் கலந்துகொண்டார்.

வைத்தாஸ், தான் ஏதும் தவறாகப் பேசிவிட்டோமோ என்று உள்ளார்ந்த பயத்தோடு மன்னிப்பு கேட்கும் தோரணையில் மறுபடி சங்கரனை வணங்கினான். இப்படி வணக்கமும் மறு வணக்கமுமாக இந்தச் சந்திப்பு முடிந்துவிடும் என்று அவனுக்குத் தோன்றத் தொடங்கியது.

அரசூர் சுவாமிநாதன் சங்கரன் என்பதை ஏ எஸ் எஸ் என்று சுருக்கி, சூப்ரண்டெண்ட் ஏ எஸ் எஸ் கவனத்துக்கு என்று எனக்கு முன்பெல்லாம் குறிப்புகள் வரும்.

இன்னொரு அலை சிரிப்பு உயர்ந்து அடங்கி உட்கார்ந்த பிறகுதான் வைத்தாஸுக்கு நினைவு வந்தது. கையில் எடுத்துவந்த சரிகை ஆடையை அமைச்சருக்குப் போர்த்த மறந்துவிட்டது. அவன் நாடாளுமன்றக் கட்டிடத்துக்கு அருகே பூக்கடையில் தென்னிந்தியப் பாணியில் அடர்த்தியாக ஜவந்திப் பூக்களை வைத்துத் தொடுத்த மலர் மாலைதான் வாங்கி எடுத்து வருவதாக இருந்தான். ஆனால் தூதரக உதவி அதிகாரிகள் தற்போதைய மோஸ்தரில் கதர் நூல் மாலையோ, சரிகைத் துண்டோதான் கவுரவப் படுத்தத் தேவையெனத் தெரிவித்து சரிகைத் துண்டு வாங்கி வந்திருந்தார்கள்.

பொன்னாடையை அமைச்சருக்குப் போர்த்தி மரியாதை தெரிவித்ததும் சின்னச் சங்கரன் அதைத் திரும்ப வாங்க அமைச்சரிடம் கைநீட்டினான். இருக்கட்டும் என்று தடுத்த அமைச்சர் அதைப் போர்த்தியபடிக்கே புன்சிரித்தார். பெண்மைச் சாயலைச் சற்றே பூசிய சரிகைத் துண்டு அது.

தென்னிந்தியாவில் குறிப்பாகத் தமிழ் பேசும் மதராஸ் மாகாணத்தில் எங்கே போனாலும் சந்தன வாடைதான், சவ்வாது வாடைதான், உயர்ந்த சங்கீத வாடைதான். வாழ்க்கையில் உன்னத விஷயங்களை நேசிப்பவர்கள் நாங்கள்.

அமைச்சர் பெருமையோடு பொன்னாடையைத் தோள்களுக்கு மேல் இழுத்து விட்டுக்கொண்டு சொல்ல, சின்னச் சங்கரன் ஒரு சிரிப்போடு ஆமோதித்ததைக் கவனித்தான் வைத்தாஸ். அது மறுபடியும் சங்கடத்தோடு கூடிய சிரிப்பாக இருந்ததையும் அவன் கவனிக்கத் தவறவில்லை.

மரியாதை கருதி, இரண்டு கைகளையும் நாடக பாணியில் உயர்த்தி, தமிழ் பேசும் உங்கள் மாநிலம்பற்றி உலகமே அறிந்திருக்க உங்கள் மொழியும் கலாச்சாரமும் உயர்ந்த ரசனையுமன்றோ காரணம் என்று அரைக் கண் மூடிச் சொன்னான் வைத்தாஸ். அமைச்சருக்கு இந்தத் தூதனைப் பிடித்துப் போனது.

உங்கள் அறை இதமான இந்திய வாசம் பூண்டுள்ளது குறித்து வாழ்த்துகள் என்றான் வைத்தாஸ். ஒருநாளைக்கு இருபத்துநாலு மணி நேரமும் சந்தனம் மணக்க, இந்த சங்கீதத்தைக் கேட்டபடிதான் தென்னிந்தியாவில் காலம் போகிறது என்று அவனுக்கு நம்பக் கடினமாக இருந்தாலும், அதில் ஈடுபட்டு, கொஞ்சம் பொறாமையும் கொண்டவனாகத் தன்னை வெளிப்படுத்திக்கொள்வதே தற்போது செய்யவேண்டியது என்று உணர்ந்தான் வைத்தாஸ்.

இது தென்னிந்தியாவுக்கே உரிய பாரம்பரிய இசைதானே?

எங்கே சுட்டவேண்டும் என்ற இலக்கு இல்லாமல், மேஜையில் தாழ்வான பகுதியில் சுழன்று கொண்டிருந்த ஒலி நாடாவில் இருந்து வரும் இசையைக் குத்துமதிப்பாக அவதானித்துக் கேட்டான் அவன். அது கேட்க நன்றாகத்தான் இருந்தது. ஆனால் ஏதோ பிடிவாதத்தோடு சில வார்த்தைகளையும் சொற்கட்டுகளையும் திரும்பத் திரும்ப உச்சரிப்பதில் அடம் தெரிந்தது. வார்த்தைகள் நிறுத்தாமல் வாதாடுவதை அட்சரம் பிசகாமல், இழுத்துக் கட்டிய தந்திகளின்மேல் சன்னமான அம்பு படர்ந்து சப்தித்துப் போலி செய்து, மேற்கத்திய இசைக் கருவியான வயலின், பாடும் குரலைத் தொடர்ந்துகொண்டிருந்தது. குரல் மேலோங்கிப் போனாலும் ஒரு வினாடி அதை அபிநயித்து விட்டுத் தாழும் வயலின் ஐரோப்பியக் கலாச்சாரத் தன்மையை முழுக்க இழந்து, புருஷனுக்கு சதா கீழ்ப்படிதலுள்ள இந்திய மனைவிபோல பதவிசாகக் கூடவே வந்தது வைத்தாஸுக்குப் புதுமையாக இருந்தது. மேலும், ஓங்கி ஒலிக்கவேண்டிய முரசு அதிராது, எல்லா நேரத்திலும் பாடும் குரலுக்கு முழு ஆதரவு தெரிவிப்பதும், ஒடுங்கி ஒலிப்பதும் விசித்திரமாக இருந்தது அவனுக்கு. ஒற்றை முரசு தொம்மெனப் புடைத்துத் தொடங்கி வைக்க, கூட்டமாக மற்ற முரசுகள் ஒலிக்க, முரசுகளின் தொகுதி நீட்டி முழங்கி அதிர, அதற்கு இசைந்து குழுவாகச் சத்தம் உயர்த்தி வாய் விட்டுப் பாடும் பாட்டும், கூடவே, அனைவரும் ஒற்றுமையாகக் கலந்து எல்லா இறுக்கமும் உதிர்த்து கால் வீசிக் குதித்து ஆடும் ஆட்டமும் நிகழும் கலாச்சாரச் சூழலில் இருந்து வந்தவனுக்கு இந்த இசையில் இனிமை புலப்பட்டாலும் அதன் சமூகக் கட்டுமானம் புரியவில்லை.

உங்கள் நாட்டு இசை கொஞ்சம் பலமாக ஒலிக்கும் இல்லையோ?

அமைச்சர் கேட்டார். அவருக்கு நாடு வாரியாக கலையையும் கலாச்சாரத்தையும் ரசிக்கத் தேர்ச்சி இருக்கும் என்று வைத்தாஸ் நம்பவில்லை. ஆனாலும், இந்திய அரசுத் துறை அதிகாரிகள் இருக்கிறார்களே, அபூர்வப் பிறவிகள். அவர்கள் மனது வைத்தால், முழு மூடர்களான நிர்வாகிகளுக்கு ஒரு ராத்திரியில் சிக்கலான ட்ரிக்னாமெட்ரி கணிதமோ, லத்தீன் இலக்கணமோ, எகிப்திய வாத்திய இசையோ கற்பித்து அறிவு செறிந்தவர்களாக ஆக்க முடியும் என்று வைத்தாஸ் படித்திருக்கிறான். அதுவும் தென்னிந்திய அதிகாரிக்கு அவருடைய மொழி பேசும் அதிகாரி செய்யக்கூடிய ஊழியம் இன்னும் கூடுதலாகும்போல.

அது எப்படியோ, அமைச்சரின் இந்தக் கேள்விக்குத்தான் வைத்தாஸ் காத்திருந்தான். அமைச்சரை வைத்தாஸின் நாட்டுக்கு நல்லெண்ண வருகையாக ஒரு வாரம் எழுந்தருள அழைப்பதற்கான தருணம் இது.

உடனே செயல்பட்டான் வைத்தாஸ்.

உங்கள் வருகையால் எங்களுக்கு மிகப் பெரிய பெருமை சேர்வதோடு, வல்லரசுகளின் மதிப்பீட்டில் எம்மைப்பற்றிய கணிப்பு மேன்மையுறும்.

புன்னகையோடு நல்ல ஆங்கிலத்தில் இதமாகக் கூட்டிச் சேர்த்தான் அவன்.

தழையத் தழைய பருத்தித் துணி உடுத்து, சாம்பல் பூசி, சந்தன மணம் கமழ வைத்தாஸின் நாட்டில் இவர் வந்து இறங்கியதும், உலகமே அதை ஆச்சரியத்தோடு கவனிக்கும் என்று நம்ப வைப்பதே தனக்கான பணி என்று தீவிரமாக மிகைப்படுத்திய விழைவுகளைச் சரம் சரமாக வைத்தாஸ் அடுக்க, உள்ளம் குளிர்ந்த அமைச்சரும், அதிகாரியும் கருணை செய்யும் முகமொழியும் உடல் மொழியுமாக அவனைப் பார்வையால் ஆதரித்தார்கள்.

உங்க நாட்டில் இந்தியக் கலாசார விழா நடத்தலாமே?

யோசனை தெரிவித்தார் அமைச்சர். திரைப்படங்களைத் திரையிடுவதோடு, அவற்றில் நடித்த நடிகைகளையும், விமானத்தில் இடம் இருக்கும் பட்சத்தில் நடிகர்கள் ஒன்றிரண்டு பேரையும் தன்னோடு வைத்தாஸின் நாட்டுக்குக் கூட்டிப்போவதில் சிரத்தை காட்டினார் அவர். அவருக்கு முன்னால் இருந்த அமைச்சர், வைத்தாஸின் நாட்டு சினிமா நடிகைகளைக் காணாமலே காமுற்றதை விட இது உசிதமானதென வைத்தாஸ் நினைத்தான்.

நிச்சயம் நடத்தலாம். மேலும், இந்த மாதிரியான பாடகர்களையும் அவர்களுடைய குழுக்களோடு எங்கள் நாட்டுக்கு வருகை புரிய வைக்கலாம்.

வைத்தாஸ் கை சுட்டிக் காட்டும் முன் ததரினனா என்ற சத்தம் நின்று போய்த் திரும்ப ஆரம்பத்தில் இருந்து மெல்லிய தம்பூரா மீட்டுதலோடு இசை தொடங்கியது. இந்த இசைக் கலைஞரை, பாரம்பரியமான கரும்புத் தோட்டத்துச் சாவு வீட்டில் இழவு சொல்லி அழும் குரல்கள் ஒலித்தபிறகு அதே தாளத்தில் பாட வைக்கலாம் என்று தோன்றியது அவனுக்கு. அதை வெளிப்படுத்தாமல், உயர்வு நவிற்சியோடு சொன்னான் –

இதயம் தைக்கும் இந்த இசையோடு, எங்கள் நாட்டு முரசு வாசிக்கும் கானகம் சார்ந்த கலைஞர்களைச் சேர்ந்து இசைக்கச் சொல்லி சர்வதேச சங்கீதம் உருவாக்கலாம். உலகம் முழுக்க ஒற்றுமையும், அன்பும், சகோதரத்துவமும், அமைதியும், ஆதிக்க எதிர்ப்பும் நிலவ இம்மாதிரி சார்பு தவிர்த்த உலக இசை உதவி செய்யக்கூடும்.

அவன் பேசியது அவனுக்கே பிடித்துப்போனது. அடுத்த மாதம் தூதரகம் வெளியிடும் மாதப் பத்திரிகையில் முதல் பக்கக் கட்டுரை எழுத இதுவே கருப்பொருள். இந்தப் பேச்சு அமைச்சரையும் அதிகாரி சின்னச் சங்கரனையும்கூடப் பாதித்திருப்பதாக அவன் நம்பினான். அதிகாரி அவன் பேசியதைக் குறிப்பெடுத்து வைத்துக் கொள்வதைக் கவனிக்கத் தவறவில்லை வைத்தாஸ். பாட்டைத் தொடர்ந்து, ஒலிப்பதிவு நாடாவிலேயே வைத்தாஸின் குரலை, அதிகாரி சின்னச் சங்கரன் அடக்கிக் காட்டியிருந்தால் வைத்தாஸுக்கு அவன் மேல் மேலதிக வாத்சல்யமும் மரியாதையும் ஏற்பட்டிருக்கும். இப்போதும் தாழ்வில்லை. நேச நாட்டு அமைச்சருக்குப் பிரியமான அதிகாரிகள், தூதரகமும் தேசமும் காட்டும் அன்புக்கும் மரியாதைக்கும் உரியவர்களே.

அமைச்சர் அதிகாரியைப் பார்த்து, சொல்லு என்று கண் காட்ட சின்னச் சங்கரன் வைத்தாஸிடம் சகல மரியாதையோடும் சொன்னது இது –

கலாசார அமைச்சகத்தின் ஆதரவில் அடுத்த மாதம் கேரள மாநிலம் அம்பலப்புழையில் பாரம்பரிய இந்திய இசையும் நடனமும் என்ற கருத்தரங்கு நடக்க இருக்கிறது. பல காரணங்களால் நான்குமுறை தள்ளிப்போட்டு ஒரு வழியாக இப்போது நடக்க இருக்கிறது. ஒரு வல்லரசு நாட்டின் தூதர் கௌரவ விருந்தாளியாக இந்தக் கருத்தரங்கில் கலந்துகொள்ள இருந்தார். அவரை, பாதுகாப்பு தொடர்பான கண்காணிப்பைத் தொடர்ந்து திருப்பி அவருடைய

நாட்டுக்கே அனுப்ப வேண்டிப் போனது. கலை ஈடுபாடு உள்ள அறிஞரான வெளிநாட்டவர் வேறு யாரையும் உடனே தேடிப் போக முடியாத சூழலில், உதவி செய்யும்படி நட்போடும் உரிமையோடும் உங்களிடம் கேட்கலாம் என்று அமைச்சர் யோசனை சொன்னார். நீங்கள் பெரிய எழுத்தாளர் என்றும் நுண்கலைகளின் மகா ரசிகர் என்றும் அவர்தான் எங்களுக்குத் தெரியப்படுத்தினார்..

அனைத்தும் அவனருள் என்று அதிகாரி மெய்மறந்து அமைச்சரைத் துதிக்க, எல்லாப் பெருமையையும் உணவு செரிமானமாகும் மிதமான ஏப்ப ஒலியோடு அமைச்சர் வெளிப்படுத்தி, மேஜை உள்ளே இருந்து வெற்றிலைகள் ஒன்றிரண்டை எடுத்து மடித்து வாயில் திணித்துக்கொண்டார்.

தான் அடுத்த மாதம் முதல் வாரத்தில் நாடு திரும்பி ஒரு மாதம் விடுமுறையில் மனைவியோடு வெகு காலம் கழித்துக் கூடி இருக்க உத்தேசித்ததைத் தெரிவிக்கலாமா என்று யோசித்தான் வைத்தாஸ்.

அது வேண்டாம், இந்த அழைப்பை ஏற்பதே இரண்டு நாடுகளுக்கு இடையே நல்லுறவு வலுப்பட உதவக்கூடியது என்று அவனுக்கு நம்பிக்கை வந்தது.

நந்தினியை இங்கே வரச் சொல்லலாம். கடவுளின் மூத்த சகோதரி முதல் பயணமாக ஆடும் பறவைகளின் நட்பு நாட்டுக்கு வருகிறார் என்று உள்நாட்டில் தகவல் பரவட்டும். நல்ல செய்திகளை அனைவரும் வரவேற்கிறார்கள். அவை இல்லாத பட்சத்தில் உருவாக்கப்படுகின்றன.

வைத்தாஸ் அம்பலப்புழை மாநாட்டில் பங்கு பெற ஒத்துக் கொண்டான். அர்ஜுன நிருத்தம் என்ற நடனம்பற்றி அவன் பேச வேண்டும் என்று அழைப்பு. ஆண்கள் மயில் தோகை அணிந்து ஆடும் ஆட்டமாம் அது. அவன் நாட்டிலும் பறவை இறக்கை அணிந்து ஆடும் ஆட்டம் ஒன்று உண்டு. இரண்டையும் ஒப்பிட்டுப் பேச அவனுக்கு முடியும்.

உங்கள் நாட்டில் இருந்து ஒரு நாட்டியக் குழு உடனே வர முடியுமா?

அமைச்சர் ஆவலோடு விசாரித்தார்.

கடந்த இரண்டு ஆண்டு காலமாக அரசியலில் நிச்சயமற்ற நிலை காரணமாக வைத்தாஸின் நாட்டில் இலக்கியமும், கலையும், கலை வெளிப்பாடும் சீர்குலைந்த நிலையில் தற்போது உள்ளதை வருத்தத்தோடு தெரிவித்தான் வைத்தாஸ். அடுத்த ஆண்டு நிலைமை சீரடைந்துவிடும். அப்போது சகல கலைஞர்களையும் கூடவே அழைத்து வருவதாக வாக்குத் தத்தம் செய்தான்.

அமைச்சர் தங்கள் நாட்டுக்கு விரைவில் வருவார் என்று நம்பிக்கையும் தெரிவித்து அங்கிருந்து புறப்பட்டான் வைத்தாஸ்.

அழைப்புக்கு நன்றி, அவசியம் வருகிறேன்.

அமைச்சர் உற்சாகமாக அறிவித்தார்.

வைத்தாஸுக்குக் கதவு திறந்துவிட அவரே அறை வாசல்வரை அதிகாரி சகிதம் வந்தார். ஒரு வினாடி கதவைப் பிடித்துக்கொண்டு நின்று, குரல் தாழ்த்தித் தரன்னன்ன இசையோடு இழைந்து சொன்னார் –

உங்கள் நாட்டு மந்திரவாதிகளையும் எங்கள் பக்கத்து மந்திரக்காரர் களையும் கூடிப் பேசவிடலாமே. அங்கேயும் வைத்தியர்கள் மந்திரவாதம் செய்வார்களாமே.

அமைச்சர் திடீரென்று கேட்க, அதிகாரியும் வைத்தாஸோடு சேர்ந்து ஆச்சரியம் காட்டினான்.

நாள் முழுக்க கலவியில் ஈடுபட மூலிகை மருந்துகளையும் மந்திர உச்சாடனங்களையும் ஆக்கித் தரக்கூடிய உங்கள் ஊர் மந்திரவாதி களை நான் அங்கே வரும்போது சந்திக்க ஆசை. அது மட்டுமில்லை. கள்ளக் கலவியில் ஈடுபடும் ஆணை, பெண்ணுக்கு உள்ளேயே சிறைப் பிடித்து வைக்க மந்திரம் செய்வார்களாமே உங்கள் நாட்டில். அப்படி ஒரு நிகழ்வையும் பார்க்க ஆசை.

அவர் குரலை திடீரென்று சற்றே உயர்த்தி, விரல்களைக் கத்தரிக் கோல்போல் அசைத்து அபிநயித்துக் கள்ளச் சிரிப்போடு தொடர்ந்தார் –

மந்திரம் போட்டு யாராவது உதிரச் செய்துவிடுவார்கள். எதற்கும், உபரியாக இரண்டு குறிகளைக் கைப்பையில் பத்திரமாக வைத்து எடுத்து வர உத்தேசம்.

அமைச்சரின் சிரிப்பு, வைத்தாஸ் லிஃப்டில் நுழையும்வரை கேட்டது.

அத்தியாயம்

# இருபத்துமூன்று

**வைத்தாஸ் எழுதும் நாவலில் இருந்து**

இந்த விமானம் இன்னும் ஐந்து நிமிடத்தில் வானில் ஏறும். அதற்கப்புறம் நீங்கள் உங்களையே புணரப் போகலாம். இப்போது நிற்கவோ, நடக்கவோ யத்தனிக்க வேண்டாம். தயை கூர்ந்து இருக்கையில் அமர்ந்திருங்கள். என் மார்பு வளப்பத்தை முன்னால் உட்கார்ந்து கண் கொட்டாமல் ரசிக்கிற சகல ஆண்களுக்கும் குறி அழுகிச் சொட்டி இற்று வீழட்டும். வாழ்வில் இதுவரை முலை பார்த்திராத ஜன்மங்களா நீங்கள்? எந்தக் காட்டில் இருந்து பிடித்து வரப்பட்ட விலங்குகள்? சந்தர்ப்பம் கிடைத்தால் என் இடுப்புக்குக் கீழே பிய்த்தும் தின்பீர்கள். உங்கள் இருக்கையின் பட்டைகளை இறுக்கமாகப் பூட்டி வசதியாக அமருங்கள். டாய்லெட்டில் இருந்து வரும்போது கால்சராயை நேராக்காமல் வந்து, சிறுநீர் ஊறிய உள்ளுடுப்பைக் காட்டிக் குமட்ட வைக்க வேண்டாம். உங்கள் பயணம் மகிழ்ச்சியும், பாதுகாப்பும், சுகமானதும் ஆகட்டும். அதன்பின் நாட்பட்ட மலக்குழியில் நீங்கள் தலை குப்புற விழுந்தாலும் நன்றே. உங்களுக்கு சேவை செய்யவே பணி புரிகிறோம். உங்கள் வாய்போல மனமும் நாறுகிறது. நன்றி. செத்துப் போங்கள்.

விமான உபசரிணிப் பெண் புன்னகையோடு பயணிகளுக்கு அன்பும் ஆதரவுமான வார்த்தை சொல்லி வைத்தாஸும் வீராவாலியும்

இருந்த இருக்கைகளுக்கு அருகே அமர்ந்தாள். சற்றே முன்னால் நகர்ந்து பட்டையை முடிந்துகொண்டாள். அவளுடைய மார்புக்கு வெகு அருகே தலை இருந்த வைத்தாஸ் கண்களைத் தாழ்த்திக் கொண்டதை அவள் ரசிக்கவில்லை என்பதை அவளுடைய கிண்டலான புன்னகை வைத்தாஸுக்குச் சொன்னது.

எக்சிக்யூட்டிவ் இருக்கையில் இருப்பதால் என்மேல் அக்கறை இல்லையென்று காட்டுகிறாயா நபும்சகனே? அல்லது பக்கத்தில் அழகும் திடமுமான பெண் இருப்பதால் பயந்து ஆசையை மறைத்துக்கொண்டாயா?

உங்களுடைய கைத்தறிப் புடவை மிக நேர்த்தியானது.

அவள் வீராவாலியைப் பார்த்து நட்பாகச் சிரித்தபடி நல்ல ஆங்கிலத்தில் சொல்ல, வீராவாலி இடியோசை கேட்ட நாகமோ, மின்னலைக்கண்ட மானோ, இன்னும் வடமொழி இலக்கியத்தில் வைத்தாஸ் படித்த வேறேதோ உபமானம் போலவோ மிரண்டு வைத்தாஸின் தோளை அவசரமாகப் பற்றிப் படர்ந்து விமானப் பணிப் பெண்ணைக் கூர்ந்து நோக்கினாள். விமானப் பணிப்பெண்ணின் விரோதமான பார்வை சொன்னது -

உருண்ட தோளும் சிறுத்த இடுப்புமாக, ஈரத் தரையில் உருண்டு கலவி விற்றுக் காசாக்குகிற, கஷ்கம் நாறும் தேவடியாளே, என் உடலின் வாடையை அனுபவிக்க இவனை நான் அனுமதித்தால் உன்னைப் பின் சீண்டுவானோ?

மன்னிக்கவும், என் காதலிக்கு ஆங்கிலம் பேசத் தெரியாது. அன் ஃப்ரான்ஸே.

ஓ, அருமை. மூத்திரத்தில் பிரஞ்சு கசியும் தட்டுவாணியை எங்கே பிடித்தாய்?

அவள் சிரித்தபடி விமான ஓட்டிகளின் குகைக்குப் போனாள். தொடர்ந்து வைத்தாஸிடம் ஒரு கோரிக்கை வைக்கப்பட்டது. பதட்டமான ஆண் குரல்.

நான் இங்கே உட்காரலாமா?

சந்தனமும் மற்றும் ஏதுமோ மணக்கும் குரல். அளவாக நறுக்கிச் சீராக்கிய நரைத் தாடி வைத்த மனுஷர் ஒருத்தர் வைத்தாஸின் இருக்கைக்கு அருகே எதிர்பார்ப்போடு இடுப்பு வளைத்து நின்று நைச்சியமாக அவனைக் கேட்டார்.

தாராளமாக உட்காரலாம்.

விமானப் பணிப்பெண் ஒழித்துப்போன இருக்கையில் அமர்ந்தவர் இரு கண்ணும் மூடி ஒரு நிமிடம் பிரார்த்தனை செய்தார். உடனே கண் திறந்து திருவனந்தபுரம்தானே போகிறீர்கள் என்று வைத்தாஸை விசாரித்தார்.

தில்லியில் புறப்பட்ட விமானம் நாக்பூரில் இறங்கிப் புறப்படும் என்பது நினைவுக்குவந்த வைத்தாஸ் திருவனந்தபுரம் போவதாகச் சொன்னான்.

வந்து அமர்ந்தவரை வீராவாலி புது மிரட்சியோடு பார்த்தாள். விமானப் பயணம் அசௌகரியமானதும் பயத்தை உண்டாக்குவது மாக அவளுக்கு அமைந்து போனது. யாரைக் கண்டாலும், புதிதாக யார் குரலைக் கேட்டாலும் படபடப்பும் பயமுமாக அவள் இருந்தாள்.

நான் இருந்த இருக்கைக்கு அடுத்து ஒரு மலேயாக்காரி நடு வயசுப் பெண் இருந்துகொண்டு, கூடவே வந்த சீனப் பெண் பிசாசுகளோடு பேசுகிறாள். அதுகளும் கெக்கெக்கென்று சிரித்துக் களேபரமாகக் கும்மாளம் போடுவதால் நான் தொழில் அபிவிருத்தியைப்பற்றி யோசிக்க ஒட்டாமல் போனது. விமானத்தில் வருவதே எல்லாத் தொந்தரவும் ஒருசேரக் களையத்தானே?

வந்தவர் நேசமாக வினவ, ஆதரித்துச் சிரித்தான் வைத்தாஸ். ரோகியான யாசகனுக்குக் கடமை கருதி முகம் சுளித்துத் தருவது போல் தேநீரும் காப்பியும் எல்லோருக்கும் விளம்பிவிட்டு விமானப் பணிப்பெண் போனாள். சாயா குடித்து முடிக்கும்வரை பேச்சு எழாமல் நிசப்தமாக இருந்தது விமானம்.

அருகருகே அமர்ந்து தேநீர் பருகியது இறுக்கம் தளர்விக்க, முகங்கள் புன்னகை அணிந்தன. கூடப் பறக்கும்போது அரும்பும் நேசம் குரல்களானது

நீங்கள் என்னவாக இருக்கிறீர்கள் என்ற தாடிக்காரரின் கேள்விக்கு வெளிநாட்டு அரசாங்கத் தூதர் என்று சொல்லலாமா என்று யோசித்து, வேண்டாம் என்று ஒதுக்கி, நான் இங்கிலாந்தில் இருந்து வரும் ஒரு எழுத்தாளன், ஆங்கிலத்தில் நாவல்கள் எழுதுகிறேன் என்று தெரிவித்தான்.

அற்புதம், நானும் எழுத்து சம்பந்தமான தொழிலில்தான் உள்ளேன்.

அவர் உற்சாகமாகத் தெரிவித்தார். புத்தகங்களைப் பதிப்பிக்கும் உன்னதமான பணியில் ஈடுபட்டிருப்பதாக அவர் அறிவித்தபடி விமானத்தைச் சுற்றிப் பார்வையை ஓட விட, பெரிய பிளாஸ்டிக்

தட்டோடு வந்த விமானப் பணிப்பெண் மரியாதையோடு சிரித்து, நழுவும் முந்தானையை பெருமையோடு நகர்த்திக்கொண்டு அவர் முன்னால் குனிந்து இனிமையாகக் கேட்டாள்.

உங்களுக்கு மேலே வைத்த உங்கள் ட்ரங்க் பெட்டியில் இருந்து ஏதும் எடுத்துத் தர வேணுமா? இவ்வளவு அசிங்கமான மூஞ்சியோடுதானா நீ புத்தகம் விற்பதும் படுத்துச் சுகிப்பதும்? குளிர்ந்த துவாலை தரட்டுமா? உனக்குப் பிறந்ததெல்லாம் மலவாடை அடிக்கிறவைகள் தானே? ஐயா, நீங்கள் தேநீர் குடித்து முடித்திருந்தால், குவளையைத் தருகிறீர்களா? சாக்கடைப் பன்றியின் கழிவு உண்ணும் புழு நீ. சௌகரியமாகச் சாய்ந்து உட்கார்ந்து இளைப்பாறுங்கள்.

அவள் போகும்போது வீராவாலியை ஒரு வினாடி நோக்கிப் போனாள். கலவி உச்சத்தில் வீராவாலி மயில்போல் அகவுவது அவளுக்கு எப்படியோ தெரிந்திருக்கிறது என்று வைத்தாஸ் நம்பினான். வீராவாலி ஆங்கிலத்தில் காதலும் பிரஞ்சு மொழியில் காமமும் பரிமாறுவாள் என்று விமானப் பணிப்பெண் நினைத்தால் நன்றாக இருக்கும். பெய்ஸ ஃப்ரான்ஸெ எ ஆங்க்லே பெய்ஸே.

நேற்று வீராவாலியைத் தேடி அலைய வேண்டியில்லாமல், பழைய தில்லித் தெருவில் வைத்தாஸ் காலடி எடுத்து வைத்ததுமே கிடைத்தாள். சாந்தினிசௌக் கண்டேவாலா மிட்டாய்க் கடையை அடுத்து நீண்ட வீதியில் கழைக் கூத்து நடந்துகொண்டிருந்த சாயங்கால நேரம் அது. கூட்டம் விலக்கி நடந்து மிட்டாய்க்கடை வாசலில் வேடிக்கை பார்த்தபடி தோளில் குரங்குக் குட்டியோடு வீராவாலி வைத்தாஸுக்குத் தட்டுப்பட்ட இனிய பொழுது.

அவனை எதிர்பார்த்திருந்தாள். எப்படியோ அவன் வருகை தெரிந்திருந்தது. விலகி நின்றிருந்ததே விட்டு விலகி வெகு தூரம் போக ஆயத்தமாகத்தான்.

போகலாமா என்று அவள் காதில் கிசுகிசுத்தான் வைத்தாஸ். மெழுகு நாறும் அழகான காது. அவன் காமத்தில் அந்த வாடைக்கும் இடம் உண்டு. மிட்டாய்க் கடை இனிப்புகளைத் தொடர்ந்து பார்த்துக் கொண்டிருப்பதாலோ என்னமோ அவளுடைய உமிழ்நீர் பெருகி அவன் தோளில் படிய, வைத்தாஸ் கைக்குட்டை எடுத்து அவள் வாயைத் துடைத்துவிட்டான். யாரும் பார்க்கவில்லை. மற்றவர்கள் ஏதும் பார்க்காமல் ஏதும் கேட்காமல் ஏதும் பேசாமல் சூழலை உருவாக்கித் தத்தம் போக்கில் உறைந்து நிற்கப் பணிக்கப் பட்டவர்கள்.

வைத்தாஸ் வாங்கி வந்த ஒரு இனிப்பைக் கவ்வி எடுத்துக்கொண்டு குரங்குக் குட்டி வீராவாலியின் தோளில் இருந்து குதித்து ஓட, ஒரு சுமை விலகிய நிம்மதி வைத்தாஸ் முகத்தில்.

குழந்தையோடு வந்தவளைக் காமுற்று, அந்த சிசுவை விலக்கி அவளைக் கவர்ந்து வந்து, மடியில் முகம் நோக்கிக் கிடத்திக் கால் பரப்பிச் சதா சுகிக்கும் கழிசடைதானே நீ?

யாருக்கோ குவளையில் குளிர்ந்த நீர் எடுத்துப்போன விமானப் பணிப்பெண் கேட்டபடி போனாள். ஆமா, அதுக்கென்ன என்று வெட்கமே இல்லாமல் சொன்னான் வைத்தாஸ். அவன் தோளில் வாடை உயர்த்திக் கோழை புரளும் கட்டி தட்டிய எச்சில் வழிய வீராவாலி தூங்கிக்கொண்டிருந்தாள். பக்கத்தில் மெல்லக் கனைக்கும் ஒலி. அடுத்த உரையாடலுக்கு ஆயத்தம் அது.

அடுத்த இருக்கையில் அமர்ந்திருந்தவர் வைத்தாஸிடம் ஏமாற்றம் தொனிக்கும் குரலில் சொன்னார் - என்ன மாதிரியான புத்தகங்களை நான் பதிப்பிக்கிறேன் என்று கேட்பீர்கள் என எதிர்பார்த்தேன்.

அவன் பதிலுக்குக் காத்திராமல் எழுந்து நின்று மேலே வைத்திருந்த டிரங்குப் பெட்டியைத் திறக்க, உள்ளே அடைத்து வைத்திருந்த புத்தகங்கள் வைத்தாஸ் தலையில் ஒன்றிரண்டாக விழுந்தன. குயில் சத்தமும், குருவிகள் தினை பொறுக்கும்போது அமர்த்திய குரலில் விவாதிக்கும் ஒலியுமாக நிறைந்தது.

ஒரு புத்தகத்தைத் தரையில் விழும் முன் தாங்கிப் பிடித்து வைத்தாஸ் புரட்டிப் பார்த்தான். கெட்டித் தாளில் நர்ஸரி ரைம்கள் ஆன குழந்தைப் பாட்டுகள் அச்சடித்துப் பிள்ளைகளுக்கான ஓவியங்களும் பளிச்சிட்ட புத்தகங்கள் அவை. குதித்தாடுகிற குழந்தைகளும் மிருகங்களும் சிரித்தன.

ஏனோ வைத்தாஸுக்கு ஏமாற்றமாகப் போனது. அவன் எதிர்பார்த்தது குழந்தைகளை இல்லை. என்றாலும் மரியாதைக்காக அந்தப் புத்தகங்களின் விற்பனைபற்றிக் கேட்டுவைத்தான். விமானத்தில் போகிற பப்ளிஷர். நிச்சயம் நன்றாகத்தான் விற்கும். வீடு வீடாக, பள்ளிக்கூடத்தில் வாங்கச் சொல்லிக் கட்டாயப்படுத்தி, சினிமா நட்சத்திரங்கள் கையில் பிடித்துக்கொண்டு பத்திரிகையில் புகைப்படம் போட்டு, ஸ்டெயின்லெஸ் ஸ்டீல் பாத்திரம் இலவசம் என்று அறிவித்து, குலுக்கல் நடத்திப் பரிசு கொடுத்து... எப்படியோ இந்தப் புத்தகங்கள் விற்பனையில் பிய்த்துக்கொண்டு போகும்.

இந்தப் புத்தகங்களில் ஒரு புதுமை இருக்கிறதே, கவனித்தீர்களா என்று கேட்டார் பக்கத்து இருக்கை தாடிக்கார பப்ளிஷர்.

பக்கங்கள் கொஞ்சம் கூடுதல் கனத்தோடு இருக்கின்றன. படங்கள் அடர்த்தியான வர்ண மசியில் அச்சடிக்கப்பட்டு இன்னும் அக்ரலிக் வாடை பலமாக மூக்கில் முட்டிக்கொண்டிருக்கிறது. சற்று பிசுபிசுப்பும் படத்தில் உண்டு. மற்றபடி வேறுபட்டு எதுவும் இல்லையே?

நீங்கள் கவனித்திருக்க மாட்டீர்கள், தெரியுமே.

தொலைந்துபோன பொம்மை கிடைத்த மகிழ்ச்சியில் திளைக்கும் குழந்தைபோலச் சொன்னார் பப்ளிஷர். அவர் வைத்தாஸின் கையில் இருந்த குழந்தைப் பாட்டுகள் அச்சடித்த புத்தகத்தைப் பிடுங்கிப் புரட்டி, கேலண்டர் படம் போட்டிருந்த பக்கத்தின் நடுவில் கை வைத்து அழுத்தினார்.

புத்தகத்தில் இருந்து குயில் கூவும் சத்தம் எழுந்தது. செப்டெம்பர், ஏப்ரல், ஜூன், நவம்பர் மாதங்களில் முப்பது நாட்கள் உண்டு என்ற அரிய உண்மையைத் தெரிவிக்கும் பாடலின் முதல் அடியைச் சற்றே நகல் எடுத்த குயில் குரல்.

இந்தப் பாட்டுகளோடு ஓவியங்களையும் பார்த்தபடி எழுத்தைக் கவனமாகப் படிக்கும் குழந்தைகள் விரைவில் மாதங்களின் பெயரையும் நாள் கணக்கையும் தெரிந்து மனதில் இருத்திக் கொள்வார்கள். அதுதானே?

சுவாரசியமின்றி தனக்குள் முனகினான் வைத்தாஸ்.

எங்கிருந்துதான் இப்படியான ஆட்கள் கிளம்பி உலகைச் சித்திரவதைப் படுத்த வருகிறார்கள் என்று வைத்தாஸுக்கு வியப்பாக இருந்தது. அவன் வாழ்நாளில் முதல்முறையாக இப்படி நர்சரி பாட்டுப் புத்தகங்களைப்பற்றி ஆற அமரக் கலந்து பேசி மிகையாக, வெகு மிகையாகப் பாராட்ட வேண்டி வந்திருக்கிறது. மூச்சுக் காற்றில் சந்தனமும், மற்றதும் மணக்கும் பப்ளிஷர் இந்த நிமிடம் மூச்சை நிறுத்திக்கொண்டால் கர்த்தருக்கு தோத்திரம் பல.

குழந்தைப் பாடல்கள்பற்றி ஒரு குழந்தையிடம் மகிழ்ச்சியோடு நிகழ்த்தவேண்டிய உரையாடலை, சித்தம் தடுமாறிய முதியவரோடு அன்பும் நட்பும் செயற்கையாகக் காட்டித் தொடர வேண்டிப் போனது துரதிருஷ்டம். அந்நிய நாட்டின் நல்லெண்ணத் தூதரான தன்னால் கடைப்பிடிக்கவேண்டிய கடமை அது. நினைவுகூர, வைத்தாஸை மரக்கட்டையாகப் பாவித்துக் கடந்துபோன விமானப் பணிப்பெண் அவனை அலட்சியமாகப் பார்த்துச் சொன்னாள் –

அந்தச் சிறுக்கியை எழுப்பி உட்கார்த்தடா கழுவேறி. இன்னும் பத்து நிமிடத்தில் சுவையான உணவு பரிமாறப்பட இருக்கிறது. நாய்

மாதிரி தின்னுட்டு அபான வாயு விட்டபடி இங்கேயே புரளு. அசைவ உணவு தானே உங்களுக்கு? நினைவில் வைத்திருக்கிறேன் ஐயா. நாலு மணிநேரம் பொருத்திக் களைந்த என் ஈர நாப்கின் உறிஞ்சிய உதிரத்தில் புரட்டிய கோழி மாமிசத்தை நீ ரசித்துச் சாப்பிட எடுத்துவருகிறேன். உண்டு தூங்கி இறங்கு.

அசைந்துபோகும் அவள் பின்புறங்களையே பார்த்தபடி இருந்தான் வைத்தாஸ். மிக அழகான பிருஷ்டங்கள் என்று, அவன் காதில் சந்தனம் மணக்கச் சொல்லிச் சிரித்தார் பப்ளிஷர். அவர் வாயில் வீசிய மற்ற வாடை கிராம்பு மெல்லுவதால் வந்தது என்பது வைத்தாஸுக்குப் புலப்பட்டது.

அடங்காத குதிரைபோல மதர்த்த குஜராத்தி இவள். இவளை நிற்க வைத்து...

அடுத்த இருக்கை பப்ளிஷர், அவர் வயதுக்குப் பொருந்தாத விடலைத் தனத்தோடு குறிப்பிட்டார்.

குஜராத் மாகாணத்தில் கிராமப்புறங்களில் இம்மாதிரி பின்புறம் பெருத்த பெண்கள் ஏராளம் உண்டு. அவர்களுக்குக் கிளர்ச்சி தருவது எது தெரியுமா? அவர் விடாமல் கேட்டார். வைத்தாஸ் வீராவாலியைப் பார்த்தான். இன்னும் உறக்கம் தீரவில்லை.

எதிர்பார்க்காத விதமாக தன் மடியில் வைத்திருந்த நர்சரிப் பாடல்கள் புத்தகத்தைச் சுட்டிக்காட்டி, இதுதான் கிளர்ச்சியடையச் செய்வது என்றார். வைத்தாஸ் புரியாமல் பார்த்தான்.

ஆமாம், குழந்தைகளுக்கு நர்சரிப் பாடல் கற்பிக்கத்தான் இதை அச்சிட்டுக்கொண்டுவந்தது. ஆனாலும், வாங்கிய யாரோ பெற்றோர் தலையணக்கு அடியில் வைத்துப் படுத்துக் கலவி செய்தபோது இந்தச் சத்தங்கள் எழுந்து அவர்களின் இன்பத்தைப் பல மடங்கு அதிகரிக்கச் செய்து வெகுவாக, ஒரு மணி, இரண்டு மணி நேர அளவு நீடித்ததாகத் தகவல். அது பரவ, எல்லாக் கிராமங்களிலும் சிறு பட்டணங்களிலும் இந்தப் புத்தகங்களுக்கு நிறைய கிராக்கி. குழந்தைகள் படிக்க வாங்கித் தர நினைப்பவர் களுக்குப் பிரதிகள் கிடைக்காமல், போகத்துக்குத் துணை போகின்றன இவை எல்லாம். விலையை முதலில் வைத்து விற்றதற்கு மேல் பத்து மடங்கு ஏற்றினாலும் இன்னும் விற்பனை சூடு பிடித்தே இருக்கிறது.

வைத்தாஸ் ஏதும் பேசாமல் அவருடைய கையைப்பற்றிக் குலுக்கினான். விமானம் இறங்கப்போகிறது என்று அறிவித்த விமானப் பணிப்பெண் தொடர்ந்தாள் –

உங்கள் நாள் நல்லதாக இருக்கட்டும். நரகல் பொருக்குத் தட்டிய பிருஷ்டங்களோடு இனியும் இந்த விமானத்தில் வந்துவிடாதே நாறப் பிணமே. உங்களை மிக விரைவில் அடுத்த பயணத்தில் எதிர்பார்க்கிறோம். இந்தா, கடைசி முறையாக பார்த்துக்கொள். வனப்பான முலை இப்படித்தான் இருக்கும். தரையில் கால் பட்டதும் படையும் சொறியுமாகப் பெரு வியாதி பற்றட்டும் உங்களை, பன்றிகளே.

பப்ளிஷர் விமானத்தில் இருந்து இறங்கும்போது வைத்தாஸிடம் சொன்னார்-

பாடல்களை ஆண், பெண் குரல்களில் பாடி, புத்தகத்தில் ஓவியங்களுக்குள் பொதிந்து வைக்க வேலை நடக்கிறது.

இங்க்லீஷில் பாடிக் காமம் செய். ராத்திரி ஆகாரம் அதுக்கு அப்புறம் தான்.

ஓட்டல் அறைக்குப் போனதும் வைத்தாஸைக் கட்டிலில் வீழ்த்தி மேலே படர்ந்து கீழுதட்டைக் கவ்வியபடி வீராவாலி அவனுக்கு உத்தரவிட்டாள். அவன் தலையணைக்கு அடியில், சந்தன நெடிக் கிழவன் அன்பளித்துப்போன பாட்டுப் புத்தகம் நசுங்கிக் கிடந்தது.

பாட்டு பாடணுமா? என் குரல், நல்லா இருக்காதே.

பரவாயில்லே. இங்கிலீஷ்லே பாடு. இங்கிலீஷ்லே சுகம். அதான் வேண்டியது.

பாடியபடி அவளை அணைத்து ஊடுருவி வருடினான். அவளிடம் நர்சரிப் பாடல் புத்தகம்பற்றிச் சொல்லியிருக்க வேண்டாம் என்று பட்டது.

இது இன்னும் உலர வைக்குது. உலர்ந்தால் காமம் இல்லை.

புரட்டிப்போட்டு ஆக்கிரமித்தபடி அவள் சொன்னாள், கால்கள் இறுக்கி.

வேறே பாட்டு பாடறேன்.

இதே மாதிரின்னா வேணாம்.

அது ஈரமாக்கும். உலராது. ஆஸ் யு லைக் இட் நாடகத்திலே.

வேறே பாட்டு பாடறியா இல்லாட்ட...

ஏய் வலிக்குது, கையோட வந்துடும். விடு. ஆஸ் யு லைக் இட். நீ கேட்ட படிக்கே பாடறேன்.

அவன் என்ன பாட என்று யோசித்தபடியே கண் மூடி இந்த அபத்தமான நிமிடத்தின் இனிமையை அனுபவித்தான்.

பாட மாட்டியா?

அவள் மேலே திரும்ப அடர்ந்து மிரட்டினாள்.

எனக்குத் தூக்கம் வருது. ரெண்டு நாளா முழிச்சிருந்த களைப்பு. பிரயாணக் களைப்பு.

சொல்லியபடி வைத்தாஸ் கண் மூடிக் கிடக்க முற்பட, பிசாசுபோல அவனை உருட்டிச் சீரழித்துக் தாழக் கை நீட்டிக் குவித்து இறுகப்பற்றிக்கொண்டு சிரித்தாள். அவள் விரல்களின் வலிமையில் திணறிப்போனான் வைத்தாஸ். இதுவும் வேண்டித்தான் இருக்கிறது. எழுந்திருக்க மாட்டேன் என ஒரு அடம்.

அவள் குதித்துத் தரைக்கு வந்தாள். கொண்டுவந்திருந்த சுருக்குப் பையில் இருந்து அடர்ந்த பச்சை நிறத்தில் திரவம் நிரப்பி இருந்த குப்பியை எடுத்துத் திறந்தாள். மழை ஈரம் உலராத மயில் இறக்கை வாடை அறையெங்கும் பரவியது.

வைத்தாஸ் சங்கடமாக முகத்தைச் சுளித்தபடி படுக்கையில் எழுந்து உட்கார்ந்தான்.

நாற்றமும் காம ரசம் அனுபவிக்க அவசியம்தான். எனில் நாற்றம் மட்டுமா முயங்கி இணை சேர்தலாகும்?

இல்லை.

தன் போக்கில் அவன் தலை ஆட, கை நிறையக் குவித்து எடுத்து வந்த அடர் பச்சைத் திரவத்தை வைத்தாஸின் அரைக்கட்டில் சூடு பறக்க அழுந்தத் தேய்த்தாள் வீராவாலி.

இனி நீ அடங்கப் போறதில்லே.

அவன் கன்னத்தில் முத்தமிட்டு வசீகரமாகச் சிரித்தாள்.

கண் இருண்டு வந்தது வைத்தாஸுக்கு. படுக்கைக்குப் பக்கத்தில் நிற்கிறான் அவன். தரையில் மண்டியிட்டு அமர்ந்து, பக்கத்தில் தைல சீசா தலை குப்புறக் கவிழ்ந்து, அடர் பச்சை எண்ணெய் தரையில் படர, யாரோ எங்கோ யாரோடோ படுக்கையில் படுத்திருக்கிறான். வைத்தாஸின் அப்பன் வரதராஜ ரெட்டி இல்லையோ அவன்? அந்த ஆள் மகாலிங்க அய்யன் என்கிறாள் வீராவாலி. ரெண்டும் ஒண்ணுதான் என்கிறான் மகாலிங்க அய்யன். கொண்டித்தோப்பு வைத்தியன் காய்ச்சிக் கொடுத்த மயில்

றெக்கைத் தைலம் இது என்று தரையில் படர்ந்திருந்த பச்சைத் திரவத்தைக் காட்டுகிறாள். இறந்த மயில்களின் வாடையும் சாவின் வாடையும் அதீதமாக வீசுகிறது. சுக்கிலம் அடர்ந்து, வீட்டுக்காரி யோடு போகம் செய்து வம்சம் விருத்தி செய்ய வழி வகுப்பது மயில் றெக்கைத் தைலம் என்று முணுமுணுத்தபடி மகாலிங்க அய்யன் படுக்கையில் இருந்து இறங்கிவருகிறான். கெளபீனம் முழுக்க எண்ணெய் வழியத் தரையில் கொட்டிய அந்த மயில் றெக்கைத் தைலத்தை வழித்து அரைக் கட்டில் பூசிக் கொள்கிறான். அடே வைத்தாஸே, நீயும் இந்த ஸ்திரியும் இங்கே இருக்கவேணாம். வாசல் திண்ணையில் படுத்து நித்திரை போங்கள் என்றபடி கட்டிலில் மறுபடி ஆரோகணிக்கிறான். பக்கத்தில் படுத்திருந்த சாது ஸ்திரியை ஆலிங்கனம் செய்ய அவள் எழுந்து உட்கார்கிறாள். தீபத்தைத் திரும்பப் பெருக்கி அவன் அரைக்கட்டை உற்றுப் பார்க்கிறாள்.

செத்து அழுகிக்கொண்டிருக்கும் ஏதோ ஐந்துவை உம் இடுப்பில் கட்டி வைத்திருக்கிறீரா? இந்த துர்வாடையை நான் எப்படி சகித்துக் கொள்வது. இடுப்புத் துணி அங்கேயே இருக்கட்டும். உருவ வேண்டாம். தற்போது எனக்கு உடம்பு முழுக்க வலியெடுப்பதால் என்னை சிரமப்படுத்தாதீர்.

அந்த ஸ்திரி கோரைப் பாயைச் சுருட்டிக்கொண்டுபோய், கரப்பான் ஊரும் மூலையில் அடுத்து நித்திரை போக, வைத்த கண் வாங்காமல் தரையில் அமர்ந்து பார்க்கிறான் வைத்தாஸ். வீராவாலி மோகம் ஏறி மிதந்து வரும் குரலில் சிரிக்க அவளை மடியில் சரிக்கிறான் குறி விரைத்த வைத்தாஸ்.

கண்ணயர வைக்கும் அசதி. கைகள் வீராவாலியின் உடலெங்கும் ஊர்ந்துகொண்டிருக்க, அவன் மகாலிங்க அய்யனாகிறான். வீராவாலி மெலிந்து கருத்து, ஸ்தனங்கள் அபாரமாகப் பெருத்த கன்யகை ஆகிறாள். சிமிட்டித் தரை குன்றுப் பிரதேசத்துப் பாறையாகச் சூடேறிக் காய்ந்து தகிக்கிறது.

தெருவில் போகும் பார வண்டிகளின் லாந்தர் வெளிச்சம் சன்னமான வெளிச்ச நறுக்கை உள்ளே பூசிப் போகிறது. வெளிச்சத்தில் அந்தக் கன்யகையை ஒரு வினாடி உற்றுப்பார்க்கிறான். சதைப் பிடிப்பு இல்லாத முகமும் குச்சி குச்சியான கையுமாக இருந்தாலும் அவளுக்குவேண்டிய தசையை எல்லாம் உருட்டி மார்பில் வைத்துத் திணித்திருக்கிறது. இவ்வளவு பெரிய ஸ்தனங்களோடு யாரையும் இதுவரைக்கும் பார்த்தது கிடையாது. பிழைத்துக்கிடந்தால் பார்க்கலாம் என்பதும் நிச்சயம் இல்லை.

அவளைத் திரும்பக் கீழே கிடத்தி உதட்டில் வலுக்கட்டாயமாக முத்துகிறான். அந்த ஸ்தனங்களையும் ஒருசேர அணைத்து அழுந்த முத்தமிடுகிறான். அவள் திமிறத் திமிற, அவள் காலுக்கு வெகுமேலே சேலையை வழித்து உயர்த்துகிறான். தன் வஸ்திரத்தையும் களையத் தொடங்குகிறான். அதற்குள் அந்த ஸ்தனங்களை இன்னொருமுறை சேர்த்து அணைத்துக்கொள்ள வேணுமென்ற வெறி கட்டுக்கடங்காமல் போகிறது.

கைகளை விரித்தபடி குனிந்து அவற்றை நெருங்கும்போது தாழப் பறக்கும் றெக்கைகளின் சத்தமும் மயில் றெக்கை எண்ணெய் வாடையுமாக அந்த இடமே மாறிப்போகிறது. அழுக்கான கறுத்த சிறகுகளோடு ரெண்டு கழுகுகள் அங்கே இங்கே என்று சுற்றும் பறந்து அவள் தோளில் வந்து அமர்கின்றன. அவனுடைய கண்களை அவை குறி வைக்க, அலறி எழுந்து அந்தாண்டை ஓடுகிறான்.

அறை வாசலில் நின்று திரும்பிப் பார்க்கிறான். அந்த ஸ்திரியின் மார்பில் ஸ்தனங்களுக்கு பதிலாக இரண்டு கறுத்த கழுகுகள் முளைத்திருக்கின்றன. அவை அங்கே புடைத்துக் கொழுத்து அமர்ந்து அவனையே நோக்குகின்றன. சுட்டெரித்துக் கொல்கிற கனலை அந்த விழிகளில் காண்கிறான்... மனதை ஆக்கிரமித்த காமமும் மோகமும் போன இடம் புரியவில்லை. உயிர்தப்பும் ஆசை மட்டும் பலமாக மிச்சம் இருந்தது.

வைத்தாஸ் துள்ளி எழுந்து விளக்கைப்போட அறைச் சுவரில் தொங்கிக்கொண்டிருந்த ஒரு பெரிய வௌவால் கருத்த சிறகுகள் நெடியடிக்க வீசி ஜன்னல் வழியே பறந்து போனது. வெறுமையாகக் கிடந்தது கட்டில்.

அத்தியாயம்

# இருபத்துநான்கு

விநோதமான ஊர் இது. நெற்றியில் சந்தனம் பூசாமல் யாரும் வெளியே இறங்குவதில்லை போலிருக்கிறது. யாரை அடுத்துப் போனாலும் சந்தன வாசம்தான் மூக்கில் குத்துகிறது. கிறிஸ்தியானிகளும் இதரரும் கூட வீட்டுக்குள் இருக்கும்போது மணக்க மணக்கப் பூசி இருந்து, வெளியே இறங்கும்போது மனசே இல்லாமல் அழித்துத் துடைத்து விட்டு, ரோமக்கால்களில் இறங்கிய மிச்ச சொச்ச வாடையோடுதான் நடமாடுகிறதாகத் தோன்றுகிறது. அப்புறம் ஒன்று. இது ஆண்கள் பற்றிய கணிப்பு. பெண்களும் அதே தோதில் இருக்கலாம். நந்தினிபோல.

நந்தினியின் மார்புக் குவட்டு வியர்வையில் கசியும் சந்தன வாடையை மனதில் அனுபவித்து நாசி விடர்த்த, வைத்தாஸின் கண் நிறைந்து போனது.

என் நந்தினி. இப்படி உன்னைப் பிரிந்து, கழிசடை நினைப்பும், எழுதி எழுதி இச்சை தீர்த்துக்கொள்ள முயற்சி செய்யும் கேடுகெட்டத்தனமும், அரசியல் என்றும் கலாசார உறவு என்றும் கடவுளின் மூத்த சகோதரி என்றும் புழுத்த பன்றி மாமிசமாக, புளிப்பு முற்றிப் பூசனம் பிடித்துக் களையவேண்டிய காடியாக, ஆயிரம் தடைகள் உன்னோடு உறவாட முடியாமல் ஒரு சேர என் வழியை அடைக்க, இன்னும் ஒரு வாரம், இதோ அடுத்த மாதம், இதுவும்

கடந்து போகட்டும். விரைவில் உன் அணைப்பின் கதகதப்பில் உயிர் கலந்து இருப்பேன் என்று காலத்தைக் கடத்தி வருவது என்ன மாதிரி வாழ்க்கையில் சேர்த்தி? என் எழுத்தும் என் பதவியும் என் வயதும் என் அனுபவமும் குப்பைக்குப் போகட்டும். எந்தத் தடையும் இடுப்புக்குக் கீழ் பிடித்துக் கட்டி நிறுத்தாமல் உன்னை நான் கலக்கும் நாள் என்றைக்கோ.

வைத்தாஸ் கண்களில் இன்னும் நடனம் நிகழ்ந்துகொண்டிருந்தது. அர்ஜுன நிருத்தம் என்று பெயர் சொல்கிறார் குறூப். கோவிலில் வெடி வெடித்து வழிபாடு நடத்தித் தரும் குடும்பமாம். அர்ஜுன நிருத்தம் ஆடுவாராம். ஆடி ஓய்ந்த கால் என்றாலும் நேற்று ராத்திரி ஆட்டக் காரர்களோடு சளைக்காமல், அசராமல் சேர்ந்து ஆடி அமர்க்களப் படுத்திவிட்டார் அவர். இவ்வளவுக்கும் அவருக்கு எழுபது வயது கடந்திருந்தது. அவர் சொல்லித்தான் அது தெரியும்.

அந்த ஆட்டமும் பாட்டும் வைத்தாஸ் நினைவில் இன்னும் சுழன்று கொண்டே இருந்தன. ஒரே வரியை கிட்டத்தட்ட நூறுமுறை ஒவ்வொரு தடவையும் ஒரு சிறு மாற்றத்தை குரலின் கனத்திலும், ஒலித் துணுக்கைக் குறுக்கியும் விரித்தும் ஒலித்தும், இரங்கல், பரிவு, வற்புறுத்துதல், உரிமையோடு முழங்குவது என்று குரலில் வித்தியாசம் காண்பித்தும் ராத்திரி முழுக்கச் சளைக்காமல் ஆடினார்கள் அந்த ஆட்டக்காரர்கள். மயில் தோகையை இடுப்பைச் சுற்றி கம்பீரமாக அணிந்து ஆடிய அவர்கள் எல்லோரும் ஆண்கள்.

பெண்கள் இல்லாமல் நளினத்தை ஆடிக் காட்டும் நடனங்களில் இந்தப் பகுதி மக்கள் ஏன் அபார உற்சாகம் காட்டுகிறார்கள் என்று வைத்தாஸுக்குப் புரியவில்லை. இவ்வளவுக்கும் உருட்டி விட்ட வெங்கலச் சிலைபோலத் திமிறும் அழகோடு நடமாடும் கருத்த சுந்தரிகளின் பூமி இது. நந்தினி என்ற தேவதையும் இங்கே இருந்து போன குடும்பத்தில் வந்தவள்தானே. என்னதான் இன்று கடவுளின் தமக்கை ஆகியிருந்தாலும் மயிலும் நிருத்தமும் அவளுக்குள்ளும் நிறைந்தவைதானே. ஆனாலும் அர்ஜுன நிருத்தத்தைப்பற்றி அவள் சொல்லியதாக நினைவு இல்லை.

வைத்தாஸ் ஷவரில் குளிக்க நின்றபோது நாளைக்கு மகாநாட்டில் அவன் எதை எல்லாம் குறித்துப் பேசவேண்டும் என்று துண்டு துணுக்காகத் தோன்றிப் போனது.

எப்படி ரசிக்கிறார்கள் இங்கே. தூக்கம், தூக்கம், மயில்பீலித் தூக்கம் என்று பதறியடித்துக்கொண்டு ஆணும் பெண்ணுமாக ஓடி வந்த உற்சாகம், அவன் நாட்டுக் கிராமங்களில் இரவு நேர ஆட்ட முரசு

கேட்டதும் ஓடி வந்து குவியும் பெருங்கூட்டத்துக்கு இணையாக இருந்தது.

எல்லோருக்கும், எங்கும், கொட்டும், குரவையும், தாளத்தை இயல்பாக உள்வாங்கி எல்லா வேகத்திலும் நடனமாடுவதும் உயிரணுக்களில் கடந்துவந்து அழியாத அடிப்படை ரசனையாக நிற்கிற அனுபவத்தை நினைக்க அவனுக்கு பிரமிப்பாக இருந்தது. ஆடத்தெரியாத யாரும் உலகில் இல்லை. ஆடாதவர் உண்டு. அவ்வளவே.

கந்தகம் கொளுத்தியதுபோல சகலரின் கம்புக் கூட்டுக்குள்ளும் இருந்து பிரவகித்த வியர்வை மூக்கில் குத்தும் வாடை அவன் மேல் இன்னும் பூசி இருந்தது. ஆட்டம் ஆரம்பித்த நிமிடங்களில் அசௌகரியமாக இருந்தாலும், நடனத்திலும் ஓங்கி ஒலிக்கும் பாட்டிலும் மனம் லயித்தபோது அந்த வாடை பிரக்ஞையில் இருந்து விலகி, அப்புறம் ஒரு கட்டத்தில் பாட்டு வரிகளில் கனமாகப் படிந்து திரும்பவந்து சேர்ந்தது. இனி எப்போதும் வைத்தாஸ் மனதில் சந்தனத்தோடு சேர்ந்து எழுந்த, கூட்டமான வியர்வை மணமாகவே அர்ஜுன நிருத்தம் நிற்கும்.

அது மட்டுமில்லை. இலுப்பை எண்ணெய் ஊற்றிய தீபங்களின் மஞ்சள் சுடர்கள் புழுக்கமான இரவில் நிறைக்கும் நெடியும் சந்தனத்தோடும் வியர்வையோடும் கலந்து பாட்டும் ஆட்டமும் ஆன ரசவாதம் அது.

ஆட்டக்காரிகள் எப்போ வருவார்கள்? வைத்தாஸ் விசாரித்தான்.

இது கதகளிபோல ஆண்களே ஆடும் ஆட்டம். என்ன குறைச்சல் அதனால்?

கூடக் கூட்டிப்போன வெடி வழிபாட்டு குறூப், வாயில் புகையிலைக் கட்டையை அதக்கியபடி கேட்டான்.

வைத்தாஸ், தான் இன்னும் கதகளி பார்த்ததில்லை என்று பாட்டு சத்தம் உச்சத்துக்குப் போய்க்கொண்டிருந்தபோது சொன்னான். குறூப் உலக்கையை விழுங்கி சுக்குக் கஷாயம் சாப்பிடும் நிதானத்தோடு ஆறுதல் சொன்னதை வைத்தாஸ் புரிந்துகொண்டது இந்தத் தோதில் –

கதகளியும், மோகினி ஆட்டமும், திருமேனிகள் கடவுள் விக்கிரகங் களைத் திடம்பு என்று ஓமனப் பெயரிட்டுத் தலையில் தூக்கி வைத்து ஆடும் நிருத்தமும் பார்க்காவிட்டால் ஒன்றும் குடி முழுகிப்

போகாது. ஆனால், ஒட்டந் துள்ளலும், இந்த மயில்பீலி நிருத்தமும் காணாமல் போனால் மலையாள பூமிக்கு வந்ததும் போனதும் எல்லாம் வீணாகிவிடும்.

குறூப் அனுமதி வாங்கிக்கொடுத்ததால், அந்தப் பாட்டை கொஞ்சம்போல ஒலிநாடாவில் பகர்த்திக்கொண்டான் வைத்தாஸ்.

நேற்றுக் காலையில் கோவிலுக்கு அடுத்த தெருவில் போய்ப்பார்த்த புராதன வீட்டிலும் அர்ஜுன நிருத்த ஆபீஸ்தான் இயங்கிக் கொண்டிருந்தது. அப்படித்தான் சொன்னார் குறூப். பம்பாயிலிருந்து வந்த அமைச்சரின் மனைவியாம் அங்கே நிர்வாகம் செய்து வரும் மதராஸ் பெண்மணி.

எம்பிராந்திரியின் வீட்டுக்காரியான முதுபெண் சோழி உருட்டிப் பார்த்துச் சொல்லித்தான் அந்த வீட்டைப் பார்க்கப் போயிருந்தான் வைத்தாஸ். அந்தப் புராதன வீட்டை வாங்கச் சொல்லி ஆலோசனை கொடுத்த எம்ப்ராந்திரி மனைவி இன்னும் மூணு பேருக்கும் அதே ஆலோசனையைச் சொல்ல வேண்டிப் போனதாக அவள் சொன்னாள்.

என் மகன் பத்ம சங்கர எம்ப்ராந்திரி லண்டனில் இருந்துகொண்டு கடிதம் எழுதியிருக்கிறான். சோழியும் பிரசன்னமும் உன் வயதுக்கும் ஆக்ருதிக்கும் கூடி வரவில்லை. அதுவும் நாலும் ஒரேபோல என்றால் பிரச்னம் இல்லை அது. பிரச்னை. இதெல்லாம் ஓரம் கட்டிவிடு என்கிறான். பத்மன் தெரியும்தானே?

முதுபெண் வசீகரமாகச் சிரித்தது மனதில் பூவாகச் சிதறியது. அர்ஜுன நிருத்தம்போல் அழகான சிரிப்பு அது.

பத்மன் எம்ப்ராந்தரியை, தான் லண்டனில் சந்திக்க முடியாமல் போனதை அவளிடம் சொல்லலாம் என்று வைத்தாஸுக்குத் தோன்றியது அப்போது.

கிடக்கட்டும், இந்த மாநாடு முடிந்து நாடு திரும்ப வழியைப் பார்க்கவேண்டும். நந்தினி இன்னும் எத்தனை நாள் தனியாகக் கஷ்டப்படுவாள்?

அறையில் இருந்த கருத்த டெலிபோன் மணி அடித்தது. கீழ்த் தளத்தில் இருந்து ரிசப்ஷனிஸ்ட் பெண் பேசினாள். கவனித்துக் கேட்டாலே அர்த்தமாகும் மலையாள இங்கிலீஷ்.

நீங்கள் கேட்ட வெளிநாட்டு தொலைபேசி இணைப்பு கிடைத்திருக்கிறது. பேசுகிறீர்களா?

வைத்தாஸ் பரபரப்போடு ஹலோ சொன்னான். அந்தப் பக்கம் ஏழு கடலும் ஏழு மலையும் தாண்டிப் பறக்கும் சிறிய நாரையின் குரலாக ஹலோ.

நந்தினி.

அடுத்த வாரம் நான் அங்கே..

சொல்லும்போதே அவனுக்குக் குரல் நடுங்கியது. அழ ஆரம்பித்தான்.

வேணாம். நானே வந்து…

நந்தினி சொல்லிக்கொண்டே இருக்க டெலிபோன் தொடர்பு அறுந்து போனது. அப்புறம் அரை மணி நேரம் காத்திருந்தும் நந்தினி கிடைக்கவில்லை.

வருகிறாள்.

அது போதும். வைத்தாஸ் மனம் முழுக்க நிம்மதி நிறைந்திருக்க, டாக்சி வந்துவிட்டது என்று யாரோ வந்துசொன்னார்கள். ஆலப்புழையில் போய் ஒரு முழுக்கை ஜிப்பாவும் வேஷ்டியும் எடுக்கவேண்டும். இன்னும் இரண்டு நாள் இங்கே நிகழ்கலை மாநாட்டுக்காக இருக்க வேண்டி இருக்கிறது. கால் சராய் போக முடியாத இடங்களிலும் மடித்துக் கட்டிய வேட்டி நுழையும்.

டாக்சிக்காரரைக் கொஞ்சம் இருக்கச் சொல்லியும் அவருக்கு ஒரு சாயா உண்டாக்கித் தரும்படியும் வைத்தாஸ் ஆங்கில பாணியில் சொன்ன மலையாள வார்த்தைகளுக்காக ஹோட்டல் நிர்வாகத்தாலும் தொலைபேசி இயக்கும் பெண்ணாலும் வெகுவாகப் பாராட்டப்பட்டான் வைத்தாஸ். அவன் சொற்கள் உடனே நடவடிக்கைக்கு உட்படுத்தப்பட்டன.

நன்றி சொல்லித் தனக்குக் காலை உணவாக ஆம்லெட் உண்டாக்கித் தர முடியுமா என்று வினயமாக விசாரித்தான் அவன்.

சார் க்ஷமிக்கணும். ப்ராதல் இன்னு வைகும்.

ஏன் தாமதமாகும் என்று விசாரிக்க, டெம்போ வேன் ஸ்ட்ரைக் என்று தெரிந்தது. அதனால்? கோழி முட்டை வராது. பக்கத்தில் யாரும் கோழி வளர்க்கிறார்களா? வளர்க்கிறார்கள். அவர்களிடம் வாங்கி ஆம்லெட் உண்டாக்கலாமே? இல்லை, அவர்கள் நூறு கிலோமீட்டர் தூரம் உள்ள நகரத்தில்தான் லாரியில் கொண்டுபோய் அவற்றை விற்கவேண்டும். பஸ் கட்டணம் கொடுத்து ஆளனுப்பி, அங்கே போய் வாங்கி வரவேண்டும். டெம்போ ஸ்ட்ரைக்.

கோழிக்குப் பறக்க முடிந்தால் நூறு கிலோமீட்டர் தாண்டிப் பறந்து போய் முட்டை போட்டிருக்கும் என்று அவன் சொல்ல, அவர்களில் யாரும் சிரிக்காமல் அனுதாபத்தோடு பார்த்தார்கள்.

வைத்தாஸ் சிரிப்பை அடக்கிக்கொண்டு டாக்சியில் ஏறினான்.

ஒரு நிமிஷம் என்று ஒற்றை விரல் காட்டி அடுத்திருந்த சாயாக் கடையில் நின்றிருந்த டாக்சி டிரைவரிடம் ஒப்புதலாகத் தலையசைத்துக் காத்திருந்தான் வைத்தாஸ். அவன் ஓடி வந்ததும் பரபரப்பாக வண்டியை கிளப்பியதும் வைத்தாஸின் மனதுக்கு இஷ்டமாக இருந்தது. இந்த மாநிலத்தில் இப்படியான மரியாதை அபூர்வம் என்று தோன்றியது.

பக்கத்தில், இட்லியும் காப்பியும் கிடைக்கும் கடை ஏதாவது உண்டா என்று டிரைவரைக் கேட்க, சந்தனம் மணக்க இருந்த அந்த தாடிக்காரன், கல்யாணம், பிள்ளை பிறப்பு போன்ற அபூர்வமான சந்தர்ப்பங்களுக்காகச் சேமித்து வைத்திருந்த தன் சிரிப்பில் இருந்து ஒரு கண்ணி கிள்ளியெடுத்து வைத்தாஸுக்குக் கொடுத்தான்.

அசல் குட்டநாடன் சாப்பாட்டுக் கடை உண்டு. போகலாம் சாரே.

ஆலப்புழை போகிற வழியில் அவன் நிறுத்திய இடத்தில் நாலு பெஞ்சுகளையும் மர ஸ்டூல்களையும் பரத்திப்போட்டு ஒரு விடுதி. ஓரமாகத் தூங்கிய நாய்களையும், வாசலில் கட்டி வைத்த செம்மறி ஆட்டையும், பீடி புகைத்தபடி ஓட்டல் வாசல் படிகளில் உட்கார்ந் திருந்த கைலி அணிந்த பெரியவர்களையும் எல்லா ஓட்டல்களிலும் தான் பார்க்க முடியும். ஆனால் வாசலில் நட்ட நடுவே கால் பரப்பி மண் தரையில் அமர்ந்து இருக்கும் ஸ்தூல சரீரப் பெண்மணி?

ஓ, அவளா, வழக்கு முத்தச்சி. டாக்சி டிரைவர் சொன்னான்.

என்றால்? வைத்தாஸ் குழப்பமாகப் பார்த்தபடி காரை விட்டு இறங்க, அந்தப் பெண் இரைய ஆரம்பித்தாள். அவள் சொல்லுகிறதெல்லாம் ஆண்கள்கூடப் பேச யோசிக்கும் தெறிகள், என்றால் வசவுகள் என்று சொன்னான் டாக்சி டிரைவர் சிரித்தபடி.

யாரையாவது வாய்ச் சொல்லால் துன்பப்படுத்த வேணும் என்றால், அவர்கள் எங்கே இருந்தாலும் சரிதான், முத்தச்சிக்குக் காசு கொடுத்தால் இங்கே இருந்தே சரமாரியாக வசவு வீசி அவர்களை முட்டுக் குத்தச் செய்துவிடுவாள் இவள்.

இங்கிருந்து திட்டினால் வேற்றூரில் எப்படி அது போய்ச்சேரும்?

அது என்னவென்று தெரியாது. ஆனால் இங்கே திட்டியதும் அங்கே போய்ச்சேர்ந்த உடனே சம்பந்தப்பட்டவர்களுக்குப் பேதியாவதும், நாக்குழறி, வியர்த்துப்போய் சுருண்டு விழுவதும் கிரமமாக நடக்கிறதே.

டாக்சி டிரைவர் சொன்னபடி எட்டணா நாணயத்தை அந்தக் கிழவிக்கு முன்னால் போட்டு விவரம் சொன்னான் - மகம்மை பஞ்சாயத்து தெக்கே பரம்பில் சங்குண்யார் என்னு பறஞ்சால் காணாதுண்ணி சங்கு.

அவன் விலாசம் விவரம் சொல்லும்போதே புன்னகைக்க, வைத்தாஸ் என்ன விஷயம் என்று கேட்டபடித் தானும் சிரித்துவைத்தான்.

என் மாமனார்தான். யாரும் பார்க்காமல் ஒளிந்திருந்து சாப்பிடுகிறவன் என்று பட்டப் பெயர். எனக்கும் காசு தரமாட்டேன் என்கிறான் வயசன்.

அவன் பின்னும் வெகு சத்தமாகச் சிரிக்க, கிழவி வைய ஆரம்பித்தாள். காற்றும் அபானவாயுவாக நாறிப் போனதாக யாரோ சொல்லி அந்தக் கிழவியின் அண்டையில் நின்று இன்னும் ஒருமுறை வசவைத் திரும்பச் சொல்லச் சொல்லிக் கேட்டுக் கொண்டார்கள்.

கடல் சிலந்தி புணரட்டும் என்கிறாள் கிழவி. ஆக்டோபஸ்பற்றி எங்கே தெரிந்துகொண்டாள்? வியப்போடு வேறே யாரோ சொன்னார்கள். அந்தப் பெண்பிள்ளை இந்த வயதிலும் புதுசு புதுசாக அறிந்து வைத்துக் கொள்வது வெகுவாகப் பாராட்டப் பட்டது.

காணாதுண்ணிக்கு அரையில் புழுப் புழுத்து வீங்கி குறி அறுந்து விழச் சொல்லித் திட்டு என்று சொல்லியபடி டிரைவர் படியேற, அதுக்குத் தனியாகத் தரணும் என்றாள் கிழவி.

துரெ, ஒரு ரூபாய் காசோ நோட்டொ இருந்தா தள்ளைக்குக் கொடு. பின்னாலே அட்ஜெஸ்ட் ஆக்கித் தரும்.

யாருக்கோ குறி புழு வைத்து அழுகி அறுந்து விழத் தானும் ஒத்தாசை செய்கிற குற்ற போதத்தோடு உள்ளே நுழைந்தான் வைத்தாஸ்.

வாசலை ஒட்டிப் போட்டிருந்த பெஞ்சில் இருந்து, கிழவி சத்தத்தை மீறிய பெருங் கூச்சலாக, யாரோ விவாதித்துக்கொண்டிருந்தார்கள். மூக்குக் கண்ணாடி அணிந்த, முழங்கையில் மடித்துவிட்ட சந்தன நிறச் சட்டை போட்ட, கட்டை மீசை நடு வயதுக்காரன் அவன்.

கேட்டவர்களும் சந்தன நிற டெரிலின் சட்டைதான் போட்டிருந்தார்கள். மீசை வைக்காதவர்கள் அவர்கள்.

டாக்சி டிரைவரிடம் என்ன விஷயம் என்று விசாரித்தான் வைத்தாஸ். அவன் சுமாராக மொழிபெயர்த்தான் -

தோத்திரப் பாட்டுகளும் இலக்கியம்தான். எல்லாத் தெய்வங் களுக்கும் அவை உருவாக்கப்பட்டு விட்டன. ஆனாலும் தாழ்வில்லை. சகல விநோதங்களோடும் புதியவர்களை உருவாக்கு வோம். புதிய இலக்கியங்களைப் பிறப்பிப்போம். இது இலக்கியம் இல்லை என்று சொல்கிறவர்களுக்கும் குறி அறுந்து விழப் புது வசவுகளை உருவாக்குவோம்.

டெரிலின் சட்டைகளைப் பார்க்க வைத்தாஸுக்கு வாத்சல்யமாகப் போனது. இவர்களும் இங்கிலீஷில் எழுதுகிறவர்களாக இருக்க முடியாது என்று தோன்றியது. இந்த உரையாடலை இனி வரும் அவனுடைய எந்தப் புத்தகத்திலும் புகுத்தி விடமுடியும். மேடைப் பேச்சிலும் குறிப்பிடலாம்.

வைத்தாஸ் திருமேனி என்று யாரோ விளிக்கிற சத்தம். குடைக்கார சாமு.

ஒரு மழைக் காலத்தில் வைத்தாஸ் ஊருக்கு முதலில் வந்தது முதல் தனக்கு சிநேகிதமான சரித்திரத்தை வாய் நிறைய புட்டையும் கடலையும் அடைத்து மென்றபடி சாமு சொன்னபோது, சுவரில் சார்த்தி வைத்திருந்த அவனுடைய குடையும் சுவாரசியமாகக் கேட்டது.

வைத்தாஸ் அடுத்த பெஞ்சில் உட்கார்ந்து பொதுவாகப் பார்த்துச் சிரித்தான்.

வைத்தாஸ் தொரே, இந்தச் செக்கன் நம்ம வெடிக் குறுப்போல மயில்பீலி தூக்க, ஆப்பிஸிலே ஜோலி நோக்கறவன்தான்.

கெச்சலாக, கருப்பாக ஓர் இளைஞனும் அவனோடுகூட ஆறடி உயரமும் பெண் டார்ஜான்போல ஆகிருதியுமாக ஒரு ஐரோப்பிய இளம் பெண்ணும் அங்கே இருந்தார்கள்.

அவன் திலீப் மோரே என்று பெயர் சொல்லி அறிமுகப்படுத்திக் கொண்டு கை அலம்ப எழுந்தான். வைத்தாஸுக்கு முன் வானத்துக்கும் பூமிக்குமாக வளர்ந்த அந்த ஐரோப்பியப் பெண் தன் பெயராகச் சொன்னது கேட்க முடியாமல் வாசலில் கிழவி வேறு யாருக்கோ வசவு உதிர்க்க ஆரம்பித்தாள்.

நடாஷா வாசிலிவ்ஸ்கி.

வசவு மழை ஓயும் வரை எச்சில் கை உலர நின்ற அவள், வைத்தாஸிடம் திரும்பப் பெயர் சொல்ல, அவள் எடுத்துக்கொண்ட சிரமத்துக்குப் பரிகாரமாகவோ என்னவோ எழுந்து நின்று வணங்கினான் வைத்தாஸ்.

வைத்தாஸ் இக்வனொ ரெட்டி.

உங்கள் நாவல்களைப் படித்திருக்கிறேன்.

அந்தப் பெண் தேவதூதனைச் சந்தித்த பிரமிப்போடு சொல்லி நகர, வைத்தாஸுக்கு இது நல்லபடியாக விடிந்த ஒரு தினம் என்று தோன்றியது.

புட்டு, கடலை. புழுக்கின பழம். ஆகாரத்தைக்கொண்டுவந்தவன் வைத்துவிட்டு அப்பால் போனான். பான் அப்பித்தி. மனசில் நந்தினி குரல் ஒலித்தது.

நாளைக்கு மாநாட்டில் நிகழ்கலைகள்பற்றி இப்படிப் பேசுவான் வைத்தாஸ் –

தெய்வத்தின் உற்றாரும் உறவினரும், மயில்களும், மயில் பீலி அணிந்த, கஷ்கத்தில் வியர்வை வடியும் ஆண்களும் சந்திக்கும் இடம் ஆட்டக் களம். புதியதாக உருவாக்கி, தோத்திரப் பாடல் களைக் கோர்த்து மாலை அணிவித்திருந்தாலும், ஆடத் தெரியாத கடவுளுக்கு அங்கே இடம் இல்லை.

அத்தியாயம்

# இருபத்தைந்து

ஊரோடு வெள்ளை உடுத்தியிருக்கிறார்கள். ஒண்ணு, இங்கே சாயக்காரன் எல்லாரும் அஸ்தமித்துப் போயிருக்கணும். இல்லையோ, சாயம் துணியில் ஏறாமல்போய் அவன்களை ஊருக்கு வெளியே வேலிக்காத்தான் மண்டிய தரிசு பூமி நெடுக, உடுப்பைப் பிடுங்கிக்கொண்டு முண்டக் கட்டையாக ஓட ஓட விரட்டியிருக்கணும். அப்புறம், சாயமுமாச்சு, சாராயமுமாச்சு, இருக்கவே இருக்கு வெளுப்பு என்று வைராக்கியமாக உடுத்த ஆரம்பித்து இப்போது வெள்ளைப்பட்டியாகிப் போயிருக்கலாமோ இங்கே வந்து சேர்ந்த பிரதேசம்?

ராஜா தீவிரமாக யோசித்தபடி, இந்த ஊருக்கு என்ன பெயர் என்று பனியன் சகோதரர்களை விசாரித்தார். அதிலே குட்டையன் மிகமிஞ்சிய மரியாதையோடு விரை தரையில் மோதத் தாழ்ந்து உடம்பு வளைத்து வணங்கி முறையிடுகிற குரலில் சொன்னான் –

அம்பலப்புழை, மகாராஜா.

இதுக்கு அவன் நின்னபடிக்கே சொல்லி காலில் சாஷ்டாங்கமாக நமஸ்காரம் செய்து எழுந்திருக்கலாம். வயசாக வயசாக, யாராவது காலில் விழுந்து வணங்கினால் ரொம்ப இஷ்டமாகப் போகிறது. ஒருநாள் முழுக்க ஊர்க்காரன் எல்லோரும் வரிசையில் நின்று காலில் விழுந்து கும்பிட்டுப் போனால், ராஜா சோறு தண்ணியில்லாமல்

சுவாரசியமாக வேடிக்கை பார்த்து அருள் பாலித்துக் கொண்டிருப்பார். சேடிப் பெண் போன்ற சின்னஞ்சிறிசுகள், என்னத்தை சின்னஞ்சிறிசு, நாப்பது வயசாவது ஆகியிருக்கும் சிறுக்கி மகளுக்கு, ஆனால் என்ன, உருண்ட தோளை இறுகப்பற்றி, காலில் விழுந்தவளை எழுப்பி நிறுத்த ராஜாவுக்கு கை தினவெடுத்தது.

கிடக்கட்டும் சேடிப் பெண்ணும் மற்ற பெண்களும். வந்த இடத்திலும் அந்நிய ஸ்திரியை இச்சிப்பதிலேயே சகதியில் எருமையாக நினைப்பை நிறுத்துவது என்ன நியாயம்?

மனசு இடிக்க, ராஜா சரியென்று சொல்லி, கண்ணில் பட்டதை எல்லாம் சுவாரசியமாகக் கவனிக்க ஆரம்பித்தார். அவர் காலத்துக்கு அப்புறம் நூறு வருஷமாவது கடந்து வருகிற காட்சி இதெல்லாம். நூதன வாகனக் களவாணிகளான பனியன் சகோதரர்கள் அவரை எல்லா விதத்திலும் ஆசை காட்டி இப்படி காலம் விட்டுக் காலம் கூட்டி வந்து நிறுத்தி விட்டார்கள். அவர்களுக்கு ராஜா கொடுத்த கும்பினியார் தங்கக் காசு மேல் வெகு இஷ்டம். ராஜாவுக்கோ ஊர் உலக நிலவரம் அறிந்து வைத்துக்கொள்ள மகா இஷ்டம்.

ராணிக்குத் தெரியாமல், வேறு யாருக்கும் தெரியாமல் நூதன வாகனத்தில் அந்தக் களவாணிகளோடு கிளம்பி வந்தாகிவிட்டது. போகிற வழியில் இவன்கள் காதை அறுத்துக் கடுக்கனை எடுத்துக் கொள்வார்கள் என்று முன்னோர்கள் பயமுறுத்த, அதை மட்டும் கழற்றி இடுப்புச் சோமனில் முடிந்து வைத்திருக்கிறார் மகாராஜா. அதாவது வேட்டி மடிப்பில்.

சின்ன சரிகை தலைப்பாக வழியும் வெள்ளைச் சேலையில் சகலமான வயதுப் பெண்களும், பெண் குழந்தைகள்கூட வெள்ளைப் பாவாடையோடுதான் வளைய வருகிறார்கள். ஆண்களோ, தழையத் தழைய வேட்டி உடுத்தி, ஒண்ணு, இடது பக்கம் கணுக்காலில் இருந்து வேட்டி நுனியைத் தூக்கிப் பிடித்தோ, அல்லது சரி பாதியாக மடித்து முழங்காலுக்கு மேலே பட்டையாகக் கட்டியோ எந்தப் பரபரப்பும் இல்லாமல் சாவதானமாக நடக்கிறார்கள். கக்கத்தில் குடை வேறே.

வெள்ளைக்காரன் ஊரும் இதே படிக்குத்தான் இருக்குமோ? அங்கே சராய் உடுத்த வெள்ளையப்பன்கள்தானா ஊர் முச்சூடும் திரிவார்கள்?

ராஜா இன்னும் அந்த விசித்திரத்தை அனுபவிக்கிற தோதில் குண்டு குழியாகக் கிடக்கிற தெருவைப் பார்க்காமல் நடந்துவந்தார். பின்னாலேயே ஓட்டமும் நடையுமாக பனியன் சகோதரர்கள்.

சமூகம் பாதையிலே ஒரு கண்ணு வைக்க பிரார்த்திக்கிறோம். தடுக்கி விழுந்தால் அடி பட்டுடும். எங்களுக்கு சகிக்க ஒண்ணாத துன்பம் ஏற்படலாம்.

குழந்தைக்கு சொல்கிறதுபோல ராஜாவுக்கே யோசனை சொல்கிறான்கள்.

குண்டலினி மாதிரி கபால நடுவே ஜிவ்வென்று பற்றிக் கூராக ஏறிப் படர்ந்த கோபத்தை அடக்கிக்கொண்டு பனியன் சகோதரர்களை அவர் நோக்க, எதுவுமே நடக்காததுபோல் அவர்கள் கள்ளச் சிரிப்பும், சகஜ பாவனையுமாக எலுமிச்சம் பழத்தையும் காகிதக் கட்டையும் நீட்டினார்கள். எதுக்காக அந்த அதீத உபசாரமெல்லாம்? அதுவும் எலுமிச்சம் பழம்? தாசி வீட்டுக்கா பயணம்?

மகாராஜாவும் ராணியம்மாவும் நல்ல சேமமாய் இருக்க, ஊர் செழிக்க, பயிர் பச்சை விளைய, மழை தவறாமல் பெய்ய, இங்கத்திய பகவான் கிருசுணசாமியை நேர்ந்துக்கிட்டோம். காணிக்கையோடு போய் நம்பூதிரிக்கு தட்சணை தரணும். பிரசாதமாகப் பால் பாயசம் சமூகத்துக்கு வந்து சேரணும்.

அங்கே, நம்ம ஊரில், ஜோசியக்கார அய்யர் யந்திரம் நிறுத்தறேன், தேவதையை பிரதிஷ்டை செய்யறேன் என்று ஊர் சௌக்கியப்பட ஏதோ செய்கிறதாக வராகன் தட்சிணை வாங்கினால், இங்கே அதே தரத்தில் இருக்கப்பட்ட மனுஷர்கள் பாயசம் விற்றுக் காசு பார்க்கிறார்கள்போல. அதை வசூலிக்கிற வகையில் இந்த குட்டையனும் நெட்டையனுமான பனியன் சகோதரர்களும் கூடுதல் வருமானம் தேடுகிறார்களோ. நடக்கட்டும்.

குப்பாயத்தில் இருந்து ஒரு வெள்ளிக் காசை தாராளமாக எடுத்துப் போட்டார் ராஜா. இன்னொரு வராகனோ நாலைந்து தங்கக் காசுகளோ அவர்களுக்கு தரலாம்தான். வந்ததும், வினோதமெல்லாம் கண்டதும் நல்லபடி முடிந்தால் அதைப் பார்த்துக் கொள்ளலாம் என்று நினைப்பு. அவர் மனதை சிரமமின்றிப் படித்த பனியன் சகோதரர்கள் ஏதோ நிச்சயம் செய்தமாதிரி ஒரே நேரத்தில் தலையைக் குலுக்கிக்கொண்டார்கள். காணாது கண்ட சந்தோஷச் சிரிப்பும் பொங்கி வழிந்தது அவர்கள் முகத்தில்.

யந்திரம் நிறுத்த சிலாக்கியமான இடம்.

பின்னால் குரல் கேட்டுத் திரும்பினார் ராஜா. அரண்மனை ஜோசியர்.

இந்த அய்யரையும் கூட்டி வந்தாகிவிட்டதா? என்ன கண்றாவிக்கு? எப்படிக் கூட்டிவந்தார்கள்? எப்போது?

மகாராஜா மன்னிக்க வேணும். சமூகம் வண்டியில் ஏறினதுமே அசதியில் உறங்கியாச்சு. அதான் கேட்க முடியலே. முன்னாடி நிறைய இடம் சும்மாதானே கிடக்கு, நானும் வரேனேன்னு கேட்டார் சோசியர் அய்யர்.

அவரும் காசு கொடுத்துத்தான் நூதன வண்டியில் தொத்திக் கொண்டு வந்திருக்கிறார் என்று ராஜாவுக்குப் புரிந்தபோது இன்னொரு குரல்–

நானும்தான் வந்திருக்கேன். உன் பக்கத்துலேயேதான் உக்கார்ந்து வந்தேன்.

ஆச்சரியத்தோடு ராஜா நிமிர்ந்து பார்க்க, மாமனாரான புஸ்தி மீசைக் கிழவன் வழுவழுவென்று ஏதோ பச்சையும் மஞ்சளுமான துணியில் தைத்த பாதிரி உடுப்பும், முன்னால் வளைந்த அழகான பிரஞ்சு தேசச் சப்பாத்துமாக நரை மீசையைத் தடவிக்கொண்டு குதித்துக் குதித்து நடந்துவந்தான்.

மாமா, நீங்க எப்ப வந்தாப்பலே?

உபசாரத்துக்காகக் கேட்டார் ராஜா.

வங்காப்பய, நாம எங்கே போனாலும் பிடரியிலே மோந்துக்கிட்டு பின்னாடியே வந்துடறான் என்றது மனது. இந்த நூதன வாகனக் களவாணிகள்தான் கிழவனையும் சொகுசாக வண்டியில் உட்கார வைத்தோ, மேலே தாம்புக் கயிற்றால் கட்டிக் கிடத்தியோ இட்டு வந்தார்களா?

உருட்டி விழித்து பனியன் சகோதரர்களை ராஜா பார்க்க, அவர்கள் எங்களுக்கும் இவர் வந்ததற்கும் எந்த சம்பந்தமும் இல்லை என்று உடனடியாகப் பார்வையால் வெளிப்படுத்தினார்கள். கிழவன் திடுமென்று தாண்டிக் குதித்துப் பிரவேசம் செய்ததில் அவர்களுக்கே ஆச்சரியம் என்றும் அந்தப் பார்வை சொன்னது.

கூத்து நடக்குன்னு சொன்னாப்பல. அதான் செத்த நேரம் இருந்துட்டுப் போகலாமேன்னு கிளம்பி வந்தேன்.

ராஜா முந்திக்கொண்டு, தான் ஏன் அங்கே இருக்கிறேன் என்பதற்கு யாரும் கேட்காமலேயே காரணம் சொன்னார். கிழவன் எதுக்கு வந்திருப்பான் என்று அவருக்குத் தெரியும். கூட்டத்தில் கலந்து இருக்கப்பட்ட நடுவாந்திர வயசுப் பெண்டுகளிடம் சில்மிஷம் செய்ய இல்லாமல் வேறே எதுக்கு? அவன் உயிரோடு இருந்த காலத்தில் ரெண்டு பேரும் அபூர்வமாக உட்கார்ந்து சீமைச் சாராயம் மாந்திக்கொண்டிருந்த ஒரு சாயங்காலத்தில் கிழவன் பெருமை யோடு சொன்னது நினைவு வந்தது ராஜாவுக்கு –

மாப்பிள்ளே, வயசாகிட்டு இருக்கில்லே. மனசும் அதுக்கு ஏத்த மாதிரி தானே மாறிக்கும் பாத்துக்குங்க. முன்பெல்லாம் வடிவா ஒரு சின்னக் குட்டிப் பொண்ணும் கூடவே மத்திய வயசுக்காரி அவ ஆத்தாளும் சேர்ந்து வந்தா, கண்ணும் மனசும் சின்னஞ்சிறிசு மேலேதான் விழும். இப்போ? கொப்பும் கொழையுமா நடு வயசுலே நிக்கறாளே அம்மாக்காரி, மாசாந்தர தீண்டல் நின்னா வர்ற சௌந்தரியம் அது. அதுலேதான் மனசுபோய் தலை குப்புற விழுது. தனி வாசனை அந்த உடம்புக்கு, கேட்டுக்குங்க. அனுபவப்பட்டா, சேடிப் பொண்ணு எல்லாம் என்ன பிரமாதம்னு தோணும், போக வாசனை.

சேடிப் பெண்ணோடு ராஜாவின் பிற்பகல் விளையாட்டு விவரங்கள் தெரிந்த திமிரில் முறுவல் பூத்துக்கொண்டு கிழவன் அப்போது சொன்னான். அவன் அதே சேடியை வாய் உபச்சாரம் செய்யச் சொல்லி வற்புறுத்தியது பின்னால்தான் அந்தப் பெண் மூலமாக ராஜாவுக்குத் தெரிய வந்து, கிழவனை ஜமீன் அரண்மனையில் இருந்து உடனே புறத்தாக்கினார் அப்போது.

கிழவன் இங்கே எந்த வயசில் பெண் தேடி வந்தானோ. யாராக இருந்தாலும் அவனுக்கு நூறு, நூற்றைம்பது வருஷம் பின்னால் வந்தவர்களாக இருக்கும். அந்த விஷயம் புரியாமல் ஏதாவது திரிசமன் செய்து வைத்தால்?

அவனுடைய சாவைக் கோலாகலமாகக்கொண்டாடி, நாற்றம் பிடித்த கிழட்டு தேகத்தைப் புதைக்க எடுத்துப் போக என்று கழிந்த நேரம் ராஜா நினைப்பில் உடனடியாக வந்து நின்றது, கிழவனின் சடலத்தைப் படம் எடுக்கிறேன் என்று நூதன வாகனக் களவாணிகள் அப்போது கிளம்பியபோது, நட்டுக் குத்தலாக உட்கார வைத்த பிணமாக சேடிப் பெண்ணின் மடியில் விழுந்து மாரில் கையளைந்தவனாச்சே இந்தப் பொல்லாத கிழவன். ஆவி போனாலும் ஆசை போகாதவன் அல்லவோ இவன். கையைக் காலை வைத்துக் கொண்டு இந்த மலையாள பூமியில் சும்மா இருப்பானோ.

எதுக்கு பழங்கதை எல்லாம்? வந்தோமா, வந்த இடத்துலே வேடிக்கை பார்த்துட்டுப் போனோமா என்று இருக்காமல் எதற்கு வம்பு வலிக்கணும்?

ராஜா பரிவாக கிழவனைப் பார்த்துப் புன்சிரிக்க, அவன் கழுத்தைச் சுற்றி லேஞ்சி ஒன்றை சாவகாசமாகக் கட்டிக்கொண்டு நம்மூர் மேளம் வந்திருக்கு, பாத்தியா மாப்பிள்ளே என்று உற்சாகமாக ராஜாவை விசாரித்தான்.

அது சாவு மேளமாச்சே மாமா, உங்க சாவுக்கு அடிச்சு முழக்கினது தானே?

சாவா? எனக்கேது அதெல்லாம்?

கிழவன் வீம்பாகக் கேட்டு மிதக்க ஆரம்பித்து, இங்கே காலை வீசிப் போட்டு நடப்பதே சாலச் சிறந்தது என்றுபட, கௌரவமான தோரணைகளோடு பாதிரியார் நடை நடந்து முன்னால் போனான்.

அவனைப் பின் தொடர்ந்து ராஜா. அவருக்கும் பின்னால் நூல் பிடித்ததுபோல் அரண்மனை ஜோசியரும் அவருக்கும் சற்றுப் பின்னே, பனியன் சகோதரர்களும் நடந்துபோனார்கள். ராணியைப் பெண் கேட்டு உறவும், குடிபடைகளும் சகிதம் எந்தக் காலத்திலேயோ இப்படி ஊர்வலமாகப் போனது ராஜாவுக்கு நினைவு வந்தது. அப்போதும் பின்னால் அரண்மனை ஜோசியர். ரொம்ப இளையவராக இருந்தார் ஜோசியர். களவாணிகளின் சிநேகம் அந்தக் காலத்தில் கிட்டியிருக்கவில்லை. வெகு பின்னால் தான் அதெல்லாம் ஆனது.

ராஜா ஒரு வினாடி நின்றார். கூட்டம் அலையடித்துக்கொண்டு ஒரு பரந்தவெளி. பக்கத்தில் மரத்தில் கூரை போட்டு மரத்தால் சுவரும் கதவும் வைத்து ஒரு கட்டிடம். சுற்றியிருந்த வெளியில் நின்று முட்டி மோதுகிற எல்லோரும் கையில் கிண்ணியோ, வெங்கலப் பானையோ, வெள்ளி அல்லது தாமிர கூஜாவோ பிடித்திருந்தார்கள். பெருஞ்சத்தமாக எல்லோரும் ஒரே நேரத்தில் பேசிக் கொண்டிருந்ததும் அங்கே நடந்தது.

இதென்ன இங்கே ஜனம் ஏகத்துக்குக் கூடி இருக்கு? அவனவன் ஏனத்தைத் தூக்கிக்கொண்டு என்னதுக்காக இப்படி இரைகிறான்?

ராஜா பனியன்காரர்களை விசாரித்தார்.

அதை ஏன் கேக்கறீங்க மாப்பிள்ளே. இது கோவில். பால் பாயசம் நல்லா காச்சித் தருவாங்களாம். அதை வாங்கிக் குடிக்கத்தான் அலை மோதுது ஜனம். விடிஞ்சதுமே கோவில் அய்யருங்க அண்டா முழுக்க பாயசம் காச்சி வச்சுடுவானுங்க. பிறகு ராத்திரி வரைக்கும் பாயசம் விக்கறதும் வாங்கறதும்தான் மும்முரமா நடக்கும். மூணு வேளையும் இதைக் குடிச்சுட்டு பீடி, சிகரெட்டு வலிச்சுக்கிட்டு அவனவன் நடந்து போகற மோஸ்தரை பாக்கணுமே.

கிழவன் உற்சாகமாக அறிவித்தான். ராஜாவுக்குத் தெரியாத ஒரு தகவல் தனக்குத் தெரிந்த பவிஷு அவனுக்கு. அந்நிய மனுஷர்கள் அங்கே நடமாடாமல் இருந்திருந்தால், அவனுடைய வழக்கப்படி தரைக்கு முக்கால் அடி உயரத்தில் மிதந்தபடி வந்திருப்பான் அவன்.

விஷயம் தெரிந்தது மட்டுமில்லை, புதுசு புதுசாக இந்த வயசில் கற்றுக்கொண்டு வார்த்தையைச் சரியான இடத்தில் விடுகிறானே எழவெடுப்பான் என்று ராஜாவுக்கு ஆச்சரியமான ஆச்சரியம். அது என்ன கண்றாவியோ பீடி, அப்புறம் என்ன சொன்னான், சீரெட்டு. இருக்கட்டும். நல்ல இருக்கட்டும்.

கூம்பு கூம்பாகப் பிடித்துக் கூரை வைத்த இந்த மரக் கட்டிடம்தான் இந்த பூமியிலே கோவில்னுகூட எனக்குத் தெரியாமப் போச்சே என்று ராஜா உள்ளுக்குள் மருகினார்.

எப்போதும் அரண்மனையிலேயே சுக்குத் தட்டிப்போட்டு வெந்நீர் குடித்துப் பிருஷ்டத்தில் தட்டித் தட்டி வயிற்றில் இருந்து வாயு இறங்கிக் கிரமமாகக் கழிக்க பிரயத்தனப்பட்டுக்கொண்டு, முன்னோர்களுக்கு சாராயமும் கோழிக் கறியும் கொண்டுபோய்ச் சேர்க்க ஜோசியக்கார அய்யரின் யந்திரங்கள் மூலம் முயற்சி செய்துகொண்டு, கும்பினி துரை கிடுக்கிப் பிடி போட்டு வரி கொடுக்கச் சொல்லும் பொழுதில், அதைக் கொடுக்க ராஜ்ஜியத்தில் வழியற்றுப் போனதால் உத்தரவை மறுபரிசீலனை செய்ய வேண்டும் என்று பிரார்த்தித்து காரியஸ்தனைக்கொண்டு லிகிதம் எழுதிக்கொண்டு, ராணியோடு அருகில் படுத்து சும்மா சகசயனமாக உறங்கிக்கொண்டு, அபூர்வமாகக் கிட்டும் பகல் நேரங்களில் சேடிப் பெண்ணுக்கு முத்தம் கொடுத்து அவள் வாயில் அடிக்கும் கருவாட்டு வாடையில் லகரி ஏற அவள் காலைப் பிடித்து மடியில் போட்டுப் பிடித்து விட்டுக்கொண்டு ஒரு ஜீவிதம் எப்போ முடிய என்று முன்னால் அவசரமாக நகர்ந்துகொண்டிருக்கிறது. கோவிலையும், குளத்தையும், பாயசத்தையும் அவரெங்கே அறிவார்.

மகாராஜா, பிழிச்சல் எடுத்துக்கொண்டு போகலாமா? சமூகம் ரொம்பவே தேகம் தளர்ந்த மாதிரி இல்லையோ தோணுது.

பனியன் சகோதரர்கள் மரியாதையோடு ராஜாவிடம் விசாரிக்க, முன்குடுமிக்காரர்கள் நாலைந்து பேர் செடியும், கொடியுமாகக் கையில் சேர்த்துப் பிடித்துக்கொண்டு வெகு மும்முரமாகப் படிகளில் ஏறி, இறங்கி அலைந்துகொண்டிருந்த மூன்று நிலை பங்களா ஒன்று எதிர்ப்பட்டது. வாசலில் ஜிலேபி பிழிந்து எழுதி வைத்திருந்தது என்ன என்று தெரியவில்லை ராஜாவுக்கு. களவாணிகள் சொல்கிற பிழிச்சலா அது?

ஆயுர்வேத வைத்தியசாலை மாப்ளே. வாங்க. உடம்பு நேராக்கிட்டு வருவோம்.

துள்ளிக் குதித்துச் சற்றே மிதந்து, உள்ளே வேட்டி உடுத்து நின்ற பெண்டிரை ஆசையோடு பார்த்தபடிப் போகிற கிழவனையே பார்த்தபடி நின்றார் ராஜா.

இவன் மலையாளம் எங்கே படித்தான்? தினப்படிக்குப் பால் பாயசம் அருள்கிற கடவுள்தான் இந்தப் பெண்களை இவனிடம் இருந்து காப்பாத்தி ரட்சிக்கணும்.

அத்தியாயம்

# இருபத்தாறு

உடம்பு சொடுக்கெடுத்துவிட்டதுபோல் இருந்தது. ராஜாவுக்கு நடக்க நடக்கக் கம்பீரம் கூடிக்கொண்டுவந்ததேயல்லாமல் இம்மியும் அது இறங்கவில்லை. மணக்க மணக்க எல்லாத் தைலத்தையும் சுடச் சுடக் கலந்து உடம்பெங்கும் நீவி நாலைந்து ராட்சதர்கள் மரியாதையோடு உடம்பு பிடித்துவிட்டு, எதிர்பார்க்காத நேரத்தில் அவரைப் புரட்டிப் போட்டு முதுகில் ஏறி நின்று திம்திம்மென்று குதித்துக் கும்மாளமிட்டு இறங்கிப்போக, எழுந்து உட்கார்ந்தது முதல் உடம்பில் ஒரு வலி, நோவு, பலகீனம் எதுவுமில்லாமல் போனது.

அபீசீனியாவில் இருந்துவந்த ஒரு உடம்பு பிடிக்காரனும் அவனோடு வந்த பொம்பிளையும் அரண்மனைக்கே வந்து இப்படி மணிக் கணக்காக உடம்பு பிடித்துவிட்டார்கள். ராணி தாய்வீடு போயிருந்த நேரம் அது. அபீசீனியாக்காரிப் பொம்பளை மட்டும் ராஜாவோடு இருந்து கள்ளுத் தண்ணிபோல போதையேற்றிச் சிரிக்க, ராஜா சமர்த்தாக உறங்கிப் போனார் அன்று.

இங்கே பெண் வாசனையே கிடையாது. ஆவி பறக்க, மலையாளத்தில் பேசியபடி காய்ச்சிய எண்ணெயை அறை வாசலில் வைத்துவிட்டு வேஷ்டி கட்டிய இளம்பெண்கள் நகர, மல்லர்கள்தான் எண்ணெய்க் காப்பு உற்சவம் நடத்தியது. ரெண்டு பொற்காசுகளை ராஜா ஆயுர்வேத வைத்தியனுக்கும், பிரித்துக்

கொள்ளச் சொல்லி இன்னுமொரு காசை இந்த மல்லர்களுக்கும் தர, அவர்கள் காட்டிய சந்தோஷத்துக்கு எல்லையே இல்லை.

ஒரு பெரிய சீனப் போத்தல் நிறைய இன்னும் ஒரு வருஷம் ராஜா பூசிக் கொள்ள மூலிகை எண்ணெய் அன்பளிப்பாகக் கொடுத்து அனுப்பியிருக்கிறார்கள். நாசித் துவாரத்திலும் ஆசனத் துவாரத்திலும் தினம் ஒரு துளி தொட்டு வைத்தால் ஒரு சுகக்கேடு அண்டாதாம். அரைக்குக் கீழே முன்னாலும் வைத்துக்கொண்டால் சகல சுகமும் சித்திக்குமாம். என்ன, நாள் முழுக்க அங்கே எரிச்சல் கொஞ்சம்போல் இருக்கலாம். அது எதுக்கு இழவு.

புஸ்தி மீசைக் கிழவன் வைத்தியசாலையைச் சுற்றிப் பறந்தபடி, ராஜா இதை சேடிப்பெண்ணுக்கு எங்கெல்லாம் தடவலாம் என ஆலோசனை சொன்னான். போடா வக்காளி என்று ராஜா மிதமாக அவனைக் கடிந்து கொள்ள, என் மத்த இடத்து மசுரே போச்சு என்று சிரித்துக் கிழவன் கோலாகலமாக மிதந்தான்.

வைத்தியசாலை வாசலில் அரண்மனை ஜோசியர் தரையில் பரத்திய மண்ணில் வேப்பமரக்குச்சிகொண்டு ஷட்கோண யந்திரம் நிறுத்துவதன் நுட்பங்கள் குறித்துப் பேச, சுற்றி ஏழெட்டுப் பேர் நின்று சுவாரசியமாகக் கேட்டுக்கொண்டிருந்தார்கள். அவர்களுக்கு ஜோசியர் அறிவுஜீவியாகக் காட்சி அளிப்பது மனதில் பட, ராஜா மனதில் தேவையில்லாத அசூயை எழுந்தது.

கேணையன் நாமக்கார அய்யன் சோழியை உருட்டிப் போட்டுக் காசு பார்க்கக் கிளம்பிட்டான். நம்ம மீசையான் வேறே ஒய்யாரமா அங்கே இங்கே சாடறான். இவனுகளோட என்ன எழவுக்குடா நான் கூட வரணும்?

அவர் பார்வை பனியன் சகோதரர்களைத் தீய்க்க அவசரமாகத் தேட, தெரு வளைந்து வலது வசம் திரும்பி மேற்கு திசையில் நீளும் வீதியில், வாசலில் கூரைக் கொட்டகை போட்ட கட்டிட வாசலில் அவர்கள் நின்றிருந்தார்கள்.

மரமேஜை போட்டு அங்கே நாலைந்து பேர் உட்கார்ந்து காகிதங் களைப் பரிசோதித்துக்கொண்டிருந்தார்கள். அவர்கள் முன்னால், ஒருத்தன் பிருஷ்டத்தை ஒட்டி அடுத்தவன் என்ற கணக்கில், சர்ப்பமாக வளைந்து மனுஷர்கள் வரிசையாக நின்றார்கள். கும்பினி உத்தியோகஸ்தர்கள் வரி வாங்கவோ, புதுச்சேரியில் பிரஞ்சுக்காரர் களோடு யுத்தம் செய்ய ஆள் எடுத்து அனுப்பவோ ஏற்படுத்திய இடம் என்று ராஜாவுக்குத் தோன்றியது. பக்கத்திலே கெந்தி நடந்து வந்த புஸ்தி மீசைக் கிழவன், இல்லையெனத் திடமாக மறுத்தான்.

நடக்க வேணாம், தரையை ஒட்டிப் பிருஷ்டம் படப் பறந்து செல்லடா கொசுவே என கேட்டுக்கொண்டால் வெகு இஷ்டமாகச் செய்வான்.

இவங்க எல்லாம் சர்க்கார் உத்தியோகஸ்தர்கள். வெள்ளைக்காரன் சர்க்கார் இல்லே இப்போ நடக்கிறது. நம்மாளுங்கதான். ஆட்ட பாட்டமா நாலு நாள் வைபோகம் நடத்தி வெள்ளைக்காரனும் அபீசினியக் கருப்பனும் வந்து பார்த்து சந்தோஷப்பட ஏற்பாடு. இங்கே நிக்கறவன் எல்லாம் ஆடவும் பாடவும் வந்தவனுங்க. நேரம் ஒதுக்கச் சொல்லி காகிதத்துலே மனு கொடுக்கறாங்க.

என்னதான் இளக்காரம் செய்தாலும் புஸ்தி மீசையானுக்கு இருக்கும் கற்பூர புத்தி தனக்கு இல்லை என்பதை ராஜா மனசார அங்கீகரித்தார். அது கிழவன் மேல் நொடி நேர அபிமானமாக மலர்ந்தது. அதுக்குக் காசா பணமா செலவு?

மாமா, எல்லாம் சரிதான். நம்ம களவாணிப் பயலுக அங்கே என்னத்துக்கு நிக்கறாங்க? உங்களையும் என்னையும் சப்ஜாடா ஒரு வெலை பேசி இங்கே சர்க்காருக்கு வித்துட்டுப் போகலாம்னு யோசிக்கறானுங்களோ?

செஞ்சாலும் செய்வானுக மாப்ளே. சூதானமா நடந்துக்கறது நல்லது. உனக்கு உடம்பு வேறே இப்போ சொடுக்கெடுத்து விட்டுட்டான் மலையாளத்தான். இவனுகளோட போனா, மலையாளச்சி மாரைக் காட்டறேன் மத்ததைக் காட்டறேன்னு பெரிசா கருங்குழியிலே உன் தலையை நுழைச்சு விட்டுடுவானுங்க. அவமானம் எல்லாம் உனக்குத்தான் அப்புறம். உஷார்.

தான் கொஞ்சம் தாழ்ந்தாலும் உலகை ரட்சிக்க வந்த அவதாரம் போல உதடு வீங்கி நான் நான் என்று நிற்கிற கிழவனை போடா பருப்பே என்று மனதில் திட்டியபடி ராஜா அந்தக் கொட்டகைக்குள் நுழைந்தார்.

மகாராஜா இங்கே வர உத்தரவாகணும்.

பனியன் சகோதரர்கள் அவசரமாக விளிக்க, அவர்களைப் புறக்கணித்து ஒய்யாரமாக உள்ளே நடந்தார் ராஜா. சந்தோஷமாக கருப்புச் சால்வை போர்த்திக்கொண்டு கிழவனும் போனான். அவசரமாக வேடமணிந்து ஆட வந்த தெருக்கூத்துக் கலைஞர்கள் போல ரெண்டு பேரும் தெரிந்தார்கள்.

நாடகக்காரங்கதானே? அந்த வரிசை.

வாசலில் நின்று கைக்குட்டையில் புதைத்துப் பிடித்து பீடி புகைத்துக்கொண்டிருந்த மூக்குக் கண்ணாடிக்காரர் ராஜாவை நிறுத்திச் சொன்னார். அவர் பார்வை ராஜா பின்னால் நின்ற கிழவன் மேலும் பட்டுப் படர்ந்தது.

என்ன மொழி?

அவர் கேட்க, கிழவன் உற்சாகமாகத் தமிழ் என்று சொல்ல உத்தேசித்த போது, வாசலில் ஏதோ வண்டி வந்து நின்றது. ராஜா வந்த நூதன வாகனம்போல ஆனால், மேலே கூரை இல்லாமல் பச்சைப் பசேல் என்று இருந்த ஊர்தி அது. அந்த வர்ணம் ராஜாவுக்கு சண்டை சச்சரவு, யுத்தம், ஆள் சேதம் என்று சம்பந்தமே இல்லாமல் கெட்ட நினைப்பை மனசில் விதைத்தது.

பூர்த்தி செஞ்சு கொடுங்க.

உத்தியோகஸ்தன் ராஜா கையில் காகிதத்தைத் திணிக்க, பின்னால் இருந்து யாரோ மரியாதையே இல்லாமல் அவருடைய தோளைப் பிடித்து ஓரமாக இழுத்து நிறுத்தி வேறே யாரோ உள்ளேபோக வழியமைத்துக் கொடுத்தார்கள். நூதன வாகனத்தில் வந்து இறங்கியவர்களுக்காக அந்த வழி.

வெள்ளை வேட்டி அணிந்து ஓங்கு தாங்காக ஒருத்தன் கோட்டையூர், செட்டிநாடு, புலியடிதம்மம், சக்கந்தி முகக் களையோடு உள்ளே நடக்க, திருமய்யம் பையன்னு நினைக்கறேன் என்றான் ராஜா காதுக்குள் கிழவன்.

பனியன் சகோதர்கள் அதற்குள் ராஜா பக்கம் நெருங்கியிருந்தார்கள்.

மினிஸ்டர் போறார். ராஜா காதில் கிசுகிசுத்தான் பனியன் குட்டையன். ராஜா புரியாமல் பார்க்க, இன்னொருத்தன் சமாதானமாகச் சொன்னான் – நீங்க வந்திருக்கற இந்தக் காலத்திலே இவங்கதான் ராஜா, சக்கரவர்த்தி எல்லாம்.

யாரு இந்தக் கருத்த பயலா?

ராஜா சத்தமாகக் கேட்க, அவமரியாதை என்றாலும் அவர் வாயைத் தன் நாற்றமடிக்கும் கையால் பொத்தி ஓரமாக அவரைத் தள்ளிப் போனான் நெட்டையன் பனியன்காரன். சமூகம் மன்னிக்கணும் என்று கெஞ்சல் வேறே.

கன்றுபோலக் கொண்டுசெலுத்தியபடிக்கு இழுபட்ட ராஜா அவனை எல்லா கெட்ட வார்த்தையும் பிரயோகித்து தாழ்ந்த குரலில் வசைபாட, மினிஸ்டனோடு வந்த ஒரு சின்ன வயசு

அய்யன், அங்கே என்ன சத்தம் என்று இந்தியிலும் தொடர்ந்து இங்கிலீஷிலும், கூடவே தமிழிலும் கேட்டான்.

அவனையும் தன்னுடைய வசவு வளையத்தில் சேர்க்கும் முஸ்தீபோடு ராஜா தொண்டையைச் செரும, ரெண்டு பனியன்களும் ஆளுக்கொரு காதாக அவரிடம் அவசரமாகச் சேதி சொன்னார்கள் –

மகாராஜா அவர் பகவதி அம்மா பெயரன். சின்னச் சங்கரன். தில்லியிலே பெரிய அதிகாரி. மினிஸ்டரே அவர் சொல் கேட்டுத்தான் நடந்துப்பார். இதெல்லாம் நீங்க இருக்கப்பட்ட காலத்துக்கு நூறு வருஷம் அப்பாலே.

சட்டென்று ராஜாவின் மனநிலை மாறிப் போனது. இன்னும் இன்னும் என்று மனதில் ஊறி வந்து வாத்சல்யம் பொங்கித் ததும்பியது. உள் வாசல் நிலையைக் கையால்பற்றி நின்று பேசும் பகவதி அம்மாளின் பெயரனுக்குத் தான் இருந்த இடத்தில் இருந்தே ராஜா ஆசிர்வாதங்களைப் பார்வையால் கடத்தினார். கிழவனும் அவன் பங்குக்கு ஏதோ சீன மொழி மாதிரியான பாஷையில் கடகட வென்று வாழ்த்துச் சொன்னான். என்ன எல்லாம் கற்று வைத்திருக் கிறான் வங்காப்பயல் விளங்காமூதி இந்தக் கேடுகெட்ட கிழவன்!

அந்த அதிகாரிப் பையன் வாசலில் மரமேஜை போட்டு உட்கார்ந்திருந்த உத்தியோகஸ்தர்களிடம் ஏதோ சொல்ல, ஒருத்தன் உள்ளே ஓடி ஒரு மாணப் பெரிய உலோக விசிறியைக்கொண்டுவந்து வைத்துக் கருப்புக் கயறு இழுத்து எங்கோ எதையோ செருக, அது பெருஞ் சத்தத்தோடு சுழல ஆரம்பித்ததை ராஜா ஆச்சரியத்தோடும் அபிமானத்தோடும் பார்த்தார்.

பகவதியம்மா பேரனா கொக்கா. என்ன மாதிரியான யந்திரங்கள் சகிதம் வந்திருக்கான். ஜோசியக்கார அய்யரும் இருக்காரே, யந்திரம் ஸ்தாபிக்கணும், கணக்கு போடணும் என்று அலைந்துகொண்டு. அதில் ஒரு யந்திரமாவது இப்படிச் சத்தம் போட்டுச் சுழன்று வெக்கைக் காற்றைப் பரத்தியிருக்கிறதா?

அய்யர் கிடக்கட்டும். அவர் இல்லாவிட்டால் புஸ்தி மீசைக் கிழவன் சாவுக்கு சகலமான கிரியைகளும் செய்து அவனை மேலே அனுப்பியிருக்க முடியாதுதான் என்று ராஜாவுக்குப் பட, யார் மேலும் விரோதமில்லை என்ற பாவனையோடு நரை மீசையை நீவியபடி பெருந்தன்மையாகச் சிரித்தார்.

யப்ளிகேஷன் எழுதணுமோ?

யாரோ மூச்சுக் காற்றில் தேங்காயெண்ணெய் மணக்க ராஜாவை நெருங்கி நின்று அவர் கையில் பிடித்திருந்த காகிதத்தைக் காட்டிக்

கேட்டார்கள். ராஜா அது இங்கே வந்து தங்க அனுமதி கேட்டு சர்க்காருக்குத் தரவேண்டிய கடுதாசு என்று நினைத்ததோடு அல்லாமல் கேட்டவன் அதியுன்னதமான சர்க்கார் உத்தியோகஸ்தன் என்றும் தீர்மானித்து ஆமாமென்றார். தொடர்ந்து மனுவில் எழுதத் தன் பெயரை எல்லா விருதுகளோடும் சொல்லத் தொடங்க, குறுக்கே விழுந்து நிறுத்திப்போட்டான் குட்டை பனியன்.

அவர் நாடகக்காரர் இல்லே. மகாராஜா என்றான் குட்டையன், யாரை என்று இல்லாமல் முறைத்துக்கொண்டு.

அதெல்லாம் சரி, பரிபாடியிலே இருக்கணும்னா யப்ளிகேஷன் தேவை.

உறுதியாகச் சொன்னான் வந்தவன்.

வேடிக்கை பார்த்துப் போகத்தான் வந்தோம். அதுக்கெதுக்கு அனுமதி எழவு?

ராஜா குரல் உயர்த்திச் சொல்வதைக்கேட்டு உள்ளே போகத் தொடங்கிய பகவதி அம்மாளின் பேரனான அதிகாரி திரும்பினான். ராஜாவைப் பார்த்து அவன் சிரித்த மாதிரி இருந்தது.

பக்கத்திலே வந்து தமிழா என்று அவன் கேட்க, கண் நிறைந்து போன ராஜா, சகல நலனும் பெற்று நல்லா இருப்பா என்று வாய் நிறைய வாழ்த்தினார்.

பகவதி அம்மாளின் பேரன் தன் தில்லி சர்க்கார் அதிகாரி தோரணையை ஒரு வினாடி கழற்றி வைத்துவிட்டு ராஜாவின் கரத்தைப்பற்றி மரியாதையோடு, பெரியவா எந்த ஊர்லே இருந்து வராப்பலே என்று கேட்டான்.

அரசூர் என்றான் புஸ்தி மீசைக் கிழவன். அதிகாரி ஆச்சரியத்தை முகக் குறிப்பில் காட்டி, நானும்தான் என்று சொல்லி உள்ளே போனார்.

தெரியுமே என்று ராஜா முழங்கியது அவர் காதில் விழுந்திருக்காதுதான்.

வெளியே ஏதோ ஆரவாரம். என்ன சங்கதி என்று ராஜா நோக்கினார். ஜோசியக்கார அய்யர் கெத்தாக நடந்து வர, சவரக் கத்தி என்ற ஒன்றே இருப்பது தெரியாத, தாடி மண்டிய முகத்தோடு நாலைந்து வெள்ளை வேட்டிக்காரர்கள் அட்டையில் செருகிய காகிதங்கள் சகிதம் அய்யரைச் சுற்றி ஆதரவாக நடந்துவந்தார்கள். அவர்கள் பார்வையில் பரபரப்பு தெரிந்தது.

இந்த அறிஞர் ஷட்கோண மற்றும் எண்கோண யந்திரங்களை அர்ஜுன நிருத்தம் நடக்கும் இடத்தில் நிறுவுவது குறித்துக்

கணக்குகள்போட்டு வைத்திருக்கிறார். அந்த யந்திரங்கள் மயில்களை அழைத்து மேகங்களையும் கொண்டுவந்து நிறுத்தி வேண்டிய அளவு மழை பெய்விக்குமாம்.

அய்யர் கூட வந்த இளைஞன் சொல்ல, மரமேஜை உத்தியோகஸ்தன் தலையைக் குலுக்கிக்கொண்டு அபிப்பிராயப்பட்டது இந்தத் தோதில்–

அப்படி எனில் அது எதுவும் இங்கே வேண்டாம். மழை பெய்து நாலு நாள் பரிபாடி அஸ்தமிச்சா, பிரச்னை ஆகிடும். பணப் பட்டுவாடா முடங்கும்.

ரொம்ப மழை எல்லாம் இல்லே. ரெண்டு நிமிஷம் சாஸ்திரத்துக்குப் பெஞ்சுட்டு ஓஞ்சுடும்.

ஜோசியக்கார அய்யர் நைச்சியமாகச் சொன்னார்.

டெல்லி ஆபீசரைக் கேக்கணும். மத்திய சர்க்கார் பரிபாடி. ராஜ்யத்துக்கு இதிலே ஒண்ணும் தால்பர்யமில்லே.

அதிகாரி தீர்மானமாக அறிவிக்க, உள்ளே இருந்து அந்த அரசூர் அதிகாரி திரும்ப வந்தார். எல்லாத் தரத்திலும் மனுஷர்களை இன்று சந்திக்கும் பேறு பெற்ற சந்தோஷத்தோடு சரி வைச்சுக்கலாம், அரை மணி மட்டும் என்று சொல்லி அவர் போகிற போக்கில் ராஜா இன்னொரு ஆசிர்வாதத்தை ஊதிவிட ஏற்று வாங்கிப் போனார்.

அய்யர் ஏதோ காகிதத்தில் கையெழுத்துப்போட அவரிடம் ஒரு சாவி கொடுக்கப்பட்டது.

இந்த முறியிலே நீங்க தங்கி இருந்து சிரம பரிகாரம் செஞ்சு பின்னே பரிபாடிக்கு வந்தா மதி.

ரொம்ப நல்லதாப் போச்சு. அய்யருக்கு ரூம் போட்டாச்சு. சமூகமும் அவிடத்திலேயே குளிச்சு தெளிச்சு பரிபாடி போகலாம்.

குட்டை பனியன் சொல்ல, ராஜா பளிச்சென்று கேட்டார் – அது என்ன பரிபாடி? எல்லோரும் சேர்ந்து பாடற சம்பிரதாயமா?

வைபவம் என்றான் கிழவன். நிகழ்ச்சி என்றான் நெட்டை பனியன். அது பிடித்துப் போனதாக அங்கீகரித்த ராஜா ரூம் போடறது என்ன மாதிரியான விஷயம் என்று கேட்கும் முன்னர், ஸ்ரீ கிருஷ்ணா லோட்ஜ் என்று பலகை மாட்டிய இடத்தின் முன் இருந்தார். பக்கத்தில்தான் அது.

ஆனந்தமாக மேலே இருந்து வென்னீர் பூ மாதிரிப் பொழிய ராஜா சின்னக் குழந்தைபோல கூகூவென்று சத்தமிட்டுக்கொண்டு

வெகுநேரம் குளித்து வெளியே வந்தபோது உலகமே சந்தோஷ பூர்வமாக அவருக்குத் தோன்றியது.

அவர்கள் பக்கத்து விடுதியில் பசியாறித் திரும்பி வந்தபோது பரிபாடி ஆரம்பமாகப் போகுது என்று ஏகப்பட்ட பேர் அவர்களைப் பந்தலுக்கு அனுப்புவதில் மும்முரமாக இருந்தார்கள்.

மரமேஜைக்காரர்கள் முன் ஆக்ரோஷமாகக் கை சுண்டி, இட்டலி மாத்திரம் தானா ஆட வந்தவங்களுக்கு, புட்டு கடலை எங்கே என்று உயர்த்திய குரலில் விசாரித்துக்கொண்டிருந்த ஒரு கூட்டம் தொடர்ந்து மலையாளத்தில் கோஷம் போட, உள்ளே இருந்து அரசூர் அதிகாரி வந்து சமாதானம் செய்து நாளைக்கு புட்டு கடலையும் கூடவே கோழி முட்டையும் தரப்படும் என்று அறிவித்து அனைவரின் பிரியத்தையும் சம்பாதித்துப் போனதை ராஜா பிரியமும் பெருமையுமாகக் கவனித்தார். நம்ம வீட்டுப் பிள்ளையாச்சே.

அந்தக் கூச்சல் முழுக்க அடங்குவதற்குள் இன்னொரு கூட்டம் அதே படிக்கு மரமேஜைக்கு முன்னால் நின்று காலில் விசை வைத்தது போல குதித்தது –

பயணப்படி மூணு ரூபா பதினேழு பைசாவாக்கும் மத்திய சர்க்கார் விதித்தது. இங்கே ரெண்டு ரூபா மட்டும் கொடுத்து மீதிக் காசைக் கொள்ளை அடிக்க பரிபாடியா? முழுத் தொகை வேணும். இக்களி தீக்களி சர்க்காரே.

அதிகாரி வெளியே வர, மூணு ரூபா பதினேழு பைசா உத்தரவானது கைதட்டோடு வரவேற்கப்பட்டு செண்டை மேளம் பார்க்க அந்தக் கூட்டமும் போயொழிந்தது. நாமும் போகலாம் வினோதம் எல்லாம் கண்டு வர என்று ராஜா பனியன்காரர்களிடம் சொல்லும்போது வேறே ஏதோ இரைச்சல்.

ஆபீசர் சார், எனக்கு நியாயம் சொல்லுங்க.

கட்டிட வாசலில் இருந்து சத்தமாகக் கூப்பிட்டபடி வந்த பெண் நல்ல உடம்பு வனப்பும், அதை எடுத்துச் சொல்கிற நேர்த்தியான உடுப்புமாக, பூசினாற்போல் திம்மென்று வெகு அழகாக இருந்தாள். வெள்ளைக்காரி சாயல் வேறு அழகை அதிகப்படுத்திக் காட்டியது. அவள் மேல் பார்வையைப் பதித்த பகவதி அம்மாளின் பேரனான அதிகாரியும் அதேதான் நினைத்திருக்கவேண்டும்.

இங்கே எனக்கு அனுமதி மறுக்கிறார்கள். அதிகாரபூர்வமாகக் கொடுக்கப்பட்ட அனுமதியாக என் விசா நடப்பில் உண்டு. நானும் இந்திய வம்சாவளிப் பெண்தான். என்னை வரக்கூடாது என்று விரட்டுவது யார்? ஏன்? அதிகாரி சொல்லாவிட்டால் இந்த இடத்தை

விட்டு நகர மாட்டேன். கொச்சு தெரிசாவுக்கு அனுமதி இல்லை என்று யார் சொல்வது? இங்கே தீர்வு கிட்டாவிட்டால், பிரதம மந்திரியைச் சந்தித்து முறையிடவும் தயார்.

அவள் இங்கிலீஷில் பேசியதைக் கிழவன் கிசுகிசுவென்று ராஜாவுக்கு மொழி பெயர்த்தான். அந்தப் பெண்ணின் பிடிவாதம் ராஜாவுக்கு எரிச்சலை உண்டாக்கியது. அவளைக் கையைப் பிடித்து ஓரமாக நிறுத்தும் உத்தேசத்தோடு ராஜா முன்னால் சாட, குட்டை பனியன் அவசரமாக அவரைத் தடுத்து நிறுத்திக் காதில் ஓதினான் -

இந்தப் பொண்ணு பகவதியம்மா அண்ணன் ஜான் கிட்டாவய்யர் இருந்தாரே, அந்த அய்யரோட கொள்ளுப் பேத்தி. கொச்சு தெரிசா. வெள்ளைக்கார தேசத்தில் இருந்து வந்திருக்கு.

ராஜாவுக்கு ஆச்சரியம் தீரவில்லை. கருக்கடையான பெண். நல்லாயிருக்கட்டும் நாச்சியா. மனதாற வாழ்த்தினார் அவர்.

ரெண்டு பேரும் தகுந்த உறவாச்சே. நல்ல ஜோடி. கல்யாணம் செஞ்சுக்கலாமே?

ராஜா பிரியத்தோடு விசாரிக்க, நெட்டை பனியன் சொன்னான் –

அதிகாரிக்கு அவர் பொண்டாட்டியோட கல்யாணம் ஆச்சு. இந்தப் பொண்ணுக்கு அவளோட புருஷனோட ஆச்சு.

ஆச்சா? ராஜாவுக்கு ஏனோ ஏமாற்றமாகப் போனது.

பந்தல் உள்ளே இருந்து செண்டை மேளம் அமர்க்களமாக ஒலிக்க, ஆடி ஆடிச் சிரித்துப்போன கிழவன் சத்தம் கூட்டினான் –

மாப்ளே, அது பாட்டுக்கு அது. இவங்க நீ நினைக்கறபடி நல்ல ஜோடிதான். இன்னும் ஒரு மாசத்திலே.

அவன் மேலே கூறியது கேட்காமல், மயில்பீலி உடுத்த ஆட்டக்காரர்கள் கூட்டமாக அரங்கு நோக்கிப் போய்க் கொண்டிருக்க, வானம் இருண்டது. ஒன்றன்பின் ஒன்றாகத் தாழப் பறந்துபோன மயில்கள் வெளியை நிறைத்தன. திடீரென்று கனமாக மழை பொழியத் தொடங்கியது.

கண்ட இடத்துலே கொத்தி வைக்கப் போவுது மயில் எளவு.

ராஜா சாரலில் நனைந்தபடி கட்டடத்துக்குள் நுழைய, உள்ளே தூணில் சாய்ந்து புகையிலைக் கடைக் குடும்பத்து உறவுக்காரியான சுமங்கலிக் கிழவியம்மாள் பாடிக்கொண்டிருந்தாள் –

தோரணம் நாட்டக் கனாக் கண்டேன் தோழி நான்.

அத்தியாயம்

# இருபத்தேழு

நான் கொச்சு தெரிசா. இங்கிலாந்திலே மேற்கு யார்க்‌ஷயர் பிரதேசத்தில் கால்டர்டேல்-ங்கிற சின்ன நகரத்திலிருந்து வந்திருக்கேன். இந்திய வம்சாவளியிலே வந்தவள். தமிழும் மலையாளமும் பேசின குடும்பத்தோட கடைசிக் கண்ணியிலே இருக்கப்பட்டவள். ஆனா அந்த மொழிகள் தெரியாது. இங்கிலீஷ் மட்டும் பேச, எழுத வரும். உங்ககிட்டே இங்க்லீஷ்லே பேசலாமா?

தன் முன்னால், கை நீட்டினால் மேலே படும் தொலைவில் நின்று பேசிக்கொண்டு போகும் பெண்ணையே பார்த்தபடி இருந்தான் சின்னச் சங்கரன். எங்கே பார்த்திருக்கிறோம் இவளை?

கொச்சு தெரிசாவுக்கும் அவனை ஏற்கெனவே சந்தித்த ஞாபகம். அவளுக்கு நினைவு வந்துவிட்டது. சங்கரன் தன்னை அடையாளம் காணப் பிரயத்தனம் செய்துகொண்டிருப்பது அவளுக்கு சுவாரசிய மாக இருந்திருக்கவேண்டும். ஒரு சிரிப்போடு அவள் சங்கரன் பேசுவதற்காகக் காத்திருந்தாள்.

வெளியே மயில்களின் கூட்டம் எவ்விப் பறந்துபோக மழையும் நின்று கலை நிகழ்ச்சிகள் தொடங்குவதாக நொடிக்கொரு தடவை ஒலிபெருக்கியில் அறிவிப்பு வந்த வண்ணமிருந்தது.

காலையில் மேஜை போட்டு கலை நிகழ்ச்சிகளில் கலந்து கொள்ள விண்ணப்பம் வாங்கிய வாசல் அறையில் பகுதி கதவடைத்து

சங்கரன் உட்கார்ந்திருக்கிறான். மத்திய சர்க்கார் அதிகாரி தோரணை தற்காலிகமாக விடைபெற்றுப் போயிருக்கிறது. மதிப்புக்குரிய அமைச்சரோடு வந்த முதல்நிலை அதிகாரி, கலாசார விழா சிறப்பாக நடந்தேறச் செயலாற்றும் சர்க்கார் நிர்வாக யந்திரத்தின் சகல சக்தியும் வாய்ந்த இயக்குனர், அழகான, ஆங்கிலம் மட்டும் பேசத் தெரிந்த இளம் பெண்களின் அதிகாரபூர்வ சிநேகிதன் என்று சில பிம்பங்களை அவன் விரும்பி இப்போது புனைந்துள்ளான்.

காலையில் யந்திர நிர்மாணம்பற்றிப் பேச வந்த முதியவர் எங்கே?

யாரோ வந்து சங்கரனைக் கேட்டார்கள். அந்தக் கேள்வியை பல பேர் கேட்டுவிட்டார்கள். தற்காலிக யந்திரம் என்று ஒரு பெரிய செப்புத் தகட்டை விழாப் பந்தலுக்கு அருகே ஒரு மாமரத்தில் இரும்பு ஆணிகள் கொண்டு அவர் அடித்து நிறுத்தும்போதுதான் சுருக்கமாக மழை பெய்தது. ஏழெட்டு மயில்கள் கூட்டமாகத் தாழப் பறந்து திரும்ப வானேறின.

அந்த முதியவரை மட்டுமில்லை, பிரபுத்துவக் குடும்ப உடுப்பு களோடு வந்த இன்னும் ரெண்டு முதியவர்களையும் அவர்களை அழைத்து வந்த பழைய ஆஸ்டின் காரையும்கூடக் காணவில்லை என்றான் சங்கரன். விசாரிக்க வந்தவன் நன்றி சொல்லித் துண்டால் முகம் துடைத்து அகன்று போனான்.

இப்போது சங்கரனும், வந்த பெண்ணும் மட்டும் அறையில்.

இந்தச் சுறுசுறுப்பான பெண் யாராக இருக்கும்? தில்லியில் பார்த்தவளா?

சங்கரனின் ஞாபக சக்தி கை கொடுத்தது. புத்தியின் உள்ளறையில் இருந்து சரியான தகவலை எடுத்துக் கொடுத்து அது விலகிப் போக, புன்னப்புரம் ரூட் பஸ் என்றான். கொச்சு தெரிசா இல்லை என்று தலையசைத்தாள். கொஞ்சம் ஏமாற்றம் அவள் கண்ணில் தெரிந்தது.

வெளிநாட்டுப் பெண். இங்கத்திய பெயர்கள் அதுவும் மலையாள பூமியில் இந்த குட்டநாடு பிரதேச ஊர்களும் கிராமங்களும் இன்னும் சங்கரனுக்கே பரிச்சயமாகவில்லை. அவள் எப்படி புன்னப்புரத்தை நினைவு வைத்திருக்கக் கூடும். வேறு ஏதாவது தகவல் துணுக்கு உண்டா என்று தேடினான் அவன்.

ஒரு பாதிரியாரும் லுங்கி அணிந்த, நல்ல ஆங்கிலத்தில் பேசக்கூடிய கனவான் ஒருத்தரும் கூட வர, நீங்கள் என்னோடும் என் மனைவி வசந்தியோடும் பஸ்ஸில் வந்த மாலை நேரம்.

கொச்சு தெரிசா பெரிய சிரிப்போடு ஆமாம் என்று அங்கீகரித்தாள். நேர்த்தியான நெற்றிப் பொட்டு வச்ச அழகான பெண்மணி அவங்க. உங்க மனைவியை தினமும் குளிச்சுப் பொட்டிடும்போது நினைச்சுக்கறேன்.

கொச்சு தெரிசா தகவல் பகிர்ந்த மகிழ்ச்சியில், அவன் கைகளைப் பற்றிக் குலுக்கினாள். அவளுடைய பிரச்னைகள் எல்லாம் தீர்ந்துவிடப் போகின்றன என்ற நம்பிக்கை விழிகளில் தெரிந்தது.

சங்கரனின் பார்வை அவளுடைய உருண்ட தோளில் பதிந்திருந்தது. கண்ணை ஒரு வினாடிக்குமேல் பார்க்கமுடியவில்லை. பார்க்கப் பார்க்க மனதில் ஆழமாகத் துளைத்துக் கீறி மனமெல்லாம் பரவுகிற விழிகள் அவை.

கொச்சு தெரிசாவாகப் பரிச்சயம் இல்லாவிட்டாலும் இந்த விழிகள் அவனுக்குப் பரிச்சயமானவை. ஒரு வினாடி பார்வையில் பட்டு ஈர்த்து, அவசரமாகப் பின் வாங்க வைக்கும் செழுமையான மார்பும் கூட. குரல் மட்டும் இன்னும் கீச்சென்று இருந்தால் தில்ஷித் கவுரேதான் இவள். தில்ஷித் கவுரை பத்து வினாடியாவது தொடர்ந்து கண் இமையாது பார்க்கமுடியும். அமைச்சக அலுவலகத்தில் சங்கரனுக்கு சில படிகள் கீழே உத்தியோகம் பார்க்கிறவள். பார்வை நிலைக்கும்போது புத்தி ஏதாவது ஆபீஸ் காரியத்தைப் பேச முன்னால் கொண்டுவந்து வைத்துவிடும். பேசியபடி பார்க்கும் அதிகாரியின் வார்த்தைகளில் மட்டும் சிரத்தை வைப்பது எதிர்ப்பட்ட ஊழியரின் கடமை. இந்தத் தெரிசா கீழ்ப்படிதலுள்ள ஊழியர் இல்லை. திமிர்த்து நின்று பேசும் அவளுடைய தோரணை அவனுக்கு வேண்டி இருந்தது. எதுவோ சவாலாக அவனிடம் பிரயோகிக்கப்படுகிறது. எதிர்கொண்டு ஏற்று வாங்கி நின்று சமாளிப்பது மனசுக்கு இஷ்டமானது.

ஜாக்கிரதையான, பிழை வராத சுத்தமான ஆங்கிலத்தில் கூறினான் சங்கரன் -

நீங்கள் ஆங்கிலத்திலேயே பேசலாம். தமிழ் தாய்மொழி என்றாலும், இந்திதான் தில்லியில் அதிகாரிகளும் மற்றவர்களும் பேசவேண்டும் என்று சர்க்காரால் எதிர்பார்க்கப்படுவது. இந்தி பேசாதவர்கள் நாவை ஒட்ட நறுக்க எல்லா அமைச்சகங்களிலும் சகலவிதமான சைஸில் கத்திகள், ரம்பங்கள் சகிதமாக ஓர் அதிகாரி உண்டு. ராஜ்பாஷா அதிகாரி என்று கிரீடம் வைத்த பதவி. சங்கரனாகிய நான், மாதம் மூன்று முறையாவது இந்தியில் கையெழுத்துப் போட வேண்டும் என்ற அரசு உத்தரவைக் கடைப்பிடிக்கிறேன் என அவர் சான்றிதழ் தராவிட்டால் எனக்கு அடுத்த புரமோஷன் கிட்டாது. என்

மனைவி ஆயுசுக்கும் வெறும் அண்டர் செக்ரட்டரி பெண்டாட்டி யாகவே இருப்பாள்.

அண்டர் செக்ரட்டரி மனைவி எங்கே, கோவிலுக்குப் போயிருக் காங்களா?

கொச்சு தெரிசா குரல் அவனை நேசமாக வருட, ஆபீஸ் டூர் என்பதால் குடும்பத்தோடு பயணம் எல்லாம் கிடையாது என்றான் அவன். அதில் கொஞ்சம் வருத்தம் தெறித்தாலும் நல்ல சந்தோஷமும் குரலில் கலந்து வந்தது. இவளுடைய அகலமான தோள்களுக்கு நடுவே ஒரு வினாடி முகம் புதைக்க முடிந்தால்.

சின்னச் சங்கரன் நினைப்பை வலுக்கட்டாயமாக விரட்டினான். அவளை உட்காரச் சொன்னான். தொடையில் கை படும் தொலைவில் நிற்கும் பெண் அருகே அமர்ந்து பேசினால் பேச்சில் மட்டும் புத்தியைக்கொண்டு மேலே பேச்சு வார்த்தை நடத்திப் போக அவனால் முடியும். நின்றால் பார்வை கொண்டு தலை குப்புற வீழ்த்தி விடுகிறாள். திமிர்த்த உடல் மிரட்டுகிறது.

பயணத்தில் சந்தித்தபோது மனதில் மேலோட்டமாகப் பதிந்து கடந்து போன அழகெல்லாம் அவள் இப்போது தனியாக வந்திருக்கும்போது மேலெழுந்து சூழ்ந்து எதிரே நிலைகொண்டு சஞ்சலப்படுத்துகிறது. அவன் தனியாக இருப்பதும், இந்த வனப்பால் நிலைகுலைந்து போனதற்கு இன்னொரு காரணம்.

அந்த பஸ் பயணம். அது ஒரு வருடம் முன்பாக இல்லையா? நீங்கள் எப்படி இன்னும் இங்கே?

நம்ப முடியாத குரலில் கேட்டான் சங்கரன். வெளிநாட்டுப் பெண் ஒரு வருடமாக இங்கே தங்கி இருக்கிறாளா என்ற ஆச்சரியம் குரலில் தெரிந்தது.

ஆமா, வரும்போது ஆறு மாதம் தங்க அனுமதி கிடைச்சது. இந்திய வம்சாவளி எங்கிறதாலே அதை புதுப்பித்து இன்னொரு வருஷம் இருக்கக் கிடைச்சிருக்கு.

அடேயப்பா ஒண்ணரை வருஷமா, நல்லது என்றான் சங்கரன். அழகான பெண்கள் எல்லா வெளி தேசங்களில் இருந்தும் வந்து இந்த பச்சை மணக்கும் வனப்பான பிரதேசத்தில் நடமாடட்டும். அது என்ன ஒரு வருஷம் நீட்டிப்பு?

உங்களுக்குத் தெரியாததில்லை. இந்திய வம்சாவளின்னா ஒரு வருடம் விசா நீட்டிப்பு அது முடிஞ்சு இன்னொரு வருஷம் இப்படி

மொத்தம் அஞ்சு வருடம் இங்கே தங்கி இருக்கலாம். எனக்கு என் வேர்களைத் தேடவும் இன்னும் சில முன்னோர் கடமைகளுக்காகவும் தங்க வேண்டி நேர்ந்தது. உங்களைப்போல நல்ல நண்பர்கள் உதவி செஞ்சா, இங்கேயே நான் குடிமாற்றம் ஆகி விடுவேனோ என்னமோ.

கொச்சு தெரிசா அவனிடம் சிரிப்பை எதிர்நோக்கி, என்ன சொல்றீங்க என்று கொஞ்சம் அதிகாரத்தோடு தொடர்ந்து கேட்க சங்கரன் அவசரமாக அப்படி நடந்தால் மிக்க நல்லதே என்றான். அவள் நிரந்தரமாக இங்கே இருக்க நேர்ந்தால் அதனால் அவனுக்கு ஏற்படும் மகிழ்ச்சி வேறு எதிலும் இல்லைதான்.

பாதிரியாரும் லுங்கி தரித்த கனவானும்கூட விசா நீட்டிப்பு பெற்றார்களா?

அந்தக் கனவான் லுங்கியைத் துறந்து டூ பீஸ் சூட் அணிந்து இங்கிலாந்து திரும்பிவிட்டார். என் கணவர்தான் அவர். அவருக்கு விசா நீட்டிப்பாகவில்லை.

சங்கரனுக்கு இனம் புரியாத மகிழ்ச்சி. இன்னும் ஒரு வருஷம் இவள் தனியாக இங்கே இருப்பாள் என்பது தனக்கு எந்த விதத்தில் சந்தோஷம் தருகிறது? தெரியவில்லை. உடம்பில் உள்ளே நியூரான் நினைவாக, திசுவாக, இனக் கவர்ச்சி கலந்த உயிரணுக்களாக ஏதோ இயங்கும் நிமிடங்கள் இவை..

உங்கள் கணவர் திரும்பப் போக வேண்டி வந்ததா? வருத்தப் படுகிறேன். எங்கள் அரசுத் துறை அப்படித்தான் சில நேரம் ஜோடிகளைப் பிரித்து வைத்து ஏதோ புண்ணியம் கட்டிக்கொள்கிறது. இரண்டு பேருமே சர்க்கார் ஊழியர்களாக இருக்கும் பட்சத்திலும் சர்க்கார் விளையாடுவதுண்டு. ரிடயர் ஆனதும்தான் சேர்ந்து இருக்க முடியும். சந்ததி அப்போது எப்படி வளரும்?

சங்கரன் சீரியஸான தொனியில் அவளிடம் கரிசனமாகக் கேட்க, அவள் கலகலவென்று சிரித்தாள். சிரிக்கும் பெண்ணைத் தானும் சிரித்தபடி ரசித்து உற்றுப் பார்க்கலாம். தப்பே இல்லை. சங்கரன் அதைத்தான் செய்தான்.

கையை முகத்துக்கு நேரே அழகாக அசைத்து, அது போகட்டும், முடிந்த கதை முசாபர் போனது என்றாள் கொச்சு தெரிசா. சரி, புதுக் கதை பேச சங்கரன் தயார்தான். ஆனால் அந்தப் பாதிரியார்? பாதிக் கதையில் திரும்ப உள்ளே வந்துவிட்டால்? அல்லது இறந்து போயிருந்தால்? மறைந்த பாதிரியார்கள் நினைப்பைப்

புனிதமாக்குகிறார்கள். அவர்களை அன்போடு நினைவு கூர்வது போல் கண்ணியமான செயல் வேறேதும் இருக்க முடியாது.

ஜாக்கிரதையாக பாதிரியாரின் நலம் விசாரிக்க, கன்னத்தில் குழி விழச் சிரித்த கொச்சு தெரிசா என்ற அழகுப் பெண் சொன்னாள் –

அமேயர் பாதிரியாருக்கு வாடிகன் மாநகரில் போப்பரசருடைய புனித வசிப்பிடத்தில் தங்கி இருந்து தேவ ஊழியம் செய்ய வாய்ப்புக் கிடைத்து இத்தாலி போக இருக்கார். இனி திரும்ப இங்கிலாந்தோ இங்கேயோ வருவாரான்னு தெரியலை. பிதாவுக்கு ஸ்தோத்திரம்.

அவசரமாகத் தன் மார்பில் குரிசு வரைந்தான் சங்கரன். பக்கவாட்டில் நகர்ந்த கை அவளுடைய திரண்டெழுந்த நெஞ்சில் இடித்ததைத் கொச்சு தெரிசா கவனிக்கவில்லை. சங்கரன் மயில்களின் உலகத்தில் மிதந்தான்.

உங்க மனைவி ஒரு இனிய பெண்மணி.

புறப்பட்ட இடத்துக்கே திரும்ப வந்தாள் கொச்சு தெரிசா. வசந்திக்குச் சொன்னால் சந்தோஷப்படுவாள். அவள் இல்லாததால் தான் பார்வையும் கவனமும் இப்படி அந்நிய ஸ்திரி பேரில் கள்ளக் கண்ணாகவும் இனிப்பு தடவிய வார்த்தைகளாகவும் பொழிகிறது. பிடார் ஜெயம்மா இருந்தால் கண்டிப்பாள்.

உங்கள் மனைவிபோல, பொட்டு வைத்தால் அழகுக்கு அழகு செய்யும் வேறே ஒரு முகத்தைப் பார்த்ததில்லை என்றாள் தொடர்ந்து கொச்சு தெரிசா. வசந்தியை வாழ்த்திப் பாடி சங்கரன் மனதில் இடம் பிடிக்க என்ன தேவை அழகுப் பெண்ணே? உன் அண்மையும் குரலும் சிரிப்புமே போதாதோ. சங்கரன் வியந்தபடி, மறுபடி காற்றில் சிலுவை வரைய சந்தர்ப்பம் நோக்கியிருந்தான்.

அவள் வைத்திருந்த மஞ்சள் குறும் பொட்டு சங்கரனுக்குள் போதையை மெல்ல ஏற்றிக்கொண்டிருந்தது. அவன் குறும்பாகப் பதில் சொல்லவேண்டிய நேரம் இது. பேச்சு மூலமே இந்த நட்பு வலுவாக இறுகட்டும்.

பொட்டு வைக்கும் எல்லாப் பெண்ணுமே அழகுதானே என்று அவள் கண்ணைக் கூர்ந்து பார்த்து சங்கரன் சொல்ல, கொச்சு தெரிசா லயிப்போடு சிரித்தாள். வீடு விட்டுத் தனியாக வந்த அதிகாரி. கம்பீரமாக இருக்கிறவன். நிச்சயம் கொச்சு தெரிசாவுக்கு உதவி செய்வான். அதற்கு மேலும் செய்யக்கூடும்.

ஒரு வருஷமாக இங்கே என்ன செய்யறீங்க?

உண்மையான ஆர்வத்தோடு சங்கரன் கேட்டான். இந்த ஊரும் கோவிலும் என்னை ஈர்த்து இங்கேயே இருந்துவிடச் சொல்லுது என்றாள் கொச்சு தெரிசா.

வேறே எங்கேயும் போகலையா என்று விசாரித்தான் சங்கரன்.

பந்தலில் இருந்து உரத்த குரலில் அர்ஜுன நிருத்தத்துக்கான பாட்டு ஒலித்துக்கொண்டிருந்தது. மேடை பக்கவாட்டில் இருந்ததால் சங்கரன் அமர்ந்திருந்த இடத்தில் இருந்தே நடனக் கலைஞர்களின் அசைவைப் பார்க்க முடிந்தது.

தமிழ் பேசுகிற பிரதேசம் முழுக்கப் போய்வந்தேன். என் கொள்ளுப் பாட்டனார் தமிழில் இயற்றின ஏசு கீர்த்தனைகளைப் புத்தகமாக்க முயற்சி செய்யறேன். கூடவே இன்னொரு நல்ல காரியமும் இப்போ ஏற்பட்டிருக்கு.

அவள் சொல்லும்போது மேளங்களின் கூட்டமான ஓசை வெளியை முழுக்க நிரப்பி அதிர்ந்தது. கொச்சு தெரிசாவும் சங்கரனும் ஒன்றும் பேசாமல் பக்கவாட்டில் திரும்பி ஒருத்தரை ஒருத்தர் பார்த்தபடி அருகருகே அமர்ந்திருந்தனர்.

அர்ஜுன நிருத்தமாக ஒரு முதிய ஆண் கலைஞர் ஆடிக்கொண்டிருந்ததை சங்கரன் பார்வை பதித்து நோக்கத் கொச்சு தெரிசா மீண்டும் பேசினாள் -

கொஞ்சம் வித்தியாசமான உடுப்பு இல்லையோ, வெறும் மயில்பீலியை மட்டும் கோர்த்து உடுத்துக்கிட்டு?

கொச்சு தெரிசாவுக்கும் மேடை கண்ணில் பட்டிருக்கிறது. அவனிடம் குறும்பான பதிலை மீண்டும் எதிர்பார்க்கிறாள் என்று பரபரப்பான நரம்புகள் மூளைக்குச் சேதி சொல்லிக் குதித்தன.

ஆமா, தோகை உதிர்ந்து விழுந்தால் கஷ்டம்தான். அதுதானா என்னமோ, பெண்கள் இந்த நடனத்தை ஆடுவதில்லை. உடுத்தி வந்தா ஒரு அழகு. உதிர்ந்து விழுந்தா இன்னொரு அழகு. எனக்கு ரெண்டும் பிடிக்கும். அனுபவிக்கத்தான் கொடுப்பினை இல்லை.

அவன் முகத்தை நாலு கிலோ பனை நுங்கு மேலே அழுத்தும் நிதானத்தில் நிறுத்திச்சொன்னான். கண்கள் சிக்கென்று உடுப்பு இடையில் பொருந்தி மார்பை உயர்த்திக் காட்டும் அவளுடைய வனப்பில் ஈடுபட்டுத் தரை தாழ்ந்தன.

அவள் சிரித்தாலும் அந்த பதிலைத்தான் அவனிடம் எதிர்பார்த்தாள் என்று சங்கரனுக்குத் தெரியும். கொச்சு தெரிசா சண்டைபோட

வந்தவள் இல்லை. அவள் உரக்கப் புகார் சொல்லிக்கொண்டு வந்தது? என்னோடு உடல் கலக்க வா என்று பெண் மயில் தாபம் தழைத்தேறிய குரல் கொண்டு அகவித் தோகை இல்லாமல் ஒய்யாரமாக நடந்து இணையை அழைப்பது போலத்தானோ?

எதுவோ இருக்கட்டும். இன்னும் கொஞ்சம் அவளைப் பேச வைக்க வேணும்.

சரி, அப்புறம் எங்கே எல்லாம் போனீங்க?

அப்புறம் நாங்க அரசூர் போனோம் என்றாள் கொச்சு தெரிசா. சங்கரனுடைய மனம் அர்ஜுன நிருத்தமாகத் துள்ளியது. மனதைச் சுற்றி உடுத்த நாசுக்கும் ஜாக்கிரதையுமான மயிற்பீலி உதிரட்டும். சங்கரனுக்காக விடிந்த நாள் இது.

நீங்க ஏன் பந்தலில் இல்லாமல், இங்கே இருக்கீங்க? கொச்சு தெரிசா விசாரித்தாள். உன்னோடு தனியாக இருக்கத்தான் என்று அதிரடியாகப் பதில் வந்தால் என்ன சொல்வாள்? மத்திய சர்க்கார் அமைச்சரக உயர் அதிகாரி அப்படிச் சொல்ல முடியாது. இந்தியில் பேச வைக்கவே விடாப்பிடியாகக் கேள்வி கேட்கிறவர்களுக்குப் பதில் தரும்போது அப்படிச் சொல்லலாம்தான். அவர்கள் மொழியைப்பற்றித்தான் கவலைப்படுவார்கள். பதிலை இல்லை.

பந்தலில் ஒலிபெருக்கி இரைச்சல் மறுபடி எழுந்தது. தொடர்ந்து கணீரென்ற குரல் -

இப்போது மாலை நாலு மணி. ஏழு மணிவரை நாட்டுப்புறக் கலைகள்பற்றிய முதல் நாள் கருத்தரங்கு நடக்கும். இன்றைய கலை நிகழ்ச்சிகள் ஏழு மணிமுதல் இரவு பத்துவரை தொடரும். மான்ய மந்திரிஜி கிருஷ்ணன் நீலகண்டான் அங்ஙேயையும், மான்ய மந்திரிஜி கோட்டைச்சாமி அத்தேஹத்தையும் நிகழ்ச்சியை நடத்தித் தர அன்போடு மேடைக்கு அழைக்கிறேன்.

இந்த அறிவிப்பைச் செய்தது திருவனந்தபுரம் செக்ரெட்டேரியட்டில் முக்கிய அதிகாரியான வெர்கீஸ் சாண்டி. சங்கரனோடு மதுரைக் கல்லூரியில் கூடப் படித்தவன். சாண்டி மூலம்தான் கொச்சு தெரிசாவுக்கு தங்குமிடம் பார்க்க முயற்சிகள் நடந்துகொண்டிருக்கின்றன. எரணாகுளம் வரைக்கும் தேடச் சொல்லியிருக்கிறார்கள் மினிஸ்டர் கிருஷ்ணன் மற்றும் கோட்டைச்சாமி.

கிருஷ்ணன் நீலகண்டான் என்று சாண்டி அழைத்தது சங்கரனுக்கு வினோதமாக இருந்தது. நீலகண்டான் இல்லை நீலகண்டன் என்று குறுக்கச் சொல்லித் தரலாம்தான். சாண்டி அதை அப்படியே

பிரயோகித்து கோட்டைச்சாமியையும் குறுக்கிக் கொட்டைச்சாமி ஆக்கி விடக்கூடும்.

இதில் யார் உங்க மினிஸ்டர்? நீல நீல...

கொச்சு தெரிசாவின் புன்னகையில் ஒரு வினாடி மயங்கிய சங்கரன் நிலைப்படுத்திக்கொண்டு அவர் இல்லை இவர் என்றான் கை சுண்டி. அவள் பார்க்க சிரமப்பட்டு எம்பிப் பார்க்க, சட்டென்று கொச்சு தெரிசா கையைப்பற்றி சரியான திசையில் விரல் நீட்ட வைத்தான். மனசு லகரியில் மிதந்துகொண்டிருந்தது.

கிருஷ்ணன் பேச ஆரம்பிக்கும்போது ஆகிருதியான ஒரு நடுவயதுப் பெண் அவர் பக்கத்தில் நெருங்கி நின்று லெதர் அட்டையில் பொதிந்த ஒரு டயரியையோ, புத்தகத்தையோ அவரிடம் கொடுத்தாள். சாண்டி உடனே மைக் உயிர்த்திருப்பது கருதாமல், சொன்னது –

திருமதி கிருஷ்ணன், நீங்களும் மேடையில் அமரலாமே. அர்ஜுன நிருத்தம் ஆராய்ச்சிக் கட்டுரையை அடுத்து நீங்கள்தானே படிக்கப் போவது?

மினிஸ்டர் கிருஷ்ணன் தேவைக்கு அதிகமான பரபரப்போடு எழுந்து இவர் காரியதரிசி என்று விளக்கம் சொன்னது அணைக்காத மைக் மூலம் கேட்டது. விழா ஏற்பாடுகளை முன்கை எடுத்துச் செய்த சியாமளா கிருஷ்ணன் எதுவும் பேசாமல் எழுந்து கலாசார ஆய்வு மையக் கட்டடத்துக்குள் கோபமும் அழுகையுமாக வந்து நுழைந்ததை கொச்சு தெரிசாவும் சங்கரனும் பார்த்தார்கள்.

கொச்சு தெரிசா எழுந்து நின்று மரியாதை தெரிவிக்கும் முன், சியாமளா தன் அறைக்குள் கதவடைத்துப் போய்விட்டாள். கொச்சு தெரிசா சங்கரனை என்ன விஷயம் என்று பார்வையால் கேட்க, அவன் அரைச் சிரிப்பும் ஒரு கண் சிமிட்டலுமாக மேடையிலும் அறையிலும் கண் பரத்திச் சேதி சொன்னான். கொச்சு தெரிசாவுக்கு அவன் நெருங்கி வந்துகொண்டிருந்தான் என அவளுடைய கள்ளச் சிரிப்பு சொன்னது.

ஆப்பிரிக்கக் குடியரசு நாட்டின் தூதுவரும் சிறந்த ஆங்கில எழுத்தாளருமான வைத்தாஸ் இக்வனோ ரெட்டி இப்போது ஆப்பிரிக்க, ஆசிய மக்கள் நிகழ்கலை வெளிப்பாடுகள்பற்றி உரை நிகழ்த்துவார்.

சாண்டியின் குரல் அழைக்க, போய்த்தான் கேட்போமே என்று தோன்றியது சங்கரனுக்கு. கொச்சு தெரிசாவைவிட்டு எங்கும் போகப் போவதில்லை அவன்.

அரசூரில் அவள் தன் வீட்டைப் பார்க்கப் போனதையும், தியாகராஜ சாஸ்திரி உதவியால் மதுரைப் பண்டிதரைச் சந்தித்ததையும் கொச்சு தெரிசா சொல்ல, சுவாரசியம் குன்றாமல், இடைவெட்டாமல் கேட்டபடி இருந்தான் சங்கரன்.

இதைப் பார்த்தீர்களா?

கொச்சு தெரிசா தோளில் மாட்டி இருந்த பையில் இருந்து எடுத்து நீட்டிய, வம்சாவளி கூறும் குடும்ப மரங்களின் படங்களை நம்ப முடியாத ஈர்ப்போடு பார்வையிட்டான் சங்கரன்.

கடைசி படத்தில் வம்சாவளி கூறும் மரத்தின் வலப் பகுதி இறுதிக் கண்ணியாக கொச்சு தெரிசா முசாபர் என்ற பெயரைக் காட்டி, இது நான் என்றாள் கொச்சு தெரிசா. இடப் பகுதி இறுதிக் கண்ணியாக அரசூர் சங்கரன் கொள்ளுப் பேரனும் அரசூர் சாமிநாதன் மகனுமான சின்னச் சங்கரன் என்ற பெயரில் தொட்டு, இது நான் என்றான் சங்கரன்.

அதிசயங்கள் நிகழ்வது சகஜமென்பதுபோல் கைதட்டல் சத்தம் ஆர்ப்பரித்துக் கொட்டி முழக்க, மின்சாரம் தடைப்பட்டது. இருட்டில் கொச்சு தெரிசாவின் தோளில்பற்றிய கரத்தை அவள் எதிர்பார்த்துக் கன்னம் பதித்துத் தோளோடு இறுக்கிக்கொண்டாள். அந்த அண்மை அவளுக்கு வெகுவாக வேண்டியிருந்தது.

அத்தியாயம்

# இருபத்தெட்டு

நாட்டுப்புறக் கலை, கலாச்சார விழாவும் மாநாடும் எல்லோர் மீதும் பரிபூர்ணமாகக் கவிந்திருந்தது. ஆட்டக் கலைஞர்கள் மட்டு மில்லாமல் பிரதிநிதிகளும்கூட, நடக்கும்போதோ, இருந்து பேசும் போதோ அதே நினைவாக இருந்தார்கள். அவர்கள் கை கால் அசைவிலும், கண் அசைவிலும் அவ்வப்போது நளினம் தெறித்துக் காட்சி வைப்பது தன்னிச்சையாக நிகழ்ந்தது.

நாலு நாள் கொண்டாட்டம் இன்றைக்கு முடிவடைகிறது. மூன்று நாளிலேயே முடியும் விஷயத்தை வலிந்து நாலு ஆக்கிய சர்க்கார் உத்யோகஸ்தர்கள், நடத்த நிகழ்ச்சி இல்லாமல், வெளிநாட்டுப் பிரதிநிதிகளுக்கு என்ன வேடிக்கை காட்டலாம் என்று சிண்டைப் பிய்த்துக்கொண்டார்கள்.

அம்பலத்தில் இருந்து மாராரை வரவழைத்து, பத்து மணி தொடங்கி ஒரு மணி நேரம் சங்கீதமாக எடக்கையோ கடைக்கயோ தட்டிக்கொண்டு கேவி அழுது கேட்க வைக்கணும். அப்புறம் கெஸ்டுகளை நாலு ஹவுஸ் போட்டுகள், அதான் படகு வீடுகளில் அடைத்து ஆளுக்கு ரெண்டு போத்தல் பியரும் கொடுத்து வேம்பநாட்டுக் காயலில் போய்வரச்சொல்லணும். அப்படிச் செய்தால், சாயந்திரம் முடிவுரை, விருது என்று நடந்து எல்லோரும் சவுக்கியமாக வீடு போய்ச்சேர்ந்து, போக வர டிராவலிங் அலவன்சும், நாலு நாள் தங்குமிட அலவன்சும் கிளெய்ம் செய்யலாம்.

இந்த யோசனை எல்லாத் தரத்து அதிகாரிகளாலும், அவர்களுடைய உதவியாளர்களாலும் உடனே ஏற்றுக்கொள்ளப்பட்டுச் செயலாக்கப் பட, விழாப் பந்தலே வெறிச்சென்று போனது.

ராஜா ஒருத்தர், அவர் கூடவே ரெண்டு களவாணிகள் குட்டையும் நெட்டையும் கையில் பிடித்த எலுமிச்சம்பழமுமாக, பார்த்தேளா?

பட்டை நாமத்தோடு அரசூர் ஜோசியர், ஆளில்லாத பந்தலுக்குள் ஒன்றிரண்டாக உருண்டு, நேரம் கெட்ட நேரத் தூக்கத்தில் இருந்தவர் களை எழுப்பி விசாரித்துக்கொண்டிருக்க, வேனில் மழை உக்ரமாகப் பொழியத் தொடங்கியது.

சின்னச் சங்கரன் குளித்து, புட்டும் கடலையும் காலை ஆகாரமாகக் கழித்து பந்தலில் வந்து நின்று எடக்க தட்டி, மாரார் பாடிய சோபான சங்கீதத்தைக் கேட்டபடி கொஞ்ச நேரம் நின்றான்.

கேரளா பக்கத்தில் சோபான சங்கீதம் என்று பாடுவார்கள். சகிக்காது.

இப்படி தில்லி ப்ரஸ் கிளப் கேண்டீனில் மங்களூர் போண்டா சாப்பிட்டுவிட்டு வெற்றிலைச் சீவலைக் குதப்பிக்கொண்டு, பல் இல்லாத ஒரு கிழவர், க்ரிட்டிக்காம் அவர், எந்த பீ அள்ளும் பத்திரிகைக்கோ வியாசமெழுதி மயிரைப் பிடுங்குகிற கிழம், அந்த உச்சைக் கிறுக்கன் இப்படிப் பிதற்றிக்கொண்டிருப்பது நேரம் கெட்ட நேரமாக நினைவில் வந்தது. கிழம் இங்கே வந்திருந்தால், ஓரமாகக் கூட்டிப்போய் கையைக் காலை உடைத்து காதை அறுத்திருக்கலாம் என்று சங்கரனுக்கு தர்க்கத்துக்கு அப்பாற்பட்ட கோபம் வேறு தாறுமாறாக வந்தது. அறுத்த காதை என்ன செய்வது என அடுத்த யோசனையும் கூட.

மழைக்கு நடுவே வானத்தில் குறுக்கே கோடு கிழித்துப் பிரகாச மாகக் கிறுக்கிப்போன மின்னல் சங்கரனை தங்குமிடம்போய் உட்காரச் சொன்னது.

ராஜா உடுப்புலே ஒருத்தர்.

அரண்மனை ஜோசியர் சங்கரனைக் கும்பிட்டுக் கேட்டார்.

தில்லிக் கிழம்பற்றிய சினம் சின்னாபின்னமாகி மறைய அவரிடம் உபரி தகவல் கேட்க ஆரம்பித்த வினாடி வானமே பிய்த்துக்கொண்டு விழுந்த மாதிரி இடிச் சத்தம்.

யந்திரம் நிறுத்தினது என்ன ஆச்சோ. பார்த்துட்டு வரேன்.

ஜோசியர் அவசரமாக மழையில் நனைந்தபடி ஓட, யாரோ குடையோடு வந்து சங்கரனிடம் மரியாதையோடு நீட்டினார்கள்.

சர்க்கார் ஊழியராகத்தான் இருக்கவேண்டும். என்னதான் கொடி பிடித்து முத்ரா வாக்கியம் முழக்கி எதிரெதிரே நின்று வர்க்கப் போராட்டம் நடத்தினாலும் ஒரு மழை, புயல், உக்ரமான வெய்யில் காரணமாக வறட்சி, அப்படி ஒன்று காரணமாக எல்லோருக்கும் விசேஷ அலவன்ஸ் அறிவித்து, வரத் தாமதம் என்றால் சர்க்கார் ஜீவனக்காரர்கள் காந்தத்தால் கவரப்பட்ட இரும்புத் துகள்களாக ஒற்றைக் கெட்டாக ஈஷிக் கொள்வார்கள். அதிலே சென்ட்ரல் என்ன, ஸ்டேட் என்ன?

சங்கரன் அறைக்குப் போய்ச்சேர்ந்தபோது அங்கே ஒற்றைக் குழல் விளக்கு எரியாமல், சூரியன் தொடாமல், இருட்டு முழுக்க அப்பியிருந்தது. படுத்து உறங்கப் பாந்தமான சூழல். காலையில் பத்து மணிக்கு உறங்க வெறுப்பு மேலெழுந்து வந்து உடம்பு மறுக்க, அங்கே வந்து விழுந்த மலையாள செய்தித்தாளையும் ஒரு நாற்காலியையும் எடுத்துக்கொண்டு அறைக்கு வெளியே வராந்தாவில் போட்டான்.

ஆள் ஒழிந்த அந்தக் கட்டடத்தில், சத்தத்தோடு எழுத்துக் கூட்டிப் பத்திரிகை படித்துக்கொண்டிருந்தபோது பின்னால் இருந்து காலை வணக்கம் சொல்லும் பெண் குரல் கேட்டது.

அவனுக்குத் தெரியும், கொச்சு தெரிசாதான்.

உட்கார்ந்தபடிக்கே காலை வணக்கம் சொல்லிக் கையை நீட்டினான். சங்கரன் பற்றிக் குலுக்கிய கரத்தை விடாமல், வெளியே போகலியா என விசாரித்தான்.

இது என்ன கேள்வி? இவளோடு பேச இன்னும் என்ன எல்லாம் உண்டு?

கொச்சு தெரிசா தோளில் மாட்டிய தோல்பையும், கருப்புக் கண்ணாடியும் அவள் எங்கோ போய்க்கொண்டிருக்கிறாள் என்று சொன்னது. வெளிநாட்டுப் பிரயாணிகளுக்கே உரித்தான, சகல நேரமும் ஊர் சுற்றிப் பார்க்கும் பரபரப்பு இல்லை அவளிடம். போய் இருந்து பார்த்து வருவதை விட, போனேன் வந்தேன் என்று பத்து இடத்தைப் பார்வையிட்டு மனதில் எண்ணிக்கையை அதிகரித்துக் கொண்டு போவது அந்தப் பரபரப்பின் வெளிப்பாடு. சங்கரன் அறிவான். எடி, வா, சேர்ந்தே சுற்றித் திரியலாம்.

கொச்சு தெரிசாமேல் இருந்துவந்த மெல்லிய யுதிகோலன் வாடை சங்கரனுக்குப் பிடித்திருந்தது. இங்கிலாந்தில் மீன் பஜ்ஜி விற்கிற பெண். அழகானவள். அவனுக்கு உறவு வேறு. அவனை ஈர்க்கிறவள். அவனால் ஈர்க்கப்படுகிறவள். தர்க்கத்துக்கு

அப்பாற்பட்ட மோகம் அது. தானே வந்து கவிவது. பற்றிப் பிடிக்கக் காத்திருந்த மாதிரி மழை நாளில் மேலோங்கி எழுகிறது. அவனுக்கு வேண்டியிருக்கிறது. அவளுக்கும்.

இங்கே இருந்து, கடலோரமாகப் படகில் போகலாம் என்று சொன்னார்களே. யாரையும் காணோமே.

கொச்சு தெரிசா விசாரிக்க, சங்கரன் சிரித்தான். உறங்கிக் கிடந்த போது எல்லோரும் எழுந்து, குளித்துப் பசியாறிப் படகுத் துறைக்குப் போயாகிவிட்டது. திரும்பப் படகு வந்து அழைத்துப் போகாது.

படகு இங்கே வராவிட்டால், நாம் அதைத் தேடிப் போனால் என்ன?

தீர்வு கண்ட நிம்மதியோடு கொச்சு தெரிசா சங்கரனிடம் கேட்டாள்.

இங்கே சும்மா மோட்டுவளையையும், மழையையும் பார்த்துக் கொண்டு இருப்பதைவிடப் படகு தேடிப்போவது சுவாரசியமான தாகவே இருக்கும் என்று சங்கரனுக்குப் பட்டது. ஆயுசில் எத்தனை தடவை இப்படிப் படகையும் ஓடத்தையும் தேடி, ஓர் அழகான கருத்த பெண் கூட வர, நடக்கக் கொடுத்து வைத்திருக்கிறது?

வரு பூவாம் என்றான் சுமாரான மலையாளத்தில். அவளை மரியாதை விலக்கி உரிமையோடு ஒருமையில் விளித்து, அதைச் சந்தோஷமாகத் தெரியப்படுத்திச் செயல்படுவது இந்த வினாடியில் அவனுக்கு உகந்த செயலாக இருந்தது.

கோவிலைக் கடந்து கொஞ்ச தூரம் போனால் படகுத்துறை வரும் என்று யாரோ எப்போதோ சொன்னது சங்கரன் நினைவில் உண்டு. அது கொஞ்ச தூரமாக இல்லாவிட்டாலும் சரிதான். இவளோடு நடக்கவும், பேசவும் நேரம் கிடைக்கிறதே.

தூறல் சிறுமழையாக அடர்ந்துகொண்டுவந்தது. கொச்சு தெரிசா கையில் எடுத்து வந்திருந்த பூப்போட்ட குடையை விரித்தாள். சங்கரன் குடைக்கம்பி மேலேபடாமல் விலகி நடக்க, மழை இன்னும் வலுத்தது.

கொச்சு தெரிசா குடையை சங்கரனிடம் கொடுத்துவிட்டு அவனுக்கு இன்னும் அருகில், குடைக்குக் கீழ் நடக்கத் தொடங்கினாள். சங்கரனுக்கு இதுபோதும் இப்போது.

போட் ஜெட்டி என்று இங்கிலீஷிலும், கீழே படி பொண்டன் என்று பிரஞ்சிலும் அதன் கீழ் மலையாளத்திலும் எழுதிய பலகை வைத்த இடம். வலது புறம் காட்டும் கை இங்கிலீஷிலும், இடது வசம் சுட்டும் கை பிரஞ்சிலும் வரைந்திருந்தது. மலையாளத்தில் கைக்கு இடமில்லை.

இங்கிலீஷோடு போவோம் என்று கொச்சு தெரிசாவிடம் சொன்னான் சங்கரன். அவன் நினைத்தபடி அந்தப் பாதை காயலோர மாக, படகுத் துறையில் முடிந்தது.

எல்லாப் படகும் காயலோடு போயிருக்க, வெறுமையாகக் கிடந்த துறையில் சங்கரனும் கொச்சு தெரிசாவும் நின்றபோது மழை விடை பெற்றுப்போயிருந்தது. படகுத் துறைக்காரன் இவர்களைப் பார்த்து நின்றான்.

சங்கணாச்சேரி படகுக்கு வந்தீங்களா?

மரியாதை விலகாமல் சங்கரனைக் கேட்க அவன் இல்லை என்றான்.

காயலில் கொஞ்ச நேரம் போய்விட்டு வரலாம்னு நினைச்சேன்.

அதுக்கென்ன? போகலாமே என்று படகுத்துறைக்காரன் சிரித்தான்.

போகலாம்னா, தண்ணீரிலே நடந்தா போகணும்?

கொச்சு தெரிசா கற்றுக்கொண்டிருந்த மலையாளத்தில் கேட்க, அதெதுக்கு என்றான் படகுத்துறைக்காரன்.

வர்க்கீஸேட்டன் படகு வர ரெடியா இருக்கு. இன்னிக்கு காயல்லே போக வேணாம்னு காலையிலே சொன்னான். ஒரு மணி நேரத்துலே முடிவை மாத்திக்கிட்டான். குடிக்க காசு குறையுதாம். வாங்க. புண்ணியமாகும்.

பெருக்கெடுத்து ஓடும் காயலின் கரையில் நின்று அவன் குரல் கொடுத்தான். கூவென்று கூவும் குரலாக வர்க்கியேட்டனுக்குப் போகும் அழைப்பு. கொதும்பு வள்ளம் என்ற சிறு ஓடமும், சரக்கு கொண்டுபோகும் படகு ஓட்டுகிறவனும், வலை காயப்போட்ட மீனவனும் ஏற்று வாங்கி எதிரொலிக்க, அது நாலைந்துமுறை துறை முழுக்க எதிரொலித்துக் கடந்தது.

அப்புறம் குருவி சலசலக்கும் ஓசையும் மரங்கொத்தியின் இடைவிடாத கூச்சலும் ஒலிக்க, அவற்றோடு சேர்ந்து தொலைவில் இருந்து தேய்ந்து ஒலிக்கும் குரல் ஒன்று.

வரும் ஒலியை மகிழ்ச்சியோடு செவிகொடுத்தவன் தலையசைத்துச் சொன்னான் –

வந்துக்கிட்டிருக்கான்.

அவன் சொல்லிப் பதினைந்து நிமிடம் சென்று அழகான நெட்டி, மற்றும் சன்னமான மர வேலைப்பாட்டோடு ஒரு படகு வீடு கம்பீரமாக மிதந்துவந்து படகுத் துறைப் பலகைக்கு அடுத்து நின்றது.

ஏறிக்கொண்டார்கள். அடுத்த மழை ஆர்ப்பாட்டமாக நானும் வருகிறேன் என்று சேர்ந்துகொண்டது.

படகு புறப்பட்டபோது படகுக்காரன் சங்கரனையும் கொச்சு தெரிசாவையும், கூரை இறக்கி வேய்ந்த படகின் அமரத்தில் இட்டு வைத்திருந்த நாற்காலிகளில் ஓய்வாக உட்காரச் சொன்னான்.

மழை அடர்ந்த காயலையும், காயல் நிறம் பகர்த்திய மழையையும் எந்தக் குறுக்கீடும் இன்றி பார்த்துக்கொண்டே பொழுதைக் கரைக்க அந்தப் படகு முனை தவிர வேறே இடம் இருக்க முடியாது.

இந்த நாள், இந்த நிமிடம், இந்த நொடி ஏற்கெனவே நிச்சயப் படுத்தியபடி உருவாகிக் கடந்து போகிறது.

கொச்சு தெரிசா தனக்குள் சொல்லிக்கொண்டாள். யார் நிச்சயித்தபடி என்று தெரியாது. கயிற்றில் ஆடும் தோல்பொம்மைகளாக இயங்குவது தவிர அவளுக்கும் சின்னச் சங்கரனுக்கும் இப்போது வேறே காரியம் ஏதும் இல்லை.

அவள் மனதை எதிரொலிப்பதுபோல் பார்த்த சங்கரன், அவள் அருகே நெருங்கி அமர்ந்து கையைப் பற்றிக்கொண்டான். அவனுடைய வெப்ப மூச்சு அவளுக்குப் பரிச்சயமாகி இருந்தது.

இதெல்லாம் சரிதானா? இல்லாவிட்டால்தான் என்ன? கொச்சு தெரிசா சங்கரனையே பார்த்தபடி இருந்தாள். முசாபர் ஒரு வினாடி அவள் நினைப்பில் எழுந்து காயல் அலைகளில் கலந்து காணாமல் போனான்.

காயல்லே மழைக் காலத்தில் படகு விட்டுப் போகிறது பற்றி எங்க தீபஜோதிப் பாட்டி சொல்லியிருக்காங்க.

அவள் உற்சாகமாகச் சொன்னாள். சங்கரன் அவளையே பார்த்தபடி இருந்தான். நீர்த் தாவரம் எதுவோ படகோடு வருவதைப் பார்த்து விட்டு மறுபடியும் தலை உயர்த்தினாள் கொச்சு தெரிசா.

தீபஜோதி பாட்டித் தள்ளை, எங்க கிரான்மா. இவங்கதான்.

ஃபேமிலி ட்ரீ படத்தைக் கைப்பையில் இருந்து எடுத்து அவன் விரல்களோடு பிணைந்திருந்த தன் கை கொண்டு படத்தில் சுட்டினாள் கொச்சு தெரிசா. அந்த எழுத்துகளில் தோல் சுருங்கி மூத்த தீபஜோதியைக் கண்டிருந்தாள் அவள்.

பாட்டித் தள்ளை, அவங்க அப்பா கண்ணூர் புரபசர் வேதையன், அம்மா பரிபூரணத்தம்மா, வீட்டிலேயே இருந்த உறவுக்காரர் துர்க்கா

பட்டன் அம்மாவன், தீபஜோதி முத்தச்சி எல்லோரையும்பற்றி நிறையச் சொல்லி இருக்கா. அந்தப் பழைய வீடுபற்றியும்.

அவளுக்கு பாட்டியின் வார்த்தைகள் முழுக்க நினைவு இருந்தன. அந்த மொழியும் இப்போது சட்டென்று மனதிற்குள் திரும்ப வந்திருந்தது.

அவள் குழந்தை தீபஜோதியானாள். சங்கரனின் தோளில் தலை சாய்த்து, மழை ஆதரவாகத் தாளம் கொட்டச் சொல்லத் தொடங்கினாள் –

ரெண்டு பக்கமும் காய்த்துக் குலை தள்ளி இருந்த வாழை மரங்களுக்கு நடுவே துர்க்கா பட்டன் தவழ்ந்துகொண்டிருந்தான்.

ஆன, ஆன, கொம்பன் ஆன. வேகம் போ ஆன. திருசூர் பூரம் போ ஆன.

இது பேசுகிற ஆனை. குழந்தைகூடச் சேர்ந்து கொம்மாளி கொட்டிச் சிரிக்கிற ஆனை.

வேதையனின் பெண் குழந்தை தீபஜோதி அவன் முதுகில் உட்கார்ந்து பூக்குடலையைக் கவிழ்த்த மாதிரிச் சிரித்தது. அவன் வயிற்றில் சின்னக் காலால் மிதித்தது. ஆனையைத் தோட்டத்து வடக்கு மதில் சுவர் பக்கம் நகர்ந்து போகும்படி அடம் பிடித்துக் கொண்டிருந்தது அது.

வேதையன் வீட்டுத் தோட்டத்தில் வாழை மரங்களின் வரிசை முடிந்து இனி தென்னை, பலா, மா அப்புறம் பூச்செடிகள். ஆனை போக முடியாத ஒற்றையடிப் பாதையை அடுத்து சின்ன வாய்க்காலாக கிணற்றுத் தண்ணீர் பொசிந்துகொண்டிருந்தது. கடைகால் கடைகாலாக கிணற்றில் இருந்து நீர் சேந்தி அந்தச் சாலில் செலுத்திய படிக்கு வீட்டுப் பணிக்காரன் ஒருத்தன் தோட்ட வேலையில் கருத்தும் காரியமுமாக இருந்தான்.

பட்டரே, குஞ்ஞும்மையைக் குப்புறத் தள்ளிடாதேயும். தென்னை நட வெட்டி வச்ச குழி உண்டு அங்கே. பின்னே நீரும் கூடி அதிலே விழுந்து வைக்கப் போறீர். கண்ணு தொறந்து ஆனை நடக்கட்டும்.

பணிக்காரன் தண்ணீர் இறைப்பதை நிறுத்திச் சொன்னான். பட்டன் முதுகில் உட்கார்ந்து ஆனையை முன்னால் செலுத்திக்கொண்டிருந்த மூணு வயசுப் பெண் குழந்தை தீப ஜோதி, மழலையில் அவனை அதட்டியது.

சும்மா போ தோமச்சா.

எண்டெ பொன்னு குஞ்ஞும்மே. தோமச்சன் சும்மாவும் போகும். சுகமாயிட்டு பாரம் சுமந்தும் போகும். விதிச்சது தீர்ந்தால் பின்னே குரிசுப்பள்ளி உண்டல்லே கிடக்க.

அவன் முடிப்பதற்குள் துர்க்கா பட்டன் குழந்தையை லாகவமாக இடுப்பில் இருந்து இறக்கி தோளில் சுமந்தபடி எழுந்து நின்றான்.

தோமச்சா. குஞ்ஞுக் குட்டியோடு சம்சாரிக்க வேறே விஷயம் ஒண்ணும் கெடக்கலியா உனக்கு?

அவன், குழந்தை நெற்றியில் துளிர்த்திருந்த வியர்வைக் கீற்றைத் தன் மேல் முண்டால் பதமாகத் துடைத்தான். குழந்தை நெற்றியில் மெலிசாக முத்தம் இட்டபோது அது அவன் கழுத்தைக் கட்டிக்கொண்டு திரும்பக் கூச்சலிட்டது.

அம்மாவா, ஆன, ஆன.

அம்மாவனு வல்லாத்த ஷீணம் குஞ்ஞே. ஒரு கவளம் சோறு கழிச்சு வந்நு ஆனக் கொம்பன் திருச்சூர் பூரம் காணான் இறங்கும். சரியா.

ஞானும் வயும். மன்னி, பூயம். பூயம்.

குழந்தை ஓட்ட ஓட்டமாக அம்மாவிடம் அனுமதி வாங்க ஓடியது.

கொச்சு தெரிசா பூயம் என்றாள். அவள் பிடரியில் முகம் புதைத்து முத்தியபடி சங்கரன் பூரம் என்றான்.

கொச்சு தெரிசாவின் வரியோடிய உதடுகளைத் தன் இதழ் கொண்டு மூடித் திறந்தான்.

அவளுடைய நாவைப் பரிசித்துச் சொன்னான் –

நமுக்கு பூரம் காணான் பூவாம்.

அவளுக்குள் இருந்து எழுந்து வாயின் மேலன்னத்தில் மோதி எதிரொலித்து வந்த குரலாக இருந்தது அது. கொச்சு தெரிசா உடல் சிலிர்க்க முதுகு குறுக்கி அவனோடு ஒட்டிக்கொண்டாள்.

இதெல்லாம் சரிதானா? சரியில்லை என்றால் என்ன போச்சு? புண்ணியம், பாவம், நல்லது, கெட்டது கூட்டிக் கழித்து யாரிடமும் கணக்கு ஒப்பிக்கவேண்டியதில்லை.

அவள் அந்தக் கணத்தில் கரைந்தாள்.

படகுக்காரன் சாயாக் கோப்பைகளை முக்காலியில் வைத்துவிட்டு ஒன்றும் பார்க்காத, எதையும் கேளாத பாவனையில் உள்ளே போனான்.

கண்ணூர் வீட்டுக்கு நான் போயிருக்கேன்.

சங்கரன் சொன்னான்.

தாத்தா படிச்சிட்டிருக்கார். முன்வசம் போகாதேன்னு ஒரு ஸ்தூல சரீரப் பெண், சொல்றது நினைவு வருது. அவளை வல்யம்மாவின்னு கூப்பிடுவோம்.

கொச்சு தெரிசாவின் உதடுகளில் திரும்ப முத்தமிட்டுச் சொன்னான் சின்னச் சங்கரன்.

இதெல்லாம் சரிதானா? இல்லாவிட்டால்தான் என்ன? வசந்தி அவன் நினைப்பில் ஒரு வினாடி எழுந்து, அடர்ந்து நெய்த மழைத் திரிகளில் கரைந்து போனாள்.

சங்கரன் கொச்சு தெரிசாவை அணைத்துக்கொண்டான்.

காயலும் வானமும் நீர்த் திரையால் இணைய, அடர்ந்த மேகங்கள் நின்று சுரக்க, மழை சீராகப் பெய்த வண்ணம் இருந்தது.

அத்தியாயம்

# இருபத்தொன்பது

எல்லாம், மழை வலுத்துவரும் காயலில் இருந்து படகு திரும்பத் துறைக்கு வந்ததோடு தொடங்கியது.

இருண்டு ஆர்ப்பரிக்கும் கடல். அது தொட்டுவிடும் தூரத்தில் என்றாலும் படகை எல்லாத் திசையிலும் சுழல வைக்கும் நீர்ப் பெருக்கும், மழையோடு கலந்த காற்றுப்பெருக்கும், கடலோடு செல்லாமல் திரும்பச் சொல்லி வற்புறுத்த, படகுத் துறைக்குத் திரும்பியபோது சங்கரனுக்கும் கொச்சு தெரிசாவுக்கும் பகல் நேர வயிற்றுப் பசியாக இந்தப் பொழுது தலையெடுத்தது.

புறப்பட்டுப்போன மற்றப் படகுகள் அருகே தீவில் ஒதுங்கியிருப்பதாகவும், அவை வந்து சேர மாலை ஐந்து ஆகிவிடலாம் என்றும் படகுத்துறை ஊழியர் சங்கரனிடம் தகவல் தெரிவித்தார். பசி உச்சத்தில் அதைப் புறம் தள்ளினான் அவன்.

நாலு நாள் மாநாடு அமைச்சர் முடிவுரை நிகழ்த்தாவிட்டாலும் முடிந்துதான் போகும். ஆப்பிரிக்க நாட்டுத் தூதுவரும், இங்கிலீஷ் எழுத்தாளருமான வைத்தாஸ் இக்வனோ ரெட்டிக்கு யானைத் தந்தத்தில் செய்த கதகளி ஆட்டக் குழு ஆடி நிற்கும் சிற்பத்தை முதலமைச்சர் அன்பளித்து, மாலை அணிவித்து நாலு வார்த்தை உபசாரமாக மலையாளத்திலும் இங்கிலீஷிலும் சொல்லாவிட்டால் என்ன? தூதருக்கு, அவர் இன்னும் இங்கே இருக்கும் பட்சத்தில்

சிற்பத்தை ஓட்டல் அறையிலேயே மழைக்கு நடுவே கொடுத்து விடலாம். இன்று விடிகாலையில் அவர் திருவனந்தபுரம்போய் அங்கிருந்து இன்னேரம் தில்லி திரும்பியிருந்தால், சிறப்பு அலுவலர் மூலம் தில்லிக்குச் சிலையை அனுப்பலாம்.

தூதர் வைத்தாஸின் மனைவி அவருடைய நாட்டின் அதிபராம். அவளும் இங்கே வரவேண்டும் என நேற்றுக் காலை தில்லிக் காரியாலயத்தில் இருந்து இரைச்சலுக்கு நடுவே தேய்ந்து ஒலிக்கும் தொலைபேசி அழைப்பும், ஸ்டாப் என்று அங்கங்கே போட்டு பத்து வரியில் வந்த தந்தியும் சொன்னதாம். சங்கரன் தொழுது நிற்கும் அமைச்சர் அவனிடம் நேற்று விழாப் பந்தலில் விளக்கினார்.

அது மட்டுமில்லை, அந்த அமைச்சர், ஜரூராக இன்னொரு காரியமும் செய்திருந்தார்.

மலையாளக் கரை முழுக்க இப்போது மும்முரமாக மழை பெய்கிறது. அறிவிக்காமல் முன் கூட்டியே வந்த தென்மேற்குப் பருவ மழை இது. இன்னும் ஒரு மாதம் மழை நீடிக்கும். ஆப்பிரிக்க தூதர் வைத்தாஸ் ரெட்டி பங்கு பெறும் விழாவும் கிட்டத்தட்ட முடியும் நிலையில் உள்ளது. இந்தச் சிறிய ஊருக்கு ஆப்பிரிக்கத் தலைவர் வந்தால் அந்த அம்மையாருக்குப் பாதுகாப்பு அளிப்பது சிரமமாக இருக்கும். இங்கே அவரைத் தங்க வைக்கவும் அவருடைய தகுதிக்குப் பொருத்தமான, நம் நட்பு நாட்டின் மிகச் சிறந்த விருந்தாளிகளுக்குத் தரவேண்டிய உபசரிப்பை அளிக்க இயலாமல் போகலாம். எனவே, அந்த மேன்மைக்குரிய அம்மையார் தில்லியில் இருப்பதே நல்லது. அவருடைய அன்புக் கணவர் தூதர் வைத்தாஸ், விழா இனிதே முடிந்து இன்று தில்லி வருவார்.

சங்கரன் கொச்சு தெரிசாவோடு ஓட்டலுக்குத் திரும்பியபோது அமைச்சர் புறப்பட்டுக்கொண்டிருந்தார். உற்சவத்தில் எழுந்தருளிய திருச்சூர் சிவபெருமான் வடக்கும்நாதனுக்குப் பிடித்த மாதிரி ஆகப் பெரிய வண்ணக் குடையோடு அவரை நடத்திப் போய்க்கொண்டிருந் தார்கள். செண்டை மேளம் மட்டும் இருந்தால், முன்னால் நிற்க யானையும் இருந்தால், உற்சவர் என்ன, கருவறைக் கடவுளாகவே ஆகியிருப்பார் உயரம் கூடிக் கருத்து மெலிந்த அந்த அமைச்சர்.

ஊருக்குப் போய்ட்டிருக்கேன். தொகுதியிலே ஓர் அவசர வேலை வந்திருக்கு.

அவர் பார்வை சங்கரனோடு நெருக்கமாக நகர்ந்துவந்த கொச்சு தெரிசாவின்மீது பதிந்தது. அடுத்த வினாடி சங்கரனைப் பார்த்துச் சிரிப்போடு கேட்டார் –

மேடம் தங்கி இருக்க இடம் கிடைச்சுதா? புகார் எதுவும் இப்போ இல்லையே?

அந்தச் சிரிப்பு வேறே மாதிரி சங்கரனுக்கு அர்த்தம் சொன்னது. போகிறது, நல்ல மனுஷர். கூட ஓர் அழகான பெண் இருந்தால் பார்த்தவர்களுக்கு எப்படி எல்லாமோ பேசத் தோன்றும். அதுவும், பூசியதுபோல் வனப்பாக சற்றே உடல் பெருத்த, மேற்கத்திய உடை அணிந்த, கருவிழிகள் கொண்ட கறுத்த பெண். நல்ல குரலில் அழகாக இங்க்லீஷ் பேசுகிறாள். விந்திய மலைச்சாரலுக்குத் தெற்கே அழகு இதுதான்.

அமைச்சர் பொறாமைப்பட்டாலும் சரி, இன்றைக்கு சங்கரனின் நாள். தில்லியில் அவரைப் பார்க்கும்போது இதையெல்லாம் மறந்து போகட்டும்.

நீங்களும் வர்றீங்களா? கார்லேயே மதுரை போகிறோம். உங்க ஊர் கூட அங்கேதானே.

இல்லே சார், நான் இப்படியே தில்லிக்குப் போய்க்கறேன். வீட்டிலேயும் ஆபிசிலும் முடிக்கவேண்டிய வேலை ஒருபாடு இருக்கு.

அது என்ன ஒருபாடு? மலையாள பூமி உங்களையும் மாத்திடுச்சா?

இக்கு வைத்து மறுபடி பேசியபடி அமைச்சர் புறப்பட்டுப்போக, கொச்சு தெரிசாவோடு பகல் உணவுக்காகப் போனான் சங்கரன்.

பெருமழை, புயல் சின்னம், சூறாவளி சுழன்றடிக்க வாய்ப்பு என்ற காரணங்களைச் சுட்டிக் காட்டி நாட்டுப்புறக் கலை விழாவின் நிறைவு நிகழ்ச்சிகள் ரத்து செய்யப்பட்டதாக அறிவிக்கும் சுற்றறிக்கையை டவாலி அணிந்த சேவகர்கள், எதிர்ப்பட்டவர்கள் அனைவருக்கும் காட்டிக் கையொப்பம் வாங்கிக்கொண்டு போனார்கள்.

சோற்றைப் பிசைந்து சாப்பிட இருந்த நிலையில் சங்கரனும் அவர்களால் கையெழுத்து இடும்படி கோரப்பட்டான். கொச்சு தெரிசா சார்பிலும் கணவர் என்று எழுதிக் கையொப்பமிடச் சொல்லிக் கேட்டார்கள். கையில் எடுத்த முள்கரண்டியும் கத்தியுமாகச் சாப்பிட உட்கார்ந்த அவளைத் தொந்தரவு செய்ய வேண்டாம் என்று அவர்கள் நினைத்திருக்கலாம்.

இங்கிலாந்தில் இருந்து வந்திருப்பதால் தூதரகம் அனுமதிக்காமல் எங்கும் கையெழுத்திடத் தனக்கு இயலாது என்று கொச்சு தெரிசா சொன்னதும் உடனே சரியென்று பின்வாங்கி அவர்கள் போனார்கள்.

ஏனோதானோ என்று ஆக்கி வைத்த ஊண் அது. பரிமாறவும் மிகச் சாவதானமாகவே வந்தார்கள். கடனே என்று இலையில் வட்டித்த சோறு சரியாக வேகாததால் காய்கறிகளை புளிக்காடியில் அமிழ்த்தி மெல்லவேண்டிய கட்டாயம். எதிரும் புதிருமாக உட்கார்ந்து ஒருவர் கண்ணில் மற்றவர் ஆழ்ந்து நோக்கியபடியான பேச்சு மும்முரத்தில் உணவும் பானமும் கவனத்தில் கொள்ளப்படாமல் நழுவிப் போக, அவர்களின் முணுமுணுத்த குரலும் அடிக்கடி எழும் சிரிப்பும் அந்த அறையில் சுற்றி வந்துகொண்டிருந்தது.

சங்கரன் முசாபர் அலியையும், மெட்காஃபையும் அவனுடைய விநோதமான காரையும் பரிச்சயம் செய்துகொண்டபோது, கார்ட்டூன் சித்திரங்களாக கொச்சு தெரிசா வசந்தியையும், பகவதிப் பாட்டியையும், பகவதிக் குட்டியையும், பிடார் ஜெயம்மாவையும் அறிமுகப்படுத்திக்கொண்ட பகல் உணவு நேரம் அது.

கொச்சு தெரிசா இனி என்றும் பிரிட்டன் திரும்பிப்போகும் உத்தேசத்தில் தான் இல்லை என்றாள். இந்த மண்ணுக்குத் தன்னை இழுத்த சக்தி, காலச் சக்கரத்தின் சுழற்சியில், புறப்பட்ட இடத்தில் தன்னைக் கொண்டுசேர்க்க உத்தேசித்திருக்கிறது என்று அவள் நம்பத் தொடங்கி இருந்தாள் என்பது சங்கரனுக்கு வியப்பான செய்தியாக இருந்தது. அன்று புறப்பட்டவள் அவள் இல்லைதான். இன்று திரும்புகிறவளும் அவள் இல்லை என்று மனதில்படுவதாகச் சிரித்தபடி விளக்கினாள் கொச்சு தெரிசா.

தேடி வந்து யார்க்ஷயர் பகுதி கால்டர்டேலுக்கு வந்து அவள் வீட்டு முகப்பில் ஆடிய மயிலும், சாவக்காட்டு வயசனின் பாழடைந்த வீட்டில் கட்டி இருந்த பசுவும், ராத்தூக்கத்தில் இருந்து எழுப்பி அவளையும் கலந்துகொள்ளச் சொல்லிக் கேட்ட மூங்கில் குரிசு ஊர்வலமும், அச்சில் கொண்டுவரவேண்டிய வலிய முத்தச்சன் ஆன ஜான் கிட்டாவய்யனின் கீர்த்தனங்களும், இந்த ஊர் அம்பலக் குளக்கரை மனதில் நிறைந்து கவிந்து சதா நீர்வாடை மூக்கில் படுவதும் இன்னும் எதெல்லாமோ அவளை இங்கேயே இருக்கும்படி வேண்டியும் கட்டாயப்படுத்தியும் மன்றாடியும் கேட்டுக் கொண்டிருப்பவை. அது கொச்சு தெரிசாவுக்கு அர்த்தமாகும்.

இங்கே இருக்கச் செலவுக்குத் தாராளமாகத் தன்னிடம் பணம் இருக்கிறது என்றாள் கொச்சு தெரிசா. தேவை என்றால் கால்டர்டெல்லில் மீனும்-வறுவலும் விற்கும் கடையையும் அங்கே ரெண்டு தலைமுறையாக இருக்கும் வீட்டையும் விற்றுப் பணம் அனுப்ப முசாபர் வழி செய்வான். சில லட்சங்கள் இந்திய ரூபாயில் அது இருக்கும். இங்கே பெரிய பங்களா, அம்பாசிடர் கார் என்று

சொகுசாக நாலு தலைமுறை உட்கார்ந்து சாப்பிட அது வழி செய்யும். சிக்கனமாகச் செலவழித்தால், அதற்கு மேலும் நீடிக்கும்.

இந்தத் தீர்மானம் எல்லாம் தன்னைத் தெரிசா சந்திக்கும் முன்னே எடுத்திருந்தாள் என்பதில் சங்கரனுக்கு ஆச்சரியம் எதுவும் இல்லை. அவள் பயணப்பட்ட பாதை தன் வழியில் இணைவது தவிர்க்க முடியாதது என்றாகிஇருந்தது அவனுக்கு வியப்பையும் சற்று பயத்தையும் உண்டாக்கியது.

கொச்சு தெரிசா அரசூர் போயிருக்கிறாள். சின்னச் சங்கரனின் பூர்வீக வீட்டை வாசலில் இருந்து பார்த்திருக்கிறாள். உள்ளே வரச்சொல்லி யாரோ முது பெண் தன்னை அழைத்ததாக நம்புகிறாள். சங்கரனின் ஆருயிர் நண்பன் தியாகராஜ சாஸ்திரி தன்னிச்சையாக அரசூரில் கொச்சு தெரிசாவுக்கு எல்லா உதவியும் செய்திருக்கிறார். அது மட்டுமில்லை, கொச்சு தெரிசாவின் மூத்த பாட்டன் எழுதிய கிறிஸ்துவ கீர்த்தனைகளைப் புத்தகமாகக் கொண்டுவரத் தகுந்தவர் களை மதுரையில் அறிமுகப்படுத்தி இருக்கிறார். இதெல்லாம் சங்கரன் செய்யவேண்டிய காரியங்களாச்சே.

அரசூர்பற்றி மட்டுமில்லை, அம்பலப்புழையில் பரம்பரை வீட்டை வாங்கும்படியும் மேல்சாந்தியின் மனைவி கொச்சு தெரிசாவுக்குச் சொல்லியிருக்கிறாள். சங்கரனிடமும் வசந்தியிடமும் சொன்னது தான் அது. பகவதிக் குட்டி வழித் தோன்றலாகத் தன்னையும், பகவதியின் சகோதரன் ஜான் கிட்டாவய்யனின் பரம்பரையாக கொச்சு தெரிசாவையும் அடையாளம் கண்டவள் அவள். இன்னும் ஏதோ தன்னையும் கொச்சு தெரிசாவையும் ஒரு கோட்டில் இணைக்க உண்டு. அது என்ன?

என்ன பலமான யோசனை?

பகல் உணவு முடித்து அறைக்குத் திரும்பிக்கொண்டிருந்தபோது கொச்சு தெரிசா கேட்டாள்.

நாளை அரசூர் போகணும். அங்கேயிருந்து மதராஸ், பிறகு டெல்லி. வீடு. ஆபீஸ்.

சங்கரன் சொன்னபடி தன் அறைக்கு முன் நின்றான். ஒரு வினாடி அவனைப் பார்த்துவிட்டு கொச்சு தெரிசா அடுத்த அறைக்கு நடந்தாள்.

இந்த உறவு பகல் சாப்பாட்டோடு முடிகிறது. இனியும் என்னைத் தொந்தரவு செய்யாதே என்று அவன் சொன்னதாக அவளுக்கு அர்த்தமாகியது.

அவள் நாளைக்கு இந்த அறையைக் காலி செய்யவேண்டும். இந்த ஊரிலோ பக்கத்திலோ மாத வாடகைக்கு வீடு பார்க்கவேண்டும். மூத்த பாட்டனின் புத்தகம் தயாராகிக்கொண்டிருப்பதாக மதுரைத் தமிழ்ப் பண்டிதர் எழுதியிருந்தார். மதுரைக்கு ஒருதடவை போய்வரணும். பரம்பரை வீட்டை வாங்க முன்னேற்பாடாக அங்கே இயங்குகிற நாட்டுப்புறக் கலை ஆராய்ச்சி மையத்தை வெளியே அனுப்பவேண்டும். நடக்கிற காரியமா அது?

அந்த வீட்டை வாங்க, மேல்சாந்தியின் மனைவி சொல்லியபடி நான்கு பேர் தயாராக இருக்கிறார்கள். அவளும், சங்கரனும் தவிர ரெண்டு பேர். முதலாவதாக, அங்கே மயிலாட்ட ஆபீஸ் வைத்திருக்கும் மினிஸ்டர் மனைவி சியாமளா. அடுத்து, நேற்று விழாவில் பேசிவிட்டுப்போன ஆப்பிரிக்க நாட்டுத் தூதர் வைத்தாஸ் ரெட்டி. இரண்டு பேரிடமும் கொச்சு தெரிசா பேசிவிட்டாள். வைத்தாஸ் என்கிற நடு வயதை எட்டிய அந்த கனவான், கொச்சு தெரிசா அந்த வீட்டையோ, அம்பலப்புழையில் வேறு வீட்டையோ, இல்லை அந்த ஊர் முழுவதையுமோ வளைத்துப் பிடித்து வாங்குவதில் ஒரு ஆட்சேபமும் இல்லை என்று தெரிவித்து விட்டார். நேற்றைக்குக் காலையில் அவரை இதே ஓட்டலில், கீழே முதல் மாடியில் இருந்த அறையில் ஐந்து நிமிடம் சந்தித்தபோது அவர் கொச்சு தெரிசாவுக்கு இப்படி கண்ணியமும் கருணையுமாக வழிவிட்டு விலகினார்.

ஆனால் சியாமளா கிருஷ்ணன் என்ற மினிஸ்டர் மனைவி அப்படியானவள் இல்லை. போன வாரம் மதராஸ் போகும்முன் போய்ச் சந்தித்தபோது, உன்னோடு பேசி வீணாக்க எனக்கு நேரமில்லை என்று துரத்திவிட்டாள். ஐரோப்பியச் சாயலில் ஆறடி உயரத்தில் அவள் எதிரே ஓர் இளம்பெண் உட்கார்ந்து திகைத்தபடி பார்க்க, சியாமளா இரக்கமே இல்லாமல் விரல் சுட்டி வாசலைக் காட்டி கொச்சு தெரிசாவை வெளியே அனுப்பினாள் அப்போது. இன்னும் அது மனதில் வலித்தாலும் மேல்சாந்தி மனைவி நல்வாக்கு சொன்னபடி நல்லதே நடக்கப்போகிறது என்று திடமாக நம்புகிறாள் கொச்சு தெரிசா.

சோழி உருட்டிப் பார்த்துத்தான் இப்படி எல்லாம் நல்லபடியாக நடக்கப் போகிறது என்று சொல்லியிருக்கிறாள் அந்த முதுபெண். அவள் இன்னொன்றும் சொன்னாள். அதுவும் நடக்கக் காத்திருக்கிறாள் கொச்சு தெரிசா.

அரையுறக்கத்தில் பொழுது நழுவ, கைக்கடியாரத்தில் மணி பார்த்தாள். பிற்பகல் ரெண்டே முக்கால் மணி. மழையில்

வெளியேயும் போகமுடியாது. சும்மா நாற்காலிபோட்டு உட்கார்ந்து சுவரைப் பார்த்தபடி இருக்கவும் முடியாது. சுகமாகப் படுத்து உறங்கினாலோ?

சுவருக்கு நடுவே மர பீரோவை அடுத்துத் திரை போட்டு வைத்திருந்த இடத்தில் பார்வை நிலைத்தது. அங்கே காற்றில் திரை விலக, மரக் கதவு தட்டுப்பட்டு திரும்பவும் அது திரை மறைவில் ஆனது.

இந்த அறை அடுத்த அறையோடு சேர்ந்த கூட்டு அறை என்ற எகாம்பனியிங் ரூம் என்று அப்போதுதான் அவளுக்குத் தெரியவந்தது. குழந்தை குட்டியோடு வரும் பெரிய குடும்பங்களில் குழந்தைகளை இங்கேயும் அடுத்த அறையில் பெரியவர்களையும் தங்க வைத்துச் சிறியவர்கள்மேல் கவனமும் கட்டுப்பாடுமாக இருக்கவும் வழி செய்யும் இந்த மாதிரி அறைகள் இங்கிலாந்து தங்கும் விடுதிகளில் அடிப்படை வசதி என்றாலும், இங்கே அப்படி ஓர் அமைப்பைப் பார்க்க அவளுக்கு வியப்பாக இருந்தது. குழந்தை தங்கும் அறையில் நான். அடுத்த அறையில் என்னைக் கண்காணிக்கும் பெரியவர்?

அந்தக் கதவைத் திறந்து பார்க்க, கட்டிலில் சிரசாசனம் செய்தபடி இருந்த சங்கரன் கண்ணில் பட்டான். முழங்கால்வரை வரும் உடுதுணியோடு, மேலே சட்டையில்லாமலும் மேல்கூரைக்குக் கால் உயர்த்தியும் நின்ற அவனைப் பார்த்ததும் சிரிப்பும் வெட்கமும் ஏற்படக் கதவை அவசரமாகத் திரும்ப அடைத்தாள் அவள்.

தாழ்ப்பாளைப் போடுவதற்குள் அந்தக் கதவு மறுபடி திறந்தது. சங்கரன் தான். கால்களுக்கு இடையே தார் பாய்ச்சி இறுகக் கட்டிய உடுப்பில் பதிந்த கண்ணை விலக்கி அவனைப் பார்த்துச் சிரிப்பில் என்ன விஷயம் என்று கேட்டாள் கொச்சு தெரிசா. அவன் இன்னும் நெருங்கி வந்து நின்றான். சங்கரன் மார்பிலிருந்து உருளும் வியர்வைத் துளியை விரல் மேல் வாங்கி உள்ளங்கையில் வைத்தபடி அவள் வசீகரமாகச் சிரித்தாள்.

கொச்சு தெரிசாவை அணைத்தபடி அங்கேயே நின்றான் சங்கரன். அவள் விலகினாள்.

போ வரேன்.

அவள் அலமாரிப் பக்கம் நடந்தாள். அங்கே பெட்டியில் இருந்து எடுத்ததை அவன் பார்க்க, வெட்கத்தோடு கண்களைத் தாழ்த்திக் கொண்டாள் கொச்சு தெரிசா.

நல்லதாப் போச்சு என்று மட்டும் சொன்னான் சங்கரன். முசாபர் கொண்டுவந்திருந்த ஆணுறைகளில் மிச்சம் இருந்தவை அவை.

மழை ஈரமும் இருட்டும் நிலையாகத் தங்கி இருந்த அறையில், கொச்சு தெரிசாவின் கண்ணுக்குள் விரிந்த பழைய வீட்டை அடையாளம் காண அவள் சிரமப்படவில்லை. அரசூரில் அவள் பார்த்தது, பூட்டி வைத்திருந்தது. உள்ளே வாசல் திண்ணையில் ஒரு கிழவி உட்கார்ந்து கனாக் கண்டேன் கனாக் கண்டேன் என்று பாடிக்கொண்டிருந்த வீடு. அது சங்கரனின் வீடு என்று தெரியும் அவளுக்கு.

கட்டிலில் அவளோடு அடுத்திருந்த சங்கரன் பார்வை அவனும் அங்கே இருப்பதைச் சொன்னது. இரண்டு பேரும் வாசலில் நிற்கத் திறந்து கொள்ளும் பூட்டுகள். உள்ளே நுழைகிறார்கள். உள்ளே புழுதி நெடியும் பறந்து தாழ இறங்குவதுபோல் போக்குக் காட்டி மேலே உயரும் வௌவால்களின் துர்க்கந்தமும் மூக்கில்பட, கொச்சு தெரிசா நடுநடுங்கி அவன் தோளைப்பற்றி இறுக்கிக் கொள்கிறாள். க்ரீச் என்று ஒலியெழுப்பி வீட்டுக் கூடத்தில் ஊஞ்சல் மெதுவாக மழைக் காற்றில் அசைகிறது. சங்கரன் கருத்துச் செழித்த தாடியும், பிடரிக்கு வழிந்து குடுமி கட்டிய தலையுமாக ஊஞ்சலில் இருந்தபடி கொச்சு தெரிசாவைத் தன்னருகில் இழுக்கிறான். அவள் தரைக்கு மேலே சற்றே உயர்ந்து பறந்து ஊஞ்சலைச் சுற்றி வர, பின்னாலேயே அவள் இடுப்பில் கை வைத்து அணைத்தபடி மறுபடி இழுக்கிறான் சங்கரன்.

குருக்கள் பொண்ணே, வாடி. வார்த்தை சொல்லிண்டிருப்போம்.

நீ எனக்கு நாலு தலைமுறை இளையவண்டா அயோக்கியா. ஏன் இப்படி அலைக்கழிக்கறே அறியாப் பொண்ணை? இதெல்லாம் போதும், ஆமா சொல்லிட்டேன். வேணாம். முடியலே. சொன்னாக் கேளு. போதும். வேணாம். ஏய்.

கொச்சு தெரிசா வேறு யாரோவாக அவளுக்குப் பரிச்சயம் இல்லாத மொழியில் லகரி கொண்டு பிதற்றி மோகம் தலைக்கேறச் சிரிக்கிறாள்.

படுடீ.

மாட்டேன் போடா, சாமிநாதா.

வா

சாமா, என்னை விட்டுடு. நான் இனி வரலே.

ஏண்டி மாட்டேங்கறே? இனிமேல் கூப்பிடலே, இப்போ வா. செல்லமில்லையோ.

மாட்டேன் போடா, நூறு வருஷம் உனக்கு மூத்தவ நான். ஆவி வேறே. உனக்கு உடம்பு இருக்கு. எனக்கு?

திரும்பவும் யாரோ பேசவேண்டியதை, பேசியதை கொச்சு தெரிசா பேசுகிறாள். யார் கேள்வியையோ அவள் கேட்கிறாள். யாரிடமோ.

உடம்பா? இதோ பாரு, இது மட்டும் நான். இதோ, இது மட்டும் நீ.

சாமிநாதன், சாமா என்று கொச்சு தெரிசா அழைத்த சங்கரன் விரல் சுண்டிக் காட்டுவது அவளை நாணம் கொள்ளச் செய்கிறது. பார்க்க மாட்டேன் என்று கண்ணை இறுக மூடி இருக்க சாமிநாதன் தெரிசாவாகவும், ஆவி ரூபத்தில் வந்த பெண் சங்கரனாகவும் மாறும் கணங்களில் இருவரும் கலந்து கரையத் தொடங்குகிறார்கள்.

மழைச் சாரலின் ஈரம் நனைந்த தலையணைகளும், இரண்டு நாளாக மாற்றப்படாத மெத்தை விரிப்புகளும், சதா காற்றில் அடித்துத் திறந்து கொள்ளும் கழிப்பறையிலிருந்து புறப்பட்டு எங்கும் சூழ்ந்திருக்கும் மெல்லிய பினாயில் வாடையும் அடர்ந்த சூழலில் அவர்கள் முயங்கிக் கிடந்தார்கள்.

கதை என்றாலும் கைகொட்டி நகைத்து, இப்படியும் நடக்குமா என்று எக்காளம் மேலேறிச் சிரிக்க வைக்கும் சூழல் மெய்ம்மைப் பட, இரண்டே நாள் இடைகலந்து பழகிய இருவர் காலமெல்லாம் பிணைந்து கிடந்ததுபோல் கலவி செய்தார்கள்.

நேற்றைய நினைவுகளைக் காலம் உள்வளைந்து உருப்பெருக்கி நீட்டிய வெளியில் நாளையும் மறுநாளும் இனி எப்போதும் இது மட்டுமே நிலைக்கும் எனும் நிச்சயம் மேலிழைந்து இறுகப் போர்த்த, வியர்த்து உறவு கொண்டார்கள்.

மரபணுக்களில் பதித்த தேடல் இலக்குகளைப் புலன்கள் தொட்டு காலம் உறைய, பனித் திரளாகச் சுட்டு, வெப்பமாகக் குளிர்ந்த உடலும் உயிரும் கூடின.

இந்தக் கணத்தை இறுகப் பிடித்து நிறுத்தும் முயற்சியில் சங்கரன் தோற்றான். கொச்சு தெரிசாவின் கால் விரல் நகங்கள் கோடு கிழித்த விலாவில் இனிய வலி மூண்டது. காமம் உயிர்த்து, இணையைத் தேடியடைந்த விலங்காக, பறவையாக, இழிந்து சுவரில் ஊறும் நத்தையாக ஒருமித்துச் சுருண்டு, ஒன்றிப் புணர்தலே இயக்கம், போகமே மூச்சு எனச் செயல்பட்டான் அவன். சங்கரனை இறுக அணைத்துக்கிடந்த கொச்சு தெரிசா அழத்தொடங்கினாள். அவளால் அப்படித்தான் மடையுடைத்துப் பெருகிய உணர்வு நதியோடு போக இயலும்.

பற்றிப் படர்ந்து மேலெழும் எல்லாப் புனைவுக்கும் தோற்றங் களுக்கும் சாட்சியாக அந்த ஊஞ்சல் அசைந்தபடி இருக்கிறது.

எந்த ஊஞ்சல்?

ஜன்னலில் தட்டித் தட்டி மழை கேட்கும் கேள்விக்குப் பதில் சொல்ல அவர்கள் இருவருக்கும் நேரம் இல்லை.

## அத்தியாயம்

# முப்பது

நாலு நாள் இனி ஆபீஸ் அடச்சுப் பூட்டி இருக்கும். நீ வழக்கம் போல் இங்கே தங்கிக்க தடை ஒண்ணும் இல்லே.

கல்கத்தா குக்கல் குரைத்தான். குக்கல் என்றால் நாய் என்று அப்பா சொன்னது திலீப் நினைவில் உண்டு. அந்த நாய் பிஸ்கட் கம்பெனி ரிடையர்ட் முடி பிடுங்கி நாய் ஜெனரல் மேனேஜர் சாஸ்திரி இப்படிச் சொன்னது நேற்று சாயந்திரம். திலீப் மறு பேச்சு பேசும் முன்னால், அடுத்த கட்டளையையும் வந்து விழுந்தது.

நடாஷா வாசிலிவிஸ்கி இங்கே பிரிண்டிங் பிரஸ் வந்தது, நிலைச்சதுன்னு நூறு வருஷ சரித்திரத்தையும் ஆராய்ச்சிக்கு எடுத்திண்டிருக்கா. கண்ணூர், கோழிக்கோடு, காசர்கோடு, எரணாகுளம், திருவனந்தபுரம்னு பல ஊர்லேயும் சந்திச்சுப்பேச ஒரு பெரிய லிஸ்டோட வந்திருக்கா. எல்லோரும் பத்திரிகை, அச்சுத் தொழில்லே பெரிய பேர். அவளை கூட்டிப்போய் வாரக் கடைசிக்குள்ளே எல்லாம் முடிச்சுத் தரவேண்டியது உன்னோட வேலை.

சியாமளா பெரியம்மா இப்படி மமதை தலைக்கேறிச் சொன்னபோது திலீப் ஏமாற்றத்தின் உச்சியில் இருந்தான். நாலு நாள் என்றால் நாலு நாள். மும்பைக்குப் போகிற ரயில் வண்டியில் இடம் இல்லாமல் கார்ட் கம்பார்ட்மெண்ட் கக்கூஸில் கால் மடித்து உட்கார்ந்தோ,

வண்டிக்குப் பின்னால் ஓடியோ பம்பாய்போய் அகல்யாவோடு இருந்துவிட்டுவர மனமும் உடம்பும் விடாப்பிடியாக வலியுறுத்திக் கொண்டிருந்தன. கல்யாணமாகி ரெண்டே தினத்தில் இந்தக் கிராதகர்கள் டிரங்க் கால் போட்டு திலீப்பை அகல்யாவின் வெப்ப மான அணைப்பில் இருந்து பிய்த்தெடுத்து இங்கே வரவழைத்து விட்டார்கள்.

நாட்டுப்புறக் கலைவிழா சிறப்பாக முடிந்து, பம்பாய், தில்லி, கல்கத்தா பத்திரிகைகளில் பத்தாம் பக்க நியூஸ், மதராஸ் இங்கிலீஷ் பத்திரிகையில் எஃகுத் தொழிலில் பின்னடைவுபற்றி ரிடையரான சர்க்கார் அதிகாரி எழுதிய கடிதம், மாம்பலம் சபா சொற்பொழிவில் சுந்தரமூர்த்தி நாயனார் கைலாயம் போன விவரம் இவற்றோடு, நாலு காலத்துக்குக் கட்டம் கட்டி, சியாமளா பெரியம்மா மேடையில் பேசுகிற புகைப்படத்தோடு வந்த வியாசம் என்று அவளுக்கு ஏகப்பட்ட மகிழ்ச்சியைக் கொடுத்த நிகழ்வுகள்.

சியாமளா பெரியம்மா யூனிவர்சிட்டிக்கு சமர்ப்பித்த, அர்ஜுன நிருத்தத்தை முன்வைத்து கேரள நிகழ்கலைப் பாரம்பரியத்தை ஆய்வு செய்திருந்த கட்டுரைக்கு அவளுக்கு டாக்டர் பட்ட அறிவிப்பும் வந்து சேர்ந்து, அந்த சந்தோஷ சமாசாரம் விழாப் பந்தலில் சகலரோடும் பகிர்ந்துகொள்ளப்பட்டது.

கொங்கணிப் பெண்ணின் கொங்கைக் குவட்டில் மினிஸ்டர் பெரியப்பா விழுந்து கிடப்பதைக்கூடச் சட்டை செய்யாமல் பெரியம்மா உற்சாகமான கொண்டாட்டத்தில் ஈடுபட்டாள் அப்போது. பெரியம்மா சார்பில், விழாவுக்கு வந்த பிரமுகர்களுக்கு எல்லாம் விசேஷமாகக் கோவிலில் சொல்லி வைத்துக் காய்ச்சிக் கொண்டுவந்த பால் பாயசம் பிற்பகலில் குவளை குவளையாக வழங்கப்பட்டது. அந்த விழாவே டாக்டர் சியாமளா என்ற ஆராய்ச்சி யாளர் எடுத்த விழாவாக எல்லாத் தரப்பாலும் போற்றப்பட, பெரியம்மா இன்னும் தன்னை மேம்பட்டவளாக உணர்ந்து, வெடி வழிபாட்டுக் கிழவன் சொல்லும் பழங்கதைகளில் வரும் சாவக்காட்டு முத்தச்சன்போல் தரைக்கு ஓரடி மேலேதான் பறந்து கொண்டிருக்கிறாள். அவளுக்குப் பெருமை என்றால் திலீப்புக்கும் பெருமைதான்.

எது எப்படியோ, வெடிக்கார குறுப்க்கூட ஆபீசுக்கு வரவேண்டியதில்லை. ஆனால் திலீப் மட்டும் பெரியம்மா சொன்ன வேலைக்காக ஆஜானுபாகுவான அந்த சோவியத் பெண்ணோடு மழையில் சுற்றி வரவேண்டும். ஆறரை அடிக்கு அவள் திலீப் பக்கத்தில் நின்று குனிந்து பார்க்கும்போது மூக்கில் குத்தும் பூண்டு

வாடை அவனை மிரட்டுகிறது. ஐரோப்பிய வெளுப்பும் உள்ளிப் பூண்டின் வாசமும், கனமான குரலுமாக அவள் திலீப்போடுகூட நடக்கும்போது அசூசையோடு பார்க்கும் உள்ளூர்க்காரர்களை திலீப்புக்குப் புரிந்துகொள்ள முடியவில்லை. ஆதூரத்தோடும் பச்சாதாபத்தோடும் இல்லையோ பார்க்கவேண்டும் அவனை? மலையாளக் கரையில் சகலத்திலும் செக்ஸ் உண்டல்லோ.

சரியாக காலை எட்டு மணிக்கு வந்திடு திலீப் என்று கட்டளையிட்டிருந்தாள் நடாஷா. அவள் சொன்னபடி உடனுக்குடன் செயல்படவேண்டும் என்பது பிஸ்கட் குத்தா மற்றும் பெரியம்மா ஆணை. டூமா என்ற சோவியத் நாடாளுமன்றத்தில் பரபரப்பாகச் செயல்படும் உறுப்பினரின் மகளாம் நடாஷா. கட்சியில் முக்கியமானவர் அவர். ஐரோப்பிய அரிவாளும் ரஷ்ய சுத்தியலும் சிகப்பில் எழுதிய சீனப் பட்டுத் துணிக் கொடியில் பறக்கும் பூமி அது. கேரளாபோல.

பெரியம்மா ஆப்பிரிக்கப் பயணம் போக, இங்கே வந்த தூதுவர் வைத்தாஸ் ரெட்டி மூலம் அழைப்பு வந்திருக்கிறதாக திலீப்புக்குத் தெரியும். அப்படியே ஐரோப்பாவிலும் பயணப்பட, தில்லியில் மினிஸ்டர் கணவர் மூலம் அவள் முயற்சி எடுப்பதும் தெரியும். கொங்கணிப் பெண் சரச விவகாரத்தில் சமரசம் செய்துகொள்ளப் பெரியப்பா அவளை ஐரோப்பா அனுப்ப மும்முரமாக முயற்சி செய்வார் என்பதுகூடத் திலீப்புக்குத் தெரியும்.

பத்து நாள் என்றால் பத்து நாள். பெரியம்மா உலகம் சுற்ற, பெரியப்பா நேரு நினைவுகளை கொங்கணி வாசனை மணக்க மணக்க அந்தச் சிவத்த ரெட்டை நாடிப் பெண்ணின் தேகத்தில் இருந்து ரசனையோடு அகழ்ந்தெடுப்பார். நடாஷா தயவில் சோவியத் பயணமும் பெரியம்மாவுக்கு வாய்த்தால், கொங்கணி மாமிக்கு அவர் ஒரு நல்ல நாளில் கர்ப்ப தானமும் செய்யக்கூடும். திலீப்புக்கு எல்லாம் தெரியுமாக்கும். ஜனனியிடம் சொன்னால் சிரிப்பாள்.

யாரும் எங்கேயும் போகட்டும். யாரோடும் கூடிக் குலாவட்டும். அவனுக்குச் செய்ய வேலை இருக்கிறது. நடாஷாவை எரணாகுளம் கூட்டிப் போகணும்.

மழை நேரத்து ஆட்டோ கிடைக்க வழக்கம்போல் சிரமமாக இருந்தது. ஆனால் இங்கே ஒரு நல்ல விஷயம் – ஆட்டோ டிரைவருக்கு நல்ல மனது இருந்து, சவாரி போகலாம் என்று முடிவு செய்தால், எவ்வளவு கொடுக்கவேண்டும் என்பதுபற்றி விவாதமே இல்லாத இடம். சரியான தொகைக்குமேல் ஒரு காசுகூடக் கேட்க

மாட்டார்கள் யாரும். அரிவாளும் சுத்தியலும் கற்றுக்கொடுத்த சத்திய வழி என்று பெருமிதத்தோடு போன வாரம் ஒரு வண்டியோட்டி சொன்னார். ஆனால் பாதி வழியில் அவருடைய ஆட்டோ ரிக்ஷா நின்று போனது.

ஆலப்புழை போகணும். ஆட்டோ வருமா?

கண்ணில் பட்ட வாகனத்தை நிறுத்த, ஓட்டி வந்தவன் எதிர்க் கேள்வி கேட்டான் -

சேட்டன் அங்கே ஓட்டலில் தங்கியிருக்கற மதாம்மாவைக் கூட்டிட்டு இங்கே வந்து மயில்பீலி தூக்கம் படிப்பிக்கணும். அதானே? அலைச்சல் இல்லாம மதாம்மா இங்கேயே ஜாகை ஏற்படுத்திக்கலாமே? பெட்ரோல் மிச்சம்கூட.

அது சரி, ஆனால் இன்னிக்கு ரயில்வே ஸ்டேஷனுக்குப் போகணும்.

திலீப் கர்ம சிரத்தையாக விளக்கம் சொன்னான்.

ரயில்வே ஸ்டேஷனா, அதுவும் பக்கம்தான். டிரைவர் உற்சாகமாகக் கூறினான்.

ஆனா, நான் போய்க் கூட்டிப் போகணுமே.

விடாது, திலீப் மேலும் விளக்கினான்.

நல்லவேளை, பஸ்ஸில் ஆலப்புழைபோய் அங்கே ஓட்டலில் இருந்து பொடி நடையாக நடாஷாவை ரயில் ஏறக் கூட்டிப் போகலாமே என்று கேட்காமல், ஆட்டோ திலீப்பை ஏற்றிக் கொண்டு ஆலப்புழை கிளம்பியது.

நடாஷா இருந்த ஆலப்புழை ஓட்டலுக்கு முன் சேறும் சகதியுமாகக் கிடந்தது. அங்கங்கே மரப் பலகையைத் தரையில் இட்டு வைத்திருந்தது கண்ணில் பட்டது. அதன்மேல் ஜாக்கிரதையாகக் கால் வைத்த, தலை குளித்த பெண்கள் நோட்டுப் புத்தகம் சுமந்து பக்கத்தில் காலேஜுக்கோ, தட்டச்சு, சுருக்கெழுத்துப் பயிற்சிக்கோ போய்க்கொண்டிருந்தார்கள். மழையும் வெள்ளமும் சகதியும் வாழ்க்கையில் பிரிக்கமுடியாத அங்கமாகி விட்டிருக்கும் அவர்களுக்கு.

திலீப்பும் மழை சுழன்றடிக்கும் பிரதேசத்தில் இருந்து வருகிறவன் தான். மராத்தியர்கள் ஒவ்வொரு வருஷமும் மழையை வரவேற்பது சகல கவனமும் எடுத்து. திலீப்புக்கு அதில் அசாத்தியப் பெருமை. மழைக்காலத்தில் பம்பாய் எலக்ட்ரிக் ரயிலில் போவதைவிடவா இதெல்லாம் பெரிய விஷயம்?

இல்லல்லோ என்று எதுக்கோ சொல்லி தங்களுக்குள் சிரித்துப் போன பெண்களைத் தொடர்ந்து திலீப் மரப் பலகையில் கால் வைக்க, வழுக்கி சேற்றில் இரண்டு காலும் அழுத்த நின்றான்.

நல்லவேளை. ஓட்டல் மேனேஜர் அவனைப் பார்த்திருந்தார். மதாம்மா அகத்து உண்டு என்று எதிர்பார்ப்புகளோடு தினம் செய்தி அளிப்பதை அவர் கடமையாக ஆற்றுகிறவர். இவன் நடாஷா இருந்த அறைக்குள் போய் பதினைந்து இருபது நிமிடங்களுக்கு அப்புறம் அவளோடு வெளியே போகும்போது எதற்காகக் கூர்ந்து பார்க்கிறார், எங்கே பார்க்கிறார் என்று திலீப்புக்குத் தெரியும். அவரைப் போய்க் கேட்கவா முடியும்? அதுக்கெல்லாம் பத்து நிமிஷம் போதாதா என்று பதிலுக்குக் கேட்கக்கூடியவர். போதும் தான்.

யங் மேன், கொஞ்சம் நில்லு. ஆபீஸ் பாய் வெள்ளம் ஒழிப்பான்.

அவர் அவனை வாசலிலேயே நிறுத்திவிட்டார். சகதிக் காலோடு நடாஷாவை இவன் கட்டிலில் கிடத்திக் கலந்தால் படுக்கை விரிப்பும் தலையணையும் ஏன் அறையுமே சேறும் சகதியுமாகி விடாதா என்ற கரிசனம் திலீப்புக்குப் புரிந்தது.

மாடிப் படிக்கட்டில் விரித்த எத்தனையோ வருஷம் பழையதான கம்பளத்தில் ஈரக் கால்களை மணலோடு ஒற்றி ஒற்றிக் கடந்து, அவன் இரண்டாம் மாடியில் நடாஷா இருந்த அறைக்கு முன் நின்றான்.

ஆகக் குறைந்த உடுப்பில் கதவைத் திறந்தாள் அவள். அந்த அறையே உள்ளிப் பூண்டு வாடை சூழ்ந்து இருந்ததாக திலீப் நம்பத் தொடங்கி இருந்தான்.

உட்காரு, குளிச்சுட்டு வந்துடறேன்.

நடாஷா உள்ளே போனாள்.

ஒற்றை நாற்காலியில் மார்க் கச்சு தொங்கிக்கொண்டிருந்தது. விரித்து வைத்திருந்த ஈரமான பெரிய ஸ்கர்ட் பாதிக் கட்டிலை அடைத்துத் தரையில் வழிந்தது. ஈரத் துணி வாடையையும் சேர்த்து மேலே சீலிங் ஃபேன் பரத்திக்கொண்டிருந்தது. மீதிக் கட்டிலில் அரையில் உடுத்தும் பெண்கள் உள்ளாடை, கறுப்பு நிறத்தில். அதைத் தொட்டபடி, பாதி சாப்பிட்ட ரொட்டியும் ஆம்லெட்டுமாகப் பீங்கான் தட்டு. ஓரமாக காலி தேநீர்க் கோப்பை, எந்த நிமிஷமும் தரைக்குக் கவிழக்கூடும் என்ற நிலையில். எங்கே உட்கார?

யோசித்து ஏதோ குறுகுறுப்போடு நாற்காலி நுனியில் தொடுக்கினாற்போல் அமர்ந்தான். ஒரு வினாடிதான். சுற்றுமுற்றும் பார்த்துவிட்டு நன்றாகப் பின்னால் சாய்ந்தான். இரண்டு தோளையும் தழுவிப் படர்ந்த, உடுத்து விழுத்துப்போட்ட மார்க்கச்சையின் ஒச்சை வாடை அவனுக்கு வேண்டி இருந்தது.

*அகல் செல்லம் அகல் கண்ணம்மா.*

அவன் அந்த மார்க்கச்சையைப் பின்னால் இருந்து எடுத்து ஆவேச மாக முகம் புதைத்துக்கொண்டான். வேண்டி இருந்தது. இன்னும் கூட.

பதுங்கிப் பதுங்கி, முன்னால் ரெண்டு அடி வைத்து கறுப்பு உள்ளாடையை ஆசையாகப்பற்றி எடுக்கும்போது குளியலறைக் கதவின் இறுகிக்கிடந்த தாழ் திறக்க முயற்சி செய்வதின் ஓசை. எடுத்ததை அப்படியே போட்டுவிட்டு திலீப் அசதியோடு நாற்காலியில் உட்கார்ந்தான். சந்தன சோப்பும் பூண்டும் மணக்க நடாஷா, ஒரு டர்க்கி டவல் உடுத்து, மேலே சன்னமான துண்டு போர்த்தி, குளியலறைக்கு உள்ளே இருந்தபடிக்கு அவனைக் கை சுண்டி அழைத்தாள்.

*என்னடி ஆம்பளைப் பிசாசே?*

அவன் தமிழில் கேட்டதால் தப்பித்தான். தரையில் கிடக்கும் மார்க் கச்சையை எடுத்துக்கொண்டுவந்து தரும்படிக் கேட்டாள் நடாஷா. அப்படியே கட்டிலில் கிடக்கும் உள்ளாடையும் வேணுமாம்.

*வெட்கமே இல்லியாடி முண்டே?*

திலீப் சற்றே கை நடுங்க அந்த உடுப்புகளை எடுக்கும்போது திரும்ப உடலில் கிளர்ச்சியும் அகல்யா நினைப்பும் பரவியது. கல்யாணம் முடிந்து ரெண்டே நாள் அவளோடு சுகித்திருந்தபோது கிளர்ந் தெழுந்து, அவள் தேகம் வியர்ப்பில் துப்பிக் கிறுகிறுக்க வைத்த கறிவேப்பிலை மணமும்.

குளிரக் குளிர நின்ற நடாஷா இரண்டு துணியையும் வாங்கிக் கொண்டு அவனைப் பார்த்தாள்.

*என்ன யோசனை?*

அவன் சொல்லி முடிப்பதற்குள் சிரித்தபடி குளியலறைக் கதவு அடைத்துத் திரும்ப உள்ளே போனாள். அவனுக்கு வேண்டித்தான் இருந்தது.

அவர்கள் அங்கிருந்து கிளம்பும்போது மழை சிறிதும் இல்லாத, சூரியன் மித வெப்பமாகப் படியும் காலை ஒன்பது மணி. நாலு வழி சந்திப்பில் பஸ்ஸும், லாரியும், ஒன்றிரண்டு கார்களும், ரிக்‌ஷா வண்டிகளும் இடத்தை அடைக்க, போக வழி தெரியாமல் நின்றான் திலீப்.

அவனை கிட்டத்தட்ட பாதுகாப்பாக நெருக்கி அணைத்துக் குழந்தை போல செலுத்திக்கொண்டு திடமாக அடியெடுத்து வைத்துப் போனாள் நடாஷா.

எரணாகுளம் லோக்கல் வரும் நேரம். ரயிலிலேயே போகலாமா?

திலீப் கேட்டான்.

அவள் பஸ் ஏறுவதில் ஆர்வம் காட்டினாள்.

ரயிலில் போனால் பாதை முழுக்க பச்சைப் பசேல் என்று செடியும் கொடியும் தூரத்தில் காயலும் கடலுமாக இருக்கும்.

அவள் தோளில் மாட்டியிருந்த காமிராவைப் பார்த்தபடியே திலீப் சொன்னான்.

நடாஷா சம்மதித்தாள். ஆனாலும் பஸ்ஸில் தொங்கிக்கொண்டு போகிற கூட்டத்தில் கலக்க அவள் முகத்தில் ஆவல் இன்னும் இருந்தது.

இந்த மொழி மட்டும் புரிந்தால் நானும் படியில் நின்று சந்தோஷ மாக திருவனந்தபுரம்கூட நாள் முழுக்கப் பயணம் போவேன் என்றாள் அவள்.

ரயில் பிரயாணமாக, ஏகத்துக்கு சோவியத் யூனியனில் போயிருக் கிறாளாம். நாலு நாள் தொடர்ந்து போகும் மாஸ்கோ – விளாடிவெஸ்டாக் டிரான்ஸ் சைபீரியன் ரயிலில் வருடம் நாலு தடவையாவதுபோய், ஒவ்வொரு பயணத்திலும் இருநூறு பக்கம் கவிதை எழுதி மாஸ்கோ திரும்பியதும் கொளுத்திவிடுவது தனக்கு வழக்கம் என்றாள் நடாஷா.

அரசாங்க விரோதக் கவிதையாக இருக்கலாம் அதெல்லாம் என்று நினைத்தான் திலீப். அல்லது லட்சணமான வாலிபனை இடுப்பில் தூக்கி வைத்துக்கொண்டு காமமுறும் பெண்பற்றி. இறக்கியே விடாத யட்சி. மிக வலுவானவள்.

ரயில் ஓட்டுகிறவரையும் பின்னால் கடைசிப் பெட்டியில் மலையாள தினப் பத்திரிகை படித்தபடி உட்கார்ந்திருந்த கார்டையும் தவிர, ஆள் கூட்டம் இல்லாமல் ரயில் வந்து நின்றது. முந்திய ரயில்

நிலையங்களில் கூட்டமெல்லாம் இறங்கி இருக்கக்கூடும் என்றான் திலீப். கூட்டமில்லாத ரயிலில் நடாஷாவைக் கூட்டிப் போகத் தான் முன்கூட்டியே திட்டம் ஏதும் போடவில்லை என்று அவளுக்கு ஏதாவது ஒரு விதத்தில் விளக்கத் தோன்றியது அவனுக்கு.

போன வாரம் உனக்குக் கொடுத்த நூற்றம்பது ரூபிளுக்குக் கணக்கு சொல்லு.

வண்டியில் ஏறி அமர்ந்ததும், நடாஷா கேட்க, திலீப் ரூபிள் எதுவும் தன்னிடம் இல்லை என்றான்.

சரி, ரூபாய்க் கணக்கு?

நீ கொடுத்த பணத்தில் வெடிக்கார குறூப் வயிற்றுப் போக்கில் படுத்து சிகிச்சை செய்யக் கொடுத்தவகையில் இருபது ரூபாயும், காயலில் இந்த ஒரு வாரத்தில் நாலு தடவை படகில்போன வகையில் எண்பது ரூபாயும் செலவாக, மீதம் இருக்கும் ஐம்பது இன்றைய செலவுக்கு வைத்துக்கொள்ளப்பட்டது.

எரணாகுளத்தில் வருஷம் 1880-களில் அச்சு யந்திரம் வைத்து தோத்திரப் பாடல்களும், நம்பூதிரிகள்பற்றிய நகைச்சுவைக் கதைகளையும் பிரசுரித்த குடும்பத்தில், இரண்டு பெரியவர்களைச் சந்திக்கிற திட்டத்தில் இருப்பதாக நடாஷா சொன்னாள்.

அவர்களிடம் அபூர்வமான பழைய புத்தகங்கள் இருக்கும் பட்சத்தில் அவற்றைப் பத்திரமாகப் புகைப்படம் எடுக்கவும், மதியச் சாப்பாட்டுக்கும் பணம் தர வேண்டியிருக்கும் என்றாள்.

அந்தப் பழைய அச்சு யந்திரம் கல்லுக் குண்டாட்டம் அங்கே இருந்து அதை விற்கவும் தயார் என்று பெரியவர்கள் சம்மதித்தால் எவ்வளவு செலவாகும் என்று கேட்டாள் அவள்.

உனக்கென்ன ப்ராந்தா என்று திருப்பிக் கேட்டான் திலீப். அவனை முதுகில் ஓங்கித் தட்டிச் சிரித்தாள் நடாஷா.

இந்தப் பேய்க்கு வாழ்க்கைப்பட்டது வேண்டித்தான் இருக்கிறது. அதுவும் அகல்யாவோடு இன்னும் இன்னும் என்று இழைந்துச் சேர்ந்து தேடி உணர்ந்து சுகம் கொண்டாடி, அது கிட்டாது காய்ந்திருக்கும் போது.

எரணாகுளத்தில் நடாஷா சந்திக்கவேண்டிய இரண்டு முதியவர்களும் மாமன், மைத்துனன் உறவில் வந்த சிரியன் கிறிஸ்துவர்கள் என்பதும் உள்ளூர் மற்றும் மாவட்ட அளவு கிறிஸ்தியானி சமூக அமைப்பில் செல்வாக்குள்ள இல்லத்தைச்

சேர்ந்தவர்கள் என்பதும், அவர்களின் பரம்பரை வீடு ரயில் நிலையத்துக்கு அடுத்துத்தான் என்பதும் நடாஷாவுக்கு மகிழ்ச்சி அளித்தது.

அலைச்சல் இல்லாமல் மிச்சமாகும் நேரத்தை உருப்படியான பேச்சுகளில் செலவழிக்கலாம். திலீப்புக்கு இதில் எல்லாம் சிரத்தை இருக்குமா தெரியவில்லை. அவனும் குறிப்பெடுக்க, கேள்வி கேட்க ஒத்தாசை செய்தால் நிறையத் தகவல் சேகரிக்கவும், மேற்கொண்டு நடவடிக்கை எடுக்க, இவர்கள் வழி காட்டுதலில் செயல் திட்டம் வகுக்கவும் முடியும்.

இரண்டு முதியவர்களும் மாப்பிள்ளை என்று முடியும் குலப் பெயரோடு இருந்தார்கள். வெர்கீஸ் மாப்பிள்ளையை மட்டும்தான் சந்திக்க முடிந்தது. அவருக்கு மைத்துனன் உறவான மத்தாயு மாப்பிள்ளை சாயந்திரம் ஒரு மணி நேரம் மட்டும் விழித்திருந்து மற்றப் பொழுதுகளில் உறக்கத்தில் இருப்பவர் என்று தெரிந்தது. மாலை ஆறு மணிக்கு அவர் எழுந்ததும் அவரிடம் உபரி தகவல் பெற்றுக் கொள்ளலாம் என்றார் வெர்கீஸ்.

திண்ணென்று நீண்ட நடாஷாவின் செழுமையான கைகள் திலீப் கண்ணை மயக்க, அகல்யா அகல்யா என்று பிடிவாதமாக உதடு அசைய, நடாஷாவின் அண்மை தொடர்ந்து வசீகரித்துக்கொண்டிருந்தது.

போய்ச் சேர எட்டு மணி ஆகிவிடும் என்று கணக்குப் போட்டான் திலீப். அகல்யா என்ன செய்துகொண்டிருப்பாள்?

காலை பத்து மணிக்கு ஆபீஸில் மராத்தியும் இங்கிலீஷுமாக அறிக்கை, பத்திரிகைக் குறிப்பு, விளக்கம், பத்திரிகைத் தலையங்கம் என்று மாய்ந்து மாய்ந்து டைப் அடித்துக்கொண்டிருப்பாள்.

திலீப்போல அவள் மனமும் சஞ்சலப்படுமோ? சஞ்சலப்படுத்த, யாரெல்லாம் அங்கே உண்டு? என்ன உயரம் இருப்பார்கள் அவர்கள்?

சாயா, பிஸ்கட் உபசாரம் முடிந்து, வெர்கீஸ் மாப்பிள்ளை பேசத் தொடங்கினார் -

ஆயிரத்து எண்ணூத்து முப்பதில் மலையாளம் அச்சு யந்திரத்துக்கு ஏறியது. அப்போதெல்லாம் சதுர எழுத்துதான். முப்பதே வருஷத்தில் அது வட்டெழுத்து ஆகி, எழுத்துச் சீர்திருத்தமும் வந்தாகிவிட்டது. சதுர எழுத்து அச்சுக்களை வடிவமைக்க நாங்களே பவுண்டரி நடத்தினோம். என் பாட்டனார் காலத்து அச்சுகளும் யந்திரமும் இன்னும் பத்திரமாக இந்த வீட்டில் உள்ளன.

வெர்கீஸ் மாப்பிள்ளை தன் பேச்சை தானே அனுபவித்துச் சொல்லிப் போனார்.

அதோ அங்கே தோட்ட வீட்டில் அந்தப் பழைய அச்சு யந்திரத்தை வைத்திருக்கிறோம். 1874-ல் ஜெர்மனியில் வாங்கிக் கப்பலில் வந்தது. போட்டோ வேணாமே. நீங்கள் பார்த்து, வேணுமென்றால் ஓவியம் வரைந்து கொள்ளலாம்.

சடசடவென்று இறகடிக்கும் சத்தம்.

கூட்டமாகப் பறந்து வந்த மயில்கள். அவை வெர்கீஸ் மாப்பிள்ளை வீட்டுத் தோட்டத்தில் ஒருசேர இறங்கின. ஆடாமல், அகவிச் சத்தம் எழுப்பாமல் அவை எதற்கோ காத்திருப்பதுபோல, மண்ணில் கால் பதித்து நின்றபடி இருந்தன.

நடாஷா கேமராவில் அவற்றைப் பகர்த்த நினைத்து தோளில் இருந்து காமராவை எடுத்தபடி திலீப்பைப் பார்க்க, அவன் கண் மூடி இருந்தான். முன்னால் நகர்ந்த மயில்கள் அவனையே பார்த்துக் கொண்டிருந்தன.

சாவு வரும் நேரம். இவை சாவின் அடையாளம். இறப்பின் பிரதிநிதிகள்.

வெர்கீஸ் மாப்பிள்ளை மயில்களைச் சுட்டிய படிக்குத் தனக்குத் தெரிந்த ரகசியத்தைப் பகிரும் எக்காளத்தோடு சொல்ல, உள்ளே இருந்து நடுவயதுப் பெண் ஒருத்தி ஓட்டமும் நடையுமாக வந்தாள்.

மேலே உயர்ந்து நடுங்கும் குரலில் அவள் அறிவித்தது -

மத்தாயு அச்சன் கண் நிலைகுத்தி சுவாசம் நின்று போனது.

ஆணோ?

அப்படியா என்ற அர்த்தத்தில் வெர்கீஸ் மாப்பிள்ளை ஆதரவாகக் கேட்டார். நான் சொன்னது சரியாப் போச்சா என்று திருப்தி தெரிவிக்கும் முகக் குறிப்பு. அதில் சந்தோஷம் கீறியிருந்தது.

வந்த பெண் இன்னும் சொல்ல விஷயம் உண்டு என்பதுபோல் நின்றாள்.

அப்புறம் என்ன?

வெர்கீஸ் மாப்பிள்ளை விசாரித்தார்.

தோட்ட வீட்டுக்குள் பழைய அச்சு யந்திரத்தில் இருந்து சத்தம் வந்து கொண்டிருக்கிறது. நிற்க மாட்டேன் என்கிறது.

மத்தாயு தனக்கான நீத்தார் அறிவிப்பு அடிச்சுக்கிட்டிருக்கான். சரம பத்ரம்.

அவர் சொல்லிவிட்டுச் சிரிக்க ஆரம்பித்தார்.

அத்தியாயம்

# முப்பத்தொன்று

ராத்திரி ஏழரை மணிக்கு நகரம் உறங்கப்போயிருந்தது. எண் எழுதிய கதவுப் பலகைகளைச் சரியாக எடுத்து வைத்துக் கடைகளை அடைக்கும் வேலை தெருவெங்கும் மும்முரமாக நடக்க, வீதிக் கோடி நூலகத்தின் அறைகள் ஒவ்வொன்றாக இருள் அணிந்தன. தொடர்ந்து நூலகத்தின், மணிகள் அலங்கரிக்கும் பெரிய வாசல் கதவுகளும் அடைபட்டுக்கொண்டிருக்க, ஓரத்துப் படிகள் வழியே இறங்கிய கடைசி இரண்டு பேர் நடாஷாவும் திலீப்பும்தான்.

ஆறரை மணிக்கு அடச்சுடுவோம். புரட்சியை நிகழ்த்திக் காட்டிய சித்தாந்தம் ஜெயிச்சு, உலகை ஆளும் சோவியத் பூமியில் இருந்து வந்திருக்கீங்க. அதான் ஏழு மணிவரை உங்களுக்காக திறந்து வைக்கறோம்.

உள்ளேபோய் நடாஷா தன்னை யாரென்று அறிமுகப் படுத்திக் கொண்டபோது பெருமையும் பாசமுமாகச் சொன்னார் நூலகர்.

நூறு வருஷம் அதுக்கும் முந்திய பழைய புத்தகங்கள் இருந்தால், பார்க்கலாமா?

நடாஷா கேட்டபோது அப்படி எதுவுமே இல்லை என்று கடவுள் மேலோ கட்சித் தலைமை மீதோ சத்தியம் செய்யத் தயாராக இருந்தார் அவர். இந்தப் பதவி கட்சி அளித்த கருணைக் கொடை

என்று சொல்லி, சுவரைப் பார்க்க நின்று, உடுத்த வேட்டியை மறுபடி இடுப்பில் இறுக்கிக் கட்டுவது அவருக்கு உகந்த செயலாக அப்போது இருந்தது.

பிற்பகல் இரண்டு மணிக்கு நடாஷாவும் திலீப்பும் நூலகத்துக்குள் போனது தொடங்கி அடுத்த சில மணி நேரத்தில் ஒரு நூறு தடவையாவது அவருடைய கைகள் சலிப்பில்லாமல் உடுதுணியை அவிழ்க்கவும் கட்டவுமாகச் செயல்பட்டன. பின்னால் சுவர் இல்லாத இடங்களிலும் அது நடந்தேறியது.

அவருடைய கால்கள் தீக்குச்சிபோல மெலிந்திருக்க, கைகள் தசை புடைத்து நல்ல வலிமையோடு காணப்பட இந்த உடற்பயிற்சியே காரணம்.

நடாஷா திலீப்பிடம் நூலகத்தில் இருந்து புறப்படும்போது சொன்னாள்.

அணிவகுப்பு மரியாதைபோல அப்போது நூலகரும், உதவி நூலகரும், இன்னும் இருந்த இரண்டு ஊழியர்களும் சூழ்ந்திருந்து, ஒரே நேரத்தில் சாவி முடுக்கிய பொம்மைகளாக, இடுப்பு வேட்டியைத் திருத்தி அணிந்தபடி நடாஷாவுக்குப் பிரிவுபசாரம் சொன்னார்கள். நூலகர் மட்டும் அன்னிபெசண்ட் அம்மையாரின் படம் மாட்டிய சுவரைப் பார்க்கத் திரும்ப நின்றிருந்தார் அப்போது.

நடாஷா உள்ளே இருந்த ஐந்தரை மணி நேரத்தில் இங்க்லிஷ், பிரஞ்சு, தமிழ், சயாமிய மொழி, மலையாளக் காவியங்கள், நாவல்கள், வைத்திய சாஸ்திரம் என்று நூலகத்தில் பாதுகாக்கப் பட்ட நூல்கள் எல்லாவற்றையும் பொறுமையாகவும் கவனமாகவும் அவர்கள் நடாஷாவுக்குக் காட்டினார்கள்.

அவள், புராதன நூல்கள் என்று எழுதியிருந்த அறையில், ஒட்டடையும் தூசியுமாக மூக்கில் பட்டுத் தும்மிக்கொண்டு ஒரு பழைய நாற்காலியில் உட்கார்ந்திருக்க, திலீப்பும் மற்றவர்களும் அலமாரிகளில் சரிந்து கிடந்த புத்தகங்களைத் தடி கொண்டு தாக்கி, உள்ளே இருந்த பாச்சைகளையும் வெள்ளிமீன் பூச்சிகளையும் விரட்டி, தூசி துடைத்த பிரதிகளை நடாஷாவுக்குப் படிக்கக் கொடுத்தனர். எனினும் அவை எல்லாம் 1940-க்குப் பிறகு பிரசுரமானவையாகவே இருந்தன.

நடாஷாவுக்குச் சாயாவும் பருப்பு வடையும் அன்போடு அளித்தார் நூலகர். மாஸ்கோ நகரில் இருந்து வரும் சிவப்புச் சிந்தனையாளர் குடும்பத்துப் பெண் அவள். ஒரே கொடியில் பூத்த சிவந்த மலர்கள்

அவர்கள் எல்லாரும். மராத்திக்காரன் என்றாலும் திலீப்பும் புரட்சியாளனே. அந்த மண்ணில் போன தலைமுறைவரை முற்போக்கான சிந்தாகதி ஆழமாகச் சால் விட்டுப் போனது. மறுபடியும் அது அங்கே வரும். அதுவரை ஒரே கூட்டுப் பறவைகள் மின்விசிறிகள் கீழ் அமர்ந்து சாயாவும் பரிப்பு வடையும் கழித்திருக் கலாம் என்றார் நூலகர். ஒரே கூட்டுப் பறவைகள் மின்விசிறிக்குக் கீழே இருந்து பரிப்பு வடையும் சாயாவும் சாப்பிடும் அந்த உருவகம், அவசரமாகப் பிடித்ததால் சரியாக உருவாகாமல் போனதை உணர்ந்த அவர், வேட்டியை மறுபடி இடுப்பில் அவிழ்த்து அணிந்தபடி, ஒரே மனம் கொண்ட பல இனத்தவர் என மாற்றினார்.

பரிப்பு வடையா, பருப்பு வடையா?

திலீப் குழப்பமாகக் கேட்டான்.

ஹெ, இந்தத் தரங்கெட்ட பாண்டிகள், என்றால் மதராஸ் மாகாணத் தமிழர்கள், ஒரு வார்த்தையையும் சரியாகப் பேசுவதில்லை. பருப்பு என்று பிழையாகச் சொல்வது அவர்களின் பரம்பரைக் கெட்ட பழக்கம் என்று புன்னகையோடு திலீப்பின் சந்தேகத்தை நிவர்த்தி செய்ய முனைந்தார் ஞானம் ஒளிர்ந்த நூலகர்.

புத்தறிவுத் தெளிவோடு அவனும் நடாஷாவும் இன்னொரு தடவை இன்னும் புராதனமான புத்தகங்கள்பற்றிக் கேட்க, அவருக்கு நினைவு வந்திருந்தது. பரிப்பு வடை ஞாபக சக்தி வலுவடைய உதவும் என்று சொன்ன நூலகர் தன் மரமேஜைக்குள் இருந்து ஒரு பழைய இரும்புச் சாவியை எடுத்து ஊழியரிடம் கொடுத்து உள்ளே கழிப்பறைக்கு முந்திய அறையில் உள்ள அலமாரிகளைத் திறந்து அவற்றில் என்ன உண்டு என்று பார்க்கக் கட்டளையிட்டார். கழிப்பறைக் கதவைத் திறக்க வேணாம், அங்கே பார்க்கத் தகுந்த பொருள் ஏதுமில்லை என்று நகைச்சுவை ததும்பப் பேசிய அவர் நடாஷாவைச் சிரிப்பில் இணைத்தார்.

பதினைந்து நிமிடம் கழித்து இரண்டு மாபெரும் கள்ளியம்பெட்டி களை ஏழெட்டுப் பேர் சத்தமெழ நூலக மண்டபத்துக்குள் தள்ளிக் கொண்டுவந்தார்கள். வேட்டியை மடித்துக் கட்டிக்கொண்டு முன்னால் வந்த துணை நூலகரின் பார்வையிலும் நடையிலும் தீரச் செயல் செய்யும் மிடுக்கு இருந்தது.

இதெல்லாம் மிகப் பழைய புத்தகங்கள். சேரமான் பெருமாள் காலத்தில் வந்ததாக இருக்கலாம். அதற்கு முன்னும் ஆகலாம். கவனமாகப் பார்க்கவும்.

அவர் பொறுப்பும் நிதானமுமாகச் சொல்ல, திலீப் அடக்க முடியாமல் கேட்டான் –

சேரர் காலத்தில் ஏது அச்சு யந்திரம்?

என்றால் ஓலையில் எழுதி வைத்தது. அதைப் பார்த்து அப்புறம் எழுதியானது. அவர்களுக்கு பின்னே ஆரோமல் உண்ணி தன் சொந்தம் கொட்டாரத்தில் இருந்து காகிதத்தில் எழுதிப் படிக்கச் செய்துவித்து ராஜ்ஜியம் பரித்தபோது.

மோட்சம் அளிக்கும் மதச் சடங்குகளில் ஓதும் புனிதச் சொற்கள் போல் நீட்டி இழுத்து அந்த இணை நூலகர் சொல்லியபோது காற்றும் நின்று போயிருந்தது.

இது எங்கே நீளும் என விளங்காததால் திலீப் உடனே நிறுத்திக் கொண்டு, கேட்க மட்டும் பிறப்பெடுத்த மராத்தி இளைஞனின் பிம்பத்தை அணிந்தான்.

அப்பாவித்தனத்தை வெளிச்சம் போடும் அவனுடைய முகபாவத்தை நடாஷா ரொம்பவும் ரசித்துப் புன்னகை செய்தபடி இருந்தாள்.

நூலகரும், அலமாரிகளும் இல்லாவிட்டால் அவள் வேறு விதமாகச் செயல்பட்டிருப்பாள் என்று திலீப் செய்ய முற்பட்ட கற்பனை அகல்யாவை பாந்த்ராவில் சகலரும் பார்க்க அவன் நிதானமாக முத்தமிடுவதில் நீட்சி பெற, பிஸ்கட் சாஸ்திரியைப் புட்டத்தில் உதைத்துத் தள்ளி முடித்து வைத்தான் அவன்.

வெறுப்பும் வேட்கையுமாக அவனுக்குள்ளே விநோதமான மிருகம் ஒன்று உட்புகுந்திருந்தது அந்தப் புழுக்கமான பகல் வேளையில். புத்தகங்களைக் கையில் வாங்கிப் பத்திரமாக, துணி விரித்த தன் மடியில் வைத்துப் புரட்ட ஆரம்பித்தாள் நடாஷா.

பெட்டிகளுக்குள் இருந்து முதலில் எடுக்கப்பட்ட புத்தகம் ஆயிரத்துத் தொளாயிரத்து முப்பதில், பிரான்ஸ் நாட்டில் மார்செயில்ஸ் நகரில் அச்சுப் போடப்பட்ட குழந்தைகள் கதைத் தொகுப்பாக இருந்தது. கையில் வாங்கிப் பார்த்த நூலகர், எத்தனை அபூர்வமான நூல் பாருங்கள், முக்கியமாக இந்தக் குழந்தைப் பாடல்கள். எனக்கு மிகப் பிரியமானவை இவை.

அவர் சொல்லி விட்டுப் பாட ஆரம்பித்தார் –

Bonny was a warrior | Way-ay-ah - போனி ஒரு படைவீரன் வே ஐ ஆ

Boney went to Waterloo| Way-ay-ah - போனி வாடர்லூ போனான் வே ஐ ஆ

Boney was defeated | Way-ay-ah - போனி தோற்று ஓடினான் வே ஐ ஆ

நெப்போலியன் இங்கிலாந்தோடு செய்த யுத்தத்தில் தோற்றது குறித்து மனதை உருக்கும் பாடல் இது, கேட்டிருப்பீர்களே?

நூலகர் வினவ, ஆம் என்றாள் நடாஷா.

அப்போது, நீங்களும் சேர்ந்து பாடுங்களேன்.

நூலகர் வற்புறுத்தினார். அவர் கண்களில் தாரை தாரையாகக் கண்ணீர் வழிந்தது. ஏற்று வாங்கிப் பாடிய துணை நூலகரும் குரல் கம்ம, அழத் தொடங்கினார்.

நீங்கள் புத்தகங்களைப் பாருங்கள், இந்தச் சூழலில் நான் அழுது அழுதே, துக்கத்தில் கழுத்து வெடித்து இறந்து விடுவேன்போல இருக்கிறது.

நூலகரும் துணைவரும் தனித்தனியாகச் சொல்லி வெளியே போக, மற்ற ஊழியர்களும் வெளியே கதவைப் பகுதி மூடி, இன்று உலகத் துக்க தினமாவதால் நூலகம் பிற்பகலில் இயங்காது என்று சொல்லி மற்றவர்களை அனுப்பிவிட்டு, வாசற்படிகளில் காத்திருந்தார்கள். அவர்கள் அத்தரும் புனுகும் ஏலமும் மணக்கும் புத்தகங்கள்பற்றி ஆர்வமாகப் பேசிக்கொண்டிருந்தார்கள்.

பிரான்சில் 1900-களில் பள்ளி வகுப்புகளுக்கான அறிவியல், வரலாறு, கணிதம், புவியியல் என்று ஏகப்பட்ட பிரஞ்சு மொழிப் பாடப் புத்தகங்கள் அந்தப் பெட்டியில் இருந்தாலும் அவற்றை கேரளத்தோடு தொடர்புபடுத்தும்விதமாக எதுவும் கிடைக்க வில்லை.

பிரான்சிலிருந்து அந்தக் காலத்தை அடுத்து வந்த யாரோ நூல் நிலையத்துக்குக் கொடுத்திருக்கலாம் என்று கருத்துச் சொன்னாள் நடாஷா. கதவு திறந்து சாயாவும் பரிப்பு வடைகளும் இன்னொரு முறை அன்போடு பரிமாறப்பட்டன.

அவர்களைக் கனிவுடன் பார்த்தபடி, முதலிரவுக்குப் புதுமணத் தம்பதியரை அனுப்பிவைத்து வெளியே கதவு அடைக்கும் அன்பான சுற்றமும் நட்பும்போல நூலக ஊழியர்கள் சாந்தமும் புன்சிரிப்புமாக வெளியேறினார்கள்.

திலீப் எழுந்து ஏதோ தேடினான். என்ன வேணும் என்றாள் நடாஷா. டாய்லெட் போகணும்.

இன்னும் ரெண்டு மூணு மணி நேரம் பொறுத்துக்க முடியாதா?

அவனுடைய சட்டைக் காலரைக் கொத்தாகப் பிடித்து உயர்த்தி தலையைக் கரகரவென்று நகர்த்தி அவளைப் பார்க்க வைத்தபடி மூச்சில் பூண்டு மணக்கக் கேட்டாள். திலீப்புக்கு இப்போது பூண்டு பிடிக்கும். அதுவும் வேண்டி இருக்கிறது.

புண்ணியமாப் போறது. பிராணன் நின்னுடுத்து. என்னை விட்டுடு.

திலீப் அவள் கண்ணைக் கூர்ந்துபார்த்துப் போலி அச்சத்தோடு சொன்னான். வேண்டி இருந்தது. இன்னும் வரட்டும்.

அந்தப் பழைய கட்டிடத்தின் உள்ளடுக்குகளில் நம்பிக்கையோடு அரையிருட்டில் திலீப் தேடிப்போனது வீணாகவில்லை. நல்ல முறையில் பராமரிக்கப்பட்ட ஒரு காற்றோட்டமான கழிப்பறையை அங்கு கண்டான்.

திலீப் திரும்ப வந்தபோது இரண்டாம் பெட்டியில் இருந்து எடுத்த ஒரு அடுக்கு பனையோலை ஏடுகளையும் அவற்றைப் பொதிந்திருந்த சிவப்புப் பட்டுத் துணியில் ஏடுகளோடு கூடஇருந்த பழுப்பேறிய கெட்டிக் காகிதத்தையும் சுவாரசியத்தோடு பார்த்துக் கொண்டிருந்தாள் நடாஷா.

அவள் திலீப்புக்காகப் படித்துக் காட்டியது இந்தத் தோதில் இருந்தது.

> கொல்லம் வருஷம் 1052 இங்கிலீஷ் வருஷம் 1877-ல் சாவக்காட்டு பிரான்சிஸ் ஸ்தாணுநாதன் என்ற, வேதத்தில் ஏறிய 67-வயது நபருக்குப் புதையல் கிட்டியது. அது நாலு நாழி அரிசி வடிக்கிற அளவிலே பழைய உலோகப் பானையில் தங்க நாணயங்களும், ஒரு குப்பியில் தைலமும், இந்த ஓலைச் சுவடிகளுமாக இருந்ததாம். சுவடிகள் தமிழ்ச் செய்யுளாக இருந்தபடியால் பாண்டிப் பிரதேசத்துப் பண்டிதர் ஒருவரிடம் கொடுத்து அவை பரீட்சிக்கப்பட்டன. அது சேரமான் பெருமாள் கைலாயம் போக விமானம் கட்டியதுபற்றிய விளக்கமாகவோ அல்லாத பட்சத்தில் வஞ்சி என்ற பேரூரில் கழிவுநீர்ச் சாக்கடை அமைப்பு நிறுவியது குறித்தோ இருக்கும் என்று தெரிந்ததாம். அவற்றை அச்சுப்போட காலம் கனியாத காரணத்தால் இப்படிப் பெட்டியில் பத்திரமாக வைக்க சாவக்காட்டு பிரான்சிஸூம், அரண்மனை உத்தியோகஸ்தர்களும், பாதிரியார் எஸ்தப்பன் மண்ணார்க்காடும் சம்மதித்து அதேபடி இங்கே வைக்கப்பட்டதாம்.

அந்தக் கடிதம் கையெழுத்தில் இல்லாமல், அச்சு யந்திரத்தில் எழுத்துக் கோர்த்து அச்சடித்திருந்தது நடாஷாவுக்கு சந்தோஷத்தை உளவாக்கியது. நல்ல ஆங்கிலத்திலும் தொடர்ந்து மலையாளத்திலும் இருந்த அந்தக் காகிதத்தில் இந்த அறிவிப்பைத் தொடர்ந்து, ஞாயிற்றுக்கிழமை திருப்பலி நேரத்தில் குரிசுப் பள்ளியில் சங்கீர்த்தனமாகப் பாடும் பதினேழு ஏசுசபைக் கானங்களும் திருவசனங்களும் அச்சாகி இருந்தன.

விரும்பிக் கேட்டவர்களுக்கு விநியோகிக்க என்று தலைப்பில் அச்சடித்திருந்ததால் அது இலவசமாகப் பலருக்கும் வழங்கப் பட்டது என்றும் நடாஷா திலீப்பிடம் சொன்னாள். அவிசுவாசி களுக்குத் தருவதைத் தவிர்க்கவும் என்று கீழே அச்சிட்டிருந்ததால், தனிச் சுற்றுக்கு மட்டும் என்பதும் புலப்பட்டது. அந்தச் சிறு வெளியீட்டைப் பக்கம் பக்கமாகப் புகைப்படம் எடுத்ததோடு, சில ஓலைச் சுவடிகளையும் நடாஷாவின் விருப்பப்படி நூலகர் அனுமதியோடு திலீப் படம் எடுத்துக் கொடுத்தான்.

ஏழு மணிக்கு நூலகரும் உதவியாளரும் மரியாதையோடு அறிவித்தனர் – இன்றைக்கு நேரம் முடிந்துகொண்டிருக்கிறது. நாளை வரலாமே.

நாளைக்கு வேறே பணி இருப்பதாகத் திலீப் சொல்ல, நூலகர் கோரிக்கை தரும் குரலில் சொன்னது –

ஒரு ஐந்து நிமிடம் எனக்காக, எங்களுக்காக ஒதுக்க முடியுமா?

அதைவிட மகிழ்ச்சியான எதுவும் எனக்கு இல்லை என அறிவித்தாள் நடாஷா.

நூலகர் நூல் நிலையத் தோட்டத்துக்கு ஒரு மெழுகுவர்த்தி ஏந்திப் பிடித்தபடி அவர்களை இட்டுப் போனார். பவழமல்லி மரங்கள் பூச் சொரிந்து நிற்கும் அந்த அமைதிப் பிரதேசத்தில் இடுப்பு வரையான, கைகள் பழுதுபட்ட சில கல் சிற்பங்களை அவர்களுக்குக் காட்டி நடாஷாவிடம் கோரிக்கை வைத்தார் –

இவை சேரமான் பெருமான் காலமோ அதற்கும் முந்தியோ ஏற்படுத்திய சிற்பங்கள். இந்த இடம் கோவிலோ, துறவு பூண்ட புத்த மதத்து அடியார்கள் தங்கி இருந்த மடமோ ஆக இருந்திருக்கும். சர்க்கார் இதைச் செப்பனிடப் பணம் தரும் நிலையில் இல்லை. நீங்கள் படம் பிடித்துப்போய் உங்கள் நாட்டுப் பத்திரிகைகளில் எழுதி, சோவியத் உதவி கிட்டினால் நன்றாக இருக்கும்.

நடாஷாவின் புகைப்படங்களும் கட்டுரைகளும் சோவியத் தேசம் முழுதும் சிரத்தையோடு வாசிக்கப்படும் என்பதில் அவர் வைத்திருந்த நம்பிக்கை அவளுக்குப் பிடித்துப்போனது. அடுத்த ஒரு மணி நேரம் அந்தக் கட்டடத்தில் இன்னும் பல புகைப்படங்களை எடுக்க வேண்டி வந்தது திலீப்புக்கு. நூறு வருஷம் முற்பட்டது என்று நூலகர் காட்டிய பழைய நாற்காலியும், கிழிந்து தொங்கிய பங்காவும் இவற்றில் அடக்கம்.

சோவியத் அரசு, நட்பு நாட்டுக்கான உதவி செய்யும் என்பது உறுதி. அதற்கான முயற்சிகள் எடுப்பேன் என நடாஷா வாக்குத் தர, எல்லோருக்கும் பெருமகிழ்ச்சி.

வெளியே இறங்கிய நிமிடத்திலிருந்து பசி பசி என்று ஜபிக்கத் தொடங்கிவிட்டாள் நடாஷா. இன்னும் பனிரெண்டே மணி நேரம். காலையிலே பசியாறிக்கலாம். பொறுத்துக்க முடியாதா?

திலீப் அவள் முன்பு சொன்னதைப் பத்திரமாக வைத்திருந்து மகிழ்ச்சியோடு திருப்பிக் கொடுக்க, அவனை இடுப்பில் கை வளைத்துத் தூக்கி ஒரு தடவை தட்டாமாலை சுற்றி, நூலகத்தின் புல் தரையில் போட்டாள் நடாஷா. சைக்கிள்களில் வீட்டுக்குப் புறப்பட்டுக்கொண்டிருந்த நூலகரும் மற்ற ஊழியர்களும் பலமாகக் கைதட்டி ஆர்ப்பரித்து இந்திய சோவியத் கூட்டுறவை வாழ்த்தி, சைக்கிள் மணி ஒலித்துப்போக, திலீப் அவளைப் பார்த்த பார்வையில் முதல் முறையாக ஆசை தெரிந்தது. வேண்டி இருந்தது இதுவும் அவனுக்கு.

மகாத்மா காந்தி பெயரைச் சூட்டிக்கொண்ட மெயின் ரோடு தூங்கப் போய்க்கொண்டிருந்ததால், வீதியை ஓரமாகக் கீறிப் பிளந்து செல்லும் சிறு சந்துகள் ஒன்றில் புகுந்தான் திலீப். அவன் ஏமாற்றமே அடையத் தேவை இல்லாமல் ஊணு ரெடி என்ற பெயர்ப்பலகை வைத்த சாப்பாட்டுக் கடை திறந்திருந்தது.

வந்த இரண்டே வாரத்தில் நடாஷா ஆயுசுக்கும் இதைத்தான் சாப்பிட்டு வளர்ந்த மாதிரி மசாலா தோசை, இட்லி, பூரியும் கிழங்கும் என்று ரசித்துச் சாப்பிடப் பழகிக்கொண்டிருந்தாள். மதியம் சோற்றில் குழம்பைப் பிசைந்து உருட்டிச் சாப்பிடத்தான் இன்னும் சரியாக வரமாட்டேன் என்கிறது. உருட்டிப் பிடிப்பது உதிர்ந்துதான் போகிறது என்பதால் தனித் தனியாகத்தான் சாப்பிடும் வழக்கம்.

கடை உள்ளே நுழையும்போது சுவரில் குத்துச் சண்டைக்காரர்கள் இருவர் பொருதும் பெரிய புகைப்படம். தெய்வ உருவங்களை

மட்டுமே கண்ணாடியும் மரச் சட்டமும் இட்டுச் சிறைப் பிடித்துச் சுவரில் மாட்டியிருக்கும் உணவு விடுதிகளில் ஒரு மாறுதலுக்காக வைத்த இந்தக் குத்துச் சண்டைப் படத்தை ரசித்தான் திலீப்.

இங்கே வேணாம், வேறே எங்காவது போகலாம் என்றாள் நடாஷா.

ஏன், நீதானே பசி பசின்னு கத்திட்டிருந்தே? திலீப் பொறுமை இழந்து கேட்டான்.

ஓங்கி அடிச்சு படத்திலே வலது பக்கம் நின்னு குத்துச் சண்டை போடறானே அது பார்க்க வேணாம்

ஏன் அவனைப் பிடிக்கலேன்னா இன்னொருத்தனைப் பாரு. இல்லே என்னப் பார்த்துக்கிட்டு சாப்பிடு.

திலீப் அவள் மறுபடி அவனை நெருங்கி ஆக்கிரமிப்பாள் என்று ஆசை பொங்கி வரக் காத்திருக்க, நடாஷா குனிந்து அவன் காதில் அவசரமாகச் சொன்னாள் –

அவன் செர்யோஷா. என் பாய் ப்ரண்ட். விட்டுட்டுப் போயிட்டான் ராஸ்கல்.

சாப்பிடுவதாகப் பெயர் பண்ணிவிட்டு எழுந்தாள் நடாஷா. அவளுக்காக திலீப் போடச்சொல்லிக் கேட்டுவாங்கிய முட்டை தோசையைக்கூட விள்ளல் விள்ளலாக எடுத்துக் கொறித்துவிட்டு அப்படியே வைத்துவிட்டாள் அவள். தொடர்ந்து கண்ணீர் பெருக்கியபடி இருந்தவளை நேசமாகத் தோளில் தட்டி தனக்குத் தெரிந்த ஒரே பைபிள் வாசகத்தைச் சொன்னான் திலீப் –

இதுவும் கடந்து போகும்.

டிரைவர் இல்லாமல் இருட்டில் நிறுத்தி இருந்த ஆட்டோ ரிக்ஷாக் களையும், விளக்குக் கம்பத்தின் அடியில் உறங்கும் தெரு நாய்களையும், சகலரும் குத்த வைத்து எழ, மூத்திர ஈரம் விரியத் தொடங்கிய முடுக்குச் சந்துகளையும் நின்று நின்று பார்த்து அரை மணி நேரம் கழித்து அம்பாசடர் டாக்சி ஒன்று வந்தது. நம்பிக்கை இல்லாமல் திலீப் நிறுத்தச் சொல்லிக் கையசைத்தான். வண்டி சற்று தூரம் கடந்து போய் நின்றது.

சவாரி வரச் சம்மதம் சொன்னார் அந்த ஓட்டுனர். சிவப்போ அல்லது மற்றச் சிந்தனைகளோ இல்லாத அந்த வண்டியோட்டி மொத்தமாக முப்பது ரூபாய் தேவை என்றும் அதில் பத்து ரூபாயை இப்போதே தரவேண்டும் என்றும் நிபந்தனை போட்டார்.

மிகப் பெரிய கொம்பன் மீசை வைத்த, தலை கலைந்த ஓட்டுநர் அவர். குரலில் முரட்டுத்தனம் வழிந்தது. இருக்கட்டும், ரெண்டு பேர் உண்டே, என்ன செய்துவிட முடியும்? அதுவும் ஆஜானுபாகுவான சோவியத் வீராங்கனை இவன் கூடவே உண்டு. போகலாம் என்றான் திலீப். ஏறிக்கொண்டார்கள்.

இருட்டான ஏதேதோ தெருக்களில் வண்டி ஊர்ந்து போக, திலீப் கையை இறுகப்பற்றிக்கொண்டாள் நடாஷா. பயமா இருக்கு என்று காதில் சொன்னாள். எதிரே கடந்துபோன லாரி ஹெட் லைட் வெளிச்சத்தில், அவள் உரித்த வெள்ளைப் பூண்டுபோல் அழகாகத் தெரிந்தாள்.

பிடி விடாத கைகள் இன்னும் இறுகி இருக்க, வண்டி நின்றது.

இருங்க, வீட்டுக்காரிகிட்டே பணத்தை கொடுத்துட்டு வந்துடறேன்.

பத்து நிமிடத்தில் இடுப்பில் குழந்தையும் பின்னால் டிரவுசர் வாரைத் தூக்கிப் பிடித்தபடி ஓடி வரும் சட்டை இடாத சின்னப் பையனும் பின் தொடர டிரைவர் வந்தார். அவர் வீட்டுக்காரி ஒரேயடியாக புகார் சொல்லும் குரலில் அதிவேகமாக மலையாளத்தில் சொல்லிய படி திலீப்பையும் நடாஷாவையும் ஆதரவு கோருவதுபோல் பார்த்தாள். போ, வரேன் என்று கையசைத்து வண்டியைக் கிளப்பிய டிரைவர் மேல் பயம் விலகிப் போக, திலீப் பேசத் தொடங்கினான். நாளை யாரையெல்லாம், எங்கே போய்ச் சந்திக்கவேண்டும் என்று விசாரித்தான் நடாஷாவை. கார் டிரைவர் இல்லாமல் இருந்தால் வேறு ஏதும் பேசியிருப்பான். அப்படித்தான் அவன் நினைத்தான். வேண்டித்தான் இருந்தது இதுவும்கூட.

செர்யோஷாவை உளவாளி எனக் குற்றம் சாட்டி, தேசத் துரோகத்துக்கான உச்ச பட்ச தண்டனை கொடுத்து சைபீரியாவுக்குக் கொண்டு போய்விட்டார்கள் என்று மட்டும், தகவல் சொன்ன நடாஷா அதற்கப்புறம் அழவில்லை.

ஆலப்புழையில் நடாஷா தங்கியிருக்கும் விடுதி எது என்று சொல்லாமலேயே சரியாக அங்கேபோய்ச் சேர்ந்துவிட்டது டாக்சி.

நீ அம்பலப்புழை எப்படிப் போவே? நடாஷா கேட்டாள்.

அலைச்சல்தான். லாரியாவது கிடைக்காதான்னு நம்பிக்கை.

இங்கேயே ஓட்டல் ரூம்லே இருந்து காலையிலே போகறியா?

வேறே வினையே வேணாம். இவர்கள் எல்லாம் ஏற்கெனவே திலீப் நடாஷாவோடு தினம் பத்து நிமிடம் அவசரமான சிருங்காரச்

செய்கைகளில் ஈடுபடுவதாக நினைக்கிறவர்கள். ஐரோப்பிய மதாம்மாவும் கறுத்த இந்திய உதவியாளனும் ஒருவரை ஒருவர் ஈர்க்கத் தொடங்கி இருக்கும் நேரம் இது.

கற்பனை செய்ய மாட்டான் திலீப். நிறையச் செய்தாகிவிட்டது. விட்டுப்போனால் அகல்யா அழுவாள். இந்தித் திரைப்படங்களில் காதல், கல்யாணம், ஏமாற்றம், தியாகம், சோகம் எல்லாம் பாட்டுகள் மூலம் உணர்த்தப்படும். திலீப்புக்கு அவற்றை ரக வாரியாகப் பட்டியலிடப் பிடிக்கும். ஆனால் இன்றைக்கு அதைச் செய்ய மாட்டான். அசதி கண் இமைவரை தளும்பி நிற்கிறது.

நான் எப்படியாவது பார்த்துக்கறேன். போயே ஆகணும்.

திலீப் இறங்க முற்பட, அவன் மடியை இறுகப்பற்றி உட்கார்த்தினாள் நடாஷா.

நீ பஸ் பிடிக்க அலைஞ்சு கஷ்டப்பட வேணாம். டாக்சியிலேயே போயிடு. நான் இன்னும் பத்து ரூபா அதிகமாப் போட்டுத் தந்துடறேன்.

டிரைவரிடம் சின்ன இங்கிலீஷ் வாக்கியங்களாக அவள் பேச, அவர் ஏனோ தலையாட்டி முடியாது என மறுத்தார். நடாஷா லட்சியம் செய்யவில்லை. இது அதிக பட்ச கட்டணம், இதற்கு மேல் இந்த ராத்திரி இவர் சம்பாதிக்க முடியாது என்று அவள் அறிவாள். அவள் பேசிக்கொண்டே போனாள்.

பாக்கி இருபது ரூபா தரணும்தானே, கூட பத்து ரூபாய் சேர்த்து முப்பதாகக் கொடுத்திடறேன்.

நடாஷா அவளுடைய கைப்பையில் தேட, வேண்டாம் என்று கையமர்த்தினார் அந்த டிரைவர்.

அடுத்து அவர் செய்தது நம்ப முடியாததாகப் போனது திலீப்புக்கும் நடாஷாவுக்கும்.

மன்னிக்க வேணும். உங்ககிட்டே அதிகப்பிரசங்கித்தனமா முப்பது ரூபா கேட்டுட்டேன். பதினைந்து ரூபாயே அதிகம். வீட்டுக்காரி திட்டறா. இப்படி சம்பாதிக்கறது உடம்புலே ஒட்டாதாம். அதான் சின்னப் பையன் சட்டை போட முடியாம இருக்கு. போட்டா அஞ்சு நிமிஷத்துலே தோல் பொசுங்கிப் போவுது.

அவர் நிறுத்தி, திலீப்பைப் பார்த்தார்.

நீ வா ராஜா. ஒண்ணும் தரவேணாம். அம்பலப்புழையிலே இறக்கி விடறேன்.

நடாஷா இறங்க, திலீப் மனதில் ஏனோ பயம். இந்த டிரைவர் கூட்டிப் போய்க் கழுத்தை நெறித்து விட்டால்? அல்லது பாலியல் ரீதியாக அவனைப் பலாத்காரம் செய்துவிட்டால்? இருக்காது, அப்படிப்பட்டவராக இருக்கும் பட்சத்தில் சொந்தக் கதை சொல்லிக்கொண்டு துக்கத்தைப் பகிர்ந்திருக்க மாட்டார்.

அம்பலப்புழையிலும் எங்கே போகவேண்டும் என்று கேட்காமல், நேரே மயில்பீலி தூக்க ஆப்பீஸ் என்று அறியப்பட்ட, திலீப்பின் தங்குமிடமும் பணி செய்யும் இடமுமான பழைய வீட்டருகே டாக்சி நின்றது.

ஆபீஸ் வாசலில் கோணலாகப் படுத்துக்கொண்டிருந்த வெடி வழிபாட்டு குறுப் எழுந்து உட்கார்ந்து திலீப்பை வாசல் பூட்டைத் திறக்க வேண்டாம் என்றான்.

உள்ளே சமையல் நடந்துட்டிருக்கு. நான் சொல்வேனே, கோவில் கொடிமரம் பக்கம் பறந்துபோய் மூத்ரம் ஒழிச்ச வயசன், அவன் பறந்து பறந்து சுத்தி வந்துட்டிருக்கான். உம் மேல் ஒழிச்சு வைக்கப்போறான். உ ள்ளே போகாதே.

குறுப், ஆபீஸ் இல்லேன்னு வயறு முட்டக் குடிச்சாச்சுபோல.

சொல்லியபடி, திலீப் திறந்து உள்ளேபோய்க் கதவைச் சார்த்திக் கொண்டான்.

மிக விரைவாக நித்திரை போனான் அவன். அலைச்சலின் அயர்வும், படித்தது, எழுதியது, போட்டோ எடுத்தது என்று உடம்பு வணங்கி வேலை பார்த்த அசதியும் கண்ணை மூட வைத்தது. சந்திக்காமலே மரணமடைந்த மத்தாயு மாப்பிள்ளையும், சேறு படிந்த பலகை மேலேறி டியூஷன் வகுப்பு போகும் அழகான இளம் பெண்களும், அகல்யாவும், அவன் மேல் பின்னிப் பிணைந்து கிடக்கும் நடாஷாவுமாக நிலை குழம்பி நினைவும் கனவும் இழைந்து நீண்டன.

வீட்டில் நடமாட்டம் இருப்பதுபோல் பிரமை. எழுந்துபோக முடியாமல் காலை, கையைக் கட்டிப்போட்ட உறக்கம். சமையல் செய்யும் வாடையும், பெண்கள் சண்டை போடும் ஒலியுமாகக் கிடக்கும் வீடு. அது ஓய்ந்து முயங்கும் ஒலிகள். பக்கத்தில் எங்கேயோ. சணல் சாக்கில் கொட்டைப் புளி அடைத்து வைத்த வாடையும், போக வாடையும் மேலேறுகின்றன. லகரியில் மெல்லக் கூவும் பெண். மூச்சு வாங்க இயங்கும் ஆண். ஒரு வயசன் கண் மூடிப் பறந்தபடி வருகிறான். சணல் மூட்டை மேல், உடம்பு

மெலிந்த, பல் நீண்ட பழைய கால உடுப்பு களைந்த ஸ்திரியை சாய்த்து வைத்து போகம் செய்கிறவனின் பிருஷ்டத்தில் இடித்து மேலே உயர்ந்து போகிறான் வயசன். அவனுடைய கண் மூடியே இருக்கிறது.

டெலிபோன் மணி அடிக்கும் ஓசை. நிமிஷத்து நிமிஷம் அது வலுவடைகிறது. நின்றுபோய் உடனே தொடர்கிறது. திரும்ப நிற்கிறது. மேலும் வலுக்கிறது.

திலீப் துள்ளி எழுந்து விழித்துக்கொண்டான். கனவு ஏதும் இல்லை. டெலிபோன்.

டெலிபோன் ஓசை மட்டும் நிஜம். இருட்டில் சத்தம் வழி காட்ட, ஓடிப் போய் எடுத்தான்.

திலீப் மோரே கிட்டே பேச முடியுமா?

அகல்யா குரல்.

ஏய் அகல், நான்தான். என்ன ஆச்சு? இப்போ... இப்போ... நீ இப்போ...

அவனுக்குக் குரல் பதற்றத்தில் சீராக எழும்பவில்லை.

நீங்க வரணும், கேட்டேளா. உங்க அம்மா உடம்பு நிலைமை கொஞ்சம் கவலைப்படற மாதிரி.

அவ போயிட்டாளா?

திலீப் கேட்டான். பதில் இல்லை. திரும்பவும் கேட்டான்.

அம்மா போய்ட்டாளா?

அகல்யா குரல் ஒரு வினாடி விம்மலோடு தீனமாக ஒலித்து, தொலைபேசி இணைப்பு துண்டிக்கப் பட்டது.

அத்தியாயம்

# முப்பத்திரண்டு

எமிலி ஆந்த்ரோசா அழ ஆரம்பித்தாள். குளிர்ச்சியான அறை. நடுவிலே, மிக உயரமான கட்டில். அதில்தான் அவள் படுத்திருக்கிறாள். பழைய கட்டிலை அகற்றிவிட்டு இந்தக் கட்டிலை அறையில் சேர்த்தார்கள். இரவு சிறு ஏணியைக் கட்டிலில் சார்த்தி வைத்துத்தான் அவளைக் கட்டிலில் ஏறிப் படுக்கச் செய்தார்கள்.

இவ்வளவு உயரமாக இருந்தால் நடுராத்திரி நான் மூத்திரம் போக எப்படி இறங்குவது? குளிர் அதிகம் என்பதால் அடிக்கடி போக வேண்டியிருக்கு. என்ன செய்யணும் நான்?

எமிலி கேட்டபோது ராணுவ அதிகாரிகள் ஒருத்தரை ஒருத்தர் பார்த்துக்கொண்டார்கள். அவர்கள் எல்லோரும் பெண் அதிகாரிகள்.

சிறுநீரை எல்லாம் பூவாக்கி கட்டில்லே போட்டு வச்சா?

பெரிய பெரிய எறும்புகள் வரும். என்னை அரிச்சு முழுக்க கடிச்சு தின்னுடும்.

எறும்புகள் நகராம இருக்க நீ மந்திரம் செய்வியே.

எறும்புகள் என் கனவில் வந்து மிரட்ட, நான் படுக்கையை நனைச்சுடுவேனே.

ஒண்ணுக்குப் போகாமலே இருக்க மந்திரம் செய்ய முடியாதா?

அவர்கள் எல்லோரும் ஒரே கணத்தில் கேட்கத் தலையைப் பலமாக ஆட்டி மறுத்தாள் எமிலி ஆந்த்ரோசா.

வயத்த வலிக்கும். சின்னப் பொண்ணுதானே நானு?

அவளைப் பத்து வயதுச் சிறுமியென அதிகாரம் செய்யவும் முடியவில்லை. ஆயிரம் வருடம் சேர்ந்து செழித்த தெய்வத்தன்மை சிலநாள் குடியேறிய, கடவுளின் சகோதரியுடைய சுண்டுவிரலாக, பொழுதுதோறும் மகிமைப்படுத்தவும் முடியவில்லை. ரொம்ப வற்புறுத்தினால் அழுகிறாள். சிறுமிதானே.

அவள் படுக்கையை உயரம் தணிக்கவும் குளிர்சாதனத்தை அவ்வப் போது நிறுத்தி வைத்து மீண்டும் இயக்கி தூக்கம் கெடாமல் பார்த்துக் கொள்ளவும், இன்னும் கனமான கம்பளிப் போர்வை போர்த்தி விடவும், ஒரு பெண் உதவியாளரை உடனடியாக நியமிக்க முடிவானது. இது போன ஞாயிறன்று நடந்தது.

ஆடும் பறவை நிறைந்திருக்கும் கடவுளின் சகோதரியுடைய வீட்டு முகப்பில் இந்தப் பெண் உறங்க முடியுமானால், எந்தத் தொந்தரவும் எட்டிப் பார்க்காது

அந்த இடத்தைக் கடக்கவே எல்லோரும் பயப்படுகிறார்கள். ஆடும் புனிதமான பறவை, தீமையை இனம் கண்டு சர்வ நாசம் விளைவித்து ஒழிக்க மாபெரும் வல்லமை கொண்டது என்று குக்கிராமங்களிலும் நம்பிக்கை வந்திருக்கிறது.

ஊரூராகப் போய் ஊர்ப் பொதுவில் இருந்து கானம் பாடி, உணவும் உடுப்பும் வாங்கிப்போகும் நாடோடிப் பாடகர்கள், ஆடும் புனிதமான பறவைபற்றிப் புனைந்த பாடல்கள் எங்கும் மக்களால் விரும்பிக் கேட்கப்படுகின்றன.

அழகும், கால் நகங்கள் குத்திக் கிழித்து இருதயத்தைக் கீறி எடுத்து முறித்துப் போடும் வலிமையும் கொண்ட பறவை எங்கும் உபாசிக்கப் படுகிறது.

கடவுளின் மூத்த சகோதரியும், அவள் தன் சுண்டு விரலளவு மேன்மையும் சக்தியும் தற்காலிகமாகக் குடியேற்றக் கிள்ளிக் கொடுத்த சிறுபெண் எமிலியும் வழிபடப் படவேண்டியவர்கள் என்பதில் யாருக்கும் எந்தச் சந்தேகமும் இல்லை.

ஆனால், பறவை ஆடும் முன்றிலில் யாரும் இருக்க அனுமதி இல்லை. அவர்கள் அந்தக் காட்சியின் உக்கிரத்தால் இதயம் வெடித்து இறந்து போகலாம்.

எமிலி இந்த ஒரு வாரமாக விநோதமான இந்த இடத்தில் இருக்கவும் உறங்கவும் கேட்டுக்கொள்ளப்பட்டிருக்கிறாள். நந்தினியின் படுக்கை அறைக்குக் கொண்டுவிடும் முன் நடை அது. கடவுளின் சகோதரியாக எப்போதும் நிறைந்திருக்கும் நந்தினியின் படுக்கை அறை கவனமாகப் பூட்டப்பட்டிருக்கிறது. முன் நடையில் ஒரு கட்டிலும், ஓரமாக பெரிய நிலைக் கண்ணாடியும், சுவரில் பதித்த அலமாரியில் ஒன்றிரண்டு கார்ட்டூன் புத்தகங்களுமாக எமிலிக்கு இருப்பிடம் அமைக்கப் பட்டிருக்கிறது.

அவள் சாப்பிடவும், குளிக்கவும், கழிப்பறையைப் பயன்படுத்தவும் மட்டும் இந்த இடத்தை விட்டுப் பத்து அடி கிழக்கிலோ மேற்கிலோ அந்தந்த அறையை நோக்கி நடக்கவேண்டும்.

இரவானாலும் படுக்கை அறை தவிர மற்ற அறைகள் எல்லா வற்றிலும் விளக்கு எரிகிறது. எமிலியின் வரவை எதிர்பார்த்து யாராவது ஊழியர் தூங்கி வழிந்தபடி நாற்காலியில் உட்கார்ந்திருக்கிறார்.

நந்தினி இருக்கும்போது இங்கே இருபத்து நாலு மணி நேரமும் ராணுவம் காவல் செய்து கொண்டிருக்கும். கட்டுப்பாடுகள் ஓரளவு தளர்த்தப்பட்ட நேரம் இது.

நந்தினி ஆடும் பறவைகளின் நாட்டுக்கு அரசாங்க விருந்தினராகப் போயிருக்கிறாள். அவள் பிறந்த புண்ணிய பூமியுமாகும் அது. இரு வாரப் பயணம். வரும் திங்களன்று திரும்பிவிடுவாள். அதுவரை எமிலி தான் அவளுடைய பிரதிநிதி.

உள்ளே வரலாமா?

எட்டிப் பார்த்துக் குரல் கொடுத்த பெண் அதிகாரியை எமிலிக்குப் பழக்கமில்லை என்றாலும் அவளுடைய சிநேகிதமான சிரிப்பு எமிலிக்குப் பிடித்திருக்கிறது. எல்லாப் பெண் ராணுவ அதிகாரிகளும் எமிலியைப் பார்த்ததும் நேசமாகச் சிரிக்கிறார்கள். அவர்களுக்கு அதற்கான பயிற்சி கொடுக்கப்பட்டிருக்கிறது என்று எமிலி நம்புகிறாள். அவள் இங்கே, கடவுளின் மூத்த சகோதரியின் திருமாளிகைக்கு இருக்குமிடத்தை மாற்றிக்கொண்டபோது, முதலில் அவளைச் சந்தித்தவர்கள் உயரமும், கனமும், காக்கி உடுப்பும், கண்டிப்புமான ஆண் அதிகாரிகள். எமிலி மிரண்டு அழுத தருணமது.

அப்புறம்தான் முழுக்கப் பெண் அதிகாரிகளே கடவுளின் சகோதரியுடைய சிறு விரலான எமிலியோடு தொடர்புகொள்ள

அனுப்பப்பட்டார்கள். இன்றைக்கு வந்திருக்கிறவள்போல, மூத்த, அம்மா, அத்தை, மாமி பிம்பங்களை எழுப்பும் பெண்மணிகள் அவர்கள் எல்லோரும். அத்தை உள்ளே வந்தாள்.

படுக்கையில் உட்கார்ந்து தேநீர் பருகிக்கொண்டிருந்த எமிலி, அந்தப் பெண் அதிகாரி வரும்போது நறுமணம் மிகுந்த வெளிர் நீலத்தில் பெண்கள் கைக்குட்டை ஒன்றை இடது கரத்தைச் சற்றே அசைத்து உருவாக்கினாள். வெள்ளை நிறத்தில் அது இருந்தால் நன்றாக இருக்கும் என்று அவளுக்குத் தோன்றியது. ஆனாலும் நேர்த்தியான கைக்குட்டைதான் அது.

பெண் அதிகாரி சற்றே குனிந்து உடனே நிமிர்ந்து எமிலி கையில் இருந்து கைக்குட்டையை வாங்கிக்கொண்டு இடது கண்ணோடு சேர்த்துப் பிடித்துக்கொண்டு வணக்கமும் நன்றியும் சொன்னாள்.

அதிகாரிகள் தரையில் மண்டியிட்டு வணங்கிப் பேசுவது நந்தினிக்கு மரியாதை காட்ட மட்டும். என்றாலும், வீட்டில் இருக்கும் மூத்த பணிப்பெண்ணான சிஞ்சுவா அப்பனெ, எமிலிக்கும் மண்டியிட்டு வணங்குகிறாள். இந்த வீட்டில் கட்டிலிலும் நாற்காலியிலும் அமரும் எல்லாத் தெய்வங்களுக்கும் மண்டியிட்டு வணங்கி ஊழியம் செய்ய அமர்த்தப்பட்டேன் என்றாள் சிஞ்சுவா, எமிலியிடம்.

எமிலி அந்தக் கிழவிக்காகக் கையைத் தட்டி வரவழைத்த சாக்லெட் துண்டுகளை அவள் நன்றியோடு வாங்கிக்கொண்டாள்தான். ஆனால் தனக்கு இனிப்பு அண்டக்கூடாது என்று டாக்டர் சொல்லி விட்டார் என்றும், பேரக் குழந்தைகளுக்கே இந்த சாக்லெட்கள் என்றும் சொல்லி எடுத்துப் போனாள்.

அது நேற்று நடந்தது. சிஞ்சுவா எடுத்துப்போன சாக்லெட் பொட்டலத்தை தெருக்கோடி குப்பைத் தொட்டியில் அவசரமாக வீசுவது, எமிலி நேற்று ராத்திரிச் சாப்பாட்டுக்கு உட்கார்ந்தபோது அவள் மனதில் காட்சியாக வந்தது. எமிலிக்குக் கோபம் ஏதுமில்லை. மந்திரவாதம் செய்த இனிப்புகளை வீட்டுக் குழந்தைகளுக்கு வழங்க வேண்டாம் என்ற ஜாக்கிரதை உணர்ச்சி கிழவிக்கு இருக்கலாம். எமிலிக்கு அது புரியும். இந்த அதிகாரிகளையும் அவள் அறிவாள்.

கைக்குட்டையை மரியாதை விலகாமல் காக்கிச் சட்டைப்பையில் இட்டு புன்னகையோடு நின்ற அதிகாரியை எதிரே இருந்த நாற்காலியில் அமரச் சொல்லிக் கேட்டுக்கொண்டாள் எமிலி. அவள் இதற்காகவே காத்திருந்ததுபோல் அந்த நாற்காலியில் உட்கார்ந்து, கையில் பிடித்திருந்த கிளிப் செருகிய அட்டையில் மேலாக இருந்த காகிதத்தை அவசரமாகப் படிக்கத் தொடங்கினாள்.

இரவு நன்றாக உறங்கினீர்களா என்பதில் தொடங்கி, காலை உணவு, தேநீரின் சுவை வரை கேள்வியாக்கப்பட்டுக் கேட்டு உறுதி செய்யப்படும் தகவல் தொகுப்பு அது. நந்தினியிடம் நேரம் எடுத்து அக்கறையோடு கேட்டு அவள் தலையசைக்க நீண்டு முடியும் இந்தச் சடங்கு, எமிலிக்குக் காகிதத்தில் தட்டச்சு செய்து அதை சைக்ளோஸ்டைல் செய்து எடுத்த கேள்வித் தொகுப்பாகியது.

அவசர அவசரமாக ஒவ்வொரு கேள்வியாக அதிகாரி கேட்க, பள்ளிக்கூடத்தில் அட்டண்டென்ஸ் எடுக்கும்போது உள்ளேன் ஐயா என்று பதில் சொல்வதுபோல் ஒவ்வொரு கேள்விக்கும் ஆம் என்று பதில் சொன்னாள் எமிலி. எழுந்து நிற்கவில்லை என்பதுதான் வேற்றுமை.

கேள்விகள் முடிந்ததும், இன்றைய நிகழ்ச்சிகளின் விவரம் படிக்கப் பட்டது.

காலை ஒன்பது மணிக்கு, அதாவது இன்னும் ஒரு மணி நேரத்தில், கோழிப் பண்ணை வைத்திருப்போர் சங்க நிர்வாகிகளோடு சந்திப்பு. பதினோரு மணிக்கு, ஆப்பிரிக்க உடுப்புகளை ஏற்றுமதி செய்யும் நிறுவனங்களின் பிரதிநிதிகளோடு உரையாடல். நடுப்பகல் விருந்து நாட்டுப்புற இசைக் கலைஞர்களோடு. பிற்பகல் மூன்று மணிக்கு கடவுளின் மூத்த சகோதரியோடு மின்குழாய்த் தொடர்பு மூலம் உரையாடுதல். மாலை ஐந்து மணிக்கு, ஜப்பானிய முரசுகள் முழக்கும் இசை நிகழ்ச்சி. எட்டரை மணிக்கு இரவு உணவு. உறக்கம்.

இந்த நிகழ்ச்சிகளில் உங்கள் பங்களிப்பு என்ன?

கேள்வி புரியவில்லை என்றாள் எமிலி.

விளக்குகிறேன் என்று சொல்லிப் பெண் அதிகாரி எழுந்திருந்தாள். அவளுடைய கையில் பிடித்திருந்த அட்டையில் செருகிய க்ளிப் நெகிழ்ந்து, காகிதங்கள் அறையெங்கும் பறந்தன.

இது உங்கள் வேலைதானே?

கண்டிப்பான ஆசிரியைபோல், ஆனால் முகத்தில் சிரிப்பு மாறாமல் கேட்டாள் அதிகாரி. இல்லை என்று அவசரமாக மறுத்தாள் எமிலி. போனால் போகட்டும் என்ற முக பாவத்தோடு அதிகாரியை ஏறிட்ட அவள் தரையில் கிடந்த காகிதங்களைப் பார்க்க, அவை சற்றே எழும்பிப் பறந்து அதிகாரி கையில் பிடித்த அட்டையில் மறுபடி ஒட்டியபடி நின்றன.

நன்றி. ஆனால் நான் வைத்திருந்த ஒழுங்கு அமைப்பு குலைந்து போய்விட்டது.

அதிகாரி புகார் செய்யும் குரலில் சொன்னாள். காகிதங்களை மறுபடி அட்டையில் செருகத்தான் எமிலியால் முடியும். முன்னால் இருந்த வரிசையில் அடுக்குவது கடவுளின் சகோதரியால் ஒருவேளை செய்ய முடியுமாக இருக்கலாம். அதற்கான மந்திரவாதம் படித்துத் தேர்ச்சி அடைவதற்குள் எமிலி வயதான மூதாட்டி ஆகிவிடக்கூடும். கைகளிலும் கால்களிலும் நடுக்கம் ஏற்பட, முகத்தில் தோல் சுருங்கிய கிழவி.

எமிலி எதிரே இருந்த நிலைக் கண்ணாடியில் தன்னைப் பார்த்துக் கொண்ட போது அங்கே அழகான ஓர் இளம்பெண் தென்பட்டாள். சே, இவள் நானில்லை என்றாள் அவசரமாக எமிலி. ஆனாலும் மனதில் மகிழ்ச்சி ஊற்றாகப் பெருகி இருந்தது. இதை லட்சியமே செய்யாமல் காகிதங்களை அடுக்கிய பெண் அதிகாரி, சற்று எம்பி, கட்டிலில் எமிலி அருகே அமர்ந்தாள். கடைசியில் இருந்த காகிதத்தை முன்னால் வைத்துக்கொண்டு பேச்சைத் தொடர்ந்தாள்.

இன்றைய நிகழ்ச்சிகளில் நீ செய்யப்போகும் சிறு மந்திரவாத நற்செயல்கள் என்னவாக இருக்கும்?

அவள் சிரித்தபடி கேட்க, எமிலி அவள் கையை அன்போடுபற்றி முத்தமிட்டாள். பெண் அதிகாரி இறுக்கம் தளர்ந்து, மெல்ல எமிலியின் தலையில் வருடினாள். அந்தக் கணத்தில் அம்மாவும் பெண்ணுமாக அவர்கள் ஆன அந்த மந்திரவாதத்தை எமிலி செய்யவில்லைதான்.

முதல் நிகழ்ச்சியில் சிறு பட்டாம்பூச்சி பொம்மைகளைக் கையசைத்து உருவாக்கிக் கோழிப்பண்ணை சங்க நிர்வாகிகளில் வந்து வணங்கும் முதல் மூவருக்கு அன்பளிப்பாகத் தருவாள் எமிலி. இது அங்கீகரிக்கப் பட்டுள்ளது என்றாள் பெண் அதிகாரி.

அடுத்து, ஊசிகளைப் பூப்போட்ட சிறு பட்டுத் துணியில் அழகாகச் செருகி, அன்பளிப்பாக ஆப்பிரிக்க உடுப்பு ஏற்றுமதியாளர்களின் பிரதிநிதிகளுக்கு வழங்கலாம் என்றாள் அதிகாரி. அது கையசைத்து வரவழைத்துத் தரச் சற்றே கடினமானது என்றாள் எமிலி.

இதற்கு மந்திரவாதம் செய்ய வேண்டாம், இந்த ஊசிகள் செருகிய பட்டுத் துணிகளை நேற்று நேசமான வல்லரசு நாட்டில் இருந்து அன்பளிப்பாகப் பெற்று பத்திரமாக வைக்கப்பட்டுள்ளது என்றாள் அதிகாரி.

அங்கீகரிக்கப்பட்டது என்று குரல் உயர்த்திச் சொன்னாள் எமிலி. எனக்கும் அந்தப் பட்டுத்துணி ஒன்று வேணும் என்று அவள் கூட்டிச் சேர்க்க, அதிகாரி உதட்டில் கை வைத்து புன்னகையோடு அவளைச் சும்மா இருக்கச் சொன்னாள்.

என் ராஜாத்தி, உனக்கு இல்லாத ஊசிகளா?

கருணையோடு சொன்ன பெண் அதிகாரியின் கன்னத்தில் மென்மையாக முத்தமிட்டாள் எமிலி.

ரோஜாப் பூக்களை வரவழைத்து மற்ற நிகழ்ச்சிகளில் ஒரு சில பேருக்கு வழங்கலாம் என்று அதிகாரி சொன்ன யோசனையை உடனடியாக அங்கீகரித்தாள் எமிலி. தூக்கத்தில் எழுப்பிக் கேட்டாலும் கையசைத்து ரோஜாப்பூவைக் கொண்டுவந்து விடுவாள் அவள். மெனக்கெடவே தேவையில்லை.

எல்லா நிகழ்ச்சிகளிலும் எமிலி புதிய அரசாங்கத்தின் வலிமை பற்றியும், நாடு வேகமாக முன்னேறி வருவது குறித்தும் விளக்கி, எதிரிகள் எறும்புப் புற்றிலும் ஆள்கொல்லிச் சிலந்தி வலைகளிலும் சிக்குண்டு இறக்கப்போவதாக எச்சரித்து அரசு ஆதரவு உறுதிமொழி எடுக்கச் செய்வாள்.

அதற்கான சிற்றுரையை அவள் மனப்பாடமாக்கிக் கொண்டிருக்கிறாள். இருந்தாலும் மறந்துவிடக்கூடாதென்று அந்தப் பெண் அதிகாரி இன்னொரு காகிதத்தை அடுக்கில் இருந்து மேலே எடுத்து அந்த உரையை உரக்கப் படிக்க, எமிலி ஆர்வத்தோடு கேட்டுக்கொண்டிருந்தாள்.

உறுதிமொழிக்கு மாறாக அவர்கள் யாராவது நடந்துகொண்டால், ஆடும் பறவை அகவி வெளியிடும் சாபங்களில் அவர்கள் குலம் நசிக்கும். எல்லோரும் நடுநடுங்கும், அவரவர் எதிரிக்கும் வர வேண்டாத நிலை இது.

அதிகாரி எமிலிக்கு அருகே இன்னும் நெருங்கி அமர்ந்தாள். ரகசியமாகச் சேதி சொல்கிற பொறுப்பும், அன்பும், கண்டிப்பும் அவள் பார்வையில் இருந்தது.

நேற்றைய நிகழ்ச்சிகளில் ஒரு சிறு தவறு.

பெண் அதிகாரி எமிலியைக் கூர்ந்து பார்த்தபடி சொன்னாள்.

நேற்றைக்கு முதல் நிகழ்ச்சியில் பள்ளிக்கூடப் பிள்ளைகள் கடவுளின் மூத்த சகோதரியுடைய பிரதிநிதியான எமிலியைச் சந்திக்க வந்திருந்தார்கள். இந்த சந்திப்புக்காக அதிகாலையில்

புறப்பட்டு வந்ததால் வீட்டுப் பாடங்களை எழுத முடியாமல் போனதென்று அந்தப் பிள்ளைகள் சொன்னார்கள்.

எமிலியின் மந்திரவாதத்தால் வீட்டுக் கணக்குகளையும், ஆங்கிலப் பாடப் பயிற்சியையும் எழுதித் தர முடியுமா என்று அவர்கள் கேட்டார்கள். அது தன்னால் முடியாது என்று வருத்தத்துடன் சொன்னாள் எமிலி.

அச்சு மை வாடை அடிக்கும் பாடப் புத்தகங்களும், கிடை மட்டத்தில் நான்கு வரிகளாகக் கோடுகள் இட்ட ஆங்கிலப் பயிற்சி நோட்டுகளும், செங்குத்தான, கண்டிப்பு நிறைந்த மூன்று கோடுகளோடு வரும் கணிதப் பயிற்சிப் புத்தகமும், பாட்டுகளும், மனனம் செய்த சிறு கவிதைகளை ஒப்பிப்பதுமாக இருக்கும் பள்ளிக்கூட உலகத்துக்கு அவள் திரும்பப்போக ஆசைப்பட்டாள்.

வீட்டுக் கணக்கு செய்யாமல்போய் மைதானத்தைச் சுற்றி ஓடி வரத் தண்டனை விதிக்கப்படும் மகிழ்ச்சி அவளுக்கு வேண்டி இருந்தது.

நேற்று அந்தப் பிள்ளைகளின் சிநேகிதியாக எமிலி முனைப்போடு இருந்து கைகளைப் படகு ஓட்டுவதுபோல் வீசி வீசி அசைத்து வெட்டவெளியில் இருந்து வரவழைத்த ரொட்டித் துண்டுகளையும் கேக்குகளையும் ஆர்வமும் கூச்சலுமாக அவர்கள் சாப்பிட்டார்கள். அவர்களோடு சேர்ந்து எமிலியும் அவற்றை ரசித்து உண்டாள்.

அங்கேதான் தவறு.

பெண் அதிகாரி கனிவு பொங்கச் சொன்னாள். அவள் தொடர்ந்தாள்-

நாட்டில் பசியும் பட்டினியும் இல்லாமல் செய்வது அல்லது இருப்பதைக்கொண்டு மன நிறைவடைய வழிப்படுத்துவது என்பதெல்லாம் அரசாங்கத்தின் பொறுப்பு. கேக்குகளையும் ரொட்டித் துண்டுகளையும் எமிலியின் மந்திரவாதம் உருவாக்கிக் கொடுப்பது சர்க்காரின் நடைமுறையில் குறுக்கிடுவதாகும். புரியவில்லையா? ஆகாரம் எதுவும் இனி மந்திரவாதத்தால் வரவழைக்காதே.

சரி என்று தலையசைத்துக் கேட்டுக்கொண்டாள் எமிலி.

அடுத்து, இது உன் மாமனைப்பற்றியது. கிராமத்தில் வற்புறுத்தி கோழிகளைக் காணிக்கையாகத் தரச் சொல்கிறாராம். தராமல் போனால், அவர்களை ஆடும் பறவை சபிக்கும் என்றும் மிரட்டுவதாக அறிகிறோம்.

இதற்குத் தான் என்ன செய்யவேண்டும் என்று புரியாமல் எமிலி பார்த்தாள். அவரை ரத்தம் உறிஞ்சிக் கொல்லும் செடிகளுக்கு நடுவே விட்டிருக்கிறார்கள் என்று ஏனோ தோன்ற அவள் பார்வையில் மருட்சி தெரிந்தது.

கவலைப்பட வேணாம். உன் தாய்மாமனை எச்சரித்தாகிவிட்டது. இன்று கடவுளின் சகோதரியோடு உரையாடும்போது அவர்கள் கேட்டால் சொல்லவே இந்தத் தகவல்.

அதிகாரி அவள் கன்னத்தில் செல்லமாகத் தட்டிவிட்டு வெளியே நடக்க, அம்மா என்று அழைத்தாள் எமிலி. திரும்பி நின்றபடி அவள் எமிலியை நோக்கினாள்.

நான் வீட்டுக்கு போகணும். எமிலி முறையிட்டாள்.

எதிர்பார்த்ததுதான். அந்தப் பெண் அதிகாரி விறைப்பாக நின்றாள்.

கடவுளின் சகோதரி வந்துசேர்ந்ததும் நீ வீடு திரும்பலாம்.

இல்லை, நேற்று இரவில் இருந்து எனக்கு உடம்பு சுகமில்லை.

எமிலியின் குரலில் அவசரமும் பிடிவாதமும் தென்படத் தொடங்கியிருந்தன.

டாக்டரை வரச் சொல்கிறேன். நாளைக்கு முழுக்க ஓய்வெடுக் கலாம். ஞாயிறு.

நைச்சியமாகச் சொன்னாள் பெண் அதிகாரி.

இல்லை, வயிறு வலிக்கிறது. இப்போதும்கூட.

எமிலி அவசரமாகக் குளியல் அறைக்குள் போனாள். சற்று நேரத்தில் அங்கே இருந்து அம்மா என்று விளிக்கும் சத்தம்.

பெண் அதிகாரி அங்கே நடந்தாள். அட்டையில் செருகிய காகிதங்கள் மறுபடி கீழே சரிந்தன. சாவகாசமாக அவற்றை அடுக்கிக்கொள்ளலாம்.

ஐந்தே நிமிடத்தில் எமிலியைக் கைத்தாங்கலாக அழைத்து வந்து கட்டிலில் அமர்த்திய அதிகாரி, தொலைபேசியில் எண்களைச் சுழற்றிப் பேசியது –

இந்தப் பெண் குழந்தை பூப்படைந்தாள்.

அத்தியாயம்

## முப்பத்திமூன்று

அண்மையில் குடியரசாகப் பிரகடனப்படுத்தப்பட்ட ஆப்பிரிக்க நாட்டின் ஜனாதிபதியான டாக்டர் நந்தினி, மூன்று நாள் நல்லெண்ண விஜயமாக புதுதில்லி வந்து சேர்ந்தார். பாலம் விமான நிலையத்தில் அவரை வரவேற்ற வெளியுறவுத் துறை ராஜாங்க மந்திரி...

வைத்தாஸ் ரேடியோவை அணைத்தான்.

நந்தினி தொலைபேசியில் சத்தம் கூடுதலாகவே பேசிக் கொண்டிருந்தாள். பெரிய மூன்று தேசங்களுக்கு நடுவே தென்கிழக்காகக் குறுகி கிழக்கே நீண்டு வடக்கில் சற்றே விரியும் சுடுமணல் பரந்த நாட்டின் மக்கள் தலைவரிடம், அங்கே ஆட்சிக்கும் ராணுவத்திற்கும் தலைமை வகிக்கும் நிர்வாகத் தலைவர் கடலும், மலையும், பாலைவனங்களும் தாண்டி இருந்து பேசிக் கொண்டிருக்கிறார்.

நந்தினி பொறுமையாகவும், சில வாக்கியங்களை மெல்ல ஒரு முறைக்கு இரு முறையாகச் சொல்லியும் தன் முக்கியத்துவத்தை நிலைநாட்டிக்கொண்டிருக்கிறாள். அவளுடைய இங்க்லீஷ், மூக்கால் ஒலிக்கும் இந்திய மலையாள உச்சரிப்பை முற்றும் துறந்து ஏற்ற இறக்கத்திலும், சொற்களை வலிமைப்படுத்துவதிலும், மென்மையாக்குவதிலும் ஆப்பிரிக்கச் சாயலை முழுக்கப் பிரதிபலிக்கிறது.

வைத்தாஸின் சொந்த மொழி இந்த ஆப்ரிக்க ஆங்கிலம். அவன் முற்றிலும் பிரிட்டீஷ் இங்கிலீஷுக்கு மாறியிருக்க, நந்தினி அவன் உரித்த மொழிச் சட்டையை அணிந்திருக்கிறாள். அவளுக்குப் பாந்தமான உடைதான் அது.

நந்தினி முன்னால் நின்று டெலிஃபோனைப் பிடுங்குவதுபோல் பாவனை செய்தான் வைத்தாஸ். அவளுடைய கவனத்தைக் கவர நக்னனாக, அறையில் விரித்த ரத்தினக் கம்பளத்தில் உருண்டு கரணம் அடிக்கக்கூடத் தயார்தான் அவன்.

அரசாங்கத் தூதர் பிம்பத்தை இறக்கிவைத்து நந்தினிக்கு ஒரு முத்தம் கொடுத்துக் கட்டியணைத்துக் கலவி செய்யக் காத்திருக்கிறான் வைத்தாஸ். நந்தினி இன்னும், அண்மையில் குடியரசாகப் பிரகடனப்படுத்தப்பட்ட ஆப்பிரிக்க நாட்டின் ஜனாதிபதி என்ற அந்தஸ்தில், மூன்று நாள் நல்லெண்ண விஜயமாக புதுதில்லி வந்து சேர்ந்த டாக்டர் நந்தினியாகவே இருக்கிறாள்.

சின்னக் குழந்தையைப் பேசாதே, நெருப்புப் பக்கம் போகாதே என்று எச்சரிப்பதுபோல் வாய்க்குக் குறுக்கே விரல் வைத்து அச்சுறுத்தியபடி தொலைபேசியில் தொடர்ந்தாள் நந்தினி.

குழந்தையோடு நேசத்தைச் சொல்லும், குறும்பு மிளிரும் கண் பார்வை இல்லை அவளிடம். குரலும், உறுதியாகச் சுழலும் கையும், அதிகாரத்தோடு அசையும் தலையும் அவள் தலைமை வகிக்கிறவள், அவளோடு இருக்கிறவர்களும் தொலைபேசியில் அழைப்பவர்களும் அந்த அதிகாரத்தை அங்கீகரித்துக் கீழ்ப் படிந்து அடங்கி ஆட்டுவிக்கப் படுகிறவர்கள் என்றும் நந்தினியின் காத்திர மான இருப்பை வலியுறுத்துகிறது. பத்திரிகைப் புகைப்படத்துக் கான, தொலைநோக்கு வாய்ந்த தலைவர்களின் இருப்பு இது. கருணையும், அன்பும், கண்டிப்புமான மக்கள் தலைவர் நந்தினி. கடவுளின் மூத்த சகோதரி.

இன்னும் ஐந்தே நிமிடம்.

அவள் பேசியபடி கையைக் குவித்து விரித்துக் காட்ட, வைத்தாஸ் தன் கரம் உயர்த்திக் குறும்பாக அதே சைகை செய்ய உத்தேசித்ததை ஒத்திப் போட்டான்.

சற்று முன்பு, அவளைப் பின்னால் இருந்து அணைத்து, அவளது கனத்துத் தளர்ந்த மார்பகங்களைப்பற்றியபோது நந்தினி அவசரமாகச் சொன்னது –

விடலைத்தனமாக நடக்காதே. நம்மை உலகம் பார்க்கிறது. வயதும் இன்னும் இருபதில்லை. தெய்வங்களும் தலைவர்களும் முலைபற்றி, குறி தடவி விளையாடுவதில்லை.

என்றால், அவர்கள் கருப்பினத் தீவிரவாதத்தின் போக்குகள் குறித்தோ, மூன்றாம் உலக நாடுகளின் புதிய அதிகாரக் கட்டமைப்புகள் எதிர்கொள்ளும் பொருளாதாரச் சிக்கல்கள் பற்றியோ ஆழ்ந்த சிந்தனையை வெளிப்படுத்தும் கருத்துகளைப் பகிர்ந்து விவாதிக்க வேணுமா?

வைத்தாஸ் சிரித்தபடியே நந்தினியின் மார்பில் கையளைந்தபடிக் கேட்டான். அந்தக் கரங்களை அவள் விலக்கவில்லை. ஆனாலும் அடுத்த தொலைபேசி அழைப்பு வந்துகொண்டிருப்பதாகச் சொல்லி நகர்ந்தவள் படுக்கையில் அமர்ந்து இன்னும் பேசிக் கொண்டிருக்கிறாள்.

எமிலி பேசணுமா? என்ன இருக்கு அந்தக் குட்டிப் பொண்ணுக்கு என்கிட்டே பேச?

கேட்டுவிட்டு இந்த நாளில் முதல் தடவையாக நந்தினி சிரிக்கிறாள்.

கையில் டெலிபோன் டைரக்டரியை விரித்து வைத்து பெயர்களைப் பாராயணம் செய்கிற கவனத்தோடு ஒவ்வொன்றாக முணுமுணுத்த படி இருக்கிறான் வைத்தாஸ். கடவுளின் சகோதரியோடு கடவுளே பேச வந்தாலும் அவனுக்கு விரோதமில்லை. பரபரப்பும் எதிர்பார்ப்பும் கூட இல்லை.

சின்னக் குழந்தைகளோடு டெலிபோன் பேசுகிற, இயல்புக்கு அதிகமான செல்லம் கொஞ்சுதலும், அன்பு நிரம்பியதுமான குரலில் எமிலி என் குட்டிப் பெண்ணே என்று விளித்து நந்தினி தொலைபேச ஆரம்பிக்க, டெலிபோன் டைரக்டரியோடு அறைக்கு வெளியே வந்தான் வைத்தாஸ்.

நந்தினி வெவ்வேறு பேரோடு தொலைபேசி முடிப்பதற்குள் அந்த டைரக்டரியை முதலில் இருந்து இறுதிவரை படித்து விடுவான் அவன். அவனுடைய நாவல்களைவிட அது சுவாரசியமாக இருக்கும் என்று அடுத்த பத்திரிகைப் பத்தியில் அவன் எழுதப் போகிறான்.

தன்னையே பரிகசித்துக்கொள்ளும் எழுத்துக்காரர்கள், வாசகர் களுக்கு மிக நெருங்கியவர்கள் ஆகிறார்கள். படிக்கிறவர்கள் ஒரு கள்ளச் சிரிப்போடு சொல்லவும் எழுதிவைக்கவும் விரும்புவதை எந்தக் குற்ற உணர்ச்சியும் அவர்கள் கொள்ளாமல் அவர்களுக்கு

அனுபவப்படுத்த அவன் தன்னையே கிண்டல் செய்துகொள்வான். எழுத்துக்காரனே விரும்பித் தன்னைக் கோமாளியாக்கிக் கொள்ளும் போது அவர்கள் அதிகமாகச் சிரித்து இன்னும் தீவிரமாகக் களிமண் உருட்டி மேலே எரியும் ஆபத்தில்லாத, உறவு சொல்லி அழைத்துச் சகலரையும் மகிழ்விக்கக்கூடிய சொல் விளையாட்டில் ஈடுபடு கிறார்கள். அந்தச் சூழலில், அடுத்த நாவல் இன்னும் நன்றாக விற்பனையாகிறது.

உடனே இதை எல்லாம் தட்டச்சு செய்ய வைத்தாஸுக்கு ஆர்வம் மிகுந்து வந்தாலும், உள்ளே நந்தினி பேசிக்கொண்டிருக்கும்போது அதைச் செய்தால் பேச்சுக்கு சிரமமாக இருக்கக்கூடும் என்று அவன் மனதில்பட்டது.

டெலிபோன் டைரக்டரியின் பக்கங்களை இன்னும் கொஞ்சம் வாசித்தால் தட்டச்சு செய்யச் சிந்தனைகள் அதிகமாகக் கிடைக்கலாம். இல்லாவிட்டாலும் இந்தப் பொழுதும் அடுத்து வருவதும் அவன் வேறென்ன செய்ய விதிக்கப்பட்டிருக்கிறது? இதை எழுத மாட்டான் தான் வைத்தாஸ்.

உள்ளே இருந்து ஒரு நாற்காலியை எடுத்துவந்தால் வராந்தாவில் விளக்கடியில் உட்கார்ந்தபடிக்கு ஓய்வாகப் படித்துக்கொண்டிருக் கலாம்.

ஜாக்கிரதையாகக் கதவைத் திறந்து, சிறு இடைவெளியில் உடம்பைக் குறுக்கிக்கொண்டு வைத்தாஸ் நந்தினியின் ஐந்து நட்சத்திர ஓட்டல் அறைக்கு உள்ளே நுழையும்போது தலைமுறை தலைமுறையாக அனுபவித்து மரபணுவில் சேர்ந்திருக்கக்கூடிய அடிமைத்தனம் ஒரு வினாடி பரந்து உருவெடுத்துச் சூழ்ந்தது.

இது வைத்தாஸுக்கு அப்பனான வரதராஜ ரெட்டிக்கு அனுபவப் பட்டதல்ல. வைத்தாஸின் தாய்வழிப் பாட்டியும் அவளுக்குப் பாட்டியும் பட்டுணர்ந்தவை.

என் மகள் பூப்படைந்திருக்கிறாள்.

உள்ளே நுழைந்த வைத்தாஸிடம் உரக்கச் சொல்லிச் சிரித்தாள் நந்தினி. அவன் என்ன மாதிரி எதிர்வினை செய்வது என்ற நிச்சய மில்லாமல் நாற்காலியைப்பற்றியபடி நின்றான்.

நந்தினி வைத்தாஸை அருகே வரச் சொன்னாள். அந்தப் பக்கம் பேசும் சிறுமியை நல்வாக்கு கூறச் சொன்னாள். வைத்தாஸும் அவளை வாழ்த்த வேணும். அவன் காது மடலில் பட டெலிபோன் ரிசீவரை வைத்தாள்.

வைத்தாஸ் கவனித்துக் கேட்க, அந்தப் பக்கம் ஒரு சிறுமி மேரியின் ஆட்டுக்குட்டி என்ற குழந்தைகள் பாடலை சிரத்தையாகப் பாடியது கேட்டது.

எமிலி பாடி முடித்ததும், அவள் உடல் நலத்தையும் கல்வியையும் பற்றி வைத்தாஸ் ஆப்ரிகான்ஸ் மொழியில் விசாரிக்க அந்த முனையில் மௌனம்.

இல்லை, அவளுக்கு ஆப்ரிகான்ஸ் தெரியாது. தென் பிராந்தியத்தில் இருந்து வந்தவள். நான் பேசுகிறேன்.

மிகச் சரளமாகத் தென் பிராந்திய மொழியில் நந்தினி தொடர, நாற்காலியோடு வெளியே வந்தான். ஒரு மணி நேரம் கழித்து நந்தினி வாசல் கதவை விரியத் திறந்து வைத்தாஸை நெருங்கி வந்தாள். ஆளரவம் ஓய்ந்த தாழ்வாரம் அது.

பக்கத்தில் அடிக்கடி கதவு திறந்து மூட, மேலும் கீழும் போய்வர இயங்கும் லிப்டின் கதவுகள் மூடிய நுழைவு வாசல் இருந்தாலும், எந்த லிப்டும் நந்தினி இருக்கும் தளத்துக்கு வராததால் இங்கே இவர்களைத் தவிர யாரும் இல்லை.

நட்பு நாட்டு அதிபருக்கும் தூதுவருக்கும் இந்த நாட்டரசு அளிக்கும் அதிக பட்ச மரியாதையும் பாதுகாப்பும் அழுத்தமாகத் தெரியும் சூழல். மாடிப் படிகளை ஒட்டி சங்கடம் விளைவிக்காமல் துப்பாக்கிகளை ஓங்கிப் பிடித்தபடி நிற்கும் காவலர்களும், ஒரு சிறு குழுவாக பிரதேச ராணுவ வீரர்களும் சத்தம் எழுப்பாமல் படி வளைந்து இறங்கும் இடத்தில் நின்றதை நந்தினி கவனிக்கத் தவறவில்லை.

எமிலி கிட்டேதானே பேசிக்கிட்டிருந்தேன். ஏன் வெளியிலேயே உட்கார்ந்துட்டே?

அப்போ, வேறே யார் கூடவாவது நீ பேசினா, நான் வெளியிலே இருக்கணுமா?

நாக்கு நுனிவரை வந்த கேள்வியை அடக்கியபடி நந்தினியோடு உள்ளே போனான் வைத்தாஸ்.

வேண்டாம், இந்த ராத்திரி விலகி இருக்க, அதற்கு நியாயம் கற்பிக்க இருண்டிருக்கும் பொழுதல்ல. படர்ந்து வரும் கருமை, காமமாக, காதலாக அலையடித்து அமிழ்த்தி பழைய பொழுதுகளை மறுபடி சில்லுச் சில்லாக, உடல் ஸ்பரிசமாக, வாடையாக உருவாக்கிக் கிடந்து சுகிக்கச் சொல்கிறது.

நந்தினி படுக்கையில் கால் நீட்டி, சுவரில் சாய்ந்தபடி, நாற்காலியை சுவரை ஒட்டி இறக்கி வைக்கும் வைத்தாஸைப் பார்த்துக் கொண்டிருந்தாள்.

விழுந்திருக்கும் கண்ணுக்குத் தெரியாத திரையை யார் கிழித்து வீசவேண்டும் என்று அவளுக்குத் தெரியவில்லை.

திரைக்கு இந்தப் பக்கத்தில் எழும்பி நிற்கும் மதிப்பும் மரியாதையும் கட்டமைத்த அதிகாரமும் அன்பும் சகல வல்லமையும் சேர்ந்த பிம்பமும் பல்லக்குத் தூக்கிகளின் பணிவும், இரைஞ்சுதலும் எல்லாம் அவளுக்கு வேண்டியிருக்கிறது. அது அலுக்கும்போது திரையைக் கடந்து வைத்தாஸிடம் அவள் வருவாள். இனி வரும் நிமிடங்கள் திரையைக் கடக்கும் கணங்களாகலாம்.

நந்தினி அவன் தோளை ஆதரவாகத் தழுவி அவனையும் கட்டிலுக்கு இழுத்தாள். டெலிபோன் டைரக்டரியில் கடைசியாகப் படித்த பெயரை நினைவுக்குக்கொண்டு வர முயன்றபடி வைத்தாஸ் அவளோடு சரிந்தான்.

எமிலி நாலு நாளாக பழைய காலத்தைக் கனவாகக் காண்கின்றாளாம். அவள் இருந்திராத காலம். அவளுக்கு ஏற்பட்டிருக்காத அனுபவங்கள் அதெல்லாம்.

அவன் அணைப்பில் இருந்தபடி நந்தினி சொன்னாள். அணைக்காத ஒற்றை விளக்கில் அவள் கண்கள் வெற்றிடத்தில் நிலை கொண்டிருப்பதை வைத்தாஸ் கண்டான்.

நந்தினி சொல்லிக்கொண்டிருக்கும்போதே அவள் குரலும் மொழியும் மாறி விட்டிருந்தது. அது ஆண் குரல். இந்திய மொழிகள் சேர்ந்து நந்தினியின் குரலாக எழுந்து வர, ஒற்றை விளக்கும் அணைந்து, பொதியாக அழுத்தும் இருட்டு.

கரும்புத் தோட்டத்தில் இந்த நாள் காலை நடந்தது இது. கேட்டுக் கொள்ளணும்.

நான் ஆஜர் பட்டியல் சரி பார்க்க நடந்து போனேனா, என் பக்கத்தில் ஏதோ நொய்நொய் என்று சத்தம். என்னடா என்று திரும்பிப் பார்க்க ஒரு சிசு அழுதுகொண்டிருந்தது. ஓரமாக நிழலில் ஒரு சாணிச் சுருணையை விரித்து அதைக் கிடத்திவிட்டு அதைப் பெற்றுப் போட்டவள் பிடுங்கின கரும்பை தோகை வெட்டிக் கொண்டிருந்தாள். கரும்பு யந்திரத்தில் போட வாகாக இதைச் சதா செய்யாவிட்டால் யந்திரம் ஓய்ந்துபோய்விடும். மேனேஜர் துரை கத்துவான்.

பிறந்து நாலைந்தே மாசம் ஆன அந்த சவலைக் குழந்தை குரலைக் கேட்டதும் அந்தப் பெண்பிள்ளை கையில் எடுத்த தோகையையும் அரிவாளையும் அந்தப் படிக்கே தரையில் வைத்துவிட்டு நிழலுக்கு ஓடி வந்து குழந்தையை வாரி எடுத்தாள். முலையை எடுத்து அதுக்குக் கொடுக்க ஆரம்பிக்கிறவரைக்கும் பார்த்துக்கொண்டு ஒரு ஓரமாக நின்றேன் நான்.

அப்புறம் ஓங்கி அந்தப் பிரம்பால் அவள் முலை மேலேயே ஓங்கி அடித்தேன்.

திருட்டு முண்டே. வேலை நேரத்தில் என்ன சீராட்டிக்கொண்டு கிடக்கே? வரும்போதே இதையெல்லாம் முடிச்சிருக்கலா மில்லையா வேலைக்கு இடைஞ்சல் இல்லாமல்?

நான் சத்தம்போட அவள் என் காலில் விழுந்து குழந்தையையும் கிடத்தினாள்.

சாமி பால் பத்தாம அழுகிறான் பிள்ளை. பசி நேரம். நொய்க் கஞ்சி கொடுத்தா வாந்தி பேதியாவுது. வேறே வழி இல்லாம லயத்துலே இருக்கப்பட்ட காப்பிரிச்சிகிட்டே எல்லாம் கையேந்தி பால் பிச்சை வாங்கிட்டு இருக்கேன். இன்னிக்கு யாரும் தானம் தரலை. பிள்ளை உசிரு போகுது.

திரும்பக் குழந்தையை வாரியெடுத்த அவளை முடிக்க விடாமல் திரும்ப மார்க் காம்பிலேயே பிரம்பால் அடித்தேன். குழந்தை பிடிவாதமாகப் பிடித்த காம்பை விட்டுவிட்டு வீரிடும்படி அதன் உதட்டிலும் அடி விழுந்திருக்கவேண்டும்.

அந்தப் பக்கம் தலையில் கரும்பு சுமந்துபோன ஒரு கிழட்டு காப்பிரிச்சியைக் கூப்பிட்டு குழந்தையைப் பறித்து எறியச் சொன்னேன். அவள் நான் சொன்னது புரியாத பாவனையோடு அந்தச் சிசுவை வாரியெடுத்து ஓரமாக வைத்துவிட்டு அங்கே இன்னொரு காப்பிரிச்சிக்குக் கண்காட்டியபடிக்கு திரும்ப வந்தாள்.

தேவிடிச்சி போய் வேலையைப் பாருடி நாயே என்று நான் சத்தமாகச் சொல்லியபடி அடிவாங்கின பொம்பிளையை முறைக்க, அவள் எனக்குப் பின்னால் பார்த்து ரெண்டு கையையும் தலைக்கு மேல் உயர்த்திக் கும்பிட்டாள். நான் என்ன விஷயம் என்று பின்னால் நோக்கினேன்.

அங்கே இளம் வயசில் இன்னொரு காப்பிரிச்சி அந்தக் குழந்தையை நெஞ்சோடு அணைத்து அதுக்குப் பால் புகட்டிக்கொண்டிருந்ததைப் பார்க்க எனக்கே கண் நிறைந்து போனது.

அந்தக் கரகரப்பான ஆண் குரல் தேய்ந்து மறைய, வைத்தாஸ் நந்தினியின் கையை இறுகப்பற்றிக்கொண்டான். உடலெங்கும் நடுங்கியது அவனுக்கு.

மங்கலாக விளக்கு மறுபடி எரிந்தது. மின்சார ஜெனரேட்டர் இயங்கும் ஒலி.

நாலு நாளாக கனவிலே வர்ற கரும்புத் தோட்டத்தைப்பற்றித்தான் பேசிட்டிருந்தா எமிலி. தமிழச்சி குழந்தைக்குப் பாலூட்டிய அந்த ஆப்பிரிக்கப் பெண் அவளுடைய பாட்டிக்குப் பாட்டி என்று தெரியுமாம். முலையில் அடிச்ச, இதயமே இல்லாத அந்த அரக்கன் தான் யாருன்னு தெரியலையாம். தினசரி கனவில் வந்து தொந்தரவு கொடுக்கும் அவனுடைய தலைமுறையே நசிக்க மந்திரம் போடலாமான்னு கேட்கிறாள்.

வைத்தாஸுக்கு அந்தக் கங்காணியைத் தெரியும். தமிழும் தெலுங்கும் சரளமாகப் பேசிய அந்தக் கொடூரனின் அசுர வித்து அவன்.

வைத்தாஸ் பதில் சொல்ல நினைத்தான். மக்கள் தலைவருக்கு அந்தத் தகவல் தேவைப்படலாம். கடவுளின் சகோதரிக்கு அது நியாயம் வழங்கத் துணை செய்யும் விவரமாக இருக்கலாம். இந்த வினாடி நந்தினிக்கு அது வேண்டாம்.

அவன் தழுவிய வேகத்தில் நந்தினி நிலைகுலைந்தாள். ஆதி மனிதன் அடுத்துவந்த பெண்ணோடு முதல்முறை ஆவேசத்தோடு இணை சேர்ந்த நேரமாக அந்த இரவு ஊர்ந்தது.

அத்தியாயம்

# முப்பத்திநாலு

கால்டர்டேலில் இருந்து லீட்ஸ் ஒரு மணி நேரப் பயணம். அங்கே இருந்து லண்டன். அது இன்னொரு மூணு மணி நேரம். ரெண்டும் ரெண்டு கம்பெனி ரயில்களில்.

கால்டர்டேலில் ஏறி உட்காரும் ரயில் ரொம்பப் பழையது. பிரிட்டீஷ் சாம்ராஜ்யம் போன நூற்றாண்டில் இந்தியாவில் அறிமுகப்படுத்தி அறுபது வருடம் அங்கே சகலமான பிரஜைகளும் நெருங்கி அடித்து உட்கார்ந்து மரப் பலகை ஆசனங்களைத் தேய்த்து, அப்புறம் திரும்ப இங்கிலாந்துக்கு மறு ஏற்றுமதி ஆன ரயில் கம்பார்ட்மெண்ட்கள் கொண்டது. அப்படித்தான் சொல்கிறார்கள். வேடிக்கையாகவோ, உண்மையோ, தெரியாது. ஒரு மணி நேரம், அரை மணி நேரம் பயணத்தில் யாருக்கும் கழிவறையைப் பயன்படுத்த வேண்டியிருக்காது என்று கருதியோ என்னமோ டாய்லெட் என்ற பகுதி சீராக இல்லாத ரயில் அது.

பிற்பகல் ரெண்டரை மணிக்கு கால்டர்டேலில் இருந்து லீட்ஸ் செல்லும் ரயிலின் மர இருக்கையில் ஏறி உட்கார்ந்ததுமே அமேயர் பாதிரியாருக்கு சிறுநீர் கழிக்கவேண்டும் என்ற நினைவு மெல்லத் தலை காட்டியது.

வந்திருக்காதுதான். பயணத்தில் படிக்க என்று கையில் சுருட்டிப் பிடித்துக்கொண்டுவந்திருந்த தினசரிப் பத்திரிகையில் ஒரு கட்டுரை.

அது நாலு பக்க இணைப்பாக வந்திருந்த சிறப்பிதழில் அச்சடித்து வந்த ஒன்று.

வீட்டில் தூசியை உறிஞ்சிக் குப்பையை எடுத்து சுத்தமாக்க ஹூவர், துணி துவைக்க வாஷிங் மெஷின், துவைத்து உலர்த்திய உடுப்பை சுருக்கம் இல்லாமல் நேர்த்தியாக்க எலக்ட்ரிக் அயர்ன் பாக்ஸ், ரொட்டி சுட டோஸ்டர் என்று வாங்கத் தூண்டும் பொருட்கள், அவை சரசமான விலையில் கிடைக்கும் இடங்கள் என்று விளம்பரங்களுக்கே ஆன சிறப்பிதழ் அது. அந்த நூதனமாக கருவிகளில் எதுவும் அமேயர் பாதிரியாருக்குத் தேவை இல்லை.

சிறப்பிதழில் வந்திருக்கும் கட்டுரைதான் அவரைப் படிக்கச் சொல்லித் தூண்டியது. கழிப்பறை கிட்டாமல் அடக்கவேண்டிய நேரங்களில் மூத்திரம் பெய்யாமல் இருப்பதற்கான வழிகள் என்று அந்தரங்கமான தலைப்பில் வந்திருக்கும் கட்டுரை அது. படம் கூடப் போட்டு, ஒன்று, இரண்டு என்று பனிரெண்டு அறிவுரைகள்.

கால் மாற்றி நிற்கவும், உட்காரவும், மறுபடி நிற்கவும். தண்ணீர், அருவி, மழை, பனிக்கட்டி, பனி பெய்த தெரு, ஈரக் குடை பற்றி நினைக்காமல் இருக்கவும். வயிற்றில் வாயு இருந்தால் மெல்ல வெளியேற்றவும். கம்பளியைப் போர்த்திக்கொள்ளவும். உடல் குலுங்காது பார்த்துக்கொள்ளவும். காமம் நிறைந்த கற்பனையில் மனதைச் செலுத்தவும். நகைச்சுவையாக எதைப்பற்றியும் நினைத்துக் கொள்ளாமல், நகைச்சுவைத் துணுக்குகளைச் சொல்லாமல், சிரிக்காமல் இருக்கவும். தொடர்ந்து மூன்று மணி நேரம், நான்கு, ஐந்து, ஆறு மணி நேரம்வரை சிறுநீர் கழிக்காமல் இருக்கும் நேரத்தை அதிகரித்துப் பழகவும்.

எதுவுமே பாதிரியார்களுக்கு ஆனதில்லை. முக்கியமாக காமம் நிறைந்த கற்பனையில் மனதைச் செலுத்தச் சொல்லும் ஆலோசனை. மனுஷனை திரும்பவும் சகதியில் தள்ளுகிற, அதிலேயே கிடந்து இன்பம் கண்டு, ஆவியை கர்த்தருக்கு ஒப்புக் கொடுக்காமல் போகிற தீச்செயலில் ஈடுபடுத்தும் சாத்தான் அது. நடு நாயகமாக அதற்குப் போட்டிருக்கும் கோட்டு ஓவியமும் பத்திரிகையில் வெளிவரத் தகுந்ததில்லை. அணைத்துக்கொண்டு கையே ஆடையாக ஒருவரை ஒருவர் மறைத்து இருக்கிற ஆணும் பெண்ணும் மனதில் இன்னொரு பெண்ணையும் இன்னொரு ஆணையும் நினைத்தபடி கிடக்கிற வண்ணப் படம் அது. அந்தப் பக்கத்தில் கண் போகாமல் திட சித்தத்தோடு தவிர்த்தபோது டாய்லெட் போகணும் என்று வயிறு முணுமுணுக்க ஆரம்பித்தது.

ரயில் நிற்கிற மாதிரி தோன்றி அது முழுசாக மனதில் பதியும் முன்னால் திரும்ப நகர்ந்து மெல்ல வேகம் கொண்டது.

ஸ்தோத்ரம் அச்சன்.

கொஞ்சம் விதிர்விதிர்த்து அமேயர் பாதிரியார் நிமிர்ந்து பார்க்க, முசாபர் முன்னால் நின்றான்.

அவருக்கு சந்தோஷம் மனசில் நிறைவாச்சு.

இதென்ன ஹாதிம் தாய் சினிமா படம்போல, நினைக்கிறதுக்கு முன்னால் வந்து குதிக்கிறாய் முசாபரே.

கேட்டபடி சுற்று முற்றும் பார்த்தார் அவர். ரயில் பெட்டியில் அவரையும், பக்கத்தில் நிற்கிற முசாபரையும் வாசல் பக்கத்து இருக்கையில் குடையும், புராடஸ்டண்ட் மதப் பிரசுரங்களோடு இருந்த, கத்தரிப்பூ வர்ணப் பாவாடை அணிந்த சோனியான ஆப்பிரிக்கப் பெண்மணியும் தவிர வேறே யாரும் இல்லை.

ஆப்பிரிக்கப் பெண் இருக்கும் இடத்துக்கு வெகு அருகே, நேர் எதிரில் ஒடுக்கமான டாய்லெட் உண்டு. அங்கே அற்ப சங்கை தீர்க்கப் போனால் அவளுக்கோ தனக்கோ ரெண்டு பேருக்குமோ சங்கோசம் ஏற்படலாம்

வேண்டாம், சிறுநீர் கழிப்பதுபற்றிய எந்த விதமான சிந்தனைக்கும் இப்போது இடம் இல்லை. லண்டன் போய்த்தான் அந்த உபாதை தீர்த்து வைக்கப்படும்.

ஹாதிம் தாய்னா என்ன அச்சன்?

முசாபர் கேட்டபடியே எதிர் இருக்கையில் உட்கார்ந்து, மேலே போட்டிருந்த ஓவர்கோட்டைக் கழற்றி அடுத்த இருக்கையில் வீசினான்.

சின்ன வயசிலே நான் பார்த்த சினிமா.

இதை மட்டும் சொல்லி விஷயத்தைக் கடந்துபோவதில் அவசரம் காட்டினார் அமேயர் பாதிரியார். பேச்சை மாற்றவோ என்னமோ, முசாபர் கால்டர்டேல் தாண்டி இந்த ரயிலில், அதுவும் அவர் இருக்கும் ரயில் பெட்டியில் ஏறி நொடியில் தலை காட்டிய மாய வினோதத்தைப்பற்றி ஆர்வத்தோடு விசாரித்தார் அவர்.

சினிமா போன்ற போதைப் பொருட்களை விலக்கச் சொல்லி, அவர் வாரந்தோறும் ஞாயிறன்று காலைப் பிரார்த்தனை நேரத்தில், குரிசுப்பள்ளிக்கு வந்த விசுவாசிகள் கவனமாகக் கேட்டு அதன்படி

நடந்து, தீர்க்க காலம் ஆசீர்வதிக்கப்பட பிரசங்கம் செய்தவர். அது போன வாரம் வரை நடந்த விஷயம்.

உங்களை எப்படி தனியா லண்டன் போகவிட்டுட்டு நான் வேலையைப் பார்த்துட்டு இருக்கறது அச்சா? இங்கே பிராட்போர்டில் ஒரு சிநேகிதன் கொச்சு தெரிசாவின் மீனும் வறுவலும் விற்கும் கடையை எடுத்து நடத்த விருப்பம்னு சொன்னான். பிராட்போர்ட் காஜியாரை உங்களுக்குத் தெரியுமே. அவரோட இளைய சகோதரன்தான். சச்சரவும் சங்கடமும் தராத பேர்வழி.

முசாபர் மனசுக்குத் திருப்தியான காரியம் செய்த களிப்பில் கண்கள் பளபளக்கச் சொன்னான். அவனைப் பார்க்க அமேயர் பாதிரியாருக்கு ஏனோ அனுதாபமும், பிரியமும் சேர்ந்து எழுந்து வந்தன. நேற்று சாயந்திரம் வழியில் வைத்துப்பார்த்தபோது லண்டன் பயணம்பற்றிச் சொன்னதை நினைவு வைத்து வந்திருக்கிறான் பாவம்.

மந்தையில் இல்லாத ஆட்டுக் குட்டியானால் என்ன, நேசம் வைக்க மனசு மட்டும் போதுமே. நல்ல சிந்தனை கொடுத்த கர்த்தர் வாழ்த்தப்படட்டும்.

பாதிரியார் குரிசு வரைந்தபடி முசாபரைப் பார்த்துச் சிரித்தார்.

ஆமா, நான் என்ன வேலையா அங்கே போறேன், எத்தனை நாள் தங்குவேன் இதெல்லாம் தெரியாமல் நீயும் பயணம் வச்சது என்ன, முசாபரே?

அதெல்லாம் ஒரு விஷயமே இல்லை அச்சா. பாருங்க, நான் துணிமணி கூட எடுத்து வரலே. எல்லாம் அங்கே சமாளிச்சுப்பேன். நண்பர்கள் எதுக்கு இருக்காங்க? கொச்சு தெரிசா இல்லாம போறதுதான் ஒரே குறை. அவ லண்டனை எவ்வளவு அணு அணுவா ரசிப்பா தெரியுமா? நீங்கதான் விசா வாங்க நாம் போன போது பார்த்தீங்களே. கொச்சு தெரிசாவுக்கு உங்களைப் பிடிக்கும். உங்களுக்கு ஒரு உதவின்னா அவள் செய்யணும். இல்லே நான் செய்யணும். செய்யறேனே.

முசாபர் மிக எளிதாக இந்த உறவுச் சமன்பாட்டை விளக்கிவிட்டு ரயில் ஜன்னல் வழியே பராக்குப் பார்க்கத் தொடங்கினான்.

இவன் மட்டும் கத்தோலிக்கனாக இருந்தால் குரிசுப் பள்ளியில் அவனுடைய நல்ல குணங்களை, வயிறு சரியாக இயங்கிய ஒரு ஞாயிற்றுக்கிழமையன்று நிகழ்த்தும் பிரசங்கத்தில் எடுத்துச் சொல்லி அவனுக்காகப் பிரார்த்தித்து இருப்பார்.

இப்போதும் அவனுக்காக மன்றாட என்ன தடை? எதுக்கு மன்றாட? அவன் மனைவியைப் பிரிந்துகிடக்கிற வாதனைக்காக. இல்லறத்தில் இருக்கிறவர்களுக்குப் பெரிய துயரமில்லையா அது? அவர் அங்கி உடுத்தி வந்தாலும் அவருக்கும் இதயம் இருக்கிறதே, அந்தத் துக்கம் விளங்காதா என்ன?

நீ இப்படி கொச்சு தெரிசா நினைப்பும் அந்தப் பொண்ணோட காரியங்களைச் செய்யறதுமா எத்தனை நாள் இன்னும் இருக்கப் போறே? ஃபிஷ் யண்ட் சிப் கடையைத் திறக்கறது இருக்கட்டும். உன்னோட மூலைக் கடை, மளிகை சாமானும், தட்டு முட்டுமா நல்ல வித்துட்டிருந்தியே. அதை இந்தியா போறேன்னு அப்படியே விட்டுட்டியே. தப்பு இல்லியா?

அமேயர் பாதிரியார் முசாபரைக் கேட்டார்.

ரயில் பயணத்தில் மனம் லேசாகிறது. குரிசுப் பள்ளியிலோ, கால்டர்டேல் வீதியிலோ வைத்து முசாபரோடு இதைக் கதைக்க அமேயர் பாதிரியார் குறைந்தது நாலு தடவையாவது மனசில் ஒத்திகை பார்க்கவேண்டிவரும். சத்தமிட்டு, மரப் பலகைகள் ஒட்டு மொத்தமாகக் கடகடக்க ஓடிக்கொண்டிருக்கும் ரயிலின் இயக்கமும், ஆளொழிந்த ரயில் பெட்டியும் எல்லா இறுக்கத்தையும் தளர்த்தி விடுகிறது. ரயில் ஓடும் சீரான சக்கரச் சத்தத்தோடு இசைந்து பேசவும், கேட்கவும் சுவாரசியமாகவும் இருப்பதாக அவர் நினைத்தார்.

மளிகைக் கடையைச் சீக்கிரம் திறக்க சந்தர்ப்பம் வந்து கொண்டிருக்கு அச்சன்.

முசாபர் சொன்னபோது கொஞ்சம்போல் அதில் சோகம் தட்டுப் பட்டதை அமேயர் பாதிரியார் கவனிக்கத் தவறவில்லை.

மூன்று தலைமுறைக்கு உட்கார்ந்து சாப்பிட முசாபரின் பாட்டனார் பணம் சேர்த்து வைத்துவிட்டுப் போயிருக்கிறார். யுத்த காலத்தில் இந்தியாவிலிருந்து கிளம்பி வந்த சிறு வியாபாரி அவர் என்பதும் கால்டர்டேலில் நீண்ட காலம் வசிக்கும் குடும்பங்களில் இவர்களும் உண்டு என்பதும் பூசை நேரம் முடிந்த அரட்டைக் கச்சேரிகளின் போது பாதிரியார் காதிலும் விழுந்ததுண்டு.

அதெல்லாம் வராமலேயே, முசாபர் ஓர் ஆட்டுக் குட்டியாக, இந்த பிரஞ்சுக்கார மேய்ப்பனை, மதம் வேறே என்ற கருதலின்றி வரிந்து கொண்டு கூடவே வருகிறான். கொச்சு தெரிசா கோவிலில்பட்ட குடும்பம் என்பது இந்த உறவை இன்னும் உன்னதப்படுத்தி

இருக்கிறது. போய் வந்த இந்தியப் பயணம் அதை இன்னும் பலமாக்கிவிட்டது.

லீட்ஸ் போய்ச் சேர இன்னும் முப்பது நிமிஷமாவது ஆகும் அச்சா. அதுவரை என் புராணத்தைக் கேட்க உங்களுக்குப் பொறுமை உண்டா?

அழகான உச்சரிப்பில் பிபிசி செய்தி வாசிக்கிற அல்லது அரசியல் வாதியைக் கழுத்தில் வார்த்தைக் கத்தி வைத்து நேர்காணல் நடத்தும் ஒளிபரப்பாளன் போன்ற வசீகரமான தோரணைகளோடு முசாபர் கேட்க, அமேயர் பாதிரியார் யோசிக்காமல், அவனிடம் சொன்னார் – சொல்லு.

அவருக்கு ஏதாவது பேசவேண்டும். அல்லது கேட்கவேண்டும். அல்லது அந்த புராட்டஸ்டண்ட் கிறிஸ்துவப் பெண்மணி இறங்கிப் போகவேண்டும். அவள் வண்டி ஏறும்போதே அமேயர் பாதிரியாரை இளக்காரத்தோடல்லவா பார்த்தாள்? அவர் வாடிகனுக்கு இறை ஊழியம் செய்யப் புறப்படப் போகிறார் என்று தெரிந்தால் அவளுக்கு மரியாதை வருமோ? போப்பையே மதிக்காத கூட்டம் இல்லையோ அவளுடையது? அவளுக்கு முன்னால் நடந்துபோய்க் கதவு திறந்து கழிப்பறையைப் பயன்படுத்துவது போல தரங்கெட்ட ஒரு செயல் இருக்க முடியுமா? வாடிகனில் கழிப்பறைகள் எப்படி இருக்கும்? வேண்டாம் அது.

டிக்கட் பரிசோதகரும், ரயிலின் ஆட்டத்தோடு சேர்ந்து ஆடி, அதிகமாக கொனஷ்டை பண்ணிக்கொண்டு ஓர் இளம் பெண்ணும் ரயில் பெட்டிக்குள் வந்து, அந்த ஆப்பிரிக்கப் பெண்ணுக்கு எதிரில் நின்றார்கள். டிக்கெட் பரிசோதரோடு வந்த பெண் கழுத்தில் மாட்டியிருந்த திறந்த பெட்டியில் குளிர் பானங்களும், பியர் தகர உருளைகளும் இருந்ததை இங்கே இருந்தே பார்த்த முசாபிர், குளிர வைத்த பெல்ஜியம் பியர் கிடைக்கும் என்றான் உற்சாகமாக.

வேண்டாம், அதை நினைத்தால் அமேயர் பாதிரியாருக்கு இன்னும் சிரமமாகப் போகும். பாழும் வயிறும் சிறுநீரகமும் இப்படியா பழி வாங்கும்?

டிக்கெட் பரிசோதகர் ஏதோ சொல்லித் தலையை அப்படியும் இப்படியுமாக ஆட்டினார். பானங்களைச் சுமந்து வந்த இளம்பெண் சுவாரசியமான காட்சியைக் காணும் ஆர்வத்தோடு பெட்டியில் இருந்து ஒரு சூயிங் கம்மையோ வேறேதோ ஒன்றையோ காகிதம் உரித்துக் கீழே போட்டு, வாயில் இட்டுச் சவைக்க ஆரம்பித்தாள்.

அவளை நோக்கி, பியரைக் கொடுத்துட்டு போ என்று சைகை செய்தான் முசாபர், பெண்டாட்டிக்குத் தங்கை, அக்கா என்று மச்சினியிடம் உரிமை எடுத்துக்கொள்கிற மாதிரி. அவளும், இதோ வரேன் கண்ணா, எனக்காகக் கொஞ்சம் பொறு என்ற தோதில் ஒரு முத்தத்தை முசாபரை நோக்கிப் பறக்கவிட, அமேயர் பாதிரியார் எல்லோருக்கும் நல்ல புத்தி வர வேண்டிக்கொண்டிருந்தபோது கடந்துபோன பெரிய வாய்க்காலைக் கண்டார்.

வேண்டவே வேண்டாம், இனியும் நேரம் கடத்த முடியாது. புராட்டஸ்டண்ட் கிழவிகள், முத்தம் பறக்க விடும் யுவதிகள் சேரும் அதே நரகத்துக்குப் போகட்டும். அவர்களைச் சங்கடப்படுத்துவது ஒன்றும் பாவ காரியமில்லை.

அவர் பக்கத்தில்தான் ஏசு இருக்கிறார். எல்லாம் ஜெயம் உனக்கு என்கிறார். டிக்கெட் பரிசோதகர் ஒருதடவை மென்மையாக, மற்ற முறை உரக்க, மறுபடி மென்மையாக என்று மாற்றி மாற்றிச் சொல்லி புராட்டஸ்டண்ட் பெண்மணி பக்கம் அசையாமல் நிற்க அவள் எல்லோரையும் திட்டிக்கொண்டும், திரும்பிப் பார்த்து கத்தோலிக்க அமேயர் பாதிரியாரைத் திடமாகச் சபித்துக்கொண்டும், கீதம் ஒன்றை அபசுவரமும் குரல் பிசிறலுமாகப் பாடிக்கொண்டும் கம்பார்ட்மெண்டை விட்டு இறங்கிப் போனாள்.

உயர்நிலைப் பள்ளியில் எனக்கு நாலு வகுப்பு கீழே படிச்சிட்டிருந்தா கொச்சு தெரிசா. ரொம்ப அழகான ஆட்டுக்குட்டி அவ அப்போ. அப்பவே அவ மேல் நேசமாச்சு.

முசாபர் பழைய சினிமாப் படத்தில் வசனம் சொன்ன பாணியில் பேசிக்கொண்டிருந்தான்., ஹதிம் தாய் அல்லாத பழைய திரைப்படம் அது. பிரஞ்சில் இருப்பதால் அந்த மொழியில் காதலிப்பார்கள். பிரஞ்சில் சிறுநீர் கழிப்பார்கள்.

போதும், இப்போது நடக்கலாம். எழுந்து நின்றார் அமேயர் பாதிரியார்.

அவர் முசாபரிடம் தன்னை மன்னிக்கும்படி இரைஞ்சி, டாய்லெட்டுக்கு நடக்க, டிக்கெட் பரிசோதகர் இவர்கள் இருக்கை களை நோக்கி வந்தார். கூடவே அந்த பியர் விற்கும் பெண்ணும்.

கிளம்பிய வேகத்தில் இருக்கைக்குத் திரும்பினார் அமேயர் பாதிரியார். டிக்கெட்டைப் பரிசோதித்த பின்னர்தான் மற்றதெல்லாம். சிறுநீர் கழிப்பதை நினைக்கக்கூடாது. வேறே எதை நினைப்பது?

ஏன், நினைத்துச் சலிக்க அந்த டயோசிஸ் கடிதமே போதுமே. அமேயர் பாதிரியார் அவர்மேல் உள்ள குற்றச்சாட்டுகளுக்குத் தக்கவிதத்தில் விளக்கம் அளித்து, தான் குற்றமற்றவர் என்று ஒரு விவரமான கடிதம் எழுதி, அது ஏற்றுக்கொள்ளப் பட்டதும் வாடிகன் போகலாம் என்று அறிவுறுத்தி வந்த கடிதம்.

வேற்று மத வளர்ச்சிக்கு வெளிநாடான இந்தியாவில் உழைத்தது, இறை ஊழியத்தை உள்ளூரில் புறக்கணித்து சுற்றித் திரிந்தது என்று அவர் செய்யாத குற்றம் எல்லாம் பட்டியல் போட்டதோடு, ஆடும் பறவை என்ற சாத்தானின் மயக்கும் உருவப் பாவத்தை இங்கே கொண்டுவந்து ஊரைப் பயமுறுத்தியதும் அவர்மேல் சுமத்தப்பட்ட குற்றச்சாட்டு.

அதற்குத் தகுந்த பதில் எழுத வாடிகனிலேயே இருக்கும் தெக்கே பரம்பில் பாதிரியார் உதவி செய்ய இருக்கிறார். மிகப் பெரிய, நூறு பக்கம்வரை வரும் கடிதத்தை அமேயர் பாதிரியார் டயோசிஸுக்கு சமர்ப்பிப்பார்.

அடுத்த மாதம் அவர் வாடிகனுக்குப் போகும்போது குற்றம் சொன்னவர்களே வந்து மரியாதை செய்து வழியனுப்புவார்கள். வாடிகனில் அவருக்கு, இதோ எதிரில் நிற்கும் பெண் சுமந்து வந்திருப்பவை போன்ற நல்ல குளிர் பானங்கள் தடையின்றிக் கிட்டும். வேண்டாம். இந்தாருங்கள் என் டிக்கட்.

பரிசோதகர் டிக்கட்டைப் பரிசோதிக்காமலே இறங்கிவிட்டதில் அவருக்கு மகா ஏமாற்றம். ஒரு குளிர் பானமும் ஒரு தகரக் குவளை லாகர் பியரும் என்று முசாபர் கேட்டு வாங்கிக்கொண்டிருக்க, அமேயர் பாதிரியார் கழிப்பறைக்கு நடந்தார்.

அங்கே தாழ்ப்பாள் போட்டிருக்கக்கூடாது. உள்ளே எப்படி இருந்தாலும் சரிதான். பாதிரியார் உடுப்பு நனையாமல் ஜாக்கிரதை யாக நிற்கவேண்டும்.

அவர் வேண்டுதல் எல்லாம் செவிசாய்க்கப்பட, வெளியே வந்தபோது அவரை எதிர்பார்த்து உட்கார்ந்திருந்த முசாபர் குளிர் பானத்தை அவரிடம் நீட்டினான்.

கொச்சு தெரிசாவின் பாட்டி, இந்தியப் பெயர் வரும், தீப்ஜோத் என்றோ என்னமோ, அந்தக் கிழவி என்னை படி ஏற்றாமல் விரட்டி விட்டாள். அது நான் இவளைப் பெண் கேட்டுப் போனபோது.

அவன் பழைய நினைவுகளில் ஆழ்ந்து பியரை உறிஞ்சிக்கொண்டே பேசினான். குளிர்பானத்தை இப்போது குடித்து அது இன்னும் அரை

மணி நேரத்தில் நெளிய வைக்கும் என்று பட, அமேயர் பாதிரியார், அதையும் முசாபர் பக்கத்தில் வைத்தார்.

மெட்காஃப் இறந்து அவனைப் புதைத்த கல்லறை ஈரம் உலர்வதற்குள் நான் கொச்சு தெரிசாவை மணம் செய்து கொண்டேன்.

அவன் பெருமையோடு சொல்ல, அமேயர் பாதிரியாருக்கு அது அவ்வளவாகப் பிடிக்கவில்லை. என்னதான் ஆப்ரகாமிய வேரில் வருகிறவன் என்றாலும், அமேயர் பாதிரியாரின் கோவிலில் பூசை வைத்துப் பரலோகம் போன ஒருத்தனின் நினைவுக்கு மரியாதை இல்லை, இந்த முசாபிர் சொன்னது.

அவர் அமைதியாக ரயில் ஜன்னலுக்கு வெளியே தடாகங்களையும், வாய்க்கால்களையும் எதிர்பார்த்து இருக்க, வெறும் தரையும் கட்டிடங்களின் நெரிசலுமாக லீட்ஸ் வந்துவிட்டது.

அவருடைய தோல்பையையும் உரிமையோடு எடுத்துத் தோள்பட்டையில் மாட்டிக்கொண்டு முசாபர் கேட்டான் -

அச்சா, நான் உங்ககிட்டே பாவமன்னிப்பு கேட்கலாமா?

அத்தியாயம்

# முப்பத்தைந்து

ஆல்பர்ட் மிடிங்டன் ரிச்சர்ட்சன் பிரபு நடுராத்திரிக்கு வழக்கம்போல் எழுந்துகொண்டார். அவர் உலவப் புறப்படவேண்டிய நேரம் அது.

எழுந்ததும்தான் தெரிந்தது, அவர் கூடுதலாகவே உறங்கி விட்டிருந்தார் என்று. பொழுது புலர்ந்துகொண்டிருந்தது.

சலவை செய்த உடைகள் மர பீரோவில் இருப்பதை அவர் உறுதி செய்து கொள்ளவேண்டும். அவை எப்போதும் அணியத் தயாராக நானூறு வருடமாகப் புதியதாக இருப்பவை. தினசரி அவற்றை உடுத்தே அவர் நடப்பார்.

மர பீரோவில் அவருடைய துணிகள் கசங்கிக் கிடக்க, இரண்டு பாதிரியார் அங்கிகளும், கால் சராய்களும் உள்ளே உடுக்கும் துணிகளும் நடுநாயகமாகத் தொங்கிக்கொண்டிருந்தன. கீழ்த் தட்டில் ஒரு பெரிய தோல்பெட்டி நாராசமாக பயண வாடையைக் கிளப்பிக்கொண்டு பாதி திறந்துகிடந்தது. அதைச்சுற்றி அழுக்கான, வியர்வை உலர்ந்த காலுறைகள். கசங்கிச் சுருண்ட கைக்குட்டைகள். புழுதி படிந்த இரண்டு ஜதை காலணிகளும்கூட அங்கே உண்டு. ஆக, நானூறு ஆண்டு பழமையுள்ள அலமாரியும் பறிபோனது இன்று.

இது ஏர்ல் ஓஃப் ஃபோர்ட் லில்லியென்ற அல்லிக் கோட்டை பிரபுவான ஆல்பர்ட் ரிச்சர்டன் அவர்களின் சபிக்கப்பட்ட பொழுதாக இருக்கக் கூடும்.

ஒரு ராத்திரி விடாமல் தினம் தூய்மையான ஆடைகளை அணிந்து, காலில் தூசு இல்லாமல் மின்னும்படியாகத் துலக்கிய பாதுகை களையும் இட்டுக்கொண்டு அவர் நீள நெடுக நடக்கவேண்டும். கீழ்வீடு முழுவதும், படியேறி மாடியிலும், வெளியே சிறு தோட்டத்திலும் காலாற உலாவவேண்டும். ஓர் அறையிலிருந்து மற்றொன்றுக்குள், ஜன்னலை விரியத் திறந்து பிரவேசிக்க வேண்டும்.

எதற்காக அதை எல்லாம் செய்யவேண்டும்? இன்று அவரால் முடியாது. என்ன பயித்தியக்காரத்தனம்? செய்யச் சொல்லி யார் விதித்தது?

கோபம் தலையேற அவர் வெளியே வரும்போது கதவு அடித்துச் சார்த்திக்கொள்ளும். காற்றால் மரக் கதவும் ஜன்னலும் மூடியதாகவும் திறந்ததாகவும் நினைக்கிற மனிதர்களுக்கு அவ்வப் போது தன் உருவத்தைக் காட்டித் தருவார்.

எதற்காக? ஆல்பர்ட் பிரபுவின் அந்தரங்க உறுப்பு ரோமத்தைவிட இழிவானவர்கள் அவர்கள். அவருக்கு அப்படி ஒரு உறுப்பு தற்போது, ஒரு நானூறு வருஷமாக இல்லைதான். ஆனால் என்ன? அவருடைய சரிசமானமாக இங்கே பிருஷ்டத்தை வைக்க எவனுக்குத் தகுதி உண்டு. இந்த நாட்டை ஆளுகிற பக்கிங்ஹாம் வம்ச ராணியம்மாள்கூட இங்கே படியேற அருகதை இல்லாதவள். அவளை ஒருநாள் அரண்மனைக்குப் போய்ப் பயமுறுத்தினால் என்ன?

ஏர்ல்ஸ் கோர்ட் வீட்டில் நாலடி நடக்கவே சோர்ந்து வருகிறது. அரண்மனைக்குப் பூச்சாண்டி காட்டப் போவதாவது ஒன்றாவது. ஆல்பர்ட் பிரபு போகத் தகுந்ததா அது. இந்த வீட்டின் கழிப்பறை அந்தஸ்து பெறுமா பக்கிங்ஹாம் அரண்மனை?

வீட்டு முன்னறையில் இரண்டு ஜோடி காலணிகளைப் பார்த்தார் ஆல்பர்ட் பிரபு. புதியதாகத் தெரியும், நல்ல தோலில் செய்யப்பட்ட, ஆண்கள் அணியும் பாதரட்சை ஒரு ஜோடி. எந்த நிமிடமும் அடிப்பாகம் அற்று விழுந்து உபயோகிப்பவரைத் தரை தொட வைக்கும் நைந்த ஜோடி மற்றது.

ஆல்பர்ட் பிரபு புன்னகை புரிந்தார். அவருக்கு நைந்த இந்தக் காலணிகளைத் தெரியும். பாதிரியார்களும் பிஷப்புகளும் அணிகிறவை அவை. நானூறு வருடமாக அப்படித்தான். இந்த வீட்டுக்குள் முன்னொருமுறை படியேறி வந்தவை. கூட இருக்கும் புதுச் செருப்புகளை அணிந்தவனையும் அவருக்குத் தெரியும்.

பாதிரியார் போன தடவை வந்தபோது கூடவே ஒரு செழிப்பான இந்தியப் பெண் வந்தாளே? அவள் என்ன ஆனாள்?

யாரும் எக்கேடும் கெட்டுப் போகட்டும். ஒருநாளா, ரெண்டு நாளா, நானூறு வருஷமாகத் தினம் தினம் வழக்கமாக நடந்ததை இன்றைக்குத் தாறுமாறாக்கியது யாராக இருக்கும்?

இப்படி யார் யாரையோ வீட்டுக்குக் கூப்பிட்டு அரிசி வடித்துக் கொட்டித் தின்ன வைத்து ராத்திரி முழுக்க விளக்கைப் போட்டுக் கொண்டு கூட்டாலோசனை செய்து கொண்டிருக்கிறவன் தான் காரணம்.

இந்த வீட்டுக்குள் அவன் வந்தது முதலே ஆல்பர்ட் பிரபுவை மதிக்கிறதுமில்லை. கண்டுகொள்வதும் இல்லை. வீட்டுச் சொந்தக்காரர், நானூறு வருஷம் முன் மகா பிசகாக ஏதோ செய்து சமுத்திரத்தில் கப்பல் மூழ்க மரித்தாலும் இன்னும் கடைத் தேறாத ஆவி என்பதெல்லாம் மூத்திரம் போவதுபோல அற்பக் காரியம் அவனுக்கு.

வேறு எதற்காக இல்லாவிட்டாலும் இந்த ஆவி சமாசாரத்துக்கு பக்கிங்ஹாம் அரண்மனை ராணிகூடப் பயப்படுவாள். என்னத்துக்கு அந்த அம்மாள் நினைவு?

வாசலை ஒட்டித் தணிந்த நிலைப்படி இருந்த அறையில் விளக்கு எரிகிறது. ஆல்பர்ட் பிரபு பார்த்துப் பார்த்து வடிவமைத்து, ஷாண்லியர் விளக்கு போட்டால் தலையில் முட்டும் என்று மெழுகுவர்த்தி நிறுத்தி வைக்க செப்புக் கிண்ணம் சுவரில் மாட்டிய அருமையான அறை. மெழுகுவர்த்தி வைக்கவந்த பணிப் பெண்களான எமிலி, ரீத், ஹன்னா, ரொபர்ட்டா, கிரேசி, டெய்சி, ஹெலன், கிளாரா, எடித், மரியா, ரூத், ரீகன், ஹென்றியெட்டா, சாரா, ஜூலியா, லியன், கரோலின், விர்ஜீனியா, சூஸன், ரேஷல், வொயலட் என்று எத்தனை பேரை சுவரில் சாய்த்து நிறுத்திவைத்து சுகம் கொண்டாடி இருக்கிறார் அவர். லாரன்ஸா, கானரில், லில்லி, காதரின், நான்சி, ஷார்லெட், லோலா, ஈவா, ரெபக்கா, ஜென்னி, ஸ்டெல்லா, மேகி, ஏஞ்செலா, ரோஸ், சில்வியா, பார்பரா, ஆட்ரி, லிண்டா, எலிஸா, நவோமி, செல்மா, இசபெல், ஓபல், எம்மா என்று அவரோடு சுகித்த உறவுக்கார, அண்டை அயல் பெண்களையும் மறந்துவிடமுடியுமா? தினமும் இதில் யாராவது ஒருத்தியின் பிரத்யேக வாடையோடுதான் ராத்திரி முழுக்க இங்கே மெழுகுவர்த்தி எரிந்துகொண்டிருந்தது.

அவர்கள் எல்லோரும் கல்லறைக்குப்போய் எலும்பும் பொடி பொடித்து அந்திம நித்திரையில் இருக்கிறார்கள். தினசரி அலைவது ஆல்பர்ட் துரைக்கு மட்டுமே விதிக்கப்பட்டது. தாமதமானாலும் அவர் நடந்து போய்த்தான் ஆகவேண்டும்.

கூடத்தில் சரவிளக்கு பாதிக்கு மட்டும் வெளிச்சம் வர எரிந்து கொண்டிருந்தது. ஆல்பர்ட் பிரபு தினசரி மிடுக்காக நடந்து வலதுபுறம் திரும்பும் இடத்தில் போட்டுவைத்த பெரிய மர மேஜையைச் சுற்றி மூன்று வேலைப்பாடமைந்த நாற்காலிகள்.

மேஜையும் நாற்காலிகளும் ஆல்பர்ட் பிரபு காலத்து மரவேலைப் பொருட்கள்போல் தோன்றவில்லை அவருக்கு. அவருடைய சந்ததியினர் வாங்கி வைத்திருக்கலாம்.

குடியும், சதா பெண் மோகமுமாக அலைந்து ஐவேசு சொத்தை எல்லாம் கரைத்த அந்த அயோக்கியர்கள் மேஜை வாங்கியா போட்டிருப்பார்கள். ஆல்பர்ட் பிரபு அவர்களுடைய அரைக்குக் கீழே புழுத்துத் தொங்கவும் வலிக்க வலிக்க அறுந்து விழவும் சபித்த பிற்பாடே அவருடைய சந்ததி அவரோடு முடிந்த விவரம் நினைவு வந்தது.

மூன்று மர நாற்காலிகளில் இரண்டில் பாதிரியார்கள் அமர்ந்திருந் தார்கள். அதில் ஒருத்தர் ஏற்கெனவே ஆல்பர்ட் பிரபு சந்தித்திருந்த பிரஞ்சுக்காரர். இன்னொருத்தனுக்கு முழுக்க இந்தியக் களை. ஆனாலும் பாதிரி உடுப்பு. இங்கிலாந்தில் பூசை வைக்கிறவன் இல்லைபோல. இந்தியாவில் இருந்து வந்திருப்பானோ?

அந்த வைதிகன் எங்கே இருந்து வந்திருந்தாலும், இப்படி ஆல்பர்ட் பிரபு மாளிகையில் சர்வ சுதந்திரத்தோடு இருந்து சௌக்கியப்பட அவனுக்காகி இருக்கிறது. இருக்கட்டும். கருத்த பாதிரிகள் வாழ்த்தப்படட்டும்

மூன்றாவது நாற்காலியில் அந்த இந்தியப் பேராசிரியன், அவன்தான் வீட்டில் சட்டமாக குடி வந்தது மட்டுமில்லாமல், ஆல்பர்ட் பிரபுவின் ராத்திரி நேர சஞ்சாரங்களை ஒரு பொருட்டாக மதிக்காத மனுஷன். மந்திரவாதியோ என்னவோ. ஆல்பர்ட் பிரபுவை மந்திரத்தால் ஒரு சிறு மரச் செப்பில் அடைத்து தேம்ஸ் நதியில் மிதக்கவோ அமிழ்ந்து போகவோ கொண்டுபோய் விடக்கூடும். மரச் செப்புகள் இன்னும் கிடைக்கின்றனவா என்று அவருக்குத் தெரியவில்லை.

பிரபு இந்த மூன்று பேருக்கும் அருகில் போய் நோட்டமிட்டார். மூவரும் மேஜையில் தலை வைத்து அசந்து

உறங்கிக்கொண்டிருந்தார்கள். பக்கம் பக்கமாக எழுதி அடுக்கிய ஏதோ அவர்கள் அருகில் இருந்தது. இங்கிலீஷில்தான் எல்லாம்.

ஆல்பர்ட் பிரபு காலத்துக்கு அப்புறம் நிறைய நல்லது நடந்திருக்கிறது. முக்கியமான ஒன்றுண்டு. இந்தியாவுக்குள் புனிதமான அடியெடுத்து நுழைந்து, மேன்மை தாங்கிய ஆங்கிலேயப் பேரரசு அங்கே ஜனங்களுக்கு எல்லாம் இங்கிலீஷ் கற்றுக்கொடுத்துக் கடைத்தேற்றியதே அது. அப்படி நடக்காமல் இருந்தால் இந்த மூன்று பேரும் சட்டமாக உட்கார்ந்து இங்கிலீஷ் என்ற தேவ மொழியில் கத்தை கத்தையாக எழுதிக் குவிக்க முடியுமா என்ன?

மூன்றில் ஒருத்தர் பிரஞ்சுக்காரர் இல்லையோ? மிகச் சரிதான். பிரஞ்சுக் காரர்களுக்கும் காலம் காலமாக இங்கிலாந்து பேரரசு இங்கிலீஷ் சொல்லிக் கொடுத்து, இங்கிலீஷ் பண்பாட்டைப் போதித்து வருகிறது. சதா பெண்களோடு சிருங்காரம் பாராட்டுவதிலும், கெட்டுப்போன ஒயினும், முந்தாநாள் சாப்பிட்ட மீனும் உலர்ந்து துர்வாடை அடிக்கும் அவர்களின் வாய்க்குள் நாவு நுழைத்து முத்தம் கொடுப்பதிலும் மட்டுமே சிரத்தைகொண்ட பிரஞ்சுக்காரர்களுக்கு இங்கிலீஷ் வரவேயில்லை.

ஆல்பர்ட் பிரபுவுக்கு பிரஞ்சுப் பெண்களின் வாய் நாற்றம் அனுபவம் உண்டு, மாளிகையில் அவ்வப்போது வேலைக்குவந்த பிரஞ்சு பணிப்பெண்களுக்கு அவரும் பிரஞ்சு முத்தம் கொடுத்துப் பெற்றிருக்கிறார். அவர்கள் குளிக்கச் சோம்பல் பட்டவர்கள். அந்த உடல்வாடைக்கே அவருக்கு மீண்டும் உடல் எடுக்க ஆசை.

கிடக்கட்டும். இந்த பிரஞ்ச் பாதிரியாருக்கு சிநேகிதிகள் இருக்க மாட்டார்கள் என்பதால் அவருடைய இங்கிலீஷ் அறிவு சொல்லும் தரத்தில் இருக்கக்கூடும்.

இப்படியான சிந்தனைகளோடு நகர்ந்து, முதல் அறைக்குள் எட்டிப் பார்த்தார் ஆல்பர்ட் பிரபு. மேசை மேல் உடம்பைக் குறுக்கிக் கொண்டு கருப்பன் உறங்கிக்கொண்டிருந்தான். இவன் போனமுறை பார்த்தபோது முட்டக் குடித்துவிட்டு இந்தக் கென்ஸிங்டன் வீட்டுப் படியேறி இருந்தான். இப்போது குடித்தானா என்று தெரியவில்லை. ஆனால் உறக்கத்தில் புலம்பிக்கொண்டிருக்கிறான்.

ஆல்பர்ட் பிரபு உள்ளே நுழைந்து அவன் தலையில் கை வைத்தார். இது பனிக்கட்டியைக் கவசம் செய்து தலையில் கவிழ்த்தாற்போல் ஒரு குளிரை உடலெங்கும் பரவ வைக்கும். அவன் எழுந்து உட்காரட்டும். சத்தம் போடுவானோ தெரியவில்லை. என்றால், ஆல்பர்ட் பிரபுவுக்கு சத்தம் உகந்ததில்லை.

தெரிசா நீ மன்னிக்க நேரம் வந்திருக்கு. என்னை மன்னிச்சுடு தெரிசா.

ஆசியக் களையுள்ள அவன் யாரிடமோ எதற்கோ மன்னிக்கச் சொல்லி நல்ல இங்கிலீஷில் மன்றாடுகிறான். அவனுடைய வீட்டில் மெழுகுவர்த்தி ஏற்ற வந்த சேடியோ? அவள் பிரஞ்சுக்காரியாக இருப்பாளோ?

அவன் எழுந்து உட்கார்ந்து கண்ணை மூடியபடியே ஆல்பர்ட் பிரபுவின் புகை வடிவெடுத்த கை மேல் தன் கரத்தை வைத்து இன்னொரு முறை அழும் குரலில் சொன்னான் –

உன் மேலே பிரியம் இருந்த காரணத்தாலேதான் இதைச் சொல்லாமலேயே இருந்துட்டேன். நான் செஞ்சது தப்புதான் கொச்சு தெரிசா. என்னை மன்னிக்கணும் நீ.

ஆல்பர்ட் பிரபு கம்பீரமும், பொறுப்பும் கருணையும் இடைகலந்த குரலில் சத்தம் தாழ்த்தி அவனிடம் சொன்னார் –

நான் கொச்சு தெரிசா இல்லை. லார்ட் ஆல்பர்ட். நானூறு வருஷமா உலவறேன். இது என் வீடு.

அப்போது அவருடைய கையை இறுகப்பற்றிக்கொண்டு அவன் சொன்னது –

நல்லது. நீங்க எனக்கு பாவமன்னிப்பு தரணும். நானூறு வருஷம் பழையவர். அதுனாலே புனிதமானவர். பழையது எல்லாம் பரிசுத்தம் ஆனது.

பாவ மன்னிப்பு தர இந்த வீட்டுலே ஒண்ணுக்கு ரெண்டு பாதிரிமார் இருக்காங்களே. ஒருத்தர் பிரஞ்சுக்காரர், மற்றவர் இந்தியர்.

அமேயர் பாதிரியார் ப்ரஞ்சுக்காரர். அவரோடுதான் இங்கே வந்தேன்.

அவர்கிட்டேயே கேட்கலாமே.

அவர் கோவில்லே பூசை வைக்கிறதை நிறுத்தச் சொல்லியிருக்காங்க.

யாரு?

டயோசிஸ்லே, மறை மாவட்ட நிர்வாகம் அவரை தாற்காலிகமா குரிசுப்பள்ளி ஊழியத்தைவிட்டு ஒதுங்கி இருக்கச் சொல்லுது. அவிசுவாசின்னு சந்தேகப்படுது. விளக்கம் கேட்டிருக்கு.

இருக்கட்டுமே, பாதிரியார் பாதிரியார்தானே?

ஆமா, ஆனா அவர் வத்திகனுக்குப் போயிட்டு இருக்கறவர்.

அவிசுவாசி எதுக்கு வாடிகன்போகணும்?

அவர் அவிசுவாசி இல்லே, அழூத்தமான இறை ஊழியர்னு விளக்கிக் கடிதம் எழுதத்தான் அவங்க மூணு பேரும் உக்காந்திருக்காங்க.

இப்போ உறங்கிட்டிருக்காங்க.

தொடர்ந்து எட்டு மணி நேரம் லத்தீனில் பேசி, எழுதி வந்த களைப்பாக இருக்கும்.

நீயும் உறங்கவேண்டியதுதானே? நான் இங்கே காலாற நடக்கக்கூட இடம் விடாம நீங்க எல்லோரும் கெடுத்திட்டீங்க.

ஆல்பர்ட் பிரபு அலுத்துக்கொண்டார்.

அவன் இந்திய பாணியில் இரு கரம் கூப்பிக் கும்பிட்டுக் கேட்டான்-

துரையவர்கள் யாருன்னு புலப்படலே. அமேயர் பாதிரியாருக்கு உறவா?

பாதிரியாருக்கு எப்படி உறவு இருக்க முடியும்?

மன்னிக்கணும்.

அதைச் சொல்லியாச்சு.

ஆமா, ஆனா உங்ககிட்டே சொல்லலே. கொச்சு தெரிசாகிட்டே சொன்னேன்.

நான் கேட்டதாலே, என்கிட்டே சொன்னதாகவும் அர்த்தமாகும்.

அப்படியா?

அப்படித்தான்.

நீங்க பாதிரியார்னே வச்சுக்கட்டா?

எதுக்கு?

நான் பாவம் செஞ்சுட்டேன்.

பாவத்துக்கும் பாதிரியாருக்கும் என்ன சம்பந்தம்?

அவர்தான் பாவியை மன்னிப்பார்.

அது பாவம் இல்லேன்னா?

அதையும் அவர்தான் சொல்லணும்.

நீ என்ன பாவம் செஞ்சே?

நீங்க பாதிரியாரா இருக்கத் தயார்னா சொல்றேன்.

நான் நானூறு வருஷமா எதுவுமாகவும் இல்லே.

பரவாயில்லே, இந்த நிமிஷத்திலே இப்படி வந்து பேசிட்டு இருக்கீங்களே. இது போதும்.

பாவ மன்னிப்பு கேட்க நீ என் பார்வையிலே படும் மாதிரி இருக்கக் கூடாது. எனக்குக் கண் இல்லேன்னாலும் பார்க்கறேன்.

சரி நான் அடுத்த அறையிலேபோய் அங்கே இருந்து பாவம் சொல்லட்டா?

அங்கே போய்க் கூச்சல் போட்டா வீட்டுலே, அடுத்த வீட்டுலே, தெருவிலே எல்லாரும் என்னன்னு கேட்டு வந்துடுவாங்க.

அங்கே எக்ஸ்டென்ஷன் ஃபோன் இருக்கே, அதுலே இருந்து பேசட்டுமா? நீங்க இங்கே எடுத்துக் கேட்கலாம்.

என்னாலே அந்த கருவியை எல்லாம் இயக்க முடியாது. நான் இருந்த போது அது இல்லை.

அப்போ நான் இப்படி கண்ணை மூடிக்கிட்டே உங்ககிட்டே சொல்றேன். நீங்க மன்னிச்சுடுங்க.

கேட்க முந்தி எப்படி மன்னிப்பேன்னு சொல்ல முடியும்?

மன்னிப்பை எதிர்பார்த்துத்தானே சொல்றது?

அது பாதிரியார்களுக்கு.

நீங்க இப்போ எனக்காக இந்த நிமிஷம் அப்படி இருங்க.

எனக்கு லத்தீன் மொழி தெரியாது. மன்னிப்பை லத்தீனில்தானே வழங்கணும்?

லத்தீனில் பாவ மன்னிப்பு தருவாங்கன்னு எனக்குத் தெரியாதே.

நீ அப்போ இதுவரை பாவம் செஞ்சதில்லை, அப்படியா?

இல்லே, இதுவரை மன்னிப்பு கேட்டதில்லை.

நீ கிறிஸ்துவன்தானே?

இல்லை, மற்ற மதம்.

அப்போ எதுக்கு மன்னிப்பு எல்லாம்?

பாவம் யார் செஞ்சாலும் கேட்கலாமே?

அதுக்கு பாதிரியார் எதுக்கு?

நீங்கதான் பாதிரியார் இல்லையே.

அவன் காரியமாகச் சொல்ல, ஆல்பர்ட் பிரபு சத்தம் எழுப்பாமல் சிரித்தார். அவனை ஏனோ பிடித்துப்போனது. நானூறு வருஷமாக அவரிடம் யாரும் உதவி என்று கேட்டதில்லை. இன்றைக்கு இந்த மனுஷன் அவரைப் பாதிரியார் ஆக்கியிருக்கிறான். அலமாரியில் கடற்படை மேலதிகாரியின் சலவை உடுப்புகள் கிட்டாமல் எதையோ அணிந்து வந்திருப்பதால், அவருக்கே தான் யாரென்று குழம்புகிறது. நேரம் வேறே விரைந்துகொண்டிருக்கிறது. அவர் மறுபடி உறங்கப் போகவேண்டும்.

சொல்லலாமா? அவன் கேட்டான்.

முதல்லே உன் பேரைச் சொல்லு.

முசாபர்.

முழுப் பெயர் அதுதானா?

முசாபர் உல்ஹக் ஸபர்.

ஸபர் குடும்பப் பெயரா?

புனைப்பெயர். கவிதை எழுத வச்சிக்கிட்டது.

கவிதை எல்லாம் எழுதுவியா?

ஆமா?

அப்புறம் எப்படி பாவமன்னிப்பு கிடைக்கும்னு எதிர்பார்க்கறே?

இப்போ எழுதறதில்லே.

என்ன மாதிரி கவிதைகள்?

உருதுவிலே காதல் கவிதைகள்.

யார் மேல்?

கொச்சு தெரிசா மேல்.

அதுக்குத்தான் மன்னிப்பு வேணுமா?

அதுக்கும். அந்தக் கவிதைகளை எழுதியபோது மெட்காஃப் உசிரோடு இருந்தான்.

யார் மெட்காஃப்?

கொச்சு தெரிசாவோட முதல் கணவன்.

கல்யாணக்காரிபற்றி காதல் கவிதை எழுதறது தப்பு இல்லையா?

அதுக்குத்தானே நீங்க மன்னிப்பு தரப் போறீங்க?

காதலுக்கா, கவிதைக்கா?

ரெண்டுக்கும்தான்.

காதலை மன்னிச்சுடறேன். மற்றதைப்பற்றிக் கடவுள்தான் தீர்ப்பு சொல்லணும்.

ஆல்பர்ட் பிரபு இல்லாமல் போய் நானூறு வருஷம் கழித்தும் வேறு மொழியில் கவிதை இருக்கிறதாம். அவருக்குப் பரிச்சயமான இங்கிலீஷிலும் கொஞ்சம் வித்தியாசத்தோடு அது இருக்கும். கல்யாணம் ஆன பெண்களைக் காமுறும் கவிஞர்கள் ஏர்ல்ஸ் கோர்ட் மதுக்கடையில் பியர் அருந்தியபடி சின்னச் சின்னதாகச் சண்டை போட்டுக்கொண்டிருப்பார்கள்.

மன்னிச்சு முடிஞ்சுது. நான் போகறேன்.

இன்னும் நான் பாவமன்னிப்பு கோர இல்லையே.

இதுவரை சொன்னது?

இது இரண்டாம் நிலை பாவம். Collateral sin.

முதல் கட்டம் என்ன?

பத்து வருஷம் முன்பு நான் டோரதியோடு தேன்நிலவு பிரான்ஸ் போனேன்.

புரியலே.

என் முந்திய மனைவி டோரதியோடு பாரீஸ் போனேன்.

உனக்கும் ஏற்கெனவே கல்யாணம் ஆகி இருந்ததா?

ஆமா?

அந்த நிலையில்தான் இன்னொருத்தன் மனைவி பேரில் காதல் கவிதை எழுதினியா?

அதை நீங்க ஏற்கெனவே மன்னிச்சாச்சுதானே?

சரி, வேறே என்ன மன்னிக்க இருக்கு?

நான் டோரதியோடு பாரீஸ் போனேன்னு சொன்னேனே.

அதை மன்னிக்க அதில் என்ன இருக்கு?

அவளோடு இருக்கும்போதும் அதாவது அந்தரங்கமாக இருக்கும் போதும் கொச்சு தெரிசாவை நினைத்துக்கொண்டிருந்தேன்.

மன்னித்தானது. அப்புறம்?

அவசரம் காட்டினார் ஆல்பர்ட் பிரபு. தெருவில் காலை நேரத்தின் ஓசைகள் உயர்ந்துகொண்டிருந்தன.

பாரீஸ்லே ஒரு சாலை விபத்தில் தெரு ஓரத்துச் சுவரில் என்னை அழுத்தி ஒரு ராணுவ வேன் மோதியது.

இது அசம்பாவிதம். வேன் ஓட்டுநர்தான் வருந்த வேணும்.

விபத்தில் என் உயிர்த் தலத்தில் அடிபட்டு இன விருத்தி செய்யும் ஆற்றல் அவிந்துபோனது.

அனுதாபங்கள்.

அந்த விஷயத்தைக் கொச்சு தெரிசாவிடம் சொல்லாமலேயே அவளை மெட்காஃப் இறந்ததும் கல்யாணம் செய்துகொண்டேன்.

சரி அதுக்கு என்ன?

என்னவா? நான் பாவ மன்னிப்பு கேட்கிறேன்.

எதுக்கு?

சொல்லாமல் அவளை ஏமாற்றியது தப்பு இல்லையா?

எனக்குச் சரியாகத் தெரியவில்லை. எதற்கும் நீ அந்த ரெண்டு பாதிரியார்களிடம் நயமாக விசாரித்துப் பார். முறையற்ற காதலுக்கு உன்னை மன்னிப்பது மட்டும் நான் செய்தாகிவிட்டது.

ஆல்பர்ட் பிரபு தீர்ப்பு வழங்கிய திருப்தியோடு வெளியேறும்போது கூடத்தில் கருப்பு இயந்திரம் தொடர்ந்து மணியடித்தது. எழுந்து, அதை எடுத்து ஸ்தோத்திரம் சொல்லிப் பேசினார் இந்தியச் சாயலுடைய பாதிரியார்.

அடுத்த சில நிமிடங்களில் அவர் மற்றவர்களை எழுப்பிக் கொண்டிருந்தார் –

எழுந்திருங்க. இது நற்காலையேதான். அமேயர் பாதிரியார்மேல் சுமத்தப்பட்ட எல்லா குற்றச்சாட்டுகளையும் வாதிக்கன் நிராகரித்திருக்கிறது. அமேயர் பாதிரியார் உடனே வாதிக்கனில் வந்து பணியில் அமரச் சொல்லி உத்தரவு.

பரிசுத்தரான அமேயர் பாதிரியார், முசாபர் உல்ஹக் ஸபரை மன்னிக்கட்டும்.

ஆல்பர்ட் பிரபு காற்று கடந்து போவதுபோல் தன் வீட்டுக்கு வெளியே மிதந்து வந்து எங்கும் படிந்து ஈரம் விதைத்துப்போன காலைத் தூறலில் கலந்து நகர்ந்தார்.

அத்தியாயம்

# முப்பத்தாறு

மலா பாக ருபயீ த்யா, மோதா பாவு. அப்பன் காஹீ தூபா கரீதீ கரூ.

ஐந்து நிமிஷம் முன் டோம்பிவிலி ஃபாஸ்ட் லோக்கல் ரயிலில் வந்து சேர்ந்தவன், ரிடர்ன் டிக்கட்டை சிகரெட் பாக்கெட்டுக்குள் பத்திரப்படுத்தியபடி திலீப்பிடம் சொன்னான். ஐந்து ரூபாய் வேணுமாம். போய் நெய் வாங்கி வருவானாம்.

நாலு மூங்கில் கழிகளும் தென்னங் கிடுகுமாக சைக்கிளில் வந்த இன்னொருத்தன் வண்டி பிரேக் பிடிக்காமலோ, இல்லை விளையாட்டாகவோ கட்டிடச் சுவரில், சினிமா கதாநாயகி நடிகை நூதன் படம் ஒட்டிய போஸ்டரில் இடுப்புக்குக் கீழ் முட்டி நிறுத்தினான்.

ஒன்றும் இரண்டுமாக மூலத்தார் வேட்டி உடுத்தி, வெள்ளைக் குல்லா வைத்த நடுவயசு மராட்டியர்களும் இளைய ஆண்களும் உரக்கப் பேசியபடி வந்துகொண்டிருந்தார்கள்.

பாண்டுப் சர்வமங்கள் சாலில் சாவுச் சடங்கு நடத்திக்கொடுக்க திலீப்புக்கு ஒத்தாசையாக வருகிறவர்கள். அவர்கள் எல்லோரையும் திலீப் அறிவான். காமத் ஓட்டலில் சர்வர் விடுப்பில் போக டெம்பரவரியாக வடா பாவ் பார்சல் கட்டுகிறவர்கள். எச்சில் இலைகளை எடுத்து இரும்பு வாளியில் ரெண்டு பேராக நீளக் கயிறு கட்டித் தூக்கிப்போய் குப்பை குவிக்கும் பெருவெளியில் வீசி

எறிந்து விட்டு பீடி புகைத்தபடி வருகிறவர்கள். விநாயக சதுர்த்திக்கு தாதரிலும் மடுங்காவிலும் ரயில்வே ஸ்டேஷனை ஒட்டி விளாம்பழம் விற்கக் கடை போட்டு, பக்கத்து நடைபாதைக் கடைக்காரர்களால் வசவும் கேலியும் பெற்று பொருட்படுத்தாமல் வியாபாரம் செய்கிறவர்கள். தீபாவளிக்கு பெரிய முறங்களில் உள்ளூரிலோ மராத்வாடா பிரதேச கிராமங்களிலோ அபாயமில்லாத வெங்காய வெடி செய்து அனுப்புவதைப் பரத்தி அதே நடைபாதைகளில் ஒன்று இரண்டு வெடிகளைத் தரையில் எறிந்து பலமாக வெடித்து விற்பவர்கள். மகாலட்சுமி கோவில் வாசலில் செருப்பு டோக்கன் கொடுத்து காசு வசூலிப்பவர்கள். இல்லாத நேரங்களில் பிணம் தூக்குகிறவர்கள்.

எப்படியோ யார் மூலமோ தகவல் தெரிந்து சாவு விழுந்த மராட்டிய வீடுகளுக்கு எல்லாம் கிரமமாக நடத்திக்கொடுத்துப் பிணம் தூக்கிப் போக வந்துவிடுகிறவர்கள். அவர்களை திலீப் வேறு இடங்களிலும் சந்தித்திருக்கிறான். அதெல்லாம் அவனும் போகக்கூடாத இடங்கள் தன். நல்லவேளையாக அகல்யா வந்தாளோ அதை எல்லாம் விட்டு விலகி வந்தானோ.

பய்யா, பைசா கொடு. கொடுத்தாத்தான் நெய் வாங்கிட்டு வர முடியும்.

நெய் வாங்கக் காசு கேட்டவன் அண்டர்வேரோடு நின்று கால் சராயை மடித்து தோல்பையில் வைத்துக்கொண்டிருந்தான். மூலத்தார் வேட்டியை பக்கத்தில் இருந்தவன் தன் பையிலிருந்து எடுத்து நீட்டியபடி திலீப்புக்காகப் பரிந்துவந்தான்

தருவான். அம்மாவைப் பறி கொடுத்த பிள்ளை. உனக்கு அந்த சோகம் தெரியாது

திலீப் அவனை விழித்துப் பார்த்தான். எல்லோரும் அவனிடம் அதைத்தான் எதிர்பார்க்கிறார்கள். சினிமாவில் பார்த்தபடி, தொடர்கதையில் படித்தபடி, மேடை போட்டு நீட்டி முழக்கித் தலைவர்கள் பேசுவதைக் கேட்டபடி, எல்லாரும் எதிர்பார்க்கிறபடி அவன் இப்போது அழுது புரண்டு கொண்டிருக்கவேண்டும். கண்ணில் தாரை தாரையாக கண்ணீர் வடிந்து சட்டையை நனைக்க, விம்மி விம்மி அழவேண்டும். பக்கத்தில் இருப்பவர்கள் தேற்றத் தேற்ற, அம்மாவைப்பற்றிய பழைய நினைவுகளில் மூழ்கி, அதைத் திடுமெனத் தொடங்கும் மறு பாதியாக, நடுவிலிருந்து பிய்த்து எடுத்த ஒரு வார்த்தையாக, சொல்லத்தொடங்கி விம்மலில் கரைகிறதாக வெளியிட்டபடி இருக்கவேண்டும். எதுவுமே இல்லா விட்டால், டர்க்கி டவலால் தோளைப் போர்த்திக்கொண்டு

சூனியத்தில் பார்வை நிலைக்க விழித்துக்கொண்டு உட்கார்ந்திருக்க வேண்டும்.

அகல்யா, ஒரு வாய் காப்பி கொடு. தலையை வலிக்கறது.

வாசலுக்கு வந்த அகல்யா அவனைப் பார்க்க, திலீப் கேட்டான்.

அவள் அவனைக் கண்டிப்பதுபோல் உதட்டைச் சுழித்துக் காட்டி நெய் வாங்கப் போகிறவன் குறுக்கிட, சாவு நடந்த வீட்டு எஜமானியாக முகத்தை வைத்துக்கொண்டாள்.

அகல்யா தலையை இறுக்கமாக முடிந்தபடி அவசரமாக அவன் பக்கம் வந்தாள். வாழ்க்கை பூரா சர்வமங்கள் சால் குடியிருப்பில் இந்த மாதிரி சமாசாரங்களுக்கு நடுவே குடும்பம் நடத்தி, ஆபீஸ் போய்வந்து, தீபாவளியும் கணேஷ் சதுர்த்தியும் கொண்டாடி, ஞாயிறு பகல் பக்கத்துக் குடித்தனப் பெண்களோடு ஊர் வம்பு பேசி, வடா பாவ் வீட்டிலேயே செய்ய முயன்று கருகலும், எண்ணெய் முறுகலுமாக எதையோ செய்துமுடித்துப் பகிர்ந்து சாப்பிட்டு, கூடியமட்டும் சந்தோஷமாக இருக்கிற பெண். தமிழ்ப் பிராமணத்தியோ, மராத்திக்காரியோ இல்லை. பெண். எல்லா சூழ்நிலைகளிலும் தலையை உயர்த்தி இருந்து, நதியோடுபோய், எட்டரை மணி டோம்பிவிலி- தாதர் லோக்கல் போய் விட்டதா என்பதுபோன்ற கவலைகள் தவிர வேறே இல்லாத பெண்.

எதிர்க் குடித்தனத்திலே டாங்க்வாலே மருமகள் ரேகா காப்பி போட்டுண்டு இருக்கா. வடா பாவ் வாங்கி வந்தது இருந்தது, அதையும் ஸ்டவ்லே தண்ணிவிட்டு மேலே வச்சு சூடாக்கறா. ஒரு அஞ்சு நிமிஷம் கழிச்சு நான் உள்ளே இருந்து கூப்பிடறேன். நேரே டாங்க்வாலே ப்ளாட்டுக்குள்ளே போயிடுங்கோ.

ரேகா எல்லாம் கொடுப்பாள்னா சரி.

அகல்யா அவனை மகா ஆச்சரியத்தோடு பார்த்தாள். அம்மாவைப் பறி கொடுத்துவிட்டு நிற்கிறவன், பெண்டாட்டியிடம் ஏடாகூட மாக அர்த்தம் வரும் ஜோக் சொல்லுவானா என்ன? அவனுடைய சிந்தனையும் நினைவும் எல்லாம் ஈசுவரனிலும், உயிர் துறந்த ஆத்மாவை நற்கதிக்குக்கொண்டு செலுத்த இயன்றதைச் செய்வதிலும் அல்லவா இருக்கும்.

நீங்க எங்கேயும் போகவேண்டாம். சும்மா எதுவும் பேசாம நின்னுண்டிருங்கோ. நானே வந்து கூட்டிப் போய்க்கொண்டுவந்து விடறேன்.

அவள் சொல்லிவிட்டுப் போனவள் திரும்பி வந்தாள்.

வாசல்லே ஒரு ஷாமியானா பணிய வேண்டாமா? அகல்யா கேட்டாள்.

ஷாமியானா? புரியாமல் பார்த்தான் திலீப்.

பந்தல்.

எதுக்கு?

எதுக்கா? நாலு அண்டை அயல் பிராமணா குளிக்கறதுக்கு முந்தி வந்து எட்டிப் பார்த்துட்டு ஓடற கதையா என்ன?

வேறே என்னவாம்?

என்ன கேள்வி கேட்டாறது. நினைவில்லையா? நிறை சுமங்கலி. கல்யாணச் சாவு

அப்பா போயாச்சே. அப்புறம் என்ன சுமங்கலி?

அவர் காணாமல்தான் போனார். சௌக்கியமா எங்கேயோ இருக்கார்.

அதுக்கும் ஷாமியானாவுக்கும் என்ன சம்பந்தம்? திலீப் புரியாமல் கேட்டான்.

அது இருக்கட்டும். அம்மா பெரிய லாவணி ஆர்டிஸ்ட். மகாராஷ்ட்ரா பூரா தெரிஞ்சவா. சீஃப் மினிஸ்டர் வரலாம். உங்க பெரியப்பா. சென்ட்ரல் மினிஸ்டர் வருவார். கூடவே அதிகாரிகள் வரலாம். அப்புறம் உங்க தலைவர்கூட.

நிமிர்ந்து பார்த்தான் திலீப். உண்மைதான். அவனுடைய மராத்தி அடையாளத்தைத் தக்க வைத்துக்கொள்வது இந்த சந்தர்ப்பத்தில் முக்கியமானது. மராத்திக்காரி அம்மா இறந்து போனாள். அவனுக்குள் கொஞ்சமாவது அவளுடைய மராத்தி ரத்தமில்லையா ஓடுகிறது?

முனிசிபல் கார்ப்பரேஷன் தேர்தல் நேரம். லாவணி ஆட்டக்காரி, மராத்தியப் பெண்மணி, ஷாலினி தாய்க்கு ஏக புத்ரன் திலீப். மராத்தியன் திலீப். திலீப் மோரே. இந்த வார்டில் போட்டியிடத் தகுதி. அம்மா இறக்க, திலீப்புக்கு கட்சி வேட்பாளர் அருகதை கிட்டும்.

சுறுசுறுப்பு தொற்றிக்கொண்டது. புதுசாக வந்துசேர்ந்த ஒரு எடுபிடியிடம் ஷாமியானா என்று சொல்ல அவன் சரியென்று சொல்லி, வந்த வேகத்தில் சைக்கிளைத் திருப்பி குலை தெறிக்க ஓட்டிப் போனான்.

வார்ட் பிரமுகர் மிட்டாய்க்கடை கதம் இந்தத் துக்கச் செய்தியைக் கேட்டு ஓடி வர வேணாமா?

ஓரமாகச் சுவரில் சாய்ந்து நின்று சிகரெட்டை ஊதிக்கொண்டிருந்த பிரக்ருதியை ஓடச் சொன்னான். அவனும் மகாராஜா உத்தரவு கொண்ட சிப்பாய்போல் சிட்டாகப் பறந்தான்.

இந்தப் பயல்கள் எல்லோருக்கும் கணிசமாக, எல்லாம் முடிந்து போகும்போது கொடுக்கவேண்டும் என்று தெரியும். சகலத்துக்கும் செலவாகப் போகிற பணத்துக்கு என்ன செய்வது? பெரியம்மா சலுகை காட்ட, பிஸ்கட் பன்றி மனசே இன்றி அனுமதித்த நாலாயிரம் ரூபாய் கைவசம் உண்டு. அது போதுமா? அதுவும் இதெல்லாம் ஒருநாள் காரியம் இல்லையே. தமிழோ, தெலுங்கோ, மராத்தியோ, பத்து நாளும் அதற்கு மேலும் இல்லையா ஏதேதோ வைதீகமும், விருந்துமாக முழங்குமே.

அவனுக்கு விசித்திரமாக இருந்தது. சொந்த அம்மா இறந்துபோய் இப்படி அதைப்பற்றித் துக்கமோ வருத்தமோ இல்லாமல், மூன்றாம் மனிதன் மாதிரி, அதை அருகே இருந்து பார்த்து அனுபவப்படும் இழவாக மட்டும் எடுத்துக்கொள்ள எப்படி மனம் வந்தது? அடிப்படையிலேயே ஏதோ தவறு அவனிடம்.

இறப்பு சர்ட்டிபிகேட் வாங்கிவந்துடலாமா?

யாரோ கேட்டார்கள். நல்லவிதமாக உடுத்து, சட்டையைக் கால் சராய்க்குள் நுழைத்து கச்சிதமாக இடுப்பு வார் கட்டி இருந்தவர். டை மட்டும்தான் குறைகிறது. இருந்தால் பிஸ்கட் சாஸ்திரிக்கு சகலபாடி போல இருப்பான்.

நாசுக்கான, மேல் மட்டத்தில், அதிகாரப் பெரும் பரப்பில் நடத்தித் தரவேண்டிய காரியங்களைச் செய்வதே எனக்கு வேலை.

வந்தவன் சொன்னான். ஆக, மற்றவர்கள் மூலக் கச்சம் உடுத்தி திலீப்புக்கு சகாயம் புரிய வந்தால், நன்றாக உடுத்தி வேறே மாதிரி உதவி செய்ய வந்தவன் இவன். விரட்ட மனம் இல்லை. இவன் வகையில் நாலாயிரத்தில் ஆயிரமாவது போகலாம். போகட்டும். சாவு சர்டிபிகேட் இல்லாமல் எப்படி மயானத்தில் எரிப்பது?

முன்பணமாக அவனுக்கு இருநூறு ரூபாய் எடுத்துக் கொடுத்து, இன்னொரு எடுபிடிக்கு பதினைந்து ரூபாய் எண்ணிக் கொடுக்கும் போது உள்ளே இருந்து அகல்யா குரல். போனான்.

வேகமா சாப்பிடுங்கோ. அங்கே அம்மா தகனத்துக்குப் போறதுக் காகக் கிடக்கா. இங்கே என்னடான்னா வந்த மூதேவியும் வீட்டுப் பிள்ளையாண்டனும் கொண்டா கொண்டான்னு கொட்டிண்டி ருக்கான்னு மூணு பாஷையிலே சொல்வா.

அவன் காதில் மட்டும் படச் சொல்லி முன்னால் நடந்தாள்.

வடாபாவை வாயில் திணித்துக்கொண்டிருந்தபோது அங்கேயே தேடி வந்த அகல்யாவின் அப்பா, மாப்பிள்ளை என்ன இப்படி ஆகிப் போச்சே என்று உலகத்துத் துக்கம் எல்லாவற்றையும் ஒன்றாகத் திரட்டி நிறுத்தி திலீப்பிடம் விசாரிக்கும் குரலில் கேட்டார். போய்ட்டா என்றான் அவன் சகஜமாக.

எச்சில் கையை கால்சராயில் துடைத்தபடி வெளியே வர, ஒரு வேன் வந்து நிற்பது கண்ணில்பட்டது. கூட்டமாக யாரோ வந்து கொண்டிருக்கிறார்கள்.

ஓடி, வாசலில் போய்நின்றான். எடுபிடிகள் காந்தி குல்லாவை நேராக்கிக்கொண்டு அவனுக்கு முன்னால் நகர்ந்தார்கள்.

வேனிலிருந்து மெல்ல இறங்கி வந்துகொண்டிருப்பவர்கள் நகரத்துக்கு வெகு தூரம் வெளியில் இருக்கும் புறநகரப் பிரதேசங்களில் இருந்து வரும் பழைய லாவணி கலைஞர்கள். அம்மா செயலாக இருந்தபோது அவர்களில் பலரும் வீட்டுக்கு வந்து போனதை திலீப் மறக்கமாட்டான்.

கிராமத்துக் கலைகள் எல்லாம் நசித்துக்கொண்டிருக்க, அந்தக் கலைஞர்கள் சாயாக் கடை வைத்தும், தெருத்தெருவாக பன்னும் பிஸ்கட்டும் சைக்கிளில் கட்டி எடுத்துப்போய் விற்றும், தலையணைக்குப் பஞ்சு அடைத்துக் கொடுத்தும் ஜீவித்துக்கொண்டிருப்பவர்கள். சொற்பமான பெண்கள் இவர்களில் உண்டு. எச்சில் தட்டு அலம்பி, வீட்டு வேலை செய்தும், ஆஸ்பத்திரியில் ஆயாவாக பீத்துணி துவைத்தும், சித்தி வினாயகர் கோவில் வாசலில் ஜவந்திப்பூ மாலை விற்றும் வயிறு கழுவுகிறவர்கள். அம்மாவுக்கு வேண்டியவர்களான அவர்களைப் பார்க்க, திலீப்புக்கு மனம் நிறைந்துவந்தது.

அவர்கள் ஓவென்று குலவையிட்டுக்கொண்டுவந்தார்கள். அம்மாவின் சடலத்துக்கு அருகே நின்றும் அமர்ந்தும் லாவணிப் பாடல்களைக் குரலெடுத்துப் பாடினார்கள். ஓரிருவர் சுவரில் மோதாமல், ஷாலினி தாய் உடலில் படாமல் சுவடு வைத்து நடனமும் ஆடினார்கள். ஒரு மகத்தான கலைஞருக்கு மற்ற கலைஞர்கள் செய்யும் மரியாதை மட்டுமில்லை, நிகழ்ந்து ஏறக்குறைய நிறைவாக முடிந்த வாழ்க்கைக்கான ஒரு கொண்டாட்டமாகவும் அது இருந்தது என்பதை திலீப் கவனித்தான்.

அகல்யா மறுபடி ஓடி வந்தாள்.

பாட்டி ஒண்ணும் சாப்பிட மாட்டேங்கறா. ரேகா கிட்டே சொல்லி ஒரு ஈடு இட்லி வார்த்து வச்சிருக்கு. ஒண்ணாவது கழிச்சு சிராங்காய்

காப்பி குடிங்கோன்னா மாட்டேன்னு அடம். அவதான் போயிருக்க வேண்டியவளாம். உங்கம்மா பாவம், தானே போய்ச் சேர்த்துட்டாளாம். நீங்க ஒரு வார்த்தை சொல்லி சாப்பிடச் சொல்லுங்கோ.

போனான். பழைய பட்டுப் புடவை வாடையடிக்க கற்பகம் பாட்டி சமையல்கட்டுக் கதவில் சாய்ந்து உட்கார்ந்திருந்தாள். தளர்ந்துதான் போயிருந்தாள். ஒரு மத்தியதர மேல்தட்டுக் குடும்பத்தைத் தன்னந்தனியாகத் தாங்கி நிறுத்திய மனுஷி, பாம்பே அழுக்கு சாலில் ஊழியம் செய்து தேய்ந்துபோன தளர்ச்சி. அவளுடைய வேர்களை விட்டு அகற்றி நட்டு வேடிக்கை பார்க்கிறதாகத் திலீப் உணர்ந்தான். இவளை இனி எங்கே இருத்தவேண்டும்? பெரியப்பா வீடு? அகல்யா கவனித்துக்கொள்ள மாட்டாளா? எத்தனைநாள்?

ஒரு விள்ளல் இட்லியும், ஒரு மடக்கு காப்பியும் அவளுக்கு ஊட்டி விட, ரெண்டு பேர் கண்ணிலும் கண்ணீர். அம்மாவுக்கு அழவில்லையே என்று மனதில் ஆதங்கம் சூழ, திலீப் கீழே வந்தான்.

மேக மூட்டமாக இருந்தது. பறவைச் சத்தம். காக்கைகள் அவசரம் என்று குரல்விட்டு, விருட்டென்று மறைய, பழைய கட்டிடங்கள் எழுந்து நிரம்பிய குறுகிய தெருவில் உயரப் பறந்து ஒரு மயில் வந்தது. இன்னொரு மயில், கூட இன்னும் ஒன்று, அடுத்து ஒன்று என மொத்தம் நாலு மயில்கள்.

தாழ இறங்கிய அவை, கட்டத் தொடங்கி இருந்த மூங்கில் பல்லக்குக்கு அருகே நின்றவர்களைச் சிறகடித்து அகற்றிக் கிடைத்த வெளியில் ஆடத் தொடங்கின.

யாரும் எதுவும் பேசவில்லை. புகைக்கவும், சிறுசொல் சொல்லவும் மறந்து அனைவரும் அந்தக் கம்பீரமான அழகில் லயித்துப் போயிருந்தார்கள்.

ஷாலினி தாய்க்குப் பார்க்கக் கொடுத்து வைக்கவில்லை என்பதில் திலீப்புக்கு வருத்தம் மேலெழுந்து வந்தது.

கார் வந்து நிற்கிற சத்தம். இல்லை. அது ஒரு ஜீப். உள்ளே இருந்து குதித்த முதல் பாதுகாப்புக் காவலர் தரை வழுக்கிச் சரிந்தார். காந்தி குல்லாய் எடுபிடிகள், கெட்ட வார்த்தை வசவோ, வலியால் கத்துவதோ, கடவுளை அழைப்பதோ எதையோ மெல்லிய, தீனமான குரலில் சொல்லிய அவரைப் பத்திரமாகத் தூக்கி நிறுத்தினார்கள். உயரமான, கிளிமூக்கு கொண்ட நபர். மலைப் பிரதேசத்தில் இருந்து வந்தவராக இருக்கும் என்று திலீப் நினைத்தான்.

ஜீப்பில் வந்த மற்றவர்கள் மெல்ல இறங்கித் துப்பாக்கி பிடித்து நிற்க, சைரன் முழங்கிவந்து நின்ற காரில் இருந்து வெளிப்பட்ட,

கையில் ஃபைல் வைத்திருக்கும் அதிகாரிகள், சந்திர மண்டலத்தில் நடக்க உத்தேசிப்பதுபோல் நடந்தார்கள். அடுத்துவந்த காரில் இருந்து திலீப்பின் மினிஸ்டர் பெரியப்பா இறங்கினார்.

அவர் எல்லோரையும் பார்த்து, உறைந்த புன்னகையோடு கை கூப்பினார். மயில்கள் அது பாட்டுக்கு ஆடிக்கொண்டிருக்க, உள்ளே இருந்து வந்த லாவணிக் கலைஞர்கள் குல்லா கையில் எடுத்து வணக்கம் சொன்னார்கள்.

சாவு வீட்டுக்கு, அதுவும் சொந்த சகோதரனின் மனைவி இறந்துபோன துக்கமான நிகழ்வுக்கு வந்திருக்கிற நினைவு வந்தோ என்னவோ பெரியப்பா உதடுகளைக் கோணி சிரிப்பை அழித்தபடி, துக்கம் தாங்காது போனது என்பதுபோல் தலையைத் தொடர்ந்து இடம் வலமாக ஆட்டியபடி வந்தார்.

கொங்கணிப் பெண்மணியின் முலைகள் நடுவே முகம் புதைத்து இப்படித் தலையசைய நேரு நினைவுகளை அவர் கெல்லி எடுத்துக் கொண்டிருந்தது திலீப்புக்கு நினைவு வந்தது.

சாவு வீட்டில் நல்ல சிந்தனைகளே உன்னைச் சூழ்ந்திருக்கட்டும் என்று மயில்கள் அவனைப் பார்த்துச் சொல்லியபடி ஆடின.

அதுகளை யாராவது ஓட்டுங்கோ. கண்ணைக் குத்தி வைக்கப் போறது. நேரம் காலம் தெரியாம அது பாட்டுக்கு ஆடறது.

பெரியப்பா ஜாக்கிரதையான இந்தியில் சொன்னார். தில்லி புதுத் துரைத்தனத்து மொழி. லாவணிக் கலைஞர்கள் புரிந்துகொண்டு தலை ஆட்டினார்கள்.

அது போயிடும் சாப். மெல்ல கை அசைச்சா போதும்.

நாலைந்து பேர் கை அசைத்துக் கால் மாற்றி நின்று முன்னால் சென்று மீள, போங்கடா என்று அதுகள் பாட்டுக்கு ஆட்டத்தைத் தொடர்ந்தன.

அப்சரா ஆளி.

கூட்டமாக அவர்கள் பாடத்தொடங்கினார்கள். பூம்பூம் என்று முழங்கிய சாவுச் சங்குகள் குரல்களோடு கலந்து ஒலித்தன. வரட்டியில் பற்றவைத்த அக்னி சாவு வாடையை விருத்தி செய்து கொண்டு பற்றிப்படர இன்னொரு வரட்டியைக் குல்லாய்க்காரன் ஒருத்தன் தரையில் இட்டான்.

மயில்கள் ஒரு வினாடி நின்றன. போகலாம் என்று யாரோ சொன்னதுபோல் அவை ஒரே நேரத்தில் இறகு வீசிப் பறந்து மேலே உயர்வதை திலீப் பார்த்தான். அவன் மனதுக்குள் அவற்றுக்கு நன்றி

சொல்ல, அம்மா போகுமிடத்துக்கு அவளுக்குத் துணை உண்டு கவலைப்படவேண்டாம் என்று அகவி உயர்ந்த மயில்கள், அடுத்த கணம் பார்வை வட்டத்தை விட்டு நீங்கின.

புதுப் புடவை வந்தாச்சா? மராத்தி புரோகிதன் விசாரித்தான்.

வாங்க ஆள் போயிருக்கு. யாரோ சொன்னார்கள்.

என்ன நிறம்? சோனியாக நின்ற ஒரு பெண் கேட்டாள். அண்டை வீடு.

வெள்ளை.

எதுக்கு வெள்ளைப் புடவை? சுமங்கலியாப் போயிருக்கா. சிவப்புப் புடவைதான் உகந்தது.

பக்கத்து, எதிர் குடித்தனப் பெண்கள் ஒரே குரலில் சொன்னார்கள்.

திலீப் அப்பாவை நினைத்துக்கொண்டான். அவர்கள் அவர் இன்னும் எங்கோ ஜீவித்திருப்பதாக திடமாக நம்புகிறார்கள். அகல்யா கூடத்தான். அதை மறுக்க எந்த ஆதாரமும் யாரிடமும் இல்லை. ஷாலினி தாய் மஞ்சளும் குங்குமமுமாகத்தான் சிதை ஏறுவாள்.

திலீப் மனசைத் திடப்படுத்திக்கோ. நாம கொடுத்து வச்சது அவ்வளவு தான்.

பெரியப்பா அவன் கையைப் பிடித்தபடி சொன்னார். என்னமோ தோன்ற அவர் தோளில் முகம் புதைத்துக்கொண்டான் திலீப். மெதுவாகத் தட்டியபடி, கம்போஸ் யுவர்செல்ப் என்று இரண்டு தடவை சொன்னார் பெரியப்பா.

உன் ஆத்துக்காரி எங்கே?

அகல்யா வந்து காலைத் தொட்டு வணங்க முற்பட, வேண்டாம் என்று விலக்கினார்.

அகல்யாவின் அப்பா எல்லோரையும் இடித்துக்கொண்டு முன்னால் வந்து பெரிதாக வணங்கி, கஷ்டப்படாம போனாளே அதுவே நிம்மதி என்று பெரியப்பாவிடம் சொல்ல அவர் யோசனையோடு பார்த்தார். எங்கப்பா என்றாள் அகல்யா.

குளிப்பாட்டிடலாமா?

யாரோ கேட்டார்கள்.

அத்தியாயம்

# முப்பத்தேழு

மூணு மாசமா ஆர்ட்டிஸ்ட் பென்ஷன் வரலே சாப்.

லாவணிக் கலைஞர்கள் பெரியப்பாவை சூழ்ந்துகொண்டு முறையிட்டார்கள். ஷாலினி தாயைவிட முதியவளான ஒரு பழைய ஆட்டக்காரி தன் வயதையும் இருப்பையும் பொருட்படுத்தாது மினிஸ்டர் பெரியப்பா காலில் விழுந்து நமஸ்காரம் செய்தாள். அவர் அதிர்ச்சியோடு விலகி செக்யூரிட்டி ஆட்களைப் பார்த்த பார்வையில் என்ன புடுங்கிட்டு இருக்கீங்க என்ற கேள்வி தெரிந்தது.

சோபானத்துக்கு, அகல் விளக்கும் பூவுமாகப் புது மணப்பெண்ணைத் தோழிகள் அழைத்துப்போகும் தருணத்தில் பாடுகிற, மங்கலமானதும், குறும்பு நிறைந்ததுமான பாடலை அண்டை அயல் மூத்த பெண்கள் எல்லாக் குரலிலும் பாட, ஷாலினி தாயின் உடலை ஆண்கள் பார்க்காமல் குளிப்பித்தார்கள்.

திலீப் தயக்கத்தோடு பெரியப்பாவைப் பார்த்தான்.

என்னடா, வேலைக்குப் போறேதானே.

ஆமா பெரியப்பா. காலையிலேதான் இங்கே வந்தேன்.

பத்தாம் நாள் அங்கேயே செஞ்சுடலாமே. கோவிலும் குளமுமா இருக்கே.

செய்யலாம், அம்மா அங்கே வந்ததே இல்லையே.

அவன் சொல்லவில்லை. சே என்று போனது திலீப்புக்கு.

என்ன மனுஷர். அடுத்தவருடைய துக்கத்தில்கூட அதிகார முகத்தை நுழைக்கப் பார்க்கிறார்.

ஆலப்புழையோ கோலப்புழையோ உத்தியோகம் கிடைச்சிருக்கு. தக்க வச்சுக்கறது உன் சாமர்த்தியம்.

பெரியப்பா சத்தமின்றி, ஆனால் அழுத்தமாகச் சொன்னார்.

அரசு அதிகாரி ஒருத்தர் அவசரமாக ஃபைலோடு ஓடிவந்து மினிஸ்டர் காதில் கிசுகிசுத்தது திலீப்புக்கும் கேட்டது –

சார், மூத்திரம் ஒழிச்சு வர, கார் ரெடியா தெருக் கோடியிலே வச்சிருக்கு.

காருக்குள்ளேயா என்கிற மாதிரி சந்தேகத்தோடு அவன் பார்க்க, அடுத்த தெருவிலே கட்சி பிரமுகர் வீடு என்று விளக்கிச் சிரித்தார் பெரியப்பா. கூடவே, தன் அந்தஸ்துக்கு இவனோடு அபத்தமான நகைச்சுவைக்கெல்லாம் சிரிப்பது சரிப்படாது என்று தோன்றவோ என்னமோ, மூஞ்சியை உம்மென்று வைத்துக்கொண்டு எதிரே நூதன் சினிமாப்பட போஸ்டர் ஒட்டியிருந்த சுவரைக் கூர்ந்து பார்த்தார். கொங்கணி மாமியா முலையைக் காட்டி அங்கே நிற்கிறாள்?

புதுப் புடவை, புதுப் புடவை.

இன்னும் பாட்டுகள் தொடர வாசலுக்கு வந்த அகல்யா, யாரோ நீட்டிய புதுப் புடவையை வாங்கிக்கொண்டு உள்ளே ஓடினாள். பூம் பூம் பூம். சங்கு ஊதியவன் நிறுத்தி தொடர்ந்து இருமிக் கோழையைச் சுவரில் துப்பி நூதனை நனைத்துவிட்டுத் திரும்பச் சங்கூத ஆரம்பித்தான்.

ஆர்டிஸ்ட் பென்ஷன் ரொம்ப குறைவா இருக்கு, மகாராஜ். பாதி மாசம் தான் வருது. அப்போ அதை வச்சு கோதுமையோ அரிசியோ வாங்கறோம். அப்புறம் ஒரு வாரம் சோளம். அதுக்கு அடுத்து கஞ்சி. மாசக் கடைசியிலே விட்டோபா கோவில் வாசல்லே கை ஏந்தறேன். பரிதாபப்பட்டு, உள்ளே வந்து தானம் கேட்கச் சொன்னார் பூசாரி.

நான் சாயாக் கடை வச்சுத்தான் பிழைக்கறேன் மகராஜ். லாவணியில் டோலக் வாசிச்சு பாடி, ஷாலினி தாய் கூடவே முப்பது வருஷம் நடிச்சிருக்கேன். பென்ஷன் முப்பது ரூபா வருது. போஸ்ட்மேன் அஞ்சு ரூபா எடுத்துப்பான்.

ஷாலினி தாய் நிறைசூலியா ஆடினபோது நான்தான் திரை போட்டு பிரசவம் பார்த்தேன். இந்தப் பையன் மேடைக்குப் பின்னாடி பிறந்தவன்தான். அதுக்கு பென்ஷன் வேண்டாம். ஆடின காலுக்கு மூட்டுவலிக் களிம்பு வாங்கவாவது.

குரல்கள். கோரிக்கைகள். மன்றாடல். துயரம் பகிர்தல். எல்லாமும் ஆனார்கள் அந்த லாவணிக் கலைஞர்கள்.

சால் குடித்தனக்கார ஆண்களும் வீட்டுப் பெண்களும் சிறு பூமாலைகள் சகிதம் வாசல் கதவுக்கு வெளியே பொறுமையாக நின்றார்கள். மினிஸ்டர் பெரியப்பாவும் திலீப்பும் லாவணிக் கலைஞர்களும் நின்ற இடத்தைச் சுற்றி நீண்டது அந்த வரிசை.

ஜன்னலில் பாட்டி தலை தெரிந்தது. வாடிப் போயிருந்தாள். குழி விழுந்த கண்கள் பாசமும் ஆவலுமாகத் தன் ஒரே மகனைப் பார்த்துக்கொண்டே இருந்தன.

பாட்டி பார்க்கறா பெரியப்பா.

அவர் காதில் சொன்னான் திலீப்.

அவர் ஆமா என்று சொல்லி, எலக்ஷன் பிரச்சாரத்தில் ஓட்டுக் கேட்டுக் கை ஆட்டுகிற மாதிரி ரெண்டு கையும் ஆட்டினார். இதோ வரேன் என்று அவர் முனகியது அவருக்கே கேட்டிருக்காது.

பெரியப்பா, மெட்றாஸ் வீட்டிலே அப்பா பங்கை வச்சு எனக்கு ஒரு ஒரு ரெண்டு லட்சம் தர முடியுமா? நான் தொழில் பார்த்துப் பிழைச்சுக்கறேன்.

தைரியத்தை எல்லாம் திரட்டி ஒரு வழியாகக் கேட்டுவிட்டான் திலீப்.

ஏண்டா இந்த வேலைக்கு என்ன? சம்பளம் தரான்தானே பிஸ்கட் சாஸ்திரி.

அவன் கேட்டதை எதிர்பார்க்காத மினிஸ்டர் பெரியப்பா கூட்டச் சத்தத்தில் கரைந்துபோன குரல் மீண்டும் எழுந்து கம்மக் கேட்டார்.

தரார் பெரியப்பா.

திலீப் அவசரம் கூட்டிப் பதில் சொன்னான்.

மெட்ராஸ் வீடு பத்தி மெல்ல பார்க்கலாம். உனக்குப் பணம் வேணும்னா நான் தரேன். வீடு இருக்கட்டும். நல்ல விலை வரட்டும்.

யாரோ மரியாதை தரும் இடைவெளிவிட்டு அவர் பார்வைக்குக் காத்திருந்ததை திலீப் ஓரக் கண்ணால் பார்த்தான்.

சரி பெரியப்பா என்றான். அவர் சொல்வதை ஏற்றுக்கொள்ள அவனையறியாமல் மீண்டும் அவசரம் எழுந்தது. அவன் பழகியிருந்தது அப்படித்தான்.

உங்கப்பன் விடுதலைப் பத்திரம் எழுதிக்கொடுத்திருக்கான் தெரியுமில்லையோ. அடிக்கடி ஆயிரம் ரெண்டாயிரம்னு வாங்கிண்டு போவான்.

பெரியப்பா சொல்லியபடி கையைக் காட்ட, பக்கத்தில் வந்தார் ஓர் அதிகாரி.

சார், ப்ளாஸ்க் எடுத்து வரட்டா? பில்டர் காபி.

அவர் திரும்ப வாய் பொத்திக் கேட்க, துண்டால் முகம் துடைத்தபடி பெரியப்பா வேண்டாம் என்றார்.

ஐயா, பென்ஷன்பற்றி.

லாவணிக் கலைஞர்கள் ஏங்கின குழந்தைகளாக பசி என்று வயிற்றைக் காட்டி யாசிக்கும் தோதில் குரலெடுத்து மன்றாடினார்கள். ஷாலினி தாய் இறந்த துக்கத்தில் இதுவும் ஓர் அங்கம் என்று அவர்கள் கருதி இருக்கலாம். எல்லோரும் கஜ்ஜை கட்டி ஆடியவர்கள்தானே. எல்லோரும் கால் ஓய்ந்து, குரல் ஓய்ந்து போனவர்கள்தானே? ஷாலினி தாய்க்கு சித்த சுவாதீனம் இருந்தது என்றால் இவர்களில் எத்தனை பேருக்கு மனமும் உடலும் உபாதை இல்லாமல் உள்ளது?

திலீப்புக்குத் தெரியவில்லை.

ஒரு பழைய மோட்டார் சைக்கிள் ஓரமாக நின்றது. மினிஸ்டர் பெரியப்பாவின் காவலர்கள் ஓட்டி வந்தவனை நரகத்துக்கு உடனடியாகப் போகச் சொல்லிக் கழுத்தில் கை வைக்க, அவன் சட்டைப் பையில் இருந்து எடுத்த அட்டையைக் காட்டினான். அட்டியின்றி வழி கிடைத்தது. பிரஸ், பிரஸ் என்று ஜபித்தபடி அந்த மனுஷன் முன்னேறி வந்துகொண்டிருந்தான்.

பெரியப்பா, தனக்கு மூத்திரம் போக அழைப்பு விடுத்த ஆபீசரைக் கூப்பிட்டார்.

இவங்க கிட்டே ஒரு மனு வாங்கி எனக்கு நோட் போட்டு வைக்கணும்.

சடசடவென்று கையில் பிடித்த ரெக்சின் பைகளில் இருந்து, ஒவ்வொரு லாவணிக் கலைஞரும் எழுதித் தயாராக வைத்திருக்கும் பெட்டிஷனை அந்த அதிகாரியிடம் கொடுக்க, வனஸ்பதிப் புகை கிளப்பிக்கொண்டு ஒரு தீப்பந்தம் எரிய ஆரம்பித்தது. ஷாலினி தாய்க்கு சொர்க்கத்துக்கு வழி காட்ட நெய்த் தீபச் சுடர் அது என்று மராத்தி புரோகிதன் திலீப்பிடம் விளக்கினான்.

அம்மாவுக்கு சகோதரன், அவங்க குடும்பம்?

மோட்டார் சைக்கிளில் வந்தவன் உத்தேசமாகக் கூட்டத்தில் பார்த்துக் கேள்வியை எறிந்தான்.

ஒருத்தரும் இல்லே. தனி மனுஷிதான் சாகற வரைக்கும்.

லாவணிக் கலைஞர்களில் ஒருவர் மனுவை நீட்டியபடி சொன்னார்.

சும்மா இருப்பா. ஷாலினி தாய்க்கு ஒரே மகன் இந்தப் பையன் திலீப்.

இருமலுக்கு நடுவே ஒரு முதிய பெண்மணி சொன்னார்.

கேட்ட உடனே எப்படி மனு கொடுக்கறீங்க எல்லோரும்?

ஆபீசர் சிறு சிரிப்போடு விசாரித்தார்.

எஜமான், நாளைக்கே நாங்களும் செத்து நரகம் போனாலும் மனுவோடு தான் போவோம். வராத பென்ஷன் பாக்கி குடும்பத்துக்காவது போக ஏற்பாடு செய்யச்சொல்லி மனு இதெல்லாம். என் பேரனுக்காவது கிடைக்கட்டும்.

மோட்டார் சைக்கிள்காரர் ஓரமாக நின்று திலீப்பை ஏகத்துக்குச் சைகை செய்து அழைத்தார். திலீப்பை மராட்டிய புரோகிதன் உடனே குளித்து வரச் சொன்னான். இந்தோ வரேன் என்று புரோகிதனுக்குக் கையைக் காட்டி மோட்டார் சைக்கிள்காரனிடம் போனான் திலீப்.

சொன்ன பேச்சு கேட்க மாட்டியா? நேரமாகுது. நான் அந்தரத்திலே விட்டுப்போனா அழுகிச் சாக வேண்டி வரும்.

புரோகிதன் தன் தலைமை ஸ்தானத்தை உறுதி செய்யும் குரலில் திலீப்பை மிரட்ட, திலீப் பெரியப்பாவை புகல் தேடி நோக்கினான். இந்த வெத்துவேட்டு புரோகிதனிடம் நம் செல்வாக்கு உப்புக்குக் கூட செல்லுபடியாகாது என்று கண்டுகொண்ட பெரியப்பா அவசரமாக வீட்டுக்குள் நுழைந்தார்.

பாட்டி மறுபடி ஜன்னலில் எட்டிப் பார்த்துவிட்டு, மினிஸ்டர் மகன் உள்ளே வருவதைப் பார்த்தோ என்னவோ திரும்பப் போனாள்.

அவளுக்கு என்னத்துக்கு இந்தக் கஷ்டம் எல்லாம். எட்டு ஊருக்கு விட்டெறியும் அதிகாரத்தோடு இருக்கப்பட்ட மந்திரி மகன் வீட்டில் மிச்ச ஆயுசு முழுவதும் இளைப்பாறலாமே.

திலீப் நினைத்தபடி குளிக்கக் கிளம்ப, மோட்டார் சைக்கிள்காரன் அவன் பாதையில் குறுக்கே விழுந்தான். பிரஸ், பிரஸ் என்று திரும்ப உச்சரித்த அவன் கண்கள் பாதி மூடி இருந்தன. அதிகாரம் மறைமுகமாவது அச்சு யந்திரத்தின் மூலம் இவனுக்கும் பாய்கிறதால் ஏற்பட்ட அந்தஸ்தோ என்னமோ. திலீப் இவனைப் பகைத்துக் கொள்ள மாட்டான்.

ஒரு மராத்திப் பத்திரிகைப் பெயரைச் சொல்லிக் கேட்டான் –

படிக்கிறீங்களா, ரொம்ப அபூர்வமான ஒண்ணு.

அவன் ஈடுபாட்டோடு சொல்லும்போது திலீப்பின் சின்ன மாமனார் நினைவு வந்தார்.

பதிர்பேணியிலே ஒரு லோட்டா பால் விட்டுண்டு, உள்ளே ஒரு குஞ்சாலாடையும் உதிர்த்துப்போட்டுட்டு சாப்பிட்டா, அடடா, தேவாமிர்தம்.

அவர் பத்திரிகை நிருபர் போலத்தான் வாயைக் குவித்து ஆகாரச் செய்தி சொல்லி மகிழ்வார். அவர் காமத் ஓட்டலில் டிபன் சாப்பிட்டு வந்து இந்தக் கூட்டத்தில் ஒரு ஓரமாக இருப்பார் என்று திலீப்புக்குத் தெரியும்.

எனக்கு எல்லோரோட பெயர், வயசு, இறந்து போனவங்களுக்கு உறவு இதெல்லாம் வேணும். சரியான தகவல் தேவை. பத்திரிகையில் போடணுமே.

மராட்டியப் பத்திரிகைக்காரன் முறையிட்டான்.

பிழையான தகவல்களாலான சாவுச் செய்தி மராட்டிய மண்ணெங்கும் சொல்லொணா துன்பத்தை விதைக்க வல்லது என்று பொறுப்பு உணர்ந்த குரலில் திரும்பவும் அவன், எல்லோருடைய பெயர், வயது, உறவு என்று சொல்ல, மறுபடி மராட்டிய புரோகிதன் நரகம் பக்கத்தில்தான் என்று வார்த்தை அருளியது காதில் கேட்கவில்லை என்ற பாவத்தில் திலீப் குளிக்கப் போனான்.

நான் சொல்றேன் எழுதிக்குங்க.

எதிர் ப்ளாட் கோர்படே சீனியர் சங்கு முழங்கும் சத்தத்துக்கு நடுவே சொல்லத் தொடங்கியது பாதி காதில் விழுந்திருக்க, அகல்யா அசதி

முகத்தில் தெரிய அவன் பக்கமாக வந்தாள். நேற்று ராத்திரி முழுக்க அவளுக்குத்தான் அலைச்சல்.

பாத்ரூம்லே வெதுவெதுன்னு வென்னீர் விளாவி வச்சிருக்கேன். அவ்வளவுதான் ரேகா வீட்டு அடுப்பிலே சூடு படுத்த முடிஞ்சுது. கெரசின் அங்கேயும் காலி. போய்க் குளிச்சிட்டு சடுதியிலே வாங்கோ.

அகல்யா டர்க்கி டவலையும் புது மைசூர் சாண்டல் சோப்பையும் கொடுத்தாள்.

ரொம்ப கமகமன்னு வர வேணாம். சூழ்நிலையை பார்த்து செய்யுங்கோ.

அவள் சொல்லும்போதே, கீழ் வீட்டுப் பெண், கத்தரி கலர் ஃப்ராக் போட்ட நாலு வயதுப் பெண் குழந்தையின் கையைப் பிடித்தபடி வந்தாள்.

நேத்து பார்த்தேனே. நானும் சாகரிகாவும் கை காட்டினோம். அம்மா சாகரிகா கையைப் பிடிச்சுக்கிட்டு நர்சரி ரைம் பாடினாளே.

குழந்தை ஹம்ப்டி டம்ப்டி ஸாட் ஆன் த வால் என்று பாட ஆரம்பித்தது.

வேண்டாம் என்று அடக்கினாள் அதன் அம்மா.

குழந்தையை எல்லாம் ஏன் கூட்டி வரணும்? உடம்பு கிடக்கிற இடமாச்சே. குழந்தைகளுக்கு சட்டுனு பிடிச்சுடுமே ஏதாவது சரியில்லேன்னா.

மனதில் நினைத்ததை அகல்யாவிடம் சொல்லத் திரும்ப, அவளை அங்கே காணோம்.

அம்மாவை இப்போதே நோய் அண்டிக் குவியும் வெற்று சடலமாக நினைக்க ஆரம்பித்தாகிவிட்டது. பிரியமும், பாசமும், அடிப்படைக் கனிவும் எல்லாம் போன இடம் எங்கே?

முகம் பார்க்கும் கண்ணாடி மாட்டிய சுவரில் தன் முகம் பார்க்கத் திரும்பினான் அவன். யாரோ சாவு வீட்டுக் கண்ணாடியைக் கழற்றி வைத்திருந்தார்கள்.

குளித்துக்கொண்டிருக்கும்போது நான்கைந்து பேர் கதவைத் தட்டி அவசரம் என்றார்கள். அகல்யா குரலும் கேட்க, அவன் ஒரு காகிதம் உள்ளே போகும் அளவு கதவைத் திறந்து என்ன என்று அகல்யாவைக் கண்ணில் சோப்பு நுரையோடு உத்தேசமாகப் பார்த்துக் கேட்க, நூதன் வரா என்றாள்.

யாரு நடிகையா?

ஆமா.

இன்னும் ஒருதடவை சோப்பைத் தீற்றி முகம் அலம்பினான்.

அம்மா, நீ ஏன் கஷ்டப்படணும். நாட்டுப் பொண்ணுதான் போயாச்சே. என்னோடு வந்துடு.

மினிஸ்டர் பெரியப்பா குரலை உயர்த்திச் சொல்லுவது கேட்டது திலீப் உடம்பு துவட்டிக்கொண்டிருந்தபோது. அவனுக்கும் கேட்க வேண்டும் என்று சொல்வதாக இருக்கலாம்.

போகட்டும், நூதன் வரப் போகிறாள்.

குளிச்சு வர இவ்வளவு நேரமா, பாத்ரூம்லே வேறே ஏதாவது செஞ்சிட்டிருந்தியா?

மராட்டி புரோகிதன் மணியடிக்கிறதுபோல் கையாட்டிச் சிரிக்க எடுபிடிகள் ஒரு வினாடி சிரித்து, இன்றைக்குப் படியளக்கப் போகிற மகாராஜன் இவனாச்சே என்று நினைவில் பட, நிறுத்தி எல்லாத் திசையிலும் பார்த்தார்கள்.

புரோகிதன் தன் தலைமையை மீண்டும் நிலை நாட்டிய கர்வம் தெரிய, ஓங்கி மந்திரம் சொன்னான்.

ஜீப் நிற்கும் சத்தம். குதித்து வெளியேறும் அதிகாரிகள். சைரன் பொருந்திய கார். அப்புறம் பெரிய கருப்பு அம்பாசடர். இன்னொரு மந்திரி.

இவர் மாநில அரசு அமைச்சர் என்று திலீப்புக்குத் தெரியும். பிராணி நலனோ, மீன் வளத்துறையோ நிர்வகிக்கிறவர். கூடவே போட்டோ கிராபரும் உண்டு.

ரெண்டு கையையும் விரித்தபடி வந்த அந்த ஸ்தூல சரீர மனுஷர், சென்ட்ரல் மினிஸ்டர் பெரியப்பாவின் பாதம் தொட்டு வணங்கியபின் சிரமப்பட்டு நிமிர்ந்து நின்று, அவரை அணைத்துக் கொண்டார். ஃபோட்டோகிராபர் இல்லையென்று தலையாட்ட, திரும்பப் பெரியப்பாவை அணைக்க முற்பட பெரியப்பா, மழையில் நனைந்த வைக்கோல் பொம்மைபோல நின்றார்.

ரொம்ப வருத்தப்படறேன். முதலமைச்சர் சோவியத் யூனியன் போயிருக்கறதாலே. காலையிலே எனக்கு ஓவர்சீஸ் கால் போட்டு.

அவர் கையைப் பற்றியபடி துக்கம் பரிமாறிவிட்டு, கண்ணால் அவசரம் அவசரம் என்று ஜாடை காட்டிக்கொண்டிருந்த மராட்டிப் புரோகிதர் முன் உட்கார்ந்தான் திலீப்.

அவனைப் பாராட்டுகிற தொனியில், நல்லது நீ இப்போதான் நல்ல பிள்ளை, காயத்ரி ஜபி என்றார் அவர்.

சார், எல்லா பெயரும் வாங்கிட்டேன். அகல்யா வயசு என்ன ?

பத்திரிகைக்காரன் குறுக்கே புகுந்து கேட்க, அப்புறம் என்று கை காட்டினார் புரோகிதர்.

இன்னும் அரை மணி நேரத்துலே எடுத்தாகணும். அவங்கவங்க குளிச்சுட்டு சாப்பிடணுமே, ஆபீஸ், ஸ்கூல்னு போகணுமே.

அவர் தன் சமூக அக்கறையைப் பங்கு வைக்கத் தவறவில்லை என்பது திலீப்புக்கு பிடித்தது.

இந்த நெய்யை மாவிலையாலே எடுத்து விடுங்கோ.

புரோகிதர் ஒரு தகர டப்பாவில் டால்டாவை எடுத்துப்போட்டு, நான்கு சுள்ளிகளைக் கொளுத்தி எரிய வைத்த சிறு அக்னியில் அழுக்குத் துணியால் பிடித்துக்காட்டி உருக்கிக்கொண்டிருந்ததைக் கீழே வைத்தார். அவர் மடித்துக்கொடுத்தது மாவிலை இல்லை என்று திலீப்புக்குத் தெரியும்.

நூதன் நூதன் நூதன்

ஒன்றிரண்டாக எழுந்து நூறு குரல்கள் ஒன்று சேர, அந்தத் தெருவே வாசல்களுக்கு வந்து நூதன் என்று திரும்பத் திரும்ப ஒரு சேர முழங்கியது.

கடலில் மிதந்து வருகிற வலைத் தோணிபோல கருப்புப் புடவையும் வெள்ளை ரவிக்கையும் உடுத்து நூதன் நடந்து வந்தார். திலீப் பார்த்துக்கொண்டிருக்க, மோசேக்கு வழிவிட்ட கடல்போல திரண்டு நின்ற ஜனக்கூட்டம் ரெண்டாகப் பிரிந்து நூதன் போக வழிவிட்டது. இலையும் தழையும் பூவுமாகப் பெரியதாகச் சுற்றிய ஒரு மலர் வளையத்தை இருகையாலும் பிடித்தபடி, நூதன் பின்னால் ஒரு சோனியான பெண்ணும் வந்து கொண்டிருந்தாள். பணிப் பெண்ணாக இருக்கலாம்.

வரும்போது குறுக்கே நின்று புன்னகைத்த மினிஸ்டர் பெரியப்பாவின் காலைத் தொட்டுக் கும்பிட்டு நிமிர்ந்துரெண்டு வார்த்தை பேசி விட்டு முன்னால் நடந்தார் நூதன். பெரியப்பா முகத்தில் திருப்தி தெரிந்தது.

வீட்டு வாசலில் நூதன். அகல்யா ஓடோடியும் வந்து எதிர் கொண்டாள் நூதனை. அவள் முகத்தில் பெருமையும் கம்பீரமும் ஒரு நிமிடம் படர்ந்து விலகியதாக திலீப் நினைத்தான்.

அகல்யா அவனைக் கண்ணால் தேடிப் பக்கத்தில் வரச்சொன்னாள். புரோகிதரிடம் சொல்லிக்கொண்டு ஓடலாம் என்று திலீப் பார்வையை உயர்த்த மராத்தியப் புரோகிதர் அங்கே இல்லை. அகல்யா பின்னால், நூதனுக்கு வெகு அருகே எல்லாப் பிரார்த்தனையும் பலித்த எக்களிப்பும் பரவசமுமாக அவர் நின்றுகொண்டிருந்தார்.

ஷாலினி தாய் அவங்களோட ஒரே மகன். நான் மருமகள்.

சுருக்கமாக அறிமுகம் செய்தாள் அகல்யா.

நூதன் வினாடிப் பார்வையில் முழுமையான சோகத்தைக் கச்சிதமாக வெளிப்படுத்தி திலீப்பிடம் வலது கையை நீட்டினாள். நெஞ்சு படபடக்க, அகல்யாவைப் பார்த்துவிட்டு, அந்த நீண்ட விரல்களைத் தொட்டான் அவன்.

அங்கீகரித்துச் சோகமாகப் புன்னகைத்து, அடுத்த வினாடி புடவைத் தலைப்பில் கையை மறைத்துக்கொண்டு, மெதுவான குரலில் கூறினார் நூதன் –

எவ்வளவு உன்னதமான கலைஞர் அவங்க, ஏக்தம் நல்ல கதிக்குத்தான் போயிருப்பாங்க.

நூதன் சொல்லிக்கொள்ளாமல் காருக்கு நடக்க ஆரம்பிக்க, மக்கள் வெள்ளம் திலீப்பை உந்தித் தள்ளியது. ஒரு சுழலில் அகப்பட்ட அவனை ஒரு வினாடி நிறுத்தியவன், அகல்யா வயசு ப்ளீஸ், ரிப்போர்ட்டுக்கு வேணும் என்றான். பதில் சொல்லும்முன் வாசலுக்கு வெகு தூரத்தில் தெருவில் நின்றான் திலீப்.

பக்கத்தில் அவன் கட்சியின் பேட்டை பிரமுகர் ஸ்வீட் ஸ்டால்கார பாலகிருஷ்ண கதம் ஜவந்தி மாலையோடு நின்றார்.

தலைவர் புனேயிலே ஒரு கல்யாணத்துக்கு.

கதம் ஆரம்பிக்க, புரோகிதர் திலீப்பை உரக்க அழைத்தார். அவர் வா என்றால் வரணும். திலீப் ஓடினான்.

நேரமாச்சுன்னு சொன்னேனே. நீங்க வரல்லேன்னா நான் போய்ட்டே இருப்பேன்.

எங்கே, நூதன் பின்னாடியா?

நினைத்தபடி அவரோடு சவ வண்டிப் பக்கம் போய்நின்றான் திலீப். உள்ளே இருந்து ஷாலினி தாய் உடலைச் சுமந்து வந்தவர்கள் வண்டியின் பின் கதவு திறந்து உள்ளே தரையில் இட, எல்லோருடைய அசைவுக்கும் கீழ்ப் பணிந்து ஷாலினி தாயின் தளர்ந்த சரீரம் சமாதானம் சொல்லி ஆடிக்கொண்டிருந்தது.

அழு. அழுடா. அழு. அழு. அழு. அழு. அழு. அழு. அழு. அழு. அழு. கிராதகா, அழுடா.

திலீப் தலையை ஆட்டிக் கொண்டான். இல்லை, அழுகை வரவே இல்லை.

திலீப் தீயை உரியில் வைத்துத் தூக்கியபடி முன் இருக்கையில் அமர, ஸ்டீரிங்கில் இருந்த மராட்டிப் புரோகிதன் சொன்னான் –

என் பிருஷ்டத்துலே தீ வச்சு ராக்கெட் மாதிரி கிளப்பற ஐடியாவா. சரிப்படாது. பின்னாலே வச்சுட்டு நீ மட்டும் ஏறு.

திலீப் மறுபடி சவ ஊர்தியின் முகப்பில் ஏறினான். வண்டி கிளம்பியது.

சார், அகல்யா, வயசு?

அத்தியாயம்

# முப்பத்தெட்டு

***(பகவதியின் நாட்குறிப்பில் இருந்து)***

***2 ஏப்ரல் 1901 - பங்குனி 20 செவ்வாய்க்கிழமை***

யாரோடயும் விரோதம் பாராட்டாமல், பிரியத்தோடு எல்லாரையும் அரவணைச்சு இனி இருக்கப் போகிற காலம் எல்லாம் கழியட்டும். பத்து நாளாக நான் டயரி எழுதலே. பேனாவைப் பிடிக்க கை நடுங்கறது. பத்து நாள் கழிச்சு இன்னிக்குத்தான் சாதாரணமா சாப்பிட்டேன். கொஞ்சமா பேசினேன். எழுதறேன்.

தேர்த் திருவிழா நடக்கப் போகிற நேரம் இது. பேசாம, யாருக்கோ எங்கேயோ ஏதோ நடக்கறதுன்னு நான் ஓரமாப்போய் உட்காரலாமா? நான் இங்கே வந்து பார்த்தாகிற தேராக்கும் இது. காலம் தான் எப்படி இந்த மேனிக்கு விரசா ஓடறது. புடவைகூட சரியாகக் கட்டத் தெரியாம மரப்பாச்சிக்குத் துணி சுத்தின மாதிரி தத்துப்பித்துன்னு சுத்திண்டு இவர் கையைப் பிடிச்சுண்டு இங்கே வந்து இத்தனை வருஷம் ஓடியே போனது.

லண்டன்லே சக்ரவர்த்தினி விக்டோரியாம்மை இந்த வருஷம் பிறந்ததுமே ஸ்வர்க்கத்துக்குப் புறப்பட்டுப் போயாச்சு. அது ஒரு பெரிய விசனம் என்கிறதாலே இந்த வருஷம் சகல உல்சவமும், பண்டிகையும் அளவோட குதிச்சுக் கூத்தாடிக்கொண்டாடணும்னு எல்லாரும் சொன்னாலும், மகராணி போனது கல்யாணச் சாவு

ஆச்சே, அம்பதா அறுபதா, சொளையா தொண்ணூறு வயசு இல்லையோ அவளுக்கு.

என்னிட்டு, எந்தக் கொண்டாட்டத்திலே பாக்கி வச்சாலும் அவளுக்கு அவமரியாதை செய்யறது ஆகும்னு ஒரு கட்சி. இவர் எல்லாம் அந்தப் படியானவர்தான். நானும்தான். சோபானம் சோபானம்னு பாடி பரவசமாகணும். அப்படியான மனுஷி. என்னமா வச்சிண்டிருந்தா ஜனங்களை. இன்னும் கொஞ்சம்நாள் இருந்தா நம்மோட இந்த பாரத தேசத்துக்கும் நல்லது பண்ணியிருப்பாளா இருக்கும்.

ஆக, புறப்பட்டுப்போன விக்டோரியாம்மைக்கு ஸ்வர்க்கம் என்னென்னிக்கும் சித்தியாக மனசோட தொழுது, உல்சவக் கொடி ஏத்தியாச்சு. இங்கேயானா, அதை துவஜஸ்தம்பத்திலே சாமி கொடி பறக்க விடறதுங்கறா. ஒவ்வொரு பிரதேசத்திலேயும் ஒரு பேர்.

எல்லாப் பண்டிகை நேரத்திலேயும், எட்வர்ட் துரை அடுத்த சக்ரவர்த்தியானதையும் சேர்த்துக்கொண்டாடணும்னு சிலபேர் சொன்னாலும், ராணியம்மா பேரும் புகழும் இவருக்கு வர, இன்னும் நாற்பது வருஷமாகலாம். அதுவரை நான் இருப்பேனோ என்னமோ. அப்புறம், தேர் சுப்பிரமணிய சுவாமிக்கா? ஏழாமன் எட்வர்ட் துரைக்கா?

ஏழாமன்னு சொன்னா, ஏழாவது. எட்வர்ட்தானே அவர்? துரை பெயர் தப்பா எழுதிட்டேனோ. போகட்டும், ஒரு வெள்ளைக்காரர். விக்டோரியா அம்மைக்கு புத்ரன். அது போதும். மத்த ஓர்மைப் பிசகெல்லாம் மறந்து போயிடட்டும்.

எழுதணும்னு உக்காந்ததும் கருத்த சாயபுவோட கூத்துதான் அதி முக்கியமா ஓடோடி நினைவிலே வருது. கருத்த சாயபுன்னு கடையிலே ஊழியம் பண்றவா சொல்லிக் கேட்டுக்கேட்டு பெயர் அப்படித்தான் படிஞ்சிருக்கு மனசுலே.

பெயர் எல்லாம் சரியாச் சொல்லணும்னு இவர் சொல்வார். புகையிலைக் கடை பாகஸ்தர் சுலைமான் ராவுத்தர், கருத்தான் ராவுத்தர்னு ரெண்டு பேர், அதிலே கருத்தான் எனப்பட்டவருக்கு அவர் பெயரே சமயத்துலே மனசிலே நிக்காதாம். பெயரை மாற்றி வேறே சொல்லிடுவாராம் சமயத்துலே. அவர் போன வாரம் பெண்டாட்டி நூருஜகன் பீவியைப் பட்டணம் பார்க்க ரயில்லே கூட்டிவந்துட்டு சமுத்திரக் கரையிலே உட்காரவச்சுட்டு கடைக்குப் புறப்பட்டு வந்துட்டாராம். மிட்டாய் வாங்கிண்டு வரேன்னு சொல்லிட்டு கிளம்பியவர். மிட்டாய்க்கடை வாசல்லே யாரோ

சிநேகிதனைப் பார்த்து வந்த காரியம் மறந்து பேசிட்டே இருந்துட்டாராம். அவர்கூட அவரோட சாரட்லேயே கடைக்கும் போயாச்சாம் மனுஷர். பாவம் அந்தப் பொம்மனாட்டி இனியும் புருஷனோட கோவிலைக் காணணும் குளத்தைக் காணணும்னு இறங்குவான்னு தோணலை.

கருத்த ராவுத்தர் இதை எல்லாம் ஒண்ணு விடாமல் எழுதி இவருக்குக் கடிதாசு போட்டிருந்தார். இவர் படிச்சுட்டு ஒன்னு சோடா பாட்டில் உடைச்ச மாதிரி சிரிச்சார். ஆமா, அதை ஏன் கேக்கணும், இங்கே போன மாசம் சோடான்னு ஒரு திரவத்தை கண்ணாடி குப்பியிலே அடைச்சு, தக்கை வச்சு மூடி, அதை கடையிலே எல்லாம் விக்க ஆரம்பிச்சு ஏகப் பிரபலம். புகையிலைக் கடையிலேகூட அந்த பாட்டிலை எல்லாம் நெட்டக்குத்தலா நிறுத்தி வச்சு, ரெண்டு சல்லிக்கு விற்க ஆரம்பிச்சிருக்கு. குடிச்சு முடிச்சு பொறையேறிண்டே குப்பியைத் திருப்பிக் கொடுத்துடணும்.

குண்டு குண்டா ரெண்டு ராயர்கள் வேலாயுதஸ்வாமி கோவில் தெருவிலே ஒரு வீடு பிடிச்சு இதுக்குன்னு யந்திரத்தை பிரதிஷ்டை பண்ணி ராப்பகலா கிணத்துத் தண்ணியை எறச்சு, அதிலே உப்பு, சக்கரை, சாயம்னு ஏதெல்லாமோ போட்டு வாயுவை நிரப்பி ஓஹோன்னு விக்கறா. எனக்கு ஒண்ணு கடை எடுத்து வச்சுட்டு வரும்போது கொண்டுவந்து கொடுத்தார். என்னமோ நறுவுசு வேலை பண்ணி திறந்தும் கொடுத்தார். புறங்கையிலே சாயமும் சக்கரையும் ஒட்ட நானும் கொஞ்சம் பானம் பண்ணினேன். சத்தம் இருக்கற அளவுக்கு சரக்கு நயம் இல்லை.

இவர் சிரிக்கறது அந்த சோடா குப்பி திறந்த மாதிரித்தான் இருக்கும். சண்டை போட்டா என்ன? மனுஷர் நயத்துக்கும் என்ன குறைச்சல். ஆம்படையான், பொண்டாட்டின்னா மனஸ்தாபமும், மனம் விட்டுப் பேசறதும் சகஜமாச்சே. இல்லாமலா, சரி இது எதுக்கு. கருத்தான் ராவுத்தர் கதை இருக்கு பாதியிலே விட்டுட்டேனே.

இவர் சிரிச்சபடிக்கு கருத்தான் ராவுத்தர் போட்ட லெட்டரைக் கொடுத்து என்னையும் படிக்கச் சொன்னார். என்னத்தைப் படிக்க? பெட்டி வண்டி வரிசையாப் போகிற மாதிரி கூட்டெழுத்தா இருக்கு எல்லாம். அதைப் படிச்சுப் புரிஞ்சுக்க கஷ்டப்படறதைவிட இவர்கூடச் சேர்ந்து சிரிச்சுட்டுப் போகலாம். அதுவும் பத்து நாள் உம்முனு உத்தரத்தைப் பாத்துண்டு பிரமை பிடிச்ச மாதிரி உக்காந்துட்டு. அர்த்தமே இல்லே. ஆனா தப்பு கிடையாது.

ராவுத்தரைப் பத்தி என்னத்தைச் சொல்லிச் சிரிக்க. பாவம் அந்தப் பொம்மனாட்டி எப்படி துடிச்சிருப்பான்னு கேட்டேன். இவரானா அதெல்லாம் இல்லைங்கறார். கருத்தான் ராவுத்தரோட பீவி பட்டணத்துப் பொண்ணுதானாம். கல்யாணம் முடிஞ்சுதான் பெங்களூர்லே புக்காத்துக்குப் போனாளாம். ஒரு மணி நேரத்திலே சமுத்ரக் கரையிலே இருந்து தைரியமா, தன்னந்தனியா ஜட்கா பிடிச்சு வந்துசேர்ந்துட்டாளாம். மிடுமிடுக்கியாக்கும் அந்தப் பொண்ணு. பார்க்கணும் அவளை.

சரி, கோவில்லே உல்சவக் கொடி ஏத்தினது எழுதியாச்சு. அதுக்கு முந்தி, போன வாரம் எழுத விட்டுப்போன ஒரு விஷயம் இருக்கு.

இங்கே சிவன் கோவில்லே ஓதுவார் ஒருத்தர், காளையார் கோவில்லே இருந்து வந்தார்னு சொன்னா எல்லோரும். ஊர்ப் பெயரே காளையார்கோவில். அங்கே கோவில். அதை எப்படிப் பிசகு நேராம சொல்றதுன்னு இவரைக் கேட்டேன். காளையார் கோவில் கோவில்லே இருந்த ஓதுவார்னு சொல்லணுமாம். சரி அந்த மாதிரி ஓதுவார். என்னாக்க, தேவாரம் பாடி சுவாமியை பரவசப்படுத்தறவர், இங்கே கோவில்லே இருந்து ஊழியம் பண்ணச்சொல்லி எல்லோரும் கேட்டுண்டு காளையார்கோவிலை விட இன்னும் ரெண்டு ரூபா மாசாமாசம் கூடுதலாகவே தரலாம்னு சொல்லி அவரை இங்கே வரவழைச்சு சேர்த்தானது.

கருத்து மெலிஞ்ச மனுஷர். ஒரு ஜாடைக்கு எங்க கிட்டாவய்யன் அண்ணா மாதிரி இருக்காராக்கும். கிட்டா அண்ணா மாதிரி கணீர்னு குரல். முன்னே எல்லாம் விருச்சிக மாசம் பிறக்கும்போது மூணு அண்ணாவும் சபரிமலைக்கு விரதம் இருக்க மாலை போடறபோது கிட்டா அண்ணா இப்படித்தான் குரலை உச்சாணிக் கொப்புக்கு உசத்தி சரணம் ஐயப்பா சரணம் ஐயப்பான்னு ராகமா சரணம் விளிப்பார். கேட்டு அப்படியே கரைஞ்சுபோய் நிப்போம். நானும் நாணிக் குட்டியும்தான். கிட்டா அண்ணா குரிசைப் பிடிச்சுண்டு கண்ணூர்லே சாப்பாட்டுக் கடைபோட்டு வேறே என்னமோ பாடிண்டிருக்கார். நாணி பெருந்தன்கோட்டுக்கு கல்யாணம் கழிச்சுப் போனவள் போனவள்தான்.

கிட்டாண்ணா குரல்லே இந்த காளையார்கோவில் ஓதுவார் தேவாரம் பாடினது மனசுக்கு இதமா இருந்தது. இது சாமி சந்நிதியில் சாயரட்சை தீபாராதனை நேரத்துலே ஒரு அஞ்சு நிமிஷம் பாடறது இல்லே. பிரகாரத்திலே ஓரமா, நந்திக்குப் பக்கம் உட்கார்ந்து கையிலே சின்னதா தாளம் வச்சுத் தட்டியபடிக்கு மனசு விட்டுப் பாடறது.

நேத்து சாயரட்சை தீபாராதனை முடிஞ்சு, துணி விரிச்சு உட்கார்ந்து, கையிலே தாளம் தட்டிண்டு அவர் பாடினார் –

எல்லா பிறப்பும் பிறந்து இளைச்சுப் போனேன் எம்பெருமானே

கேட்டு கண்ணுலே ஜலம் வராம யாராவது இருந்தா அவாவா காது கேட்காமப் போனவான்னு தீர்மானம்.

அடுத்தாப்பலே, அவர் பித்தா, பெருமானே, அத்தான்னு பாடிண்டிருந்த நேரத்திலே சுகுணவல்லி கெக்கென்னு சிரிச்சுட்டா. அதான் அந்தக் கொழும்புக்காரிப் பெண்குட்டி. கறுப்பா, தலை நிறைய தலைமயிரோட என்ன அழகா இருக்கா. இன்னிக்கு இருந்தா பதினைஞ்சு வயசு இருக்குமா?

ஆறு மாசம் முந்தி அவளும் அவ அம்மா அமிர்தவல்லியும் இங்கே வந்து சேர்ந்த கோலாகலத்தை தீபாவளி நேரத்திலே ஒருநாள் எழுதியாச்சு. அமிர்தவல்லி இங்கே நம்ம மோகனவல்லிக்கு ஒண்ணு விட்ட அக்கா உறவாம். சொந்த அக்கான்னு முந்தி எழுதினது பிசகு. மோகனவல்லி, அதான் ஊரோடு வாஞ்சையா சொல்றாளே, கொட்டகுடித் தாசி. அவளுக்கு மூத்த அக்கா உறவு கொழும்பி. அவளோட அகத்துக்காரர் யார்னு யாரும் கேட்கலே. நானும்தான்.

பகவான் இந்த வல்லிகளுக்கு வஞ்சனை இல்லாம வனப்பைக் குழைச்சு உடம்பிலே பூசி அனுப்பியிருக்கான். ஊர் ஆம்பளைகள் எல்லோரும் கள்ளுக் குடிச்ச குரங்கு மாதிரி ராப்பகலா இதே மோகத்தோட சுத்தியாறது. யார் பேரழகின்னு சர்ச்சை எங்கே பார்த்தாலும் நடக்கறதாம். ஜோஸ்யர் மாமிதான் இப்படியான உருப்படி இல்லாத வம்பெல்லாம் கொண்டுவந்து கொட்டிட்டுப் போவா.

ஆமா, யார் அழகு? உள்ளூர் மோகினி மோகனவல்லி அழகுக்கு என்ன குறைச்சல்? வந்து சேர்ந்த அந்த அமிர்தவல்லிதான் பங்கரையா என்ன? அவ பொண்ணு? கண்ணும் மூக்கும் உதடும் என்ன அழகா அந்த சுகுணவல்லி.

இவா மூணு பேரையும் சேர்த்துப் பார்க்கறபோது சரஸ்வதி, லட்சுமி, பார்வதி மாதிரி இருக்கேன்னு நான் சொன்னதுக்கு, ஜோசியர் மாமி கோவிச்சுண்டு போய்ட்டா. எதை எதுக்கு நேர்னு சொல்றதுன்னு விவஸ்தை இல்லையான்னா என்கிட்டே அடுத்தநாள் வாசல்லே கோலம் போடறச்சே சண்டை.

அதை இவர்கிட்டே சொன்னா, நீ சொன்னது ரொம்பவும் பிழையாச்சேன்னு கோவிச்சுண்டார் இவரும். மன்னிச்சுக்கச்

சொன்னேன் உடனே. நமக்குத் தெரிஞ்சது அதானே. அவரானா கண்ணையும் சிமிட்டிண்டு காதைப் பிடிச்சுத் திருகிச் சொன்னார் –

அவா மூணு பேரும் சரஸ்வதி, லட்சுமி, பார்வதி இல்லை. ரம்பா, ஊர்வசி, திலோத்தமையாக்கும்.

புகையிலைக் கடைக்காரரே, வண்டி வண்டியா, தேகம் முழுக்க, கொழுப்பு உமக்குன்னேன்.

கொழும்புக்காரி அழகா இருக்கறதுலே என்ன ஆச்சரியம். கொழும்புத் தேங்காயெண்ணெய்தான் தினம் உடம்பிலே பூசிண்டு குளிக்க. தாளிச்சுக் கொட்ட. கறி பண்ண. அத்தனை தேங்கா யெண்ணெயும் என்ன ஆகும்? உடம்புலேதான் கசியும் பாத்துக்கோ. அதுவும் அந்த அம்மாக்காரி அமிர்தவல்லி நிகுநிகுன்னு என்னமா இடுப்பு அவளுக்கு.

அவர் ஆரம்பிச்சார். நான் கோபத்தோட முதுகிலே அடிச்சு குளிக்கப் போகச் சொன்னேன். அது பொய்க் கோபம். அப்புறம் இப்போ வந்தது தான் ரௌத்ரம். வந்து என்னையே முடக்கிப் போட்டுடுத்து அந்தப் பிசாசு. இதுக்கும் வல்லிக் குடும்பம்தான் காரணம்.

அக்கா, தங்கை ஜோடியா பேரழகா, அதி சுந்தர ரூபவதிகளா இருக்கறதை அங்கே எங்க குட்டநாட்டுலே நிறையக் கண்டிருக்கேன். அதுலே சிலது, அம்மா இன்னும் அழகாயிண்டே போவா. பொண்ணுக்கு பொது பொதுன்னு அம்மாக் களை அத்தைக்களை வந்துடும் சீக்கிரமே. உடம்பும் வண்ணம் வச்சுடும். இங்கே சௌந்தர்யம் வர்த்திக்கறதே தவிர இறங்குமுகமே இல்லை. இத்தனைக்கும் அமிர்தவல்லி சீக்குக்காரி.

அமிர்தவல்லிக்கு மாசாந்திர தூரம் வந்தா லேசுலே நிக்காத நோக்காடாம் பாவம். மூணு நாள் கஷ்டமா, ஸ்திரி ஜன்மத்துக்கு விதிச்ச ஏதோ தண்டனையா பல்லைக் கடிச்சுண்டு பொறுத்து, குளிச்சு, தூரத் துணி உலர்த்தி மடிச்சு என்னமோ நாமளும்தான் பண்ணியாறது.

மூணு நாள் ஓரமா உக்காரும்போதே ஏதோ மத்தவாளுக்கு பாரமா, அடுப்புக் காரியம் பார்க்காம, சுத்துவேலை செய்யாம, குடும்பத்தை பராமரிக்காம, சும்மா கொல்லையிலே நேரம் கெட்ட நேரத்துலே வேப்பமர நிழல்லே தூங்கறேனேன்னு மனசு மாஞ்சு போயிடும்.

அவர் ராமலட்சுமி பாட்டியை கொட்டு ரசமும் கீரை மசியலும் போதும்னு பண்ணச் சொல்லி, கீரை மசியல்லே கிழவியோட தலைமுடியோட உப்பு ஜாஸ்தியா, உரப்பு மட்டா, புளி கரையாம

இறுகி ஏதோ சாப்பிட்டு ஒப்பேத்தற கஷ்டம் வேறே. போறும்டாப்பா.

அதைவிட இந்த கொழும்புக்காரி அமிர்தவல்லியோட பெரும்பாடு ரோகம் இன்னும் சிரமம். இனியும் கஷ்டம்.

இங்கே நம்மூர் நம்ம தெருக்கோடி பரமக்குடி வைத்தியர் பிரக்யாதி கொழும்பு வரைக்கும் பரவியிருக்காமே. எப்போவாவது ஆத்துலே யாருக்காவது ஜுரம் வந்தா, இருமல், ஜலதோஷம் போதும்டா பகவானேன்னு அலுத்து வந்தா, அவருக்கு ரெண்டு நாளா கொல்லைக்குப் போகலேன்னா பரமக்குடி வைத்தியரை வரவழைச் சுடுவார். எங்க அம்பலப்புழையிலே பிஷாரடி வைத்தியர் மாதிரி தங்கமான மனுஷன். ஆனா, பிஷாரடி வைத்தியர் விக்ஞானம், ரசாயனம்னு கோணக் கட்சி பேசிண்டு கிடக்கறமாதிரி இல்லை யாக்கும் இவர். பெரிய குடுமியும், பவ்யமும், சதா ஏதோ நாம ஜபமுமா அலைஞ்சுண்டிருப்பார். சுத்துலே ஏழெட்டு பட்டி தொட்டி கிராமத்திலேயும் யாருக்காவது ஏதாவதுன்னா, சர்க்கார் ஆஸ்பத்திரியிலே டிரஸ்ஸரைப் பாக்கப் போறது இந்தப் பக்கம் ரொம்பக் கம்மி. புதன்கிழமை சந்தை கூடுமே, அன்னிக்கு பரமக்குடி வைத்தியர் வீட்டு வாசல்லேயும் ஏகத்துக்கு காத்துண்டிருப்பா கையிலே சீசா வைச்சுண்டு.

அமிர்தவல்லியம்மாளுக்கு அவர்தான் சிஷ்ருஷை பண்ணறார். சொஸ்தமாயிண்டிருக்கோன்னு தெரியலேன்னேன் இவர்கிட்டே ஒரு விசை. இவரோட பாணியிலே சோடா உடைச்ச மாதிரி சிரிக்கறார். இதுலே சிரிக்கறதுக்கு என்ன இருக்கு.

நேத்திக்கு திங்கள்தானே, இல்லே செவ்வாயா, ஞாபகம் இல்லியே. நேத்திக்கு கோவில்லே ஓதுவார் பித்தா பிராந்தான்னு ஏதோ பாடினதுலே ஆரம்பிச்சு அமிர்தவல்லி ரோக விஷயத்துக்கு வந்தாச்சு. இல்லாட்டாலும் அம்மாவும் பொண்ணுமா அவா வந்தப்புறம் எல்லாப் பேச்சும், ஆண் பொண் அடங்கலா இவா பத்தித்தான் போய்ண்டிருக்கு. சொல்லிட்டேன் இல்லே இதை?

சுகுணவல்லிகிட்டே சொன்னேன் – போதும்டீ சிரிப்பு. கல்யாணத்துக்கு அப்புறம் சிரிக்க மிச்சம் வச்சுக்கோடீயம்மா. ஓதுவார் வயசான மனுஷர். களியாக்காதேடீ.

நந்தவனத்திலே சுத்தறபோது இதைச் சொன்னேன். கேட்டதும் கன்னம் குழி விழ திரும்பவும் ஒரு புஞ்சிரி. அவள் என் கையை இறுகப் பிடிச்சுண்டு சொல்றா –

ஐயர் வீட்டம்மா, கல்யாணம் எல்லாம் எனக்கு வரப் போறதா என்ன, அதான் இப்பவே எல்லாச் சிரிப்பையும் சிரிச்சு முடிச்சுடறேனே.

அம்மா எப்படியோ, இந்தக் குட்டி மனசிலேயும் நடப்பிலேயும் அவளோட சித்தி, ஒண்ணுவிட்ட சித்திதான், அந்த கொட்டகுடித் தாசியைக் கொண்டிருக்கா. மோகனவல்லி சிரிப்பும் இப்படி கல்மிஷம் இல்லாமத்தான் இருக்கும்.

ஏண்டி பொண்ணே, எதுக்கு அவளோட ஈஷிக்கறே. கோவிலுக்குப் போயிட்டு சமையல்கட்டுலே எல்லாம் போகணும் அவளானா. நீ மேலே பட்டா தீட்டாகி, அவ ராத்திரியிலே கிணத்துலே எறைச்சு விட்டுண்டு குளிக்கணுமாக்கும், பாவம்.

இப்படி ஜோசியர் மாமி அந்தச் சின்னப் பொண்ணுகிட்டே சொல்றா. நான் என்ன தெரியுமோ பண்ணினேன். அந்தச் செறிய குட்டியை சேர்த்துக் கட்டிண்டேன். கோவில் நந்தவனம்னா என்ன. பிரியத்தைக் காட்டக்கூடாதா. அவ தலையிலே இதமா வருடி, வாடீன்னு கையைப் பிடிச்சு அழைச்சுண்டு போனேன். எங்கேயா? அதான் ஓதுவார் கதா பிரசங்கம் பண்றாரே, சப்பரம் வச்ச கொட்டகைக்கு வெளியே காத்தோட்டமான இடத்துலே, அங்கேதான்.

யாரோ சுந்தரமூர்த்தி நாயனாராம். அவர்தான் பித்தா, வயசா, பிராந்தான்னு வாயிலே வந்த படிக்கு தேவாரம் எழுதினாராம். அவ்வளவு பிரேமமாம் ஈஸ்வரன் மேலே. சக மனுஷாளைவிட பரமசிவனே எல்லாம்னு ஆனவராம். ரெண்டு பொண்டாட்டி வேறே. ரெண்டாவது வேளி கழிக்க ஈஸ்வரனே தரகர் உத்தியோகம் பார்த்தாராம். இதெல்லாம் கேட்க ரசமாத்தான் இருக்கு. அந்த மனுஷர் ரெண்டாம் தாரத்தோட வீட்டிலேயே தங்கிட்டாராம். அந்தப் பொண்ணு இவரை அரைக்கட்டுலே சேர்த்துப் பிடிச்சுண்டவ போல இருக்கு. நீர் இந்த ஊர் எல்லையை விட்டுப் போனீர் பாத்துக்கும்னு மிரட்டி வச்சிருந்தா. என்ன திமிர். இந்த மனுஷன் சொந்த ஊர்லே தேர் திருவிழான்னு கிளம்பிட்டாராம். அவரோட கண்ணு ரெண்டும் தெரியாமப் போனது அந்தப் பொம்மனாட்டி கை வேலயாக்கம். மனுஷன் திருவாரூர்லேபோய் ஓய் கண்ணு குடுமய்யான்னு தேவாரம் பாடினாராம். ஈஸ்வரன் ஒத்தைக் கண்ணைக் கொடுத்திட்டு, இன்னொரு கண்ணுக்கு நீ இன்னொரு ஸ்தலத்துலேபோய் இன்னொரு தேவாரம் பாடணும்னாராம். இவருக்குக் கோவம் வந்ததே பார்க்கணும். ஓய் ஈஸ்வரன், நீர் மூணு கண்ணோட, உம் பிள்ளை சுப்பிரமணி ஆறு ரெண்டு பனிரெண்டு

கண்ணோட, உம்ம ரிஷபம் அதுக்கு ரெண்டு கண், ரெண்டு வீட்டுக்காரிக்கு மொத்தமா நாலு கண் இப்படி எல்லாம் சவுக்கியமா ஜீவியுங்கோ, நான் குன்றத்துலே ஏறி, குழியிலே விழுந்து கண்ணு தெரியாம அவதிப்பட்டுட்டுப் போறேன். நன்னா இருங்கோ. நீங்க நன்னா இருங்கோ. நீங்க எல்லோரும் ரொம்பவே நன்னா இருங்கோன்னாராம் பார்க்கலாம். என்ன தைரியம். இவர் ரெண்டு பொண்டாட்டி வச்சுண்டு கூத்தடிப்பாராம். கண்ணு போனா, மாற்றுக் கண்ணை ஈஸ்வரன் உடனடியா கொண்டுவந்து ஒப்படைச்சுடணுமாம். போக்கடாத்தனம். அவர் ஏழெட்டு பாட்டு வாழ்ந்து போ வாழ்ந்து போன்னு பாடினாராம். இல்லே அந்த தேவாரம் எல்லாம் வாழ்ந்து போவீர்ன்னோ என்னமோ முடியுமாம்.

ஓதுவார் சொன்ன கதையை நானானா சுவாரசியமாக் கேட்டுண்டிருக்கேன். இந்தப் பொண்ணு சுகுணவல்லி என் மடியிலே படுத்து உறங்கியே போய்ட்டா. பாவம் சின்னப் பொண்ணு. அவ அம்மாமேலே விரோதம்னா அவ என்ன பண்ணுவா?

கதை முடிஞ்சு அவளை வீட்டுலே கொண்டுவிட்டுட்டு நம்ம வீட்டுக்கு வந்தா, என்னத்தைச் சொல்ல, வாசல் முறியிலே இவர் குரிச்சி போட்டு, குரிச்சி இல்லே சாருகசேர, என்னாக்க அதென்ன... சாய்வு நாற்காலி அதுலே உக்காந்துண்டிருக்கார். அந்த அமிர்தவல்லி அவர் காலைப் பிடிச்சு விட்டுண்டிருக்கா.

அவசரமா உள்ளே ஓடிப்போய்ப் பார்த்தா, கண்ணு குறக்களின்னா காட்டினது. அது கடை உத்தியோகஸ்தன் ஐயனாராக்கும். அவன் சொல்றான் -

சாமி கடையிலே இருந்து இறங்கறபோது கால் சுளுக்கிடுத்து. பரமக்குடி வைத்தியர் இப்போத்தான் தைலம் காய்ச்சிக் கொடுத்துட்டுப் போனார் அம்மா.

நான் அழுகறதா சிரிக்கறதான்னு தெரியாம நின்னேன். அவனைப் போகச் சொல்லிட்டு நானே தைலத்தைப் பொரட்டிவிட்டேன்.

என்னமோ தோணிணது. பத்து நாளா, பகலா, ராத்திரியா மனசிலே வச்சிருந்தது எல்லாம் கொட்டிட்டேன். பட்டுனு விஷயத்துக்கு வந்துட்டேன்.

அமிர்தவல்லி கடைக்கு வந்துபோனான்னு எல்லாரும் சொல்றாளே.

அவர் காலை மாத்தி வச்சு தைலத்தைப் பூசறதுக்காகக் காண்பிச்சபடி தரையைப் பார்த்தபடி பதில் சொன்னார் –

வெத்திலை வாங்க, சோடா குடிக்க வந்தா.

கொடுத்தேளாக்கும்?

காசு வாங்கிண்டு கொடுத்தேன்.

அப்புறம்?

நானும் கடை எடுத்து வச்சுட்டு கிளம்பி அவளை வில்வண்டியிலே அவ ஜாகையிலே விட்டுட்டு வந்தேன்.

ஓ அவ அவ்வளவு நெருக்கமான சிநேகிதமா ஐயர்வாளுக்கு?

அவர் இல்லை என்றார்.

பசு இல்லேன்னா, கன்னுக்குட்டி. சுகுணவல்லி நெருக்கமோ?

சே, அது கொழந்தை. நமக்கு பொண்ணு இருந்தா அப்படித்தான் இருப்பா என்றார்.

ஏதோ இதிலேயாவது கொஞ்சம்போல என்னை மாதிரி நினைக்கறாரேன்னு நினைச்சபடி அடுத்துக் கேட்டேன் -

சுகுணவல்லியை நான் பெத்திருந்தேன்னா அப்படி இருப்பாளா?

நீ பெத்திருந்தா உன்னை மாதிரி இருப்பா.

அப்போ அமிர்தவல்லி உங்களுக்கு பெத்திருந்தா?

இப்போ மாதிரி சுந்தரிப் பெண்குட்டியா இருப்பா. ஆனா, என் பொண்ணா இருந்தா படிக்காம இருக்கமாட்டா.

அவ அழகும் உங்க வாசிப்பும் சேர்ந்திருப்பாளாக்கும் அந்தப் பொண்ணு.

இதுக்கு என்ன பதில் சொல்றது?

அவர் சொல்லியபடிக்கே நாற்காலிச் சட்டத்தைப் பிடிச்சபடி எழுந்து நின்னார். தரையெல்லாம் பரமக்குடி வைத்தியர் கொடுத்து புரட்டச் சொன்ன தைலம். வீடு முழுக்க கொழும்பு தேங்கா யெண்ணெய் வாசனை.

அவர் தோளில் கை வைத்துப் பிடிச்சு நான் கேட்டேன் –

நீங்க அமிர்தவல்லியை வச்சிண்டிருக்கேளா?

இல்லை.

அப்போ நாலு நாள் முன்னாடி கோவிலே உற்சவக் கொடி ஏத்தின அப்புறம், ஊர் வெளியிலே இருந்து ரெட்டைக் காளை வண்டியிலே அவளோட போனது யாரு?

நான்தான்.

நான் அழுதபடியே அவர் முகத்தில் அறைந்தேன். அவர் ஒண்ணும் செய்யலே.

அவளை எங்கே கூட்டிப் போனேள்?

மதுரைக்கு.

சிருங்காரமா உல்லாசமா இருந்துட்டு வந்தேளா?

இல்லே, ஆஸ்பத்திரிக்கு கூட்டிண்டு போனேன்

ஏன், பரமக்குடி வைத்தியர் சிஷ்ருஷை போறாதா? நீங்க வேறேயா?

ஆமா. நான் வேறே.

என்னெல்லாம் தந்தாப்பலே?

பரமக்குடி வைத்தியர் தராத மத்தொண்ணு

அவர் தீவிரமா முயற்சி செஞ்சிண்டிருக்கார் அமிர்தவல்லியை குணமாக்க. தெருவோட தெரியும். ஊரோட தெரியும். நான் சொன்னேன்.

அவர் முயற்சியிலே தான் அவ முழுகாம இருக்கா

நம்பணுமாக்கும் – நான் கேலியாச் சிரிச்சபடி கேட்டேன்.

என் புகையிலைக் கடைக்காரர் கறாரான தொனியோட கேட்டார் என்னை –

எதை நம்பலே? அவ முழுகாம இருக்கறதையா, பரமக்குடி வைத்தியர் அவளுக்கு அந்தக் கதிகேடு வரும்படிக்கு பண்ணிணதையா?

ரெண்டையும்தான். அதை விட முக்கியம் இதிலே நீங்க புதுசா எங்கே வந்தது? இல்லே ரெண்டு பேரும் ரகசியமா ரமிச்சு இப்போதான் வெளியிலே வர்றதா எல்லாம்?

நான் அவர் முதுகில் அடித்தேன். ஒண்ணுமே சொல்லலே அவர். ஒண்ணும்.

நீ நம்பாட்ட போ. என் மனசு சுத்தம். அவளுக்கு கர்ப்பம் கலைக்க டாக்டர் துரை மாட்டேன்னுட்டார்னு.

அவர் சொல்ல வந்ததை முடிக்கவிடாமல் நான் கேட்டேன் -

கடையிலே படியேறி வெத்தலை வாங்கவந்த ஸ்திரி கடைக்காரர் கிட்டே தன் கர்ப்பத்தைப் பத்தி பேசறது என்ன மாதிரி நெருக்கம்?

அவளுக்கு என் மேல் ஒரு நம்பிக்கை.

என்ன, ரகசியமா தப்பு பண்ணுவேள். எசகு பிசகாப் போனாலும் சரியாக்கி விட்டுடுவேள் அதுதானே?

வாய்க்கு வந்ததை பேசாதே. சொல்றதை முழுக்கக் கேளு.

கேட்கத்தானே இங்கே இருக்கேன். சொல்லுங்கோ

உடம்பிலே ரோகம் இருக்கும்போது கர்ப்பம் தாங்கினா உசிருக்கே அபாயமாகலாம்னு அந்த டாக்டர்தான் சொன்னாராம். கேட்டியா?

கேட்டேன்.

மனசே இல்லாம, கர்ப்பம் கலைக்கலாம்னாராம்.

ஆஹா. அவருக்கு, ரோகம் நிவர்த்தி பண்ண வந்த டாக்டருக்கு எதுக்கு மனசும் மத்தொண்ணும்?

அவரைத்தான் கேக்கணும். அவர் கலைச்சுவிட தயார்தானாம். ஆனா அதுக்கு பொறுப்பான நபர் கையெழுத்து போடணுமாம். நான் போய்க் கையெழுத்துப் போட்டேன்.

இதுலே எவ்வளவு நம்பலாம்?

நான் குரலை உயர்த்தி அழுதுண்டே கேட்டேன். அடுத்த வீடு எதிர் வீட்டுலே எல்லாம் கேட்டிருக்கலாம். கேட்கட்டுமேன்னு ஒரு வீம்பு. அவர் பதில் சொல்லலே. திரும்பக் கேட்டேன் –

எவ்வளவு நம்பணும்?

அது நீ என் மேலே வச்சிருக்கற நம்பிக்கையைப் பொறுத்தது.

அவர் கெந்திக் கெந்தி நடந்து சுவரைப் பிடிச்சபடி என்னைப் பார்த்தார்.

நம்பித்தான் ஆகணும். கப்பல்லே வெள்ளைக்காரிச்சிகளோட கும்மாளம் அடிச்ச காலத்தை எல்லாம்விட்டு நெறைய நீங்கி வந்திருக்கார். நானும் சித்தாடைப் பொண்ணு இல்லே. வீட்டைப் பொறுப்பா நிர்வகிக்கறவ. என் பிள்ளைக்கு இப்படித் திரும்பினா கல்யாணம், காட்சி, எங்களுக்குப் பேரன் பேத்தின்னு வந்துடும். என்னத்துக்கு அதுக்காக காத்துண்டிருக்கணும்? இப்படி ஒரு புருஷரோடு இன்னும் குடித்தனம் நடத்தணுமா? ஆத்துலே

குளத்திலே விழுந்து ஒரேயடியாப் போயிடலாமா? எதுக்குங்கறேன். என்ன மாதிரி நினைப்பெல்லாம் வருது கோபத்திலே இருக்கறபோது.

அவர் என்னைப் பார்த்துச் சிரித்தார். ஞான் ஒண்ணு மனசு பொட்டி கரஞ்சு. கரைஞ்சு போனேன்.

அவரை ஆரத் தழுவி மடியிலே போட்டுண்டு சொன்னேன் –

புகையிலை கடைக்காரா, வேண்டாம்டா, கண்ணு இல்லியோடா நீ. இன்னமே இந்த மாதிரி காரியம் எல்லாம் வேண்டாம். தென்னை மரத்துக்குக் கீழே உட்கார்ந்து பால் குடிக்கற காரியம் இது. சொன்னா கேள்டா. சமத்து இல்லே?

அவர் என்கிட்டே சமாதானமா சொன்னார் –

சரி , சக்கரவர்த்தினி.

அவருடைய காதில் கேட்டேன் -

அமிர்தவல்லியை நீங்க வச்சுண்டில்லியே

இல்லே

அவ சந்தர்ப்பம் கொடுத்திருந்தா அவளோட படுத்துண்டு இப்படி எல்லாம் செஞ்சிருப்பேள்தானே?

நான் என்ன வைத்தியனா? ரோகிக்கு சிகிச்சை தரணும். கூட சுகிக்கக் கூடாது.

அமிர்தவல்லி இருக்கட்டும். உங்க சிநேகிதி மோகனவல்லி, அதான் கொட்டகுடித் தாசி. கூடப் படுக்க வான்னு அவ கூப்பிட்டிருந்தா?

அவர் என்னை தீர்க்கமாகப் பார்த்தார்.

நிச்சயம் போயிருப்பேன்.

நான் ஒண்ணும் பேசாமல் தலையை முடிஞ்சபடி வெளியில் வந்தேன். தீத்தி இருந்த குங்குமத்துக்கு மேலே கோவில் பிரசாதமா வந்த குங்குமத்தை வச்சேன். மதுரை மீனாட்சி மஞ்சள் குங்குமம். இதமா வாசனை அடிக்கற அம்மன் குங்குமம் அது.

பத்து நாளா மனசுலே வச்சுப் புழுங்கி, சரியா பேசாம, சாப்பிடாம இருந்த விரதம் கலைஞ்சு இதோ எழுதிண்டிருக்கேன் எல்லாத்தையும்.

வாழ்ந்து போங்கோ. வாழ்ந்து போங்கோ எல்லோரும். வய்யலே. திட்டலே. மனசுலே பிரியமும் இல்லாம, விரோதமும் இல்லாம, குரோதமும் இல்லாம, குரூரம் இல்லாம, குசும்பும் இல்லாம சொல்றேன். வாழ்ந்து போங்கோ.

## அத்தியாயம்

# முப்பத்தொன்பது

சங்கரன் விழித்துக்கொண்டபோது குழந்தை வீரிட்டுக் கொண்டிருந்தது. இன்னொரு குளிர்கால தினம் தில்லியில் விடிகிறது. ஞாயிற்றுக்கிழமைக்கே ஏற்பட்ட சோம்பலும் குளிரோடு இறுகக் கட்டியணைத்துக் கவிந்திருக்க, ஊரே சூரியனை அலட்சியப் படுத்திக் கவிழ்ந்து படுத்து உறங்கும் பொழுது அது.

குழந்தை மூத்திரம்போய் உடம்பெல்லாம், மெத்தையெல்லாம் நனைந்து இருந்தது. அது அனுபவிக்கும் மூன்றாவது குளிர்காலம். மாறி வரும் பருவங்கள் பழக இன்னும் நாலைந்து வருடமாவது பிடிக்கலாம். சின்னஞ்சிறு சிசு. உடுப்பு நனைந்து விழித்துக்கொண்டு அழுதால், பெற்றோர் தவிர வேறே யார் ரட்சிக்க?

பகிக்கு பால் கரைச்சுண்டு வா.

முதலில் விழித்துக்கொண்டு கட்டிலில் உட்கார்ந்தபடி பக்கத்தில் தொட்டிலை சற்றே எம்பிப் பிடித்து சங்கரன் தூக்கக் கலக்கத்துடன் ஆட்டியபடி சொன்னான்.

வசந்தி அவனை உலுக்கி நிறுத்தினாள்.

பால் இல்லே. இது சூசு. பால் கொடுத்தபோதே பகவதிக்கு இடுப்புத் துணி மாத்தியிருக்கணும். விடிகாலை தூக்கத்திலே கண் அசந்துட்டேன்.

அவன் மடியில் குழந்தையை விட்டுவிட்டு வசந்தி ஈரமான விரிப்பையும் குட்டிக் கம்பளியையும் வெளியே எடுத்துப் போகும் போது சங்கரன் சொன்னான் –

கிறிஸ்துமஸ் தாத்தாவோட பொண்ணு வயத்துப் பேத்தி மாதிரி இருக்கேடீ.

இதுக்கு ஒண்ணும் குறைச்சல் இல்லே. அப்படியே பக்கத்துலே இருக்கற கூடையிலே இருந்து துணி எடுத்து குழந்தைக்கு போடலாமில்லையா?

வசந்தி வெளியே இருந்து மாற்று கம்பளியும், விரிப்புமாக உள்ளே வந்தாள். அவள் கையில் கிரைப் வாட்டரும், இங்க் பில்லரில் ஊட்டவேண்டிய ஏதோ டானிக்கும் கூட இருந்தன.

அவன் பக்கத்தில் உட்கார்ந்து குழந்தையைத் தன் மடிக்கு மாற்றிக்கொண்டாள். குழந்தையைப் போட்ட மடி அசைந்து தாழ்ந்தபடி இருக்க, அது தன் மழலையில் என்னமோ சொல்லிக் கொண்டிருந்தது. வசந்தி குனிந்து, காது ரெண்டையும் தலைமுடி கவிந்து மறைத்திருக்க அதன் பேச்சில் ஆமாடி செல்லம், தங்கக் குடமே, சமத்து ராஜாத்திடீ நீ என்றெல்லாம் ஆமோதித்து ஆழ்ந்திருந்தாள்.

இவளை ஏமாற்றியாகிவிட்டது. இந்தக் குழந்தையையும்தான்.

சங்கரனுக்குத் தோன்றியது. ஒரு நல்ல புருஷனாக, ஒரு தங்கமான அப்பாவாக, இதுதான், இவர்கள் ரெண்டு பேரும்தான் எனக்கு எல்லாம் என்று தாங்கி முன் நடத்திப் போகிறதுதானே சங்கரனுக்கு விதிக்கப்பட்டது? இதில் கொச்சு தெரிசா எங்கே வந்தாள்? அவளோடு எப்படி சுகித்திருக்கப் போனது? ஒரு வாரப் பழக்கத்தில் உடம்பு கலக்கிற அத்துமீறல் எப்படிச் செய்யப்போனது? எப்படி வந்து படிந்த உறவு அது?

இப்படிக் கட்டியவளுக்குத் துரோகம் பண்ணினவன் மனம் குமைந்து திரும்பி வருவான் அவளிடம். சாஸ்திரமும் சம்பிரதாயமும் சாகித்யமும், கலாசாரமும் எல்லாம் இதைத்தான் சொல்கிறது.

எத்தனை சினிமா கதாநாயகர்கள் இந்த மாதிரியான சூழலில் மனம் நோவதை தத்ரூபமாக நடித்துக் காட்டியிருக்கிறார்கள். வீட்டுக்கு வந்து மொறிச்சென்று குளித்துவிட்டு, சுத்த வெள்ளை பைஜாமாவும் ஜிப்பாவும் அணிந்து, புஷ்டியான வடக்கத்திய பாணி கடவுள்கள் ஏகப்பட்ட பட்டு, பீதாம்பரத்தோடு பளிங்கில் உட்கார்ந்திருக்கும் கோவில்களில் நூறு படி ஏறிப்போய், அங்கே

மணியை அடித்து மனம் திறந்து பாடித் துரோகத்துக்குக் கழுவாய் தேடுவார்கள் அவர்கள். என்ன ஏது என்று கேட்காமல், வாயைத் திறந்ததுமே மன்னிக்கத் தயாராக உள்ள, தலையில் முக்காடிட்ட, நடு வகிட்டில் குங்குமம் தீற்றிய பெண்டாட்டி உள்ளவர்கள்.

வசந்தி மன்னிக்க மாட்டாள். அவளிடம் மன்னிப்புக் கேட்க வேண்டும் என்று சங்கரனுக்குத் தோன்றவும் இல்லை. அவன் உடம்பு திசுக்களில் இருக்கிற திமிராக இருக்கலாம் இது என்று மட்டும் தோன்றியது. பரம்பரையாக வருவதோ.

வசந்தி குழந்தையை எடுத்துக்கொண்டு வெளியே போனாள். ரஜாயைத் திரும்பப் போர்த்திக் கைக்கடியாரத்தில் மணி பார்க்க எழுந்த ஆசையை அடக்கிக்கொண்டு கண்மூடிக்கிடந்தான். அறை முழுக்க அடர்த்தியான குழந்தை வாடை. முன்பெல்லாம் வசந்தி வாடைதான் அடிக்கும்.

சட்டென்று அவன் உணர்வில் கொச்சு தெரிசாவின் உடல் வாடை அழுந்த அமர்ந்தது. மோகமும் காமமுமாகப் புரண்டுகிடந்து அவன் திரும்ப உறங்கிப் போனான்.

சாப், திங்கள்கிழமை விடிஞ்சுது. எழுந்திருந்து ஆபீஸ் போகலாம்.

வசந்தி எழுப்பத் திடுக்கிட்டு விழித்துக்கொண்டான் சங்கரன். என்ன கண்றாவி, இருபது இருபத்துநாலு மணி நேரமா உறங்கிப் போனான் அவன்? உடம்புக்கு என்ன நோக்காடு வந்திருக்கிறது தெரியலையே.

படுக்கைக்குப் பக்கத்து மேஜையில் வைத்திருந்த கைக்கடியாரத்தை எடுத்துப் பார்த்தான். காலை ஏழு மணிதான். அவனுக்கு ஆசுவாசம் தர, இன்னும் ஞாயிறுதான் நடந்துகொண்டிருக்கிறது.

வசந்தி ஓவென்று பெரிதாகச் சிரித்தபடி அவனை இழுத்து அணைத்துக்கொண்டாள். அவளுக்குள் பாதுகாப்பாக ஒதுங்கியபடி அவள் இடுப்பை முத்தமிட்டான் சங்கரன்.

சனியனே. கும்பகர்ணத் தூக்கம் போட்டுட்டேனோ என்னமோன்னு பயந்தே போய்ட்டேன்.

ஐயோ வலிக்கறது. கடிக்கவேண்டாம். கேட்டேளா? சூல் இருந்த வயிறு.

வசந்தி வயிற்றைத் தடவிக்கொண்டு சொல்ல, கையைத் தட்டி விட்டு அவள் மடியில் படுத்தான் சங்கரன்.

அது இருந்து பிரசவிச்சுத்தான் ரெண்டு வருஷமாச்சே. இன்னொண்ணு வச்சுக்க சுப ஹோரை கனிஞ்சு இருக்குடி கண்ணம்மா. சமத்தில்லையோ.

நான் வரலே இந்த ஆட்டத்துக்கு. நாக்பூர் சித்தப்பா வந்திருக்கார். அப்பா கூட்டிண்டுவந்தார். அவரோட பக்கத்து, எதிர் குடித்தன மாமாஸ் வேறே. எல்லோரும் ஹால்லே குழந்தையோட விளையாடிண்டிருக்கா.

நல்லதாப் போச்சு. இதை எல்லாம் உத்தேசிச்சுத்தான் சொன்னேன்.

என்னன்னு?

நம்ம விளையாட்டை இந்த நிமிஷமே, விட்ட இடத்துலே தொடரலாம்னேன்.

ஆமாமா, அதுக்குத்தானே எழுப்பியானது.

அவன் முகத்தை இரு கையாலும் ஏந்தி மாரோடு அழுத்தி, உதட்டில் வெறியோடு முத்தமிட்டு விலகினாள் வசந்தி.

முகத்தை அலம்பிண்டு, பல் தேய்ச்சுட்டு ஹால்லே உக்கார்ந்து பெரிய மனுஷ தோரணையா வார்த்தை சொல்லிண்டு இருங்கோ. காப்பி சேர்க்கறேன்.

அவள் துண்டைத் தோளுக்குக் குறுக்கே போர்த்திக்கொண்டு உத்தரப் பிரதேச அரசியல் தலைவர் மாதிரி எவ்விக் குதித்து நடந்து போனாள்.

சங்கரன் ஹாலுக்கு வந்தபோது மரக்கொன்னைத் தைலம்பற்றிப் பரபரப்பான கருத்தரங்கம் நடந்துகொண்டிருந்ததைக் கவனித்தான். அவனுடைய மாமனாரும், அவர்தம் இளவலும், கூடவே இன்னும் இரண்டு கல்காஜி மாமாக்களும் அந்தத் தைலத்தின் மகிமையை விதந்தோதிக்கொண்டிருந்தார்கள். கேரளத்தில் அங்கமாலிக்கும் அடிமாலிக்கும் இடைப்பட்ட பிரதேசத்தில் குக்கிராம ஆயுர்வேத வைத்தியன் ஒருத்தன் உண்டாக்கியது அது.

ஊர்த் திருவிழாவில் குழந்தைகளைப் பயப்படுத்தும் தெய்யம் ஒப்பனை கட்டி ஆடிய நேரம் போக மூலிகை வைத்தியம் பார்க்கிற வைத்தியன், சிசுக்களுக்கு ஜலதோஷமும் மூக்கடைப்பும் உடன் நிவர்த்தியாக மூலிகை எண்ணெய் காய்ச்சி உருவாக்கியது அந்தத் தைலம். அது சர்வ ரோக நிவாரணியாக மாற அதிகம் நாட்கள் செல்லவில்லை.

எப்படியோ யார் மூலமோ சங்கரனின் மாமனார் சுந்தர சாஸ்திரிகள் தில்லிக் கடையில் அதை விற்க வரவழைத்து, கூடவே தைலத்தின் புகழ் பாட நாலைந்து அங்கமாலி, அடிமாலி ஆட்களையும், பத்து நாள் செண்டை மேளக் கொட்டும் உற்சவமுமாக அமர்க்களப் பட்டுக்கொண்டிருக்கும் தெற்கத்திய கோவிலுக்குக் கூட்டிக் கொண்டுவந்து விட்டார்.

பிரதி தினம் கடை பெஞ்சில் உட்கார்ந்து அசல் குட்டநாடன் மலையாளத்தில் மரக்கொன்னை மகாத்மியம் பாடி, உள்ளே காப்பியும் பலகாரமும் கழித்தே கோவிலில் கொட்டி முழக்கப் போனார்கள் அவர்கள்.

கிட்டத்தட்ட அழுத்தமான நூறு வருஷ தீர்க்காயுசையும், லோகாயத மான ஜீவிதத்தில் சம்திருப்தி – அப்படின்னா என்ன என்று வாய் பார்த்துக்கொண்டிருந்தவர்கள் கேட்டால் நீடித்த பெண் சுகம் என்று பதில் வரும்; தேக காந்தி – மின்னும் உடம்பு, ஆரோக்கியமான பசி, வாயு சேராத வயிறு என்று ஆயிரத்தெட்டு விஷயம் இந்த ஓயிலைப் புரட்டினால் நடந்தேறும். அதற்கெல்லாம் பிரத்யட்ச சாட்சி நாங்களே என்று அவர்கள் மலையாளத் தாடிக்குள் வசீகரமாகச் சிரித்தபடி துண்டைப் போட்டுத் தாண்டிப் போவார்கள்.

என்ன கஷ்டமாக இருந்தாலும் கொழும்பில் இருந்து கொப்பரைத் தேங்காய் வரவழைத்து தைலம் உண்டாக்குவதால் அதற்கெனத் தனியான ஸ்வாது உண்டாக்கும் என்று மேளர்கள் சொன்னதை அதிசுந்தரமான வாசனை என்று பம்பாய் விளம்பரக் கம்பெனித் தமிழில் மாமனார் மொழிபெயர்த்துக் கூடி இருந்து காப்பி குடித்துக் கொண்டிருந்தவர்களிடம் சிலாகிப்பைப் பெற்றது சங்கரன் கண்ணில்படத் தவறவில்லை. போகட்டும், காப்பியும் மின்சார கணப்பில் கதகதப்புமாக அவர்களுடைய நாள் நல்லபடியாகப் போகட்டும்.

ஆனாலும் இந்தக் கூத்தை குளிர்கால ஞாயிற்றுக்கிழமை காலை நேரமாகப் பார்த்து சங்கரனிடமும் அரங்கேற்ற கோஷ்டியாக அவர்கள் ஏன் கிளம்பி வந்திருக்கிறார்கள் என்று அவனுக்குப் புரியவில்லை.

தைலம் கை நிறைய எடுத்துத் தேய்த்து முழுகாமலேயே அவன் திடகாத்திரமாக இருக்கிறான். ஸ்திரி சம்பந்தம் தீர்க்கமாகக் கிடைத்திருக்கிறது. பசி எங்கே எங்கே என்று நேரம் கெட்ட நேரத்தில் எல்லாம் வந்துசேருகிறது. கொச்சு தெரிசாவோடு கிடந்த நேரத்தில் ரெண்டு பேருக்கும் வயிற்றுப் பசி உண்டாக, பிஸ்கட் பாக்கெட்டுகளை அவசரமாகப் பிரித்து...

விட்டுத் தள்ளு. கொச்சு தெரிசாவும் மற்றதுமெல்லாம் தில்லிக் குளிர்கால ஞாயிற்றுக்கிழமை காலை நேரத்தில், வெட்டி அரட்டைக்கு வந்த கிழவர்களோடு காப்பி குடித்தபடி பேச எதற்கு?

சாஸ்திரிக்கு ஹெர்னியாவாமே? பாவம் நல்ல மனுஷர். ஆனாலும் காங்கிரஸ்லே மாட்டிண்டு முழிக்கறார். அடுத்த பிரதமரா, மகாபீடை நேருக் கடன்காரன் பொண்ணையே டெம்பரவரியா அப்பாயிண்ட் பண்ணிட்டு லண்டன்லே போய் ஹெர்னியாவுக்கும் ஹைட்ரோசிலுக்கும் ஆப்பரேஷன் செஞ்சுண்டு வர்றதா திட்டமாமே? அந்த கிராப்புத் தலைக்காரியாலே பிரதமரா உத்தியோகம் பார்க்க முடியுமோ? கைம்பெண் வேறே. ஒரு மாதிரி பேசிக்கறா. என்ன படிச்சிருக்காளாம்?

மாமனாரின் தம்பி, தேசம்பற்றிய தன் ஆழ்ந்த கவலைகளை சர்க்காரின் மிக முக்கியமான பிரதிநிதி என்ற முறையில் சங்கரனுடன் பகிர்ந்து கொண்டபோது அவனுக்குச் சொல்லத் தோன்றியது இதுதான் –

ஓய் சாஸ்திரியை நானும் தூரத்தில் இருந்துதான் பார்க்கறேன். அவருக்கு ஹெர்னியாவும் ஹைட்ரோசிலும் இருக்கான்னு எப்படித் தெரியும்? இருந்தாலுந்தான், எனக்கு என்ன போச்சு, உமக்குத்தான் என்ன போச்சு? வந்ததுக்கு இன்னொரு டோஸ் வேணும்னா ஜீனி போடாம காப்பி குடிச்சுட்டு தைலத்தை சிரசிலேயும் விதைக் கொட்டையிலும் திடமாப் புரட்டிண்டு போய்ச் சேருமே.

ஏதும் சொல்லவேண்டிய நிர்பந்தம் இல்லாமல் அவர்கள் புறப்பட்டுப் போக, கதவை அடைத்துவிட்டு உள்ளே போனான்.

இன்னும் கொஞ்சம் உறங்கினால் என்ன? எட்டு மணிதானே ஆகிறது? ஒரு டோஸ் காப்பி. கூடவே கிளாஸ்கோ பிஸ்கட்டும் தோய்த்துச் சாப்பிட.

தெரிசாவோடு கிடந்தபோது ப்ளாஸ்கில் இருந்து காப்பியும் அதில் கிளாஸ்கோ பிஸ்கட்டைத் தோய்த்து அவள் வாயிலிட்டு, எச்சில் கூழாக்கிப் பகிர்ந்ததும் நினைவு வர, தலையைக் குனிந்துகொண்டான்.

அது எல்லாம் எதுக்கு? அது வேறே நாள். வேறே உலகம். இப்போ, தில்லியிலே குளிர்காலம். ஞாயிற்றுக்கிழமை. காலைப்பொழுது. வெளியே போய்வந்தால் என்ன? புதுசாக வாங்கி நிறுத்தி இருக்கும் இந்துஸ்தான் காரிலும் சவாரி செய்த மாதிரி இருக்கும். தனியாகப் போவானேன்? குடும்ப சகிதம்.

வசந்தியைக் கேட்டான்.

ஒழுங்கா ஓட்டக் கத்துண்டாச்சா?

அவள் குழந்தையை மடியில் வைத்தபடி விசாரணை செய்தாள்.

லைசன்ஸ் வச்சிருக்கேனாக்கும்.

கார் ஓட்டவா, ஸ்கூட்டர் ஓட்டவா?

சகலமானதிலேயும் ஆரோகணிச்சு சுகமா ஓட்டத்தான். வந்தா புரியும்.

அதென்ன காவாலித்தனமான பேச்சு?

நான் சாதாரணமாத்தானே சொன்னேன்.

போய் தில்ஷித் கவுர்கிட்டே சொல்லுங்கோ.

அவ எதுக்கு? நீ ஒருத்தி போறாதா?

அவளோடு சேர்ந்து சிரித்தான். குழந்தை தலையில் செல்லமாக முட்டி அதன் கன்னத்தில் முத்தமிட்டாள் வசந்தி.

இவளைப் பிடிச்சுக்குங்கோ. குண்டியிலே எல்லாம் ஈஷி வச்சிண்டிருக்கா. வாசனையா குட்டியம்மாவுக்குக் குளிச்சு விட்டுட்டு புடவையை மாத்திண்டு கிளம்பிடறேன். அரை மணி நேரம் எதேஷ்டம்.

அவள் சொன்னபடிக்கு வந்து ரதி மாதிரி ஒய்யாரமாக காரில் சவாரி செய்யத் தயாராக நிற்க சங்கரன் பங்கரையாக, பாஷாண்டியாகத் தினசரி பேப்பர் கிராஸ்வேர்டில் மூழ்கி இருந்தான்.

விரட்டி சட்டையும் கால் சராயும் தரிச்சு வரச் சொன்னாள் வசந்தி. அவள் கண்ணை உருட்டி மிரட்டுவதாக போக்குக் காட்ட குழந்தை ஓவென்று சிரித்தது.

வாசல் கதவைப் பூட்டும்போது நினைவு படுத்தினாள் –

டிரைவிங் லைசன்ஸ் எடுத்துண்டாச்சா?

அது எதுக்கு? ஞாயித்துக்கிழமைதானே.

ஞாயிறுன்னா லைசன்ஸ் இல்லாம வண்டி ஓட்டலாம்னு சர்க்கார் ஆர்டர் இருக்கா?

இருக்கே. உள்ளே வா. சொல்றேன்.

வேணாம் நீங்க சொல்லப் போறதெல்லாம் இப்போ வேணாம்.

திரும்பி வந்தப்புறம் வச்சுக்கலாமா?

எப்பப் பாரு, அதேதான் நினைப்பு எல்லாம்.

சரி ஆபீஸை நினைச்சுக்கறேன்.

தில்ஷித் கவுரையா?

அவளை ஏன் அடிக்கடி ஞாபகப்படுத்தறே?

ஜெயம்மா அக்கா சொன்னா, ரொம்ப அழகா இருப்பா, ஆனா சுத்தம் போறாதுன்னு.

அவ சுத்தமா இருந்தா என்ன பண்ணப் போறேன். இல்லேன்னா என்ன செய்யப்போறேன்.

அதானே, கிடச்சா மூக்கை பிடிச்சுண்டே அதெல்லாம் முடிச்சுடலாம். அரசூர்க்காரா லேசுப்பட்டவா இல்லே.

வசந்தி எகத்தாளமாகச் சொன்னாள்.

அவன் கொச்சு தெரிசா வாயில் சூயிங்கம் வாசனையை நினைத்துக் கொண்டான். அவளுடைய உடம்பு வாடையும் சுவாதீனமாக அடுத்து மனதில் வந்தது.

வாசல்லே நின்னு தூங்கவேணாம். போய் லைசன்ஸ் எடுத்து வந்துடுங்கோ.

அவன் உள்ளேபோய் ஷண நேரத்தில் டிரைவிங் லைசன்ஸைப் பரதாழ்வார் பாதுகை சுமந்தமாதிரி சிரத்தையாகத் தலையில் வைத்துக்கொண்டு திரும்பினான். அடுத்த ஐந்தாவது நிமிடம் கார் கிளம்பி, கொஞ்சம் அலை பாய்ந்து கரோல்பாக் பக்கம் மெல்ல நகர்ந்து சென்றது.

கரோல் பாக் வேணாம். காரட்டு ஹல்வாவும் பானி பூரியும் அலுத்துடுத்து. குழந்தையோட சிடியா கர் போய்ட்டு வரலாமா?

வசந்தி பின் சீட்டில் இருந்தபடி கார் சத்தத்தோடு சொன்னாள்.

வயித்தை பசிக்கலியா? கார் ஓட்டியபடி சங்கரன் விசாரித்தான்.

லோதி ரோடு பக்கம் மைசூர் ஸ்கூல் காண்டீன்லே சுருக்கமா இட்லி, வடைன்னு முடிச்சுக்கலாமே. பத்து நிமிஷம்கூட ஆகாது.

கொஞ்சம்போல் ஊசிப்போன சட்னி தவிர காண்டீன் சாப்பாடு பரவாயில்லைதான். காப்பியை வேண்டாம் என்று சங்கரனுக்கு முன்னால் வசந்தி சொல்லிவிட்டாள். அவள் போடுகிற காப்பிக்கு இணையில்லை என்ற திடமான நினைப்பு வசந்திக்கு. பிடார்

ஜெயம்மா வேறே அவ்வப்போது வந்து, வசந்தி கையால் காப்பி சாப்பிட்டுத் தன் நன்மதிப்பு சர்ட்டிபிகேட்டை புதுப்பித்துத் தருகிறாள்.

வலப்பக்கம் திரும்புங்கோ. சிடியா கர் இப்படிப் போனா அஞ்சு நிமிஷத்துலே வந்துடும்.

சிடியா கர் என்ற மிருகக்காட்சி சாலை ஞாயிற்றுக்கிழமைக்கான கூட்டம் இல்லாமல் தூங்கி வழிந்துகொண்டிருந்தது. அடைத்து வைத்த சிங்கங்களும், புலிகளும், ஓநாயும் உறக்கம் விழித்து, கெட்ட வார்த்தை சொல்லித் திட்டி உறுமிக்கொண்டு மறுபடியும் உறங்கத் தொடங்கின. குழந்தை கை கொட்டி எல்லாம் ரசித்தபடி பூவாகச் சிரித்து, வசந்தி தோளில் இருந்து சங்கரனிடம் தாவினாள். வாடி என் கண்ணே என்று குழந்தையைக் கை நீட்டி வாங்கும்போது அவனுக்கு சுவர்க்கம் தெரிந்தது.

கரடிக் கூண்டில் இரண்டு கரடிகளும் சாவதானமாக உறவு கொண்டபடி உறுமின.

இங்கே வந்தாலும் இதுதானா?

வசந்தி ஓங்கி சங்கரனின் தோளில் அடிக்க என்னமோ என்று பயந்து போன குழந்தை அழுதது. இரண்டு பேரும் அவசரமாக விலகி நடந்தார்கள்.

மயில்கள் வைத்திருந்த மிக உயரமான கம்பி வலை போட்ட வெளியில் இரண்டு மயில்கள் மட்டும் பறக்கத் தொடங்கி இருந்தன. மேலே வலை மூடாத கம்பிமேல் அமர்ந்து அவை கீழே உற்றுப் பார்த்தபடி இருந்தன. சிடியா கர் ஊழியர்கள் தரையில் தானியத்தை விசிறியடித்து அவைகளைத் திரும்பக் கூப்பிட்டுக்கொண்டிருந்தார்கள்.

இரண்டும் ஜிவ்வென்று பறந்து சங்கரனின் தோளில் இறக்கை பட வீசி அவன் முகத்தை மறைத்துப் பறக்க அவன் நடுநடுங்கி நின்றான். குழந்தை வீரிடும் சத்தம் இறக்கைகளுக்குப் பின் கேட்க, வசந்தி திரும்பிக் குழந்தையை அவனிடமிருந்து பறித்துக்கொண்டு தோளில் சார்த்தி இறுகத் தழுவி, இரண்டடி ஓடி நின்று அலறினாள்.

அடுத்த நொடியில் கீழே இறங்கி தரையில் தானியம் பொறுக்கியபடி மயில்கள் இருக்க, சங்கரன் உடம்பில் நடுக்கம் குறையாது பாதை ஓரக் கல் குவியல்மேல் உட்கார்ந்தான்.

குழந்தை சமாதானமாகிச் சிரித்தது. வசந்தி போகலாம் என்றாள்.

சங்கரன் திரும்பிப் பார்த்தான். சிறு தானியம் மேயும் மயிலின் கண் அவன் தெரிசாவோடு கலந்தபோது ஊஞ்சலில் ஆடியபடி பார்த்த மூத்தகுடிப் பெண்ணின் கண்போல் இருந்தது.

சாமா, நில்லுடா, நானும் வரேன்.

ஒரு மயில் குரலெடுத்து அகவ, சங்கரன் அவசரமாகக் காருக்கு நடந்தான்.

தப்பு பண்ணிட்டேனா தெரிசாவோட?

அவன் திரும்பிப் பார்க்க அந்த மயில்கள் முகத்தைத் திருப்பிக் கொண்டு தாறுமாறாக நிலத்தில் ஓட ஆரம்பித்தன.

அத்தியாயம்

# நாற்பது

சகித்துக் கொள்ளக்கூடிய வாழ்க்கைதான்.

வசந்த முல்லை போலே வந்து அசைந்து ஆடும் பெண் புறாவே.

சங்கரனுக்கு மெல்லிய முணுமுணுப்பாக சினிமாப் பாட்டு எல்லாம் கூடி வந்தது. தமிழ்ச் சங்கத்தில் போன வாரம் திரை கட்டிப் பார்த்த தமிழ்ப் படம். சிவாஜி கணேசனோடு ஒரு நேர்த்தியான ரெண்டாம் ஹீரோயினும்கூட உண்டு. முதல் கதாநாயகியின் ஹெட்மாஸ்டர் தோரணை அவனுக்கு சரிப்பட்டு வரவில்லை. ரெண்டாம் ஹீரோயின் மகா அழகி. அவள் மட்டும் கண்ணைக் காட்டினால் மலை உச்சியில் இருந்து சங்கரன் இப்படியே போய்க் குதிப்பான். அப்புறம் அவனுடைய புது மேலுடுப்பு என்ன ஆகும்? போன மாதம்தான் தைத்த ஷெர்வானி அது.

வசந்த முல்லை போலே. என்ன ராகம்? சாருகேசியா?

மாக்ஸிம் கார்க்கிபோல முழங்காலுக்குக் கீழே வழியும் கோட்டுப் போட்ட டிரைவர் அவனுக்கு முன்னால் ஏழெட்டு ஃபைல்களை ஒற்றைக் கட்டாகக் கட்டி மப்ளர் சுற்றிய தலைக்குமேல் சுமந்தபடி ஓட்டமும் நடையுமாக விரைகிறான்.

சங்கரனை வீட்டில் இருந்து ஆப்பீஸில் எழுந்தருளப் பண்ண கார் ஓட்டி அழைத்து வருவதும் திரும்பக்கொண்டுவந்து விடுவதும்

மட்டுமில்லை அவனுக்கு மாசச் சம்பளம் வாங்கித் தருவது. ஃபைல்களைச் சுமந்து போவதும், வருவதும் அவன் வேலைதான்.

அதில் இருக்கும் கெத்துக்காகவே சங்கரன் சாயந்திரம் வீட்டுக்குப் போகும்போது ஏதாவது ஏழெட்டு ஃபைல்களை எடுத்து வைத்து விடுவான். அதில் முதல் ஃபைல் ரெண்டு பக்கம் அவன் வீட்டில் ஒப்புக்குப் படித்திருந்தால் அதிகம்.

என்ன செய்ய? சூபரண்டண்ட் சங்கரன். வீட்டிலும் ஃபைல் பார்க்கிற சர்க்கார் அதிகாரி. கார் வைத்திருக்கிறவன். தோரணைகள் தேவையாகி இருக்கின்றன.

வசந்த முல்லைபோலே. தில்ஷித் கௌர் வந்திருப்பாளா? பல் துலக்கி இருப்பாளா?

மின்விசிறி சுற்றாத நடு ஆபீசில் ஏதாவது யாரோடாவது பேசப் போகும்போது முட்டை ஆம்லெட்டும் ஸ்ட்ராங்க் சாயாவும் கழித்து வந்த வாடை, புகையிலைப் பொடி வாசனை, ஆலு பரத்தாவும் தயிரும் உண்டு வந்தது என்று ஆளாளுக்கு வாடை பரத்துகிறார்கள். தில்ஷித் உதட்டுச் சாய வாடையோடு வருவாள். அவளிடம் பேசும்போது அரை அங்குலம் கூடுதலாக நெருங்கிவிடுகிறான், தற்செயலாக. அவள் வாய் நாற்றமும் இப்போது வசீகரமாகப் போய்விட்டது.

எல்லா வாடைகளும் வருக. சங்கரன் ஏலக்காயும் கிராம்பும் மணக்க வந்து கொண்டிருக்கிறான். மாமனார் கடையில் விற்க லக்னௌவில் இருந்து வரவழைத்தது. தெய்வீக மணம். கடைசி ஒரு நிமிடத்துக்கு முன் துப்பிவிடவேண்டும். இல்லை என்றால் குதிரை லத்தி வாடையோடு வாயில் கரையும்.

சாப், நாஷ்டா.

டிரைவர் தார்யாசிங்க் குனிந்து வளைந்து காலை ஆகாரத்துக்குக் கிளம்பினான். காய்ந்த புல்லைக் கொளுத்திய வாடை அவனிடம் வருவது. ஜவ்வாது எடுத்து கஷ்கத்தில் தேய்த்து வந்தால் நாறாது. அதிகாரி வெறும் டிரைவர் சிப்பந்தியிடம் பேசக்கூடிய விஷயமில்லை இது. அதற்கு வாடை எதுவாக இருந்தாலும் சகித்துக்கொள்வதே மேல்.

சங்கரன் ஃபைல்களை மேஜைக்குக் கீழே எடுத்து வைத்துவிட்டு, எல்லையில்லா எங்கும் நிறை ஏக பரம் பொருளே என்று நின்று கண்மூடியபடி மனதுக்குள் பாடினான். பள்ளிக்கூடத்தில் ப்ரேயர் பாட்டு. அதுதான் நினைவில் இருக்கிறது.

ஃப்ளாஸ்க் சுத்தமாக்கி வைத்திருக்கிறதா? சற்றே பின்னால் திரும்பி மர அலமாரியில் பார்த்தான். உண்டு. கீழே தண்ணீர் நனைந்த வட்டத்தோடு கீழ்த்தட்டில் இருக்கிறது. சாய்வாலா கிஷோர் நெஹி சாயா போட்டு சகலருக்கும் விநியோகிக்கும் முன்னால் சங்கரனின் உத்யோக முத்திரையான தெர்மாஸ் பிளாஸ்கை அலம்பி வைத்திருக்கிறான் வழக்கம்போல். இந்த நாள் இனிதே.

வசந்த முல்லை போலே வந்து. அந்த ரெண்டாம் கதாநாயகி ராஜசுலோசனா.

கேபின் கதவை யாரோ தட்டுகிறார்கள். நீட்டி முழக்கி எஸ் சொன்னான் சங்கரன். அமைச்சரே வந்தாலும் சரிதான். உள்ளே வரும்போது எழுந்து நின்று உபசார வார்த்தை சொன்னால் போதும். அமைச்சர் இல்லை. தஃப்த்ரி என்ற தலைமைச் சேவகன் ப்ரிஜேஷ் குமார்.

சாப், கோவா கிறிஸ்தியானி பெண் யாரோ உங்களைப் பார்க்கணும்னு வந்து இருக்காங்க.

டெபுடி நம்பீசன் சாரைப் பார்க்கச் சொல்லு ப்ரிஜேஷ். நான் பிசியா இருக்கேன் தெரியலியா?

அவனுக்குத் தெரிந்திருக்காது. ஒற்றை ஃபைல்கூட இல்லாத மேஜை விளிம்பில் உட்கார்ந்து திங்கள்கிழமையன்று ஆபீசில் முதல் வேலையாக ராஜசுலோசனாவை நினைத்துக்கொண்டு இருப்பது அவனுக்குத் தெரியாது.

சாப், முக்கியமானவங்களா தெரியறாங்க.

ப்ரிஜேஷ் சொன்னால் தப்பே இருக்காது. அமைச்சர் அனுப்பி யாராவது கோவாவில் இருந்து முந்திரிப் பருப்பு மது விற்க வந்திருப்பாளோ.

போய் அனுப்பி வை ப்ரிஜேஷ்.

அவன் போனான்.

கையெழுத்துக்காக நேற்று சாயந்திரம் கிளம்பும் நேரம் வந்த இரண்டு ஃபைல்களை, மேஜையின் முதல் தடுப்பில் இருந்து எடுத்து மேலே வைத்தான் சங்கரன். ஒவ்வொன்றும் நாலைந்து காகிதம் மட்டும் செருகிய ஃபைல்கள். மெல்ல, மிக மெல்லப் படிக்கலாம். உடனே கையெழுத்து போட்டுவிட்டால் இன்றைக்குச் செய்ய வேறே வேலை கிடையாது.

கேபின் கதவில் தட்டும் ஒலி. கோவா பெண்மணி. வசந்த முல்லை போலே. ராஜசுலோசனாபோல இருப்பாளா?

ஃபோன் அடிக்க ஆரம்பித்தது. எஸ் என்று வாசலில் நின்றவர்களுக்கு வரச் சொல்லிக் கூவியபடி டெலிபோனை எடுத்தான். அமைச்சர்.

நமஸ்காரம். வணக்கம் சார். நானலைண்மெண்ட் பத்தி தமிழ்லே பேசணுமா? அணி சேரா இயக்கம். ஆமா, அதான். அனுப்பி வைக்கிறேன். நல்லது சார்.

அவன் ஃபோனை வைத்து விட்டு முன்னால் இருந்த ஃபைல்களைப் பார்த்தபோது வெளிநாட்டு சென்ட் வாடை சூழ்ந்தது.

அவனுக்குப் பழக்கமானது.

கொச்சு தெரிசா.

நிமிர்ந்து பார்த்தான். கொச்சு தெரிசா தேவதைபோல் சிரித்தபடி முன்னால் நின்றுகொண்டிருந்தாள். இங்கே எங்கே, எப்படி? அபத்தமாகப்பட்டது. மனம் களி காட்டுகிறதா? வசந்த முல்லை போலே வந்து. ராஜசுலோசனாவா கொச்சு தெரிசாவா?

எழுந்து நின்று கை நீட்ட, அவள் மேஜைக்கு அந்தப் பக்கம் நின்று கை குலுக்கினாள். அழுத்தமாகப் பூசிக் கண் இமை ஓரம் வரியோடப் பரத்தியிருந்த கண் மையின் மெல்லிய அயோடின் வாடை. கொச்சு தெரிசாதான். வசந்த முல்லை போலே வந்து. வந்தாகிவிட்டது.

இடுப்பை இறுகிப் பிடித்து பூச்சரமாக வழிந்து பாதங்களைத் தொடும் நீலப் பாவாடை. மேலே சிவப்பு ஸ்வெட்டர் உத்தேசமாக மார்பு மறைக்க, உருண்ட தோள்பற்றி இருக்கும் பொத்தான் போடாத கருப்பு டெனிம் ஓவர் ஜாக்கெட். அவள் உடுப்பும் இருப்பும் வாவாவென்று அழைப்பு விடுக்க, முன்னால் வந்து அவளை இறுக அணைத்துக்கொண்டான் சங்கரன். கொச்சு தெரிசாவின் கருத்தடர்ந்த புருவங்களை இதழால் ஒற்றி, மூடத் துவங்கிய இமைகள் மேல் மிக மென்மையாக முத்தமிட்டு, அணைப்பு விலகாமல் தலையைச் சற்றே தாழ்த்தினான்.

மிண்ட் மணக்க மணக்கப் பக்கத்தில் நிற்கும் பெண். தீர்க்கமான மூக்கின் மேல் எண்ணெய் சற்றே படிந்து மின்னுகிறது. புதிதாக ஒற்றை மூக்குத்தி அங்கே திளங்கிப் பிரகாசிக்கிறது. சங்கரன் அவள் முகத்தை நிமிர்த்தினான். மூக்குக்கும் மேலுதடுக்கும் இடைப்பட்ட வெளியில் துளிர்த்திருந்த வியர்வையைத் தன் உதடுகளால் ஒற்றினான்.

வசந்த முல்லை போலே வந்து. காலை நேரத்துக்கான நினைப்பும் செயலும் இல்லை இதெல்லாம். இருக்கட்டுமே. இது விசேஷமான தினம்போல.

அவள் மூக்கை ஒருமுறை விரலால் நிமிண்டிச் செல்லமாகச் சொன்னான் –

மூக்கி.

ம்ம்ம்

தெகால் மூக்கி.

அப்படீன்னா?

பிரஞ்சு ஜனாதிபதி ஷார்ல் தெகால்.

அவர் மூக்கை ஏன் பிடிச்சே?

அம்சமான பிரஞ்சுப் பொண்ணு தரேன்னார்.

போகவேண்டியதுதானே என்று சொல்லியபடி அவன் தோளில் தலை சாய்த்தாள் கொச்சு தெரிசா.

சங்கரன் சட்டைப் பையில் இருந்து கர்ச்சீப் எடுத்தான். வசந்தியுடையது. ஆபீஸ் அவசரத்தில் அதுதான் கிடைத்தது.

வினாடி தயக்கத்துக்குப் பின் அந்தக் கைக்குட்டையால் கொச்சு தெரிசா மூக்கு மேல் மினுங்கிய எண்ணெய்ப் பிசுபிசுப்பை மெல்லத் துடைத்து, கர்ச்சீபை முகர்ந்தான்.

தெரிசா.

அவள் பெயரை ரகசியம்போல் உச்சரித்தபடி கர்ச்சீஃபை முத்தமிட்டான். கொச்சு தெரிசா அதைப் பிடுங்கித் தரையில் வீசினாள். சத்தமெழ, அவனுடைய உதடுகளில் முத்தமிட்டு விலகினாள். கேபின் வாசலில் தட்டும் ஒலி.

கொச்சு தெரிசாவின் தலைமுடி சூழப் பரத்திய இருட்டைத் துறந்து மெல்ல வெளிவந்த சங்கரன் அவளுடைய தோளைப்பற்றி முன்னால் இருந்த நாற்காலியில் அமர வைத்தான். தான் மேஜைக்குப் பின் போய் கையில் ஃபைலை எடுத்துப் பிரித்தபடி எஸ் என்று நீட்டி முழக்கிச் சொன்னான்.

கதவு மெல்லத் திறக்க உள்ளே எட்டிப் பார்த்தவள் தில்ஷித் கவுர்.

ஆடிட் ஓஃப்ஜக்ஷன் பதில் அனுப்ப இன்னிக்கு இறுதி நாள். நினைவு படுத்தச் சொன்னீங்க சார். அனுப்பி வச்சுடட்டா?

அவள் ஜாக்கிரதையாக கொச்சு தெரிசாவை நேராகப் பார்க்காமல் சங்கரனையே நோக்கியபடி கேட்டாள். உள்ளே வரும்போது தீர்க்கமாகப் பார்த்துவிட்டுத்தான் வந்தாள் என்பதை சங்கரன் கவனித்திருந்தான். அவள் முகக் குறிப்பில் அசூயை தென்பட்டதையும் கவனிக்கத் தவறவில்லை அவன். அழகுக்கு அழகு இசையாது என்று அவனோடு சந்தோஷமாக இருக்கும் நேரத்தில் வசந்தி மலையாளப் பழமொழி சொல்லிக் காட்டுவாள் –

ரெண்டு தலை ஒண்ணிச்சாலும் நாலு முலை சேராது.

அந்த நாலும். வேணாம் சங்கரா, அணி சாரா இயக்கம்பற்றி நினைத்துக் கொள்.

சங்கரன் எழுந்து அலமாரியில் இருந்து தனியாகக் கட்டி வைத்திருந்த இரண்டு புத்தம்புது ஃபைல்களை தில்ஷித் கவுரிடம் நீட்டினான். அதில் ஒன்று கீழே சரிய, அவள் சட்டென்று முன்னால் நகர்ந்து அவன் தோளில் முகம் பட குனிந்து அந்த ஃபைலைப் பிடித்தாள். தீர்க்கமான வாய் நாற்ற வாடை. கோழி முட்டை உடைத்துப் போட்டு வெங்காயம் அரிந்து கலந்து வதக்கிச் சாப்பிட்டுவிட்டு வாய் அலம்பாமல் உதட்டுச் சாயம் அப்பி ஆபீசுக்கு வந்திருக்கிறாள். கையிடுக்கில், குளிக்காத அட்டும், உறைந்த வியர்வையும் அதை மறைக்கப் பொழிந்து கொண்ட பெர்ப்யூமும் கலந்த நெடி. எல்லாம் சேர்ந்து, குருதி சம்பந்தமான வேறே இன்னொண்ணும் சற்றே படிய, தீர்க்கமான பெண்வாடை. மனசையும், கொஞ்சம்விட்டால் உடம்பையும் குரங்காட்டம் போடச் செய்யும் லகரியில் இதுவுமுண்டு.

மிசஸ் கௌர், இவங்க மிசிஸ் தெரிசா சிக்கந்தர். பிரிட்டன்லே இருந்து வந்திருக்காங்க.

கொச்சு தெரிசா முசாபர்.

அவள் விரல்களை சற்றே நீட்டி தில்ஷித்தின் கைகளைப்பற்றிக் குலுக்க, கொச்சு தெரிசா முகத்திலும் இணக்கமின்மை தென்பட்டு விலகியதைப் பார்த்தான் சங்கரன்.

வேர்கள் இந்தியாவில்தான் இருக்கு இன்னும் இவங்களுக்கு.

அவன் சொல்ல, கொச்சு தெரிசா அழகாகச் சிரித்தாள்.

வேர் மட்டுமில்லை, கிளையும் இலையுமாக செடியே இடம் பெயர இருக்கு. இந்திய குடியுரிமை வாங்க மனுச் செய்திருக்கேன்.

சங்கரன் ஆச்சரியத்தோடு கொச்சு தெரிசாவைப் பார்த்தான்.

தில்ஷித் இன்னொருமுறை அவள் கையைப்பற்றி அன்போடு குலுக்கினாள். அசூயை தேவையில்லா நேரம். வந்திருக்கும் அழகியும் இந்த நாட்டில்தான் இனி. வெள்ளைக்கார பிம்பம் விடை பெறட்டும்.

தில்ஷித் உதட்டைக் குவித்து எதற்கோ சோ நைஸ் சொல்லி கொச்சு தெரிசாவை வாழ்த்திப்போக, கதவை அடைத்து தாழும் இட்டு உள்ளே வந்தான் சங்கரன்.

மேஜை விளிம்பில் இருந்தபடி திரும்ப கொச்சு தெரிசாவுக்குக் கை நீட்டினான் அவன்.

ஏய், வேணாம், ஆபீஸ்.

அவள்தான் நினைவுபடுத்த வேண்டி இருந்தது.

இங்கேயே இருக்கப்போறியா? குழந்தையை விசாரிப்பதுபோல் சங்கரன் கேட்டான்.

ஆமா அம்பலப்புழையிலே.

நான் சீசன் டிக்கெட்தான் எடுத்து வச்சுக்கணும். சங்கரன் சொன்னான்.

ஏன், நீயும் அங்கே வந்துடேன்.

குடும்பம் இருக்கே?

கூட்டிட்டு வந்துடு.

ஆபீஸ்?

அங்கே இருக்கற ஆபீஸுக்கு மாறிக்கோ.

அது ஸ்டேட் கவர்மெண்ட் ஆபீஸ். ஜிலேபி பிழிஞ்சு ஒடிச்சுப் போட்ட மாதிரி எழுத்தெல்லாம் இருக்கும்.

கத்துக்கோ.

அவன் குனிந்து அவள் மடியில் கை வைத்து வருட, அவனைத் தோளில் பிடித்து உயர்த்திக் கூட்டிப்போய் அவனுடைய இருக்கையில் உட்கார வைத்தாள் கொச்சு தெரிசா.

வலிமையான வனப்பு. சங்கரன் அனுபவித்ததுதான். மனம் இன்னும் கேட்க ஆரம்பித்திருக்கிறது

சிடிசன்ஷிப் கிடைச்சால் நல்லதுதான். ஆனா கொஞ்சம் கஷ்டமா இருக்குமே. எப்படி முயற்சி செய்யறே?

அவன் கொச்சு தெரிசாவைக் கூர்ந்து பார்த்தபடி கேட்டான்.

நான் எதுக்கு முயற்சி செய்யணும். நீதான் இருக்கியே.

கொச்சு தெரிசா தலையை அழகாகச் சாய்ந்து அவனைப் பார்த்தபடி சொன்னாள். வாசல் கதவு தட்டு ஒலி.

கிஷோர் நெஹி இரண்டு கோப்பைகளில் ஆவி பறக்கும் சாயாவும், ஒரு தட்டில் வறுத்த முந்திரிப் பருப்பும் வைத்து எடுத்துவந்து பணிவோடு கொச்சு தெரிசாவிடம் நீட்டினான். நன்றி சொல்லி அதை மேஜையில் விட்டுப் போகச் சொன்னான் சங்கரன்.

தில்ஷித் மேடத்துக்குத்தான் நன்றி சொல்லணும் சாப். அவங்கதான் விருந்தாளி வந்திருக்காங்கன்னு சொல்லி.

கை காட்டி நிறுத்தினான் சங்கரன்.

தில்ஷித் மேடத்துக்கும் நன்றி.

புது சாயா பத்தை வாங்கி வந்தேன் சாப்.

கடைக்காரனுக்கும் நன்றி.

சங்கரனோடு அவனும் சிரித்து வெளியே போனான்.

கொச்சு தெரிசாவுக்கு உதவ அவனால் முடியும்தான். நேரடியாக இல்லாவிட்டாலும், தில்லி சர்க்கார் உலகத்தில் அங்கும் இங்குமாகக் கயறு இழுத்து இயக்கம் முடுக்கி அரசாங்க இயந்திரத்தை அவனுக்காகவும் சுழலச் செய்யலாம்.

யாரிடம் உதவி கேட்கலாம்? அவனுக்குப் படியளக்கும் கலாசார அமைச்சகத் தெய்வம், அவர்களுடைய அமைச்சர்? ரேஷன் கார்ட் வாங்க, பிரதமரிடம் ரெகமெண்டேஷனுக்குப் போன மாதிரி அது ரொம்ப அதிகமான சிபார்சு இல்லியா? வேறே அண்டர் செக்ரட்டரி, செக்ரட்டரி.

ஏன் நார்த் ப்ளாக், சவுத் ப்ளாக் என்று செக்ரட்டேரியட்டிலேயே இன்னொரு அமைச்சகம், இன்னொரு அதிகாரி என்று பார்க்கணும்? அரசியல் வட்டாரத்தில் யாராவது?

சட்டென்று ஜோதிர்மய் மித்ரா மோஷய் நினைவுக்கு வந்தார். மிகச் சரியான மனுஷர். அவன் சொன்னால் செய்வார். அவர் கேட்டால் கிடைக்காதது இல்லை.

இது நிச்சயம் நேரம் கடத்தாமல் முடிந்துவிடும் என்று மனதில் ஒரு நிம்மதி எட்டிப் பார்த்தது. விஷமமாகச் சிரித்தபடி கொச்சு தெரிசாவிடம் கேட்டான் –

முடிச்சுக் கொடுத்தா எனக்கு என்ன தருவே?

என்ன வேணும்? திருப்பிக் கேட்டாள். அவன் கேட்காமல் கேட்பதை அவளறிவாள்.

முன்னால் சாய்ந்து குறுக்கே கை நீட்டி மேஜை மேல் இருந்த அவளுடைய செழுமையான முழங்கையை வருடினான் சங்கரன்.

சார், ஆடிட் பைல் மெசஞ்சர் வைக்காம, நம்ம போலேந்த்ரநாத் பாபு மூலமே கொடுத்தனுப்பிட்டேன். டாக்சி கட்டணம் மட்டும் கொடுத்தா போதும். பத்திரமாப் போய்ச்சேர்ந்திடும்.

தில்ஷித் கவுர் எதையோ எதிர்பார்த்து வந்தவளாக அவசரமாகக் கதவைத் திறந்தாள்.

அவள் வந்தது வேறு எதற்கும் இல்லை என்று சங்கரனுக்குத் தெரியும். தில்ஷித்தின் உள்மனது சொல்லி அனுப்பியிருக்கும், வந்திருக்கும் அழகான பெண்ணைப்பற்றி. சங்கரன் சாப்ஜி அவர்களின் பார்வை அவள்மேல் மேய்ந்தபடி இருந்ததை தில்ஷித் கவனித்திருக்கலாம். அதைவிட முக்கியமாகத் தன்னிடம் குழையாமல் அதிகாரி மிடுக்கோடு அவன் பேசி அனுப்பியது அவளுடைய அழகுபற்றி வரும் சுயநம்பிக்கையை வெட்டிச் சிதைத்திருக்கலாம்.

சங்கரன் அவசரமாக நிமிர்ந்து, கொச்சு தெரிசாவைப் பார்த்து உரத்த குரலில், தில்ஷித் கவுர் கேட்கச் சொன்னான் –

இப்படித்தான் ஃபைல்கள் நகரும் மிசிஸ் முசாபர். புரிந்ததா? உஷ். ரகசியமாக வைத்திருக்கணும் என்ன? எங்கள் சோம்பேறித் தனத்தைப் பற்றி லண்டனில் சொல்லிவிடாதீர்கள்.

நகைச்சுவையாகச் சொல்வதுபோல் அதீதமான அபிநயங்களோடு சொல்லியபடி தில்ஷித்தைப் பார்த்தான்.

அவள் வந்த விஷயம்தான் பேசுகிறோம். படுத்துப் பிணைந்து கிடந்து சுகம் கொண்டாட முஸ்தீபு செய்யவில்லை பார் என்ற தோரணை.

எனக்குத் தெரியுமடா திருடா என்ற பாவனையில் தில்ஷித் கள்ளச் சிரிப்போடு கேட்டாள் –

சாப், நாட்டுப்புறக் கலைவிழா செலவுக் கணக்கு பேப்பர்கள் தரமுடியுமா? நீங்கள் பிரதமரின் காரியாலயத்துக்கு நாளை மறுநாள் அனுப்பவேண்டும்.

அவளும் ஆபீஸ் வேலையாகத்தான் வந்திருக்கிறாளாக்கும். ஆனாலும் சங்கரன் என்ன செய்துகொண்டிருக்கிறான் என்பது தெரியும்.

ஃபைலைக் கொடுக்கும்போது கவுரிடம் மெல்லிய குரலில் இந்தியில் கேட்டான் –

காஜர் கா ஹல்வா கொண்டுவந்திருக்கியா?

சாப்பிடணும்போல இருக்கா? அவள் ரகசியம் பகிரும் குரலில் சொன்னாள்.

சூடா இருக்கும் இல்லே

நல்ல இனிப்பாகவும் இருக்கும்.

சில பேர் சமைச்சா இனிப்பு கூடுதலா இருக்கும். முகராசி. கைராசி.

போதும்.

தில்ஷித் முணுமுணுத்தபடி கள்ளக்கண் போட்டு கொச்சு தெரிசாவைப் பார்த்தாள். வெற்றி பெற்றவர்களின் பார்வை அது என்று சங்கரனுக்குத் தெரியும்.

மெய்தான் சொல்றேன். சங்கரன் சொன்னான்.

தனக்கான பாராட்டையும் ரசனை கலந்த சிலாகிப்பையும் அங்கீகரித்து, தில்ஷித் இந்தியில் அவனிடம் சொன்னாள் –

இன்னிக்கு என்ன மாதிரி தினம்னு என் குண்டலியை ஜோஸ்யன் கிட்டே காட்டித்தான் கேட்கணும்.

ரொம்ப நல்ல தினம். ஜாதகம் எல்லாம் எதுக்கு? அழகிகளுக்கு எந்நாளும் நன்னாளே.

சங்கரன் உற்சாகப்படுத்தும் குரலில் சொல்ல, அவள் அழகாக வெட்கப்பட்டு, கொச்சு தெரிசாவைப் பார்த்துச் சிரித்தபடி வெளியே போனாள்.

ரொம்ப அழகா இருக்காங்க. கொச்சு தெரிசா சொன்னாள்.

ஏதோ கொஞ்சம்போல அழகுதான்.

அவளுடைய முகம் மலர்ந்ததைக் கவனிக்காததுபோல், தொலைபேசியில் யாரிடமோ உரக்கச் சொன்னான் சங்கரன் –

அவசர பெர்சனல் வேலை. கசின் வந்திருக்கா. மினிஸ்டர்கிட்டே சொல்லிடு.

கொச்சு தெரிசாவோடு அவன் வெளியே போகும்போது தில்ஷித் கவுர் ஸ்வெட்டரை பகல் சாப்பாட்டுக்கு வெகு முன்பே அவிழ்த்திருந்தாள்.

உங்க சிநேகிதி ரொம்ப அழகு என்றாள் அவள் இந்தியில், சங்கரனிடம்.

ஏதோ கொஞ்சம்.

அவனும் இந்தியில் சொல்லியபடி கொச்சு தெரிசாவைத் தேடினான். அவள் முன்னால் போய்க்கொண்டிருந்தாள்.

தில்ஷித்தின் ஓங்கித் திரண்ட மார்புகளைத் தீர்க்கமாகப் பார்த்தபடி சங்கரன் நகர்ந்து போனான்.

## அத்தியாயம்

# நாற்பத்தொன்று

சங்கரன் காரைக் கிளப்பும்போதே கிண்டலும் கேலியுமாக காலேஜ் சூழ்நிலை காருக்குள் அடர்த்தியாகக் கவிந்துவிட்டது. கொச்சு தெரிசா பச்சைக் குழந்தைபோல சத்தம் போட்டுக்கொண்டு முன் சீட்டில் உட்கார்ந்திருந்தாள். மந்தமான வேகத்தில் போய்க் கொண்டிருந்தது கார். அதற்கு மேல் வேகம் கூட்ட சங்கரனுக்கு தைரியமில்லை.

அமைச்சரகக் காரியாலயத்தைக் கடந்து ஆளில்லாத குளிர்காலச் சாலையில் வண்டி போய்க்கொண்டிருந்தபோது, மஃப்ளரும் கம்பளிக் கோட்டுமாக சைக்கிளில் வந்து குறுக்கே திரும்பிய வயோதிகனைச் சமாளிக்க கொஞ்சம் அவசரமாக ப்ரேக் பிடிக்க வேண்டிப் போனது.

கடவுளே, அந்தக் கிழவர்மேலே இடிச்சிருப்பே. மத்தவங்க மேலே கருணையே இல்லியா? கொச்சு தெரிசா கேட்டாள்.

அதெல்லாம் இடிக்க மாட்டேன். தில்லியிலே கார் ஓடற வீதியிலேதான் எல்லாம் வரும். ஒண்ணொன்ணா நின்னு போனா, நாளைக்குத்தான் போய்ச் சேர முடியும்.

எப்போ கார் ஓட்ட கத்துக்கிட்டே?

ரெண்டு மாசம் முந்தி. நல்லா ஓட்டறேனா?

ஸ்டியரிங்கில் மெல்லத் தாளமிட்டபடி ஆவலோடு கேட்டான் சங்கரன். வெள்ளைக்கார தேசத்தில் பிறந்ததுமே கார் ஓட்ட

லைசன்ஸ் வாங்கியிருப்பாள் இந்த சுந்தரிப் பெண்குட்டி. ஆனால் என்ன? இன்றைக்கு பயணி அவள். வழிநடத்தி, ஓட்டிப் போவது சங்கரனுக்கு விதிக்கப்பட்டிருக்கும் காரியம்.

நல்ல ட்ரைவிங்னு சொல்லணுமா? சரி, அப்படியே ஆகட்டும். ஆனா, உன் மற்ற ட்ரைவிங்கை விட இதிலே உன் திறமை கொஞ்சம் கம்மிதான். க்ளட்சை சட்டு சட்டுனு விட்டுடறே. அதான் ஒரு மாதிரி இருக்கு. கியரை மேலே எடுக்கவே மாட்டேங்கறே. ஹேண்ட் ப்ரேக் போட்டே ஓட்டினே, பாத்தேன். தப்பு அதெல்லாம்.

பழகணுமில்லே. ஆமா, அது என்ன மற்ற டிரைவிங்?

நீ கள்ளன்.

இரு கையையும் பின்னால் கொண்டு சென்று தலைமுடியை நெகிழக் கட்டியபடி கொச்சு தெரிசா கள்ளக் குரலில் சொன்னாள். ஒரு வினாடி சுவாசத்தில் படிந்து விலகிய வாசனையை மூச்சு நிறுத்தி அனுபவித்தபடி சங்கரன் இருந்தான்.

இது எத்தனாவது கார் உனக்கு? சங்கரனின் சட்டைப் பைக்குள் ஹேர்பின்னை போட்டபடி விசாரித்தாள் கொச்சு தெரிசா. அவன் அவசரமாக ஸ்டீரிங்கில் இருந்து கை எடுத்து அந்த ஹேர்பின்னை டேஷ்போர்டில் வைத்தான்.

பயமா?

எனக்கென்ன பயம்?

நாளைக்கு மிசிஸ் சங்கரன் துணி துவைக்கும்போது மாட்டிக்குவே இல்லே

அவனுக்கு பதில் வரவில்லை. சமாளித்துக்கொண்டு சொன்னான் –

துணி துவைக்க பீகாரி கிழவி இருக்கா.

கொச்சு தெரிசா வயலெட் நகச்சாயம் பூசிய விரல்களை அழகாக நீட்டி விடர்த்தியபடி சங்கரனின் மனதை இன்னும் கிறுக்காக்கிக் கிறங்க வைத்தாள்.

நான் சந்திக்கணுமே. கொச்சு தெரிசா அடமாகச் சொன்னாள்.

பீகாரிக் கிழவியையா?

அவ தாத்தாவை. ஆளைப் பாரு. மதராஸி அப்சரஸை பார்க்கணும்.

அப்சரஸ் ராஜகுமாரியோட பிறந்த வீடு போயிருக்கா.

அவள் மேலே கேட்காததில் சங்கரனுக்கு ஆசுவாசம். பிறந்த வீடு இங்கேதான் என்று அதிகம் தகவல் சொல்லவேண்டியதில்லை.

தனியாவா இருக்கே?

கொச்சு தெரிசா அவனிடம் எதிர்பார்த்த பதிலைக் காணோம்.

தனி என்ன? அக்கம் பக்கத்திலே எல்லாம் நம்ம மனுஷங்கதான்.

அவன் வாயைப் பிடுங்குவதில் அவளுக்கு சந்தோஷம். வந்த காரியம் சங்கரன் முயற்சியால் முடியப்போகிற மகிழ்ச்சி அடித்தளமாக அமைத்த உற்சாகம் அது. மதராஸி அப்சரஸுக்கு உரிமையானதை அபகரிக்கும் குற்ற உணர்ச்சி ஒரு வினாடி மேலெழுந்தாலும், அதெல்லாம் நகரும் மேகப் பொதிபோல் கடந்துபோகும் என்ற மனநிலை. தப்புதான். வாழ்க்கை பூரா செய்யப்போவதில்லையே. Is there anything called transient sin? அவளுக்குத் தெரியவில்லை.

வருத்தப்படவேண்டாம். மகிழ்ச்சியாக இருக்க விதிக்கப்பட்ட தினம் இது.

அவள் முகத்தில் சற்றே படிந்த வருத்தம் விலக, மறுபடி மலர்ந்த சிரிப்பு. இந்தக் கார் சவாரி முடியாமல் நீண்டு போகட்டும் என்று கொச்சு தெரிசாவின் மனம் ஆசைப்பட்டது.

உனக்கு ரொம்பவே நல்ல பழக்கம் எல்லோரோடயும். அப்படித் தானே? அண்டை அயல்லே எல்லா மொழி பொண்ணுங்களும் இருக்கும். இந்தி, பஞ்சாபி, காஷ்மீரின்னு எல்லா மொழியிலேயும் பிரியமா இருக்கலாம். சரிதானே?

எல்லார் கிட்டேயும் பழக மாட்டேன்.

யார் கிட்டே பின்னே நெருக்கம்?

அழகா, துருதுருன்னு, கண்ணாலே கடிச்சுத் தின்னுட்டு, இறுக்கமான ஸ்கர்ட், இறுக்கமான சிகப்பு ஸ்வெட்டர். ஏய், காதைக் கடிக்காதே. காரும் வேணும் என் காதும் வேணும்.

ஓகே ஓகே சார். அவள் விலகி உட்கார்ந்தாள். அடுத்த வினாடியே நெருங்கினாள்.

சாரா? இன்னொரு தடவை கூப்பிட்டா கொன்னுடுவேன் ராட்சசி.

அவள் மடியில் ஓங்கி அடித்து, கார் கொஞ்சம் அலைபாய, ஸ்டீரிங் பிடித்த கைகள் நேரானதைப் பார்த்த கொச்சு தெரிசா, யூ ஆர் க்ரேஸி என்றாள் கூச்சலாக.

இருந்துட்டுப் போறேன்.

திரும்ப கீழே வந்த கைக்கு இடம் கொடுக்காமல் மறுபடி விலகி உட்கார்ந்து அவனைப் பார்த்தாள்.

ரொம்ப ஸ்மார்ட்டா இருக்கே ஷங்க்ஸ். முப்பத்தஞ்சு இருப்பியா?

முப்பத்தெட்டு. ஷங்க்ஸ் நல்லா இருக்கு.

யூ ஆர் க்ரேஸி.

நீ ஒரு இருபத்தைஞ்சு இருப்பியா? சங்கரன் நேரே பார்த்தபடி விசாரித்தான்.

இதானே வேணாம்கறது. நான் போன மாசம் முப்பத்தஞ்சு.

சின்னக் குட்டி மாதிரி இருக்கே. அதுவும் இந்த ஸ்கர்ட்லே. அப்படியே இடுப்பைக் கட்டித் தூக்கி மடியிலே போட்டுக்கிட்டு

ஏய் ஒழுங்கா ஓட்டு. திருப்பத்திலே இவ்வளவு வேகமா திரும்பக் கூடாது.

பரவாயில்லே. இங்கே எல்லாம் ட்ராபிக்கே கிடையாது.

எதுக்கு அந்த சைக்கிளுக்குப் பின்னாலே இவ்வளவு நிதானமா போகறே?

உனக்கு தெரியாது, அவர் வாத்தியார். அப்புறம் அவருக்கு முந்தி, பாக்கறே இல்லே, முனிசிபாலிடி குப்பை வண்டி போய்ட்டிருக்கு.

வாத்தியார்னா?

சொல்லிக் கொடுக்கறவர். கிளாசிக் ம்யூசிக். பாட்டு வாத்தியார்.

இங்கே ஸ்கூல் டீச்சர் எல்லாம் இப்படித்தான் இருப்பாங்களா?

வேறே எப்படி இருக்கணும்? சூட் போட்டா?

கால் சராய்கூட இல்லாம, வேஷ்டியை தழையத் தழைய உடுத்துப் போறாரே, சைக்கிள் சக்கரத்துலே சிக்காதா?

எதுக்கு சிக்கறது, ஒழுங்கா ஓட்டினா ஒண்ணும் ஆகாது.

சட்டென்று பாட்டு வாத்தியார் ப்ரேக் அடித்துக் காலை ஊன்றி நின்றார். கீயென்று சத்தமிட்டு சங்கரன் கார் அவருடைய சைக்கிள் மட்கார்டில் இடித்து நிற்க பாட்டு வாத்தியார் திரும்பிப் பார்த்தார். மானமே போன மாதிரி சங்கரனுக்கு.

கொச்சு தெரிசா சிரிக்க ஆரம்பித்து தலையைக் குனிந்து உட்கார்ந்திருந்தாள். சங்கரனை இந்தக் கோலத்தில் அவளுக்கு இன்னும் பிடித்திருந்தது.

நமஸ்காரம் மினிஸ்ட்ரி மாமா. ஆபீஸ் லீவாக்கம்?

பாட்டு வாத்தியார் காருக்குள் பார்த்துவிட்டு சந்தோஷத்தோடு கை கூப்பினார்.

ஹெஸ்ட் மாமி வந்திருக்கா போலே ஆத்துக்கு. அதான் லீவா இருக்கும்.

அவரே விளக்கமும் அளித்துக்கொண்டார். விளங்கிய மகிழ்ச்சி முகத்தில் பட்டவர்த்தனமாகத் தெரிந்தது.

நீ என்னோட கெஸ்ட். சன்னமான குரலில் சங்கரன் விளக்கம் சொன்னான்.

ஹெஸ்ட் தெரிசா நட்பாகச் சிரித்தாள். வாத்தியார், கார் ஜன்னல் வழியே அவளுக்கு வணக்கம் என்று கை குவித்தார்.

அப்புறம் என்ன விசேஷம், சொல்லுங்கோ.

சங்கரன் அவரை நலம் விசாரித்தான். ஓட்டிப் போகிற காரை நிறுத்திக் குசலம் விசாரிக்கும் சங்கரனுடைய நல்ல மனசு, மனசை நிறைக்க அவனைப் பார்த்து இஸ்லாமிய பாதுஷா பாணியில் சலாம் வைத்தார் வாத்தியார்.

தஞ்சாவூர் தப்ளாம்புலியூர் மனுஷனாக ரெண்டு வருஷம் முன்னால் வந்தவரை, பாதுஷா அவுரங்சீப் மாதிரி தில்லி விரட்டாமல் ஆதரிக்க சங்கரனும் உதவியிருக்கிறான்.

பாட்டு வாத்தியார் சங்கரனைப் பார்த்துச் சொன்னார் –

அசோசியேஷன்லே எனக்கு ஒரு ஸ்கூட்டர் வாங்கித் தர ஏற்பாடு பண்ணணுமே மாமா. சங்க ஆபீஸ்லே சாயந்திரம் வீணை கிளாஸ். அதுக்கு முந்தி கல்காஜியிலே ஒரு பாட்டு கிளாஸ், கரோல் பாக்கிலே ரெண்டு சிஸ்டர்ஸ் ஒரே ட்யூஷன். முடிச்சு ஜனக்புரியிலே இன்னொண்ணு. ஆர்கேபுரம் ஆபீஸ்லே நாலு பேருக்கு வீணையும் பத்து மாமிக்கு வாய்ப்பாட்டும். என்ன வாய்ப்பாட்டு சிக்ஷை போங்கோ. ஒரு மாமாங்கமா அந்த மாமிகள் எல்லாம் சரளி வரிசைதான் பாடிண்டிருக்கா. முன்னேறவே இல்லே. போறதுன்னு அந்த கிளாஸை முடிச்சு ஏறக்கட்டி, தௌலா க்வான்ல வேறே ஒண்ணுன்னு சைக்கிள் விட்டுண்டு போறதுக்குள்ளே போதும் போதும்னு ஆயிடறது.

கொச்சு தெரிசாவைப் பார்த்துக்கொண்டே கோரிக்கை வைத்தார் அவர்.

அவசியம் சொல்றேன் பாட்டு மாமா. என்கிட்டே சொல்லியாச்சு இல்லையோ. கவலையை விட்டுடலாம். நான் கிளம்பறேன். அவசர ஜோலி இருக்கு. உங்களைப் பார்தது ரொம்ப நாளாச்சேன்னு நிறுத்தினேன். ஆத்திலே எல்லாரும் சௌக்யம்தானே?

அவர் வசந்தியிடம் சொல்ல மாட்டார் எதையும் என்று நம்பிக்கை வந்தது சங்கரனுக்கு.

ஆத்துக்கு வந்து வாய்ப்பாட்டு மட்டும் சொல்லிக் கொடுத்தா போறாது. எங்காத்துக் குழந்தைக்கு வீணையும் கத்துக் கொடுங்கறா ஆர்.கே.புரத்திலே ஒரு மாமா. வீணையைக் கட்டித் தூக்கிண்டு எப்படி சைக்கிள் விடறது? நாரதர் மாதிரி பூணூலோட தோளுக்குக் குறுக்கா மாட்டிண்டுதான் போயாகணும், மாமா.

அவர் சிரிக்காமல் சொல்ல, சங்கரன் சிரிப்பை அடக்கிக்கொண்டு கரிசனமான முக பாவத்தைப் புலப்படுத்தினான்.

ஒரு ஸ்கூட்டர் அவருக்கு வாங்கித் தர முடியாமல் என்ன ஆபீஸ் சூபரெண்ட்டண்ட் அவன். செகண்ட் ஹேண்ட் காரே வாங்கித் தரலாம்.

சங்கரன் காரை ஸ்டார்ட் பண்ணும்போது வாத்தியார் அவசரமாகச் சொன்னார் –

எல்லாரும் அவாவா ஆத்துலே பெண்ணை பொண்ணு பார்க்க வரும்போது பாட சரளி வரிசை, ஆதி தாள வர்ணம், லகுவா ஒரு சாஹித்யம், யாராவது என்ன ராகம்னு கேட்டா சொல்ல கொஞ்சம் ராக ஞானம் இது போதும்னு நினைக்கறா. ஷார்ட் கோர்ஸ் மியூசிக் சித்தப்படுத்திட்டேன்னா அசோசியேஷன்லேயே க்ளாஸ் வச்சுடலாம். ஃபீஸ் பத்தி முன்னே பின்னே இருந்தாலும் ஒண்ணுமில்லே.

சங்கரன் சிரித்தபடியே காரை நகர்த்திக்கொண்டு சொன்னான் – மகா மகா உருப்படியான யோசனை ஸ்வாமி. நிச்சயம் நடப்பாக்கிடலாம்.

அவரைக் கைகாட்ட விட்டுவிட்டு, பேருக்குக் கொஞ்சம் வேகம் எடுத்தது கார். கொச்சு தெரிசா இன்னும் அரை அங்குலம் சங்கரன் பக்கத்தில் நெருங்கி அமர்ந்தாள்.

எந்த ஸ்கூல் வாத்தியார் இவர்?

ஸ்கூல் இல்லே. சௌத் இந்தியன் அசோசியேஷன் வாத்தியார்.

அப்படீன்னா?

மெட்ராஸ் பக்கம் இருந்து என்னை மாதிரி உத்தியோகத்துக்காக டெல்லி வந்தவங்க எல்லாம் சங்கம் வைச்சிருக்காங்க. அங்கே சாயந்திரம் வாய்ப்பாட்டு, வீணை வாசிக்க கத்துக்க வர்ற பசங்களுக்கு இவர்தான் பாடம் எடுப்பார்.

வீணைன்னா?

வீணைன்னா? எப்படிச் சொல்ல? சங்கரன் யோசித்தான்.

வீணைன்னா? மறுபடி கேட்டாள் கொச்சு தெரிசா.

வீணைன்னா முன்னே பின்னே திரண்டு உன்னைப்போல அம்சமா இருக்கும். மடியிலே போட்டுண்டு வாசிக்க ஜோஜோன்னு மனசை அள்ளிண்டு போகும். புரியறதா?

அவன் தோளில் தலை சாய்த்துக்கொண்டாள் கொச்சு தெரிசா. அவன் இணக்கமாகத் தலையைச் சாய்த்தபடி முணுமுணுத்தான் -

இந்த ஹேர் ஆயில் வாசனை எனக்கு அம்பலப்புழையிலே பழகினது இல்லியே

கேரளாவிலே வாங்கினது.

எடீ, நீ ஒரு கொச்சு குட்டியாகவே ஆகிட்டு இருக்கே. செல்லமாகச் சொன்னான்.

எடீன்னா?

எல்லாத்துக்கும் அர்த்தம் கேட்கக்கூடாது. எடீன்னா யூ தேர் டியர்.

குட்டின்னா?

இதானே. குட்டின்னா சின்னப் பொண்ணு. அதிலேயும் முக்கியமா மலையாளப் பொண்ணு.

மலையாளப் பொண்ணுன்னா விசேஷமா?

பின்னே இல்லியா? ஒவ்வொரு ஸ்டேட் பொண்ணுக்கும் ஒவ்வொரு அழகு. பெங்கால்னா கண்ணு. பஞ்சாப்னா நிறம். மகாராஷ்ட்ரம்னா உதடு. ஆந்திரான்னா சிரிப்பு. தமிழ்னா தலைமுடி. மலையாளம்னா?

அவன் பார்வை அவள் மேல் படிந்து விலக சிரித்தபடி அவன் கன்னத்தில் தட்டினாள் கொச்சு தெரிசா. கார் ஊர்வலம் போகிற வேகத்தில் நகர்ந்தபடி இருக்க, பின்னால் இருந்து லாம்பரட்டா

ஸ்கூட்டரில் ஓவர்டேக் செய்த பைஜாமாக்காரன் வெற்றிப் பார்வை பார்த்தபடி முன்னே போனான். அவன் கண்கள் கொச்சு தெரிசாவை முரட்டுத்தனமாக இறுக்கி மனசே இல்லாமல் விலகிப் போனதைக் கவனித்தாள்.

இந்த ஊர்லே எப்பவும் செக்ஸ்பற்றித்தான் நினைச்சுட்டு இருப்பீங்களா?

எடி மனுஷன் என்ன கோழியா எப்பவும் செக்ஸ் நினைப்போட சுத்த? விளையாட்டாக எகிறினான் சங்கரன்.

எப்பல்லாம் நினைக்கறது இல்லே?

இது என்ன கேள்வி. ரமிக்கற நேரத்துலேதான்.

கமான், ஜோக் அடிக்காதே.

ஜோக் இல்லே குட்டி. செக்ஸ் நேரத்தில் அதை நினைக்காம இருந்தா.

இருந்தா?

இன்னும் அதிக நேரம் அப்படியே தாக்குப் பிடிச்சு.

கடவுளே. என் கடவுளே. அவள் தலையில் அடித்தபடி சிரித்தாள்.

உன்னிடம் முறையிடவில்லை. நீ வரவேண்டாம், நாங்களே பார்த்துக் கொள்கிறோம் என்று, வந்த கடவுளைத் திரும்ப அனுப்பி வைக்கும் பாவம் அது. சங்கரனுக்குத் தெரியும்.

பாரு, இது மேற்கு டில்லி.

காரை தெரு ஓரமாக பார்க் பண்ணிவிட்டுச் சொன்னான் சங்கரன்.

ஸ்கூட்டர்காரன் மாதிரி கவனிச்சுச் சொல்றியே.

இங்கே எல்லாம் நானே இப்போதான் முதல் தடவையா வர்றேன்.

யாரைப் பார்க்க போய்ட்டிருக்கோம்?

ஜோதிர்மய் மித்ரா மோஷாய்.

ஆபீசரா?

அதுக்கு மேலே.

மினிஸ்டர்?

அதுக்கும் மேலே.

பிரசிடெண்ட் ஓஃப் இந்தியாவா?

இவர் இவரோட கட்சிக்கு பிரசிடெண்ட். எதிர்க் கட்சித் தலைவர். மந்திரியைவிட செல்வாக்கு. பார்லிமெண்ட் மெம்பர். வெரி ஆக்டிவ் ஃபார் ஹிஸ் ஏஜ்.

தேங்க்ஸ் ஷங்க்ஸ். என்லைட்டண்ட்.

அறிவொளி பெற்றேன் என்று தலைக்குப் பின் ஒளிவட்டம் சுழல்வதை ஆள்காட்டி விரல் சுழற்றி அபிநயித்தாள் கொச்சு தெரிசா. அந்தக் கரம்பற்றி இழுத்து உள்ளங்கையில் முத்தமிட்டு வா போகலாம் என்று இறங்கினான் சங்கரன்.

நல்ல உயரமும் மூலக் கச்ச வேஷ்டியும் வாயில் புகையும் உறையூர்ச் சுருட்டுமாக இருந்த ஜோதிர்மய் மித்ரா மோஷாயைப் பார்த்ததுமே கொச்சு தெரிசாவுக்குப் பிடித்துவிட்டது.

மோஷாய் அவளையும் சங்கரனையும் அன்போடு வரவேற்றார். அவருடைய கார் டிரைவர் உள்ளே இருந்து ஒரு சூட்கேசும் படுக்கையுமாக வர, அவர் பயணம் கிளம்பிக்கொண்டிருக்கிறார் என்று சங்கரனுக்குப் புரிந்தது.

சாரி மோஷாய். நீங்க பயணம் வச்சிருக்கீங்கபோல. நான் போய்ட்டு அப்புறம் வரட்டா?

மரியாதை விலகாமல் கேட்டான் சங்கரன்.

நோ ப்ராப்ளம் ஷொங்கர் பாபு. சொல்லுங்க.

வராந்தாவில் இருந்த பிரம்பு நாற்காலிகளில் கொச்சு தெரிசாவையும் சங்கரனையும் உட்காரச் சொல்லித் தானும் அமர்ந்தார் மோஷாய்.

ரயிலுக்கு நேரமாகலியா? சங்கரன் சங்கடத்தோடு கேட்டான்.

இன்னும் ஒண்ணரை மணி நேரம் இருக்கு. போயிடலாம். சொல்லுங்க பாபு மோஷாய்.

இவங்க தெரிசா முசாபர். என் இங்கிலாந்து சிநேகிதி. உறவும்கூட.

சுருக்கமாக சங்கரன் விளக்க அவர் அரைக்கண் மூடிக் கேட்டுக் கொண்டிருந்தார். பின் கொச்சு தெரிசாவைப் பார்த்துப் புன்னகைத்தார்.

நல்வரவு தோழி. இந்திய வம்சாவளிப் பெண் இந்தியக் குடிமகளாக நினைப்பது வியப்பானதில்லை. இங்கே இருந்தும் நீங்க பிரிட்டீஷராக இருக்கலாம். அங்கே போயும் மனசாலே இந்தியப் பெண்ணாக இருக்கலாம். வசிப்பிடம் நம்ம சௌகரியத்துக்காக ஏற்படுத்திக் கொள்றதுதானே?

கொச்சு தெரிசா ஆமாம் என்று தலையசைத்து அவசரமாக அவரிடம் சொன்னாள் –

நான் இங்கே குடியுரிமை பெற்றதும் மதமும் மாற இருக்கேன். என் மூன்று தலைமுறை முந்திய கொள்ளுப் பாட்டனார் ஜான் கிட்டாவய்யர் இந்து மதத்திலிருந்து மாறி கிறிஸ்துவரானார். அது நூறு வருஷம் முந்தி. நான் திரும்பி வரேன்.

சங்கரன் அவளை ஆச்சரியத்தோடு பார்த்தான். அவனுக்கு இது புதிய செய்தி.

அப்படியா? அது உங்க விருப்பம். நான் சொல்ல ஒண்ணுமில்லை. என் அளவிலே ஒரு கூண்டிலேருந்து இன்னொண்ணுக்கு போகிற மாதிரி அது. ஆனா அது உங்க தனிப்பட்ட விஷயம். குடியுரிமை மாற்றத்துக்கும் மத மாற்றத்துக்கும் உங்களுக்கு சொந்தக் காரணங்கள் இருக்கலாம். அவைபற்றி நான் கேட்கமாட்டேன். உங்க தனி வெளியில் மற்றவர்கள் குறுக்கிடக் கூடாதில்லையா?

அவருக்கு தன் மதமாற்றம் பேசவேண்டிய விஷயமாகத் தோன்றாதது கொச்சு தெரிசாவுக்கு ஆச்சரியமாக இருந்தது. நாத்திகராக இருப்பாரோ? இருக்கட்டுமே. சிடிசன்ஷிப் கிடைக்க யார் உதவினாலும் கொச்சு தெரிசாவின் நன்றி.

ஷொங்கர் பாபு. உங்களுக்குத் தெரியாதில்லை. நீங்க வெளியுறவு அமைச்சகம் மூலம் உள்துறை அமைச்சகத்துக்கு இந்தப் பெண்மணி யோட குடியேற்ற மனுவை அனுப்புங்க. பின்புலச் சோதனை, விசாரணை முடியும்போது எனக்கு நினைவுபடுத்துங்க. அது தாமதமானாலும் சொல்லுங்க. நான் பார்த்துக்கறேன். அமெரிக்கா, இங்கிலாந்திலே இருந்து தேன் குடம்னு செல்லமாகச் சொல்லப் படற பெண் ஒற்றர்கள் தில்லியை மையமாக வச்சு செயல் படறாங்கன்னு சொல்லப்படுது. இவர் அப்படி எல்லாம் இருக்க மாட்டார்னு தெரியும்.

கொச்சு தெரிசா இல்லை என்று தலையசைத்து தன் ஃபேமிலி ட்ரீ படத்தை அவருக்கு எடுத்துக்காட்ட, வேணாம் என்று சொல்லி எழுந்தார் மோஷாய்.

நான் பாத்துக்கறேன். கவலைப்பட வேண்டாம்.

நல்ல வார்த்தை சொல்லி விடை கொடுத்தார் ஜோதிர்மய் மித்ரா மோஷாய். சங்கரன் அவருக்கு நன்றி சொல்லிக் கொச்சு தெரிசா வோடு புறப்பட்டான்.

நாலடி நடந்து வந்து சட்டென்று திரும்பி நின்றாள் கொச்சு தெரிசா. ஓடிப்போய் மோஷாயின் பாதத்தில் கரம் வைத்துத் தொட்டுத் தன் தலையில் வைத்து வணங்கினாள் அவள்.

ஓ நோ. இதெல்லாம் எதுக்கு. கை கூப்பினா, அல்லது கை கொடுத்தா போதாதா?

அவர் வன்மையாக மறுத்தாலும், அவருக்குள் இருந்த வயதான வங்காளிப் பெரியவர் அவள் தலைதடவி ஆசிர்வதித்தார்.

கூட்ட நெரிசல் மிகுந்த குறுகிய தெருக்களில் சங்கரனின் கார் போய்க்கொண்டிருந்தது. கொச்சு தெரிசா பஷ்மினா சால்வையும், ஜரிகை தைத்த வடக்கத்திய உடுப்புகளும் வாங்க ஆசைப்பட்டதால், தாரியா கஞ்சை ஒட்டிய பழைய தில்லியைத் தேர்ந்தெடுத்திருந்தான் சங்கரன்.

சாந்த்னிசௌக் பராத்தேவாலி கலி வீதியில் நூறுவிதமான பரத்தாக் களையும், கூடக் கழிக்க ஆகாரமான பருப்புக் கூட்டு, காய்கறி வதக்கல், இறைச்சி சுட்டது என்று வியஞ்சனங்களையும் ஆவலடங் காமல் கொச்சு தெரிசா கடை கடையாக நின்று பார்த்து வந்தாள். ஆனாலும் அவள் பரத்தாவோ ரூமாலி ரொட்டியோ சாப்பிட ஆசை காட்டவில்லை. பரத்தா சுட்டடுக்கி விற்கும் கடைகளோடு போட்டி போடாமல் ஓரமாக சின்னத் தடுப்புக்கு உள்ளே மதராஸி கானா என்று பலகை வைத்த இடத்தையே அவள் தேர்ந்தெடுத்தாள்.

இங்கேயா? இருபத்துநாலு மணி நேரமும் வடையும், உத்தேசமா செய்த சுத்த இந்திக்கார சாம்பாரும்தானே கிடைக்கும்?

சங்கரன் தடுக்க முயன்றாலும் அவள் உள்ளே போயிருந்தாள்.

சூடான சாம்பாரும் சுடச்சுட வடையும்தான் அவன் சொன்னபடிக்கு இருந்தது. ஆனாலும் குளிரும், அருகருகே அமர்ந்து ஆசையோடு முகம் பார்த்தபடிச் சாப்பிடுவதும் அதை அமிர்தமாக ஆக்கிவிட்டது.

கார் கூட்ட நெரிசலில் மெல்ல ஊர்ந்து கொண்டிருந்தது. டமடம் என்று முரசறைகிற சத்தம். எதிர்த் திசையில் இருந்து ஓர் ஊர்வலம் வந்துகொண்டிருந்தது. காரை ஓரமாக நிறுத்தினான் சங்கரன்.

இரண்டு வரிசையாக பெண்கள் வந்துகொண்டிருந்தார்கள். ஒரு வரிசையில் நீர் நிரப்பிய குடங்களை இடுப்பில் சுமந்த இளம் பெண்கள். இன்னொன்றில், மத்திய வயசுப் பெண்கள் கையில் தாம்பாளங்களில் தாமரைப் பூவும், இலையும் எடுத்து வரிசை கலையாமல் வந்தார்கள். நடுவே ஆடி அசைந்து ஓர் யானை நடந்து வந்தது.

கேமரா கொண்டுவந்திருக்கலாம்.

கொச்சு தெரிசா அவன் கையை இறுகப்பற்றியபடி சொன்னாள். பரவச நிலையில் பக்கத்தில் நிற்கும் வீட்டுப் பெரியவர்களின் கரம் பிடித்து ஒண்டி நிற்கும் குழந்தைபோல இருந்தாள் அவள்.

யானைமேல் மர அம்பாரியில் அமர்ந்து, காவி உடுத்திய வயசர் ஒருத்தர் வந்துகொண்டிருந்தார். கவிழ்ந்து படுத்ததுபோலவோ, பிரார்த்தனையில் இருப்பதுபோலவோ குனிந்து, முகபடாத்தி லிருந்து வரும் கயிறுகளைப் பிடித்தபடி இருந்தார் அவர்.

யார், என்ன, எதற்காக ஊர்வலம் என்று புரியாமல் கொச்சு தெரிசா சங்கரனைப் பார்த்தாள். அவனுக்கும் அவ்வளவாகத் தெரியாத விஷயம் அது.

காரை ஒட்டி நடந்தபடி கண்ணாடியில் காகித விசிறியால் தட்டிய பையனை விரல் சுண்டிக் கண்டித்து, அவனிடம் யானைமேல் யார் என்று சைகையால் விசாரித்தான் சங்கரன். வால்மீகி மகராஜ் என்று ஆடியபடி போனான் பையன்.

ஏதோ இனத்துக்கான குருநாதர்.

சங்கரன் கொச்சு தெரிசாவின் தகவலுக்காகச் சொன்னான்.

யானை அசைந்து அசைந்து பக்கத்தில் வந்துகொண்டிருந்தது.

இனம்னா? அவன் தோளைப்பற்றி இழுத்து விசாரித்தாள் கொச்சு தெரிசா.

ராமாயணம் எழுதினவர் ஜாதியா இருக்கும்.

ராமாயணத்துக்கும் ஜாதிக்கும் என்ன சம்பந்தம்? கொச்சு தெரிசா கேட்டாள்.

தொணதொணக்காதே. அப்புறம் தெருன்னு பார்க்காம முத்தம் கொடுத்துடுவேன்.

யானைமேல் இருந்த வால்மீகி குரு அவனைக் கூர்மையாகப் பார்த்து ஓவென்று சிரித்தபடி போனார். தண்ணீர் சுமந்துபோன பெண்களும் சிரித்துப்போக, ஓவென்று அடுத்த வரிசைப் பெண்கள் குலவை இட்டார்கள்.

பிடரி முடி சிலிர்த்து அமர்ந்திருந்தாள் கொச்சு தெரிசா. ஆதரவாக அவள் தலையைத் தடவினான் சங்கரன்.

சாப், மயில் தைலம். ராத்திரி முழுக்க சந்தோஷமா இருக்கலாம்.

கார் ஜன்னல் ஓரம் பெரிய இரு கருவிழிகள் சங்கரனைப் பார்த்தன. தோளில் குரங்குக் குட்டியைச் சுமந்திருக்கும் அழகான ஆதிவாசிப் பெண் அவள். கொச்சு தெரிசாவைப் பார்த்து ரொம்பநாள் பழக்கம்போல் குதூகலமாகக் கையாட்டினாள் அந்தப் பெண்.

மேம்சாப். பாசிமணி மாலை. உங்க கழுத்துக்கு எடுப்பா இருக்கும். வாங்குங்க.

வேணாம் என்றாள் கொச்சு தெரிசா.

மாலை இல்லாமலேயே அங்கே எடுப்பாத்தான் இருக்கு.

சங்கரன் இங்கிலீஷில் சொல்லிக் காரைக் கிளப்பினான்.

சொன்னா கேளுங்க. மயில் தைலம். வாங்குங்க சாப். சந்தோஷமா இருங்க.

குரங்குக் குட்டியும் சேர்ந்து விழிக்க, அந்த அழகிய பெண் கொச்சு தெரிசாவைப் பார்த்தாள்

மேம்சாப், சந்தோஷமா இருங்க.

வீராவாலி, வாங்காட்ட விடேன்.

யாரோ அவளைப் பின்னால் இருந்து தள்ளிப் போனார்கள்.

வீராவாலி. வீராவாலி. என்ன ஒரு பெயர். சங்கீதம்போல இனிமையா இருக்கு.

கொச்சு தெரிசா முணுமுணுத்தபடி இருந்தாள்.

வீராவாலி. வீராவாலி.

ஓட்டல் அறையின் ஏர் கண்டிஷன் குளிர்ச்சியில் சங்கரனின் அணைப்புக்குள் ஒடுங்கிப் படுத்திருந்த கொச்சு தெரிசா முனகினாள்.

வீராவாலி. அந்தப் பெயரே உச்சரிக்கக் கிளர்ச்சி தருகிறது. சந்தோஷமாக இருக்கச் சொன்னாள். குளித்துவிட்டு சந்தோஷமாக வெளியே போகலாம் என்று சங்கரனை காக்க வைத்தது கொச்சு தெரிசாவின் தவறுதான். குளித்து மணக்க மணக்க, குளிர்ந்து வந்த அவளை அள்ளிக்கொண்டுபோய்க் கிடத்திக் கூடவே கிடக்க சங்கரனுக்கு ஒரு ஒற்றை நிமிடம் போதுமாக இருந்தது.

வீராவாலி.

கொச்சு தெரிசாவின் உதடுகளை இறுக்கமாக இதழ்கொண்டு மூடியபடி கிடந்தான் சங்கரன்.

சட்டென்று எழுந்தான். உறை?

கொச்சு தெரிசா புன்னகையோடு அவனைத் தலையணைக்கு இழுத்தாள்.

குளிச்சு இன்னிக்கு ஏழாவது நாள். தேவையில்லை.

அவனுக்குப் புரியவில்லை. ஆனால் சந்தோஷமாக இருந்தது.

வீராவாலி.

அவனும் சொன்னான். கொச்சு தெரிசா அவன் உதடுகளை விரல் கொண்டு வருடினாள்.

வீராவாலி.

இவ்வளவு உக்ரமான முத்தத்தை அவன் இதுவரை எதிர்கொண்டதில்லை.

அத்தியாயம்

# நாற்பத்திரெண்டு

ஞாயிற்றுக்கிழமைக்கான சாவகாசத்தனத்தோடு ஊர்ந்து கொண்டிருந்தது ஆலப்புழை டவுன் பஸ். அம்பலப்புழையைத் தொட்டடுத்து ஏழெட்டு கிராமம். ஒவ்வொன்றாகப் புகுந்து புறப்படும் அது. அப்படிப் புறப்படாமல் அயோத்தி ராமன் வில் விட்ட அம்பு மாதிரி வலம் இடம் திரும்பாது நேரே போனால் வெறும் பதினைந்து நிமிஷத்தில் போய்ச்சேர்ந்து விடலாம்தான். ஆனால் அடித்துப் பிடித்துக்கொண்டு விரசாகப் போய்ச்சேருவதில் யாருக்கும் விருப்பம் இல்லை.

திலீப் மட்டும் வித்தியாசமாக இருக்க நினைத்தால் நடக்குமா என்ன? ஊரோடு, யாரோ சொல்லியபடிக்கு சரிசரி சரிசரியென்று தலையாட்டி ஆமோதித்து டவுன் பஸ் ஜன்னல் ஓர சீட்டில் உட்கார்ந்து ஊர்வதே அவனுக்கு விதிக்கப்பட்டது. ஊர்ந்து ஊர் சேர்ந்து உடன் விழித்து ஆடி அடங்கி உறங்கிப் பின் ஊரும் பொம்மை அவன்.

ஒரு வாரமாகத் தன்னை பொம்மலாட்டப் பொம்மையாக உருவகித்துக் கொள்ள அவனுக்கு சுவாரசியமாக இருக்கிறது. அதெதுக்கு ஒற்றை பொம்மையாகக் கயிற்றில் ஆட? தாலிக் கயறு கட்டிக் கூட்டிவந்த அகல்யாவும் இன்னொடு கயிற்றில் ஆடட்டும். ஆட்டுவிக்கப்படுகிற தோல் பொம்மைகள் அவர்கள்.

இந்த கயறு உவமானமும் அவனுக்கு ரொம்ப இஷ்டமாகிவிட்டது. நாலைந்து மலையாளப் படம் பார்த்ததில் இடைவேளைக்கு அப்புறம் தாலிக் கயிறைக் கழற்றி எறியாத கதாநாயகியைப் பார்க்க முடியவில்லை இங்கே. திரை முழுக்க மார்பு நிறைக்க குளோஸ் அப்பில் அந்த மாதிரிக் காட்சி வரும்போதெல்லாம் அரை இருட்டில் பக்கத்து சீட் முகங்கள் துயரத்தையும் ஆத்திரத்தையும்தான் காட்டுமே தவிர அவன்போல முலையழகில் ஈடுபடுவது இல்லை. ஊரோடு அவனும் கோபப்பட வேண்டாமா? வேணும்தான். அகல்யாவிடம் கேட்டால் என்ன சொல்வாளோ? சொல்ல என்ன உண்டு? அவளும் அவனைப்போல கட்புத்லிதான். கயிற்றில் ஆடும் இன்னொரு பொம்மை.

அம்மா தகனம் முடிந்ததுமே அழுகைக்கும் புலம்பலுக்கும் நடுவே கற்பகம் பாட்டி சொல்லிவிட்டாள் –

உனக்கு பணம் தேவையா இருக்கும். எங்க காலத்திலேயே யாராவது போய்ச் சேர்ந்தா, சம்ஸ்காரத்துக்கும் அப்புறம் பத்து நாள் காரியத்துக்குமா ஆயிரம் ரூபா வள்ளிசா எடுத்து வைக்கணும். இப்போ இன்னும் பத்து மடங்கு ஆயிருக்கும். உன் பெரியப்பன்தான் உனக்குத் தரணும் கடனாவாவது பணம். அந்த லோபி, ஈயாத லோபி தர மாட்டேன்னா நீ உன் சிநேகிதா கிட்டே வாங்கு. நான் என் தாலிக் கொடியை வச்சு உனக்குப் பணம் தரேன். கிழவிக்கு ஏது தாலி, கிழவனைத்தான் பாதாம் அல்வா மாதிரி முழுங்கிட்டாளேன்னு பார்க்கறியா? அவர் போனதும் என் கழுத்திலே இருந்து கழட்டி பால்லே போட்டு வச்சா. உக்ரமா தேவர்கள் கோபப்படுவாளாம் எங்கேயாவது தாலி இறங்கினா. கட்டி வச்ச பரம்பரை வீட்டை வித்தா கோபப்படற தேவர்கள் இருக்காளான்னு தெரியலை. அவா உன்னையும் உன் பெரியப்பனையும் ஆசீர்வாதம் பண்ணட்டும். என் வீட்டை இப்போ விக்க ஏற்பாடு பண்ண வேண்டாம். காலக் கிரமத்துலே, நான் போய்ச் சேர்ந்து, யார் கண்டது அடுத்த மாசமே தீபாவளிக்கு ரெண்டு நாள் முந்தி நான் போய்ச் சேருவேனா இருக்கும். வீட்டை வித்துடாதே.

பெரியப்பா வீட்டை விற்கிற மனநிலையில் இல்லை என்பதைப் பாட்டிக்கு எடுத்துச்சொல்வதற்குள் அவள் கட்டைப் பலகையைத் தலைக்கடியில் வைத்துத் தூங்கியிருந்தாள்.

பாட்டி பாவம். அவா சொல்றதை கேளுங்கோ. அவ வீடு அது. வித்துடாதீங்கோ நீங்களும் உங்க மினிஸ்டர் பெரியப்பாவும்.

அகல்யா அவன் அணைப்புக்குள் இடுங்கிக்கொண்டு சொன்னது அந்த ராத்திரியில்தான். அம்மாவை எரித்துவிட்டுவந்து மனதில்

சோகம் அணையுடைத்துப் பீறிட்டு வர அழுகையில் கரைந்து இருந்தவனை அகல்யா உதட்டைக் கடித்து முத்தமிட்டாள். மெல்லிய குரலில், நான் இருக்கேன் ராஜா உனக்கு என்றாள் அவள், அவன் காது மடலைக் கடித்தபடி. மழை ஓய்ந்த அந்த இரவில், கட்டிலும் தலையணையும் விலக்கி காலடி மண் நறநறத்த சிமெண்ட் தரையில் கிடந்து அவளோடு உக்கிரமாக அவன் உறவுகொண்டான். குறுகிய இருப்பிடத்தின் சுவர்கள் சற்றே வெளிநோக்கி நீண்டு வளைந்து, அவர்கள் முயங்க இடமொழித்துக் கொடுத்தன அப்போது. வாசலை ஒட்டிய தாழ்வாரத்தில் கற்பகம் பாட்டி ஆழ்ந்த நித்திரையில் கிடக்க, அடைத்த கதவுகளுக்குப் பின் புழுங்கி வியர்க்கும் உடல்கள் ஒன்றக் கலந்தார்கள் அவர்கள். சாவு கையொப்பமிட்டுப்போன பரப்பில், உயிர் மூச்சு பிணைந்து உடல் அதிர அவர்கள் இசைந்து இயங்கினார்கள். வேறெதுவும் குறுக்கிடாமல் போகமும், கூடிப் பின் விலகலும் ஒரு மனதோடு நாடி விரைந்துகொண்ட மறுபோகமுமே நினைப்பும், நாட்டமும், கொண்டுசெலுத்தும் செயலுமாகி புலனமிழ்த்தி இருந்த நேரம் அது. அதற்கும் இடைவேளை இப்போது. இது எப்போது தொடருமோ. பொம்மைகள் ஆட்ட நேரத்தைத் தீர்மானிப்பதில்லை.

டவுன் பஸ் பெரிதாகக் கிறீச்சிட்டுக்கொண்டு நிற்க, பெரிய பெரிய பலாப்பழங்களைச் செல்லமாக அணைத்தபடி நாலைந்து பேரும் பின்னாலேயே செண்டை, மேளம், இலைத் தாளம், கொம்பு என்று தூக்கிக்கொண்டு ஒரு பஞ்ச வாத்தியக் குழுவும் வண்டி ஏறினார்கள். கொம்பு வாசிக்கிறவன் திலீப் பக்கத்தில் உட்கார்ந்தான். அவனுடைய வாத்தியம் திலீப்பின் தலைக்குப் பக்கம் அவனுக்குக் கொம்பு முளைத்ததுபோல் நீண்டிருந்தது.

பூம் பூம்.

அந்தக் கொம்பில் இருந்து வந்த சத்தம் சங்கு முழங்குகிறதுபோல் இருந்தது. அம்மாவை எடுத்துப் போகும் முன் முழங்கிய சங்கு அது. கூட்டத்தில் எப்படியோ அவன் பக்கம்வந்து மிட்டாய்க்கடை பாலகிருஷ்ண கதம் சொன்னார் –

திலீப் பாய். உனக்குப் பணம் தேவைப்படும். நிறையப் பணம் வேண்டியிருக்கும். ஏதொண்ணுக்கும் கவலைப்படாதே. கை கொடுக்க நான் இருக்கேன். போ.

சவ ஊர்வல வண்டியின் முன்னால் ஏறிக்கொண்டபோது ஏனோ மனதுக்கு சந்தோஷமாக இருந்தது அப்போது என்று திலீப்புக்கு நினைவு வந்தது. ஏனோ இல்லை. அது பாலகிருஷ்ண கதம் கொடுத்த வாக்குறுதி குறித்தான மகிழ்ச்சி.

தகனம் முடிந்து அடுத்த நாளே அவனைத் தேடிவந்து, அவன் அஸ்தி பொறுக்கி எடுத்துப் பால் ஊற்றிக் கடலில் கரைக்கப் போயிருந்ததால், அகல்யாவிடம் ஒரு பழுப்பு கவரைக் கொடுத்துச் சென்றிருந்தார் அவர்.

*கட்சி நிதியா மாமாஜி?*

*அவள் அப்பாவியாகக் கேட்க, அவர் சொன்னாராம் –*

இல்லே பேடி. நாம நிதி கொடுத்தாத்தான் கட்சிக்குப் பணம் இருக்கும். இது நான் கொடுக்கறது. திலீப்கிட்டே கொடும்மா. புரிஞ்சுப்பான்.

திலீப்புக்கு அந்த ஐயாயிரம் ஏதோ உணர்த்தியது. எதையோ தியாகம் செய்யவேண்டியிருக்கும் என்று தோன்றியது. அகல்யாவையா? சே, கதம் அப்படிப்பட்ட மனுஷர் இல்லை.

சூனாம்பட்டில் வைதீக காரியங்கள் தொடர்ந்து பத்து நாள் நடத்தி அம்மாவைக் கரையேற்றவேண்டும் எனத் தீர்மானமாக, அவன் கதம் வீட்டுக்குப் போயிருந்தான். மாடுங்கா அந்தணர்கள் பொறுப்பேற்ற, சாவுக்கு மறுநாள் அது.

திலீப்பைப் பார்த்ததும் அவர் குடும்பமே சூழ்ந்துகொண்டது.

துக்கம் கேட்க அவங்க வீட்டுக்குத்தான் போகணும். அதைத் தவிர வேறே எல்லாம் பேசலாம்.

கதம் தன் மகளிடம் சொன்னதில் அவனுக்கு பரிவு புலப்பட்டது. அந்த மகள் போன வருடம்தான் போதார் காலேஜில் பி.ஏ முடித்தவள். துடிப்பான பெண். இந்திப் படத்தில் தங்கை வேடத்துக்கே அவதாரம் எடுத்திருக்கும் ஒரு நடிகையின் முகச் சாயல் அவளுக்கு உண்டு என்று திலீப்புக்குத் தோன்றியது. தூங்கி எழுந்து வந்திருக்கிறாள். அந்த வசீகரத்தோடு எல்லாப் பெண்ணுமே அழகாகத் தெரிவார்கள். ஆனால் இந்தப் பெண்ணோ, ராத்திரி நல்லா தூங்கினாயாம்மா, காப்பி சாப்பிட்டியா, பல் துலக்கிட்டு சாப்பிடு என்று அண்ணா தோரணைகளோடு கண்கள் பனிக்க அழைத்துப் பேசவேண்டியவள்.

அவள்தான் கார்ப்பரேஷன் தேர்தலில் இந்தத் தொகுதியில் போட்டியிட கட்சிக்கு மனுக் கொடுத்திருக்கிறாள் என்று ரகசியத்தைப் பகிர்ந்துகொள்ளும் தோரணையில் கதம் அறிவித்தார். அவரை ஒரு மாதம் முன்னால் கட்சி ஆபீசில் பார்த்தது நினைவு வந்தது திலீப்புக்கு. அப்போது அவர் சொன்னது –

ஏய், நான் கவுன்சில் எலக்ஷன் நிக்கலே. இன்னும் ஒரு வருஷத்துலே அசம்பிளி எலக்ஷன் வருதே. நேரே எம்.எல்.ஏ தான். என் வயசுக்கு கார்ப்பரேஷன் ஆபீசுக்குள்ளே குஸ்திச் சண்டை, தள்ளு முள்ளுன்னு தரையிலே கட்டிப் பிடித்து உருண்டு உதச்சு மெனக்கெட முடியாது.

ரொம்பப் பெருந்தன்மையாக அறிவித்தார் கதம் அப்போது. கூடவே சொன்னார்.

உன் பெயர் லிஸ்ட்லே இருக்கு. நம்ம வார்டுக்கு மூணு பேர் உண்டு. உன்னைத் தவிர, ஸ்கூல் டீச்சர் ரகுநாத் காலே அப்புறம் ஒருத்தர்.

கவுன்சிலர் தேர்தலுக்கு வார்டில் டிக்கெட் கேட்கும் இன்னொருத்தர் யாரென்று அவர் அப்போது ஏன் சொல்லவில்லை என்று திலீப்புக்கு அடுத்த ஐந்து நிமிடத்தில் புரிந்தது. அவன் கேட்காமலேயே பத்தாயிரம் ரூபாய் புது நோட்டாக அவனிடம் கொடுத்து அம்மா சம்பந்தமான செலவுக்கு வைத்துக்கொள்ளச் சொன்னவர் மறக்காமல் சேர்த்துக்கொண்டது –

நீ இதை உடனே திருப்பித் தரணும்னு எதிர்பார்க்கலே. அஞ்சு வருஷம், பத்து வருஷம் ஆனாலும் சரிதான். நான் காத்திருக்கேன். முடியலேன்னாலும் பரவாயில்லே. உன் கிட்டே என் பணம் ஜாக்கிரதையா இருக்கட்டும். போதும்.

அவருக்கு நன்றி சொல்லிக் காலில் விழுந்து எழுந்தான் திலீப் அப்போது.

ஒரே ஒரு உதவி செய்யணும் திலீப்.

அவர் கருப்பாக இன்ஸ்டண்ட் காப்பிப்பொடி அடர்ந்திருந்த காபி டம்ளரை அவனிடம் கொடுத்தபடி கிசுகிசுப்பான குரலில் சொன்னார். அறைக்கு வெளியே அவருடைய மகள் நின்று கொண்டிருந்ததை திலீப் கவனிக்கத் தவறவில்லை.

திலீப், நீ நல்லா படிச்சவன். கவர்மெண்ட் வேலைக்கு போறே.

இல்லே சார். இது கேரளத்துலே, கவர்மெண்ட் நிதியோடு நடக்கற வேலை.

ஏதோ ஒண்ணு. நாளைக்கே அந்த இடத்தை கவர்மெண்ட் எடுத்துக்கிட்டா நீ மந்த்ராலயா உத்தியோகஸ்தன். அங்கே செக்ரெட்டேரியட்டா? ஏதோ ஒண்ணு.

சரி பாய் சாப். அப்படி இருக்கட்டும்.

உனக்கு இது பெரிய விஷயமே இல்லை. இந்த கவுன்சிலர் பதவி இல்லேன்னா உனக்கு உலகத்திலே பிழைக்க ஆயிரம் வழி உண்டு. நம்ம பாப்பா ஒரு டெர்ம் கவுன்சிலரா இருக்க ஆசைப்படறா. அப்புறம் கல்யாணம் கட்டிக்கொடுத்திடுவேன். எங்கேயோ கண் காணாத தூரத்துக்கு போயிடுவா.

இப்போ நான் என்ன பண்ணனும் கதம் பாய்சாப்?

உனக்குத்தான் கட்சியிலே சீட் கிடைக்கும்னு பேச்சு. நீ வேண்டாம்னு சொன்னா...

அவர் நிறுத்த, சட்டென்று சொன்னான் திலீப் –

என் தங்கச்சிக்கு இதுகூட செய்யமாட்டேனா என்ன?

கதம் பெற்ற மகள் வெளியே இருந்து வேகமாக உள்ளேவந்து அவன் கால் தொட்டு வணங்கி, ஆசிர்வதியுங்கள் அண்ணா என்றாள் பதவிசாக.

அடுத்த பத்து நிமிஷத்தில் அந்தப் பெண்ணே டைப் செய்து கொடுக்க, போட்டியிடக் கொடுத்த மனுவை விலக்கிக்கொண்டதாக திலீப் கட்சிக்கு அறிவிக்கும் கடிதத்தில் கையெழுத்துப்போட்டு, விடைபெற்றுப் போனான்.

கயிற்றில் ஆடும் பொம்மலாட்ட பொம்மை. அப்போதுதான் அவன் மனதில் அந்தப் படிமம் வந்து படிந்தது.

வழக்கு முத்தச்சி ஃபைவ் ஸ்டார் ஹோட்டல்.

ஆலப்புழ – அம்பலப்புழ டவுன் பஸ் படிக்கட்டில் பல்லிபோல தொங்கிக்கொண்டு நின்ற க்ளீனர் பையன் சத்தமாக அறிவித்துச் சிரித்தான்.

பஸ் இங்கே ஒரு அஞ்சு மினிட் நிக்கும். தோச, பரிப்பு வட, சாயா, மலையாளத்திலே தெறி பறைய, தமிழ்லே கெட்ட வார்த்தை சொல்லித் திட்ட வசதி எல்லாம் உண்டு மான்ய மகா ஜனங்களே. வழக்கு முத்தச்சிக்கு வேறெங்கும் கிளைகள் இல்லை.

அவன் அறிவிக்க, திலீப் அதிசயமாகப் பார்த்தான். மற்ற பயணிகள் குலுங்கிச் சிரித்தபடி சத்தியத்துக்குக் கட்டுப்பட்டதுபோல கடைக்கு ஏக காலத்தில் நடந்து பரிப்பு வடையும் சாயாவும் உடனே விளம்பித் தரும்படி கோரினார்கள். கடைக்குப் பின்னால் தொலைவில் ஆங்காங்கே செடிகளுக்கும் புதர்களுக்கும் இடையில் குந்தி இருந்து சிறுநீர் கழிக்கும் வாடை இங்கே முகத்தில் குத்தத் தொடங்கி இருந்தது.

மிஞ்சிப் போனால் பத்து நிமிஷமோ, பதினைந்து நிமிஷமோ பிடிக்கும் இந்தப் பயணத்தை அரைமணி நேரமாக்கிய மகானுபாவன் யார் என்று திலீப்புக்குத் தெரியவில்லை.

உலகத்தோடு ஒட்டிச் செயல்பட, திலீப்பும் ஒரு கயிற்றைப்பற்றி... பற்றி? ஓரமாக உட்கார்ந்து மூத்திரம் போகவேண்டும். அவன் அவசரமாக இறங்கினான்.

சாப்பாட்டுக்கடை வாசலில் கால் நீட்டி இருந்த முத்தச்சி அவனைப் பார்த்ததும் தள்ளாடி எழுந்து அவனைக் கும்பிட்டாள்.

திருமேனி எனக்கு உடனே சாவு வர ஆசீர்வாதம் பண்ணு. ஜீவிதம் மதியாயி.

திலீப் சொன்னான் – அதது அதது நடக்கற நேரத்தில் நடக்கும். நான் திருமேனி இல்லே பாட்டி. பம்பாய் கி சோக்ரா. சின்னப் பையன்.

அவன் சட்டைப் பையில் இருந்து பர்ஸை எடுத்தான்.

இது திட்ட இல்லே, பாட்டித் தள்ளை வாழ்த்த. நுங்கம்பாக்கம் நீலகண்டய்யர் சம்சாரம் கற்பகம்மாள் இன்னும் இருக்கப்பட்ட காலம் சௌக்கியமாகக் கழிந்து தூக்கத்திலேயே சொர்க்கம் போய்ச்சேரணும். தூக்கம்னா மலையாளத்திலே வேறேதானே. அது வேணாம். உறக்கத்திலேயே. உறங்கியே மெல்லப் போகட்டும்.

கிழவி திருதிருவென்று விழித்தாள். பிரியமாகக் காசு கொடுத்து ஒருத்தரை வாழ்த்தச் சொன்னது அவள் ஆயுசிலேயே இதுதான் முதல் முறை.

வாய் கோணி, கண் நிலைக்க அவள் வெற்றுவெளியில் கைகளை நீட்டிப் பரத்தினாள். சுழலில் அகப்பட்டு வெள்ளப் பெருக்கத்தில் அடித்துப் போகப்படும்போது சின்னச் செடியையோ மிதக்கும் மரக் கட்டையையோ பற்றியபடி நீந்திக் கரை சேர்ந்து உயிர் பிழைக்கச் செய்யும் கடைசி முயற்சிபோல அவள் வார்த்தைகளைத் தேடிக்கொண்டிருந்தாள். இதுவரை கற்றது எல்லாம், பேசியது எல்லாம், சபித்தது எல்லாம் பிரயோஜனப்படாதவை என்று ஆக, இன்னொரு தடவை முதலில் இருந்து தொடங்கி, புதிய ஒரு மொழியில் எழுத்தெண்ணிப் படிக்கவேண்டிய கட்டாயத்தில் இருப்பவளாக அவள் தெரிந்தாள். நீட்டிய கைகள் நீட்டியபடி இருக்க அவள் மெல்ல எழுந்தாள். ஓவென்று அழுதபடி திலீப்பின் கையைப் பிடித்துக்கொண்டாள் –

நாயனே, எனக்குத் தெரியாது. யாரையும் வாழ்த்த எனக்குத் தெரியாது.

சொல்லியபடி அவன் கையில் அவனிடமிருந்து வாங்கிய ரூபாய் நோட்டைக் கொடுத்துவிட்டு அவள் தள்ளாடித் தள்ளாடி நடந்து போய்விட்டாள். பஸ் திரும்பக் கிளம்பும்போது யாருமே எதுவுமே பேசவில்லை.

கிழவியைச் செயலில்லாமல் நான் ஆக்கிவிட்டேனா? புதுசாகக் கவலைப்பட ஆரம்பித்தான் திலீப். எதிர்பார்க்க, கரிசனம் காட்ட, பயம் விலக எவ்வளவோ இருக்க, இந்த வயசான பெண்பிள்ளை எங்கே இதற்கு நடுவே வந்தாள். அவளுக்கு ஏதும் கயிறுகள் இல்லை. அவள் நினைத்தபடி நினைத்த இடத்தில் நினைத்த நேரம் கோலூன்றி நடுங்கும் கால்களை ஊன்றி ஆட முயலலாம். திட்டாமலேயே உயிர் வாழ முடியாதா என்ன? வாழ்த்தாமல் இத்தனை வருடம் வாழ்ந்தவளுக்கு அது என்ன கஷ்டம்? ஆனால் வருமானத்துக்கு என்ன செய்வாள்? திலீப் அவளை மறுபடி சந்திக்கும்போது ஐந்து ரூபாய் கொடுப்பான். அவனால் முடிந்தது அதுதான்.

என்னால் முடிஞ்சது இதுதான். இந்த சம்பளம்தான் திலீப்.

பிஸ்கட் சாஸ்திரி நேற்றைக்கு அவனிடம் சொன்னார். இன்னும் இருநூறு ரூபாய் சம்பளம் உயர்த்தித் தர முடியுமா என்று அவர் சந்தோஷமும் சாந்தமுமாக இருந்த நேரத்தில் விசாரித்தான் திலீப்.

உங்க பெரியம்மா இப்போதைக்கு வர மாட்டா. டாக்டரேட் வாங்கிட்டா. மற்ற நாட்டு பல்கலைக் கழகத்திலே எல்லாம் பேசக் கூப்பிடறா. பிரிட்டன் முடிச்சு பிரான்ஸ், ஜெர்மனி, சுவிட்சர்லாந்து, அப்புறம் நடாஷா மூலமா சோவியத் யூனியன் பிரயாணம். அப்படி மெகா பெரிய சுற்றுப் பயணத் திட்டம். அவா வரவரைக்கும் இங்கே உனக்கும் வேலை இல்லே. எனக்கும் கிடையாது. சியாமளா வந்து கவர்மெண்ட் நிதி கையிலே கிடைக்க இன்னும் குறைஞ்சது மூணு மாசமாவது ஆகும். அதுவரை தண்டச் சம்பளம்தான் நமக்கு. எப்படி ஏத்தித் தர?

பஸ்ஸில் இருந்து இறங்கி வழக்கு முத்தச்சியிடம் காசு கொடுத்து பிஸ்கட்டைப் பிய்த்தெறியச் சொல்லலாமா என்று ஒரு நினைப்பு.

பிழைத்துப் போகட்டும். திலீப் படிப்புக்கு இந்த வேலை கிடைத்ததே ஆச்சரியம். பிஸ்கட் சாஸ்திரி அவனை இரைந்து பேசி எடுத்தெறிந்து இதுவரை வேலை வாங்கியதில்லை. ஆனால் நக்கலாக ஒரு சிரிப்பு அவரிடம் உண்டு. ட்ரங்குப் பெட்டிக்குள்

ஷார்ட் ஹேண்ட் லோயர், டைப் ரைட்டிங் ஹையர், எஸ் எஸ் எல் சி சர்ட்டிபிகேட்டுகளுடனும், உள்ளூர் ஹெட்மாஸ்டர் கொடுத்த ரென் அண்ட் மார்ட்டின் இலக்கணப் புத்தகத்தைவிட்டு இம்மியும் வழுவாத இங்கிலீஷில் நன்னடத்தை சர்ட்டிபிகேட்டுடனும் மதராஸ் சென்ட்ரல் ஸ்டேஷனில் ரயிலேறி, வடக்கே தில்லி, கிழக்கே கல்கத்தா, மேற்கே பம்பாய் என வேலை தேடிப்போய் வெற்றிகண்டு நிலைத்தவர்களின் தேகத்தில் ஊறி வரும் அந்தண எள்ளல் அதுவென்று திலீப்புக்குத் தெரியும். அத்தனை படித்த அவன் அப்பாவும் பெரியப்பாவும்கூட அந்த மனநிலையில் ஊறியவர்கள் என அவன் அறிவான்.

தியேட்டர் வாசலில் பஸ்ஸை நட்ட நடு ரோடில் நிறுத்தி, சகாவே அடிச்சுப் பொளி என்று பஸ் டிரைவரும் க்ளீனர் பையனும், விசில் ஊதாமல் காத்திருந்த கண்டக்டரும் திலீப்பை உற்சாகப்படுத்தி இறக்கி விட்டு பஸ் நகர்த்திப் போனார்கள். இந்த எட்டு மாசப் பழக்கத்தில் அவன் கிட்டத்தட்ட நூறு மலையாளி இளைஞர் களுக்கு நல்ல சிநேகிதனாகிவிட்டான். கோவில் போகிற வழியில் ஒரு வினாடி புன்சிரித்துப் போகிற தலை குளித்த, உதடு பெருத்த மலையாளி தேவதைகளும் அதில் உண்டு. இன்னும் ஒரு வருஷம் எல்லோர் புண்ணியத்திலும் இங்கேயே குப்பை கொட்டினால் அவனுக்காகவே பஸ் விடுவார்கள். அந்த சுந்தரிகள் ஏட்டா என்று விளித்துக் கைகோர்த்து வருவார்கள்.

அடி செருப்பாலே.

மனதில் அகல்யா மிரட்ட துள்ளிக் குதித்து நடந்தான் திலீப். தியேட்டர் வாசலில் வைத்திருந்த புகைப்பட போஸ்டரைப் பார்த்து திகைத்துப்போய் நின்றுவிட்டான் அவன்.

இந்திப் படம்தான். நேற்று பத்திரிகையில் சிறப்பு காலைக் காட்சி என்று போட்டு விளம்பரம் செய்த சினிமா இல்லை. பிரிண்ட் பெட்டி வராததால் வேறே ஒண்ணு.

பம்பாய் கிராண்ட் ட்ரங்க் ரோடில் அவன் மாட்னி பார்த்துப் பாதியில் எழுந்து வந்த சினிமா அது.

மனதில் ஃப்ரேம் ஃப்ரேமாகப் படிந்து போயிருக்கிற படம். ஆனாலும் பார்த்தாகவேண்டும் இப்போது. அவனை கட்டி நிறுத்திய கயிறை வலித்து இழுத்து யாரோ ஆட்டுகிறார்கள்.

டிக்கெட் எடுத்து உள்ளே போகிறான். தியேட்டர் இருட்டில் நியூஸ் ரீல் ஓடும் சத்தம். இது கிராண்ட் ரோடா, அம்பலப்புழையா?

திலீப் எதிர்பார்த்து இருக்க, சற்றும் பிசகாமல், ஊஊஊ என்று காண்டாமிருகம்போலவோ, நிலக்கரி பற்றவைத்து ஓட்டும் ரயில் இஞ்சின்போலவோ ஊளையிடும் தீக்குச்சி அழகிக் கதாநாயகியைப் பின்னால் இருந்து அணைக்க அடி மேல் அடி வைத்து நெருங்கி வருகிறான் கதாநாயகன். அழகான முன்பாரம்கொண்ட பெண். அடுத்து என்ன ஆகும் என்று திலீப் அறிவான்.

வேகம்கொண்டு கடகடத்துச் சுழலும் கூரை மின்விசிறிகள் வெக்கையைக் கூட்டிப் புழுக்கத்தை சர்வ வியாபகமாக நிறுத்தி வைக்கும் நொடி இது. அவை ராட்சசத்தனமாகச் சுழல்கின்றன இப்போது. திலீப்புக்கு இதுவும் தெரியும் - குளோசப்பில் உதட்டைச் சுழித்து அழகு காட்டும் கதாநாயகி, குச்சியில் செருகிய ஐஸ்கிரீம் சாப்பிட்டபடி கண்ணடிப்பாள். கண்ணடிக்கிறாள். கதாநாயகன் குரங்கு போலக் குதித்து யாஹூ என்று சத்தம் போட்டு வரப்போகிறான். இதோ, அவன் குதித்து வந்து, கதாநாயகியைத் துரத்திப்பிடித்து அவளைத் தூக்குவான். தூக்குகிறான். வரப்போகும் கணங்கள் தெரிந்தால் உற்சாகமின்மைதான் ஏற்படும். திலீப் வெளியேபோய் உலகுக்குச் சொல்வான்.

அரங்கத்தில் உள்ளே வரும் வழி ஓரமாக, ஒளிக் கற்றையைக் கசிய விட்டுக்கொண்டு ஒரு கதவு திறக்கும் இனி. கம்பளிச் சால்வையும், சரிகை மாலையும், புகையும் ஊதுபத்தியும் ஒரு தட்டில் சுமந்து ஒரு முதிய முகம்மதியர். அவர் இடுப்பில் இருந்து இறங்கி வழியும் பைஜாமாவும், மேலே இறுக்கமான கமீஸூம் அதற்குச் சுற்றி மேலே அரைகுறையாக நிற்கும் கை இல்லாத கம்பளிக் கோட்டுமாக உள்ளே நுழைவார். நேரே நடந்து இடது பக்கம் கதவு திறந்து அவர் வெளியேறுவார். திலீப் எதிர்பார்த்து இருந்தான். அதொன்றும் நடக்கவில்லை. எதுவும் அப்படி நடக்கவில்லை. வாழ்க்கையில் சுவாரசியம் அழிந்து போய்விடவில்லை. தேவனுக்கு ஸ்தோத்ரம் சொல்ல அவனுக்குத் தோன்றியது.

ஆனாலும், அதெல்லாம் எந்த நேரமும் நடக்கக்கூடும் என எதிர்பார்த்து எப்போதெனத் தெரியாத நிச்சயமின்மை சூழ இருப்பது மூச்சு முட்ட வைத்தது.

இது பம்பாய் இல்லை. நீ அன்றைக்கு அங்கே போயிருந்தவன் இல்லை. இங்கே காட்சியும் ஒலியும் சூழலும் அன்று அனுபவப்பட்டது இல்லை. காலம் திரும்பித் திரும்பிவந்து ஒரே புள்ளியில் குவியம் கொள்ளும் என்று எதிர்பார்க்காதே.

யாரோ கயிற்றை இயக்கி, திலீப்பை நிமிர்த்தி சிறு காலடிகளாக வைத்து தியேட்டருக்கு வெளியே நடக்கச் செய்கிறார்கள்.

கால்கள் நடாஷா தங்கியிருக்கும் ஹோட்டல் படி ஏறச் சொல்கின்றன. மழை பெய்து சகதி நிறையாத, சுத்தமான பளிங்குப் படிகள் உள்ளே இட்டுச் செல்லும் விசாலமான கட்டிடம் அது.

ரிசப்ஷனில் இருப்பவர் எந்த விஷமப் பார்வையும் இன்றி கோயிலுக்கோ, குரிசுப் பள்ளிக்கோ போயிருந்து வெளிவரும் நொடியில் மனதை நிறைக்கும் அதே புனிதமான உணர்வுகள் மேலெழ அவனைப் பார்த்துச் சொல்கிறார் –

மதாம்மா உள்ளேதான் இருக்காங்க. உறக்கம்போல. காலிங் பெல் அடியுங்க.

அடித்தான். ஒரு முழு நிமிடம் ஏதும் ஆகவில்லை.

அவள் உறங்குகிறாள். அவள் மயக்கம் போட்டு விழுந்திருக்கிறாள். அவள் உயிர்போய் உடலாகக் கட்டிலில் சரிந்து கிடக்கிறாள். அவள் நெற்றிப் பொட்டில் துப்பாக்கி வைத்துச் சுட்டுக்கொண்டு தரையில் ரத்த வெள்ளத்தில். வேண்டாம். மனதைக் கட்டுக்கடங்காமல் ஆடாது நிறுத்தச் சொன்னான். நூலில் ஆடும் பொம்மைக்கு மனம் ஆடினால் என்ன ஆகும்? அது இற்று வீழ்ந்து இறுதிப்படும்.

வேண்டாம்.

இன்னொரு முறை காலிங் பெல்லை அடித்தான். பத்து வினாடி கடந்து போக, கைகள் கதவை ஓசையெழத் தட்டப் பரபரத்தன.

நடாஷா.

மெல்லக் கூப்பிட்டான். திரும்பவும் சத்தமாக நடாஷா என்றபடி கதவில் இடிக்க முற்பட்டபோது கதவு திறந்தது.

சுத்தமான உடுப்புகளை உடுத்து வசீகரமாகத் தலை சீவிக்கொண்டையும் இட்டிருந்தாள் நடாஷா. முழங்கால்வரை தழைந்த சிவப்பு ஸ்கர்ட். மேற்தோல் நிறத்தில், தொடைவரை உயர்ந்த மெல்லிய காலுறைகளை இட்டிருக்கிறாள் அவள். தழைத்துத் தைத்த கறுத்த மேலுடுப்பை மீறிச் செழித்து அடர்ந்து நின்ற மார்பிடத்தைப் பார்க்கவொண்ணாமல் தலை தாழ்த்தினான் திலீப்.

ஊர் சுத்திட்டிருக்கியா?

அவன் முகவாயை நிமிர்த்தி, புன்சிரிப்போடு கேட்டாள் நடாஷா.

நிதானமான, படபடக்காத அழகிய விழிகள் அவளுக்கு. எதையும் எதிர்கொள்ளும் பார்வை அவளுடையது. விண்கலத்தில் உலகைச் சுற்றிவரும் தீரமான சோவியத் பெண்கள் இந்த நிதானத்தோடுதான்

செயல்படுவார்கள். நடாஷாவும் வாலண்டினா தெரஷ்கோவா போல விண்ணில் வலம் வருவாள். திலீப் அண்ணாந்து பார்த்திருக்க சந்திரனில் அரிவாள் சுத்தியலோடு, செங்கொடி பிடித்து, லெனின் நாமம் சொல்லியபடி அடியெடுத்து வைப்பாள்.

அவனை உள்ளே கூப்பிட்டு உட்காரச் சொல்லிவிட்டுக் கதவுகளை ஒலியில்லாமல் அடைத்தாள் நடாஷா.

நாற்காலியில் விஸ்கி போத்தல் இருந்ததால் அவன் ஒரு வினாடி தயங்கி கட்டிலில் உட்கார்ந்தான். அவன் அருகே தோள் தொடும் நெருக்கத்தில் இருந்தபடி அவள் அவன் கைகளைப்பற்றிச் சொன்னாள்-

செர்யோஷா. என் பாய் ப்ரண்ட். விட்டுட்டுப் போயிட்டான் ராஸ்கல்.

அதான் ஏற்கெனவே சொன்னியே. நினைவில்லையா? அன்னிக்கு லைப்ரரியிலேருந்து வெளியே வந்தபோது.

திலீப் சுவாதீனமாக விஸ்கி பாட்டிலில் இருந்து அவள் எச்சில் படுத்திய, கொஞ்சம் திரவம் மிச்சமிருந்த கிளாஸில் மது ஒழித்து ஒரே மடக்கில் விழுங்கினான்.

போதும் உனக்கு இது வேணாம். பகல் நேரம் வேறே.

நடாஷா தடுத்தாள். அவன் மாட்டேன் எனத் தலையாட்டினான்.

சொன்னாக் கேளு.

அவள் சொல்லச் சொல்ல பிடிவாதத்தோடு கை நீட்டி மறுபடி பாட்டிலை எடுத்தான் அவன். விஷமம் செய்யும் குழந்தைபோல இன்னும் ஒரு மிடறு கிளாஸில் ஒழித்து விழுங்கினான். நடாஷாவைப் புன்சிரிப்போடு பார்த்தபடி காலி கிளாஸை அவளிடம் கொடுத்தான். கட்டிலிலேயே அதை வைத்தாள் அவள்.

அவள் யட்சி. அப்சரஸ் ஆளி என லாவணி ஆடும் தேவ கன்யகை. மாட்னி ஷோ சினிமாக் கதாநாயகியைவிட அழகானவள். தெரஷ்கோவாபோல துணிச்சலானவள். அத்துணிச்சலின் அண்மை அவனுக்கு வேண்டியிருக்கிறது.

செர்யோஷா போய்ட்டான்.

அவள் திரும்பச் சொல்ல அவன் காலிக் குப்பியைப் படுக்கையில் இருந்து எடுத்து நாற்காலியில் வைத்தான். சட்டென்று இருகை நீட்டி அவளை முடிந்தவரை தழுவக் குனிந்து மாணப் பெரிய

முலைகளுக்கு நடுவே காமம் மிகுந்தெழ முத்தமிட்டான். கட்டிலில் அவளைக் கால் பரத்திச் சாய்க்க முயன்று தோற்று மறு திசையில் மல்லாந்து விழுந்தான்.

நாயே.

அவள் எழுந்து திலீப்பைப் பேயறை அறைந்தாள். இடுப்பைப் பிடித்துத் தூக்கிச் சுற்றி வெறுந்தரையில் தொப்பென்று போட்டாள்.

என் பாய் பிரண்ட் செத்துப் போனான்னு சொல்றேன். உனக்கு என் கிட்டே உடம்பு சுகம் கேக்குதா? நீ மனுஷன் இல்லே. கேடு கெட்ட பன்றி. பன்றியும் நாயும் கலந்து உயிர்க்கொடுத்த இழிந்த பிறவி.

அவன் முதுகிலும் மார்பிலும் காலால் எற்றினாள். திலீப் உடல் நடுங்கிக்கொண்டிருந்தது.

வெறி நாயே.

குரல் எழாமல் கூச்சலிட்டு ஒரு நொடி அவன் இடுப்புக்குக் கீழே ஏறி மிதித்து இறங்கினாள் நடாஷா. உயிர் போய்த் திரும்பி வர, அரை மயக்கமானான் அவன்.

கீழே கூட்டி வந்து ஆட்டோ ரிக்ஷாவில் அவனை நடாஷா அமர்த்தியதை மூன்றாம் மனிதனுக்கு நடப்பதுபோல் திலீப் அரை பிரக்ஞையில் பார்த்துக்கொண்டிருந்தான்.

இந்தப் பையனுக்கு உடம்பு சுகமில்லை. பாத்துக் கூட்டிப் போ. இந்தா வண்டி வாடகை. மருந்து ஏதாவது வேணும்னா வாங்கிக் கொடு. தஸ்விதானியா திலீப்.

அவள் அனுப்பி வைக்க, ஆட்டோ உச்சி வெய்யில் நேரத்தில் அம்பலப்புழைக்கு ஓடியது.

என்ன சகாவே, மதாம்மாகிட்டே விரல் வித்தை காட்டினியா?

ஆட்டோ ஓட்டியபடி திரும்பப் பார்த்துச் சிரிக்கிறவன் திலீப்புக்கு இங்கே கிடைத்த தோழன்தான். சகா, வண்டியை திலீப் ஆபீசில் நிறுத்தினான்.

எங்கே போயிருந்தேள்? நான் ஒரு மணிக்கூறா காத்துண்டிருக்கேன்

ஆபீஸ் வாசலில் கான்வாஸ் பையும், பெட்டியுமாக அகல்யா நின்றிருந்தாள்.

அத்தியாயம்

# நாற்பத்திமூன்று

இப்படித்தான் திடுதிப்புனு வந்து நிப்பியா?

திலீப் குரலில் போலி அதிகாரமும் அதன் பின்னே ஒரு குவளை சுண்டக் காய்ச்சிய பால் பாயச இனிமையும் தட்டுப்பட்டது.

அகல்யாவை அங்கே பார்த்தபோது சம்பந்தமே இல்லாமல் ஓர் அழுகை தொண்டைக்குழியில் இருந்து புறப்பட, வாய் கோணக் குரல் கீச்சிட்டு அழச் சொன்னது மனசு. பின்னாலேயே இன்னொரு மனம் அதட்டி ஆண்மகன் அழுதல் நன்றன்று என்று கட்டுப்படுத்த வாயை இறுகப் பொத்திக்கொண்டு, விரைப்பாக வைத்த கைகள் மேலே உயர, அவசரமாகப் புன்னகை செய்தான்.

ஆப்பீசரே, நான் போய் சாயா கொண்டுவரேன்.

வயசன் உள்ளே தெர்மாஸ் பழுதுபட்ட பிளாஸ்கின் கூட்டைக் கழுத்தில் மாட்டிக்கொண்டு இங்கிதம் கருதி உடனே படி இறங்கிப் போனான். நிதானமாக அவன் பின்னால் நடந்து கதவடைத்து திலீப் உள்ளே வந்தான்.

மேஜை, நாற்காலி, நிரம்பி வழியும் குப்பைக்கூடையில் அர்ஜுனன் ஆடும் அடுத்த பாட்டு என்று பகுதி டைப் அடித்துக் கசக்கிப்போட்ட காகிதம், ஜாடி நிறைய யாரோ எடுத்து வைத்த அந்துருண்டை, பாதி திறந்த அலமாரியில் இங்கிலீஷ்காரர்கள் பரத நாட்டியம்பற்றி

இங்கே பிறந்தவர்களுக்கு விளக்கிக் கடைத்தேற்ற எழுதிய புத்தகங்கள் என்று காகிதமும், மரமும், தெருத் தூசியும் மண்டிய சூழலில் அகல்யா இரண்டு மாதம் இடைவெளிக்கு அப்புறம் திலீப்பின் அணைப்புக்குள் ஒடுங்கினாள்.

லண்டி மிண்டே, கிழவியை ஈசுவரான்னு விட்டுட்டு ஓடி வந்திட்டியாடி?

அவள் மூக்கை நிமிண்டியபடி அகல்யா மேலே அடித்த ரயில் வாடையை ரசித்தான் திலீப்.

போடா ராட்சசா, உன்னைப் பாக்கணும், இனி எப்பவும் உன்னோட கூட ஒட்டிண்டு கட்டிண்டு இருக்கணும்னு ஓடோடி வந்தா, மிண்டைங்கறே. நீ குத்துக்கல்லா இருக்க, நான் எப்படிடா கழுவேறி, மிண்டை ஆக முடியும்?

அவள் கை அவசரமாக இயங்கியது.

ஏய், வேணாம், வலி பிராணன் போறது. மூக்கைப் பிடிச்சா மூக்கைத் திரும்பப் பிடி. அது ஒண்ணுக்கொண்ணு பரோபர். வேறே எடத்துலே பேய்ப் பிடுங்கலா இப்படி அழுத்தினா.

அவன் அம்மாஞ்சிபோல சிரித்தபடி நெளிந்தான்.

அழுத்தினா வேண்டியிருக்கோ?

குறுகுறுவெனப் பார்த்தபடி கேட்டாள் திலீப்பின் பெண்டாட்டி.

வலி வேறே. மத்தது வேறே.

அவன் சமாளித்தான்.

என்னாக்க?

சொல்றேன். வயசன் சாயாக்காரப் பையனோட வந்து சேர இன்னும் அரை மணிக் கூறாவது ஆகும். அதுவரைக்கும் சிரம பரிகாரம் பண்ணிக்கலாமேன்னு.

திலீப் ஆசையோடு பார்த்தான்.

நினைத்தால் உடனே காமம் எப்படி இந்த ஆண்களுக்குக் கண்ணில் ததும்பி உடம்பே அதிர ஆரம்பித்து விடுகிறது.

நீட்டிய அவன் கையில் படாமல் அகல்யா ஒதுங்கினாள். பின்னால் நகர்ந்து வளைத்துப் பிடித்து ஆபீஸ் மேசைக்கு மாற்று உபயோகம் கற்றுக் கொடுக்கத் தீர்மானித்ததுபோல் திலீப் அவளை தூக்கி

மேஜை மேல் மெதுவாக இட்டான்.

ப்ராந்தா. உச்சி வெய்யில் நேரத்துலே யாராவது இப்படி செய்யறதுண்டா.

கண்டிப்போ அன்போ ரெண்டுமோ சேர்ந்தோ கேட்டுச் சிரித்தபடி அவள் அவசரமாக இறங்கினாள்.

சதா சிரிப்புத்தான். இப்போதோ அது கூடுதலாகப் பொங்கி வழிந்து முகத்தை மத்தாப்பு கொளுத்தியது. வாசல் பக்கம் கரகரவென்று சத்தம் வர திலீப்பும் விலகி நின்றான். கதவின் தாழ்ப்பாள் சத்தத்தோடு கீழே இறங்கியது.

திடுமென்று கதவு திறக்க பளபளவென்று சுத்தமாக்கிய ஸ்டீல் தட்டில் இரண்டு கோப்பை தேநீரும், நீண்ட சதுரமான பழுப்பு பிஸ்கட் சில்லுகளுமாக அரைநிஜார்ப் பையன் ஒருத்தன் அவசரமாக உள்ளே நுழைந்தான்.

உச்சி வெய்யில் நேரத்துலே யாராவது இப்படி செய்யறதுண்டா? திலீப்புக்கு நடாஷா நினைவு வந்தது. இன்றைய பகல் நேரம் அவனுக்குக் கட்டுப்படாமல் தன்னிச்சையாக ஏதேதோ நடந்தேற இப்படியாக நகர்கிறது. நடாஷாவிடம் இன்னொரு மானசீக மன்னிப்புக் கேட்டான் அவன்.

ஏட்டா, மதாம்மைக்கும் உருப்படாத வெட்டி ஆப்பீசருக்கும் முத்தச்சன் சாயா கொடுக்கச் சொல்லிட்டுப் போனார். மதாம்மை இவங்களா?

வந்த பையன் குரலை ஏற்றாமல், இறக்காமல், மிக வேகமான மலையாளத்தில் விசாரித்தபடி நக்கலாக திலீப்பை பார்த்தான்.

எடோ செக்கா, வெட்டி ஆபீசர் என்ன பண்ணுவார்னு தெரியணுமா? இதோ பாரு.

திலீப் அவன் கையில் பிடித்திருந்த ட்ரேயை அகற்றி மேஜையில் வைத்துவிட்டு சட்டென்று திரும்பி, அவனுடைய பின்புறத்தில் விளையாட்டாக உதைத்தான்.

ஐயோ மானம் போறது. சாயக்காரப் பையனை எல்லாம் மிதிச்சு ஏடாகூடமா ஏதாவது ஆகிடப்போறது.

அகல்யா நிஜமாகவே மிரள, அந்தப் பையன் கெக்கே என்று சிரித்து ஓடினான்.

கற்பகம் பாட்டியை என்னடி செஞ்சே கண்ணம்மா?

டீ குடித்தபடி அவளைச் சீண்டினான் திலீப்.

சுண்ணாம்பு தேச்சு தின்னாச்சு. கேட்டேளா?

கிளாசை மேஜைமேல் வைத்தபடிச் சொன்னாள் அகல்யா. சீக்கிரம் இந்த ஆபீஸ் அறையில் இருந்து வெளியே போகணும். வீடு பார்த்துக் குடி போக அவசரம்தான். மற்றதெல்லாம் இருக்கட்டும். இன்னொரு சாந்தி முகூர்த்தம் ஃபைல்கள், டைப்ரைட்டர், காகிதங்கள் இடையில் அவளுக்கு நடக்க வேண்டாம்.

கற்பகம் பாட்டி புறப்பட்டுப் போய்ட்டா.

கண்ணாடி கிளாஸ் டீயை சந்தோஷமாக ருசித்தபடி அகல்யா தொடர்ந்தாள். என்னமோ இந்த இடம், இந்த சூழ்நிலை அவளுக்குப் சகஜமாகிப் போன ஏற்பு அவள் கண்ணில் தெரிந்தது.

பாட்டி போய்ட்டான்னா? ஒரேயடியாவா?

கொஞ்சம் பதைபதைப்போடு கேட்டான் திலீப்.

அழகான பொண்ணுதான். ஆனாலும் வளர்த்தப்பட்ட சூழ்நிலை ஒருவேளை மனசில் ஈரமில்லாது ஆக்கியிருக்குமோ? கிழவியை சாக விட்டுவிட்டு வேடிக்கை பார்த்தபடி பேல்பூரி தின்று கொண்டிருந்தாளோ.

கல் மனசாக இருந்தால் அதில் எப்படிக் காதல் பிறக்கும்? தேவ் ஆனந்தைக் காதலித்து அவன் கிடைக்காமல் திலீப்புக்கு ரீ-டிரக்ட் செய்து அனுப்பிய போஸ்ட் கார்ட் இல்லையா அந்த பிரேமை, இஷ்க், பிரியம், ஆசை, லவ்? ஏதோ பெயரில் வந்து ஈஷிக் கொள்கிற அசட்டுத்தனம். அது மனசில் இருக்கப்பட்ட யாரும், இருக்கும் வரைக்கும் குரூரமாக இருக்க முடியாது. திலீப் படித்திருக்கிறான். மராத்தி நாவல் பலதும் இதைச் சுற்றித்தான் சுழல்கிறது.

சர்வமங்கள் சால்-லே, பக்கத்து பில்டிங் ரெண்டாம் மாடி எஸ் டு எச் எட்டாம் நம்பர் கோபாலசாமி ஐயங்கார் இருக்கார் இல்லே?

அகல்யா மேஜை ஓரமாக உட்கார்ந்தபடி அடுத்த பேச்சுக்கான முஸ்தீபாக அவனிடம் அடையாளம் சொன்னாள்.

யாரையும் தெரியாது எனக்கு. வீம்பாகச் சொன்னான் திலீப்.

உங்களுக்குத் தெரியணும்னு அவசியம் இல்லே. எனக்குத் தெரிஞ்சா போதும்.

அப்படியே ஆகட்டும் மகாராணி. மேலே சொல்ல திருமனசு உத்தரவாகணும்.

ஐயங்கார் ரயில்வே எம்ப்ளாயி இல்லையா. அவர் குடும்பத்தோட பர்ஸ்ட் கிளாஸ் பாஸில் ஏதோ விசேஷத்துக்கு மதராஸ் போறதா ப்ளான். ஐயங்கார் மாமி நம்ம வீட்டுலே வந்து சொன்னா. ஐயங்காருக்கும் நுங்கம்பாக்கம் பக்கம் மாம்பலத்திலே தானாம் சொந்த வீடு இருக்கறது. இதோ வந்தேன் வந்தேன்னு பாட்டி அவாளோட கிளம்பிட்டா. ஐயங்கார் மூலமா பணம் அடைச்சு பர்ட்ஸ் கிளாஸ் டிக்கெட் ஏதோ ரயில்வே கோட்டாவிலே ரிலீஸ் பண்ணி ஜாம்ஜாம்னு மெட்றாஸ் பயணம் கிளம்பிட்டா. கேட்டேளா.

கேட்டேனே.

ஆச்சரியத்தோடு அவளைப் பார்த்துச் சிரித்தான் திலீப். எண்பது சில்லறை வயசுக் கிழவிக்கா இவ்வளவு அடம்? தஞ்சாவூர்க் காரியாச்சே என்று அப்பா சொல்வது நினைவில் இருக்கிறது. தஞ்சாவூர் மனுஷர்கள் இப்படித்தான் எதைப்பற்றியும் கவலை இல்லாமல் தன் போக்கில் போய்க் கொண்டிருப்பார்கள் போலே.

அவதான் கிளம்பறான்னா நீ அப்படியே விட்டுடறதா?

அகல்யாவை சீரியஸாகவே கேட்டான் அவன். அந்தக் கிழவி வீடுபோய்ச் சேரும்வரை அவளுக்குத் துணை இருந்திருக்கும் என்று என்ன நிச்சயம்? இந்தத் தள்ளாத வயசில் அவளுக்கு இன்னொரு அலைச்சல் தேவையா? மதராஸில் இருந்து பம்பாய்க்கு அவளை வலுக்கட்டாயமாகத் தானும் ஜனனியும் கூட்டி வந்தபோதே அவள் அனுபவித்த பிரயாண சங்கடங்களுக்கும், அலைச்சலுக்கும் ரெண்டு பேருமே வருத்தப்பட்டதை மறக்கவில்லை திலீப். தனியாக அவளை மதராஸில் விடாமல் இங்கே எல்லா துணையும் ஆதரவுமாக இருத்தி வைக்கப் போட்ட திட்டம் அள்ளு கந்தலாக, பாட்டி தன் மருமகள் உசிர் பிரியும்வரை அவளுக்கு சிஷ்ருசை செய்து இன்னும் ஓய்ந்துதான் போனாள். இப்போது பாட்டியம்மாவே தீர்மானித்து நடத்திக்கொண்ட இன்னொரு பயணமா?

பாட்டித் தள்ளை பம்பாயிலே இருந்தா அவளோட மினிஸ்டர் பிள்ளை மெட்ராஸ் வீட்டை ஓசைப்படாம வித்துடுவாராம். நீங்களும் அவருக்கு கூட்டுக் களவாணியாம். யாரையும் நம்ப மாட்டாளாம். ஆனாலும் நீங்க பாவமாம். சொல்றா கிழவி. ஏய், களவாணி. உன் கை எங்கே போறது பாரு. எடு அதை.

இன்னொரு கையும் தப்புக் காரியத்தில் கூட்டுக்குச் சேர அவன் விசாரித்தான் – உன் கிட்டே வேறே என்ன சொல்லிட்டுப் போனா கற்பகம்?

இங்கே வந்த காரியம் முடிஞ்சுது. என் நாட்டுப் பொண்ணும் போய்ச் சேர்ந்தாச்சு. பேரன் கல்யாணம் பண்ணி பேரன் பொண்டாட்டின்னு நீயும் வந்துட்டே. அவனை நீயும் உன்னை அவனும் கவனிச்சுக் கட்டும். நான் என் வீட்டைக் கவனிச்சுக்கப் புறப்படறேன்.

அகல்யா ஆபீஸ் போனபின் தனியொருத்தியாகப் பாட்டி நறுவிசாக மூட்டை முடிச்செல்லாம் கட்டிப் பயணம் கிளம்பும் முன் அகல்யாவிடம் சொல்லியதாம் இது.

வேறே ஒண்ணுமே சொல்லலியா? திலீப் அவளை இடுப்பில் கை கோர்த்தபடி கேட்டான்.

தோசை மாவுக்கு உப்புப் போட மறக்க வேண்டாம்னு ஏழெட்டு தடவை ஞாபகப்படுத்தினா. கக்கூஸிலே ப்ளஷ் ரிப்பேர் பண்ணிடுன்னா. எதிர்த்துண்டு வருதாம்.

ரெண்டு பேரும் சிரித்து ஓய்ந்தபோது அகல்யா கேட்டாள் –

டாய்லெட் சுத்தமா இருக்குமா இங்கே?

சட்டென்று யதார்த்தமான சூழ்நிலை திலீப் மனசில் அறைந்தது. இங்கே கழிப்பறை அடிப்படை சௌகரியமான அளவில்கூட இருக்காது என்பது இருக்கட்டும். அதை சகித்துக்கொள்ளத் தயார் என்றாலும், இவளை எங்கே தங்க வைப்பது? கோவில் குளத்தில் குளித்து, இங்கே புத்தகத்தோடு புத்தகமாக கீழ்த் தட்டில் உடுப்பு இஸ்திரி செய்துவைத்து உடுத்திக்கொண்டு, ஓட்டல் சாப்பாடும், ராத்திரி ஆபீஸிலேயே ரெண்டு பெஞ்ச் இழுத்துப் போட்டுத் தூங்குவதும் அவனைப்போல, அவளுக்கும் எப்படிச் சரிப்படும்? குடும்பம் நடத்தவா ஆபீஸ்?

இந்த சூட்கேஸ் சின்னது இல்லியோ? வேணும்கற எல்லாத்தையும் எடுத்து வச்சுண்டு, ஊர் விட்டு ஊர் நிரந்தரமா மாறி வர, இது மட்டும் போதுமா என்ன?

அவன் கேட்டே விட்டான்.

நாலு ஜோடி டிரஸ், சீப்பு, சோப்பு, பிரஷ், பேஸ்ட்.

போதுமா?

அதான் நீங்க இருக்கேளே மத்ததுக்கெல்லாம்.

அகல்யா அவன் தோளில் மறுபடி சரிந்தாள். வியர்வை மணத்தோடு இறுக்கி இன்னொரு அணைப்பு. இன்னொரு முத்தம்.

நான் இருக்கேன்தான் ராஜாத்தி. ஆனா, திடுதிப்புனு வீடு பார்த்து, அட்வான்ஸ் கொடுத்து, குடிபோய், கட்டில், நாற்காலி வாங்கிப் போட்டு, பாத்திரம் வாங்கி, அடுப்பு வாங்கி.

அவன் சொல்லும்போதே மலைத்துப் போய்விட்டான். இது எல்லாவற்றுக்கும்மேல், அவனுக்குக் கிடைக்கிற சம்பளத்தில் இவர்கள் ரெண்டு பேரும் இந்த ஊரில் குடித்தனம் நடத்த முடியுமா?

பெரியம்மா தயவு நீடிக்கும்வரை அவனுக்கு உத்தியோகம். அது எத்தனை நாள், மாசம் வரும்? வருடக் கணக்காக நீடிக்கும் என்று நம்ப அவன் தயாரில்லைதான்.

இந்த வருமானத்தை நம்பி, அகல்யா கட்சி ஆபீஸில் மாசம் சுளையாக ஐநூறு ரூபாய் சம்பாதித்துக்கொண்டிருந்த கட்சி ஆபீஸ் அசிஸ்டெண்ட் மேனேஜர் உத்தியோகத்தை வீசியெறிந்துவிட்டு வந்திருக்கிறாளா? என்ன நடக்கிறது?

வீட்டுக்குள்ளும் அவன் கயிற்றில் ஆடும் பொம்மைதானா? கூட ஆட அகல்யா உண்டு. அந்த நிம்மதி அவனுக்குப் பெரிசு.

அகல்யா சுவரைப் பார்த்துத் திரும்பி நின்று கொண்டு தாலிக் கொடியில் ஏதோ தேட திலீப்புக்கு அவள் முன்னால் போய் உற்று நோக்கக் கால்கள் பரபரத்து, வேணாம் என்று விலகி நின்றான்.

அகல்யா கழுத்தில் சேப்டி பின் தூக்கு மாட்டித் தொங்கிய சூட்கேஸின் சாவியைப் பத்திரமாக எடுத்துப் பெட்டியைத் திறக்க, முதலில் கீழே விழுந்த முலைக்கச்சை பிரியமாகப் பாய்ந்து எடுத்து கைக்குள் பொத்தி வைத்து அணைத்துக்கொண்டான் திலீப்.

கிடக்கறது கிடக்கு கெழவியை மணையிலே உக்காத்துன்னு, பாச்சிக் கட்டு ஊருக்கு முந்தி வந்து விழுந்தாச்சு. அதைக் கட்டிப் பிடிச்சுண்டு போய் படுங்கோ.

அவள் கிண்டலாக திலீப்பிடம் சொல்லிவிட்டு பெட்டியின்மேல் பக்கத்தில் அழுத்தமாக ஜிப் போட்டு மூடியிருந்த இடத்தைத் திறந்து அரசாங்க முத்திரை போட்டிருந்த ஒரு கவரை வெளியே எடுத்தாள்.

எனக்கு கட்சியிலே டிக்கெட் கொடுத்திருக்காளா?

அவன் ஏதோ ஒரு எதிர்பார்ப்பில் கேட்டபடி அதைக் கையில் வாங்கிக்கொண்டான். அப்படி ஒரு ஆசை இன்னும் இருக்கிறது உள் மனசில். அதான் போட்டி போட மாட்டேன்னு எழுதிக் கொடுத்தாச்சே. ஆனாலும் ஆசை வைக்கவேண்டாம் என்று எங்கே எழுதியிருக்கிறது? இந்தக் கவரிலா? இது திலீப்புக்கு வந்தது இல்லை.

கவர் திறக்கப்பட்டிருந்தது. மத்திய அரசு ஆபீஸில் இருந்து வந்தது. அழுக்கு கலரில் சிங்க முத்திரை அச்சடித்த தபால் தலைகள் ஒழுங்கில்லாமல் ஒட்டி அலங்காரம் செய்து வந்திருக்கும் உறை அது. அகல்யாவுக்கு வந்தது.

எனக்கு சென்ட்ரல் கவர்ன்மெண்ட் போஸ்டல் டெலிக்ராப் டிபார்ட்மெண்டிலே அசிஸ்டெண்டா வேலை கிடைச்சிருக்கு. சர்வீஸ் கமிஷன் பாஸ் ஆகிட்டேன்.

அவனை நெருங்கி நின்றபடி அகல்யா கூவென்று காதில் கூவிச் சொன்னாள்.

குப்பென மனதில் சந்தோஷம் கவிந்து பற்றிக்கொள்ள, கவரை வாயில் கவ்வியபடி அவளை அப்படியே தூக்கிச் சுற்றி ஆடினான் திலீப். கொச்சுக் குழந்தை மாதிரி அவன் அணைப்பிலும் சுமந்து சுற்றுவதிலும் ஆனந்தம் கண்டு ஐயோ வேணாமே என உதடு சொல்ல அவன் கழுத்தைக் கட்டிக்கொண்டு, ஓவெனச் சிரித்தபடி இருந்தாள் அகல்யா.

எப்போ ஜாயின் பண்ணனும்? எங்கே ஆபீஸ்?

திலீப் கேட்டபடி அகல்யா கொண்டுவந்த கவரைப் பிரித்து நியமன உத்தரவில் சம்பள விவரம் பார்த்தான். முழுசாக ஆயிரத்து நூறு ரூபாய். அவனுக்கு பெரியம்மா கொடுக்கும் சம்பளம்போல் ரெண்டு மடங்கு.

கொஞ்சம்போல் பொறாமை. அது அடுத்த வினாடி, அகல்யா முதுகோடு கை பிணைத்து அடுத்த அணைப்பில் அவனோடு சேர, ஓடியே போனது. ஆக, வருமானம் ஒரு உத்தரவாதத்தோடு கிடைக்கும். அதுவும் சர்க்கார் உத்தியோகம். தில்லியோ, பம்பாயோ, டேராடூனோ, கல்கத்தாவோ எங்கே இருந்தாலும் என்ன? ரெண்டு பேர் அடிப்படை சௌகரியத்தோடு இருக்க இந்தப் பணம் போதும்.

எப்போ ஜாயின் பண்ணனும்னு சொல்லுடா செல்லக் குட்டி.

அவன் மறுபடி கேட்க, முடியுமானால் நாளைக்கே என்றாள் அகல்யா. செல்லக்குட்டி விளி அவளுக்குப் பிடித்திருந்தது என்று மலர்ந்த முகம் சொன்னது.

எப்போ வேலையிலே சேரணும்கறது இருக்கட்டும். எங்கே உத்தியோகம்னு கேட்க மாட்டேளா?

அகல்யா அவன் விரலை அப்பாயிண்ட்மெண்ட் ஆர்டரின் மேற்பகுதிக்கு நகர்த்தினாள். ஆலப்புழை தலைமை தபால்

அலுவலகம் என்றது அந்த அரசு உத்தரவு. இன்னொரு சந்தோஷம் மனசில் திரும்பவந்து நிறைந்தது. இங்கேதான் உத்தியோகம். பழகத் தொடங்கி இருக்கும் பிரதேசம். அதிகச் செலவில்லை. இங்கேயே இருக்க, இனி எல்லா நல்லதுக்கும் பிள்ளையார் சுழி போட்ட அகல்யாவை இன்னொரு தடவை தூக்கிச் சுற்றலாம்தான். சுற்றினான்.

ஆலப்புழையில் இப்போதைக்கு ஒரு ஓட்டலில் ரூம் எடுத்துத் தங்கிக்கலாம். நான் உடனே வீடு பார்த்து...

அகல்யா ஓட்டல் ரூம் என்றதும் தயங்கினாள். ரொம்ப ஆகுமே என்று ஒரு கவலை. நியாயமானதுதான் அது. ஆனால் அடுத்த விசாரம் பம்பாய்க்காரி பெண்ணுக்கு வந்தது ஆச்சரியம்தான்.

யார் யாரோ வந்து தங்கி என்னென்னமோ செஞ்சிருப்பா ஓட்டல் ரூம்லே. தலகாணி உறைகூட மாத்தியிருக்க மாட்டான். அந்த பாஷாண்டத்துலே நாமளும் போய் கலக்கணுமா? நரகத்துக்குப் போற கும்பல் அதெல்லாம்.

அவள் வெகுளியாகச் சொன்னாள்.

இதை மட்டும் ஸ்டார் ஓட்டல், வெறும் ஓட்டல் மேனேஜர், முதலாளின்னு யாராவது கேட்டா, தூக்குப் போட்டிண்டிருப்பா.

திலீப் அவள் பின்புறம் பலமாகத் தட்டியபடி அறிவித்தான்.

இது என்ன காவாலித்தனம்? இங்கே இருக்கப்பட்ட ஸ்திரிகளுக்கு எல்லாம் இப்படித்தான் ஹலோ சொல்ற வழக்கமோ?

அவள் வாய் ஓயாமல் பேசிக்கொண்டிருந்தாள். டாய்லெட்டின் கதவு சரியாகப் பொருந்தாததால், அங்கே போகவே மாட்டேன் என்று சொல்லிவிட்டாள்.

நான் மட்டும்தானே இருக்கேன் என்றான் திலீப். திடுதிப்புனு யாராவது வந்துடுவா, வேண்டாம். இனி எப்போ போகமுடியுமோ அப்போ போய்க்கறேன் என்றாள் அவள் தீர்மானமாக.

நம்ம பம்பாய் சர்வமங்கள் குடியிருப்பை காலி பண்ணியாச்சா? ஞாபகம் வர அவசரமாக திலீப் கேட்டான்.

அங்கே தேவையானதை எடுத்து அங்கே இருந்து எங்க வீட்டுலே அப்பா ஒரு ரூமில் போட்டுப் பூட்டி வச்சுட்டார். பார்த்துண்டு காலி பண்ணலாம்கிறார்.

பேசியபடி தலையை வாரி முடிந்து, வாஷ்பேசினில் முகம் கழுவி அவனிடம் துண்டு வாங்கித் துடைத்துவிட்டுப் பெரிய சிவப்புப் பொட்டு இட்டுக்கொண்டாள் அகல்யா. போகலாம் என்றான் திலீப்.

வெடி வழிபாட்டு வயசனிடம் ஆபீஸ் கதவைப் பூட்டிக் கொள்ளச் சொல்லிவிட்டு அகல்யாவின் சூட்கேஸைத் தோளில் மாட்டிக் கொண்டான் திலீப். எங்கே என்று தெரியாமல் பார்த்தாள் அகல்யா.

உங்க பெரியம்மாவைப் பார்க்கத்தானே?

இல்லே.

கோவிலுக்கா?

குளிக்காமலா? நிச்சயம் இல்லை.

பின்னே யாரைப் பார்க்க?

எம்பிராந்திரி மனைக்குப் போறோம்.

எம்பிராந்திரியின் மனவி சந்தோஷமாக வரவேற்றாள்.

மூப்பர் அம்பலத்தில் போயில்லா, இஸ்ஸி சுகக்கேடு.

எம்பிராந்திரி சந்தியாகால பூஜைக்குக் கோவிலுக்குப் போகாமல் சாயந்திர நேரம் வீட்டு சாய்வு நாற்காலியில் இருந்ததற்குக் காரணம் சொன்னவள் அகல்யாவோடு நேசம் வெளிப்படப் பேச ஆரம்பித்தாள். அகல்யாவின் மலையாளம் அவளுக்கு சந்தோஷமாக இருந்தது. பம்பாயின் தமிழும், இந்தியும் மராத்தியும் ஏகத்துக்குச் சேர்த்த மலையாளமாக, பேசவும் கேட்கவும் இடைஞ்சல் எதுவும் இல்லாத கலவை மொழி அது.

வீடு பிடிக்கணும். எங்கேன்னு தெரியலே. யார்கிட்டே கேட்கணும்னு தெரியலே.

திலீப் தயங்கித் தயங்கிப் பேச்சுக்கு நடுவே குறுக்கிட்டான்.

அந்த ப்ரோப்ளம் சால்வ்ட். தீர்ன்னு போயி.

எம்ப்ராந்தரி மனைவி உற்சாகமாகச் சொன்னாள்.

எம்பிராந்திரி வீட்டு காம்பவுண்டில் நேர்த்தியான ஒரு மர வீடு உண்டு. அவருடைய மகன் பத்மன் நம்பூத்ரி இருந்து படிக்க, எழுத என்று உபயோகப்படுத்திய ஒற்றை அறை வீடு அது. திலீப்பும் அகல்யாவும் வேறு வீடு பார்க்கும்வரை அங்கேயே தங்கிக் கொள்ளலாம் என்று சொல்லிவிட்டாள் எம்பிராந்திரியின் மனைவி.

வாடகை எவ்வளவு தரவேண்டியது என்று திலீப் தயக்கத்தோடு இழுக்க, சாய்வு நாற்காலியில் படுத்திருந்த எம்பிராந்தரி எழுந்து வந்து விட்டார்.

இங்கே தங்கறதுக்கு வாடகை என்னன்னா, அந்தச் சின்னப் பொண்ணு காலையிலே அஞ்சு மணிக்கு அம்பலத்துலே நிர்மால்ய பூஜைக்கு களபம், அதான் சந்தனம் அரைக்கணும். சிரத்தையோட நாலரை மணிக்கு குளி கழிச்சு சுத்த வஸ்திரம் உடுத்திவந்து செய்யற காரியம் அது. முடியுமா சொல்லு குட்டி.

அகல்யா இருகை கூப்பி மெய்மறந்து நின்றாள்.

அம்பலத்திலே தொழப்போறதே அதுவும் தினம் தொழக் கொடுப்பினை இருக்கறதே எவ்வளவு பெரிய விஷயம். இப்படி மணக்க மணக்க சந்தனம் அரைச்சு கிருஷ்ணனுக்கு சார்த்தக் கொடுக்கற மாதிரி ஒரு அனுபவம் கிட்ட, இன்னும் அதிகமா போன ஜன்மத்துலே கொடுத்து வச்சிருக்கணும்.

அவள் சொல்லியபடி திலீப்பைக் கண்காட்ட அடுத்த வினாடி இருவரும் எம்பிராந்திரி தம்பதிகள் காலில் விழுந்து ஆசி பெற்றுக் கொண்டார்கள்.

ரெண்டுங்கெட்டான் நேரம். பசியா இருப்பே. இந்தா சாப்பிடு.

எம்பிராந்திரி மனைவி கோவில் உண்ணியப்பம் நாலைந்தும் ஆளுக்கு ஆழாக்கு கோவில் பால் பாயசமும் விளம்ப, உள்நாக்கு வரை இனித்தது என்றாள் அகல்யா. இந்த ஊர் அவளுக்கு இனிக்க ஆரம்பித்தது என்பதை திலீப் அறிவான்.

மாலை மங்கி வரும்போது, போதும் என்றே தோன்றாமல் குளிர்ந்த நீரில் நீண்ட நேரம் குளித்து, எம்பிராந்திரி மனைவி கொடுத்த இளம் மஞ்சள் மலையாளிப் புடவையும் நெற்றியில் சந்தனமுமாக அம்பலம் தொழக் கிளம்பினாள் அகல்யா.

அசல் நாடன் மலையாளிப் பெண்ணு அல்லே.

எம்ப்ராந்தரியிடம் முதுபெண் கேட்க, அந்த செக்கன் முகத்தில் மாத்ரம் மராத்திக் களைதான் இருக்கு என்றார் அவர்.

தணுத்த காற்று உலவிவரும் பாதையில் அவர்கள் கோவிலுக்குப் போய்க்கொண்டிருக்கும்போது உலகம் ஒரு நியதியில் இயங்கத் தொடங்கி இருப்பதாக திலீப்புக்குப் பட, அகல்யாவோடு அதைப் பகிர்ந்துகொண்டான். எந்தப் பிரச்னையும் இல்லாத மகிழ்ச்சி மட்டும் நிறைந்த உலகம் அது. இதுவரை திலீப்புக்கு வாய்க்காதது. இனி அது தான் நிலைக்கும். அவன் அறிவான்.

ஒரு டாக்சி வேகமாக பக்கம் வந்து ப்ரேக் அடித்து நின்றது. கார் எல்லாம் வேணாம். நடக்கிற சந்தோஷமே போதும் அவனுக்கும் அகல்யாவுக்கும்.

திலீப்.

சத்தமாக ஒரு பெண்குரல்.

மிரண்டு போய்ப் பார்த்தாள் அகல்யா. ஆஜானுபாகுவாக ஆறரை அடி உயரத்தில் ஒரு ஐரோப்பிய இளம்பெண் காரில் இருந்து இறங்கி வந்து கொண்டிருந்தாள்.

அவள் அகல்யாவைப் பார்த்தபடி திலீப் முன் நின்றாள்.

ஏய், நான் போகறேன்.

திலீப் புரியாமல் பார்த்தான். எங்கே போகறே? அவன் முணுமுணுப்பாகக் கேட்டான்.

அப்பாவை சைபீரியா கொண்டுபோயிட்டாங்களாம். என்னை கண் மறைவா இருக்கச்சொல்லி மாஸ்கோவில் இருந்து தொலைபேசி அழைப்பு. தில்லி போறேன்.

அப்புறம்? இன்னும் விளங்காமல் திலீப் விசாரித்தான் வந்தவளிடம்.

அப்புறம் என்னவோ, கடவுளுக்குத்தான் தெரியும். ஒரு உதவி மட்டும் பண்ணு.

என்ன செய்யணும் நடாஷா?

என் அறையிலே ஆராய்ச்சிக் கட்டுரை பிரதி, டேப் ரிகார்டர் எல்லாம் போட்டது போட்டபடி இருக்கு. எடுத்து வச்சுக்கிறியா? எப்பவாவது வந்து தொடரலாம். என் நல்ல நண்பன் இல்லியோ நீ.

தன் கணவனின் கன்னத்தில் செல்லமாகத் தட்டி, தலையில் வாஞ்சையாக முத்தமிட்டுப் போகும் பெண் யாரென்று தெரியாமல் மலைத்துப்போய் நின்றாள் அகல்யா.

அம்மே நாராயணா. தேவி நாராயணா. நமோ நாராயணா.

முன்னால் போன பெண்கள் ஸ்மரித்தபடி போனார்கள். அகல்யாவும் நாமம் சொன்னாள்.

> சாந்த்ரானந்தா வபோதாத்மகம் அனுபமிதம் காலதேசாவதிப்யாம்
> நிர்முக்தம் நித்யமுக்தம் நிகமசடசஹஸ்றேண நிர்பாச்யமானம்

அம்பலத்து உள்ளில் இருந்து நாராயணீயம் பாடும் சத்தம் காற்றில் எழுந்து வந்தது.

## அத்தியாயம்

# நாற்பத்திநான்கு

**வைத்தாஸ் எழுதும் நாவலில் இருந்து:**

குளிரும் மூடுபனியும் அடர்ந்து கனமாகப் படிந்துகொண்டிருக்கும் டிசம்பர் மாத முன்னிரவு நேரத்தில் குஞ்ஞம்மிணி வீராவாலியைச் சந்தித்தாள். காலம் நிலைத்த இடம். பழைய தில்லியின் சாலையொன்று சென்று தேய்ந்து மடங்கிக் குளிருக்கு இதமாக உள்வளைந்து சுருண்ட முடுக்குச் சந்து அது.

இந்தப் பழைய பட்டணத்தில் எல்லோரும் ராச்சாப்பாட்டுக்காக உட்காரும் நேரம். கால தேச வர்த்தமானங்களுக்கு வெளியே ஜீவிக்கிறவள் என்றாலும் குஞ்ஞம்மிணிக்குப் புரிகிறது. முன்னெல்லாம் ஆகார வாடை வந்தாலே பசி பசி என்று புத்தியில் ஒரு பொறி எழுந்து பரவிச் சுருளச் சுருளச் சுருண்டு சுருள் பிரிய நீளும் வலியாக அனுபவப்பட்டு வாட்டும். அதெல்லாம் இப்போது இல்லை. ஆனாலும் குளிரும் வாடைக் காற்று பெருக்கிக் காட்டும் நெடிகளும் வாதனை செய்வது தொடர்கிறது.

குஞ்ஞம்மிணி கூடவே நடந்துவரும் இந்தப் பெண் எங்கே இருந்து வருகிறாள்? அவளோடுகூட குஞ்ஞம்மிணி ஏன் இங்கே இருக்க வேணும்?

விதவிதமாக பரத்தாவும், ரொட்டியும், சப்பாத்தியும், வியஞ்சனங் களும் விற்கும் கடை வாசல்களில் பெரிய பெரிய இரும்புத் தட்டடுப்புகளில் எண்ணெய் சிதறிக் காயும் வாடை. சன்னமாக

அரைத்த கோதுமையைப் பசு நெய் விட்டு அடித்து முறுக்கி ஆதரவாகப் பிடித்துப்பற்றிப் பிசையும் மணம். வேக வைத்த காய்கறிகளும், மாமிசமும், மலைப் பிரதேச மிளகின் வாடையோடு கல் உப்பும், அரிந்த மிளகாயும், வதக்கிய வெங்காயமும் கூடவே கலக்கிற கதம்ப நெடி. பிசைந்த மாவை மரக் குழவி கொண்டு தட்டையாக்கி நீட்டி மடித்து உருட்டித் தட்டி, தகித்துக் காயும் இரும்புப் பரப்பில் இட்டுப் பொன் நிறம் வரத் திருப்பிப் போட்டு வாட்டி மறுபடி திருப்ப வாகாக நெருப்பு படர்ந்து எரியும்போது தீயில் பூச்சிகளோ துண்டுத் துணியோ கருகும் வினாடி நேர கந்தம் பனிச் சிதறலோடு கலந்து உடனே விலகுகிறது.

குஞ்ஞம்மிணி நின்றாள். அந்தப் பெண்ணும் சிரித்தபடி அருகில் நின்றாள். அவளை நிமிர்ந்துபார்த்துக் கேட்டாள் குஞ்ஞம்மிணி -

இது என்ன ஊர், நீ யார், ஏன் நாம ஒருத்தரை ஒருத்தர் பார்க்கணும்னு எனக்கு ஏதும் தெரியலே. நாம் ரெண்டு பேரும் பேசணும்னா, முதல்லே நீ பேசற பாஷை எனக்கு அர்த்தமாகணும். நான் பேசறது உனக்கு அர்த்தமாகணும்.

வீராவாலி இதற்கும் சிரித்தாள். புரியறது என்றாள்.

அப்போ சரி. ஆனா, என்ன பேசணும், எதை எல்லாம் பேசச் சொல்லிக் கேட்கணும்? எனக்குத் தெரியாது. போறது. பேசப் பேசப் பேச்சு மடியும். கேட்கக் கேட்கக் கதை வளரும். நான் குஞ்ஞம்மிணி. நீ?

முகத்தில் சதா அலையும் பெரிய விழிகளோடு, குளிரக் குளிர நெய்த, கசங்கிய பழைய வெளிர் பச்சைக் கசவு முண்டும், மேலே பொருந்தாமல் அரபிக் குப்பாயமாக வழியும் சிவப்புப் பட்டுச் சட்டையும் உடுத்துப் பத்து வயசுப் பெண்ணாக நின்ற குஞ்ஞம்மிணி பெரிய மனுஷிபோல பேசிக்கொண்டு போக, வீராவாலிக்கு இன்னும் சிரிப்பு வந்தது.

நான் வீராவாலி.

பெயருக்கெல்லாம் ஒரு அர்த்தம் இருக்குமே. குஞ்ஞம்மிணின்னா சின்னப் பொண்ணு. வீராவாலின்னா?

கூடப் பிறந்த சகோதரர்கள் இருக்கப்பட்டவள்.

எத்தனை பேர் என்று குஞ்ஞம்மிணி கேட்கவில்லை. அவள் தன்னைக் காட்டிலும் நூறு வயசு பெரியவள் மட்டுமில்லை, இன்னும் எத்தனையோ காலம், வீராவாலி போனபிறகும்,

வைத்தாஸ் இல்லாமல்போன அப்புறமும் இருக்கப்போகிறவள் என்று தெரியுமாதலால் குஞ்ஞம்மிணிமேல் வீராவாலிக்கு மரியாதையும் வந்தது.

கையில் லட்டு உருண்டையை வைத்துக்கொண்டு எச்சிலாக்கிக் கொஞ்சம் கொஞ்சமாகச் சாப்பிடும் குஞ்ஞம்மிணிக்குச் சுற்றிலும் கண்டதெல்லாம் சுவாரசியமானதாக இருந்திருக்கலாம் என்று வீராவாலி நினைத்தாள். அம்மிணி வாயோயாமல் பேசினாள். வீராவாலிக்கு அதெல்லாம் புரிந்தது. அவளைப் பேச அனுமதித்தால் குஞ்ஞம்மிணிக்கும் வீராவாலி சொல்ல வந்தது புரிந்திருக்கும்.

அதுக்கு வீராவாலி பொறுத்திருக்க வேணும். இனிமேல் பேச ஒண்ணுமில்லை என்று ஏதோ ஒரு நொடியில் தோன்றாமல் போகாது குஞ்ஞம்மிணிக்கு. அப்போது வீராவாலி சொல்ல வேண்டியதைச் சொல்லி விடலாம்.

குஞ்ஞம்மிணியைப் பின்னால் வரச்சொல்லிக் கைகாட்டிவிட்டு, தோளில் குரங்குக் குட்டியோடு வீராவாலி மிகப் பழைய கட்டிடம் ஒன்றில் நுழைந்தாள். வெளிவாசலில் தொடங்கிய மாடிப்படிகள் பிடிவாதமாக உள்ளே நுழைந்து மேலேறிப் போய்க்கொண்டிருக்க, நடந்து பழகிக் கிட்டிய வேகமும், சேருமிடம் பற்றிய தீர்மானமும், நிதானமுமாக அவள் முன்னால் நடந்தாள்.

அங்கங்கே நின்று, கையில் பிடித்த லட்டுருண்டையை கடித்து, எச்சிலான கையைப் பாவாடையில் துடைத்துக்கொண்டபடி குஞ்ஞம்மிணி அவள் பின்னால் போனாள்.

ஏண்டி மிண்டே, எச்சல் ஆக்காதே ஆக்காதேன்னு எத்தனை பிராவஸ்யம் சொல்றது? வாயிலே விரலை வச்சு, அதுவும் பிருஷ்டம் அலம்பற இடது கையை வச்சு சவைச்சுட்டு பாவாடையிலே தொடச்சுக்கறியே, வெக்கமா இல்லே?

அம்மா, இதை விடாம இந்த நூறு வருஷமா கேட்டியே? எங்கே போனே? நீயும் அப்பாவும் தெரிசா பெரியம்மாகூட வெள்ளைக்காரன் பட்டணத்துலே சுகமா உறங்கியாச்சா? உறங்குங்கோ. இவளோட பேசிட்டு நானும் வரேன்.

எத்தனையாவது மாடி இது என்று தெரியவில்லை குஞ்ஞம்மிணிக்கு. இறைச்சி வாட்டும் வாடையும், புளித்த தயிரைப் பாத்திரத்தில் இருந்து எடுக்கத் தரையில் சிந்தி அப்பிக்கொண்டு கிளப்பும் வாடையும், வெளவால் பறக்கப் பரத்திப் போகும் துர்நாற்றமும், யாரோ சிகரெட் பிடிக்க, வெராந்தாவில்

சிறைப்பட்ட காற்று குளிருக்குப் புகையிலை நெடியேற்றும் மணமுமாகக் கிடக்கும் சிறு இடைவெளியும், ஒட்டி ஓர் அறையும் இருளில் கிடப்பதை உணர்ந்தாள் அவள்.

ஒழுங்கில்லாமல் மர நாற்காலிகளும் மர மேஜையும் போட்டு வைத்த அறை. ஓரமாகக் கட்டிலில் யாரோ அசையாமல், குரல் எழுப்பாமல் படுத்திருந்தார்கள்.

ஒரு நாற்காலியில் தொடுக்கினாற்போல் அமர்ந்தாள் குஞ்ஞம்மிணி. கால் மடித்து வீராவாலி தரையில் உட்கார, அவள் தோளில் இருந்து மரமேஜைக்குத் தாவியது குரங்குக் குட்டி.

வைத்தாஸ் என்னை அனுப்பி வச்சான் என்றாள் குஞ்ஞம்மிணி.

எந்த வைத்தாஸ்? வீராவாலி கேட்டாள். அவள் கண்ணும் சேர்ந்து சிரித்தது.

எத்தனை வைத்தாஸ் உண்டு? தீர்மானமாகப் பதில் கேள்வி போட்டாள் குஞ்ஞம்மிணி.

எத்தனையா? எழுதற வைத்தாஸ் ஒருத்தன். அப்புறம் என்னோட.

ஏதோ சொல்லவந்து சற்றே தயங்கினாள் வீராவாலி.

உன்னோட? விடாமல் பிடித்தாள் குஞ்ஞம்மிணி.

சின்னக் குழந்தைக்கு அதெல்லாம் சொல்ல வேணாமே.

இங்கே யாரும் குழந்தை இல்லே. நான் உனக்கு கொள்ளுப் பாட்டி மாதிரி.

ரெண்டு வைத்தாஸ் உண்டு குஞ்ஞம்மிணி. ஒருத்தன் என்னைப் படைச்ச வைத்தாஸ், இன்னொருத்தன் என்னோடு கூட படுக்கறவன். அது மட்டும்தான் எப்பவும் செய்வான். முன்னேற்பாடு ஏதும் இல்லே. நான்தான் மூலிகை முழுங்கி, முடியலேன்னா குத்தி எடுத்துப்போட்டு ஜாக்ரதையா பார்த்துக்கணும்.

மஹா கஷ்டம். எனக்கு அனுபவம் ஆகலேன்னாலும் கொடூரம். எங்க தெரிசா பெரியம்மா சொல்லுவா ஆம்பிளைன்னாலே ஜாக்கிரதையா இருக்கணும்னு.

யாரு தெரிசா?

அங்கே, வெள்ளைக்கார பட்டணத்துலே இருக்கப்பட்டவா.

இப்பவுமா?

தெரியலே. உத்தம கிறிஸ்தியானி. உத்தம மனுஷி.

சரி.

நாம என்ன பேசணும்னு இங்கே வந்தோம்? குஞ்ஞும்மிணி கேட்டாள்.

இப்படி ஒரு அலைச்சல் நம்ம ரெண்டு பேருக்கும் தேவையான்னு வைத்தாஸைக் கேட்டேன். எழுதற வைத்தாஸைத்தான் கேட்டேன். அவன் குஞ்ஞும்மிணிகிட்டே கேளுன்னு இங்கே அனுப்பி வச்சான்.

வீராவாலி விளக்கம் சொன்னாள்.

குஞ்ஞும்மிணி அரிசிப் பல் தெரியச் சிரித்தாள். சிரிக்கும்போது அவள் என்றைக்கும் குழந்தையேதான்.

அலைஞ்சுட்டுப் போறோம் போ வீராவாலி. அது கிடக்கு. தெரியுமோ, நீ பூசினாப்பல, பார்க்க நன்னா இருக்கேடி. என்ன, இஸ்ஸி சுத்தம் பத்தாது. தப்பா ஒண்ணும் சொல்லிடலியே? உடம்பு வாடை மகா கஷ்டம். தெரிசா பெரியம்மா இருந்தா சோப்புக் கட்டி கேட்டு வாங்கித் தருவேன். மொரிச்சுனு குளிச்சா சுத்தி வர கமகமன்னு சந்தன மணம் தான் அப்புறம்.

குஞ்ஞும்மிணி, இதைச் சொல்லவா இவ்வளவு தூரம் வந்தே?

அய்யோடி, சொன்னா கேக்கணும். நீ மட்டும் தினசரி ரெண்டு வேளை விஸ்தரிச்சு ஒரு குளி, அலக்கின உடுப்பு தரிக்கறது, பல்லு தேய்ச்சுக்கறதுன்னு சதா சீலம் கொண்டாடிண்டு இருந்தேன்னா, இந்த துலுக்க பட்டிணத்துலேயே மகாப் பேரழகியா இருந்திருப்பே. தலை மயிரை தேங்காயெண்ணெய் புரட்டி இழையிழையாப் பிரிச்சு இழுத்து நீளமா படிய வாரி, கண்ணுக்கு மஷியும் தொட்டு உச்சந்தலையிலே மரிக்கொழுந்தும் இறுக்கமாத் தொடுத்த பிச்சிப்பூவும் வச்சா, அடடா. வச்சுக்கறேன்னு சொல்லேண்டி.

எங்கே? வைத்தாஸுக்கு நான் நாறிப் பிடுங்கினாத்தான் இஷ்டம்.

எந்த வைத்தாஸுக்கு?

என்கூடப் படுக்கற அயோக்கியன்தான்.

உன்னையும் அவனையும் படைச்ச வைத்தாஸுக்கு?

அவனுக்கும் கண்டிப்பா இஷ்டம் இருக்கும். நான் நிஜமா இருந்தா, அவன்தான் முதல்லே என்னை என் அத்தனை உடம்பு வாடையோடும் ஆக்கிரமிப்பான், என்ன சொல்றே குஞ்ஞும்மிணி?

அவள் திரும்பிப் பார்த்தாள். மேசையில் இருந்து சறுக்கித் தாவித் தன் இடது முலைக்கு இறங்கிய குரங்குக் குட்டியைத் தூக்கி விலக்கினாள்.

அவன்தான் இங்கேயே சதா பிடிச்சு தொங்கிட்டு இருப்பான். நீ வேறேயா. போ, விளையாடு.

கொஞ்சி மேலே உயர்த்தி குரங்குக் குட்டியை மேசையில் விட்டாள். குஞ்ஞம்மிணியைப் பார்த்து புன்சிரிப்போடு தலையசைத்து, சுவரை ஒட்டி நகர்ந்து அமர்ந்தாள்.

கிழங்கு கிழங்கா இந்த நாடோடிப் பொண்ணுக்கு கச்சிதமா உடம்பு அமைஞ்சு போனதுக்கு எழுதற வைத்தாஸுக்குத்தான் புண்ணியமும் ஸ்தோத்ரமும் போகணும், உனக்கில்லே பகவானே. எனக்குன்னு ஆக்கி அனுப்பினதுக்குன்னா சொல்லு. உனக்குத்தான் ஸ்துதியும் தூஷணையும். சர்வம் விஷ்ணு மயம் ஜகத்.

குஞ்ஞம்மிணி கண் மூடி இருந்து சொல்ல அவளை ஈர்ப்போடு பார்த்தபடி இருந்தாள் வீராவாலி.

படைச்சவன் போகட்டும், என்னோடுகூடக் கிடக்கறவன் சாதுன்னு நினைச்சுக்காதே. அவன் என் உடம்பு இரும்பாலே அடிச்சு வச்சிருக்குன்னு நெனக்கறவன். சதா போகமா? ஒருத்தன் தூங்க மாட்டான்? கொல்லைக்குப் போகமாட்டான்? நாக்குக்குப் பிடிச்சதை ஆற அமர சாப்பிடமாட்டான்? நல்ல சங்கீதம் கேட்க, மல்யுத்தம் பழக, கோழி மேய்க்க, பசுவின் பால் கறக்க, காலாற நடக்க, வெய்யில்லே வியர்க்க, மழையிலே நனையமாட்டான்? இப்படியா எப்பவும் விதவிதமா. மோகமும் மிருகம்போல வெறியுமில்லாது வேறில்லையா?

விதவிதமா?

வேணாம். நீ என்னைவிட நூறு வயசு மூத்த கிழவின்னாலும், பார்க்க பத்து வயசுக் குழந்தைப் பொண்ணுனாலும் இதுக்கு மேலே அத்து கடக்கக் கூடாது. வயசுலே சின்னவளா யாராவது உற்ற சிநேகிதி இருந்தா சொல்லலாம். நந்தினி மாதிரி. அவளும் கிளம்பிப் போயிட்டா இந்த அரைக்கிழவனை ராபணான்னு விட்டுட்டு. அவ மாதிரி மகாராணியாக்கினா நானும்தான் போயிருப்பேன்.

பெட்ரோமாக்ஸ் கொளுத்திய வாடை உயர, வெளிச்சப் படுத்திக்கொண்டு அறைக் கோடிக்கு யாரோ போனார்கள். காதில் அதக்கி அடைத்த பஞ்சுத் துணுக்கில் அத்தர் வாடையோ, ஜவ்வாது வாடையோ அவர்களோடு போனது.

வந்து கடந்து போனவர்களுக்கு முதுகைக் காட்டியபடி திரும்பி உட்கார்ந்தார்கள் வீராவாலியும் குஞ்ஞம்மிணியும்.

யாரோட சவம் அது, ஓரமா கட்டில்லே?

குஞ்ஞம்மிணி கை சுட்டிக் கேட்டாள். அவள் கையில் வைத்த லட்டு கரைந்து வெல்லத் துணுக்குகள் கையில் அப்பியிருந்தன.

தினம் இங்கே நானும் வைத்தாஸூம் கிடக்க வர்றபோது அவன் அப்படித்தான் கிடக்கான். நாங்க போகற முந்தி வந்து கட்டில்லே படுத்து, தினசரி சாகறான். எழுந்திருக்கறான். வைத்தாஸ் பண்ணி வச்சிருக்கற கூத்து அது.

வீராவாலி குரங்குக் குட்டியைக் காலால் உதைத்தபடி சொன்னாள். அது ஓரமாக நின்று பழிப்புக் காட்டிவிட்டு அறைக் கோடிக்கு ஓடியது.

அவன் ஏன் இங்கே வந்து சாகணும் என்று குஞ்ஞம்மிணி கேட்டாள்.

எழுதற கழுவேறி வைத்தாஸ் திட்டம் பண்ணி வச்சது. அந்த ஜடம் இருக்க நாங்க ரமிச்சாத்தான் சரியா வருமாம். என்ன மாதிரி எல்லாம் எழுதறவனுக்கு வக்ரம் பாரு. அவன் கிடக்கான். நீ பசியா இருக்கே. லட்டு எடுத்துத் தின்னேன்.

படுத்திருந்தவனுக்கு அருகே ஒரு தட்டில் லட்டுகளும் குவளையில் பாலும் இருப்பதை வீராவாலி சுட்டிக் காட்டினாள்.

ஐயே, அது செத்த வஸ்து பக்கத்துலே இருக்கப்பட்டது, சாவுத் தீட்டுப் பட்டது என்றாள் குஞ்ஞம்மிணி.

அப்படீன்னா? வீராவாலி கேட்டாள்.

அந்த வயசன் போய்ச்சேர்ந்துட்டான். ஆகாரம் கழிக்காமலேயே போய்ட்டான்.

திரும்ப வருவான். வைத்தாஸூக்கு திருப்தி ஆகிறவரை அவன் இங்கே தான் இருப்பான். நானும்தான்.

அவன் எழுந்து தின்னக் கேட்டா? குஞ்ஞம்மிணி கேட்டாள்.

அதைப்பற்றி நீ ஏன் கவலைப் படறே? வைத்தாஸ் படவேண்டியது அது. நீ தின்னு. வீராவாலி ஆதரவாகச் சொன்னாள்.

வேணாமே. நான் என்ன ரெட்டியா? அதான் வைத்தாஸோட அப்பன். ஊருக்கு ஒரு பேரு அவனுக்கு. பொணத்தோட வாயிலே இருந்து ரொட்டியை எடுத்துத் தின்ன களவாணியாக்கும் அவன். என் பாட்டித் தள்ளையோட அஸ்திச் செம்பை எங்கப்பா அவன்கிட்டே கொடுத்து வச்சார். அசத்து எங்கேயோ போட்டுடுத்து.

குஞ்ஞம்மிணி சொல்ல, வீராவாலி முகம் தெரியாத அவன்மேல் வெறுப்பைக் காட்டி சுவரில் காலை உதைத்தாள்.

இதெல்லாம் வைத்தாஸ் எழுதின படிக்கா? அவள் குஞ்ஞம்மிணியைக் கேட்டாள். குஞ்ஞம்மிணி கேள்விகளே பதிலாகத் தொடர்ந்தாள் -

எப்படி அவன் எழுதினபடி வரும்? ரெட்டிக்கு அப்புறம்தானே அவன் புத்ரன் வைத்தாஸ்? லாராவுக்குப் பொறந்த பிள்ளை. வைத்தீஸ்வர ஐயர்னு முழுப் பெயர். அவனை நம்பி இன்னும் எத்தனை நாளைக்கு குரங்குக் குட்டியும், செத்த மயிலுமா அலையப் போறே வீராவாலி? நீ கேட்க உத்தேசிச்சதுதான். நீ அலையறது என்றைக்காவது முடிச்சுக்க. நான் அலையறது ஆற்ற மாட்டாமல்.

முடிஞ்சுடும், எல்லாம் முடிஞ்சுடும்.

வீராவாலி அறைக் கோடியில் ஒன்றும் இரண்டுமாக வந்து நிற்பவர்களைப் பார்த்துக்கொண்டு சொன்னாள். கூட்ட அழுகையிலும், சாம்பிராணிப் புகையிலும், சவத்தின் நாசித் துவாரங்களில் வைத்த பஞ்சுத் துண்டங்களை நனைத்துக் கசியும் ஈரத்திலும் வெளிக்கிடும் சாவின் வாடை மேலெழுந்தது. அறை வாசலில் விடப்பட்ட ரப்பர்ச் செருப்புகளின் துர்நாற்றமும், துவைக்கப்படாத காலுறைகளின் குமட்டும் நெடியும் அதோடு பிணைந்து சூழ, முணுமுணுப்பாக மறுபடி சொன்னாள் வீராவாலி –

முடிஞ்சுடும், எல்லாம் முடிஞ்சுடும்.

குஞ்ஞம்மிணி அவளைக் கேட்டாள் -

எப்போ இதெல்லாம் தொடங்கினது? நீ எங்கே புறப்பட்டு இங்கே வந்தே?

வீராவாலி பலமாகச் சிரித்தபடி தரையில் விரல் தீற்றிக்கொண்டு சொன்னாள் -

அதெல்லாம் கண்டிப்பா இங்கே கொண்டுவரக்கூடாதுன்னுட்டான் வைத்தாஸ். ரெண்டு திருடனுங்களும்தான். ஒருத்தனுக்கு என் பழசு என்ன மாதிரி உபயோகப்படும்னு தெரியாது. அதனாலே வேணாம். இன்னொத்தனுக்கு இந்த உடம்பு போதும். படுக்கற அந்த நேரம் மட்டும் சதா சாசுவதமானா போதும்.

அவன்தானே உன்னை எங்க ஊருக்குக் கூட்டிப்போனான்? அதுவும் ஏரோப்ளேன்லே? குஞ்ஞம்மிணி நினைவுபடுத்தினாள்.

குஞ்ஞம்மிணியின் தோளில் வாஞ்சையாகத் தட்டிச் சொன்னாள் வீராவாலி.

எங்கே கூட்டிப்போனா என்ன? போனோமா, வந்தோமா, படுத்தோமான்னு அதுதான் சகலமும். ரொம்ப சுகிக்கமுடியாம

வெளவால் வந்து சல்யப்படுத்தினதே. சிரி சிரி குஞ்ஞும்மிணி. உனக்கு இதெல்லாம் என்ன மாதிரியான தொந்தரவுன்னு தெரியாது. தெரிஞ்சா சிரிக்க மாட்டே.

குஞ்ஞும்மிணியும் தரையில் கால் நீட்டி உட்கார்ந்தாள். மெல்லிய குரலில் சொன்னாள் –

எத்தனையோ பேருக்கு உடம்பும் மனசும் எண்ணமும் செய்கையுமா ஓர் அடையாளம் கிடைச்சிருக்கு. உன்னை அந்த பாழாப்போன வைத்தாஸ் அவன் மனசுலே அரிப்பு வந்தா உராஞ்சுட்டுப் போற பாறாங்கல்லா ஆக்கிட்டான்.

உனக்கு குறையே இல்லியா குஞ்ஞும்மிணி? வீரா கேட்டாள்.

இருக்கு. ஆனா வைத்தாஸ் பேர்லேயோ என் பேர்லே சுய பச்சாதாபமாகவோ இல்லை என்றாள் அம்மிணி.

உன்னையும், வைத்தாஸையும் படைச்சானே அவன் பேர்லேதானே? விடாமல் கேட்டாள் வீராவாலி

தெரியலே. என் அப்பா அம்மாவோட என்னையும் இங்கிலீஷ் பட்டணத்திலே கடைத்தேத்தி இருந்தா நான் அலைவேனா என்ன இப்படி எல்லாம்?

உன் மேலே வவ்வால் வாடை அடிக்கறதே குஞ்ஞும்மிணி.

வீராவாலி நாசித் துவாரங்கள் விடைக்க சுவாசம் வலித்திழுத்து வெளியிட்டாள்

அதுவா, அது அர்த்தமாக, நான் அதுக்கு நாலு தலைமுறை முந்தி குருக்கள் பொண்ணைப் பார்க்க உன்னைக் கூட்டிப் போகணும். அங்கே போனா திரும்ப இங்கேதான் வருவே. ஆனா, ரொம்ப நாழி கழிச்சு வருவே. உனக்கு அந்த சித்ரவதை எல்லாம் வேணாம். முடியறபோது முடியட்டும்னு விட்டுடு. எனக்கானது அந்தக் கருந்துளை. நேரம், காலம், வடிவம் எல்லாத்தையும் முழுங்கி ஏப்பம் விடற கருப்பு வெளி அது. ஆழமான பள்ளம்போல, இருண்ட துவாரம்போல அது என் எதிரிலே, பக்கத்துலே இருக்கறது தெரியாம உள்ளே விழுந்துதான் இப்படி இன்னும் சுத்திண்டிருக்கேன். போதும்டா சாமி, எதேஷ்டம்.

குஞ்ஞும்மிணி விதும்பினாள். உடனே கண் துடைத்துக் கனைத்து குரல் சீராக வர நிமிர்ந்து உட்கார்ந்தாள்.

யார் யாரோ அறைக்குள் கடந்து வருகிறார்கள். அழுகிறார்கள். புலம்புகிறார்கள். சபிக்கிறார்கள். புதுக் கோட்டும் தொப்பியுமாக

கனவான் தோரணைகளோடு வந்த ஒருத்தர் கருப்புக் கோட்டைக் கழற்றி அலமாரிக் கதவில் மாட்டி தொப்பியைப் பிடித்தபடி குனிந்து வணங்குகிறார். இறந்து கிடந்தவரின் முகத்தில் காறித் துப்பி கோட்டை மறுபடி அணிந்து அவர் போகிறார்.

பின்னால் கூட்டமாக வந்த நடு வயது, ஸ்தூல சரீரப் பெண்கள் ஜவந்திப் பூக்களை உதிர்த்து அறை முழுக்கத் தூவ, ஈரமும் பூ இதழுமாக ஒரு கந்தம் மேலேறி அடைத்த ஜன்னல்களைச் சார்ந்து அடையாக நின்றது. ஓடாத நீர் தேங்கிய நீர்நிலைகளில், அம்பலப்புழைக் குளத்தில் குஞ்ஞம்மிணிக்கு அனுபவப்படும் தண்ணீர் வாசனை அது.

நாம இங்கே இருக்கறது இவாளுக்கு இடஞ்சல் இல்லியே? குஞ்ஞம்மிணி வீராவாலியைக் கேட்டாள்.

ஏன் இடஞ்சல் ஆகணும்? இவங்க யாருக்கும் நாம் இங்கே இருக்கறதே மனசிலே வராது. அவங்க எல்லோருக்கும் சாவுக்கு அஞ்சலி செலுத்திட்டுப் போய்ட்டே இருக்கணும்.

துப்பி விட்டுப் போன அந்தக் கடைசி மனுஷர்?

அவனும் வைத்தாஸ் உண்டாக்கி அனுப்பினவன்தான். கொஞ்சம் வித்தியாசமா இருக்கட்டுமேன்னு அப்படி செஞ்சிருப்பான்.

வித்தியாசமா இல்லேன்னுதான் உன்னோட பூர்வீக கதையை வேண்டாம்னுட்டானா?

எனக்குத் தெரியலே குஞ்ஞம்மிணி.

அவன் கிடக்கான். எனக்கு சொல்லு. பசிக்கறது இரு.

சொல்லியபடி குஞ்ஞம்மிணி அறைக் கோடிக்குப் போய்க் கையில் தின்பண்டத்தோடு வந்தாள்.

வீராவாலி அவசரமாக விசாரித்தாள் –

என்னத்துக்கு எடுத்துட்டுவந்தே இதை? பொணத்துக்குப் பக்கம் போட்டது.

அவன்தான் எழுந்து உக்கார்ந்துடுவானே அப்புறம் எப்படி பொணமாவான்? குஞ்ஞம்மிணி திரும்பக்கேட்டு வீராவாலி பேசுவதற்குள் தொடர்ந்தாள் -

வைத்தாஸ் பார்த்துக்கட்டும் அதையும். அசட்டு தித்திப்பா இருக்கு இந்த லட்டு. போறது. நீ சொல்லடி குழந்தே. உனக்கும் தின்ன எடுத்து வந்தேன். இந்தா.

வீராவாலி அவள் கொடுத்த லட்டுருண்டையை வாங்கிக்கொண்டு இன்னும் அதிகமாகச் சுவரில் சாய்ந்தாள். கால் பரப்பி உட்கார்ந்தாள். குரல் உயர்த்தி, நிதானமாக வார்த்தை வார்த்தையாக அடர்த்தி உச்சரித்துச் சொன்னாள் -

மயிலைக் கொன்று பாம்பையும் கொன்று குரங்குகளின் தலையைப் பிளந்து கொலை செய்து, உடும்பும் கொன்று, குருவிகள் கழுத்தைத் திருகிக் கொன்று, காக்கைகளைக் கிழித்து, முயல்களை உயிர் இருக்க உரித்து, கூட்டமாக இருந்து கொல்லவும், சுமந்துபோய் விற்கவும், காசு கிடைக்க அதுவும் இதுவும் உண்ணவும், பிறகு கொல்லவுமாக ஒரு கூட்டம். அதில் நானும் உண்டு.

கவிதை எல்லாம் சொல்லிக் கொடுத்தது யார்? படுக்க வந்த தோழனோ? வேண்டாம். கவிதை சொல்லி கவிதை கேட்டு ஏமாந்து நிற்காதே. அது இன்னொரு கருந்துளை. குஞ்ஞம்மிணி அவசரமாகச் சொன்னாள்.

கவிதைதானே வேண்டாம். கதை வேணும்தானே? பகிர அதுவாவது இல்லாம, நாம் ஏன் இங்கே இருக்கணும்?

அறைக்கு வெளியே சங்குகள் முழங்கும் ஒலி. அசுத்தமான காற்று வெண்சங்குகளில் முட்டி மோதி வெளிப்பட்டு சுற்றிலும் துர்க்கந்தம் பரத்த, குரங்குக் குட்டி சுவரில் சிறுநீர் கழித்த வாடை குஞ்ஞம்மிணி மூக்கில் குத்துகிறது.

ராத்திரியில் மாமிசம் பொசுங்கும் நாற்றத்தைக் கிழித்து சங்குகள் முழங்கறது நாராசமாக இருக்குதானே? வீராவாலி கேட்கிறாள்.

இல்லை என்று தலையாட்டுகிறாள் குஞ்ஞம்மிணி.

இது மங்கல ஒலி. அப்படித்தான் சொல்லணும். சாவு மிகப் பெரிய மங்கலமான காரியம் இல்லையா? எல்லா புத்தகத்தையும் மூடி வச்சு கணக்குத் தீர்த்து வழி அனுப்பற காரியம் ஆச்சே. சாசுவதம் சுகம் இல்லே. அதைக் கொல்றதுதான் சுவாரசியம். இன்னும் நூறு மங்கலம் கூடி வர, சாவு தானே வழி சொல்லி வழிவிடும்?

குஞ்ஞம்மிணி இது என்ன, வேதாந்தமா?

போன இடங்கள்லே கேட்டும் பார்த்தும் பழக்கமானது இதெல்லாம். கல்லறையிலே எழுதி வச்சது. தெரிசா கல்லறை வாசகம்கூட இப்படித்தான்.

வீராவாலி கேட்டுக்கொண்டிருக்க, ஒரு வினாடி நிறுத்தி பாதி உண்ட லட்டுருண்டையை இருட்டுக்குள் வீசி விட்டுத்தொடர்கிறாள் குஞ்ஞம்மிணி.

அவா எல்லாம் போனா, பொதைக்கற சீலம். நமக்கு போனா பஸ்பமாக்கிடணும். எனக்குத்தான் வாய்க்கலே. என்னைப் பெத்தவாளுக்கும் கிடைக்கலே பார்த்தியா. வெள்ளைக்கார தேசத்திலே அவாளும் வெய்யில் மழை குளிர் எல்லாம் சகிச்சுண்டு மண்ணுலே தானே. அதாவது கிடைச்சது போ.

ராம் நாம் சத்ய ஹை.

குரல்கள் உயர, பைஜாமா அணிந்த கூட்டம் உள்ளே எங்கும் ஊடுருவி நிற்கிறது. அறைக் கோடிக் கட்டிலை விட்டுப் பிரிந்து உடலொன்று தூக்கிச் சுமக்கப்பட்டுப் படிகள் இறங்கிப் பயணமாகிறது. கீழ்த் தளத்தில் மணலோடு சேர்த்து நிலக்கடலை மணிகள் வறுபடும் மணம் சாவு விசாரித்துப் படியேறுகிறது.

வீராவாலியையும் குஞ்ஞம்மிணியையும் கவனிக்காமலே எல்லோரும் வந்துபோக, வெறுமையாகக் கிடக்கும் அறை. வீராவாலி நினைவில் அமிழ்கிறாள்.

எங்களுக்கு எரிக்க, பொதைக்க எல்லாம் கிடையாது. போனவங் களை அங்கங்கேயே விட்டுட்டு கிளம்பிவந்துடுவோம். யாராவது எரிக்கவோ புதைக்கவோ செஞ்சுப்பாங்கன்னு நம்பிக்கைதான். இல்லேன்னாலும், அதெல்லாம் செய்ய யார்கிட்டே காசு இருக்கு? இங்கே ஒருத்தர் செத்தா பத்து மயிலைக் கொன்னுபோட்டு எண்ணெய் காய்ச்சி தெருவிலே விற்றாத்தான், சவத்தை எரிக்க பாதிக் காசாவது வரும். இது எங்கம்மா சொன்னது.

வேறென்ன சொன்னா உங்கம்மா? குஞ்ஞம்மிணி விசாரித்தாள்.

எல்லா அம்மாவும் வாசாலகமா பேசறவங்க. வைத்தாஸ் அம்மா லாரா பேச்சுக்கு ஊரே அடங்கி கிடந்ததாம். அதுக்கு மேலே பகிர்ந்துக்க விடமாட்டான் கிராதகன்.

தெரிசாவோட அம்மா தெரியுமோ, நாகலட்சுமி அம்மா. சீச்சு சீச்சுன்னு தெரிசாவை எவ்வளவு திட்டித் தீர்ப்பா தெரியுமோ? அவ சொல்வா - கடங்காரி, எட்டும் பொட்டும் திகஞ்சும் நாணம் இல்லியா? இன்னும் முல குடிக்கற குஞ்ஞா என்ன? உனக்கே நாளைக்கு நாலஞ்சு குடிக்க இடுப்பிலே ஏறிடும். பொசைகெட்டவன் ஒருத்தன் அதுக்கும் பங்குக்கு வந்து கூடவே படுத்துப்பான். அது கூடாதே கண்ட கழுவேறிக்கெல்லாம் குப்பாயத்தையும் அடி வஸ்திரத்தையும் அழிக்கப் போறியாடி மிண்டை? மேலே துணி ஒதுங்காம பாத்துக்கோடி மூதேவி. முழுக்க அரும்பிட்டா ஊர் கண் எல்லாம் அங்கேதான் வந்து சேரும் - எப்படி நறுவிசா ஒண்ணும் விடாம ஒரு குத்தம் சொல்றது பாரு.

கண்ணு மட்டுமில்லே குஞ்ஞும்மிணி. மத்ததும்தான் அழைக்காத விருந்தாளியா வந்துடும். அம்மா போய்ச்சேர்ந்து நாங்களும் அவளை விட்டுட்டு வந்துட்டோம். அப்பா குடிக்கப் போயிட்டார். கூடாரத்திலே பசியோட நான் மட்டும். ராத்திரி கூடாரத்துக்குள்ளே மெல்ல வந்து நான் நல்ல தூக்கத்திலே இருக்கறபோது கச்சு அவிழ்த்துத் தடவ ஆரம்பிச்சான் ஒருத்தன். கத்தப் போனா, வாயிலே ஆறிப்போன ஆலு பரத்தாவை எடுத்து அடைக்கறான். பசியா இருக்கேனாம். வாயையும் மாரையும், கீழேயும் திறந்து போட்டு நான் பாட்டுக்கு தின்னுட்டு இருந்தா அவன் வந்த காரியத்தை பாத்துட்டு போயிடுவானாம்.

யார் வைத்தாஸா? குஞ்ஞும்மிணி கேட்டாள்.

இல்லை என்று தலையசைத்து எழுந்து நின்றாள் வீராவாலி. அறை முழுக்க அவள் பரந்து உயர்ந்து நிற்பதாக குஞ்ஞும்மிணிக்குத் தோன்றியது. வீரா குஞ்ஞும்மிணியைக் கூர்ந்து பார்த்தபடி சொன்னாள்-

வைத்தாஸ் இல்லே. இது முன்னாலே நடந்தது. அடுத்த நாள் மென்னி முறிச்சுக் கொல்ல வாசல்லே வலையிலே வச்சிருந்த மயில் குட்டி எப்படியோ தப்பி உள்ளே வந்தது அந்த இருட்டிலே. அவனோட பீஜத்தையும் கண்ணையும் குத்தி கதறக் கதற விரட்டினதே. அந்த ராத்திரிதான் நான் தனியா வந்தேன். ஒரு குரங்குக் குட்டியையும் தோள்லே வச்சுக்கிட்டு தாரியாகஞ்ச் பகுதியிலே பிச்சை எடுத்திட்டிருக்கறபோது என்னைப் பார்த்தான் வைத்தாஸ். அப்புறம் அவன் கண்ணுலே நான் படலேன்னாலும் என்னை அவன் சிருஷ்டிக்குள்ளே கொண்டுவந்துட்டான். நான் திரும்பணும். எனக்குன்னு இவன் ஏற்படுத்திக் கொடுத்த முகம் இல்லாத கழைக் கூத்தாடிக் கூட்டம் வேணாம். என் கூட்டம் கொன்னாலும் தின்னாலும் வேறே மாதிரி. வைத்தாஸ் மாதிரி அவனோடுகூட நந்தினி இல்லாத சோகத்துக்கு, பசிக்கு வடிகாலா நான் கூடப் படுக்க, பசி அடங்க எழுந்திரிக்கச் சொன்னா எழுந்திருந்து விலகி நிற்க, போன்னு விரட்டினா ஓட, வான்னு கூப்பிட வந்து கிடக்க இனியும் என்னாலே முடியாது.

குஞ்ஞும்மிணியும் எழுந்து நின்றாள். ஆதரவாக வீராவாலியின் தலை தடவி மெல்லிய குரலில் சொன்னாள் அவள் –

உன் அலைச்சல் எல்லாம் முடியட்டும். பாவம்தான் அவனும். இப்படிக்கூட ஆகுமா என்ன? கடவுளின் மூத்த சகோதரி. என்ன கண்றாவிடா கிருஷ்ணா.

உனக்கு என்ன போச்சு குஞ்ஞும்மிணி? நம்பறவங்களுக்காக அப்பப்போ கடவுளே ஆனாலும் தப்பில்லே. இடுப்புக்குக் கீழே கல்லான கடவுள் தேவை.

வேஷம் கட்டறது இல்லையோ அதெல்லாம், வீராவாலி? எனக்கு என்ன போச்சு போ. அவனும் பூர்வீக வீட்டை வாங்கற மாதிரி தெரியலே. யார் வாங்கினாலும் வாங்கலேன்னாலும் இனிமேல் கொண்டு எங்க ஊர்லே, அம்பலப்புழையிலேதான் மீதி ஜன்மம்.

அப்படி ஒண்ணு இருக்கா என்ன உனக்கு? வீராவாலி குறுக்கிட்டுக் கேட்டாள்.

மீதி நாள் இருக்கறதைச் சொன்னேண்டி பொண்ணே. எங்கே வேணும் னாலும் இருந்துக்க முடியும்னு நம்பிக்கை வந்துடுத்து. யார் கிட்டேயும் பேசாம, யாரையும் எதுவும் கேட்காம இருக்கணும். இருந்துட்டுப் போறேன். நீயும் என்னோட அங்கே வந்து இருந்துடேன். குஞ்ஞம்மிணி பிரியத்தோடு கூறினாள்.

எனக்கும் அந்த பூமிக்கும் என்ன சம்பந்தம் குஞ்ஞம்மிணி? ஒரு தடவை கூட்டிப்போனது. சொன்னேனே, அவனோட இருந்தா எல்லா ஊரும் கட்டில் போட்ட இடம். அது மட்டும்தான்.

அவன்தான் வர மாட்டானே இனிமேல் கொண்டு. யோசனையோடு சொன்னாள் குஞ்ஞம்மிணி.

அப்படித்தான் சொல்றான். ஆனாலும், எழுதினவன் சொல்லை மீறி போகம் போகம்னு சாவி முடுக்கி வைத்து நடக்கச்செய்த பொம்மை யாக அவன் திரும்பி வந்தால்?

வீராவாலி சந்தேகம் கேட்டாள்.

அவனைப் படைச்சவனுக்கு அப்புறம் சித்த பிரமை ஏற்படும் என்றாள் குஞ்ஞம்மிணி.

வேணாம், அந்தக் கஷ்டம் எல்லாம் எழுதறவன் ஏன் படணும்? வீராவாலிக்கு உடன்பாடில்லை.

குஞ்ஞம்மிணி வீராவாலியின் கையை இறுகப் பிடித்துக் கொண்டாள். நேசமான குரலில் சொன்னது இது -

வைத்தாஸை இங்கே இருந்து லண்டனுக்கு திரும்பவும் இடம் மாற்றம் பண்ணியிருக்காளாம். போகிறபோது நாம் வழி அனுப்பி வச்சுட்டுப் போகலாமா?

அது என்ன வழி அனுப்பறது? போறவனுக்கு வழி தெரியாதா? இல்லே ஞாபகம் வச்சுக்கோ என்னைன்னு அவன்கிட்டே கெஞ்சற இருப்பா நம்மளோடது? வீராவாலி புரியாமல் கேட்டாள்.

குஞ்ஞம்மிணி பலகார எச்சம் அப்பிப் பிசுபிசுத்த விரல்களைப் பச்சைப் பட்டுப் பாவாடையில் துடைத்தபடி உரக்கச் சொன்னாள் –

சரி அவனோட, என்னோட, உன்னோட இருப்பு, நடப்புன்னு அதது விதிச்ச படி போகட்டும். நான் கிளம்பட்டுமா? அதோ வரான் பாரு உன் வைத்தாஸ் தடியன். இருடா நான் இருக்கறபோதே ஏன் அவளை இப்படிக் கட்டிக்கறே? நான் பார்க்கறேனே, வெக்கமே இல்லியா? அந்தக் கட்டில் வேணாம்டா. அங்கே பொணம் கிடந்தது. இப்போதான் வெளியே போயானது. அப்படி என்ன அவசரம்? எழுதின வைத்தாஸுக் குத்தான் விவஸ்தை இல்லேன்னா, அவன் எழுப்பி விட்டுவந்த உனக்கும் ரதி சுகம் தவிர உலகத்திலே எதுவுமே கிடையாதா?

உள்ளே வந்தவன் ஒரு வினாடி நின்றான். வீராவாலி போயிருந்தாள்.

நான் எழுதற வைத்தாஸ்தான், குஞ்ஞம்மிணி. எழுதறவன்தான் படுக்கைக்கு வீராவாலியை கூப்பிட்டது. இறுகிக் கட்டிக் கிடந்தவன் தான் குளிச்சு கோவில் போய்வந்து அடுத்த அத்தியாயம் எழுதினது. கழிசடையா இருக்கவும், வார்த்தை கோர்த்து எழுதவும், நினைக்கவும், மாற்றி எழுதவும், நேரே நடக்கவும், நந்தினியோட போகம் செய்யவும், அவளுக்காக புலம்பவும், அவ இருக்கும் போதே தேடித் தேடிப் பழைய தில்லி சந்து பொந்து எல்லாம்போய் யார்யாரோ வீராவாலியாக மனசிலே பட, உடம்பு வழிநடத்த, முயங்கவும், அதை சதா கற்பனை செய்யவும், அனுபவிச்சதை எழுதவும், எல்லாம் ஒரே வைத்தாஸ் தான். நான் நானாக, நான் மற்ற எல்லோருமாக இருந்து பார்த்து அனுபவிச்சு துக்கப்பட்டு இறக்க, பிறக்க எனக்கு எல்லா உரிமையும் இருக்குதானே. அப்படி இல்லேன்னு வேறே யாராவது சொன்னா இல்லேன்னு ஆகிடுமா? நீ காலாகாலமா இருக்கே. நான் இருக்கற கொஞ்சம் காலத்திலே அந்தக் காலகாலத்தை, கருந்துளையை சிருஷ்டி பண்ணப் பாக்கறேன். உனக்கு இருப்பு பிடிக்கலே. எனக்கும் அது பிடிக்காம போகட்டும்னுதான் இருக்கேன். இருந்தபடிக்கே இல்லாமல் போக முடிஞ்சதுன்னா வேறே என்ன வேணும்?

குஞ்ஞம்மிணி வெளியே வரும்போது விளக்குகள் அவிந்திருந்தன. அவை மறுபடி ஒளிரும் என்று தனக்குள் சொல்லிக்கொண்டு மெல்ல நடந்தாள் அவள்.

அத்தியாயம்

## நாற்பத்தைந்து

ஆலப்புழையில் இருந்து வந்த எக்ஸ்பிரஸ் ரயில் வண்டி மதுரை சந்திப்புக்கு ரெண்டு மணி நேரம் தாமதமாக வந்து சேர்ந்தது கொச்சு தெரிசாவுக்கு ஒரு விதத்தில் சௌகரியமாகப் போனது.

சரியான நேரத்துக்கு அது வந்திருந்தால் நடுராத்திரி கழிந்து அதிகாலையாக இன்னும் நிறைய நேரம் பாக்கி இருக்கும். பின்னிரவு ரெண்டு மணிக்கு கொச்சு தெரிசா இங்கே ரயிலைவிட்டு இறங்கி இருப்பாள்.

மதுரை இருபத்து நாலு மணி நேரமும் கண் விழித்துப் பரபரப்பும் கலகலப்புமாக எப்போதுமிருக்கும் அபூர்வ நகரம் என்பதால் அவளுக்கு சிரமம் ஏதும் இருந்திருக்காதுதான். ஆனாலும் உறக்கம் விலகாமல், பிறந்து நாலு மாதமே ஆன சிசு போலத் தூங்கிக் கொண்டே தான் அவள் பிரவேசித்திருப்பாள்.

முசாபரோடு சென்னை போய்ச்சேர்ந்தது கிட்டத்தட்ட இதே நேரம்தான். ரயிலில் இருந்து இறங்க மாட்டேன் என்று, தான் அடம் பிடித்தது நினைவு வந்தது அவளுக்கு. முதல் வகுப்பு கம்பார்ட் மெண்டில் ரயில் தாலாட்டத் தாலாட்ட சுருண்டு படுத்து உறங்கிய அந்த ராத்திரி திரும்ப வர அவள் எவ்வளவு வேண்டுமானாலும் யாருக்கும் தரத் தயார். அதெல்லாம் யார் விற்கிறார்கள்.

வாங்கினாலும் முசாபர் சக பயணியாக வரப்போவதில்லை. கூடவே, பரம சாதுவும், அடிக்கடி உணர்ச்சி வசப்படுகிறவருமான

அமேயர் பாதிரியாரும் இனி அவளோடு பயணம் செய்யப் போவதில்லை. என்றென்றைக்கும். அப்படித்தான் தோன்றுகிறது. வாழ்க்கையைப் புரட்டிப் போடக்கூடிய தீர்மானங்களையும் முடிவுகளையும் எத்தனை விளையாட்டாக அவள் இந்த ஒரு வருடத்தில் எடுத்திருக்கிறாள். எல்லாவற்றுக்கும் பின்னால் இருந்து, தர்க்கத்தையும் சூழ்நிலையையும் கவனிப்பிலிருந்து விலக்கி, மனமே சகலமானதையும் வழி நடத்த வகை செய்வது யார்? அவள் மட்டும் தானா?

முசாபரை கால்டர்டேல் கடையை மறுபடி திறக்கச் செய்யத் தோதாக, அவள் கையெழுத்திட்ட ஆவணங்களின் அடிப்படையில் உரிமை மாற்றம் ஏற்படுத்தி வைத்ததும் அந்த இயக்கத்தின் பகுதிதான். முசாபர் ஐயாயிரம் பிரிட்டீஷ் பவுண்ட் பணத்தை அவளுடைய இந்திய பேங்குக் கணக்குக்கு மாற்றி இருக்கும் தகவல் நேற்றுக் கிளம்பும்போதுதான் கொச்சு தெரிசாவுக்குக் கிடைத்தது. போதும் போதும் என வேண்டினாலும் அவன் பணம் தராமல் இருக்கமாட்டான். பிரியம் வைக்காமல், அதைச் சொல்லித் திரியாமல் இருக்கமாட்டான்

கடையோடு ஒட்டி இருக்கும் வீட்டுக்கு நல்ல விலை கேட்டுச் சிலர் வந்திருப்பதாகவும், அது படியும் பட்சத்தில், அதிகம் போனால் இன்னும் மூன்று மாதத்தில் விற்று வந்த தொகை அனுப்புவதாகவும் கூட முசாபர் கடிதத்தில் குறிப்பிட்டிருந்தான். கொச்சு தெரிசா அவனுக்குக் கொடுத்த அதிகாரப் பத்திரம் இன்னும் எட்டு மாதம் உயிரோடு இருக்கும் என்பதால் நல்ல விலை வருவதற்கு இன்னும் கொஞ்சம் பொறுத்திருக்கலாம் என்று தெரிவித்திருந்தான் அவன். பத்து பக்கம் கடிதத்தில் ஒன்பது பக்கம் அன்பும் பிரியமும் பரிமாறி, உனக்கு ஏமாற்றத்தைத் தவிர நான் இதுவரை எதுவும் தரமுடியாததை மன்னித்துக்கொள் என்று எதற்கோ அங்கங்கே திரும்பத் திரும்ப வருந்தி, முடிக்கும்போது அவன் சொல்லியிருந்த காசு பணம் பற்றிய தகவல் இது.

அவன் வைத்த பிரியம் அலாதியானது. முசாபரும் அப்படியே. அலாதியான விகாரம் இல்லாத எளிமையான மனுஷன் அவன். அவள் தான் வழி மாறி வந்துவிட்டாள். இனித் திரும்ப மனதும் இல்லை. வந்த வழியையும் அவளே பிடிவாதமாக அடைத்து விட்டாள்.

அந்தக் கடைக்கு ஐயாயிரம் பவுண்ட் அதிகம் என்று கொச்சு தெரிசாவுக்குத் தெரியும். ஆனாலும் முசாபர் பிடிவாதமாக அதை வாங்கிக் கடை நடத்தப் போகிறான். அவள் மூச்சுக் காற்று இன்னும்

அடர்ந்திருக்கும் இடம் அது என்றும் அங்கே சுற்றித் திரிந்து புழங்கவே எனக்கென்று உள்ள சொத்து எல்லாம் எழுதி வைப்பேன் என்றும் அவன் எழுதியிருந்தான். அவனுடைய பிரியம் கொச்சு தெரிசாவை நெகிழ வைக்கிற ஒன்று. அவனை விட்டுப் பிரிந்தாலும் அவனை நேசிக்கிறாள். அது மட்டும் இனி எப்போதும் அவளோடு இருக்கப் போவது.

அம்மா, பெட்டியை இறக்கிடலாமுங்களா?

போர்ட்டர் மரியாதையோடு கேட்க, சரி எடுங்கள் என்று கையைக் காட்டினாள் கொச்சு தெரிசா. கொச்சு தெரிசாவின் லெதர் பையையும், பூட்டுப் போட்ட பெட்டியையும் இறக்கி வைத்த போர்ட்டர் அடுத்த உத்தரவுக்காகக் காத்திருந்தார். அவள் அனுமதித்தால் அவற்றைச் சுமந்துகொண்டு குதிரை வண்டி நிற்கும் இடம்வரை வந்து வழியனுப்பி வைப்பார் அவர். அவள் சம்மதம் முக்கியம். தமிழ் பேசுகிற இந்தப் பகுதியில், தன்னிச்சையாகத் திமிர்த்து எதையும் யாரும் செய்வதில்லை என்பதை கொச்சு தெரிசா அறிவாள். ஆலப்புழையிலும் அம்பலப் புழையிலும் அது இல்லை மனுஷர்கள் புழங்க அனுசரிக்கும் வழிமுறை.

வாங்கோ. சௌக்கியம்தானே? ட்ரெயின் டிரைவர் ஞாபக மறதியா மங்களூருக்கு விட்டுட்டானான்னு பார்த்தேன். ரெண்டு மணி நேரம் லேட் ரொம்ப ஜாஸ்தி.

சிரித்துக்கொண்டே முன்னால் நின்றவரைத் தலை நிமிர்த்திப் பார்த்தாள் கொச்சு தெரிசா. தியாகராஜ சாஸ்திரி. இரு கரம் கூப்பி வணக்கம் சொல்லிவிட்டுத் தலையைக் குனிந்துகொண்டாள் அவள்.

சங்கரனின் உயிர்த் தோழர் இவர். போன தடவை வந்தபோது நல்லது நினைக்கிற, செய்கிற ஒரு ஆத்மா என்ற அளவில்தான் தெரியும் என்பதால் சுபாவமாகப் பழக முடிந்தது. சங்கரனோடு ஏற்பட்ட புது உறவு இந்த சிநேகிதத்துக்கும் ஆழம் கூட்டுகிறது. அவனுக்கு வேண்டியவர். நெருக்கமானவர். அவரைப் பார்த்த சந்தோஷத்தோடு சின்னப் பெண்போல ஒரு நாணம் மட்டும் அல்லாமல், சங்கரன்பற்றிய நினைவுகளையும் மனம் மேலெடுத்து வந்து நிறுத்த, அவனுக்கும் தனக்குமான நெருக்கம் இந்த நட்பையும் இன்னும் அதிகப்படுத்தும் என்ற ஊகம். இவரிடம் என்ன உதவியும் கேட்கலாம். இந்த தியாகராஜ சாஸ்திரி நம்மவர் என்று அழுத்தமாக முத்திரை விழுந்துவிட்டது.

சாமி ஜாமாஞ்செட்டை எடுத்துக்கலாமில்லையா?

போர்ட்டர் ஒரு தடவை கேட்டுவிட்டு, மறுப்பு இல்லாமல் போகவே பெட்டியைத் தலையில் வைத்துக்கொண்டு, லெதர் பையைக் கையில் பிடித்தபடி அவர்களுக்கு முன்னால் ஓட்டமும் நடையுமாகப் போனார்.

எங்கே போகணும்னு தெரியுமா?

தியாகராஜன் ஒப்புக்கு விசாரித்தார். குதிரை வண்டி நிறுத்து மிடத்தைக் கடந்து தெருவோடு நடக்கவா போர்ட்டர்?

கூலி பேசியாச்சோ?

அதொண்ணும் இல்லை என்றாள் கொச்சு தெரிசா. என்ன, சொத்தையா எழுதித் தரச் சொல்லிக் கேட்பான். மிஞ்சிப் போனால் ஒரு ரூபாயோ ரெண்டு ரூபாயோ.

காலேஜ் ஹவுஸிலே உங்களுக்கு ரூம் போடச் சொல்லிட்டேன் என்றார் சாஸ்திரிகள். அவர் கண்கள் அயர்ச்சியோடு இருந்ததை கொச்சு தெரிசா கவனிக்கத் தவறவில்லை. நன்றி சொன்னாள். அதெதுக்கு என்று விலக்கினார்.

எப்போ இருந்து இங்கே ஸ்டேஷன்லே காத்திருக்கீங்க? தெரிசா கேட்டாள்.

அவர் பரவாயில்லை என்பதுபோல ஒரு சிரிப்பு சிரித்து, நேத்து சாயந்திர பஸ்ஸிலே அரசூர்லே இருந்துவந்தேன். மேலமாசி வீதி ராயன் கடையிலே ரெண்டு இட்லியை உதுத்துப் போட்டுண்டு காலாற இங்கே வரும்போது கடிகாரம் பத்து மணி அடிச்சுது. ராத்திரி பத்து.

அட பாவமே, ராத்திரி முழுக்க நீங்க காத்திருந்தீங்களா? நான் பாட்டுக்கு சாவகாசமா விடியற நேரத்துலே வந்து நிக்கறேனே.

தெரிசா அனுதாபத்தோடு சொன்னாள். அவளால் செய்யமுடிந்தது ஏதும் இல்லை என்பதோடு அவரை சிரமப்படுத்தியதுபற்றியும் வருத்தமாக இருந்தது.

இந்தாங்கோ, காலேஜ் ஹவுஸ் ரூம் சாவி. சிரம பரிகாரம் பண்ணுங்கோ. ஸ்நானம் முடிச்சுக்கலாம். அப்புறம் ஆகாரம் கழிச்சுட்டு பேப்பர் வாசிச்சிண்டிருங்கோ. நான் வந்துடறேன். ஏற்பாடுகள் எப்படி ஜோராப் போயிண்டிருக்குன்னு வந்து விவரம் சொல்றேன். ஒரு அவசரமுமில்லே.

கொச்சு தெரிசா கை கூப்பினாள்.

எல்லாம் அவா பார்த்துப்பா.

தியாகராஜ சாஸ்திரிகள் வானத்துக்குக் கை காட்டி அவரும் சேவித்தார்.

உறவும் நட்பும் முன்கூட்டி ஏற்பாடு செய்துவைத்து கால நேரம் கவனித்து உருக்கொள்வது இல்லை என்று கொச்சு தெரிசா எல்லோருக்கும் சொல்வாள். முக்கியமாக முசாபருக்கும் சின்னச் சங்கரனுக்கும். இந்த தியாகராஜ சாஸ்திரிக்கும். சின்னச் சங்கரன் இல்லாமல் இருந்தாலும், முசாபர் திரும்பிப்போகாமல் அவளோடு கூட இன்னும் இருந்தாலும் இந்த புரோகிதர் சிநேகிதமாகப் பழகியிருப்பார்தான். அவரையும் வழி நடத்துவது யாரோதான்.

நானே வந்து லாட்ஜ் வாடகைக்கு எடுத்திருப்பேனே என்றாள் கொச்சு தெரிசா.

போன தடவை முசாபர் தானே ஏற்பாடு செய்வதாகச் சொல்லி கீகடமான இடத்துக்கு அழைத்துப் போகப்பட்டது நினைவு வந்தது. இந்த ஊரில் எங்கேயும் இப்படித்தான் விடுதி இருக்கும் என்று என்னமோ இங்கேயே பிறந்து வளர்ந்து இருப்பதுபோல் சமாதானம் சொல்லி அறை எடுத்திருந்தான் அப்போது. தியாகராஜ சாஸ்திரிகள் தான் ஒரே நாளில் அதை காலி செய்யவைத்து, மீதி ஒரு வாரம் காலேஜ் ஹவுசில் சௌகரியமாகத் தங்கி இருக்க வழி செய்தவர்.

நான் இந்தத் தடவை தனியா வரேன். ரூம் ரிசர்வேஷன் கிடைக்குமா?

கடிதம் எழுதித் கொச்சு தெரிசா அவரைக் கேட்டிருந்தாள். இங்கே எல்லாம் ரூம் ரிசர்வேஷன் கிடையாது என்று எழுதினார் சாஸ்திரி. எனினும் வரப் போகும் தேதி குறிப்பிட்டு கொச்சு தெரிசா எழுதிய கடிதம் கிடைத்ததுமே நேரே வந்து, அவள் தங்கி இருக்க எல்லா ஏற்பாடும் ஓசைப்படாமல் செய்துவிட்டார் அவர்.

இன்னும் நேரம் நிறைய இருக்கு. நீங்க ரெஸ்ட் எடுத்துண்டு, ஒரு ஏழரை எட்டு மணிக்கு ரெடியா இருங்கோ. போனேன் வந்தேன்னு நான் ஓடி வந்துடறேன்

நீங்களும் ஒரு ரூம் எடுத்துக்கலாமே அண்ணா? பணம்பற்றி கவலை ஏதும் வேணாம். இதுகூட ஒரு சகோதரியா நான் செய்ய மாட்டேனா?

உள்ளபடிக்கே அவரைப் பிரியமாக சகோதரனாக வரிந்தாள் கொச்சு தெரிசா.

நானா, ரூமா? எதுக்கு? நம்ம ஊர் தானே. இப்படியே காலாற வைகைக் கரைக்கு போய் ஒரு முழுக்கு போட்டுட்டு எங்கம்மா மீனாட்சியை ஒரு நடை போய்ப் பார்த்துட்டு வந்துடறேன். மத்ததெல்லாம் அப்புறம் தான். சொக்கனைப் பார்க்கலேன்னாலும் பாதகமில்லை. இவளைப் பார்க்காம இருக்கவே முடியாது.

ஒரு ஆணாக இருப்பதின் சௌகரியங்களும் சலுகைகளும் இங்கே தனி தான். இருக்கிற வட்டத்துக்குள்ளே தான் ஒரு பெண்ணாக சுகம் கொண்டாடிக்கொண்டு, நிலை நிறுத்திக்கொண்டு, வாழ்ந்து கொண்டிருக்கவேண்டும். அது சரி, ஓடுகிற நதியில்போய் ஒரு நிமிடம் அமிழ்ந்து குளிக்கக்கூட முடியாதா?

நான் ஆற்றங்கரைக்கு வந்தா குளிக்க இடம் இருக்குமா? கேட்டே விட்டாள்.

சாஸ்திரி யோசித்தார்.

மணல் ஏதேஷ்டமா உண்டு. ஆனா தண்ணிதான் வரத்து கம்மி. அடிச்சு பொரண்டு ஓடினா, ஸ்திரிகளும் ஓரமா நின்னு ஆத்துலே இறங்கறது உண்டுதான். ஆனால், இப்போ ஊற்றுத் தோண்டி இல்லையா குளியும் மத்ததும்?

குதிரை வண்டி ஸ்டாண்ட் வந்திருந்தது. முதல் வண்டியில் கொச்சு தெரிசாவின் பெட்டியும் லெதர் பையும் ஏற்றிய போர்ட்டர் கூலிக்காக சண்டையை எதிர்பார்த்தோ என்னமோ தியாகராஜ சாஸ்திரி களைப் பார்த்தபடி நிற்க, முழு பத்து ரூபாய் எடுத்து நீட்டினாள் கொச்சு தெரிசா. மதுரைக்கு வந்ததும் கொச்சு தெரிசாவுக்குக் கிடைத்த முதல் வாழ்த்து போர்ட்டரிடம் இருந்து வந்ததுதான்.

தியாகராஜ சாஸ்திரி குதிரை வண்டிக்காரனையும் கொச்சு தெரிசாவையும் பொதுவாகப் பார்த்துக்கொண்டு முக்கிய நியாயத் தீர்ப்பாகச் சொன்னார்-

பக்கத்துலேதான் டவுன்ஹால் ரோடுன்னு தெரியும்பா. ஆனாலும் இவங்க மூட்டை முடிச்சோட மூச்சு வாங்க நடக்க வேண்டாம்னு தான் வண்டி சவாரி. ரெண்டு ரூபா கொடுங்கோ குதிரை வண்டிக்கு. போதும். சில்லறை இருக்கோ?

இருக்கு என்றாள் கொச்சு தெரிசா. ஆனால் டவுன்ஹால் ரோடு ஹோட்டல் வாசலில் இறங்கும்போது பத்து ரூபாய்த் தாளை எடுத்து வண்டிக்காரரிடம் கொடுத்து மதுரை நகரத்தின் அடுத்த வாழ்த்தையும் பெற்றாள் அவள்.

காலேஜ் ஹவுஸில் சிப்பந்திப் பையனில் இருந்து கீழே உணவு விடுதி சர்வர்கள்வரை அவளைப் போன பயணத்தில் இருந்து நினைவு வைத்திருந்தார்கள். போகும்போது கை நிறைய டிப்ஸ் கொடுத்துப் போனதால் மட்டும் வந்ததில்லை இது. வெளிநாட்டில் இருந்து வந்த ஒரு மதாம் அம்மை கனிவாக உள்ளூர்க் காரர்களோடு பேச, பழக, அவர்களோடு சாப்பிட, காப்பி குடிக்க என்று இருக்கும் சகஜம் காரணம் வந்தது. அவர்கள் எல்லோரும் நண்பர்கள் இல்லா விட்டாலும் அவளுக்கு வேண்டி நல்லதை நினைக்கிற, பரிச்சய மான நல்ல மனுஷர்கள்.

அரை மணி நேரத்தில் குளியல் முடித்து சுங்குடிப் புடவை பாந்தமாக உடுத்தி, அறையில் இருந்து கிளம்பிவிட்டாள் கொச்சு தெரிசா. கீழே உணவு விடுதியில் டம்ளரில் ஊற்றி தலைகீழாக காலி டபராவில் அழுத்தி சீல் செய்த காப்பியைப் பார்த்ததுமே அவளுக்கு சந்தோஷமாக இருந்தது. டம்ளரை மிக மிக மெதுவாக, காப்பி பீறிட்டு மேஜையில் சிதறாமல் டபராவில் நிறைத்தபோது இன்னும் கூடுதல் சந்தோஷம். பக்கத்து மேஜையில் வெள்ளைத் தோலும், ஸ்கர்ட்டும், தொப்பியுமாக யாரும் உண்டோ? இல்லை கொச்சு தெரிசா நீ டபராவை வாய்க்கு உயர்த்தி ரோமானியர்கள் மதுபானம் செய்கிற தோதில் காப்பி குடி.

உதய கால நேரம் நாலே முக்கால் மணிதான் ஆகியிருக்கிறது. ஏழரை மணிக்கு தியாகராஜன் வரும்வரை என்ன செய்யலாம்?

கோவிலுக்குப் போய் வாங்க அம்மா. விடிகாலை தரிசனம் விசேஷமா இருக்கும். கூட்டமும் அவ்வளவு அதிகமா இருக்காது இப்போ. வழி தெரியாதா? மதுரையிலே என்ன வழி விசாரிக்க? கோவிலைச்சுத்தி தாமரைப் பூ மாதிரி சுருண்டு சுருண்டு ஊர். அடுக்கு அடுக்கா வீதி. அம்புட்டுத்தான்.

சர்வர்கள் ஏகக் குரலில் தீர்மானம் நிறைவேற்றி அவளை கிளம்ப வைத்தார்கள். குதிரை வண்டி கொண்டுவரச் சொன்னாள் கொச்சு தெரிசா.

என்னத்துக்கு? இது டவுன்ஹால் வீதி. நேரே நடந்துபோனா ஆவணி மூல வீதி. அது மேலக் கோபுரத்துக்கு கொண்டுபோய்விடும். மிஞ்சிப் போனா பத்து நிமிஷம். தெரு வேடிக்கை பூரா பார்த்துக்கிட்டு போங்க. கேமரா உண்டுதானே?

நல்ல யோசனைதான். நடக்கத் தலைப்பட்டாள் கொச்சு தெரிசா. காமிராவை எடுத்துவந்து போகிற இடம் எல்லாம் படம் பிடிக்கும் சுற்றுலாப் பயணிகளுக்கான ஆவலும் ஆர்வமும் போன இடம்

தெரியவில்லை. சொந்த ஊரில், சொந்த வீட்டில் மூலை முடுக்கெல்லாம் படம் எடுத்து வைத்துக்கொள்வார்களா என்ன? யாருக்குக் கொண்டுபோய்க் காட்ட அதெல்லாம் வேண்டி யிருக்கிறது?

கடை வாசல்களைக்கூட வீட்டு வாசல்கள்போல், கரிசனத்தோடு கூட்டிப் பெருக்கி, குளிரக் குளிரத் தண்ணீர் எடுத்து விசிறித் தெளிப்பதும், நீர் நனைத்த படிகளில் நேர்த்தியாகக் கோலம் போடுகிறதும் கண்ணில் பட, கேமிராவை எடுத்து வந்திருக்கலாமே என்று தோன்றியது கொச்சு தெரிசாவுக்கு. படம் எடுத்து எதற்கு வேற்று மனுஷர்களுக்குக் காட்டி ஆனந்தப்பட வேணும்? தானே பார்த்து மகிழலாமே.

இன்னும் திறக்காத கடை வாசலில் உட்கார்ந்து புல்லாங்குழல் வாசித்துக்கொண்டிருப்பவரை எப்படியோ கொச்சு தெரிசா அறிவாள். தேஜா உ தானா என்றால் தெரியாது. இந்தக் கடைத் தெருவும், வாசல் தெளிக்கும் பெண்கள் இழுத்து வார்த்தைகளை நீட்டிப் பேசும் குரலும், புல்லாங்குழலும், மண்ணில் நீர் பட்டு எழும் வாசமும் எல்லாம் அவளுக்கு ஏற்கெனவே அறிமுகமானவை. எங்கே?

மேலக் கோபுர வாசலில் மணக்க மணக்க அல்லிப்பூ கட்டிக் கொண்டிருந்த இளம்பெண் கொச்சு தெரிசாவைப் பார்த்தாள். ஒரு வினாடி பூத்தொடுப்பதை நிறுத்தி இன்னொரு பூவாக மலர்ந்து சிரித்தாள் அவள்.

அக்கா, பூ வாங்கி வச்சுட்டுப் போங்க. மனசுக்கு நிறைவா மனோரஞ்சிதம் இது.

கொச்சு தெரிசா பூ வாங்கினாள்.

இதைக் கையிலேயே வைத்துக்கொண்டு கோவிலுக்குப் போய் அப்புறம் கண்காணாத இடத்தில் போட்டுவிடலாம் என்று நினைப்பு. கண்ணில் தட்டுப்படுகிற பெண்கள் எல்லோரும் தலையில் பூச்சூட்டி இருக்கிறார்கள். இந்த மிதமிஞ்சிய வாசனை யோடு நடக்க முடியுமா, சுவாசித்துக் கொண்டிருக்கமுடியுமா என்று அவளுக்குத் தெரியவில்லை.

கைப்பையில் கைவிட்டுத் தேட, மூன்று பத்து ரூபாய் தாள்கள், கிட்டத்தட்ட பத்திரிகையை எட்டாக மடித்த வடிவத்தில் பெரிசு பெரிசாகத் தட்டுப்பட்டன.

இது போதுமா இருந்துதுன்னா வச்சுக்கோ. இன்னும் வேணும்னா சொல்லு.

பூத்தொடுக்கும் பெண்ணிடம் சொல்ல, அவள் செல்லமாக கொச்சு தெரிசாவைக் கோபிக்கிறவளாக உதட்டைச் சுழித்தபடி அவளையே பார்த்தாள். அந்தப் பெண்ணைக் கட்டியணைத்து நெற்றியில் முத்தமிட்டு கூடப் பிறந்தவள்போல, உயிர்த் தோழிபோல கொண்டாடவேண்டும் என்று கொச்சு தெரிசாவுக்குத் தோன்றியது.

அக்கா, இந்தப் பூவுக்கு நீங்க கொடுக்கற காசு நான் விலை வைச்சு விக்கறதைவிட ரொம்ப ரொம்ப அதிகம். இவ்வளவு எல்லாம் கொடுத்து என்னைக் கெடுத்திடாதீங்க நாச்சியா. ரெண்டு ரூபா கொடுங்க, போதும் மகராசி.

அவள் இரண்டு விரலை நீட்டியதைப் புரிந்து கொண்டு இன்னும் இரண்டு பத்து ரூபாய் நீட்டினாள் கொச்சு தெரிசா. பூக்காரிப் பெண் டூ ரூபீஸ் டூ ருபீஸ் என நினைவு வந்த இங்கிலீஷில் தடுமாற, இது கொச்சு தெரிசா சிரிக்கும் வேளை.

அந்தப் பெண் எழுந்து நின்று கொச்சு தெரிசாவை அருகில் கூப்பிட்டாள்.

அக்கா பெயர் என்ன?

கொச்சு தெரிசா.

நான் மீனு. மீனம்மா.

மீனு கொச்சு தெரிசாவைத் திரும்பி நிற்கச் சொல்லிவிட்டு அவள் கூந்தலில் பாந்தமாக அவள் வாங்கிய பூவைச் சூட்டிவிட்டாள்.

உங்க தலைமுடிக்கு இன்னும்கூட வைக்கலாம். கதம்பம் ஜோரா இருக்கும். இருங்க அக்கா.

அவளாகப் பரிசாகக் கொடுப்பதையும் கொச்சு தெரிசாவுக்கு வைத்து விட்டாள்.

விழுந்துடாம நடப்பீங்களா அக்கா? நீங்க இல்லே, பூவு.

ரொம்பப் புரிந்ததுபோல் தலையாட்டினாள் கொச்சு தெரிசா.

எங்கே, சொன்னா மட்டும் ஆச்சா, விழுந்துடும் இதெல்லாம். எதுக்கு வம்பு? யக்கா, நில்லுங்க.

அந்தப் பெண் வில்லில் அம்பு எய்வதுபோல் அபிநயித்து தன் தலையில் வைத்திருந்த ஹேர்பின் இரண்டை உருவி எடுத்து கொச்சு தெரிசா தலைக்கு இடம் மாற்றினாள்.

கொச்சு தெரிசாவுக்கு குளிப்பாட்டித் தலை துடைத்துவிட்ட தீபஜோதிப் பாட்டித் தள்ளை நினைவு வந்து நீங்கிப்போனாள்.

இந்த ஹேர்பின்னுக்கு காசு? கொச்சு தெரிசா மென்று விழுங்கினாள். பூக்காரி அவளை வேடிக்கையாகப் பார்த்தாள். அவள் பின்னலைப் பிடித்து இழுத்துவிட்டுச் சொன்னாள் -

இப்போ அம்சமா இருக்கு அக்கா.

கொச்சு தெரிசா தேங்க்ஸ் சொல்லிவிட்டு நடக்கத் தொடங்கினாள்.

நில்லுங்க. நில்லுங்க.

அவசரமாகக் குனிந்து புது ரோஜாப் பூ ஒன்றையும் பூத்தட்டில் இருந்து எடுத்து அவள் காதோரம் சாய்வாகச் செருகி, தான் செய்த அலங்காரத்தைத் தானே ரசித்துச் சிரித்துத் தலையாட்டினாள் பூக்காரிப் பெண். கொச்சு தெரிசா கன்னத்தில் செல்லமாகத் தட்டிச் சொல்லி அவள் வழி அனுப்பியது –

கோவிலுக்குப் போய்ட்டு வரும்போது ஞாபகமா ஹேர்பின்னை கொடுத்துடணும் அக்கா. ஒன்ணொண்ணும் ஒரு கோடியே அம்பதாயிரம் ரூபாய் விலை.

விடிகாலையில் பூவும் நாருமாகத் தட்டில் போட்டுக்கொண்டு தெரு ஓரத்தில் பூக்காரி ஒருத்தி சிரித்துக்கொண்டிருப்பதை உள்ளூரோ, வெளியூரோ, கோவிலுக்குள் நுழைந்துகொண்டிருந்த ஒருத்தர் விடாமல் ரசித்தபடி போனார்கள்.

சிரிப்புக்கு ஈடுபாட்டைத் தாராளமாகக் காட்டாமல் எதற்கு மனசைப் பின்னுக்கு இழுத்துக்கொள்ள வேணும்? விடிகாலை நேரத்தில் மனதை சுத்தமாகப் பெருக்கித் தெளித்துக் கோலமிட்டு சம்மணமிட்டு உட்கார்ந்து புல்லாங்குழல் வாசிப்பது இல்லையா அந்தச் சிரிப்பு.

கொச்சு தெரிசா நின்று பின்னால் திரும்பிப் பார்த்தாள். அந்தப் பெண் இன்னும் சிரிப்பு ஓயாமல் கையாட்டினாள்.

வெளிப் பிரகாரக் கடைகளில் கூப்பிட்டுக் கூப்பிட்டு தட்டு வாங்கிப் போகச் சொன்னார்கள். தேங்காயும், நாட்டு வாழைப்பழமும், வெற்றிலையும், ஒரு கண்ணி பூவுமாக இருந்த தட்டுகளை அர்ச்சனைக்கு எடுத்துப்போய்த் திருப்பும்போது காசு கொடுத்தால் போதும் என்று சுமார் ஆங்கிலத்தில் ஒரு கடைக்காரர் சொன்னார். கூடவே இந்தியிலும் அவர் பக்கத்தில் இன்னொரு கடைக்காரர் நிதானமாகக் கூறினார். எல்லா மொழியிலும் பேச, வியாபாரம் செய்ய, சிநேகம் பாராட்டத் தயாராக, அதிகாலையிலேயே சுறுசுறுப்பாக நிற்கும் நகரத்தை எத்தனை முறைதான் வியப்பது.

ஒரு தட்டு போதும் என்றாள் கொச்சு தெரிசா.

இல்லே அக்கா, ரெண்டா வாங்கணும். முதல்லே மீனாட்சி ஆத்தாளுக்கு. அப்புறம் சொக்கநாதன் சுந்தரேசன் அப்பாருக்கு. ரெண்டு பேரும் நமக்கு வேணுமில்லே.

இரண்டு பனையோலைத் தட்டுகளில் ஆராதனைக்குப் பொருள் பரப்பி ஒன்றின்மேல் ஒன்றாக வைத்து ஜாக்கிரதையாக எடுத்துக்கொண்டு கொச்சு தெரிசா பிரகாரம் சுற்றிப் போனபோது முன்னால் தியாகராஜ சாஸ்திரிகள் வேகவேகமாகப் போய்க்கொண்டிருப்பது தெரிந்தது.

தியாகராஜன் அண்ணா.

அவள் இரண்டு தடவை குரலை உயர்த்திக் கூப்பிட, யாராரோ பார்த்தபடி போனார்கள். அவளுடைய இங்கிலீஷ் கவனம் ஈர்த்த காரணமாக இருக்கலாம்.

படிந்து விலகிய வெட்கத்தோடு நடையை எட்டிப்போட்டு அண்ணா, நில்லுங்க என்று மறுபடி சொல்லியபடி தியாகராஜ சாஸ்திரிகள் பக்கம் நடந்தாள். அவரானால், நேரே பார்த்தபடி கால் சற்றே விந்தி நடந்து கொண்டிருந்தார். ரயில்வே ஸ்டேஷனில் பார்த்தபோது சாதாரணமாகத் தானே இருந்தார். அப்புறம் காயம் பட்டுக்கொண்டிருப்பாரோ.

தியாகராஜன் அண்ணா. அரசூர் தியாகராஜ சாஸ்திரி அண்ணா?

சந்தேகம் சற்றே குரலில் தெறிக்கக் கொச்சு தெரிசா கேட்டாள். அவரே தான்.

நான் அரசூர்தான், ஆனா தியாகராஜன் இல்லே. சுந்தரேசன். சுந்தர கனபாடிகள்னு சொல்வா வாத்சல்யமா. பிரியமா அண்ணான்னு வாய் நிறைய அழைக்கறே. நான் கொள்ளுத் தாத்தா, எள்ளுத் தாத்தா உனக்கு. தாயே பரதேவதே. அன்னபூரணி. மீனாக்ஷி. விசாலாக்ஷி. க்ஷேமமா இருடீம்மா.

அவரை அப்புறம் கொச்சு தெரிசா எங்கேயும் பார்க்கவில்லை.

அத்தியாயம்

# நாற்பத்தாறு

காலை வெய்யில் ஏற ஆரம்பித்தது. தியாகராஜ சாஸ்திரிகள் இன்னும் வந்து சேரவில்லை. இரண்டு இங்கிலீஷ் பத்திரிகைகளை ஆதி முதல் அந்தம்வரை எந்த சுவாரசியமும் இல்லாமல் கொச்சு தெரிசா படித்து முடித்திருந்தாள். இனியும் ஒருமுறை அவற்றைப் படிப்பதைவிட தெருவில் ஒலிகளைக் கேட்டுக்கொண்டு, அபூர்வமாக விடுதி வளாகத்துக்குள் வரும் பழைய கார்களைப் பார்த்துக்கொண்டு உட்கார்ந்திருக்கலாம்.

எங்கே போயிருப்பார்? ராத்திரி முழுக்கக் கண் விழித்திருந்ததாகச் சொன்னாரே, உடம்புக்கு ஏதாவது ஏடாகூடமாக ஆகியிருக்குமா? அவர் வருகிற சூசனையே காணோம். அரசூருக்குத் திரும்பி இருப்பாரோ. அந்நிய மதப் பெண்களுக்கு உபகாரம் செய்வது தவறானது என்று மிரட்டி யாராவது அவரைக் கட்டி இழுத்துக்கொண்டு போயிருப்பார்களோ? வயிறு உப்புசம் காண, நீர் பிரிய விடாமல் தடுத்து உட்கார்த்தி அவருக்கு உப்புத் தண்ணீர் வலுக்கட்டாயமாகப் புகட்டிக்கொண்டிருப்பார்களோ?

பத்திரிகையைப் போட்டுவிட்டு எழுந்தாள் கொச்சு தெரிசா. வாயு மிகுந்தோ என்னமோ வயிறு அசௌகரியம் ஏற்படுத்துகிறது. கூடவே அடிக்கடி சிறுநீர் கழிக்கவும் ஏன் உந்துதல் ஏற்படுகிறது என்று புரியவில்லை. துவையலில் உப்பு சற்று அதிகம் என்று

தண்ணீர் அதிகம் குடித்தது காரணமாக இருக்கமுடியாது. ரெண்டு தினமாக இப்படித்தான் சுகவீனம் ஒவ்வொன்றாகத் தலை காட்டுகிறது. தெரிசா திடமான பெண். நோயில் படுப்பது இருக்கட்டும், அல்பமான தலைவலி, பல் ஈற்றில் வீக்கம், கண் வீக்கம் என்று ஒரு மழையோ, முதல் பனியோ, சுளீர் என்று வெய்யிலோ வர, உடம்பு எதிர்வினை செய்கிறதெல்லாம் அவளிடம் செல்லாது. ஆனாலும் இந்த வாரம் விசேஷமானது. அலைச்சலுக்கும், நினைத்ததை முடிக்கிற நிம்மதிக்கும் இடையே இப்படி உடல்நிலை பிணங்கி நிற்கிறது.

இது மட்டும் இல்லை, போட்டிருந்த மேலுடுப்பும் இடுப்பில் உடுத்தியதும் இறுக்கிப் பிடிப்பதாக ஒரு பிரமை. வென்னீரில் குளித்ததும் உடம்பில் ரத்தக் குழாய்கள் விரிவாக, அது நடக்கும் என்று படித்திருக்கிறாள். ஆனால் இங்கே வென்னீரில் எங்கே குளித்தது?

ஒன்பது மணி கழிந்து இருபது நிமிடம் சென்றுதான் தியாகராஜ சாஸ்திரி வந்து சேர்ந்தார். நல்ல உறக்கத்தின் இடையில் பயங்கர மான கனவு கண்டு விழித்த குழந்தை மாதிரி மிரள மிரள விழித்தபடி இருந்தார் அவர்.

உடம்பு சரியில்லையா? காலை ஆகாரம் சாப்பிட்டீர்களா? பக்கத்து அறை காலியாக இருக்கிறது, அங்கே ஒரு மணி நேரம் உறங்கி ஓய்வெடுத்துக் கொள்கிறீர்களா? டாக்டரை வரவழைக்கச் சொல்லி ரூம் சர்வீஸில் கேட்கட்டுமா?

கொச்சு தெரிசாவின் எல்லாக் கேள்விகளுக்கும், பாதகமில்லை என்று மட்டும் பதில் சொன்னார் அவர். அது என்ன மாதிரியான பதில், எப்படி மேற்கொண்டு செயல்படவேண்டும் என்று புரியாமல் தெரிசா மருக, சாஸ்திரிகள் ஒரு கோப்பை காப்பி கேட்டார். அதை அருந்திய பின்னர், சற்றே தெளிவு வர, மௌனமாக, எதையோ நினைத்தபடி இருந்தார் அவர். அதை வாய்விட்டுச் சொல்லி இருந்தால் இந்தப் படிக்கு இருக்கும் -

இரண்டு நாள் முன்னால் மணல் தூர்த்துக் கிடந்த வைகையில் அதிசயத்தில் அதிசயமாக இன்றைக்கு நுங்கும் நுரையுமாக ஏகத்துக்குத் தண்ணீர் போய்க்கொண்டிருந்தது. வழியில் வந்து கலக்கிற கண்மாய்களில் எதுவோ ஒன்றிரண்டு, நின்று பெய்த கோடை மழையின் காரணமாக நிரம்பி வழிந்து ஆற்றில் பெருகி வந்த புது வெள்ளம் அது. காவேரி மாதிரி பிரவாகம்.

போன வருஷம், தியாகராஜ சாஸ்திரிகள் தெலுங்கு தேசமும் மைசூரும் மராட்டி பேசும் பிரதேசமும் பார்த்து வர யாத்திரா சர்வீஸ்

ஏற்பாடு செய்து கூட்டிப்போன பிரயாணமாக அகத்துக்காரியோடு போயிருந்தார். முப்பது பேர் குடும்பங்களோடு யாத்திரைபோக ஒரு ரயில் கம்பார்ட்மெண்டை ஏற்பாடு செய்திருந்தது. அங்கங்கே அதை ஏதாவது முக்கியமான ரயில்வே ஸ்டேஷனில் ஓரமாக நிறுத்திக் குளிக்க, சாப்பிட வசதி உண்டு. மூன்று வேளை நம்மளவர் சாப்பாடு பண்ணிக்கொடுக்க சமையல்காரர்கள், எடுபிடிகள் சகிதமாகப் போயிருந்ததால், எந்த இடமும் புதுசாகத் தெரிந்து மிரட்டாமல், என்ன சமாசாரம் என்று சகஜமாக நடந்து சுற்றிப் பார்த்துவிட்டு, அசோகா பாக்கும், தீற்றின வாசனைச் சுண்ணாம்புமாக வெற்றிலை மென்று ஓரமாகத் துப்பி, ஆரஞ்சு நிறத்தில் சாயமும் அஸ்கா சர்க்கரையும் கலந்த சர்பத் சாப்பிட்டு வர செளகரியமாக இருந்தது. லண்டன்கூட இதே மாதிரி செளகரியத்தோடு கூட்டிப்போய்க் கொண்டுவந்துவிட முடியுமானால், சமுத்திரம் கடந்து அங்கே போய்வர சாஸ்திரிகள் தயார் தான். பின்னால் பிராயச்சித்தம் இருக்கவே இருக்கிறது, ஊரையும் காட்டையும் மலையையும் கடலையும் நதியையும் எப்போது கண்குளிரப் பார்ப்பது? இதெல்லாம் காணாமலேயே ஜன்மம் முடிய வேணுமா?

அந்த யாத்திரையின்போது, போகிற வழியில் எல்லாம் பிரவாகம் கொண்டு கம்பீரமாக எதிர்ப்பட்டுக் கடந்து சென்ற நதி கோதாவரி. தட்சிண கங்கை என்று சொல்லி ரெண்டு கை கூப்பி சகலரும் கும்பிட்டுத் தொழும் அந்தப் பெருநதிபோல இன்றைக்கு இங்கே அதிசயத்திலும் அதிசயமாக வைகை இருந்தது.

ஜாக்கிரதையாகக் கரையில் நின்று, பெருகி வந்த வெள்ளத்தை நோக்கினார் தியாகராஜ சாஸ்திரிகள். நதி உள்ளே இறங்கி முழுக்குப் போட ஆழம் குறைவான இடம் எங்கே இருக்கும் என்று அவர் பார்வை அவதானித்தது. கரையோடு நடந்து அங்கே காலைச் சற்றே நனைத்துப் பார்த்து இறங்கி இடுப்பளவு நீரில் நின்றார். இங்கே இந்தக் கரையில் பிறந்து இங்கேயே படகுக்காரனாக ஆயுசு கடத்திக்கொண்டிருப்பதாக ஒரு தோன்றல். வைகையிலே ஏது படகும் படகுக்காரனும்? மனசுக்கு ஆசுவாசமான நினைப்பு வேணும் என்றால் நிஜத்தை உரித்து வைத்துக்கொண்டுதான் வந்து விழ வேணுமா? இது தியாகராஜ சாஸ்திரிகளின் மனம் சுகமாகப் போகிற போக்கு. ரம்மியமான குழந்தை விளையாட்டாகக் காலை நேரம் ஊர்ந்து போய்க்கொண்டிருந்தது.

விரிவான குளியல். கையோடு கொண்டுவந்திருந்த சோப்பு டப்பா கரையில் இருந்து கூப்பிட, ஈரம் சொட்ட, காலில் ஆற்று மணல் செல்லமாக ஒட்டப் போய்த் திறந்தார். கார்பாலிக் வாசனையோடு, ட்வைன் நூலால் நறுக்கிக்கொண்டுவந்திருந்த சோப்பு வில்லையை

ஜாக்கிரதையாக எடுத்து மொரிச்சென்று உடம்பெல்லாம் தேய்த்து நுரை பரத்தி முழுக்குப் போட்டார். அந்தச் சோப்பு விள்ளல் நழுவி விழுந்து தொலைந்து போன வருத்தம் தவிர்த்தால் மற்றபடி அருமையான நதி ஸ்நானம் அது.

கரையில் திரும்ப ஒதுங்கி, சணல் பையில் ஜாக்கிரதையாக மடித்து வைத்திருந்த சேலம் குண்டஞ்சு வேட்டியைத் தழையத் தழையக் கட்டிக்கொண்டார். எடுத்து வந்திருந்த திருச்செந்தூர் இலை வீபுதியைக் குழைத்து நெற்றியிலும் தோளிலும் பூசி ஈரம் உலரக் காத்திருந்தார் அவர். வீபூதி வெளுத்துத் துலங்க, அபூர்வமாக மேலே தரித்துக் கொள்ளும் கதர் ஜிப்பாவை அடுத்து அணிய எடுத்தபோது கண் இருட்டிக்கொண்டுவந்தது.

வைகைக் கரை மண்டபம் பக்கத்திலேயே இருந்ததால் அங்கே ஒரு நிமிஷம் உட்கார்ந்து தலை சுற்றல் நின்றதும் புறப்படலாம் என்று கையில் பையோடு ஒதுங்கினதுதான் சாஸ்திரிகளுக்குத் தெரியும்.

உறக்கம் என்றால் அப்படி ஒரு உறக்கம். அப்படித்தான் தோன்றுகிறது இப்போது. கால் விந்தி விந்தி நடந்து வந்த ஒரு பெரியவர் அவர் தோளைத் தட்டி உலுக்கி, தியாகராஜனா என்று விசாரித்தார். நீர்க்காவி ஏறிய வேஷ்டியைப் பஞ்ச கச்சமாக உடுத்திய புரோகிதர்தான் அவரும். தியாகராஜ சாஸ்திரி கண்ணைக் கசக்கிக் கொண்டு எழுந்து உட்கார்ந்தார். அசதி இன்னும் உடலை அழுத்தியது.

குளிச்சுட்டு என்ன தூக்கம், எழுந்திருடா.

அதட்டி நிற்க வைத்தார். யாரென்று தெரியாமல் மலைத்த தியாகராஜ சாஸ்திரிகள் இவரை எப்படிக் கேட்பது என்ற குழப்பத்தோடு நின்றார்.

மாமா, நான் அரசூர் தியாகராஜன். அபிவாதயே சொல்லறேன்.

அவர் காது ரெண்டையும் செவிமடலில் பொத்தியபடி குலமுறை கிளர்த்த ஆரம்பிக்க, வந்தவர் நிறுத்தினார்.

சித்தெ பொறுடா குழந்தே, உன்னை தெரியாதுன்னு சொன்னேனா. அபிவாதயே எல்லாம் இப்போ வேணாம். நான் பாஷாண்டமா நிக்கறேன். இன்னும் ஸ்நானம் முடிக்கலே.

பெரியவா யார்னு சொல்லணுமே.

நான் சுந்தரம். மாலைக்கண் சுந்தரம்னு பாடசாலையிலே பேரு. மாட்டுக்கண்ணாம்பார் எங்க வாத்யார். சுந்தர கனபாடிகள்னு ஊர்லே, அரசூர்லேதான், வேறெங்கே, பேரு பெத்த பேரு.

தியாகராஜனுக்கு அரசூரில் இந்தப் பெயரில் பெரியவர்கள், சிறியவர்கள், குழந்தைகள் யாரையும் பழக்கமில்லை. வேறே அரசூரா?

வா, போகலாம். வெய்யில் ஏறறதுக்கு முன்னாடி நடக்கட்டும்.

எங்கே கிளம்பணும்? என்ன நடக்கட்டும்? புரியாமல் விழித்தார் தியாகராஜ சாஸ்திரிகள். இங்கே எங்கே, எப்படி வந்து சேர்ந்தோம் என்று ஒரு கண்ணி நினைப்புகூட மனசில் இல்லாமல் துடைத்துப் போட்டதுபோல் இருந்தது.

பெரியவா எங்கே போகணும்னு கூப்பிடறா?

சகல மரியாதையோடும், வலது கையால் வாய் பொத்தி மெல்லிய குரலில் விசாரித்தார் தியாகராஜ சாஸ்திரிகள்.

நவராத்திரி வந்து வாசல்லே நிக்கறதுடா தியாகராஜா. அவளானா உடம்பு சீக்காக் கிடக்கா. நான் சீத்தாராமய்யன் தாயார் வருஷாப்திகத்தை நடத்தி வைக்கப்போவேனா, சேந்தியிலே இருந்து கொலு பொம்மை எடுத்து அமாவாசை ஆரம்பிச்சதும் கொலுப்படியிலே பரப்பி வைப்பேனா? கொலு வைக்காம அடச்சுப் போடறதும் மகா தப்பாச்சே. கொஞ்சம் என்னோடு வந்து கை கொடுடா குழந்தே. உனக்கு சர்வ மங்களமும், சுபமும் கிடைக்கும்.

தியாகராஜ சாஸ்திரிகளை அன்பான வார்த்தைகளால் தடுத்து நிறுத்திய முதியவர் அவரையும் கூட்டிக்கொண்டு வைகை மணலில் கால் புதைத்து சாய்ந்து நடந்து போனார். எவ்வளவு நேரம் நடந்திருப்பார்கள் என்று தெரியாது.

கொஞ்சம் மெள்ளப் போடா குழந்தே. எனக்கு கால் செத்தெ ஊனம். பாத்திருப்பியே. இல்லாம இருந்தாலும் ஓட்டப் பந்தயத்துலே ஓடியிருக்க மாட்டேன். இந்த வயசுக்கு நகர முடியறதே பெரிய விஷயமாச்சே, சரிதானா?

வேகத்தை வெகுவாகக் குறைத்து நடந்தார் தியாகராஜ சாஸ்திரிகள்.

யாரோ பசு மாட்டை ஓட்டிக்கொண்டு வழியோடு போனார்கள். மாட்டுக்காரன் நின்றான்.

நில்லு, அவனும் வரட்டும்.

அவர் நடுவில் நிற்க, மாட்டை ஓட்டிக்கொண்டு பெரிதாகக் கும்புட்டு போட்டபடி மாட்டுக்காரன் வழி ஓரமாக நின்றான்.

நீயும் வாடா.

அவர் அழைக்க, நெக்குருகிக் கன்னத்தில் போட்டுக்கொண்டு மாட்டை ஓட்டியபடி கூடவே வருகிறான் அவன். எங்கேயோ மகுடி வாசிக்கிற சத்தம் சன்னமாகக் காதில் கேட்டது.

அச்சு அசலா உன்னை மாதிரி முகமும் ஆகிருதியுமாக, கொலு பொம்மையிலே ஒரு பொம்மையா, பிடாரன் ஒருத்தன் மகுடி வாசிச்சிண்டிருக்கான்னு சொன்னேனே. அவன்தான். அமாவாசை வந்தாச்சு, கொலு எடுத்து வைக்கணுமேன்னு மகுடு ஊதி கொலுப் பெட்டிக்குள்ளே இருந்து என்னைக் கூப்பிடறான். வரேன்னு சொல்லுடா ஆதினமிளகி.

வந்தாச்சு வந்தாச்சு என்று சொல்லியபடி ஆற்று மணலில் விழுந்த பச்சை உத்தரீயத்தை எடுத்து உருமால்போல் தலையில் கட்டியபடி மாட்டுக்காரன் தியாகராஜ சாஸ்திரிகளைப் பார்த்தபடி சிரித்தான். ஆறும் கரையும் ஆகாசமும் பொன் நிறத்தில் தகதகத்துக் கிடந்தது.

இப்போ என்ன நேரம்?

தியாகராஜன் வியப்போடு கேட்க, மாட்டுக்காரன் இன்னொரு தடவை சிரித்து, சுந்தர கனபாடிகள் என்று சொல்லிக்கொண்ட பெரியவரிடம் கேட்டான் –

சாமிகளே, இந்த அய்யரோட பொம்மை இருந்தா சொல்லுங்களேன். மணிக் கூண்டு பக்கத்துலே அண்ணாந்து பார்த்தபடிக்கு இவரையும் நெட்டுக்குத்தலா நிப்பாட்டிடுவோம்.

வைகைக் கரை வீதி மாதிரியும் தெரியவில்லை, பழக்கம் இல்லாத இடம் மாதிரியும் தெரியவில்லை, கொஞ்சம் உள்ளொடுங்கின தெருவில் ரெண்டு வசமும் காரை வீடுகளாக வாசல் தெளித்துக் கோலம் போட்ட வீடுகள்.

இதோ வந்தாச்சு, இந்த அகம்தான்.

கனபாடிகள் கை காட்டி நிறுத்த மாட்டுக்காரன் வாசல் திண்ணை அழிக் கம்பியில் மாட்டைக் கட்டினான்.

உள்ளே வரலாமுங்களா? அவன் தயங்கி நின்றான்.

தாராளமா வா, வராம இங்கே நிண்ணுண்டே ஞான திருஷ்டியிலா பொம்மை எடுத்துத் தரப்போறே?

அவன் நம்ப முடியாத ஆச்சரியத்தோடு தலைப்பாகையை அவிழ்த்து இடுப்பில் கட்டியபடி உள்ளே நுழைய, ஓயாமல் மகுடிச் சத்தம்.

வாயேண்டா குழந்தே, உனக்கு ஒரு தடவை தனியாச் சொல்லணுமா?

கனபாடிகள் அழுத்திச் சொல்ல தியாகராஜனும் உள்ளே போனார். அதற்குள் ஜன்னலைப் பிடித்து, சுவரில் மாடப் பிறையில் கால் வைத்து உந்தி, தூளிக்கயற்றுக்காக மாட்டிய கழுக்கான் இரும்புக் கொழுவில் கையைப்பற்றி இன்னொரு முறை உந்தி சேந்திக்குள் போய் அமர்ந்தான் மாட்டுக்காரன். வீட்டுக்குள் இருந்து தீனமாக இருமும் ஒலியும், பெண் குரலில் முணுமுணுப்பாக ஏதோ சொல்வதும் காதில் விழ, தியாகராஜ சாஸ்திரிகள் அங்கே பார்த்தார்.

சொன்னேனே, மாமிதான். உனக்கு கொள்ளுப்பாட்டி ஆகணும். நானே மூணு தலைமுறை முந்தின மனுஷன்தான். ஆதீனமிளகியும் தான். ஏண்டாப்பா, பெட்டி கிடைச்சுதா? ரெண்டு கள்ளியம் பெட்டியையும் திறந்துக்கோ. கடகடன்னு எடுத்து வைச்சுடலாம். தியாகராஜா, நீ அங்கே கூடத்து ஓரமா கொலுப்படி இருக்கு பாரு. கச்சட்டி, ஊறுகாய் பரணி எல்லாத்தையும் ஓரமா தரையிலே வச்சுட்டு அதை நகர்த்திண்டு வா இங்கே.

தியாகராஜன் பலகை அடுக்கைக் கொண்டுவந்தார். பழைய துணி வாங்கி தூசி தட்டி, வீட்டுக்குப் பின்னால் கிணற்றடிக்குப்போய் நீர் சேந்தி வந்து ஈரத் துணியால் துடைத்தார். கனபாடிகள் உள்ளேபோய் எடுத்து வந்த புத்தம்புது சேலம் குண்டஞ்சு வேட்டியைப் பாந்தமாகப் படிகளில் விரித்தார்.

சாமிகளே, எடுத்துடட்டா?

மாட்டுக்காரன் மேலே சேர்ந்தியில் உட்கார்ந்தபடி பொறுமை இல்லாமல் கேட்டான்.

வந்தாச்சுடா, வந்தாச்சு. பிடாரனை பார்க்கத்தானே அவசரம்? பாத்துடலாம். தியாகராஜா, இந்தாடா, என் உத்தரீயத்தை எடுத்துக்கோ.

தியாகராஜன் கையில் தாழப் பிடிக்க உத்தரீயத்தை எறிந்தார் அவர்.

அந்தப் பெரியவர் அதிகாரம் செய்யாமல், ஆனால் கோடு போட்டுக் காட்டி நடக்கச் சொல்வதுபோல் சகல உரிமையோடும் சொல்ல, தியாகராஜ சாஸ்திரிகள் கீழே நின்றார். சேந்தியில் இருந்து ஒவ்வொரு பொம்மையாகக் மாட்டுக்காரன் கீழே மெல்ல நழுவவிட, அதையெல்லாம் மேல் துண்டில் வாங்கிக் கீழே பதவிசாக கொலுப் படிகளில் வைத்தார் தியாகராஜன்.

அடடா, வெள்ளைக்காரி பொம்மையை கடைக்காரன் பொம்மை யோட சேர்த்து சேந்தியிலே போட்டது யாருன்னு தெரியலியே.

மாட்டுக்காரன் சத்தமாகச் சொல்ல, குரலை அடக்கச் சொன்னார் பெரியவர்.

முடியாமக் கிடக்கறாடா குழந்தே. அவ நகர்ந்து வந்தா ரத்தக் கொதிப்போட சத்தம் போட ஆரம்பிச்சுடுவா. பூஜை புனஸ்காரம்னு அவளை அரைப் பட்டினி போட்டே சீக்காளி ஆக்கிட்டேன்.

சொல்லியபடியே தியாகராஜன் கையில் இருந்து வெள்ளைக்காரி பொம்மையை வாங்கினார் கனபாடிகள். வாயும் வயறுமா இருக்காளேடா குழந்தே என்றார் தியாகராஜனைப் பார்த்து. அவர் என்ன பதில் சொல்ல என்று தெரியாமல் நிற்க தொடர்ந்தார் –

நியதி, விதி எல்லாம் என்னவும் சொல்லிட்டுப் போகட்டும். ப்ரக்ருதி இழுத்து வச்சுப் பிணைச்ச உறவுடா இது. புரியலியா? எது? ப்ரக்ருதியா? இயற்கைன்னு சொல்லுவே உன் காலத்திலே. அதான். இதிலே இன்னொரு பொம்மனாட்டியும் உண்டுங்கற போதம் இருந்தா நன்னா இருக்கும். கடைக்காரன் பொண்டாட்டி.

சுந்தர கனபாடிகள் தியாகராஜனைப் பார்த்தார்.

நிறைசூலி. கீழ்ப் படியிலே உக்காத்தணும்.

கொலுப் படியில் கடைக்காரன் பக்கத்திலேயே வெள்ளைக்காரி இருந்தாள். அவள் முகம்தான் தியாகராஜனுக்குத் தெளிவாகத் தெரியவில்லை. எல்லா பொம்மைகளின் முகமும்தான். சுந்தர கனபாடிகளும் மாட்டுக்காரனும் அவன் பசுவும்கூட புகையில் எழுதின மாதிரி மங்கலாகத்தான் தெரிந்தார்கள்.

மருதையன். அதான் பேரு.

கனபாடிகள் சொல்லிக்கொண்டே போகக் கண் விழித்தார் தியாகராஜ சாஸ்திரிகள்.

ஒவ்வொரு பொம்மையா ரெண்டு கள்ளியம்பொட்டி பொம்மை ஒரு பெரியவருக்காக எடுத்துவச்சிட்டு வந்ததிலே நேரமாயிடுத்தும்மா. நேரம் தப்பிப்போய் வந்து நிக்கறேன். என்னை மன்னிச்சுக்கோ.

தியாகராஜன் தெரிசாவிடம் இதைச் சொல்ல முடியாது. கிறுக்கன் என்று மனதில் தட்டுப்பட்டுப் போகும். வேண்டாம் என்று ஜாக்கிரதையாக ஒதுக்கினார்.

பாதகமில்லை என்று இன்னொரு தடவை சொன்னார். சொல்லி முடித்தபின் அவர் முகம் பிரகாசமாக இருந்தது.

இதோ, இன்னும் அஞ்சே நிமிஷத்துலே ஆதீனமிளகி வித்வான் வீட்டுக்குக் கிளம்பிடலாம். ஒரு காப்பி குடிச்சுட்டுத் தெம்பாப் போகலாமா?

அவர் கேட்க, கொச்சு தெரிசா ரூம் சர்வீஸைக் கூப்பிட்டு இன்னும் ரெண்டு காப்பி நிறையச் சர்க்கரை போட்டு, கொதிக்கக் கொதிக்கக் கொண்டு வரச் சொன்னாள்.

ஆதினமிளகி வித்வான் வீட்டில் நாலு பக்கமும் செய்குன்று மாதிரி அடுக்கிவைத்து நின்ற பாடப் புத்தக கைடுகள் நடுவே, புதிதாக வந்து தரையில் பரத்தி வைத்திருந்த பத்தாம் வகுப்பு ஆதினமிளகி தமிழ் உரை நூல்கள் சூழ்ந்திருக்க, நாற்காலி போட்டு அவர்கள் உட்கார்ந்தார்கள்.

பட்டணத்து வித்வான் சார் வந்து சேர்ந்தாரா? அவர் பெயர் என்ன? மோகனமான பெயராச்சே.

தியாகராஜ சாஸ்திரிகள் ஆதீனமிளகி வித்வானைக் கேட்டுக் கொண்டிருந்த போதே வாசலில் குதிரை வண்டி வந்து நிற்கும் சத்தம். ஒடிசலான உடல் வாகோடு உயரமான ஒருத்தர் பஞ்ச கச்சமும் கருப்புக் கண்ணாடியுமாக இறங்கினார்.

இவர்தானா? தியாகராஜன் கேட்டார்.

ஆமா, மயிலை வித்துவான் ரங்காச்சாரி மோகனரங்க அய்யங்கார் சுவாமிகள். கேட்டிருக்கேன். ஆதீனமிளகி வித்வான் வாசலைப் பார்த்தபடி பதிலாகச் சொன்னார்.

அவரும் வித்வான், நீங்களும் வித்வானா?

அவர் பாட்டு வித்வான், நான் தமிழ் வித்வான். அதனாலே, விரோதம் இல்லாத சிநேகிதம் ரெண்டு பேருக்கும்.

ஒவ்வொருத்தரும் ஒவ்வொருவிதமா ஆனந்தம் கொடுத்திண்டிருக்கேள்.

கஷ்டம்னு சொல்லாதவரைக்கும் சரி என்றார் ஆதீனமிளகி வித்வான்.

நம்ம பாட்டுகள்லே எட்டை மட்டும் எடுத்து அதுக்கு ராகம் சரி பார்த்து, சிட்டை சுவரம் சரி செஞ்சு பாடறதுக்காக கவனப்படுத்தி வச்சிருக்கார். நாளைக்கு விழா இறுதியிலே இசை நிகழ்ச்சியும் உண்டு. இவர் பாடலே. குரல் ஒத்துழைக்கலே. காலேஜ்லே படிக்கிறா இவர் பொண்ணு. அவதான் பாடப் போறா.

சொல்லிக்கொண்டிருக்கும்போதே குதிரை வண்டியில் இருந்து அழகான யுவதி ஒருத்தி கையில் கோவிலில் கொடுத்த பூ மாலையோடும் பூஜைக்கு எடுத்துப்போன பொருட்களுடனும் இறங்கினாள். நிச்சயம் இவள் பாடினால் கூட்டம் வரும் என்று நினைத்தாள் தெரிசா.

புத்தகம் பிரிண்டர் கிட்டே இருந்து வந்துசேர்ந்தாச்சு. ஆதீனமிளகி வித்வான் சொன்னார்.

இரண்டு பையன்கள் ஒரு பெரிய ப்ரவுன் பேப்பர் பார்சலை உருட்டி வந்து இடத்தை அடைக்கிறாற்போல் வைத்துவிட்டுப் போனார்கள். அது நடுவில் உட்கார்ந்திருக்க, ஆதீனமிளகி வித்வான் காணாமல் போனார்.

நாலு புரூஃப் பார்த்து, கிட்டாவய்யர் கீதத்தை எல்லாம் சொற்பிழை, கருத்துப் பிழை திருத்தி, முடிஞ்சவரைக்கும் விருத்தம், வெண்பா, கலிப்பான்னு இலக்கணச் சட்டையும் போட்டாச்சு. இனி பாட்டு ஐயங்கார் பாடு. மகள் பாடு.

தெரிசா அவர் பட்ட சிரமத்துக்கெல்லாம் நன்றி சொன்னாள். அவருக்கு விழா மேடையில் ஒரு பொற்கிழி கொடுக்க தியாகராஜ சாஸ்திரிகள் யோசனை சொல்லி இருக்கிறார்.

மெட்ராஸ் வித்வானும் அவர் மகளும் தெரிசாவைப் பார்த்து கை கூப்பினார்கள். அவர்களை பார்சலுக்கு அந்தப் பக்கம் இருந்தே அறிமுகம் செய்து வைத்தார் ஆதினமிளகி வித்வான்.

ஷெ வொ நித்யகல்யாணி, ராவி தெ ஃபேர் த கன்னைசான்ஸ்.

அந்தப் பெண் பிரஞ்சில் சொல்லியபடி தெரிசா கையைக் குலுக்கினாள். பள்ளியில் படித்த பிரஞ்சும் அவ்வப்போது அமேயர் பாதிரியாரிடம் பேசிச் சரி பார்த்துக்கொண்ட பேச்சு மொழியும் நினைவில் இருக்க, தெரிசா சொன்னாள் –

லெ ப்லைசிர் எ போர் மொய்.

எனக்கு புதுச்சேரிதான் சொந்த ஊர். ஆனால் நான் அங்கேயும் இல்லாம தஞ்சாவூர்லே சங்கீதம் படிக்கப் போயிட்டேன். மியூசிக் காலேஜ்லே வேலை இல்லாம இருந்தா பட்டணத்தை எட்டிப் பார்க்கக்கூட வந்திருக்கமாட்டேன். ஆனாலும் பெயரோட மயிலாப்பூர் ஒட்டிண்டாத்தான் இங்கே மதிப்பு. புதுச்சேரின்னு பேர்லே வச்சுண்டு கர்னாடக சங்கீதம் பாட முடியாது.

பாட்டு வித்வான் மோகனரங்கய்யங்கார் முடிவாகச் சொன்னார்.

புதுச்சேரி பற்றி நிறையக் கேட்டிருக்கேன். இன்னும் போகலே.

கொச்சு தெரிசா அவரிடம் ப்ரஞ்சில் சொல்ல அவர் முழித்தார்.

அப்பாவுக்கு தமிழ் தமிழ் தமிழ்தான். அந்தப் பெண் சிரித்தாள்.

அடடா, ரொம்ப ஜாக்கிரதையாக இவரிடம் பிரஞ்சில் கதைத்தோமே என்று தோன்ற தெரிசாவும் சிரித்தாள். அடி வயிற்றில் ஏதோ வலி சட்டென்று கிளம்பி ஒரு முழு நிமிடம் சுற்றிச் சுழன்று மேலெழுந்து திரும்ப அடங்கியது.

கொச்சு தெரிசா கண் மூடி வலியைப் பொறுத்துக்கொண்டாள். இடைவிடாத பயணம் காரணமாக இருக்கலாம் என்று தோன்றியது. காலையில் பசியாறியது எல்லாம் உள்ளே இனியும் இருக்க முடியாது என்று தொண்டைக்குத் திரும்ப வந்து நிற்கும் நினைப்பு. அவள் வேகமாக எழுந்தாள். தலை சுற்ற நாற்காலியைப் பற்றினாள்.

மேடம் இருங்க, நான் வரேன்.

நித்யகல்யாணி என்ற அந்தப் பெண் அன்போடு தெரிசாவின் தலையைத் தோளில் சாய்த்துக்கொள்ள, உள்ளே போங்க, வீட்டுப் பெண்கள் இருக்காங்க என்று கை காட்டி எழுந்து நின்றார் ஆதினமிளகி வித்வான்.

வீட்டுப் பெண்கள் தெரிசா பற்றி ஏற்படுத்திக்கொண்ட பவிஷான வெளிநாட்டு விருந்தாளி, காசுக்காரி பிம்பங்கள் சிதறி சாதாரணமாக உடம்பு சரியில்லாமல் வாதனைப்படுகிற பெண் ஆக, அவளைக் கரிசனத்தோடு சூழ்ந்துகொண்டார்கள். தெரிசாவை குளியலறைக்கு இட்டுப் போனாள் ஒரு பெண்.

குளியல் அறையில் வாந்தி எடுத்துவிட்டு வந்ததும் வயிற்று வேதனை கொஞ்சம் தணிந்ததாகத் தோன்றியது கொச்சு தெரிசாவுக்கு. வெதுவெதுப்பாக வென்னீர், எலுமிச்சைச் சாறு, மிளகுத்தூள் கலந்த ரசம் என்று அவளுக்குக் குடிக்கக் கொடுக்க, தலைசுற்றலும் வயிற்றைப் பிரட்டுவதும் மட்டுப்பட்டது.

ஏன் என்னைச் சுற்றி நின்று பார்க்கிறார்கள், நானென்ன மிருகக் காட்சி சாலையில் காண்டாமிருகமா என்று ஒரு நிமிடம் கோபம் வந்தது. இந்த அலைச்சலும் பயணமும்தானே காரணம், நான் எல்லோருக்கும் காட்சிப் பொருளாக இப்படி நிற்க என்று சுய பச்சாதாபம் அடுத்துச் சூழ, கூடவே, எல்லாம் நன்றாக நடந்து கொண்டிருக்கிறது, நான் நானாக இருக்கும் நாட்கள் இவை,

இதெல்லாம் தொடரும் என்று மனம் சொல்ல, மறுபடி மகிழ்ச்சி இறக்கை கட்டிப் பறந்தது.

நிமிடத்துக்கு நிமிடம் மாறும் உணர்ச்சிகள் அவளை இம்சித்துக் கொண்டிருக்க எல்லாம் ஒதுக்கி அங்கே இருந்தவர்கள் பேச்சில் ஒரு கண்ணியைப் பிடித்துப் பற்றிக் கலந்துகொண்டாள். ஒன்றிரண்டு தமிழ் மற்றும் மலையாள வார்த்தையும், நிறுத்தி உச்சரிக்கும் இங்கிலீஷும், மொழி பெயர்த்து உதவும் நித்யகல்யாணியுமாக உரையாட ஒரு கஷ்டமும் இல்லை. பெண்கள் கூடிப்பேச மொழி என்ன தடை?

ஆதீனமிளகி வித்வானின் மாமியார் என்ற எண்பத்து சில்லறை வயதான ராமானுஜம்மாள் வீட்டில் உண்டு. நெல்லூரில் இருந்து அவள் இங்கே குடிபெயர்ந்து எழுபது வருஷம் போயிருந்தாலும், இன்னும் தெலுங்கு தான் நாக்கில் வருகிறது அவளுக்கு. இந்த வயதிலும் பாம்புக் காது. ஆனால் கண் பார்வைதான் அப்படி இப்படி அல்லாடுகிறது. ஓரத்தில் கல்யாணப் பந்திப் பாய், கள்ளியம் பெட்டியில், விருந்தாளி வந்தால் சமைக்க, பரிமாற எடுக்க கூடுதல் பாத்திரங்கள், பொங்கலுக்கு வீட்டு வாசலில் பூச காவி, தேங்காய் மட்டை பிரஷ், கிணற்றில் வாளி விழுந்தால் எடுக்க ஏழெட்டுக் கால் முளைத்த வினோத ஜந்து மாதிரி பாதாளக் கரண்டி, இளநீர் சீவக் கரிக்கருவாள், பல்லாங்குழிப் பலகை, சோழி டப்பாக்கள் என்று கலந்து கட்டியாக வைத்திருந்த இடத்துக்குப் பக்கத்தில் அதற்கான காவல் தெய்வம்போல் சதா வெற்றிலை மென்றபடி உட்கார்ந்திருக்கும் கிழவி. அவள் காதில் ஒருவாறு நடக்கிற விஷயம் எட்ட, இருந்த கண் பார்வையால் லண்டன்காரி விருந்தாளிப் பெண் என்று உத்தேசமாகப்பட்ட நெல்லுக் குத்தும் குந்தாணியைப் பார்த்துக்கொண்டு கேட்ட, எத்தனை பிள்ளைங்கம்மா, வீட்டுக்காரர் என்ன செய்யறாரு போன்ற கேள்விகளுக்கு - இதுவரை இல்லை, மீன் வியாபாரம் செய்கிறார் என்று பதில் போய்ச்சேர, அந்தம்மா தெலுங்கில் சொன்னாள் -

அதென்னமோ போ. என் காதிலே விழுற ஒவ்வொரு சத்தத்துக்கும் கூடவே கேக்காத இன்னொன்னும் சேர்ந்து வரும். இந்தப் பொண்ணு வாந்தி எடுக்கறா, கூடவே பிள்ளையும் இல்லே அழுவுது.

அது அத்தனை பதவிசான தகவல் இல்லை என்பதால் வீட்டுப் பெண்டுகள், பாட்டிக்கு சும்மா வேடிக்கைதான் எப்பவும், உன்னைக் கூட்டிக்கிட்டு லண்டன் போகத்தான் வந்திருக்காங்க, சீவிச் சிங்காரிச்சு இரு என்று ப்ளேட்டை தெரிசாவுக்காக மாற்றிப் போட்டார்கள்.

வாசலில் தலையைக் காட்டிவிட்டு உடனே வருகிறேன் என்று எழுந்தாள் தெரிசா. வீட்டு உள்ளே மீன் வறுக்கும் வாடையை தீர்க்கமாக முகர்ந்தபடி அவள் வெளியே வந்தபோது பட்டணம் சங்கீத வித்வான் கிட்டாவய்யன் கீர்த்தனை ஒன்றை இது சிந்துபைரவி என்று சொல்லி ராகம் எடுக்க, நித்யகல்யாணி பாடிக் காட்ட ஆரம்பித்திருந்தாள்.

வாகனம் தெய்வம் வழித்துணை கர்த்தன்,

போகும்நம் பாதை பரமபிதா -நீகனம்,

தன்செயலென் றெண்ணிச் சிலுவை சுமந்திட்டாய்

என்செயல் ஆனால் இறகு

கொச்சு தெரிசாவைப் பார்த்ததும் அவள் புன்சிரிப்போடு பாட்டை இன்னும் விஸ்தாரமாக ஆலாபனை செய்து ஐந்து நிமிடம் பாடி முடிக்க, தியாகராஜ சாஸ்திரிகள் மெய்மறந்து போயிருந்தார். தெய்வதுக்கேயான கானம், குரல். கிருஷ்ணனா இருந்தா என்ன, கிறிஸ்துநாதரா இருந்தா என்ன?

ரொம்ப நன்னா வந்திருக்கு என்றார் பட்டண வித்வானும். நானும்கூட இருபது வருஷம் முந்தி கிறிஸ்துநாதர் மேலே ரஞ்சனி, ஸ்ரீரஞ்சனி, சிவரஞ்சனி இப்படி ரஞ்சனமாலாவாக ஒரு ராகமாலிகை கீர்த்தனம் செஞ்சு வச்சேன்.

எப்போ அது என்று கேட்டார் தியாகராஜ சாஸ்திரிகள்.

அது எனக்கு அக்கி வந்தபோது. தலையிலே எல்லாம் சிரங்கு மாதிரி படர்ந்து ஒரே வலி, எரிச்சல், புகைச்சல். தாங்கலே. சாதாரணமா வயத்துலே வலி, கைகால் வீக்கம்னு இருந்தா உள்ளூர் ஸ்வாமி மேலே ஒரு கீர்த்தனம் செஞ்சு வைக்கற வழக்கம். அக்கி கொஞ்சம் தள்ளி வைக்கற வியாதி. அது இருக்கறபோது வெளி தெய்வத்தை பிரார்த்திச்சால்தான் சீக்கிரம் குணமாகும்னு குரு வார்த்தை. அதான் ஏசுநாதர் பேர்லே ஒரு உருப்படி கவனமாக்கி வச்சது. பாடி முடிச்சு நாலு நாள்லே அக்கி குணமாச்சு. எங்கேயாவது நோட்டுப் புத்தகத்திலே இருக்கும். கிடைச்சா பாடிடலாம்.

இது கிட்டாவய்யர் கீர்த்தனக் கச்சேரி. இதுலே சேர்க்கணுமா என்று கேட்டார் ஆதீனமிளகி வித்வான். அது சரிதான் என்று இன்னொரு கீர்த்தனத்தைத் தானே பாட எடுத்தார் பட்டண வித்துவான். தும்மல் வர நிறுத்திக்கொண்டார் அவர்.

அதிசயமா இல்லே இருக்கு. நீங்க இப்போதான் முதல் கீர்த்தனம் கிறிஸ்துவ சாமி மேலே பாடறீங்கன்னு நினைச்சேன் என்றார்

ஆதினமிளகி வித்வான். அவருடைய பச்சைத் தலைப்பாகை அவிழ்ந்து முகத்தில் சரிய, தாங்கி எடுத்து அவர் முகத்தைத் துடைத்துக்கொண்டார்.

தியாகராஜ சாஸ்திரிகள் பிரமை உச்சத்தில் போக, அவரையே பார்த்தபடி இருந்தார். பொம்மை அடுக்க கனவிலோ வேறே எதிலோ அவர் கூட நின்ற, சேந்திக்குள் ஏறிய மாட்டுக்காரன் இவர் மாதிரித்தானே உருவத்திலும் குரலிலும். முகம்தான் துலக்கமாகத் தெரியவில்லை. யார் முகம்தான் தெரிந்தது? பொம்மைகள்கூட அப்படித்தான். ஆனால், அதெல்லாம் நடந்ததா? கனவு என்றால் நேரம் கெட்ட நேரத்தில் ஏன் விழுத்தாட்டிப் படுக்க வைத்து கண்ணுக்குள் தைத்து வைக்கப்பட்டது? யார் செயல் அதெல்லாம்? அவருக்கு ஒன்றும் அர்த்தமாகவில்லை.

ஆதினமிளகி புத்தகப் பொதியில் இருந்து முதல் பிரதியை எடுத்து தெரிசாவிடம் நீட்டினார். புதுப் புத்தகங்களுக்கேயான நறுமணமும், காகிதம் மடங்காத புதுமையும் மென்மையும், கெட்டி அட்டையு மாக மடியில் பரப்பி வைத்துப் படிக்கவேண்டிய உருவத்தில் புத்தகம் இருந்தது. கொச்சு தெரிசா அப்படித்தான் வைத்துக் கொண்டாள். அவள் கண்களில் நீர் சுரந்தது.

தனக்கு நான்கு தலைமுறை மூத்த பாட்டனோடு ஒரு கோட்டில் இணைக்கிற அற்புதம் இந்தப் புத்தகம். நாளை விழாவில் இந்தப் பாடல்கள் இசைக்கப்படும்போது ஹாலின் ஒரு மூலையில் ஜான் கிட்டாவய்யரும் நின்று அவற்றைப் புன்சிரிப்போடு கேட்டுக் கொண்டிருப்பார் என்று அவள் திடமாக நம்பினாள். புத்தக வாடை மனதுக்கு இதமாக இதுவரை சூழ்ந்ததே இல்லை. எல்லா வாடையும் ஒன்று அதிக நறுமணமாக அல்லது தாங்க இயலாத, பொசுங்கும் நாற்றமாக அவள் நாசியில் பட்டுக்கொண்டிருக்கிறது.

வாசலில் புத்தகப் பொதிகளோடு ஒரு மாட்டு வண்டி வந்து நிற்க, பத்து நிமிஷம் இதைப் பார்த்து வாங்கி வச்சுடறேன் என்று போனார் ஆதீனமிளகி வித்வான். திண்ணை ஓரமாக தடுப்பு வைத்து, மேலே மின்விசிறி சுழன்றுகொண்டிருந்த இடத்தில் ஓய்வாக இருக்கச் சொல்லி கொச்சு தெரிசாவை அனுப்பி வைத்தார் ஆதீனமிளகி வித்வான். நித்யகல்யாணியும் அவளோடு அங்கே போனாள்.

நிமிட நேரத்தில் தெரிசாவுக்கு நித்யகல்யாணி சிநேகிதமாகி விட்டாள். இரண்டு பக்கத்திலும் மனத் தடை ஏதும் இல்லாமல் எழுந்த சிநேகிதம் அது. கொச்சு தெரிசாவைவிட பத்து வயது சின்னப் பெண். என்றாலும் பேச்சும், நடவடிக்கையும் கொச்சு தெரிசாவைவிட முதிர்ச்சி காட்டியதை தெரிசா

உணர்ந்துகொண்டாள். பாட்டும், பிரஞ்சும் நித்யகல்யாணியின் ஆளுமையில் சிறு பகுதிகள்தான். மனதில் எதையும் வைக்காமல் பேசுகிற, பேசுவதைத் தெள்ளத் தெளிவாக எடுத்துச் சொல்லத் தெரிந்த அவள் இன்னும் சாதிக்க நினைக்கிறவள். பெண்ணால் முடியாது என்ற கண்ணாடிச் சுவரைக் கையில் ரத்தம் வராமல், கீறிக் கிழித்துக்கொள்ளாமல் கடந்து வந்தாகிவிட்டது. சம்பிரதாயமான குடும்ப உறவுகளைக் கடந்து வாழ்க்கையில் சாதிக்கப் புறப்படத் தருணம் பார்த்துக் காத்திருப்பது அடுத்த நடவடிக்கை என்றாள். கல்யாணம் குடும்பம் என்றெல்லாம் அவள் பட்டியலில் முன்வரிசையில் ஏதுமில்லை. பிரான்சிலோ அல்லது ஜெர்மனியிலோ நிரந்தரமாகத் தங்க, அறிவியல் மேற்படிப்பு படிக்க என்று நிறைய திட்டம் வைத்திருந்தாள். மயிலை வித்வானுக்கு ஒரு காசு செலவு வைக்காமல் வெளிநாட்டு அரசு, தனியார் நிறுவனங் களின் கல்விக் கொடை, பரிந்துரைத்தல் என்று விரிவாகத் தெரிந்து வைத்திருந்தாள். இன்னும் மூன்று மாதத்தில் நித்யகல்யாணியை இங்கே எங்கேயும் பார்க்கமுடியாது. தெரிசா சகலமானதையும் அவளுக்கு எல்லா விதத்திலும் சொந்தமான இங்கிலாந்தில் விட்டு விட்டு இங்கே வந்ததில் நித்யகல்யாணிக்கு உண்டான ஆச்சரியம் கொஞ்சம் நஞ்சமில்லை.

என்ன இருக்குன்னு இங்கே வரணும்? அதுவும் என்றென்றைக்குமா இங்கிலாந்தைவிட்டு? முந்தி இருந்தவங்க செய்ததை மாற்றி வைக்கிறது எல்லாம் ரொமாண்டிக் ஆன சிந்தனை. நீங்க மதம் மாறுவதோ, நாலு தலைமுறைக்கு முன்னாலே அறுந்துபோன கண்ணிகளைச் சரியாக்கி மறுபடியும் இங்கே தொடர நினைக்கறதோ நாளாவட்டத்தில் உங்களுக்கு சிரமத்தைத்தான் கொண்டு வரும். அது இல்லாமலேயே அந்தக் காலத்தையும் மனுஷர்களையும் கொண்டாடற விதத்திலே நிறையச் செய்யலாம். நீங்க கொண்டுவந்திருக்கற கிறிஸ்துவ கீர்த்தனைகள் இதுக்கு முக்கியமான சாட்சி.

அவள் பேசியதைப் புன்முறுவலோடு கேட்டுக்கொண்டிருந்தாள் தெரிசா. இப்படி ஒரு சிநேகிதி கால்டர்டேலில் கிடைத்திருந்தால். கிடைத்திருந்தால்? இன்னும் விரைவாக தெரிசா இங்கே வந்திருப்பாள்.

எடுத்து வச்சுடலாமா? நாளைக்கு வெளியிட்டதும் கொடுக்கலாம்.

கேட்டபடி புத்தகத்தை கையில் திரும்ப எடுத்தார் ஆதினமிளகி வித்துவான். தியாகராஜ சாஸ்திரிகள் அவரைக் கூர்ந்து பார்த்தார். மாட்டுக்காரனேதான். அவன் கையில் வாங்கிக்கொண்டது புத்தகம்

இல்லை. கொலுப்படியில் வைக்க சேர்ந்தியில் இருந்து இறக்கிய களிமண் பொம்மை. வெள்ளைக்காரி பக்கத்தில் இன்னொரு பொம்மையும் உண்டு. புகையிலைக் கடைக்காரன்.

அது கொச்சு தெரிசாவும் சின்னச் சங்கரனும் என்று அவர் மனது சொன்னது. தெரிசா நாற்காலி பக்கம் நின்றிருந்தாள். நித்யகல்யாணி அவள் அருகில், சன்னமான குரலில் பாடிக்கொண்டிருந்தாள்.

புத்தகத்துக்கு தலைப்பு கிட்டாவய்யன் கீர்த்தனங்கள்னு வைக்கறதா, ஜான் கிட்டாவய்யன் கீர்த்தனங்கள்னு வைக்கறதா, கிட்டன் பாட்டுக்கள்னு வைக்கறதா இப்படி தலையைப் பிச்சுட்டேன். பெயர் சரியா இருக்கணுமில்லே.

ஆதீனமிளகி வித்வான் தெரிசாவிடம் சொன்னார்.

மருதையன்னு பேர் வைக்கணும்.

தியாகராஜ சாஸ்திரிகள் முணுமுணுத்தது கேட்டுக் கொச்சு தெரிசா திரும்பிப் பார்க்க, அவர் நாற்காலியில் கண் மூடி இருந்தார்.

மறுபடி வயிறு வலித்தது. பிரயாணமும் அலைச்சலும் ஒத்துக்கலே என சொல்லி தெரிசா எழ, நித்யகல்யாணியும் அவளோடு உள்ளே போனாள்.

அத்தியாயம்

# நாற்பத்தேழு

நேரம் கெட்ட நேரத்தில் ஓவென்று கூப்பாடு போட்டு ராஜாவை எழுப்பிவிட்டார்கள். யாரென்று கேட்டால்? என்னத்தைச் சொல்லி எழவைக் கூட்ட? ஊர்ப்பட்ட விளங்காப் பயலுகள் எல்லோரும் சேர்த்து ஆடிய ஆரியக் கூத்து அதெல்லாம்.

ரெக்கார்டு போடறாக என்றான் சமையல்காரப் பழநியப்பன்.

வக்காளி எனக்குத் தெரியாதாடா என்று அவனிடம் எகிறினார் மகாராஜா.

பின்னே? மூச்சுவிட்டு, மூத்திரம் போய்க்கொண்டு இருக்கும்போது, கருவாட்டுக் குழம்பை உப்புப்போடாமல் வைத்து இறக்கி, மோர் சோற்றில் ஒரு குத்து அஸ்கா சர்க்கரையைக் கலந்து ராஜாவுக்கு பேதி வரவழைச்ச கெட்ட பயலாக்கும் அவன்.

போன அப்புறமும் ஏன் என் காலையே சுத்தி வரணும்?

ராஜா நினைத்ததோடு நிறுத்தினால் பரவாயில்லை. சொல்லி வேறு தொலைத்துவிட்டார். அதுவும் ராணியம்மாவிடம் சொல்லியிருந்தால் பரவாயில்லை. அந்த மாமனார்க் கிழவனிடம் ஏதோ சின்னதாக வார்த்தை சொல்லிக்கொண்டிருந்தபோது எடுத்து விட்டது இது.

கெட்ட பயலாக்கும் அந்தக் கிழம். செத்துப் போனால் என்ன? ராஜாவும் ராணியும் போய்ச்சேர்ந்து புதைத்த இடத்தில் புல் முளைத்து அதையும் வெட்டி காய்கறித் தோட்டம் போட்டு அரண்மனைக்குள் பச்சை மணக்கிறது. எல்லாம் நல்லதாக மாறிப் போனாலும், புஸ்தி மீசைக் கிழவனின் குசும்பும் பவிஷும் மட்டும் குறையவே மாட்டேன் என்கிறது.

அவனுடைய கிழட்டுச் சிங்காரமும், பட்டுக் கயிறு மாட்டிய மூக்குக் கண்ணாடி ஒயிலும், வேளைக்கு ஒன்றாக உடுத்து நடக்கிற ஒய்யாரமும் ஒரு நேரம் ராஜா பார்க்க சிரிப்பாணியோடு ரசிக்க ஏற்றதாக இருக்கிறது. சமயத்தில் அவன் வாயைத் திறந்து ஏதாவது சொல்லவோ, தகிடுதத்தமாக, திரிசமனாக ஏதும் செய்யவோ இருந்தால், ராஜா நாக்கில் வண்டை வண்டையாகத் திட்டு எழுந்து வருகிறது.

அவர் ஏதோ சந்தர்ப்பத்தில் ஏதோ நினைவில் சொன்னதை, அந்த சமையல்காரப் பழநியப்பனிடம் போட்டுக் கொடுத்தது புஸ்திமீசைக் கிழவன்தான்.

இவன்தான் சொன்னான் என்றால், அவன் அதைக் கேட்டுவிட்டு மனக் கிலேசம் மிகுந்து, வேலை மெனக்கெட்டு ராஜாவைத் தேடி, இதோ மிதந்து வந்துவிட்டான்.

செத்துப்போய் உடம்பு உதிர்ந்து தொலைந்தால் என்ன, புகார் செய்வதும், பிலாக்கணம் வைப்பதும், நல்லதாக நாலு வார்த்தை சொன்னால் சந்தோஷப்படுகிறதும் சாஸ்வதமானதுபோல. நடந்து, ஓடி அவஸ்தைப்பட வேணாம். கோழி றெக்கைபோல மிதக்கலாம் என்பது வேறே உடம்பு இல்லாத பட்சத்தில் கிடைக்கிற தாராளமான சலுகையாகச் சேர்ந்திருக்கும். இதை வைத்துத்தானே கிழவன் ரகளையாக பகலும் ராவும் கூத்தடித்தபடி இந்த ஆட்டம் ஆடுகிறான்?

ஒரு லேஞ்சியைக் கழுத்தில் கட்டிக்கொண்டு பழநியப்பன் வந்து இதுவும் அதுவுமாகப் புகார் சொல்லி அரற்றும்போது காது சவ்வு கிழிகிற உச்சத்தில் பாட்டா இரைச்சலா என்று தெரியாமல் பெருஞ்சத்தம்.

என்ன எழவு என்று ராஜா கவனிக்க, பழனியப்பன் சொன்னான் –

ரெக்கார்ட் போடறாக, மகாராஜா.

ராஜாவுக்குத் தெரியாத ரிக்கார்டா? அந்தப் பழுக்காத் தட்டுகளில் ஒப்பாரி வைத்து, உலகம் முழுக்க இருந்து யாராரோ பாடிய

பாட்டும், அழுகிற தொனியில் மனசை உருக்கி நெஞ்சு வெடிக்கப் புலம்பச் சொல்லும் வாத்திய சங்கீதமுமாக அவர் கேட்காததா?

பனியன் சகோதரர்கள் பக்கத்து புகையிலைக்கடை குடும்பத்து மூத்த புதல்வனுக்குக்கொண்டுவந்து கொடுத்து அவனும் சதா ஊசி செருகிச் சுழல வைத்து ராஜாவை பைத்தியமாக்கிப் போட்ட இழவு கீதம் ஆச்சே அது.

ராஜா தனக்கு எல்லாம் தெரியும் என்று பழனியப்பனிடம் நிலைநாட்ட, அவன் பேசாமல் இருந்தான். அவன் பேசாமல் இருந்தால் போதுமா? மைக் டெஸ்டிங், ஒன், டூ, த்ரீ என்று ராஜாவின் பிரியமான மேஜைமேல், கண்ட பீக்காட்டிலும் அலைந்த காலை சுவாதீனமாக வைத்தபடி யாரோ ஒருத்தன் ஜோசியர் மந்திரம் சொல்கிற பதத்தில் மொணமொணவென்று ஏதோ சொல்லிக் கொண்டிருந்தான். அவன் யார்? என்ன கண்றாவிக்கு அரண்மனைக்குள்ளே இதெல்லாம் நடப்பது?

அது ஒண்ணுமில்லே மாப்பிள்ளே, வேதக்கார ஐயரு எள்ளுப் பேத்தி பொஸ்தகம் போட்டிருக்கால்லே. அதைப் பத்தி நாலு பெரிய மனுஷா பேசப் போறாங்களாம்.

டாண் என்று புஸ்திமீசைக் கிழவன் ஆஜராகிவிட்டான். உலகத்தில், அதையும் தாண்டி மற்றெங்கும், யாருக்காவது ஏதாவது அறிவுக் குறைச்சல் ஏற்பட்டால், நிவர்த்தி செய்கிற ஒரே மருத்துவனாக அவன் கையில் ஒரு பூச்செண்டோடு வந்து இறங்கினான். பூசணிப் பூ அளவு பெரிய ரோஜாப்பூ அடைத்த செண்டு. அதற்குள் பீயுருட்டி வண்டோ என்ன எழவோ ஊர்ந்துகொண்டிருக்கிறது கர்மம்.

ஏன் மாமா, அது மதுரைப் பட்டணத்திலே இல்லே வச்சுக்கறதா சொல்லிட்டிருந்தாங்க.

எனக்கும் ஊர் நிலவரம் தெரியும் என்ற தோதில் ராஜா அவசரமாகச் சொன்னார்.

அது நேத்துக் கதையப்பா. உன்னோட சகபாடி சோசியக்கார அய்யன் சாயல்லே இளைய அய்யன் இருக்கானே, அவன் மாத்தி வச்சான். அவன்தான் இப்ப எல்லாம் நடத்திக் கொடுக்கறது. உன் அரண்மனையே அவன் கையிலே.

அரண்மனை நல்லாத்தான் இருக்கு. ராஜாவும் ராணியும், விருந்தாட வந்து சேடிப் பெண்ணிடம் சாக்கடை வாய் உபசாரம் செய்யச் சொல்லிக்கேட்ட புஸ்தி மீசைக் கிழவனும் இல்லாமல், இடம் மேம்பட்டு, நூறு இருநூறு குழந்தைகள் பள்ளிக்கூடம் என்று கூடி

இருந்து படிக்க, ஓடி விளையாட, அரண்மனைக்குள்ளே பள்ளிப்படைக் கோவிலாக எழுப்பிய ராசேசுவரி கோவிலுக்குப் போய்க் கும்பிட என்று உள்ளே காற்றே சுத்தமாக இருக்கிறது.

யார் கையில் நிர்வாகம் இருந்தால் என்ன? இடமும் மனுஷர்களும் விருத்தியாவது மாதிரி சந்தோஷம் வேறெதில் உண்டு?

ராஜா திருப்தியாகத் தலையாட்டிக்கொண்டார். கிடக்கிறான் இவன்.

கிழவன் தன்னைக் கோபப்படச் செய்து வேடிக்கை பார்க்கிறதாக ராஜாவுக்குத் தோன்றியது.

என்ன சொல்லு. இந்த அய்யன் இல்லேன்னா சோசியக்கார அய்யன், புகையிலைக் கடை அய்யன். அவன் மகன் அய்யன். கனபாடி அய்யன். சுகஜீவி அய்யன். அரண்மனைக்குள்ளே சட்டமா நொழஞ்சு இவனுகள்ளே யாராவதுதானே அப்பப்ப சர்வ அதிகாரம் பண்ணினது? அய்யனைவிட்டா சுலைமான், கருத்த ராவுத்தன்னு துருக்கன்மார் வேறே. நீ சுயமா செஞ்சது கம்மிதானே?

கிழவன் தலைமுறை தலைமுறையாக நல்வழி காட்டி, திடமான நம்பிக்கைகளோடு பரம்பரையை முன்னேற்றும் குருநாதன்போல முகத்தைத் தெளிவாக வைத்துக்கொண்டு, பூச்செண்டை முகர்ந்தபடி சொன்னான். அவன் சொல்வதிலும் உண்மை இருப்பதாக ராஜாவுக்குப் பட்டது.

கிழவன் கம்பீரமாகப் புன்னகை செய்தான். அவன் இருந்தபோது கூட இவ்வளவு ஆனந்தத்தோடு இருந்ததாக ராஜாவுக்கு நினைவில்லை.

பாவம் அந்தப் பொண்ணு கொச்சு தெரிசாள். தியாகராஜ அய்யனும், அதாம்பா அந்த சோசியக்காரன் ஜாடையிலே இடுக்கப்பட்ட பார்ப்பாரப் பிள்ளை. அவனும் எதிர்பார்க்கவே இல்லை பார்த்துக்க.

ஏன் என்ன ஆச்சு மாமா?

வம்பு சேகரிக்கிற ஆசையோடு ராஜா கிழவரைக் கேட்டார். செத்துப் போனால் என்ன, வம்பு கேட்க முடியும் என்றால் அதைவிட வேறென்ன சந்தோஷம் இருக்கப் போகிறது?

போனாலும் சந்தோஷம் கொண்டாட மனசு எங்கேயோ இருந்து ஒட்டிக்கொண்டிருக்கிறது. எதோடு என்று ராஜா யோசித்திருக்கிறார். கிழவனைக் கேட்டால் அதற்கும் விளக்கம் தருவானாக இருக்கும். எதுக்கு எல்லாவற்றையும் புரிந்து, தெரிந்து அலசிக் காயப்போட வேணும்? இருக்கும்போதுகூட அதது

அதததன் பாட்டில் போக விட்டுத்தானே ஜீவிதம் நகர்ந்துபோனது. இப்போதும் அதே தொடரட்டுமே.

மதுரையிலே நேத்து மழை நேரத்திலே இவங்க விசேஷம் நடத்தறதுக்குப் பார்த்து வச்சிருந்த கட்டடத்தைச் சுத்தி தண்ணி நிக்குது. காலையிலே நானும் அந்த சமாசாரம், வகையறா எல்லாம் பார்த்துட்டுத்தான் வரேன். ஏன் கேக்கறே.

அரசூரில் ஒரு பொட்டுத் தூறல்கூடப் போடாமல், முப்பது கல் தூரத்தில் வானமே பொத்துக்கொண்டு கொட்டி, மண்கூட அதிகம் இருக்காத வைகைத் தடத்தில் வெள்ளம் பெருகி, ஆற்றங்கரை பூமியை முழுக்காட்டிப் போடுகிற நடப்பு ராஜா காணாதது. அவர் மூச்சு விட்டுக்கொண்டு இருந்த காலத்தில் வெயிலும் மழையும் குளிரும் காற்றும் அதததன் நியதிப்படி அதது விதிக்கப்பட்ட நேரம் காலம் தவறாது வந்துபோகும். மழை பிந்திப் போனதுண்டுதான். ஆனால் அது பொய்த்துப் போவதும், வெய்யில் காலத்தில் மேகம் மூடி பூஞ்சைக் காளான் சுவரெங்கும், மனையெங்கும் படிந்து வியாதியைக் கிளப்பி விடுவதும், மழை பெய்த ரெண்டு நாளில் சூரியன் வராமல் கொசுவும் ஜுரமும் ஊரையே முடக்கிப் போடுவதும் அவர் காலத்தில் இல்லை. சாவு இல்லாமல்போன புரளியும், மயில் கூட்டம் பறந்து இறங்கி மேய்ந்து போவதும்கூட இல்லைதான்.

ஆனாலும் பஞ்சம் வந்துதே, மறந்து போச்சோ.

ராணிதான். எங்கேயோ போயிருந்து எதையோ பார்க்க, கேட்க என்று அவளுக்கு நேரம் போகிறதில் ராஜாவுக்கு மெத்தவும் சந்தோஷம். படுத்துக் கிடந்தே கடைசி இருபது வருஷம் கழித்து ஒரு விடியல் நேரத்தில் தூக்கத்திலேயே மரித்த ராணி அதற்கப்புறம் ஓய்ந்து கிடந்து ராஜா பார்த்ததே இல்லை. அவளுடைய அப்பன் மாதிரி நேரத்துக்கு ஒன்றாக உடுத்திக்கொண்டு, அத்தரும் சவ்வாதும் வழித்துப் பூசி, மல்லிகைச் செண்டைக் கையில் பிடித்தபடி மிதந்து கொண்டிருப்பதில் அவளுக்கு விருப்பம் இல்லாவிட்டாலும், சுற்றி வருகிறதில் அவள் சுகம் காண்கிறாள்.

ராஜாவுக்கு, இருந்தாலும் செத்த பின்னும் சும்மா இருப்பதே சுகம் என்பதுதான் கோட்பாடு. அலைவதெல்லாம் நிலைக்கத்தானே. நிலைத்தது அசையும். அலையும். பின் நிலைக்கும், அறிவார் அவர்.

அந்தப் பொண்ணும் சூட்டிகை. இந்த அய்யனும் அதே படிக்குத்தான். ஒரே நாளிலே இங்கே வைபோகத்தை மாத்தி வச்சு ஆள் படை அம்புன்னு கூப்பிட்டு நிறுத்திட்டாங்களே. போவுது. நவராத்திரிக்கு இன்னும் கூடுதல் கொண்டாட்டம்.

ராணி மகிழ்ச்சியாகச் சொன்னாள்.

நவராத்திரியோ, பொங்கலோ, தீபாவளியோ ராணியும் ராஜாவும் இருந்தவரை அதுவும் செயலில்லாமல் முடங்கி, அப்புறம் எதுவும் கொண்டாட யாருமில்லாமல் அரண்மனை அட்டுப் பிடித்துக் கிடந்த தெல்லாம் அடி முதல் நுனி வரை மாறியதில் ராணிக்கும் மகிழ்ச்சிதான்.

வேதையன் பள்ளிக்கூடத்துக்கு அரண்மனைக்குள் இடமும், வாசக சாலையும் ஏற்படுத்திவைத்த அப்புறம், கோவிலைச் சீராக்கினதன் பின்னால், இந்த இடத்தில் கூட்டத்துக்கும் குறைவில்லை. கொண்டாட்டமும் மிதமாக இருந்ததில்லை.

ராஜாவும் ராணியும் உறங்கியும் ஊர்ந்தும் இருந்த அறைகளும், பரம்பரை பரம்பரையாக வாள், சுரிகை, ஈட்டி, வேல், வேல் கம்பு, வளரி, கேடயம் என்று தளவாடங்களைக் காபந்து செய்து வைத்த இடமும் இன்னும் பூட்டித்தான் இருக்கின்றன. ஆனால் அவை கிரமமாகப் பராமரிக்கப்பட்டு தூசு துப்பட்டை நீங்கி, சுத்தமும் சுகாதாரமுமாக எப்போதும் காட்சியளிக்கின்றன. இதுவும் ராணிக்கு மகிழ்ச்சி அளிக்கும் விஷயம்தான்.

என்னத்தை சுத்தம். அவன் ஒரு கல்யாணம் செஞ்சுக்கிட்டு பிள்ளை பெத்து, அதெல்லாம் ஓடி விளையாடி, ஒண்ணுக்கும் ரெண்டுக்கும் இருந்து, ஒரே வீச்சமா வீசிக்கெடந்தா, அதோட அழகுக்கு, இதெல்லாம் உறை போடக் காணாது.

ராஜா ரொம்ப நாள் சொல்லிக்கொண்டிருந்தது வேதையனும் போய்ச் சேர்ந்த பிறகு நின்றுபோனது. அவன் எங்கே இப்போது? ராஜா யோசித்தார்.

ராணி மாதிரியா, இல்லே என்னை மாதிரியா? லேசுப்பட்டவனா என்ன? அவன் படிச்ச படிப்பும், பார்த்தும் கேட்டும் கத்துக்கிட்டதும், கத்துக் கொடுத்ததும் அவனை இனியும் சுத்தித் திரியாம கொண்டுபோய் நிலையா வச்சிருக்கும்.

ஆமா அதேதான் என்றான் சமையல்காரன் பழநியப்பன் சகலமும் கரை கண்ட இன்னொரு புஸ்தி மீசைக் கிழவனாக.

அட பயலே நீ இன்னும் வேறே லெக்குக்குப் போகலியா?

ராஜா கேட்கும்போதே தன் பிரியமான சமையல்காரனை சகலவித மான பிரியத்தோடும் விசாரிக்கும் குரல் சுபாவமாக வந்திருந்தது. அவனோடு அவருக்கு என்ன விரோதம். யாரோடுதான் என்ன பகை?

அரண்மனை வளாகத்தில் அவர் புகையிலைச் செடி பயிரிட்ட பூமியைச் சுற்றி, கிடுகு வேலி போட்டு அடைத்து அரைக் கல்யாணத் தோதில் பந்தல் போட்டிருந்தது மட்டும் ராஜாவுக்கு ஒட்டும் பிடிக்கவில்லை.

கூரையும் பந்தலும் போட்டால், மதில் சுவரில் இருந்து எதிர் மதில்வரை வளைத்து, முழுக்க கிடுகு வேய்ந்து கொட்டகை போடவேண்டும். பார்க்க ஒரு கெத்தாக, ராஜா வசித்த இடத்துக்கும் அவருடைய நினைவுக்கும் கௌரவம் சேர்க்கிற மாதிரி கம்பீரமாக இருக்க வேணாமோ ஏற்பாடுகள் எல்லாம்?

செஞ்சிருப்பாங்க. அவகாசம் கிட்டலே அதான்போல, அரையும் குறையுமா ஆக்கி வச்சிருக்காங்க. போகுது. எல்லாம் நம்ம பிள்ளை, பேரப் பிள்ளை வகையறாதானே. நல்லா காரியம் எல்லாம் நடத்தி நல்லா இருக்கட்டும்.

ராணி வாழ்த்துச் சொல்லியபடி உள்ளே போனாள்.

கரகரவென்று சுழன்று அடுத்த ரெக்கார்ட், கட்டித் தங்கம் வெட்டி யெடுத்து தட்டித் தட்டி சிற்பிகள் செய்த உருவமடா என்று வெகு பவிஷாகப் பாடியது. ஒப்பாரிபோல வருமா இது? ராஜா ஏக்கத்தோடு கேட்டபடி நின்றார். அது ஓய, ஊசி வைத்து முடுக்கி, அடுத்த பாட்டு இன்னும் இரைச்சலோடு ஆரம்பமானது.

ஓசைப்படாமல் மிதந்துகொண்டு திரும்ப வந்துசேர்ந்த மீசைக் கிழவன் ரிகார்டில் சுழலும் பாட்டுக்கு இசைவாக அபிநயம் வேறே பிடித்தபடி இருந்தான். ராஜகுமாரி, ரோஜா மலர், பக்கத்தில் வரலாமா என்று மனம் உருகிப் பாடும் ஆணும், கூடவே இங்கிதம் தெரியாமல் அதை முழுக்க அப்படியே ஒப்பிக்கும் பெண்களின் கூட்டமுமாக ஒரு சினிமாப் பாட்டு. ஊசி நடுவில் மாட்டி, வரலாமா வரலாமா வரலாமா என்று கீச்சிட, கிழவன் அதே படிக்கு விடாமல், முன்னால் வந்து வந்து, பின்னால்போய் ஆடிக்காட்டினான். ஆடற வயசா அவனுக்கு?

என்ன மாமா, அவனுகதான் கிறுக்குப் பய புள்ளேங்கன்னா உங்களுக்கு என்ன கெரகம்? ஆட்டமும் பாட்டமும் சிரிப்பாணியும் பொத்துக்கிட்டில்லே வருது.

ராஜா சொல்லச் சொல்ல அவர் முகத்தில் மறுபடியும் சிரிப்பு. ஆனந்தம். பழநியப்பன் மட்டும் இல்லை, இந்தக் கிழவனும் அடிப்படையில் நல்ல மாதிரித்தான். சேர்க்கை சரியில்லாமல் கிருத்துருமத்தோடு குழிக்குள் போனான். அவ்வளவே.

ஏன் மாப்பிள்ளே, இம்புட்டு கோலாகலமா நவராத்திரி எல்லாம் கொண்டாடுறாங்க. பழைய உசிருக்கெல்லாம் ஒரு மடக்கு கள்ளுத் தண்ணியோ சாராயமோ ஊத்தணும்னு தோணலியே. நீ எம்புட்டு பொறுப்பா சோசியக்கார அய்யன் கிட்டே எழுதி வாங்கிட்டு ஆள் அம்பு ஏற்பாடு செஞ்சு ஊத்தினே. அதுலே ஒரு துளி கெடச்சாகூட வேணாம்னா சொல்லப் போறேன். வாய்க்கலியே.

கிழவன் ஆட்டத்தை நிறுத்தாமல் சொன்னான்.

ஆக, குழிக்குள் கிழவன் போனது சகவாச தோஷத்தால் உண்டான வக்கிரமோ கிருத்துருமமோ உடன் கொண்டில்லை. நாட்டு சரக்கு, சீமைச் சாராயம், கள்ளுத் தண்ணி, கஞ்சா, அபின் உருண்டை என இன்னும் மாயாத ஆசையோடுதான்.

ராஜாவுக்கு பரிதாபமாக இருந்தது. இன்னும் எத்தனை காலம் இவன் உடுத்துக்கிட்டு ஆடிக்கிட்டு இங்கேயே சந்தோஷமா மிதக்கப் போறான் தெரியலை அவருக்கு. வந்திருக்கும் பயல்களில் யாருக்காவது முடியுமானால் இவனுக்கு மறுபடி தாகசாந்தி செய்விக்கலாம் என்று அவருக்கும் தோன்றியது.

அரண்மனை வாசலில் ஏதோ சத்தம். என்ன ஏது என்று புரியாமல் ராஜா பார்க்க, எல்லாம் தெரிந்த அறிவாளி, மீசையை நீவிக்கொண்டு மிதந்து முன்னால் வந்தான்.

வல்லார இத்யாதி, உன் மீசையை வழிச்செடுத்து செனைத் தேவாங்கு மாதிரி ஆக்கிடறேன் பாரு. ராஜா மனதில் கருவிக் கொண்டே என்ன மாமா என்றார்.

அதென்னமோ, ஒரு வினாடி இவன் மேல் பிரியம் வந்தால், அடுத்த வினாடி நாக்கை மடித்து வசவு எறியத் தோன்றுகிறது.

அரண்மனை வாசலில் சத்தத்துக்குக் காரணம் கண்டுவந்த கிழவன் சொன்னான் –

கல்யாணம் கருமாதிக்கு சோறு போடற மாதிரி இந்தப் பார்ப்பான் ஒரு நூத்தம்பது பேரை வரச் சொல்லியிருக்கான் வைபவத்துக்கு. ஆரம்பிக்க முந்தி, எல்லோருக்கும் வடையும், இடியாப்பமும், தோசையும், காப்பித் தண்ணியும் கொடுக்கறதா ஏற்பாடு. ஓட்டல் அய்யன் அதெல்லாம் பண்ணி எடுத்துவந்து உச்சிப் பகலுக்கே இறக்கிட்டான். தவல வடையும், சுவியனும் நல்லா இருக்கவே, ஊர்ப்பட்ட கூட்டமும் இங்கேதான். வராதீங்கடா, திங்கத் தர ஒண்ணும் இல்லே, சட்டியும் பானையும்தான் இருக்குங்கறான் அவன். வந்தவனுங்கள்ளே, தீனி வேணாம்னு திரும்பிப்

போகிறவனா ஒருத்தனும் இல்லே. அவனுங்க கூட்டுற சத்தம் அது. புத்தகம் போட்டு கூட்டம் நடத்த தவலை வடையும் வெங்காய வடையும் என்ன எளவுக்கு? சாராயம் ஊத்தினாலும் சன்மத்துக்கும் புண்ணியம்.

தவலை வடை, வெங்காய வடை, உளுந்து வடை, ஆமை வடை, மிளகு வடை, கீரை வடை. கிழவனுக்கு அய்யர் மூலம் கள்ளுத் தண்ணி ஊற்றலாம் என்றால் ராஜாவுக்கும் யாராவது இதில் ரகத்துக்கு ஒண்ணாவது ருசிக்கத் தரலாம்.

மாமா. நீங்க போய்ச் சேர்ந்தபோது என்னமா சமைச்சுப் போட்டான். பூணூல் இல்லே உடம்பிலே. ஆனா, அருமையான சமையல் அய்யன் அவன். புளிக்குழம்பும், வாழக்கா கறியும், சுவியனும், வடையும், தோசையும், லட்டு உருண்டையும், காரசேவும், தேங்குழலும், அதிரசமும். அடடா அடடா அடடா.

ராஜா உற்சாகமாகச் சொல்ல, புஸ்தி மீசைக் கிழவன் நமட்டுச் சிரிப்போடு கேட்டான் – ஏன் மாப்பிள்ளே, இன்னொரு வாட்டி போய்ச் சேரச் சொல்றீகளா?

ஐய்யே நான் அப்படி எல்லாம் சொல்வேனா என்ன? அந்த விருந்து அமோகம்னு சொல்ல வந்தேன். ராஜா பின் வாங்க, ஒரு பெரிய கூட்டமாக வந்த பள்ளிக்கூட வாத்தியார்களும், நீதிமன்ற குமாஸ்தாக்களும், சில கன்யாஸ்திரிகளும், வயதான குடும்ப பெண்களும் கூச்சலாகச் சொன்னார்கள் –

விருந்தும் வேண்டாம். மற்றதும் வேண்டாம். கீர்த்தனை கவனப் படுத்தறவங்களையும் அறுசீர்க் கழிநெடிலடி ஆசிரிய விருத்தமும் பின்முடுகு வெண்பாவும் எழுதறவங்களையும் பார்க்கறதே அபூர்வமான காலம். ஒருத்தர் பழங்காலத்திலே எழுதி, இன்னொருத்தர் அதைச் செப்பனிட்டு ராகக் குறிப்பு சேர்க்க, மூணாமவர் அதைப் பாட சங்கீத நோட் எழுதிச் சேர்க்க, இன்னொரு சின்ன வயசுப் பொண்ணு அதை எல்லாம் அந்தப் படிக்கு கானம் பாட, இதெல்லாம் எல்லாம்... எல்லாம் கிறிஸ்துநாதர் மேலே இருக்க... இந்த அருமையான வைபவத்துக்கு வந்தோமே யல்லாமல், தவலை வடைக்கும் பூண்டுத் தொகையலுக்கும் வரல்லே நாங்க. சந்தை கூடும்போது தமுக்கு போட்டு அறிவிச்சதால் வந்தோம். வடை தீர்ந்து போகுதேன்னு விசனப்படாம, வைபோகம் நடக்க விடுங்க தயவு செய்து. எத்தனை வடை வேணும் சொல்லுங்க. பக்கத்துலே ஓட்டல்லே உங்களுக்கு ரசவடை வாங்கி வரச் சொல்கிறோம்.

அவர்கள் தியாகராஜ அய்யனிடம் தெரிவித்தபடி உள்ளே போக அது சரிதான் என்றார் ராஜா. அவர் சுற்றிலும் பார்க்க, அவரும் பழநியப்பனும் மட்டும்தான் நின்றுகொண்டிருந்தார்கள்.

எங்கேடா அவுக எல்லாம்? ராஜா கேட்க, கிடுகு வேலிக்கு அப்புறம் கை காட்டினான் பழநியப்பன். கூட்டமெல்லாம் அங்கேதான் கூச்சல் போட்டபடிக்கு.

இவங்க என்ன மயித்துக்குடா வேணும்? என் வீட்டுக்காரி, மாமன் அவுகளை இல்லே கேட்டேன்.

எரிந்து விழுந்தார் மகாராஜா. பழநியப்பன் காற்றில் கரைந்து போகும்போது முணுமுணுத்ததை அவர் கேட்டார்தான். அது என்ன என்று அவரால் தெளிவாக அடையாளம் சொல்லவும் முடியும். ஆனால் எதுக்கு? பழநியப்பனுக்கும் அவருடைய சகவாச தோஷத்தால் கெட்ட வார்த்தை எல்லாம் சரஞ்சரமாக வந்தது என்பதை நினைவில் வைத்திருந்தார் அவர்.

ஒரு பெரிய மோட்டார் வாகனம் அரண்மனைக்குள் புகுந்து பள்ளிப்படைக் கோவிலுக்கு முன் நின்றது. வெள்ளைக்கார தேசத்துப் பெண் மெல்ல இறங்கினாள். கொஞ்சம்போல் தடுமாறி கார்க் கதவைப் பிடித்துக்கொண்டு நின்றாள் அவள்.

பாவம் முடியலே அந்தப் பொம்பளைப் பிள்ளைக்கு. ஒரே அலைச்சல் என்றார் ராஜா. ராணி பூடகமாகச் சிரித்தாள்.

ஏன் பிள்ளை உங்கப்பார் மாதிரி சாலக்கோட சிரிக்கறே. அட, சொல்லிட்டுத்தான் சிரியேன்.

அலைச்சலும் ஆச்சு வெண்டிக்காயும் ஆச்சு. அந்தக் குமரு முழுகாம இருக்கா இல்லே, அதான் தலை சுத்தி, வயத்தைப் பிரட்டி இல்லாத கோராமை எல்லாம்.

தப்பு இல்லியா? ராஜா விசாரிக்க, ராணி பதிலேதும் சொல்லவில்லை.

அந்தப் பெண் கொச்சு தெரிசா கருக்கடையானவள்தான். ஆனால் இப்படியா, அங்கே ஒரு துருக்கனைக் கல்யாணம் செய்து, அதற்கு முன்னால் வெள்ளைக்காரனோடு மோதிரம் மாற்றி, அப்புறம் இங்கே ஒரு கல்யாணமான ஐயனோடு கிடந்து வயிற்றில் கருக்கொண்டு. என்ன மாதிரியான நடவடிக்கை இதெல்லாம்?

ராஜா ஆதங்கத்தோடு கேட்டார்.

மத்தவங்களுக்கு கோடு கிழிச்சு ஆடச் சொல்லி மேற்பார்வை பார்க்க நாம யாரு?

ராணி பதில் கேள்வி கேட்டாள். அவளுக்கு தெரிசாமேல் ஒரு புகாரும் இல்லை. ஆரம்பித்து வைத்தது சின்னச் சங்கரன் என்பதால் அவன் மேல் கொஞ்சம் மன வருத்தம் இருந்தது உண்மைதான்.

இதெல்லாம் நடக்கணும்னு இருக்க, நானும் நீங்களும் என்ன சொல்லி மாஞ்சு மாஞ்சு நல்லது கெட்டது பார்த்து குரலில்லாம கூப்பாடு போட்டாலும் ஒண்ணும் ஆகப்போறதில்லே. அதுனாலே, அதது அததோட போக்கிலே போகட்டும்னு விட்டுடலாம்கிறேன்.

ராஜாவோடு மிதந்தபடி ராணி ஆயுத சாலைக்கு வந்தாள். அரண்மனைக்காரி ராசேசுவரி அம்மனைக் கும்பிட பள்ளிப்படைக் கோவிலுக்குள் வந்த ஊர்ப் பெண்கள் வரிசையாக திருவிளக்கு ஏற்றி நெல்லும் மலரும் படைத்து வழிபட்டுக்கொண்டிருந்ததைப் பார்த்தபடி இரண்டு பேரும் சற்று நின்றார்கள்.

அம்மன் கோவில் சுவர்களில் கைக்கு எட்டாத உயரத்தில், பளிச்சென்று துலங்கி பூமாலை சுற்றி சகலவிதமான ஆயுதங்களும் காணப்பட்டன. கீழே ஒரு மர ஷெல்ப் நிறைய புத்தகங்கள். அரசூர்ப் பேராசிரியர் மருதையன் எழுதிய வரலாற்று நூல்களும், இங்கிலீஷ் இலக்கியம்பற்றிய புத்தகங்களும் அவை.

மல்லிகை மாலையும் ஜவந்திப் பூவும், அந்துருண்டைகளும் மணத்த அந்தப் புத்தக அலமாரியை பிரியமாகத் தடவிக் கொடுத்தார் ராஜா. அவர் குரல் இடற ராணியைப் பார்த்துச் சொன்னார் –

நமக்கு இதெல்லாம் பேரப்பிள்ளைங்க.

அவர்கள் அமைதியாக இருந்தார்கள். இரைச்சலும் அமளியும் கரகோஷமும் உற்சாகமும் பாட்டும் சங்கீதமுமாக கிடுகுக் கொட்டகை வளாகத்தில் அமர்க்களப்பட, ராஜாவும் ராணியும் அவர்களின் அந்தப்புரமாக இருந்து, அரண்மனைக்குள் நடக்கும் பள்ளிக்கூடத்தில் நிர்வாகி அறையாகிப்போன இடத்தில், நேரம் கடந்து போனதறியாமல் உறைந்திருந்தார்கள்.

பேச்சு சத்தம் கேட்டுக் கண் விழித்தார்கள் அவர்கள். கருப்பாக அறைக் கோடியில் மர முக்காலி மேல் ஆரோகணித்திருக்கும் யந்திரத்தின் முன் கொச்சு தெரிசா நின்று பேசிக்கொண்டிருந்தாள் –

ரொம்ப நன்றி. ரொம்ப நன்றி. இனிமே நான் இந்த தேசத்துப் பெண். சங்கரன், உனக்கு பரிசு தரணுமா? என்ன வேணும்? கட்டாயம் தரேன்.

அவள் ஒரு வினாடி நாணத்தோடு தலை குனிந்தாள். யாரும் அருகில் இல்லை என்று நிச்சயப்படுத்திக்கொண்டு டெலிபோனுக்கு அழுத்தமாக ஒரு முத்தம் கொடுத்தாள்.

அய்யோ போதும்டா போதும் போதும்.

அவள் சந்தோஷமாகச் சிணுங்கினாள்.

ராஜாவும் ராணியும் ஒருத்தரை ஒருத்தர் பார்த்துச் சிரித்துக் கொண்டார்கள்.

பரிசுதானே, கள்ளா, வச்சிருக்கேன். உனக்கும் எனக்கும் கூட்டாக ஒரு…

தொலைபேசி தொடர்பு துண்டிக்கப்பட்டு நின்றது.

அத்தியாயம்

# நாற்பத்தெட்டு

நாற்பத்தேழு அத்தியாயம் எழுதி முடித்துவிட்டேன்.

வைத்தாஸ் சொன்னான்.

பதில் இல்லை. தொலைபேசியைக் காதோடு பொருத்திக்கொண்டு இன்னொரு தடவை கொஞ்சம் உரக்கவே சொன்னான் –

நாற்பத்தேழு அத்தியாயம் என் நாவலை எழுதி விட்டேன்.

தொலைபேசியின் அந்தப் பக்கத்தில் இருந்து மெல்லிய ஆனாலும் கண்டிப்பான குரல் கேட்டது –

வாழ்த்துகள். எங்கள் நாட்டின் இணையற்ற அரசியல் மற்றும் கலாசாரத் தூதுவரின் இலக்கியச் செயல்பாடுகள் சிறப்பாக நடைபெறுவது குறித்து அமைச்சரகத்தின் தலைமை அமைச்சர் என்ற முறையில் மகிழ்ச்சி.

இந்தியப் பின்னணியில் எழுதிய நாவல் இது. நாற்பத்தேழு அத்தியாயம் எழுதிவிட்டேன். இன்னும் ஐந்தேதான்.

இந்தியப் பின்னணியில் நீங்கள் நாவல் எழுதியது குறித்து மக்கள் அதிபரின் சார்பில் ஆனந்தத்தைப் பகிர்ந்துகொள்கிறேன். மீதி ஐந்து அத்தியாயங்களையும், லண்டன் நகரில், மனதுக்கு இதமான

சூழலில் இருந்து எழுதி முடித்து, அலுவலகப் பணிகளைத் தொடர வாழ்த்துகள்.

மகிழ்ச்சியும் நன்றியும். ஆனாலும் எனக்கு, நாற்பத்தைந்து வயதைத் தொடும் இந்த வைத்தாஸுக்கு ஓய்வு தேவை. நாடு திரும்ப வேண்டும். வருடக் கணக்காக வெளியே இருந்தாகிவிட்டது.

நாடு திரும்பவேண்டும் என்பது நல்ல சிந்தனைதான். மக்கள் அரசாட்சி அமைப்பின் தலைமை அமைச்சர் என்ற முறையில் மகிழ்ச்சி. எனினும் இப்போது திரு. வைத்தாஸ் உடனே லண்டனுக்குப் புறப்படவேண்டும். அங்கே இருந்த தூதர், நாட்டுக்குத் திரும்ப அழைக்கப்பட்டுள்ளார். நிலவியலும் வரலாறும் சார்ந்த சமூகப் புரிதல் அடிப்படையிலும், சர்வதேச அரசியல் அணியமைதல் வழியிலும் அங்கே இருந்து செயல்படத் தகுதியான பிரதிநிதி வைத்தாஸ் இக்வனோ ரெட்டி என்று மக்கள் அதிபர் கருதுகிறார்.

நந்தினியிடம் இந்த மாதம் வருவதாகச் சொல்லி இருக்கிறேன். அவளுக்கும் என்னைப் பார்க்கவேண்டும் என்று ஆர்வமும் விருப்பமும் உண்டு.

மக்கள் அதிபர் அவர்களுக்கு உங்களை மறுபடி சந்திக்க ஆவலும் விருப்பமும் உண்டு என்பதில் மகிழ்ச்சி. நீங்கள் நாளையே பொறுப்பை ஒப்புக் கொடுத்துவிட்டு லண்டன் போகவேண்டும் என மக்கள் அதிபர் கூறியிருக்கிறார்.

நான் மக்கள் அதிபரின் கணவன். பதினேழு வருட தாம்பத்தியத்தில்...

நீங்கள் மக்கள் அதிபரின் கணவர் என்பதில் பெருமகிழ்ச்சி அடைகிறேன். பதினேழு வருடத் தாம்பத்தியத்தில் என்று தொடங்கியது முழுக்கக் கேட்காவிட்டாலும் அந்தக் கால அளவு குறித்து மறுபடியும் மகிழ்ச்சி அடைகிறேன். அடுத்த வாரம், எண் 10, டௌணிங் தெரு முகவரியில் பிரிட்டீஷ் பிரதமரை நீங்கள் அதிகாரபூர்வமான தூதராக மரியாதை நிமித்தம் சந்தித்து உரையாடி வர ஏற்பாடு செய்யப்படுகிறது.

என் நாவல். அதை முடித்துக்கொண்டிருக்கிறேன். பெயர் வைத்தாகி விட்டது.

அதை உடனடியாகப் புத்தகமாக்க முடியுமானால் மக்கள் அதிபர் சார்பில் ஒரு பிரதி பிரிட்டீஷ் பிரதமருக்கு அளிக்கக் கோருகிறேன். அதனால் இரு நாட்டு உறவுகளும் கலாச்சார ரீதியாக மேம்படும்

என்பதே மக்கள் அதிபரின் ஆசை. தங்களுக்கு நான் ஏதும் உதவி செய்ய வேண்டுமா?

சட்டை இல்லாத மேலுடலைப் பார்த்துக்கொண்டான் வைத்தாஸ். மார்பில் அப்பியிருந்த நரை புரண்ட முடிகள் ஆடி முடித்து சீக்கிரம் மேலே தகப்பன் வீட்டுக்குப் போகணும் என்று நினைவுபடுத்தின. போகணும். அதற்கு முன்னே.

உதவியா, உங்களிடமா? எனக்கா?

டெலிபோனில் பேசியபடிக்கே பைஜாமாவைச் சரடு பிரித்து நழுவ விட்டு முழு நக்னன் ஆனான் அவன்.

தொலைபேசியைத் தாழ்த்திப் பிடித்துத் தன் அரைக்கெட்டிலும் பிருஷ்டத்தில் இறங்கி ஆசன வாயிலும் அதன் காதுப் பகுதியை அழுத்தித் தேய்த்து நன்றி சொல்லித் திரும்ப வைத்தான்.

பிரம்மாண்டமான ரெட்டைக் கட்டிலின் ஓரமாகப் படுத்தபடி பலமாகச் சிரித்தான் வைத்தாஸ். தூதரக முதல் தளத்தில் பெரிய படுக்கையறையில் எதிரும் புதிருமான சுவர்களில் முழுக்க நிறைத்திருந்த நிலைக் கண்ணாடிகளில் குறி சுருங்கி, முட்டைக் கண்ணாடியோடு கட்டிலில் ஓரமாகப் படுத்திருந்த இளம் வயோதிகர்கள் போகலாம், புறப்படு என்றார்கள்.

நாவலை முடித்ததும் புறப்படலாம் என்றான் வைத்தாஸ். நீ உயிர் வாழ்வதே அதற்காகத்தானா என்று நிலைக் கண்ணாடி விருத்தர்கள் எதிரும் புதிருமாக நின்று அசிங்கமாகச் சைகை செய்தார்கள்.

இங்கே உனக்கு என்ன இருக்குன்னு இன்னும் கூடுதல் நாள் இருக்கப் பார்க்கறே?

வீராவாலி என்றான் சற்றும் யோசிக்காமல். கண்ணாடியில் நிறைந்திருந்த நடுவயது தொட்ட இளம் வயோதிகர்கள் கைகொட்டிச் சிரித்தார்கள்.

அவள் உனக்குக் கிடைக்க மாட்டாள் என்றார்கள் அவர்கள்.

கிடைக்காமலா அவள் வந்து நிறைந்து துளும்பி இருக்க நாற்பத்தேழு அத்தியாயம் நாவல் எழுதினேன்?

வீராவாலி கிடைக்காவிட்டால், கிடைத்தவள் எல்லாம் உனக்கு வீராவாலிதான்.

அவன் புரண்டு புரண்டு சிரித்தான்.

நந்தினியையும் வீராவாலி ஆக்கியிருந்தால் மக்கள் அதிபரோடு மட்டற்ற மகிழ்ச்சியில் நிலைத்து காலம் உறைந்து நிற்கக் கலவி செய்திருக்கலாமே என்று யோசனை கொடுத்த நிர்வாணமான அந்த இளம் வயோதிகர்களைப் பன்றிகளோடு கூடிச் சுகித்திருக்கப் போகச் சொல்லி நிலைக் கண்ணாடிகளின் மேல் முழுக்க வரும்படி திரையைப் பரத்தினான் வைத்தாஸ். பரபரப்பாக எழுந்து நின்றான் அவன்.

பரபரப்பாகச் செயல்பட்டு உருப்படியாக ஏதும் செய்யாமலிருக்க இன்று முதல் சில நாட்கள் கழியும். அதற்கு அப்புறம் வேறே மாதிரி பரபரப்பு. வேறே மாதிரி செயலின்மை. ஆனாலும் நாட்கள் நகரும். காலம் வேகம் கொள்ளும்.

இங்கே வேஷம் கட்டி ஆடுவதற்கும் வெள்ளை தேசத்தில் ஆடுவதற்கும் வித்தியாசம் உண்டென்பதை வைத்தாஸ் அறிவான். இங்கே ஆசியக் கறுப்பனும் ஆப்பிரிக்க நல்ல கருப்பனும் ஒரேபோல என்று, கொஞ்சம் முயன்றால் நம்ப வைத்து முஷ்டி மடக்கிக் கை உயர்த்திக் காட்டி உறவு கொண்டாட வைக்கலாம்.

தில்லியில் பஞ்சாபிய கோதுமை வர்ணப் பெண்களும் ஆண்களும் மெக்சிக்கன் முகச் சாயைகளோடு வைத்தாஸை போடா கறுப்பா என்று பார்ப்பது தெரிந்ததுதான். இங்கே நீக்ரோ என்பது இன்னும் செல்லுபடியாகும் சொல். வசை இல்லை.

இனக் கலப்பில் பிறந்து, சுருட்டை முடி இல்லாமல் கறுப்பு மட்டும் அதிகம்கொண்டு இந்திய முகச் சாயையோடு வருகிற வைத்தாஸ் அவன் உயரத்தாலும் பலத்தாலும்தான் அவமரியாதைகளில் இருந்து காக்கப்படுகிறான்.

சோனியான, குள்ளனான கலப்பு இனத்தவனை இங்கே காலில் போட்டுத் துவைத்து மிதித்து, நாட்படத் தேங்கி நாறும் சாக்கடையில் மல்லாக்கக் கிடத்தி வாயில் மூத்திரம் பெய்திருப்பார்கள்.

லண்டனில் அதை எல்லாம் மனதில் நடத்திப் பார்த்துவிட்டுத் துரைகள் நல்ல இங்கிலீஷில் பொய் மரியாதை காட்டுவார்கள். மஞ்சள் பல் ஈறுவரை தெரிய சிரித்து நட்பு கொண்டாடுவார்கள். அவ்வப்போது வைத்தாஸுக்கு அனுபவப்பட்ட அந்தக் கள்ள உபச்சாரம் இனி சில வருடம் தொடர்ந்து கிடைக்கலாம். அடுத்த நாவலை அங்கே ஆரம்பித்து அங்கேயே முடிக்கலாம்.

டெலக்ஸ் இயந்திரம் உயிர் பெற்றது. யட்சி வந்து புகுந்ததுபோல் தலை அச்சு இடமும் வலமும் பிசாசு வேகத்தில் நகர்ந்து,

காகிதத்தை உருட்டி உயர்த்தி தொடர்ந்து தட்டச்சு செய்து நிற்க, வந்த டெலக்ஸை நோட்டமிட்டான் வைத்தாஸ்.

நாளை மறுநாள் லண்டன் புறப்பட விமான டிக்கெட் எடுக்கப் பட்டது என்ற அறிவிப்பு. அடுத்த வாரம் வெள்ளிக்கிழமை பிரிட்டீஷ் நாடாளுமன்ற எதிர்க் கட்சித் தலைவரோடும் அன்று மதியம் பிரதமரோடும் முன்னிரவில் ஆளுங்கட்சித் தலைவரோடும் சிறு சந்திப்புகள் ஒழுங்கு செய்யப்பட்டிருக்கின்றன என்று குறிப்பு எடுத்துரைத்தது. என்ன எல்லாம் பேச வேண்டியிருக்கும் என்ற பட்டியலும் அடித்து இறங்கியிருந்தது.

மக்கள் அதிபர் விருப்பப்படி, இதெல்லாம் இதே படிக்கு ஒரு பிசகும் ஏற்படாமல் நடக்கவேண்டும் என்ற குறிப்போடு டெலக்ஸ் செய்தி முடிந்திருந்தது.

நந்தினிக்கு கற்பனையில் முத்தம் கொடுக்கக்கூட அவனுக்கு அனுமதி இல்லை. அவளை எப்படியோ இழந்திருக்கிறான் வைத்தாஸ். அவளை மட்டும் தனியாக நாடு திரும்ப அனுப்பியிருக்கக்கூடாது. ராணுவ ஆட்சியோ, வலிந்து புகுந்த குழு ஆட்சியோ, பெண்கள் கூடு திரும்ப ஒரு உத்தரவாதமும் இல்லை. ஆண் மயில்கள் இருப்பது ஆட, அதிகாரமாக நடை பயில. அகவியபடி அச்சுறத்த. பெண் பறவையோடு முயங்க இல்லை அவை எல்லாம் உயிர் கொண்டது. நந்தினி.

அவசரமாகக் குளித்து, அவித்த முட்டைகளை காலை உணவாக்கி, கண்ணியமானது என்று கனவான்கள் வகுத்த உடை அணிந்து, காரில் ஏறினான் வைத்தாஸ். நாட்டின் அதிகார பூர்வமான தூதராக, தூதரகத்தின் சிறப்புக் காரில் அவன் இங்கே பயணம் போவது முடியும் காலம் நெருங்கி வருகிறது. நந்தினி.

வேனலில் தகிக்கும் தில்லித் தெருக்களில் கார் கடந்து போனது. கைகளால் கரகரவென்று சுற்றிக் கரும்பு பிழிந்து அழுக்கு துணி மூட்டைக்குள் சுத்தியல் கொண்டு ஓங்கி அடித்து ஐஸ்கட்டிச் சிதறல் எடுத்துப்போட்டுத் தரும் தெருவோர வண்டிகள் ஊர் முழுக்க ஆக்கிரமித்துக்கொண்டிருந்தன. பெரிய வெங்காயத்தைக் கடித்து மென்றபடி ஆக்ரோஷமான ஒரு சர்தார் பையன் தலைப்பாகையைத் தட்டி நேராக்கிக்கொண்டு கை காட்டினான். அரிசிச் சோறும் பருப்பும் கலந்து தட்டுகளில் நிறைத்து விற்கிற கடைகளை அடுத்து நின்ற குளிர் நீர் வண்டிக்காரர்கள் மெசின் கா டண்டா பானி என்று கூவிக்கொண்டிருந்தார்கள். பேட்டரி வைத்துச் சுழன்ற சக்கரங்களோடு அவற்றில் இருந்து கண்ணாடிக் குவளைகளில்

பிடித்த குளிர் நீரைக் குடிக்க ஊரே அலை மோதியது. இனி இந்தக் காட்சிகளைக் காணப் போவதில்லை என்றைக்கும்.

பெரிய குவளை நிறைய ஐஸ் கட்டிகளைப் போட்டுக் கருப்பு நிறத்திலும் ரத்தச் சிவப்பு நிறத்திலும் கெட்டியாக இனிப்புச் சாறை அடுக்கடுக்காக விட்டு அவை பாளம் பாளமாக இடை கலக்காமல் தனித்தனியாக நிற்க, வெள்ளரி விதைகளையும், சப்ஜா விதை களையும், வேக வைத்த சேமியாவையும் பெய்து விற்றுக் கொண்டிருந்த கடை வாசலைக் கார் கடந்து போனது. நந்தினி.

கொஞ்சம் காரை நிறுத்து.

அவசரமாகச் சொன்னான் வைத்தாஸ்.

வேனிற்காலப் பகலைத் தெருவில் நடந்து அனுபவிக்கும் உத்தேசத்தோடு கடை கடையாகப் பார்த்தபடி வந்த பஞ்சாபி மூதாட்டிகள் உற்சாகமாகக் கூச்சலிட்டபடி சூழ்ந்து நின்று ஏக காலத்தில் கடைக்காரனுடன் பேசினார்கள்.

ஜிகர்தண்டா வேணுமா சாப்?

கடைக்காரன் காருக்குள் குனிந்து பார்த்துக் கேட்டான்.

வேண்டாம், நீ அதிலே பால், பழம்னு, பிரசாதம் போல எல்லாம் போட்டுடுவே. அந்த கலவை சர்பத்தான் வேணும். இருக்கறதி லேயே பெரிய கிளாஸ் எடு.

கை காட்டினான் வைத்தாஸ்.

அது குழந்தைகளுக்கானது சார்.

டிரைவர் உத்தம் கபூர் கண்டுபிடித்ததைச் சொல்லும் தெளிவான குரலில் அறிவித்தான். அவனுக்கு அழகு காட்டினாள் கண்ணாடிக் குடுவையில் அந்த கலவை சர்பத் சுவையில் மூழ்கியிருந்த முதுபெண். பஞ்சாபியில் ஏதோ சொன்னாள் அவள் சிரிப்பு மங்காமல்.

கழுதைகளுக்கு அல்போன்ஸா மாம்பழ வாசனை தெரியுமோன்னு கேக்கறாங்க பாட்டியம்மா.

சிரித்தபடியே சொன்னான் டிரைவர் உத்தம் கபூர். அவனுக்கு இந்தச் சீண்டல் வேண்டித்தான் இருந்தது. எத்தனை வயசானால் என்ன, எதிரினத்தின் கிண்டலும் கேலியும் யாருக்குப் பிடிக்காமல் போகும்? போடி கிழவி, போடா பயலே என்று ஓங்கிக் கூவி, நிமிட நேரம் சிநேகிதம் பூண்டு குதூகலிக்க யாருக்கு இஷ்டமில்லை?

படாவாலா கிளாஸா சாப்? வென்னீர்விட்டுச் சுத்தம் செய்யச் சொல்லட்டா?

பதில் எதிர்பார்க்காத கேள்வியோடு இறங்கிய டிரைவர் கிழவிகளோடு உல்லாசமாகப் பேசியபடி, சர்பத் கலந்து தரக் காத்திருந்ததில் ஒரு காட்சி நேர்த்தி தெரிந்தது வைத்தாஸுக்கு. கறுப்பிந்திய கலாச்சார அழகு. நந்தினி.

ஆரஞ்சுச்சுளைபோல வண்ணம் பூசிய உதடுகளோடு கலாசார அமைச்சரகத்துக்குள் நுழைந்தபோது கையில் ஃபைல்களோடு, கீழ் உத்தியோகஸ்தர்கள் சூழ, எங்கேயோ போய்விட்டு, அண்டர் செக்ரட்டரி சங்கரன் உள்ளே வந்துகொண்டிருந்தது கண்ணில் பட்டது.

சென்ன சங்கரன் சாப் நலந்தானா?

அவன் கேட்க சின்னச் சங்கரன் ஓரடி முன்னால் வந்து, அவன் கையைக் குலுக்காமல் மார்போடு அணைத்துக்கொண்டான். ரொம்ப இயல்பாக நேசம் பாராட்டியதாக அது இருந்தது. வைத்தாஸுக்கு அது பிடித்திருந்தது.

ஒன்று வைத்தாஸின் இந்திய முகமும் உடல் மொழியும் அவனைச் சக இந்தியனாக, விந்திய மலைகளுக்குத் தென்புறம் இருந்து இங்கே உத்தியோக நிமித்தம் வந்த திராவிடனாகக் காட்டி இருக்கும். வாயில் ஆரஞ்சு நிறச் சாயம் அவனை இன்னும் நெருக்கமான, சின்னச் சின்ன சந்தோஷங்களை மறுக்காத, பானகம் குடித்த சக இந்துவாக அடையாளம் சொல்லி இருக்கும்.

இதெல்லாம் இல்லாவிட்டால் சங்கரனுக்கும் வெளிநாட்டு பணி மாற்றம், அதுவும் ஐரோப்பிய நாட்டுக்குக் கிடைத்திருக்கும். லண்டன் போய் அங்கே பத்து வருடம் இருந்தால் இந்த உடல்மொழி உதிர்ந்து போகலாம்.

மூன்றாவதாகவும் ஒரு காரணத்தை வைத்தாஸின் எழுதும் மனது கற்பனை செய்தது. இந்த சங்கரனுக்குப் புதுசாகப் பெண் சிநேகம் கல்யாணத்துக்கு வெளியே கிட்டி அந்தப் பெண்ணை அணைத்து அணைத்து புது அணைப்பின் சுகத்துக்காக இவன் அலைகிறானாக இருக்கும். ஆண்தான். பாதுகாப்பாக அணைப்பில் ஒடுங்கி ஒரு வினாடி நிற்க வரும் நிம்மதி உணர்ச்சி அலாதியானது என்பதை வைத்தாஸ் அறிவான். ஒவ்வொரு வீராவாலியும் முதலில் கொடுக்கிற பாதுகாப்பு உணர்ச்சி ஆலிங்கனத்தில்தான் தொடங்கும். சற்றே காதைக் கடித்து பின் கழுத்தில் முகர. இது வீராவாலி இல்லை. சங்கரன்.

சங்கரன் தன் கேபினுக்கு வைத்தாஸை வழிநடத்திப் போனபடி கேட்டான் - மக்கள் அதிபரின் தூதர் எம் இலாகாவிற்கு எழுந்தருளியதற்குக் காரணம் என்னவாக இருக்கும் என்று யோசிக்கிறேன். கலாச்சார விழா ஏதும் உண்டா?

இல்லை என்று புன்சிரித்தான் வைத்தாஸ். நிறைந்த மார்போடு, எக்கச்சக்கமாக லிப்ஸ்டிக் அணிந்த, முப்பத்தைந்து வயது மதிக்கத் தக்கவளாக, அழகான ஒரு பெண் ஷங்கர் சாப் என்றபடி எதிரே வந்தாள். கூப்பிட்டபடி, வைத்தாஸ் மேல் இடிக்காமல் நாசுக்காக ஓரம் போனாள் அவள். போனபோது சங்கரன் மேல் முழுக்க மோதிப் போனதைக் கவனிக்கத் தவறவில்லை வைத்தாஸ். நந்தினி.

கேரள் ஊரில் இருந்து ஃபோன் வந்தது உங்களுக்கு என்று சங்கரனிடம் செய்தி சொல்லி விஷமமாகச் சிரித்த அந்தப் பெண்ணைத் தன்னை மறந்து கண் கொட்டாமல் ஒரு வினாடி பார்த்தான் வைத்தாஸ். அவன் நகர் நீங்கப் போகிற தில்லி, கலவை சர்பத்தோடுகூட, மதர்த்த பஞ்சாபிப் பெண்களாலும் ஆனது. நந்தினி.

கேபினுக்குள் இதமாகக் காற்றைச் சுழல விட்டுக்கொண்டு ஒரு ஏர் கூலர் இயங்கிக்கொண்டிருந்தது. அதன் முன்னால் நின்றிருந்த நான்கைந்து பெண் எழுத்தர்கள் சங்கரன் வரக் கண்டு சிரிப்போடு இருக்கைகளுக்கு ஓடியது ரம்மியமாக இருந்தது. இந்தியப் பெண்களைப் பிரியப் போகிறான் வைத்தாஸ். அவர்கள் பற்றிய எல்லாமே அழகாகத் தோன்ற ஆரம்பித்திருக்கிறது.

நந்தினி. இங்கே பிறந்தவள்தானே அவளும். எப்படி இழந்தான்? ஏன் இழக்கணும்? நந்தினி.

நந்தினி. நந்தினி. நந்தினி. நந்தினி. நந்தினி. நந்தினி. நந்தினி. நந்தினி.

உங்கள் அவர், திருமதி மக்கள் அதிபருக்கு பரத நாட்டியமும் தெரியுமாமே?

சங்கரன் கேள்வி வைத்தாஸை இந்த உலகுக்குக் கொண்டுவந்தது.

அவன் பரதநாட்டியம் ஆடும் கலைஞன்போல் அழகாகப் புன்னகைத்துக் கைகூப்பினான்.

அவருடைய நாட்டியத்தை மறுபடி நான் பார்க்க சந்தர்ப்பம் வந்து கொண்டிருக்கிறது. நான் திரும்புகிறேன்.

அளவான ஆச்சரியத்தை வெளிக்காட்டிய சின்னச் சங்கரன், உங்கள் வருங்காலம் பிரகாசமாக, தொட்டதெல்லாம் துலங்க இருக்கட்டும் என வாழ்த்தினான்.

வேறு நாட்டுக்கு தூதராகிறீர்களா? தில்லியில் இருந்து எங்கே பயணம்?

லண்டன் என்றான் வைத்தாஸ். அற்புதமான வாசகத்தைக் கேட்டது போல் இரு கையும் மேலே உயர்த்தி ஆனந்தத்தை வெளிக்காட்டினான் சங்கரன்.

இந்த நாட்டில், முக்கியமாகத் தென்னியந்தர்கள் நடுவே, அதுவும் பிராமணர்களிடையே லண்டனும் பிரிட்டனும் புனிதமான ஸ்தலங்களுக்கும் பிரதேசங்களுக்கும் உரிய ஈடுபாடும், அன்பும், மதிப்பும் கொண்டு நினைக்கப்படுவது வைத்தாஸுக்குப் பழக்கமானது தான். இன்னும் காலனி மனப்பாங்கில் இருந்து வெளிப்படாத, அனுபவிக்காமல் படித்தும் படம் பார்த்தும் உணர்ந்துகொண்ட பழமையின் சுகம் கொண்டாடுதலை, சிவப்புச் சிந்தனையாளர்கள்கூட பிரியமாக வெளிப்படுத்தும் இந்த நாட்டை அவன் பிரிந்துதான் போகிறான்.

உங்கள் தோழி நலமாக இருக்கிறார்களா?

வைத்தாஸ் விசாரிக்க, சங்கரன் முகத்தில் பிரகாசமான சிரிப்பு மறுபடி குமிழிட்டது. அந்த அழகான, துறுதுறுப்பான யார்க்ஷயர் பெண்ணை நினைத்தாலே சந்தோஷமடைகிற அண்டர்செக்ரட்டரி நல்ல நண்பன் மட்டும்தானா அவளுக்கு?

கொச்சு தெரிசா இங்கே இருந்தபோது ஒரு சாயந்திர நேரத்தில் கன்னாட் பிளேஸ் கடை வீதியில் வைத்தாஸை அவர்கள் தற்செயலாகச் சந்தித்தார்கள். ஐந்து நிமிட உரையாடல் பக்கத்து விடுதியில் சாயாவும் பிஸ்கட்டுமாக இன்னும் பத்து நிமிடம் நீள, தெரிசா இந்திய வம்சாவளிக்கு மனுச் செய்திருக்கும் செய்தி வைத்தாஸுக்கு அறிவிக்கப்பட்டது.

அம்பலப்புழையில் வைத்தாஸும் இன்னும் மினிஸ்டரின் மனைவியும், தானும் கூட வாங்க ஆசைப்பட்ட பழைய வீட்டை கொச்சு தெரிசா வாங்க விரும்புவதாகச் சொன்னான் சின்னச் சங்கரன் அப்போது. மற்றவர்கள் அதன் உரிமை மேல் ஆர்வமில்லை என்று தெளிவாகச் சொன்னால், தெரிசாவுக்கு வீடு கிடைக்க வாய்ப்பு உண்டு என்றான் அவன். வீட்டு சொந்தக்கார மலியக்கல் தோமை குடும்பத்தின் சார்பில் விற்பனையை நடத்த இருக்கும் எம்ப்ராந்திரியிடம் அப்படியே தகவல் தெரிவித்துவிடலாம் என்றும் சொன்னான்.

நான் வாங்கப் போவதில்லை என்று மிசிஸ் தெரிசாவிடம் சொல்லி விட்டேனே என்றான் வைத்தாஸ் அப்போது. எம்ப்ராந்தரியிடமோ அவர் மனைவியிடமோ அதைச் சொல்ல முடிந்தால் நன்றாக இருக்கும் என்றாள் கொச்சு தெரிசா.

வைத்தாஸ் கோட் பாக்கெட்டில் இருந்து ரோஜா நிறத்தில் ஒரு காகித உறையை எடுத்தான்.

நான் அவசரமாக நாடு திரும்புவதால் எம்ப்ராந்திரியை சந்திக்க முடியவில்லை. இந்தக் கடிதத்தில் அவருக்கு எழுதியிருக்கிறேன்.

வைத்தாஸ் படிக்கச் சொல்லிக் கொடுத்த கடிதத்தில், நந்தினியின் பெயரில் அந்த வீட்டை வாங்கி இளம் பெண்களின் முன்னேற்றதுக் காகவும் தொழிற்கல்விக்காகவும் பயன்படுத்த விருப்பம் தெரிவித்து எம்ப்ராந்தரி மனைவியிடம் கொடுத்திருந்த முந்தைய கடிதத்தை விலக்கிக்கொள்வதாகவும், வீட்டுக்காக முன் பணமாகக் கொடுத்த ஆயிரம் ரூபாயைக் கோவில் திருப்பணிக்குப் பயன்படுத்திக் கொள்ளக் கோரியும், வீட்டை வேறு யாருக்கும் விற்பதில் தனக்கு மகிழ்ச்சியே என்றும் வைத்தாஸ் எழுதியிருந்தான்.

இதெல்லாம் எதுக்கு? நீங்க சொன்னீங்கன்னு தகவல் அறிவிச்சாலே போதும்.

சங்கரன் மரியாதையோடு சொல்லி, சேவகன் கொண்டுவந்த சாயாவை அன்போடு கொடுத்து உபசரித்தான். சென்ட் வாசனை மூக்கில் குத்த கேபின் உள்ளே வந்த பஞ்சாபிப் பெண் சங்கரனிடம் சிரிப்போடு தெரியப்படுத்தினாள் –

உங்கள் மீட்டிங் நேரம் வருகிறது சார்

நன்றி தில்ஷித் என்றபடி அவன் எழுந்தான். வைத்தாஸும் நன்றி சொல்லி எழ, அந்தப் பெண் ஒரு சிறு நோட்டுப் புத்தகத்தை நீட்டினாள்.

சார் பெரிய எழுத்தாளர்னு கேள்விப்பட்டேன். என் தங்கைக்கு இங்கிலீஷ் இலக்கியத்தில் ரொம்பவே ஆசை. சார் ஆட்டோகிராப் போட்டுக் கொடுக்கணும்.

புன்முறுவல் மாறாமல் கையில் ஆட்டோகிராப் புத்தகத்தை வாங்கிக் கையொப்பமிட்டுக் கொடுத்தான் வைத்தாஸ்.

தில்ஷித்துக்கு காலேஜ்லே படிக்கிற தங்கை உண்டுன்னு தெரிஞ்சிருந்தா, நானும் ஒரு புத்தகம் எழுதியிருப்பேனே.

சங்கரன் சொல்ல, அந்தப் பெண் உலகில் உன்னதமான நகைச்சுவையைக் கேட்டதுபோல் குலுங்கிச் சிரித்தாள். பொய்க் கோபத்தோடு உதட்டைக் கடித்தபடி சங்கரனைப் பார்த்த பார்வையில், வைத்தாஸ் மட்டும் இல்லாவிட்டால் இன்னும் விஸ்தாரமாக இங்கே மெல்லிய சிருங்காரம் பூசிய ஒரு களியாட்டம் நடந்தேறி இருக்கும் என்று வைத்தாஸுக்குத் தோன்றியது.

இந்த இந்திய அதிகாரி இத்தனை சிருங்காரம் பாராட்டுவதற்கு இடையிலும் பைல் படித்து பைல் நகர்த்தி பைல் உருவாக்கி வேலை பார்க்கிறான் என்பது மனதிலாக வைத்தாஸ் அவனை வாழ்த்திப் புறப்பட்டான். நிர்வாகத்தில் சிறந்த, பணிக்கு நடுவே காமம் பாராட்டுவதை நாசுக்காகச் செய்யும் அதிகாரிகள் கொண்ட நாட்டை அவன் பிரிந்து போகிறான். என்றென்றைக்குமாக.

அமைச்சர்கள், காரியதரிசிகள் என்று ஒவ்வொருவராக விடைபெற்று பிரதமரின் செயலாளரைச் சந்திக்க இரவு ஏழு மணி ஆனது.

பிரதமர் கொலம்பியா போயிருக்கிறார். வைத்தாஸ் நாடு திரும்புகிறார் என்று அறிய அவரும் துக்கம் அடைவார் என்று செயலாளர் சொன்னார்.

வந்த துக்கத்தையும் வரப்போகும் துக்கத்தையும் இல்லாமல் போக்க ரிப்போர்ட்டர்ஸ் க்ளப்பில் குளிர் பதனப்படுத்தப்பட்ட அறையில் தண்ணீர் கலக்காத ஸ்காட்ச் விஸ்கியும், ரம்மும் அருந்திச் சற்றே ஆறுதல் அடைந்தார்கள்.

அவன் வீடு திரும்ப ராத்திரி பதினோரு மணி.

எல்லா வியர்வைத் தடமும் கசகசப்பும் போக ஷவரில் நீராடிவிட்டு வைத்தாஸ் படுக்கை அறைக்கு வர, கட்டிலில் உட்கார்ந்திருந்தவள் எழுந்து நின்றாள்.

வீராவாலி?

எதிரே நின்று கை நீட்டிக் கேட்கிற முழு நக்னனான கறுப்பரைக் கண்டு மலைத்த அந்தப் பெண் வெட்கத்தோடு தலை தாழ்த்தியதும் ஓர் அழகு தான்.

பியாரி என்று தன் பெயர் சொன்னாள் அவள்.

செப்பு நிறத்தில் வழவழத்த இடுப்பும், உருண்ட தோள்களும், சற்றே அகன்ற பற்களும், மை தீட்டிய இடுங்கிய கண்களுமாக, அவள் வீராவாலி இல்லை என்றால் வேறே யார் வீராவாலி?

கட்டிலில் அமர்ந்து அவளை மடியில் இருத்திக் கட்டியணைத்துக் கொண்டு பிடரியில் அழுந்த முத்தம் வைத்து வைத்தாஸ் சொன்னான் –

நீ வீராவாலிதான்.

அந்தப் பெண் ஒரு வினாடி மௌனமாக இருந்தாள். அப்புறம் சொன்னாள்-

வீராவாலி என் அம்மா பெயர்.

சத்தம். பெரிய மரம் தரையில் சாய்ந்ததுபோல் தரையில் விழுந்தான் வைத்தாஸ். அந்த வேகத்தில் நிலை தடுமாறிக் கட்டிலில் சாய்ந்தாள் அவள். பார்வை தரையில் பதிந்திருந்தது. எழுந்து சுவர் ஓரமாக நின்றாள்.

நிலைக்கண்ணாடிகளில் எதிரும் புதிருமாக நக்னமான வயோதிகர்கள் வைத்தாஸைப் பார்த்தபடி மௌனமாக இருக்க, டெலெக்ஸ் உயிர் பெற்றது.

மக்கள் அதிபரின் விடுதலை தின உரை என்று பக்கம் பக்கமாக அது அச்சு மை பூசி நகர்ந்துபோக அவசரமாகப் படுக்கை உறையை உருவி எடுத்து இடுப்பில் அணிந்துகொண்டான் வைத்தாஸ். தரையில் மண்டியிட்டு அமர்ந்து வெடித்து அழுதான் அவன்.

தவழ்ந்து, சுவரோரம் குனிந்து, அந்தப் பெண்ணின் பாதங்களை மென்மையாக முத்தமிட்டு, வைத்தாஸ் சொன்னான் -

நீ என் மகள்.

அத்தியாயம்

# நாற்பத்தொன்பது

இங்கிலீஷ்காரி.

அகல்யாவுக்குத் தெரியும். இந்தப் பெண் அங்கே, லண்டனோ, வேறே பட்டணமோ, இங்கிலாந்தில் இருந்து வந்து இறங்கி இருக்கிறாள்.

கறுப்புதான். சரி, மாநிறம். அகல்யா சிவப்பு. சரி, சரி, கூடுதல் மாநிறம். அகல்யாவுக்கு, கற்பகம் பாட்டி சொல்வதுபோல, கொடி போல் உடல்வாகு. பிள்ளை பெற்றால் ஊதிப் போகலாம். இந்தப் பெண்ணுக்குக் கல்யாணம் ஆகியிருக்கும் என்று தோன்றவில்லை. உருண்ட தோளோடு கன்னம் வழுவழுத்து, மார்பு திரண்டு, பூசினால் போல் வடிவாக வந்து நிற்கிறாள். அகல்யாவைவிட ஒரு குத்து உயரமும்கூட.

மூக்கில் ஒரு பக்கம் மட்டும் குத்தி, இத்தணூண்டுக்கு ஒரு மூக்குத்தி. மூக்குத்திகூட இல்லை. மூக்குப் பொட்டு. காதிலே சின்னச் சின்னதாக புஷ்பராகக் கல் வைத்து நேர்த்தியான செய்வேலையோடு தாமரைப்பூ டிசைனில் தோடு.

கழுத்தில் போலாக, அதான், லேசாக, அரை அல்லது ஒரு பவுனில் சின்னச் சின்னதாக வார்த்த முல்லை மொட்டுச் சங்கிலி. சன்னமான பொடிக் கல்வேலை வளையல் இடது கையிலும், வெள்ளிக் காப்பு வலது கையிலும் வம்பு பேசிக் கலகலக்கிறது. வலது கை மோதிர விரலில் நீண்டு சுற்றிய நெளி மோதிரம்.

இதெல்லாம் இவள் இந்தியாக்காரி என்று ஓங்கி அறிவிக்கிறது.

இந்திரா காந்தி மாதிரி பாப் கட் செய்த தலையும், திமிர்த்து வளர்ந்த, இன்னும் பள்ளிக்கூடம் விடாத பெண்போல இறுக்கமான நீல பேண்டும், ஆண்பிள்ளை சட்டையும், வேறே தேசத்துக்காரி என்கின்றன.

அகல், ஏய் இவளே, எப்படி இருக்கே?

ஏகக் கூச்சலாகக் கழுத்தைக் கட்டித் தூக்கிச் சுற்றி இறக்கிவிட்டாள் பழிகாரி. அகல்யாவுக்கு அவளை உடனே பிடித்துப் போனது. யாராக்கும் அவள்?

தெரிசா மதாம்மயைப் பார்க்க வந்திருக்கீங்களா?

அகல்யா ஒரு சிரிப்பில் முகம் பிரகாசமாக அவளைக் கேட்டாள். பஸ் கண்டக்டர் மாதிரி தோல்பையை இரண்டு தோளியும் வழிய அணிந்தபடி, வந்தவள், அவள் கையைப் பற்றியபடி பதிலாகக் கூவியது –

லூசே, உன்னைப் பாக்கத்தான் வந்தேன். நீ அகல்யாதானே?

விடியல் நேரம் கழிந்து, நாராயணீயம் கோவில் ஒலிபெருக்கியில் கேட்கிற ஆறு மணிப் பொழுது. இன்னும் கொஞ்ச நேரம் படுக்கையில் புரண்டு கொண்டிருக்கலாமா அல்லது காப்பிக்கு எழுந்து உட்காரலாமா? நிச்சயமில்லாது திலீப் கண் மூடிக் கிடக்க, வாசலில் எழுந்த திடீர் கூச்சல் அவனை உடனே எழுப்பி உட்கார வைத்தது. யாராக்கும்?

அவசரமாக வாசலுக்கு வர அகல்யாவை இறுக அணைத்தபடி ஜனனி.

அவனைப் பார்த்ததும் அகல்யாவை விட்டுவிட்டு கன்றுக்குட்டி போல ஓடி வந்து திலீப் முகத்துக்கு நேரே கை நீட்டிச் சொன்னாள் ஜனனி –

சொல்லாம கல்யாணம் பண்ணிண்டே? நீ உருப்படவே மாட்டேடா.

அப்போ எனக்கு வெரஸோவாவிலே லாண்டரிக்கடை வச்சுக் கொடு. உருப்படி எண்ணித் துவைச்சு இஸ்திரி போட்டுக் கொடுத்து பிழைச்சுக்கறேன். தர்றியா?

திலீப் அவள் தலையை பாசத்தோடு வருடியபடி கேட்டான்.

அவனை இறுகக் கட்டிப்பிடித்து, மனநிலை மாறி, அழலானாள் ஜனனி.

அப்பா போயிட்டார்டா. போயாச்சு. அப்பா இல்லே.

அழுகைக்கு நடுவே அவள் மறுபடி மறுபடி சொன்னது இது மட்டும்தான்.

வந்திருப்பது யாரென்று அகல்யாவுக்கு அர்த்தமாகியது. கல்யாணத்துக்குக் கூட வரமுடியாமல் வெளி நாட்டில் படிக்கப் போன நாத்தனாரை இப்படி சோகமான செய்தியோடா முதலில் சந்திக்க வேணும்? விடிந்த நேரம் சரியில்லை இன்று.

அழுகிறவளை அழவிட்டு, ஆறுதல் சொல்கிறவனைச் சொல்ல விட்டு அவள் வீட்டுக்குள் போனாள். இருக்கும் பாலில் இன்னும் இரண்டு டம்ளர் சாயா மட்டும் உண்டாக்கலாம். போகிறது. அவள் இன்றைக்கு டீ இல்லாமல் ஆபீஸ் போவாள்.

ஒருநாள் டீ இல்லாவிட்டால் என்ன? ஜனனி குடிக்கட்டும். உசிருக்கு உசிராக வளர்த்த அப்பாவைப் போக்கடித்திருக்கிறாள் அவள். அகல்யா இன்னும் அப்படி இழக்காவிட்டாலும் அந்த துக்கம் புரியும். ஜனனி மினிஸ்டர் பெரியப்பாவுக்கு ஒத்தைப் பொண்ணு. அகல்யாபோல. திலீப்பை அதிகமாகப் பாதித்த துக்கம் அது.

போன வாரம் பிஸ்கட் சாஸ்திரி ஒரு சாயந்திரம் டெலிபோன் அசுபமாக அடிக்க ஒரு நிமிடம் அடடா அடடா என்று பேசிவிட்டு திலீப்பிடம் துக்கச் செய்தியைப் பகிர்ந்துகொண்டபோதே அவன் தகர்ந்துபோய் உட்கார்ந்துவிட்டான்.

மினிஸ்டர் பெரியப்பாவின் மரணம் கோடைகாலப் பிற்பகலில் ஏற்பட்டது. வருஷங்கள் முன்னால் நேரு காலமான அதே மே 27-ம் தேதி. அதே நேரம், பகல் இரண்டு மணிக்குப் பெரியப்பாவின் ஆவி பிரிந்தது. நேருவுக்கு ரத்தத் தமனியில் அடைப்பு ஏற்பட்டு மரணம். பெரியப்பாவுக்கு மாரடைப்பால் சாவு. நேரு தில்லியில் அவர் வசிப்பிடமான தீன் மூர்த்தி பவனில் காலமானார். பெரியப்பா, நான்கு நாள் அரசு முறை நல்லுறவுப் பயணமாக இரான் நாடு போயிருந்த போது, அங்கே அதிபரான மன்னர் ஷா ரேஸா ஃபலாவியின் விருந்தினராக டெஹ்ரான் சாதாபாத் அரண்மனையில் செத்துப் போனார். நேரு யமுனா நதிக்கரை நகரமான தில்லி சாந்தி வனத்தில் சகல அரசு மரியாதைகளோடும் தகனம் செய்யப்பட்டு அஸ்தி இந்தியாவெங்கும் மண்ணோடும், நீரோடும் கலந்தது. மினிஸ்டர் பெரியப்பாவின் உயிரில்லாத தேகம் சீக்கிரம் நிலை குலைந்து போனதால் – ராத்திரி எட்டு மணி நேரம் ஏர்கண்டிஷனரை

அணைத்து விட்டு, திரும்பப் போடத் தெரியாமல் மிக அதிகம் வியர்த்து, வெப்ப மிகுதியால் உடல் நலம் மோசமானதாக மருத்துவ அறிக்கை தெரிவித்தது - இரான் மாமன்னர் ஆலோசனைப்படி டெஹ்ரானிலேயே தனியிடத்தில் எரியூட்டப்பட்டு, அஸ்திக் கலயம் அவர் மனைவி சியாமளாவிடமும், மகள் ஜனனியிடமும் துக்கத்தோடும் பரிவோடும் அனுதாபத்தோடும் அளிக்கப்பட்டது.

சியாமளா, சோவியத் பயணத்தைப் பாதியில் நிறுத்திவைத்து ஈரான் வந்திருந்தாள். அங்கே அர்ஜுன நிருத்தம் பற்றியும் தென்னிந்திய நாட்டிய, நாட்டுப்புறக் கலைகள் பற்றியும் தொடர் சொற்பொழிவுகள் நிகழ்த்தியிருந்தாள். இந்த வாரம், லுமும்பா பல்கலைக் கழகத்தில் அவளுக்கு இந்தியக் கலாச்சார ஆய்வாளர் என்ற முறையில் சிறப்பு டாக்டர் விருது அளிக்கப்படுகிறது.

பத்திரிகைகளில் செய்திகள் இன்னும் வருகின்றன. விரிவான தகவல் எல்லாம் இங்கிலீஷ் பத்திரிகைகளைப் படித்துத்தான் திலீப் தெரிந்து கொண்டான்.

நான் உனக்கு உப்புக்கு சப்பாணியா அண்ணாவா இருக்கேன் ஜனு. உனக்கு ஒரு கஷ்டம்னா போட்டது போட்டுட்டு ஓடி வர வேணாமோ. முடியலே. சியாமளா பெரியம்மாவுக்கு, நான் இருக்கேன் பெரியம்மான்னு திடமா ஒரு ஆதரவு? அதுவும் கிடையாது. அசடனா, நான் இங்கேயே எண்ணெய் குடிச்ச மூஞ்சூறு மாதிரி சுத்திண்டிருக்கேன். போறது, நீ ஒரு தந்தியாவது அடிச்சிருக்கலாமேடீ?

எந்த அட்ரஸுக்கு அடிக்க என்று திரும்பக் கேட்டாள் ஜனனி.

உண்மைதான். இவன் இருப்பதும், தின்பதும், கழிவதும், போவதும் வருவதும் எல்லாம் மினிஸ்டர் மரணம்போல் பத்திரிகைச் செய்தியா என்ன? நாடன் கலா சம்மேளனம் என்று மலையாளப் பத்திரிகை மூன்றாம் பக்கத்தில் கொசகொசவென்ற புகைப்படத்தோடு ரெண்டு காலம் அடித்து வருவதில் இன்னார் பிரசங்கிச்சு என்ற தகவலில் ஒரு பெயராகக் கூட திலீப் வர மாட்டான்.

நீ கல்யாணம் செஞ்சுண்டதுக்கு உனக்கும், சமத்தா டீ கொடுத்துட்டு ஓரமா நிக்கற இந்த அழகுப் பொண்ணுக்கும், உக்காரேண்டி, கட்டில்லே ஓரமா உக்கார இடம் இருக்கு உனக்கும். ரொம்ப அழகுடா உன் பொண்டாட்டி, நான் ஆம்பளையா இருந்தா இவளைக் கல்யாணம் பண்ணிண்டிருப்பேன். உங்க ரெண்டு பேருக்கும் பிரிட்டன்லே இருந்து திரும்ப வரும்போது நல்ல கிப்ட் வாங்கலாம்னு இருந்தேன். அதெல்லாம் ஒண்ணுமில்லாம போச்சு.

தி கால் ஏர்போர்ட்லே இதான் வாங்கினேன். பழுது பங்கரை இல்லே, கேட்டியா.

ஜனனி தேசலாக, ஆனால் அழகான வேலைப்பாட்டோடு ஒரு தங்கச் செயினை அகல்யாவுக்கும், பஞ்ச வர்ணமும் கூடுதலாக இன்னும் ரெண்டும் பூசித் தள்ளிய பதிக் சட்டைகளும், ஜீன்சுகளும் திலீப்புக்கும் தன் பெட்டியில் இருந்து எடுத்துக் கொடுத்தாள். முறம்போல பெரிசாக சாக்லெட் கட்டிகளும் தரத் தவறவில்லை.

ஜீன்ஸை நீயும் போட்டுக்கலாம் அகல்யா. இது எப்படி இருக்கு?

அகல்யா அதே சிரிப்போடு பதில் சொன்னாள் –

ரொம்ப நல்லா இருக்கு ஜனனி. பார்த்துப் பார்த்து நருவிசா வாங்கி, பத்திரமா கொண்டுவந்த கரிசனத்துக்கு, நீ ஆம்பளையா இருந்து, இவரையும் நான் பார்க்காம இருந்தா, கண்ணை மூடிண்டு உனக்குப் பொண்டாட்டி ஆகியிருப்பேன். இதுல்லாம் இல்லாம வந்தாலும், நீ ரொம்ப ஸ்வீட் பொண்ணே.

அவர்கள் இரண்டு பேரும் வருடக் கணக்காகப் பழகியதுபோல் நிறைவாகச் சிரித்தபடி இருக்க, திலீப் அதிசயமாகத் தன் அடுத்து வரும் நாட்களைப்பற்றி யோசித்தபடி இருந்தான்.

மாதம் பிறந்ததில் இருந்து நாட்டுப்புறக் கலை ஆராய்ச்சி மையம் பூட்டித்தான் கிடக்கிறது. கட்டடம் விற்பனையில் உள்ளது. போன மாதம் அங்கே சும்மா உட்கார்ந்து, விழா பற்றி வந்திருந்த பத்திரிகைச் செய்தியையும், ஆட்டக்காரர்களுக்கும், பேச வந்தவர் களுக்கும் பட்டுவாடா செய்த தொகைபற்றிய விவரங்களையும் தட்டச்சு செய்து பைல்களில் செருகி வைத்துக்கொண்டிருந்தான். பத்தாம் தேதி பிஸ்கட் சாஸ்திரி, இது உப்புப் பணம் என்று சம்பளத்தை முழுக்க ஐந்து ரூபாய் நோட்டுகளாகக் கொடுத்தார். உப்புப் பணம்னா என்னன்னு கேட்க மாட்டியா என்று அவர் கட்டாயப்படுத்தினார். திலீப் தாடையைச் சொறிந்தபடி பக்கா மலையாளியாக வேட்டி, சட்டை, தாடி கோலத்தில் நிற்க, சால்ட் மணி புராணம் அரங்கேற்றப்பட்டது.

ஆத்துலே நல்ல காரியம், அல்லாத காரியம், சர்ப்பம் கொத்தி விஷம் ஏறினதுக்கு உடனடி சிகிச்சை, மந்திரவாதம் பண்ணி, மூத்ரம் ஒழிச்சுண்டிருக்கறபோதே அதுக்கான சாதனம் இத்துப் போய் விழறது, யட்சி வசியத்திலே ஆழமா சிக்கின சிரம், கரம் வெளிப்படுத்தி, வாய் எச்சல்லே கலந்த ரோமம் துப்பிண்டே மீண்டு வர்றது இதுக்கெல்லாம் புரோகிதருக்கு, மலையாள மந்திரவாதிக்கு

தட்சணை தர, இப்படியான அத்தியாவஸ்ய செலவுக்காக வீட்டுலே பத்திரமா உப்பு ஜாடிக்குள்ளே போட்டு வச்சிருக்கற பணம் இருக்கு பாரு, அதான் சால்ட் மணி. இந்த மாசம் நிர்வாகி அம்மா சம்பளப் பட்டுவாடாவுக்குப் பணம் அனுப்பாததாலே என் கைக்காசு போட்டு உனக்குக் காசு தரேன். இது நான் உழைச்சு சம்பாதிச்ச பணம். ஜாக்கிரதையா வச்சுக்கோ. வாட்ச்மேன் கிழவனை இந்த மாசத்தோட நின்னுக்கச் சொல்லி நூறு ரூபா கொடுத்தேன். உன்கிட்டே கேட்டா, இல்லேன்னு சொல்லு. இதை தாரை வாத்துட்டு வழிச்சுண்டு நிக்காதே. ஆத்துக்காரி வேறே குடித்தனம் நடத்த வந்து இறங்கியிருக்கா. புத்தியா பொழச்சுக்கோ. உனக்கு இந்த வேலை நிலைக்கலாம். ஆனா, அது இங்கே இருக்காது. பார்த்து நடந்துக்கோ.

அவர் சொன்னது அனைத்துக்குமாக ஒரு நன்றி மட்டும் சொல்லிப் படி இறங்கினான் அப்போது. பிஸ்கட்டுக்கு குறி அறுந்து விழாமல் இருக்கட்டும் என்று அவன் பிரார்த்திப்பான். யட்சிக்கு வாய் நிறைய உபச்சாரம் செய்து திருப்திப்படுத்தும் விஷயத்தை அவன் எடுத்துக் கொள்ளத் தயார். யட்சி எங்கே தட்டுப்படுவாள் என்று பிஸ்கட் மாமா சொல்லியிருந்தால் நன்றாக இருக்கும்.

அகல்யாவிடம் சொன்னபோது, ஊர்ப் பெண்கள் எல்லாம் உமக்கு யட்சிதானே, தெப்பக் குளத்துலே குளிக்கப் போறபோது, வேண்டாம், சுத்தம் பத்தாது, வர்றபோது, பரிசுத்தமா, வாசனையா இருப்பா, கூப்பிட்டு வச்சு சகல உபசாரமும் நடத்திக்கும் என்றாள். பழிகாரி. வார்த்தைக்கு வார்த்தை சொல்லாடுகிறாள். திலீப் ரசிக்கிறான். கல்யாணமான பெண் என்ற சுதந்திரம் எல்லாம் பேச வைக்கும். அரை மரியாதையோடு மிரட்ட வைக்கும். அதுவும் சிருங்காரத்தில் சேரும் தான்.

அறிவுரையோ உப்புக் காசோ தராமல் பிஸ்கட் சாஸ்திரி கல்கத்தாவுக்கு போன மாசக் கடைசியில் புறப்பட்டுப் போனவர் போனவர்தான். திரும்புவாரா தெரியவில்லை. ஜனனியிடம் சம்பளம் வராததைத் தலை போகிற பிரச்னையாக எடுத்துச்சொல்ல திலீப்புக்குத் தயக்கமாக இருந்தது. அதுவும் அப்பா இறந்துபோய் துக்கத்தில் அவள் இருக்கிற இந்த நேரத்தில். நல்லவேளை, அகல்யா, கொச்சியில் மீன்வளத் துறையில் வேலைக்குச் சேர்ந்து விட்டதால் குடும்பம் நடக்கத் தடையேதுமில்லைதான். ஆனால் பெண்டாட்டி வருமானத்தில் சுகம் கண்டுகொண்டு அவன் எத்தனைநாள் இருக்கமுடியும்?

அம்மாவும் உன்னோட பம்பாய்க்கு வந்திருக்கா தானே?

அகல்யா, ஜனனியைக் கேட்க அகல்யாவைப் புது மரியாதையோடு பார்த்தான் திலீப். இப்படிக் கேட்கத் தெரியாமல் போனதே அவனுக்கு.

அம்மா வரல்லே. இந்த வாரக் கடைசியிலே மாஸ்கோவிலே டாக்டர் பட்டம் வாங்கிண்டு வரட்டான்னு கேட்டா, நான் ஈரான்லே இருந்து பம்பாய்க்கு கிளம்பினபோது. சரின்னு சொல்லிட்டேன். வேறே என்ன சொல்லமுடியும்?

ஜனனி சந்தோஷமே துளியுமின்றிச் சிரித்தாள்.

வைத்தாஸ் இக்வனோ ரெட்டின்னு ஒரு ஆப்பிரிக்க தேசத்து தூதுவர் அம்மாவுக்கு லண்டன்லே ரொம்ப நெருங்கிய சிநேகமாகி இருக்கார். பெரிய எழுத்தாளராம். புக்கர் பரிசு வாங்கப் போறார்னு கேள்வி. அம்மாவுக்கு அந்தச் சூழலும் சிநேகிதமும் வேண்டி இருக்கு. சதா வைத்தாஸ் ஜபம்தான் அவளுக்கு.

மறுபடியும் சிரித்தாள் ஜனனி. மினிஸ்டர் பெரியப்பாவும், அவர் நேரு நினைவுகளை அகழ்ந்தெடுக்க சகல ஒத்தாசையும் செய்த கொங்கணி நடுவயதுப் பெண்மணியும் திலீப் நினைவில் பட்டுக் கடந்து போனார்கள்.

வைதீக காரியம் எல்லாம் அங்கே லண்டன்லேயே பாத்துக்கற மாதிரியா?

திரும்பவும் கேட்டாள் அகல்யா.

அதுவா, அது அம்மா வந்த பின்னாலேதான். பிஸ்கட் அங்கிள் ஒண்ணுக்கு பத்தாக சாஸ்திரிகளை, கனபாடிகளை, ச்ரௌதிகளை, தீட்சிதர்களை எல்லாம் கேட்டு எக்ஸ்பெர்ட் ஒபீனியன் வாங்கி வச்சிருக்காராம். இந்த மாசக் கடைசிக்குள்ளே செய்யலாமாம். பிராயச்சித்தம் அடிஷனலாம். நான் எதுவும் செய்யறதுக்கு இல்லே. முழுக்க முழுக்க ஆம்பிளை ராஜ்ஜியம். அநேகமா திலீப்தான் கர்மா எல்லாம் செஞ்சு தர வேண்டி வரும். செய்வே இல்லேடா?

ஜனனி தலையைச் சாய்த்து திலீப்பைப் பார்த்தபடி கேட்டாள். இதமாக அகல்யாவின் தோளில் தலை சாய்த்துக்கொண்டாள் அவள்.

திலீப் கண்ணில் நீர் நிறைந்தது. பெரியப்பா பேரில் அவனுக்கு என்ன பகை? இன்னும் கொஞ்சம் அவரோடு பிரியத்தைக் காட்டியிருக் கலாம். பெரியம்மாவுடன் இன்னும் அனுசரணையாகப் பழகி இருக்கலாம். கொடுத்த காசுக்கு வேலை பார்த்து ஒப்பேத்துகிற

ஊழியனாக மட்டும் இல்லாமல் பொறுப்பை இழுத்துப் போட்டுக் கொண்டு இன்னும் கொஞ்சம் மெனக்கெட்டு இருக்கலாம். பிஸ்கட் சாஸ்திரியை தவிர்த்து வேலை பார்க்கிறதில் முனைப்பாக இருந்ததில் சியாமளா பெரியம்மா வெறும் நிர்வாகி ஆகிப் போனாள்.

ஜனனி, நீ குளிச்சுட்டு என் புடவையைக் கட்டிக்கோ. புதுசு. உனக்குத்தான் எடுத்து வச்சிருக்கேன். ராசிபுரம் பட்டு. கோர்வை பார்டர்லே சின்னச் சின்னதா ஜரிகை புட்டா. உனக்கு எடுப்பா இருக்கும். அம்பலத்துள்ளே போகமுடியாட்டாலும், ஸ்ரீபலி நேரத்துலே வாசல்லேயாவது நின்னு தொழுதுட்டு வரலாம். மாரார் எழுஞ்சு எடக்க வாசிச்சபடி பாடப்பாட கிருஷ்ணனே இறங்கி வந்து, பாயசம் குடிக்கக் கொடுன்னு கேட்டுண்டு தெப்பக்குளக் கரையிலே நிப்பான், பார்த்துக்கோ.

கண் மூடி லயித்துச் சொன்னாள் அகல்யா. அவள் கட்டிவைத்த மாலையும், மாசு நீக்கிவைத்த துளசியும் இதோ இன்னும் அரை மணி நேரத்தில் எம்ப்ராந்தரியிடம் ஒப்படைத்துவிடுவாள், சகல பெருமையும் சந்தோஷமுமாக.

விடியல் காலையில் ஒருநாள் தவறாமல் நாலு மணிக்கு எழுந்திருக்கிற மலையாளப் பெண்ணாகிவிட்டாள் அவள். தெப்பக் குளத்துக்கு மட்டும் தன் துணை இல்லாமல் போக வேண்டாம் என்று சொல்லி விட்டான் திலீப். கெட்ட பயலுகள் எல்லோரும். அது என்னமோ இந்தப் பிரதேசத்துப் பெண்களுக்கு ஸ்தனபாரமாகவும் மற்றபடிக்கும் கூடுதலாகச் சதை வைத்து அனுப்பி விடுகிறான் பிரம்மன். அம்பலக் குளத்துக் கரையில் அதெல்லாம் தடையில்லாமல் பார்க்கக் கிடைக்கிறது இப்படியான காலை நேரங்களில்தான். எத்தனை முகங்கள். எத்தனை ஸ்தனங்கள். முகத்தைப் பார்த்து அடையாளம் காண்பதைவிட மற்றதை வைத்துக்காண்பது சுலபமாகப் போயிருக்கிறது. அகல்யாவை அப்படி யாரும் அடையாளம் காணக் கூடாது. அவனைத் தவிர.

வென்னீர் போடட்டுமா உனக்கு ஜனனி?

அகல்யா கேட்க, அவசரமாக மறுத்தாள் ஜனனி. எரணாகுளத்தில் விடுதியில் தங்கியிருக்கிறாள். எங்கே என்று கேட்டான் திலீப். நடாஷா இடம்தான். அதே அறையா தெரியாது.

இவளைத் திரும்பக்கொண்டுவிட திலீப் போனால் ஹோட்டல் ரிசப்ஷனில் இருக்கும் அந்தக் கிழவன் எப்படிப் பார்ப்பான்? திலீப்பைப் பார்ப்பது இருக்கட்டும். ஜனனியை.

செருப்பாலே அடிப்பேண்டா கிழவா.

அவன் தன்னிச்சையாகக் காலை சுவரில் ஓங்கி மோத, என்னாச்சுடா என்றாள் ஜனனி. ஆச்சரியமாகப் பார்த்தாள் அகல்யா.

என்ன ஆச்சு, டாய்லெட் வரலையா?

உள்ளங்கால்லே கொசு கடிச்சுது.

அகல்யாவும் ஜனனியும் ஏக காலத்தில் சிரித்தார்கள்.

பாட்டிதான் ரொம்ப தளர்ந்து, சுருங்கிப் போய்ட்டாடா. ஜனனி சொன்னாள்.

பார்த்தியா? எப்போ? திலீப் ஆர்வமாகக் கேட்டான்.

மெட்ராஸ் போய்த்தான் வந்தேன். பாட்டியைப் பார்க்க சகிக்கலேடா. ரெண்டு பிள்ளையையும் பறி கொடுத்துட்டு நிக்கறா. என் சித்தப்பா, அதான் உங்கப்பான்னாலும் ஏதோ தொலைஞ்சுதான் போனார், எப்பவாவது திரும்பி வருவார்னு நம்பிக்கை கொஞ்சமாவது இருக்கு. இது, எங்கப்பா, ஸ்ட்ரெயிட்டா அட்டண்டெண்ஸ் ரிஜிஸ்டர்லே பெயர் அடிச்சாச்சு. ஆட்டத்துலே இருந்து அவுட்.

அவள் ஒரு வினாடி பேசாமல் இருந்தாள். வேட்டியை மடித்துக் கட்டியபடி திலீப்பும், வேம்பாவில் வெந்நீர் போடத் தீ மூட்ட காக்கடாவோடு புறப்பட்ட அகல்யாவும்கூட மௌனமாக இருந்தார்கள்.

அகல்யா மெல்ல சகஜ நிலைக்கு மீண்டு, கைப்பையில் இருந்து ஒரு வெள்ளைக் கவரை எடுத்துக்கொடுத்தாள் திலீப்பிடம்.

உனக்கு ரெண்டு மாசமா சம்பளமே தரல்லேன்னு அம்மா சொன்னா. இதிலே மொத்தம் ஆறு மாசத்துக்கு, போன மாசத்தையும் சேர்த்து பணம் இருக்கு. அம்மா சீக்கிரம் வந்து சீக்கிரமே ஆபீஸ் திரும்ப ஆரம்பிச்சுடும். இங்கே இல்லேன்னாலும் வேறே எங்கேயாவது. அது வரைக்கும் உன் செலவுக்கு இது. உன் பணம்தான். அட்வான்ஸ்னு வேணா வச்சுக்கோயேன்.

ஜனனி குரலில் வலிய உற்சாகத்தையும் நம்பிக்கையையும் ஏற்றிச் சொன்னாள்.

ஆபீஸ் கட்டிடத்தை ஒரு கொச்சு தெரிசா மதாம்மை வாங்க இருப்பதாக இவளிடம் சொல்லலாமா? திலீப் யோசித்தான்.

கொச்சு தெரிசா அவனைவிட அகல்யாவுக்கு அதிகம் பழக்கமாகி இருக்கிறாள். காலையில் அகல்யா துளசியோடு கோவிலுக்குப் போகும்போது அவளும் குளித்துத் தொழுது நிற்கிறாள். கிட்டத்தட்ட இந்து மதத்தில் இருக்கப்பட்ட பெண் ஆகிவிட்டாள். இந்திய குடியுரிமையும் வந்து இங்கிலாந்து அடையாளம் எல்லாம் களைந்து விட்டாள் அவள். அம்பலப்புழை சமையல்கார அந்தணர்கள் கூட்டுக் குடும்பமாக இருந்த, திலீப்பின் ஆப்பீஸ் நடந்த வீட்டை எம்பிராந்திரி மூலம் விலைக்கு வாங்கி அங்கே நல்ல சைவ சாப்பாடும் பழைய தோதில் பலகாரங்களும் சுத்தமாக உண்டாக்கி விற்க ஓட்டல் திறக்கிற மும்முரத்தில் இருக்கிறாள். திலீப் அவளுக்கு சகல உதவியும் செய்து வருகிறான். ஓட்டல் திறந்தால் கல்லாவில் அவன்தான் உட்கார்வான். மோதக்போல் ஸ்டெயின்லெஸ் வாளியொடு சாம்பார் களவாடிப் போகக் கூட்டமாக வந்தால் அவனால் மராத்தியும் இந்தியும் பேசி விரட்டி விட முடியும். ஜனனிக்கு மோதக் பற்றித் தெரிந்து என்ன ஆகப் போகிறது

திலீப், ஒரு சின்ன யோசனை.

என்ன ஜனும்மா?

நான் அம்மா கிட்டே சொல்றேன். போர்ட் பவுண்டேஷன் நிதியோடு அவள் ஆபீஸை தொடர்றது இங்கே இல்லாம, மெட்ராஸ் நுங்கம்பாக்கத்திலே நம்ம பரம்பரை வீட்டுலே இருந்து நடந்தா என்ன? அங்கேயே கற்பகம் பாட்டிக்கு துணையா நீயும் அகல்யாவும் தங்கிக்கலாம். அகலுக்கு இன்னொரு டிரான்ஸ்பர் வேண்டி இருக்கும். நான் அப்பாவோட சிநேகிதர்கள் மூலமா அதுக்கும் ஏற்பாடு பண்றேன். மெட்றாஸ் உனக்கும் அகல்யாவுக்கும் பெர்ஃபெக்ட் ஃபிட்டா இருக்கும்

அகல்யா ஆபீசுக்கு உடுத்திப் போவதற்குவேண்டிய சேலையும் ரவிக்கையும் தோளில் போட்டபடி உள்ளே இருந்து வந்தாள்.

அகிலா, இப்போத்தான் தடால்னு ஒரு முடிவு நான் எடுத்தேன். எல்லாருமே அப்படி எடுத்திருக்கறது புரியறது. என் டர்ன் முடிஞ்சு போச்சு. இனி ஆற்றோடபோய் கரை ஒதுக்கறபோது ஒதுங்கிக்க இஷ்டம். மெட்ராஸ் இப்பவே போகணுமான்னு தெரியலே. இவருக்கும் வேறே மாதிரி, ஓட்டல் நிர்வாகம், புஸ்தகம் பப்ளிகேஷன்னு புதுசா சந்தர்ப்பம் கூடி வந்துண்டிருக்கு. கற்பகம் பாட்டிக்கு ஆள் போட்டுடலாம். நாங்களும் எங்க பங்குக்கு அந்தக் கட்டணம் அடைச்சிடறோம். ஆறு மாசத்துக்கு ஒருக்காலோ மூணு மாசத்துக்கு ஒருக்காலோ அவாளைப் போய்ப் பார்த்துக்கறோம்.

நீயும் படிப்பு முடிஞ்சு வந்துடுவே தானே? அங்கே லண்டன்லே செட்டில் ஆகிற உத்தேசம் இல்லேயே?

ஜனனி சிரித்தபடி அவளைப் பார்த்தாள். அதில் திரும்ப உற்சாகம் கலந்திருந்ததை திலீப் கவனிக்கத் தவறவில்லை. அவள் திரும்ப வரமாட்டாள் என்று அவனுக்குத் தோன்றியது.

நீ புத்தகம் பப்ளிகேஷன் வேறே பார்த்துப்பியா? ஜனனி ஆர்வமாகக் கேட்டாள்.

திலீப் சொன்னான் – தெரிசா பார்த்துப்பாங்க. அவளுக்கு நான் ஒத்தாசை செய்வேன்.

அப்பாவோட நேரு நினைவுகளை எழுதினவரைக்கும் புத்தகமா கொண்டு வரணுமே. மிசிஸ் ரூபா ஷெனாய், அதான் கொங்கணி மாமி, அவங்களை உனக்கு அனுப்பச் சொல்லட்டா. சொல்லட்டா என்ன? அனுப்பி வைக்கறேன், நீதான் புஸ்தகமாக கொண்டு வரப் போறே. செலவு எல்லாம் என் கணக்கு.

ஜனனி புறப்படும்போது அகல்யா மறக்காமல் குங்குமம் கொடுத்ததோடு சொன்னாள் –

நான் ஆபீஸ்லே மீனு, நண்டு, திமிங்கிலம்னு சமுத்திர ஜீவிகளோடு இழைஞ்சிட்டு வரேன். சாயந்திரம் இவர் உன் ஹோட்டலுக்கு வந்து உன்னைக் கூட்டிண்டு வரட்டும். மணக்க மணக்க சமைச்சுடறேன். பெரியப்பா பெயரைச் சொல்லி நல்லதா ஒரு செறிய பார்ட்டி. என் கல்யாணத்துக்கும் கொண்டாட்டம்.

இவ வயத்துலே இருக்கற சிசுவுக்கும் சேர்த்து.

திலீப் சேர்த்துக்கொண்டான்.

அகல்யாவை அணைத்துக்கொண்டு ஜனனி குஜராத்தியில் சந்தோஷமாகப் பாடியது தெப்பக்குளக் கரை வரை கேட்டிருக்கும்.

அடி அழகுப் பெண்ணே
தூரம் குளிக்காத பெண்ணே
பொன் வயத்துலே
பிள்ளை சுமந்த பெண்ணே
சாம்பல் தின்னும் பெண்ணே
புளிக்காரிப் பெண்ணே

அத்தியாயம்

## ஐம்பது

**முசாபர், தெரிசாவுக்கு எழுதிய கடிதத்தில் இருந்து:** (sic erat scriptum- **எழுதப்பட்டபடி**)

என் அன்பே, நேற்று மதியம், வீட்டுச் சாவியையும் வீட்டு உரிமைப் பத்திரத்தையும் கொலாசியம் மதுக்கடை பக்கத்துலே கம்ரான் ரெஸ்டாரண்ட் வச்சிருக்கற முஷ்டக் முஹம்மதுவுக்குக் கைமாற்றினேன். ஒரே அழுகை. எனக்குத்தான். மனசுலே ஏதோ அணை உடஞ்ச மாதிரி உடம்பெல்லாம் சிலிர்க்க, அடி வயத்துலே வலியாகக் கிளம்பி வந்தது அது. கண் இருட்டிப் போனது. கை நடுக்கம் வேறே. அந்த அழுகையோடு நான் பக்கத்திலே என், நம்மோட பிஷ் அண்ட் சிப்ஸ் கடைக்குள்ளே போனேன். அங்கே இன்னும் துக்கம் அதிகமாக, என் பழைய வீட்டுக்கு ஓடிவந்தேன். கதவடைச்சுக்கொண்டு இன்னிக்கு காலை, இதுவரைக்கும் அழுதேன். என் பிரியமான தெரிசா, நீ இனி வரப் போறதில்லே. எனக்குத் தெரியும். என் உயிரே, கொச்சு தெரிசா, ஏன் என்னைக் கைவிட்டு நீ இப்படிப் போனது, என் தேவதையே.

அந்த வீட்டின் வாசலுக்கு நீ எப்போ வந்து நிக்கப்போறேன்னு எவ்வளவுநாள் காலையில் காத்திருந்திருக்கேன். நான் தினம் லீட்ஸுக்கு ரயிலேற ஹார்ட்டன் தெருவுக்குப் போகிற பாதையிலே நடக்க முந்தி அங்கே நிற்பேன். சரிவா மேலே ஏறும் அந்தப் பாதையிலே மூச்சு அடைக்க ஏறுகிறபோதெல்லாம் தெரிசா தெரிசான்னுதான் இருதயம் அடிச்சுக்கும். இதெல்லாம் ரொம்ப

சாதாரணமான விடலைப் பருவத்துலே, பெண்கள் மேலே கண்மண் தெரியாமல் ஆசைப்படற பசங்க சொல்றதுதான். ஆனா என்ன, நான் செஞ்சது. எனக்கு உசத்தி.

லீட்ஸ் தச்சுப் பட்டறையிலே ரம்பத்தை ஃப்ளக்கிலே செருகி மரம் அறுக்கற நேரத்திலே கவனம் கொஞ்சம் தறிகெட்டுப் போச்சுன்னா கையே போயிடும்பார் பட்டறை முதலாளி திமோத்தி கோபர்ன். என் நினைப்பெல்லாம் நீ தான். கை போனா தெரிசாவுக்காக போனதா இருக்கட்டுமேன்னு நினைப்பு. ரெண்டு தடவை உன்னைக் காற்றிலே உதட்டில் முத்தமிட்டு கைவிரலை அறுத்துக் கொண்டேன். அதுவும் ஓர் இன்பம்தான்.

என் அப்பா மளிகைக் கடையிலே வியாபாரம் கவனிக்கக் கூட்டிவந்த பங்களாதேஷ் பொம்பளையைக் கல்யாணம் பண்ணிக்கிட்டு, வயசுக்கு வந்த பையன் வீட்டுலே இருக்கற நினைப்பே இல்லாம சிங்காரம் கொண்டாடி சிரிப்பும் கும்மாளமுமா கூத்தடிச்சபோது எனக்கு அந்த இடமே அந்நியமாகிப் போனது. உன் வீட்டுக்கு ஓடிவந்து, உன்னைத் தூக்கிட்டுப்போய் மலைச் சரிவிலே போட்டு, சொல்ல விடு, தயவு செய்து, அங்கே உன்னோடு மணிக் கணக்கா செக்ஸ் வச்சுக்கணும்னு ஆசைப்பட்டேன். சாரி, தப்பான வார்த்தைகள்.

அது நாளைக்கே நடக்கப் போறதுங்கற எதிர்பார்ப்பிலே, ஆண்மை அதிகரிக்கற மருந்து, லேகியம், மாத்திரைன்னு பெஷாவர்லேயும், லாஹூர்லேயும் ஆர்டர் செஞ்சு ரெண்டு மாசம் பொறுத்திருந்து வாங்கி ஸ்டாக் பண்ணினேன். ஜிம்னாசியம் போனதும், சிகரெட்டை நிறுத்தி அதை எல்லோருக்கும் சொன்னதும், வேகமாக மோட்டார் சைக்கிள் ஓட்டிப்போனதும், விடலைத்தனத்தோட அதெல்லாம் உனக்காகச் செய்யறதுன்னு எல்லோருக்கும் புரியவைக்கத்தான். சர்ச்யார்ட்லே கல்லறை வெட்டற குறைந்த பட்ச அறிவு உள்ள ஹென்றி எபனேசர்கூட நான் உன் மேல் வெறும் பிரியம் வைக்கலே, பித்தாகப் போனேன்னு தெரிஞ்சுக்கிட்டான். அவனுக்கு எதுக்குத் தெரியணும்னு கேட்டால் எனக்கு இன்னிக்கும் தெரியாது. வெளியே தெரிந்த காதல் ஒரு போதை, தெரிசா. இந்த வயதிலும் பக்குவப்படாமல், விடலையாக இதெல்லாம் எழுதறியான்னு கேட்கறே, புரியுது. என்ன செய்ய? என் தெரிசாமேல் வைத்த அன்பு இன்னும் இறங்காத போதையாச்சே.

இந்த வீட்டு வாசல்லே நின்னு பைசெப்ஸ் எவ்வளவுன்னு புஜம் மடிச்சு காட்டிப் போவேன். நீ உள்ளே இருந்து பார்த்திருப்பே, ஓடி வர, தூக்கிட்டுப்போக தயாரா கல்யாண உடுப்போட இருப்பேன்னு

நினைப்பு. கொஞ்சம் தாட்டியான அழகியாச்சே, எப்படித் தூக்கறது, அதுவும் தூக்கிட்டு மலைக்கு ஓடணும். வெயிட் லிப்டிங் அப்போ தான் போனேன். உன்னை மட்டுமில்லே உங்கப்பா ஆந்த்ரேஸையும் இங்கே வந்து உயிர் போச்சே உங்க பாட்டியம்மா தீபாளியம்மா, அதுதானே பேரு, அவங்களையும் சேர்த்துத் தூக்க தயாரா இருந்தேன்னா பார்த்துக்க தெரிசா.

நீ மெட்காஃபை கல்யாணம் செய்தபோது சர்ச் வாசல்லே நின்னு கையிலே மலர் வளையத்தோடு வெறிச்சுப் பார்த்துட்டிருந்தேன். எதுக்கு நிக்கறேன்னு அமேயார் பாதிரியார் கேட்டபோது சொன்னேன் – என் சிநேகிதனோட கல்லறைக்குப் போகறேன். அவன் இறந்த தினம். துக்கம் தாங்க முடியலே. அப்படிச் சொன்னதும், அவர் சொன்னார் –உனக்கு எதெது பிடிச்சிருக்கோ அதை எல்லாம் விட்டு விலகு. அதாலே வர்ற துன்பமும் இல்லாம இருக்கும். இப்போ நீ திருமண வைபவத்துலே அடுத்தவர்கள் மனதைப் புண்படுத்தற மாதிரி மலர் வளையத்தோடு நிற்காமல் அகன்று போ, தெரிசாவை விட்டு விலகுன்னார். விலக முடியுமா என்ன? ஆனால், அதுக்கு அப்புறம் யாரையும் மனதாலும் துன்பப்படுத்த நினைச்சதே இல்லை. நமக்குப் பிரியமான அமேயர் பாதிரியார் சொல்லுக்கு மரியாதை தரணும்தானே? அதுவும் உன்மேல் பிரியம் காட்டறதாச்சே.

அவர் சொன்ன வார்த்தை எங்கே படிச்சதுன்னு கேட்க அடுத்து சர்ச்சுக்குள்ளே போனேன். நான் இதுவரைக்கும் மொத்தமே நாலைஞ்சு தடவைதான் அங்கே போயிருக்கேன். கால்டர்டேல் மசூதிக்கும் அவ்வளவு முறைதான் போயிருக்கேன். ஆனா, ஏதாவது சாக்கு வச்சு உன்னைச் சந்திக்க உங்க வீட்டுக்கு ஆயிரம் முறையாவது வந்து வாசல்லே நின்னிருப்பேன். உன் முகத்தை ஒரு தடவை பார்த்தா போதும்னு நிக்கறது, பார்க்க முடியாத வெறியிலே திரும்ப ஓடி, அடுத்த ஒரு மணி நேரத்திலே கால் திரும்ப அங்கே கொண்டுபோய்ச் செலுத்தும்.

தண்ணீரிலே ஓடுகிற அபூர்வமான காரை அரபுக் கதைபோல மெட்காஃப் எங்கே இருந்தோ வாங்கிவந்து இந்த வீட்டு வாசலில்தான் நிறுத்தினான். ஊரே திரண்டு வந்து அந்தக் காரைப் பார்த்தபோது நீ இன்னும் என்கிட்டே இருந்து விலகினதா எனக்கு மனசிலே தோணியது. அல்பமான தண்ணீர் அடிச்சு ஊத்தி தெரு திரும்பறதுக்குள்ளே நின்னு மறுபடி தண்ணீர் நிறைத்து நகர்த்த வேண்டிய அல்பமான காருக்காக நீ அந்தக் குடிகாரனோட இருக்கணுமான்னு தீவிரமா யோசிச்சேன். நீ சைக்கிள்லேயோ உன் காரிலேயோ கடைக்கு மீன் வாங்கப் போகிற நேரத்திலே இந்த

வீட்டுச் சுவர்லேதான் சாஞ்சுக்கிட்டு உனக்காக நின்னேன். பார்த்துட்டு நீ திட்டுவே, தோள்லே கடிப்பே, சத்தம் போடுவே. ஆனா, கடைசியா அவனை விட்டுட்டு ஓடி வந்துடுவேன்னு ஒரு அசட்டு நப்பாசை. விடலையாக இல்லாது போனாலும் அது எப்படியோ வந்து பலமா பிடிச்சுடுத்து.

மெட்ஃகாப் அதீதக் குடியால் கல்லீரல் அழுகிச் செத்துப் போனான்னு சேதி கிடச்சபோது நான் லீட்ஸுக்கு ரயில்லே போயிட்டிருந்தேன். ரயில்லே வந்த ஆஸ்பத்திரி செவிலி ஒரு மிசிஸ் ராத்போர்டுதான் சேதி சொன்னது. ரயில் வேகம் குறைஞ்ச இடமாப் பார்த்துக் குதிச்சு ரயில் பாதையிலேயே நடந்து கால்டர்டேல் வந்தேன். அதுக்குள்ள இந்த வீட்டுக் கதவு அடச்சு நீ உறங்கப் போயிட்டே. ராத்திரி பதினொண்ணு ஆகி பதினேழு நிமிஷமாகி இருந்தது அப்போது.

ராத்திரியே ப்ராட்போர்ட் போய் காஜியார்கிட்டே அனுமதி வாங்கிட்டு வந்து விடிகாலையிலே உங்க வீட்டுப் பின்னாலே இருந்து சுவர் ஏறிக் குதிச்சு உன்னை உடனே பார்த்து கல்யாணம் செஞ்சுக்க மோதிரம் மாத்திக்கலாம்னு நினைச்சேன். முன்னறையிலே மெட்காஃப் பிணம் கிடக்க நான் பின்னறையிலே உன்னை கல்யாணம் செஞ்சுக்கறது எப்படி நடக்கும்னு தெரியாது. எப்படியாவது உன்னைப் பார்த்து, உன் சம்மதம் வாங்கணும்னு பிடிவாதமா ராத்திரி பூரா அடைச்ச மீன் - வறுவல் கடை வாசலே உக்காந்திருந்தேன். வாங்கிட்டேனே.

விடிஞ்சதும் முதல் ஆளாக சவப்பெட்டி தூக்கிட்டுப்போய் வாசல்லே அமரர் ஊர்தியிலே ஏற்றிவிட நான்தான் வந்தது. குரோட்டன்ஸ், போகன் வில்லா, சூரியகாந்தி இப்படி வாசலோடு கூடி பச்சைப் பசேல்னு வளர்ந்து பூத்துக்கிடந்த எந்தச் செடியோ, கொடியோ ஒடிந்து போகாம, நசுங்காம, மெட்காஃப் பத்திரமா வெளியேவந்தான். அவனை குழியில் புதைக்கற நேரத்துலே உன் பின்னாலே ஒரு பாட்டில் தண்ணீரும், ப்ளாஸ்க்லே ஆப்பிரிக்க புதர் தேநீருமாக நின்னுட்டிருந்தேன். நீ ஒரு தடவை பின்னாலே திரும்பினா கொடுக்கலாம்னு. நீ பார்க்கவே இல்லே.

நீ அன்னிக்குப் பார்க்காவிட்டாலும் உன் பின்னாலேயே வந்தேன். இன்னிக்கு நீ பார்க்கலேன்னா அதை மதிச்சு விலகிப் போகிறதுதான் நாகரீகம்னு எனக்குப் புரியுது. ஆனால், மனசுலே முழுக்க தெரிசா தெரிசா தெரிசான்னு நீதான் இன்னும் நிறைந்து இருக்கே.

நீ கருவுற்று இருக்கறதைப்பற்றி மகிழ்ச்சி. அதைச் சொல்ல ஏன் பெரிய தப்பு செஞ்ச மாதிரி பதறணும்? மனக் குமைச்சல் எதுக்கு?

என்னதுக்காக குற்ற உணர்ச்சி? நான் மலட்டுத்தனத்தை உன்கிட்டே சொல்லாமல் மறைத்து உன்னை கல்யாணம் செஞ்சுக்கிட்டதுபோல பெரிய குற்றமா என்ன இது? உன் மனசுக்குப் பிடித்த ஒருத்தனோடு இணை சேர்ந்து கர்ப்பமானது சகஜமானது. நான் சொல்லணும்னு இல்லே. அந்த உறவை நீ கல்யாணம் மூலம் நிலை நிறுத்தினா நல்லா இருக்கும். உனக்கு எல்லாம் தெரியும். என்னைத் தெரியுமா?

உன் குழந்தையை என் குழந்தையாக சொல்லிக்கொள்ள வேண்டியிருக்கலாம்னு எழுதியிருந்தே. அதுக்கு என் அனுமதி எதுக்கு? உன்னோடு சேர்த்து ஏதோவிதத்தில் பேசப்படறதுக்கு எனக்கு எப்போதும் சந்தோஷம்தான். தவறான தகவல்தான், ஆனால் இன்னும் ரெண்டு தலைமுறை கழிந்து அந்தக் குழந்தை நமக்குப் பிறந்ததாகவே பொது நினைவிலும், குடும்ப வரலாற்றிலும் பதியப்படும். எவ்வளவு மகிழ்ச்சியான செய்தி. நான் மலடன்னாலும் வம்சம் வளரும். சரின்னா சரிதான். நீ என்ன நினைக்கறியோ அது ஆகிறாய். அதுதான் எனக்கும். என் பிள்ளை இல்லேன்னு அப்புறம் நீ சொன்னாலும் நான் எதுவும் சொல்லப் போகிறதில்லை. எதுக்கு சொல்லணும்? இனி நீதான் நான்.

என்ன சொல்ல வந்தேன்? ஆமா, நம்ம கடை. நீ அமோகமா வியாபாரம் நடத்தின பிஷ் அண்ட் சிப்ஸ் கடை. அதைத் திரும்பத் திறந்திருக்கேன்னு எழுதியது நினைவிருக்கும். கடையில் வியாபாரம் திரும்பவும் சூடு பிடிச்சு வர்றது. வர்ற எல்லோரும் உன்னைப்பற்றியே விசாரிக்கறாங்க. பதில் சொன்னா மனசுலே வலி வருது. அதான் அங்கே போகிறதைக் குறைச்சுட்டு ஆள் போட்டு கடை நடத்தறேன். என்ன இருந்தாலும் நீ தயார் செய்து கொடுத்த மீனும் இல்லே, வறுவலும் இல்லே இப்போ. ஆனாலும் கடை நடக்கும். உனக்கு நான் செலுத்தற அன்புக் கட்டணம் அது. அடுத்த கடிதத்தோடு கடையோட ஃபோட்டோ வரும்.

இன்னிக்கு இந்தக் கடிதத்தை எழுதறதுக்கு இன்னொரு காரணமும் உண்டு. நான் வீட்டுப் பத்திரத்தையும் சாவியையும் கை மாற்றின போது நடந்த ஒரு மறக்க முடியாத சம்பவம் அது. உனக்கும் வியப்பாக இருக்கலாம். இப்போ நீ இருக்கும் நிலையில் மனசுக்கு இதமாக, சந்தோஷமாக உணர வைக்கலாம். நிகழ்வையும் கற்பனையையும் நம் மனசுக்கு ஏற்றபடிதானே பார்க்கணும்?

வீட்டுக் கதவை இன்னிக்குத் திறந்த உடனே உள்ளே ஏதோ சிறகடி சத்தம். நான் ஜாக்கிரதையாக வெளியிலேயே நின்னேன். படுக்கை அறையில் இருந்து அந்தச் சத்தம் வந்தது. பெரிய நாலைந்து பறவைகள் பூட்டியிருக்கற வீட்டுக்குள்ளே எப்படியோ வந்து

சௌகரியமாகக் கூடு கட்டி முட்டையிட்டுக் குஞ்சும் பொறிச்ச மாதிரி தோணிச்சு. கதவை அவசரமாகப் பார்த்தேன். அடைச்சுத்தான் இருந்தது. பின்னே கூரையிலே ஓட்டை விழுந்து அது வழியாக இறங்கி இருக்குமோ? இல்லை. நம்ம வீட்டுக் கூரை, கான்க்ரீட் போட்டு நிறுத்தி, ஒரே ஒரு அறை மட்டும் முதல் மாடியில் இருக்கற பெண்ட் ஹவுஸாக கட்டுமானம் உள்ளதாச்சே. இங்கே நம்மைத் தவிர எலி, பெருச்சாளி கூட வர முடியாதே. கரப்பான் பூச்சி வரும்தான்.

நான் ஓரமாகப்போய் நின்னு பெட்ரூம் கதவைத் திறக்கறேன். சட்டுனு பெரிய நீலத் தோகையும் பொன் நிறத்திலே அங்கங்கே காசு காசாக வாரித் தெறிச்ச சிறு தோகையுமாக ஒரு பெரிய மயில் உள்ளே இருந்து ஒரு ஆரவாரமும் இல்லாம, கம்பீரமாக வெளியே நடந்து வந்தது. நான் இருக்கறதையோ கதவு பாதி திறந்து இருக்கறதையோ லட்சியம் செய்யலே அது. நான் ஏதோ பெரிய மனுஷருக்கு, உனக்கு கதவைத் திறந்து வைத்துக் கடந்து போகக் காத்திருந்த மாதிரி காத்திருந்தேன். அந்தப் பறவை பதட்டமே இல்லாமல் என்னைக் கடந்து வாசலுக்குப் போனது. பின்னாலேயே தோகையே இல்லாத இன்னொரு மயில். ஜோடியா இருக்கலாம். நான் அவசரமாக வாசலுக்கு ஓடினேன். மயிலும் இல்லை, வாசல்லே வேறே எந்தப் பறவையோ, விலங்கோ, மனுஷனோ யாரும், எதுவும் இல்லை.

ஆனாலும் நான் நம்பறேன். என்னோட மயில் என்றைக்காவது வரும். என்னைத் தேடி கடல் கடந்து பறந்து வரும். நீ வரும்போது உனக்காக என் வீட்டுக் கதவு திறந்திருக்கும். நான் இங்கே இந்த துனியாவிலே இல்லேன்னா, என் கல்லறையிலே ஒரு மாடம் நீ ஓய்வெடுக்கக் குழித்து வச்சிருக்கும். வா.

அமேயர் பாதிரியாரிடம் இருந்து கடிதம் வந்து நாலு மாதமாச்சு. வாடிகன்லே அவர் சுகமாக, மகிழ்ச்சியாக இருப்பார். உடல் ஆரோக்கியமும் மன சமாதானமுமாக அவர் என்றென்றும் அங்கே இருக்க நீயும் நானும் படைத்தவனை வேண்டிக்கொள்ள வேண்டியது.

மாறாத அன்புடன்,

**முசாபர் அலி,**

கால்டர்டேல், மேற்கு யார்க்ஷயர்,

பிரிட்டன்

★★★

தொலைபேசி அழைப்போடு காலை விடிந்துகொண்டிருந்தது. இவ்வளவு அதிகாலையில் கூப்பிட்டால் முசாபராகத்தான் இருக்கும். ஐந்தரை மணி நேர வித்தியாசம் இந்த ஊர் நேரத்துக்கும் இங்கிலாந்து நேரத்துக்கும். கால்டர்டேலில் நடு ராத்திரி இப்போது. தூக்கத்தைக் கெடுத்துக்கொண்டு உட்கார்ந்து கூப்பிடுகிறான். அவன் கடிதம் நேற்றுத்தான் வந்து சேர்ந்தது. இதுவரை பத்து தடவை அதை தெரிசா படித்துவிட்டாள். கிறுக்கலான எழுத்து கண்ணில்பற்றி நிற்க, வரிகள் அவற்றின் எழுத்து, இலக்கணப் பிழையோடு மனதில் ஏறிவிட்டன.

ஏய் பொண்ணு, எப்படி இருக்கே

இது சங்கரன். தில்லியில் வீட்டில் இருந்து தைரியமாக இப்படிப் பேசுகிறானா என்ன? கொச்சு தெரிசா விளங்காமல் பார்க்க, அவன் கல்கத்தாவுக்கு உத்தியோக முறையில் ஒரு வாரம் வந்திருப்பதாகச் சொன்னான்.

என்ன வேலையோ சாருக்கு?

சங்கு வளையல் செய்யற குடிசைத் தொழிலுக்கு மானியம் கொடுக்க.

சங்கு?

ஆமா, உருண்டையா, பெரிசு பெரிசா இருக்கும். கையிலே பிடிச்சு பூம்பூம்னு.

வேண்டாம், காலங்கார்த்தாலே.

அவள் சிரிக்க ஆரம்பித்தாள்.

சரி, வேண்டாம், உனக்கு இதெல்லாம் ரசிக்காது.

உனக்கு ரசிச்சா போதும் என்றாள் தெரிசா

எனக்கு ரசிச்சது உன்...

அவன் தனியாக இருந்து, நேசிக்கிற பெட்டையிடம் தொலைபேசியில் கதைக்கும் விடலைத்தனமான லகரியில் பேசிக் கொண்டே போனான்.

ஏய், சீ இத்தனை தூரத்தில் இருந்து கூப்பிட்டு இதைச் சொல்லவா போன்?

அதுக்கு மட்டுமில்லே, நீ என்னிக்கு ஹரித்வார் போறேன்னு கேட்கவும்தான்

கேட்டு, வரப் போறியா என்ன?

அங்கே திருப்தியா சாப்பாடு கிடைச்சா வரலாம்னு உத்தேசம்

சாப்பாடுக்கு என்ன, நல்ல சப்பாத்தி.

கொச்சு தெரிசா குரல் பாதியில் நின்றது. கள்ளன், கேட்பது வேறே என்று புரிய இன்னொரு தடவை பொய்க் கோபம் காட்டினாள்.

சரி இந்த மனப் போக்கில் இருக்கும்போதே சொல்லி விடலாம் என்று தீர்மானித்தாள் தெரிசா

ஷங்க்ஸ். ஒரு ஹாப்பி நியூஸ்.

என்ன, நீ கல்கத்தா வர்றியா?

இல்லே, நான் முழுகாம இருக்கேன். மூணு மாசம்.

எதிர் முனையில் அமைதி.

அப்புறம் உற்சாகமாக, அல்லது போலி உற்சாகத்தோடு –

முசாபருக்கு என் வாழ்த்துகள். உனக்கும்.

மறுபடி அமைதி. திரும்பக் குரல் –

சரி, வெளியே போய்ட்டிருக்கேன். சாயந்திரம் பேசறேன். கவனமாக இரு.

அமைதியில் நிலைத்த டெலிபோன் ரிசீவரை ஃபோன் மேல் வைத்தபடி தெரிசா மூச்சை இழுத்துவிட்டாள். இறுக்கம் தளர்கிறமாதிரி இருக்கிறது.

மடையா, அது உன் குழந்தை.

சங்கரன் கேட்காவிட்டால், அவனுக்குத் தெரியாவிட்டால், அவனால் புரிந்து கொள்ள முடியாமல் போனால் பரவாயில்லை. அவள் குழந்தை. அது போதும் அவளுக்கு. மகனா, மகளா, இன்னும் ஆறு மாதம் போனால் தெரிந்துவிடும். அதற்குள் செய்ய வேண்டியது அவள் நிச்சயம் செய்திருந்தபடி, ஹரித்துவாருக்கும், வாரணாசிக்கும் பயணம்.

நாளை மறுநாள் ஹரித்துவாருக்கும் அங்கேயிருந்து வாரணாசிக்கும் யாத்திரை புறப்பட ஏற்பாடாகி இருக்கிறது. திரும்பி வந்தபின் ராமேஸ்வரம் யாத்திரை இருக்கிறது.

கொச்சு தெரிசா மிகுந்த பலகீனமாயிருக்கிறாள் என்றாலும் போய்த் தான் ஆகவேண்டும். நிச்சயம் செய்தாகிவிட்டது.

அவளுடைய இருப்பையே புரட்டிப்போட்ட தீர்மானங்களில் அதுவும் ஒன்று. ஒரு வம்சமே, அவள் அறியாத எல்லாத்

தலைமுறைகளும் குவிந்து ஒருங்கிப் பகிரும் மரபணு நினைவாக அவளுக்குள் படர்ந்து, அவளைச் செலுத்திக்கொண்டிருப்பதாக உணர்கிறாள் அவள்.

சாவியை எடுத்துப் போகட்டா மதாம்மா?

திலீப் வாசலில் குரல் கொடுத்தான். அவன் வந்த ஆட்டோ ரிக்ஷா அங்கேதான் நின்றது. அவனுடையதுதான் அது. தெரிசா வலுக்கட்டாயமாக வாங்கிக் கொடுத்தது. போன மாதம் நடந்தது அது. சைக்கிளில் பஸ் நிறுத்தத்துக்கு அகல்யாவைக் கூட்டிப் போவதைப் பார்த்து, வேணாம் என்று தடுத்தாள் தெரிசா. ஏன் என்று கேட்டான் திலீப் சைக்கிளைக் கால் ஊன்றி நிறுத்தி.

ஏனா, மூணு மாசம் கர்ப்பம் தாங்கியிருக்கா. இந்த நேரத்திலேதான் நீ அவளை பத்திரமாகப் பார்த்துக்கணும். எங்கேயும் பார்த்து பதமா கூட்டிப் போகணும்.

சைக்கிள்லேதானே போறேன். ஊர்ந்துதான் போகும் அது, மதாம்மா.

சைக்கிள் இந்த ஊர்த் தெருவிலே குதிச்சுக் குதிச்சுப் போகும். கால்டர்டேல் மாதிரி சீரான பாதை எதுவும் இங்கே இல்லை. பேசாம ஒரு கார் வாங்கிடேன்.

திலீப் கார் வாங்க இன்னும் இருபது வருடமாவது ஆகும் என்று ஏதோ மனதுக்குள் கணக்குப் போட்டுச் சொன்னான்.

அவன் மோட்டார்பைக் வாங்கலாம் என்றபோது மறுபடி தடுத்தாள் தெரிசா. அது ஒரு பெரிய சைக்கிள். அவ்வளவுதான் என்றாள் கையசைத்து திலீப்பின் யோசனையை நிராகரித்தபடி.

வேறே என்ன வழி மதாம்மா?

நீதான் சொல்லணும் திலீப்பே.

படகுதான் வாங்கணும். காயல்லே ஓட்டிப்போய் ஆலப்புழையிலே விட்டுட்டு வந்துடலாம். ஆனால் படகு விலைக்கு ஒரு கார், பழைய லாரியே வாங்கிடலாம்.

அப்போ நீ ஒரு மூணு சக்கர டெம்போ வாங்கு. சந்தோஷத்துக்கு குறைவிருக்காது.

கொச்சு தெரிசா ஒரு வழிகாட்டியின் தெளிவோடும் தீர்க்கதரிசியின் எல்லாம் அறிந்த புன்சிரிப்போடும், முகம் மலர்ந்து சொன்னாள். ஆட்டோ ரிக்ஷாவை வாங்கி என்ன செய்ய என்று கேட்டான் திலீப்.

நீ ஆலப்புழைவரை ஓட்டிப் போகலாம். பத்திரமா ஓட்டிப்போனா அகல்யாவை பூ போல அங்கே சர்க்கார் மீன் ஆபீஸ்லே விட்டுடலாம். அப்புறம் நீ ஓட்டல் கல்லாவிலே உட்காரும்போது ஆட்டோவை ஓட்டலுக்கு வாடகைக்கு விட்டுடு. காய்கறி வாங்கி வர, பலசரக்கு வாங்க, பார்ட்டி ஆர்டர் எடுத்து சப்ளை கொண்டுபோக எல்லாம் உபயோகமாகும்.

சொல்லிக்கொண்டு வரும்போதே தெரிசா மனதில் வேறு ஏதோ தீர்மானமாக, அவள் முடித்தது இப்படி இருந்தது –

நீ எதுக்கு ஆட்டோ வாங்கணும். ஓட்ட மட்டும் படிச்சுக்கோ. நான் வாங்கித் தரேன்.

அடுத்த வாரம் அவள் கொடுத்த ஆர்டர் பிரகாரம் கோயம்புத்தூரில் இருந்து லாரியில் வந்து இறங்கிய ஆட்டோதான் தெரிசா வீட்டு வாசலில் நிற்கிறது.

தெரிசா படித்துக்கொண்டிருந்த காகிதத்தைத் திரும்ப மடித்து உறைக்குள் பத்திரமாக வைத்தாள். உறையை மேஜை அடுக்கில் வைத்துவிட்டுச் சுவரில் மாட்டி இருந்த சாவிக் கொத்தை எடுத்துக் கொண்டு வெளியே வந்தாள்.

மதாம்மா, குட் மார்னிங்.

இது அகல்யா.

சொல்லியபடி, அவள் ஆட்டோவில் இருந்து இறங்க முயற்சி செய்வது தெரிசாவுக்குக் கண்ணில் பட, அவசரமாகக் கை காட்டி அவளை நிறுத்தினாள்.

ஆட்டோ அருகில்போய் அகல்யாவின் தோளில் கை வைத்துக் குனிந்து கன்னத்தில் இதமாக முத்தமிட்டாள்.

மகள் விளையாடறாளா?

அகல்யா அவள் கையில் மறுமுத்தம் அளித்துச் சொன்னாள் –

மதாம்மா, உங்க மகன் அங்கே என்ன பண்றானோ அதான் பண்றாள் இவளும்.

கொச்சு தெரிசாவின் மேடிட்ட வயிற்றில் இதமாக வருடியபடி அகல்யா சொல்ல, கண் மூடி ரசித்தாள் தெரிசா.

வரேன் மதாம்மா, போய் எஸ்தப்பனை அனுப்பிட்டு கல்லாவிலே உக்காரணும். சாயந்திரம் இவளைக் கூட்டிவந்துவிடறேன். கூடிக் குலாவிக்கிட்டு இருங்க.

திலீப் ஆட்டோ ரிக்‌ஷாவைக் கிளப்ப, தெரிசா சொன்னாள் –

எல்லாம் சரிதான். அந்த மதாம்மாதான் ஒத்து வரலே.

மதாம்மாவை மதாம்மான்னு கூப்பிடாம எப்படி கூப்பிடறதாம் என்றான் திலீப். அதானே என்றாள் அகல்யா சிரித்தபடி. ஆட்டோ மெல்ல நகர்ந்தது.

சாரதான்னு கூப்பிடுங்களேன். கொச்சு தெரிசா மனசுக்குள் சொல்லிக் கொண்டாள். அவளுக்குப் பிடித்திருந்தது. இன்னும் ஒரு வாரத்தில் எல்லோரும் அப்படித்தான் கூப்பிடப் போகிறார்கள். ஹரித்துவாரில் அந்தப் பெயர் மாற்றம் நடக்கும்.

உள்ளேவந்து மேஜைமேல் பிரப்பங்கூடையில் இருந்த ஸ்டெயின்லெஸ் அடுக்கைப் பார்த்தாள் கொச்சு தெரிசா. உள்ளே பாந்தமாக தட்டு மூடி, கீழே பச்சைப் பசேல் என்று ரெட்டை வாழை இலை வைத்து வந்திருந்த பாத்திரங்களில் காலைச் சாப்பாடு காத்திருந்தது. கிட்டாவய்யன் ஈட்டரீஸ் என்று வாசலில் மலையாளத்திலும் தமிழிலும் பெயர்ப்பலகை வைத்த உணவு விடுதியில் இருந்து கொண்டுவந்து வைத்துப்போன உணவு. நல்ல சூடும் பசியைக் கிளப்பும் வாடையும் ருசியுமாக கிட்டாவய்யன் ஈட்டரீஸில் சமைத்து இறக்கி, கொதிக்கக் கொதிக்க அனுப்பியது. அவளுக்குச் சொந்தமான விடுதி அது.

பொங்கலும் வடையும் பாதி சாப்பிட்டு வைத்துவிட்டாள் தெரிசா. இன்னொரு மாதம் வயிற்றுப் புரட்டல் காலையில் ஏற்படும் என்றும் அதற்காக சாப்பிடாமல் இருக்க வேண்டாம் என்றும் லேடி டாக்டர் கேதரின் நம்பியார் அவளிடமும் அகல்யாவிடமும் சொல்லி இருக்கிறாள். தெரிசா முஸ்தபா என்று பெயர் எழுதிய கோப்பு அவள் மேஜைக்கு அருகே அலமாரியில் கைக்கெட்டும் தூரத்தில் இருக்கிறது. பிறக்கப் போகும் குழந்தை, அன்னை பற்றிய விவரங்கள் அதிலுண்டு. அகல்யா திலீப் மோரே என்ற கோப்பும் கூட அங்கே உண்டு.

கை கழுவி மேஜை அடுக்கில் இருந்து கவரை மறுபடி எடுக்கக் கை நீட்டியபோது வாசலில் திரும்பவும் சத்தம்.

ஆடி அசைந்து மணிகள் குலுங்க வந்து நிற்கும் குதிரை வண்டி அது.

உள்ளே இருந்து அரசூர்த் தியாகராஜன் வெளியே தலை எக்கிப் பார்த்து வண்டிக்காரனிடமும் அது போதாதென்றுபட, வழியோடு போன ரெண்டு பேரையும் வந்து சேர்ந்த இடம் சரியானதுதானா என்று விசாரித்து உறுதி செய்துகொண்டு, குதிரை வண்டிக்குள்

தலையை மறுபடி இழுத்துக்கொண்டார். ஒரு நிமிடம் கடந்தது. பொறுமையின்றி குதிரை சேணம் குலுங்க அசைந்து முன்னால் நகர உத்தேசித்தது. வண்டிக்காரன், வண்டியோட்டிகளுக்கே உரிய பொறுமையோடு சும்மா பார்த்துக்கொண்டு உட்கார்ந்திருந்தான். வண்டிக் கூட்டை அடைத்த குறுக்குக் கம்பி விலகியது.

உள்ளே இருந்து முதலில் இறங்கிய பெண்ணை தெரிசா அறிவாள். அரசூரில் புத்தக வெளியீடு நடந்தபோது சந்தித்திருக்கிறாள். தியாகராஜ சாஸ்திரிகளின் வீட்டுக்காரி. அவள் திண்ணென்று அடி எடுத்துவைத்து இறங்கிக் கையை உள்ளே நீட்ட, அடுத்து அந்தக் கையைப்பற்றியபடி தியாகராஜன் இறங்கினார். அவரைவிட வீட்டுக்காரி ஒரு அடி தாராளமாக உயரம் கூடுதல். அவரைவிட வாட்ட சாட்டமான உடம்பு. நிலை குலைந்து தரையில் விழப்போன தியாகராஜ சாஸ்திரியை வீட்டம்மாதான் கைகொடுத்து இழுத்து நிறுத்தினாள்.

வண்டிப் படியில் மறுபடி ஏறி நின்றபடி தியாகராஜனின் வீட்டுக்காரி கையைத் தாராளமாக உள்ளே நீட்டியதைத் தெரிசா வீட்டுக்குள் இருந்தே கவனித்தாள். அவள் இறங்கும்போது இரண்டு கையிலும் வயதான ஒரு மூதாட்டியைச் சுமந்தபடி வந்தாள். விதவைக் கோலத்தில் மொட்டைத் தலையோடு இருந்த அந்த முதுபெண் சாஸ்திரிகளின் அம்மாவாக இருக்கும். தலையில் இருந்து சரிந்த முக்காட்டை அவசரமாக மேலேற்றி, கொத்துக் கொத்தாகச் சிலிர்த்திருந்த வெள்ளை முடிக் கற்றைகள் வெளியே தெரியாதபடி மறைத்தபடி தரைக்கு வந்தாள் மூதாட்டி. தெரிசா வாசலுக்கு வந்து நின்றாள்.

எங்கம்மா.

தெரிசாவை ரெண்டு கையும் கூப்பி வணங்கியபடி தியாகராஜ சாஸ்திரிகள் சொன்னார்.

நடக்க முடியாது. ஊர்ந்து ஊர்ந்துதான் ஆத்துக்குள்ளேயே நடமாட்டம். ஆனா ஹரித்துவார்னதும் கண்ணைத் திறந்தா. வாரணாசின்னதும் எழுந்து உக்காந்துட்டா. அம்பலப்புழைன்னதும் சுவரைப் பிடிச்சுண்டு நடக்கறா. அவளோட மேரேஜ் ஆன புதுசிலே பகவதிப் பாட்டியம்மா கல்யாணம்னு இங்கே வந்தாளாம். நல்ல ஞாபக சக்தி இந்த வயசிலேயும். டிட்டோ ஜீர்ண சக்தி. காதுதான் சுத்தமா அவுட்.

அவர் சொல்லிக்கொண்டிருக்கும்போதே கிழவி இரைய ஆரம்பித்தாள்.

குளிச்சுட்டு கோவில் போகலாம். மசமசன்னு நிக்காதே. விழுப்பு துணியை எல்லாம் உடனே உடனே துவைச்சு காயப்போடு. ஈரத்தோடு உடுத்துண்டா மகா பாவம். நாறிப் பிடுங்கும், அது வேறே. நினைப்பு இருக்கில்லையோ? காசிக்கு போயிண்டிருக்கோம். கிஞ்சித்தும் சுத்தம்கறதே கிடையாது. ஊழல் பண்டாரம் நம்மாத்துலே எல்லோரும். நாலு சொம்பு தலையிலே ஜலம் விட்டுண்டு வா. எனக்கு வென்னீர் போடு.

தியாகராஜ சாஸ்திரிகளும் வீட்டம்மாவும் ஆளுக்கொரு பக்கமாகத் தூக்கி வரப் பாட்டித் தள்ளையின் அதிகாரம் தூள் பரந்தது.

வேலைக்காரப் பெண் கொண்டுவந்து போட்ட நாற்காலிகள் வேண்டாம் என்று சொல்லி தியாகராஜ சாஸ்திரிகள் மொசைக் தரையில் கால் நீட்டி உட்கார, அவர் மனைவி பாட்டியம்மாளையும் பொம்மை மாதிரி சுவரில் சாய்த்து உட்கார வைத்துவிட்டு தெரிசாவோடு உள்ளே போனாள்.

எங்கே போறா உன் பொண்டாட்டி?

கிழவி கேட்க, அற்ப சங்கை போறா என்றார் சாஸ்திரி. அதென்ன என்று திரும்ப குதற, ரீசஸ் போயிட்டு வருவா என்றார்.

ரயில்லே இருந்து இறங்கறபோது போனாளே. அப்புறம் என்ன இன்னும்? பாட்டி குறைச்சல் பட்டாள் மூஞ்சியைத் திருப்பிக் கொண்டு.

போற இடத்துலே எல்லாம் குடம் குடமாப் போய்வைக் கணுமாக்கும்.

அவள் வன்மையாகக் கண்டிக்க, கொச்சு தெரிசாவுக்கு சிரிப்பு வந்தது.

யாத்ரைன்னு கிளம்பினா, எனக்கு முன்னாடியும் பின்னாடியும் தானே கட்டுப்பட்டு வந்துடும். போனவிசை வந்தபோது சுசீந்திரத்திலே ஒருநாள் முழுக்க, விடிகாலம்பற நாலு மணியிலே இருந்து ராத்திரி பத்து வரைக்கும் மூத்ரம் போகவே இல்லே பார்த்துக்கோ. ஒண்ணுக்கு போறதுக்கா யாத்ரை வரோம்? பகவத் தியானத்திலே இருக்கறச்சே மலமூத்ராதிகள் அண்டுமோ?

தியாகராஜ சாஸ்திரிகள் எழுந்து அந்தாண்டை போக, தெரிசா சிரிப்பு அடங்காமல் தலையைக் குலுக்கிக்கொண்டாள்.

டீ எடுக்கட்டா என்று மலையாளத்தில் கேட்டாள் தெரிசா. அந்த மொழி ரொம்ப நாழிகை வெளியே போயிருந்த அம்மா திரும்பி வந்ததும் ஒட்டிக்கொள்ளும் குழந்தை மாதிரி வெகு சீக்கிரம் அவள் நாவில் புகுந்துகொண்டது.

வேணாம். ஸ்டேஷன்லே இவர் பாடாவதி காப்பி குடிச்சுட்டார். எனக்கும் வாங்கிக் கொடுத்தாச்சு. குளிச்சுட்டுத்தான் இனி மேல்கொண்டு நல்லதா சிராங்காய் காப்பி உங்காத்திலே குடிக்கணும்.

வீட்டுக்காரி சொல்ல, தியாகராஜன் தப்புச்செய்த குறுகுறுப்போடு அவளைப் பார்த்தார். காப்பி இருந்தால் சாப்பிடலாமே. அதுக்கு ஒரு தோஷமும் இல்லே என்றாள் பாட்டியம்மாள்.

காப்பி போடலாம் என்று கொச்சு தெரிசா தீர்மானிக்க, கிழவியிடம் சொல்லவேண்டிய தகவலாக அவளுக்குப் பட்டதைச் சொன்னாள் – நான் கிறிஸ்தியானி அம்மா. எங்க வீட்டுலே காப்பி பலகாரம் சாப்பிடுவீங்கதானே?

நாலு தடவை அவள் சொல்லி, ஒரு முறை தியாகராஜ சாஸ்திரிகளும் மனசே இல்லாமல் ஒலிபரப்ப, பாட்டி காதுக்குச் சேதி போய்ச் சேர்ந்தது.

காப்பிக்கு எந்த தடசமும் இல்லை. டிபன் வகையறா ஒண்ணும் வேணாம். பாவம் உனக்கும் கஷ்டம் என்றாள் கிழவி. என்ன கஷ்டம் என்று அவளும் சொல்லவில்லை. தெரிசாவும் கேட்டுக் கொள்ள வில்லை. ஓட்டலில் சிற்றுண்டி வரவழைத்துக் கொடுத்தால் சாப்பிடுவார்கள் என்று அவளுக்குத் தெரியும். கிட்டாவய்யன் ஓட்டல் ஆச்சே? அம்பலப்புழை பிராமணன் உயிரோடு இல்லா விட்டாலும் அவன் பெயர் இருந்தாலே சகல தீட்டும் போய்விடுமே.

அவர்களை ஐந்து நிமிடம் சிரம பரிகாரம் செய்தபிறகு நான்கு வீடு தள்ளி இருந்த எம்ப்ராந்திரி வீட்டுக்கு அழைத்துப்போனாள் தெரிசா.

எம்ப்ராந்த்ரி சாய்வு நாற்காலியில் இருந்தபடியே உறங்கிக் கொண்டிருந்தார். அவருடைய மனைவி நாராயணியம்மா அந்தர்ஜனம் அவர்களை உட்காரச் சொல்லி சாயா எடுத்து வந்தார்.

இன்னும் ஸ்நானம் பண்ணலே என்றார் சாஸ்திரி. பரவாயில்லே, குளிச்சுட்டு மடியா இன்னொண்ணு குடிச்சுக்கலாம் என்றாள் அவர் அம்மா. எங்கே குளிக்க என்று கேட்டபடி எதிரே கோவில் குளத்தை ஆசையோடு பார்த்தாள் சாஸ்திரி மனைவி.

அங்கே போய்க் குளிக்கலாம். ஆனா, தண்ணி கொஞ்சம் பாசி வாடை அடிக்கும். அப்புறம், அந்தத் தண்ணி ஜில்லுனு இருக்கும். வென்னீராக்க வசதி இல்லை. நம்ம மனையிலே அதுக்கு கீஸர் இருக்கு. இங்கேயே ஸ்நானம் வச்சுக்கலாமே.

நாராயணியம்மா சொன்னதற்கு உடனடி ஒப்புதல் வழங்கப்பட்டது. பாட்டியம்மாளுக்கு திருப்தி முகத்தில் தெரிந்தது. மலையாள

பிராமண வீடு. சுத்தமாகவும் இருக்கிறது. நம்மூர், நம்மாம் மாதிரி இல்லை என்றாள் அவள்.

பாட்டியை உட்கார வைத்துக் குளிப்பாட்ட முக்காலியை வாங்கி பாத்ரூமில் போட்டுவிட்டு எம்ப்ராந்திரி பக்கத்தில் இருந்த மாத்ருபூமி தினப் பத்திரிகையைப் பிரித்து அதை சாவகாசமாகப் புரட்டினார் தியாகராஜன். ஏதோ ஆயுசு பரியந்தம் மலையாளத்தில் பேசி, மூச்சு விட்டு, சாப்பிட்டு, படித்து, உறங்கின லாகவம் அவர் பத்திரிகையைப் பிடித்து அதைப் பார்த்த போக்கில் தெரிந்தது. என்ன, மலையாளம் சுத்தமாகத் தெரியாது அவருக்கு. அவ்வளவே.

எம்பிராந்திரி கண் விழித்தார். எதிரே நாற்காலியில் உட்கார்ந்திருப்பது யார் என்று தெரியாமல் விழிக்க, உற்சாகமாகத் தன்னை அறிமுகப்படுத்திக்கொண்டார் தியாகராஜன்.

ஹிந்தி தெரியுமோ திருமேனி?

எம்ப்ராந்திரி சாய்வு நாற்காலியில் இருந்து எழுந்தபடிக்கு விசாரித்தார்.

ஸ்பஷ்டமா சமஸ்கிருதத்திலே மந்திரம் சொல்லுவேன். அது போறாதா.

அது சரி, தலைவலிக்கு மெடிகல் ஷோப்பிலே கோடாப்ரின் வாங்கணும்னு போனா, என்ன ஸ்லோகம் சொல்வீங்க?

அதெதுக்கு கவலைப் படணும். நெத்திப் பொட்டுலே ரெண்டு கையும் வச்சு அபிவாதயே சொல்ற மாதிரி பிடிச்சுண்டு நிறுத்தி நிதானமா, உரக்க அஷே அஷே மன்மத வருஷேன்னு சங்கல்ப ஸ்லோகம் சொன்னா போதும். எல்லா அர்த்தமும் போய்ச்சேர்ந்துடும்.

மதாம்ம.

இன்னொரு குரல். எம்பிராந்தரி வீட்டு வாசலில் இருந்து கேட்டது இது. தெரிசாவைத் தேடி யாராவது வந்து விடுகிறார்கள். இது ஓட்டல் க்ளீனர் செக்கன்.

மதியச் சாப்பாடு எவ்வளவு அனுப்பவேண்டும் என்று கேட்க, ஓட்டலில் இருந்து பையனை அனுப்பியிருந்தான் திலீப். அவன் கோணல் மாணலாக ஆட்டோவை ஓட்டி வந்து நிறுத்த, தெரிசா சத்தம் போட்டாள் –

ஏண்டா பயலே, ஓட்டக் கத்துக்கிட்டுத்தானே வண்டி எடுத்தே?

நான் கொல்லத்துலே வண்டி ஓட்டினவன் மதாம்மா என்றான் அவன். கொல்லத்தில் இவன்மேல் கோபத்தோடு ஒரு பெரிய

ஜனக்கூட்டமே அலைந்துகொண்டிருக்கும் என்று நினைக்க தெரிசாவுக்கு கலவரமானது.

மதாம்ம, உச்சைக்கு ஊணு.

தியாகராஜ சாஸ்திரி குடும்பம் வந்த காரணத்தால் வெங்காயம், பூண்டு போடாத சாப்பாடாக நாலு பேர் சாப்பிடும் அளவு எல்லாம் அனுப்பச் சொல்லு.

எம்பிராந்திரி எழுந்து நடந்தபடி சொன்னார் –

ஏன் நாங்க ஹஸ்பெண்ட் ஒய்ப் கிட்டாவய்யர் ஈட்டரிஸ் ஊண் கழிக்க மாட்டோமா?

சந்தோஷமாக ஆறு பேர் சாப்பிட, மூணு டிபன் காரியர்லே எடுத்து வா என்றாள் கொச்சு தெரிசா. மூணு காரியர் இல்லை, ரெண்டு உண்டு என்றான் பையன்.

மீதியை எல்லாம் நாலைஞ்சு பாத்திரத்தில் வச்சு இன்னொரு செக்கனை பிடிச்சுக்கச் சொல்லி எடுத்துவா.

புதிதாக ஆரம்பித்த ஓட்டல். ஒரு மாதம்தான் ஆகியிருக்கும் இது வந்து. நல்ல வரவேற்புகூட. இன்னும் ஒரு மாதம், இரண்டு மாதத்தில் நடத்திக்கொண்டு போவது எப்படி என்று தெரிசாவுக்குப் பிடிகிட்டி விடும். திலீப்புக்கு அந்த அறிவு போய்ச்சேரும். அதுவரை கேள்வி கேட்டு, நேரே போய்ப் பார்த்து, இருந்து, பேசக் கேட்டுத்தான் கற்றுக் கொள்ள வேண்டி இருக்கிறது. இதைவிடப் பெரிய தோதில் பிஷ் அண்ட் சிப்ஸ் கடை அமோகமாக வைத்திருந்த அனுபவம் கை கொடுக்கிறது, கொடுக்கும்.

ஆமா, ஏன் இன்னிக்கு இப்படி நேரம் கழிச்சு, பதினொரு மணிக்குத்தான் வர்றே? உறங்கிட்டியா?

இல்லே மதாம்மா, அங்கே ஓட்டல் சமையல்கட்டுலே காலையிலே ஒரு கூச்சல், குழப்பம்.

என்னது அது என்று கேட்டாள் மதாம்மா. முப்பாட்டனார் வேதய்யன் காலத்தில் கண்ணூர் ஓட்டலில் வேலை பார்த்த ஒரு பட்டன் யாருடைய குறியையோ கடித்துத் துண்டித்ததாகக் கதை சொல்வார்களே, அது மாதிரி ஆனதோ?

அவள் ஏக கவலையில் இருந்தாள். தக்கபடி கேள்வி கேட்க, ஓட்டல் ஊழியர்கள் யாருக்கும் எந்தப் பிரச்னையும் வந்து சேரவில்லை என்று தெரிந்தது.

அப்புறம் என்ன?

காலையிலே அடுப்பு மூட்டி காப்பியும் சாயாவும் உண்டாக்கும்போது ஒரு சின்னப் பெண் விறுவிறு என்று உள்ளே வந்து சொல்லச் சொல்லக் கேட்காமல் காய்கறி நிறைத்து வைத்த அறைப் பக்கம் போனாளாம். யார் என்ன என்று ஓட்டலில் இருந்தவர்கள், காப்பி சாப்பிட வந்தவர்களும் கேட்டார்களாம். நான் இந்த இடத்துப் பொண்ணுதான் என்றபடி அவள் காய்கறி நறுக்கி வைத்திருக்கும் அறைக்குள் நுழைந்தாளாம். அங்கே போகக்கூடாது என்று யாரோ சொல்ல, இது அம்மிணிகுட்டி வீடாக்கும், அவள் இனிமேல் கொண்டு இங்கேதான் இருப்பாள் என்றபடி கதவை அடைத்துக்கொண்டாளாம். திறந்து பார்த்தால் அந்த அம்மிணிக்குட்டி வந்த சுவடே இல்லையாம்.

அம்மிணிக்குட்டியா, யார் அது? ஒன்றும் புரியாமல் கேட்டாள் தெரிசா.

அம்மிணிக்குட்டி இல்லே. குட்டியம்மிணி. குஞ்ஞம்மிணி.

எம்பிராந்திரி மனைவி சிரித்துக்கொண்டே சொன்னாள்.

அத்தியாயம்

# ஐம்பத்தொன்று

பிராயச்சித்தம் செய்துகொள்ளுங்கள். சகோதரி.

ராதாகிருஷ்ண திராவிடப் பண்டிதர் கொச்சு தெரிசாவிடம் சொன்னார்.

அப்படி என்றால்? கொச்சு தெரிசா கேட்டாள்.

செய்த தவறுக்கு மாற்றாகச் செய்கிற செயல். ஏற்கெனவே நிகழ்ந்ததற்காக அபராதம் செலுத்துகிறதுபோல் இருக்கலாம். அல்லது அதன் விளைவுகள் இனியும் அண்டாமல் அகற்றி நிறுத்துகிற சடங்குகளாக இருக்கலாம். அதுவும் இல்லையென்றால் உடல், மனம் என்று சகலமானதையும் தூய்மைப்படுத்திக் கொள்ளும் நடவடிக்கை தான் பிராயச்சித்தம்.

பிராயச்சித்தம் செய்வதற்கு முக்கியமானது, ஏற்கெனவே தவறு செய்திருப்பது இல்லையா? கொச்சு தெரிசா அடுத்துக் கேட்டாள்.

ஆமாம். திராவிடப் பண்டிதர் சொன்னார்.

நான் என்ன தப்புச் செய்தேன் என்று பிராயச்சித்தம் செய்து கொள்ளவேண்டும்?

இங்கே வருவதற்கு முன்னால் எங்கே இருந்தீர்கள் சகோதரி?

ஏன், அம்பலப்புழையில். அதற்கு முன் யார்க்ஷயர் கால்டர்டேலில்.

இல்லை, நான் அதைக் கேட்கவில்லை. எந்த மத நம்பிக்கை கொண்டவராக இருந்தீர்கள்?

எல்லா மதமும் ஆண்டவன்பற்றி ஒரே நம்பிக்கை கொண்டது தானே...

சரி, நீங்கள் எந்த வழியில் ஆண்டவனை அடைந்தீர்கள் இதுவரை?

கிறிஸ்து வழியில்.

இப்போது நீங்கள் சநாதன தர்மத்தின் வழியில் அடைய ஆசைப்படுகிறீர்கள். அதற்காகப் பிராயச்சித்தம் செய்யப்பட வேண்டும்.

ஒரே இலக்கை அடையும் ஒரு பாதையில் இருந்து வேறொன்றுக்கு மாறியதற்கு ஏன் அபராதம் செலுத்தவேண்டும்?

இல்லை, சகோதரி, நீங்கள் அபராதம் ஏதும் செலுத்த வேண்டாம். சில சடங்குகளை மட்டும் செய்வித்துப் பங்கு பெற்றால் போதும். உங்களைத் தூய்மைப்படுத்துகிறவை அவை.

வேறு மதங்கள் அசுத்தமானவையா?

அப்படி நான் சொல்லவில்லையே, சகோதரி. நீங்கள் உங்களோடு சேர்த்து, இங்கிருந்து அங்கே போன உங்கள் முன்னோர்களையும் தூய்மைப்படுத்துகிறீர்கள். அவர்கள் பாவம் செய்தவர்கள் என்பதால் இது தேவையாகிறது.

பாவம் செய்வது என்றால்?

இந்த மதத்தின் கோட்பாடுகளுக்கும் வழிமுறைகளுக்கும் எதிரான செயல்கள் அவை. நல்லவை புண்ணியங்களாகவும் அல்லாதவை பாவங்களாகவும் கருதப்படும். நீங்கள் நம்பிக்கை வைத்து இங்கே வருவதால் இந்தக் கோட்பாடுகளைப் பின்பற்றவேண்டும்.

என் முன்னோர்கள் என்ன பாவம் செய்தார்கள்?

முப்பத்தெட்டு சிறு பாவங்கள் உண்டு. அவற்றில் முப்பத்தி நான்காவது சிறிய பாவம், வேறு மதத்துக்குப் போனது. உங்கள் மூதாதையர் அப்படிப் போனதால் பாவம் செய்தவர்கள் ஆகிறார்கள். அந்தப் பாவம் அவர்களை உடலாலும் மனதாலும் தூய்மை குறைந்தவர்கள் ஆக்கியது.

அவர்கள் எல்லோரும் எப்போதோ இறந்து போனார்கள். இறப்பை விட இருத்தலை தூய்மைப்படுத்தும் வேறேதும் உண்டோ? தெரிசா கேட்டாள்.

ஏன் இல்லை, நல்ல நினைவுகள் சதா நம்மைத் தூய்மைப்படுத்தும் அல்லவோ சகோதரி. அல்லாதவை கறைகளை மேலும் நம்மில் பதிக்கும்,

எந்த மாதிரியான கறைகள் அவை?

உடல் ரீதியாகவும் மன ரீதியாகவும் ஏற்பட்ட அழுக்குகள்.

உடல் ரீதியாக எவை?

பசுவின் மாமிசத்தைப் புசித்தல்.

நான் பசுவின் மாமிசம் சாப்பிடுவதில்லை. விருப்பம் இல்லை, அதனால்தான். விரும்புகிறவர்கள் உண்பதை நான் தடுக்க மாட்டேன்.

நீங்கள் உங்களுக்கு மட்டும் இப்போது பேசுங்கள் சகோதரி. பசு இல்லாவிட்டால் எருமை, காளை இவற்றின் இறைச்சியை உண்டிருக்கலாம். அந்தக் கறையைத் தேகத்தில் இருந்து நீக்கவேண்டும்.

இல்லை நான் மீனும், உலர்ந்த மீனும், ஆட்டிறைச்சியும் வழக்கமாக உண்டிருக்கிறேன். அதுவும் கறைப்படுத்துமா?

கறைப்படுத்தாது. நீங்கள் விரும்பினால், மாறி வந்த பிறகும் அவற்றை உண்ணலாம்.

நான் அவ்வப்போது ஜின்னும் டானிக்கும் பருகுவேன். அல்லது வெள்ளை ஒயின் அருந்துவேன். அதற்காகவும் பிராயச்சித்தம் செய்து கொள்ள வேண்டுமா?

தேவையில்லை. மதுபானம் அந்தப் பட்டியலில் இல்லை. என்றாலும் பெண்கள் மது அருந்துவது உடன்பாடான செயல் இல்லை.

ஆண்கள் மது அருந்தினால் மட்டும் உடன்படுவீர்களா?

நான் மாட்டேன். இந்த அறிவார்த்தமான விவாதத்தை இப்போதைக்கு இத்தோடு முடித்துக்கொண்டு நாம் சடங்குகளைத் தொடங்கலாமா? பண்டிதர் கேட்டார்.

இந்தச் சடங்குகளைச் செய்வதால் கறை அனைத்தும் நீங்கும் என்று சொல்கிறீர்களா?

இல்லை, உங்களைப் புதுப்பித்துக்கொள்ள உதவும் சடங்குகள் இவை. புதுப்பித்துக்கொண்ட நம்பிக்கையும், புது வாழ்க்கை முறையும் நாம் பக்குவமடைவதை இன்னும் வேகப்படுத்தும், சீராக வழிப்படுத்துமல்லவா சகோதரி?

கொச்சு தெரிசா, அப்படியானால் சரி என்றாள்.

நீங்கள் இந்த மதத்தைப்பற்றி முழுக்க அறிந்திருக்கிறீர்களா?

இல்லை. இன்னும் அறியத் தொடங்கவில்லை. தெரிசா சொன்னாள்

எதற்காக மதம் மாறுகிறீர்கள்?

பிரிட்டனில் இருந்து இந்தியாவுக்கு வந்ததில் இருந்து ஒரு திடமான நினைப்பாக திரும்பத் திரும்ப, இந்த மண்ணில் என் மூதாதையர்கள் எப்படி இருந்தார்களோ அப்படி நானுமாகி இந்த மண்ணோடும் நீரோடும் காற்றோடும் தெய்வத்தோடும், மனுஷர்களோடும் ஒன்றுபடவேண்டும் என்று மனதில் சுற்றிச் சுழன்று வந்தபடியே இருந்தது.

உங்கள் மூதாதையர்கள் எப்படி இங்கே இருந்தார்கள் என்று உங்களுக்கு எப்படித் தெரியும் சகோதரி?

என் உள்ளுணர்வு அதை எனக்குக் காட்டுகிறது. மரபணுக்களில் அவர்களின் ஒருமித்த நினைவாக எனக்குள் பதிந்திருப்பதை நான் கண்ணயரும்போது மனம் மிகச் சரியாக வாசித்து எனக்குச் சொல்கிறது.

அதில் இந்து மதத்தில் இருந்து கிறிஸ்து மதத்துக்குப் போனதும் அது குறித்த மகிழ்ச்சியான அல்லது துயரமான நினைவுகளும் உண்டோ?

இல்லை. ஒரே ஒருமுறை என் முப்பாட்டன் அவருடைய முதுமைக் காலத்தில் நினைவு பிறழ்ந்தபோது தான் இன்னும் இந்து என்று நினைத்து மற்றவர்களிடம் அதே மனநிலையில் உரையாடி, பின் நினைவு மீண்டதும் கழுத்தில் அணிந்திருந்த சிலுவையைப்பற்றிப் பிடித்தபடி உறைந்து போயிருந்தார் என்று வீட்டு வரலாற்றுத் தகவல்கள் மதிய நேரப் பேச்சுகளில் வெளிப்பட்டது உண்டு.

அவர் மதம் மாறியதற்காக மனம் நொந்து அழுதாரா?

அது எனக்குத் தெரியாது.

அந்த சூழலுக்குத் திரும்பிப்போக அந்த நிமிடம் நினைத்தாரா?

அதுவும் எனக்குத் தெரியாது. எல்லா மரபு நினைவுகளோடும் நான் திரும்பி வருகிறேன். நான் இந்தப் பாதையில் போகவேண்டும். அதுதான் மனதில் இருக்கிறது.

நாளையே வேறேதும் வழி இதனினும் சீரானதாகத் தோன்றினால் மறுபடியும் பாதை மாறுவீர்களா?

நாளை நான் பறக்கத் தொடங்கலாம். இந்த வழிகளை எல்லாம் விலக்கி, எண்ணமே சிறகாக நிலைத்த மனத்தையடைந்து, ஆன்ம விடுதலை தரும் ஆத்திகத்திலோ, பரவலான நம்பிக்கையால் நிலை நிறுத்தப்பட்ட அனைத்தையும் அறிவு பூர்வமாக மறுப்பதில் உயிர்த்திருக்கும் நாத்திகத்திலேயோ என்னைக் கரைத்து, அந்த வெளியில் பறந்து உயர்ந்து நான் இல்லாமல் போகலாம்.

இப்போது மன சமாதானத்தோடு செய்யவேண்டிய சடங்குகளைத் தொடங்கலாமா?

நீண்ட நேரம் எடுக்குமா? கொச்சு தெரிசா கேட்டாள்.

நீங்கள் மனம் லயித்திருந்தால் ஒரு நிமிடத்திலும் நிறைவேறலாம். அல்லது மணிக் கணக்காக அவை நடக்கப் பங்கு பெற்று ஆற்று நீரோட்டத்தைப் பார்த்தபடி இருக்கலாம். அளவைகள் மனம் சார்ந்தவையன்றோ சகோதரி?

ராதாகிருஷ்ண திராவிடப் பண்டிதர் ஹரித்வார் ஹரி கி பாவ்ரி கங்கைத் துறையில் நிறுத்தியிருந்த வண்ண மயமான துணிக் குடைகளில் நிழலுக்கு நடந்தார்.

ஒரு குளிர் காற்று நதியோடுகூட நடந்து யுகங்களின் கதையைச் சொல்லிச் சென்றது. அது நிறைவடையாது இன்னும் இன்னும் என்று புதிது புதிதாகக் கூட்டிச் சேர்க்கும் வேகமும், அனுபவத்தின் நிதானமும் கொண்ட மகாப் பிரவாகமாக கங்கை பெருகி வந்துகொண்டிருந்தது.

இரவு மங்கும்போது அகல் விளக்குகளும், நீண்ட வெங்கல விளக்குகளும், கோல் விளக்குகளும், நின்று எரியும் தீப்பந்தங்களும், மெழுகில் வார்த்த சிறு தீபங்கள் எரிந்து ஒன்றும் கனலுமாக மாறப் போவதை எதிர்பார்த்து கங்கைத் துறையின் கல் படிகள் மலர்ந்து கிடந்தன.

வெள்ளைக்காரர்களும், வேறே அந்நியர்களும், ஈமக் கிரியையும் முன்னோரைப் போற்றும் நினைவுச் சடங்குகளும் செய்து கடமை

கழிக்க வந்த எல்லா வயது ஆண்களும், கூடவே நடந்து, நடப்பித்துப் போகும் அவர்களின் அன்புக்குரிய பெண்டிரும், தில்லியில் இருந்து ராத்திரி யாத்திரை பஸ்ஸில் வந்து இன்று இரவு திரும்பவேண்டிய கட்டாயத்தில் அவசர அவசரமாக கங்கையையும் கரையையும் கோவிலையும் தெருவையும் முடிந்தவரை மனதிலும் கேமராவிலும் திணித்துக் கொள்ள முயன்றபடி அலைபாயும் வழிப்போக்கர்களுமாக கங்கைக் கரையில் மிதமான ஒலிகள் எழுந்துகொண்டிருந்தன.

இரவு இந்நதியை வழிபடும்போது இந்த இடமே சத்தக் கடலாக மாறிப் போகும் என்று அதைக் காணவும் கேட்கவும் கொடுத்து வைக்காத வழிப்போக்கர்களிடம் வழிகாட்டிகள் சந்தோஷமாகச் சொல்லிக்கொண்டிருந்தார்கள். தங்களுக்கு மட்டும் மறுக்கப்பட்ட ஒரு பேறு என்ற குறைச்சல் முகத்தில் அழுத்தமாகத் தெரிய வந்தவர்கள் ஒரு நொடி கங்கையில் கால் நனைத்தும் கரையில் படுத்தெழுந்தும், படித்துறையில் ஓடி நடந்து கூவியும் தங்களுக்கும் இந்த வெளி உரிமையுடையது என்று யாரிடமோ நிலைநாட்டப் படாதபாடு பட்டுக்கொண்டிருந்தார்கள்.

கங்கைக் கரையில் நான்கு பெரிய குடைகள் ஓங்கியெழுந்து நின்றன. அருகிலேயே நீலத் துணி விரித்த பரப்பில் தெரிசாவோடு வந்தவர்கள் சம்மணமிட்டு அமர்ந்திருந்தார்கள். மதுரையில் இருந்து வந்து சேர்ந்த ஆதீனமிளகி வித்துவான் குடும்பமும், அம்பலப்புழை ஓட்டல் தொடங்கியதில் பரிச்சயமான சிலரும் இதில் அடக்கம். எம்ப்ராந்திரியும், தியாகராஜ சாஸ்திரிகளும் சிறு மர முக்காலிகளில் சிரமப்பட்டு அமர்ந்திருந்தார்கள். சர்க்கஸ் யானை மாதிரி இருக்கேனா என்று நொடிக்கொரு தடவை மனைவியை விசாரித்துக்கொண்டிருந்தார் சாஸ்திரிகள். முக்காலியுமாச்சு எட்டுக்காலியுமாச்சு என்று சொல்லி அவருடைய அம்மா குடை நிழலில் ஓர் ஓரமாக தலைக்கடியில் தன் நார்மடிப் பட்டுப்புடவை முறுக்கித் திணித்த துணிப்பையைத் தலைக்கணையாக வைத்துக்கொண்டு அக்கடா என்று படுத்துவிட்டாள். தீபாராதனை நடக்கறபோது எழுப்புங்கோடி என்று பொதுவான உத்தரவு ஒன்றையும் பிறப்பித்துவிட்டுச் சற்றே கண்ணயர்ந்தாள் அவள்.

காஞ்சிப் பட்டுப் புடவையும், நெற்றியில் குங்குமமும், தலையில் அகலமாகவும் அவசரமாகவும் தொடுத்த பூச்சரமுமாக தெரிசா அகல்யாவோடு நின்றுகொண்டிருந்தாள். ரெண்டு கர்ப்பிணிப் பொண்ணுகள் கால் கடுக்க நின்னு கஷ்டப்படறா, உங்களுக்கென்ன ஆசனம் என்று சாஸ்திரி மனைவி கேட்க, தியாகராஜ சாஸ்திரிகள் தான் இருந்த முக்காலியை ஒழித்துக்கொடுத்தார். கொச்சு தெரிசா

அதில் உட்கார மாட்டேன் என்று நின்றபடியே இருக்க, அகல்யா சங்கோஜத்தோடு அமர்ந்துகொண்டாள்.

திராவிடப் பண்டிதரும் அவர் மனைவியும் தெரிசாவோடும், எம்பிராந்திரி தம்பதிகளோடும், தியாகராஜ சாஸ்திரிகளோடும் அவருடைய மனைவியோடும் முதல் தடவை சந்தித்த மாத்திரத்தி லேயே உற்ற சிநேகிதர்கள் ஆகிப் போனார்கள். இவர்களின் விலாசத்தைப் போன வருடம் இங்கே வந்துபோன குழுவின் உறுப்பினர்களான வயோதிகர்களிடம் நடையாக நடந்து வாங்கி வந்தவர் தியாகராஜ சாஸ்திரிகள்தான். தெரிசாவுக்கு அவருடைய உதவி தேவைப்படுகிறது என்று குறைந்த பட்சம் புரிதலுக்கு வழிசெய்யும் லெட்டர் போட்டு இதை எல்லாமே பிள்ளையார் சுழியோடு தொடங்கி வைத்தவர் அவர்.

ஆலப்புழையில் ரயில் ஏறியதுமே தியாகராஜ சாஸ்திரிகளின் நட்பு வளையம் வேகமாக விரிந்துகொண்டிருந்தது. அவருடைய மனதில் எந்த வன்மமும் கோபமும் எரிச்சலும் சேராது கருணையும் கரிசனமுமாக அவர் மாறியிருந்தார். நகர்ந்துகொண்டிருப்பதும், நல்லதை எதிர்பார்த்து இருப்பதும், பச்சை விரித்த பெரிய நிலமாக, மரம் அடந்த கானகமாக, ஓங்கி உயர்ந்து சூழ்ந்து நீண்டு விரியும் மலைத் தொடராக, கண்ணுக்கெட்டிய தூரம்வரை சிவப்பு மணல் விரியும் தரிசாக, அங்கே பெய்யும் சாயந்திர மழையாக, கடல் தீரமாக, நகரச் சந்தடி மிகுந்த வீதிகளாக, அழகான குழந்தைகளாகச் சிரிக்கும் சின்னஞ்சிறு கிராமங்களாக ரயில் பெட்டியின் ஜன்னலுக்கு வெளியே சதா விரியும் வெளியும் இயக்கமும் அவரை மாற்றியிருந்தன. தேவையில்லாத ஜன்மப் பகை எல்லாம் போயொழிய, முகத்தில் சிரிப்பு தாண்டவமாடியது. நேருவைக்கூட அவர் நேசிக்கத் துவங்கியிருந்தார்.

பாவம், அந்த நேருவும்தான் குடும்பத்தையும், பணம், காசு, பங்களாவையும் எல்லாம் துறந்து தேசத்துக்காக பாடுபட்டவர். ஜெயில்லே வேறே அந்த மனுஷரைப் போட்டு வதைச்சா. என்ன, பீடி சிகரெட் குடிக்கறது, பொம்மனாட்டிகளோடு உக்காந்து வெட்டி விருதாவா வம்பளக்கறதுன்னு சின்னச் சின்னதா சில பழக்கம். போறது. அதுக்காக அவரைப் பிடிக்காம போகணுமா? நேரு சொன்னதோட ஒத்துப் போகாம இருக்கலாம். அவர் மேலே எதுக்கு சேற்றை இரைக்கணும்? இன்னும் கொஞ்ச காலம் இருந்துட்டுப் போயிருக்கலாம் அந்த மனுஷரும்.

எம்பிராந்திரியிடம் சாஸ்திரிகள் கரிசனத்தோடு சொன்னபோது எம்பிராந்திரி உறங்கியிருந்தார்.

தியாகராஜன் கண் கலங்கிய தருணமும் அந்த ரயில் யாத்திரையில் கிடைத்தது.

தெலுங்கு பேசும் பிரதேசத்தில் நாள் முழுக்க நின்று நின்று ரயில் ஊர்ந்து கொண்டிருக்க, தியாகராஜ சாஸ்திரிகளின் தாயாருக்கு கடுமையான நெஞ்சுவலியும், தலை சுற்றலும் கண்டது. நாக்கு உலர்ந்து கண் பஞ்சடைத்து இருந்த அந்த முதுபெண் ஹரித்துவார் போய்ச் சேருவதற்குள் இன்னும் பெரிய யாத்திரையாகிவிடுவாள் என்று எல்லோரும் பயந்து போனார்கள்.

திலீப்பும், அகல்யாவும், கொச்சு தெரிசாவும் அடுத்த பெரிய ரயில் நிலையத்தில் வண்டி நின்றபோது பக்கத்து ரயில் பெட்டிகளில் நுழைந்து டாக்டர் யாரும் உண்டென்றால் உடனே மருத்துவ உதவி தேவை என்று வேண்டிக்கொண்டார்கள். தெரிசா போன கம்பார்ட்மெண்டில் ஒரு லேடி டாக்டர் உடனே உதவ முன் வந்தார். அவர் சிஸ்டர் மரியம் கீவெர்கீஸ் என்ற சிரியன் கிறிஸ்துவ சர்ச்சைச் சேர்ந்த கன்யாஸ்த்ரி. பதனம்திட்ட அருகே மரமானில் வருடாந்திர மாநாடு முடித்து வந்துகொண்டிருந்த நடுவயது டாக்டர் அவர்.

இந்தப் பாட்டித் தள்ளைக்குத்தான் அசௌகரியம். அகல்யா டாக்டரிடம் சொன்னாள். டாக்டரைப் பார்த்ததும் பாட்டி கண்ணை இறுக மூடிக்கொண்டு அட்டைப் பூச்சியாக இன்னும் சுருண்டாள்.

மேல்ஜாதி, ஆசாரம் கடைப்பிடிக்கும் பிராமண மூதாட்டியாகத் தெரிகிறார். புனித யாத்திரை வேறு போய்க்கொண்டிருக்கிறீர்கள். நான் அவரைத் தொட்டுப் பரிசோதிக்கலாமா?

அந்த கன்யாஸ்திரி சிறு தயக்கத்தோடு கேட்டார். தெரிசா இதற்கான பதில் தெரியாமல் தியாகராஜ சாஸ்திரிகளைப் பார்க்க, அவர் கேள்வி புரியாமல் விழித்தார். உடனடியாக அகல்யா அதைத் தமிழாக்கினாள்.

டாக்டரம்மா நீங்க பராசக்தி ஸ்வரூபம். உசிரைக் காக்கணும். அதுக்கு ஜாதியும் இல்லை, மதமும் இல்லை. எங்க பெரியவா சொன்னது.

மனசுக்கு அதெல்லாம் உண்டா என்று அகல்யா தெரிசாவிடம் முணுமுணுக்க, தெரியலே என்றாள் தெரிசா. அவளுக்கும் மனதில் ஓடிய கேள்வி அது.

டாக்டர் மரியம் கையோடு கொண்டுவந்திருந்த மாத்திரைகளைப் பொடிசெய்து தண்ணீரோடு விழுங்கத் தர, அந்த முதியவள் முகத்தில் கொஞ்சம் கொஞ்சமாகத் தெளிவு மீண்டு வந்தது.

நிறையத் தண்ணீர் குடிக்கவேண்டும் என்றும் அவ்வப்போது சிறுநீர் கழிப்பது அவசியம் என்றும் டாக்டர் சொன்னார்.

ஆமா, ஆமா, உடம்பு உபாதையோடு என்னைக் கும்பிட வான்னு காசி விச்வநாதனே சொல்லமாட்டான் என்றார் தியாகராஜ சாஸ்திரிகள். ஃபீஸ் எதுவும் வேண்டாம் என்று சொல்லிவிட்டு அடுத்த ஸ்டேஷனில் டாக்டர் இறங்கித் தன் கம்பார்ட்மெண்டுக்குப் போக, தியாகராஜன் அவள் போன திசைக்குக் கை குவித்து சேவித்து நின்றார். அவர் கண்கள் நனைந்திருந்தன.

தியாகராஜ சாஸ்திரிகள் முயற்சியால் எம்பிராந்திரி மனைவியான நாராயணி அந்தர்ஜனத்துக்கு ஒரு தீர்வு கிடைத்ததும் இந்தப் பிரயாணத்தில்தான்.

எம்பிராந்தரியிடம் நச்சரித்து பிரயாணத்துக்குக்கொண்டு வர ஒரு டிரான்சிஸ்டர் ரேடியோ வாங்கியிருந்தாள் அவள். திருவனந்தபுரம் கடந்துபோனால் ரேடியோவில் மலையாளம் மருந்துக்குக்கூட கிடைக்காது என்று திலீப்பும் எம்ப்ராந்தரியும் எடுத்துச் சொன்னாலும், அவள் கலங்கவில்லை.

மலையாளம் இல்லைன்னா என்ன, போகிற வழி தோறும் மனுஷர்கள் பேசுகிற மொழியில் இந்தப் பெட்டியும் பேசுமில்லையா, அது போதும் என்றாள் அவள். கூடவே, அந்தந்த மொழியில் பாட்டும் கேட்கும் என்றாள் தியாகராஜ சாஸ்திரிகள் வீட்டம்மா. சங்கீதத்துக்கு மொழி எதுக்கு என்று தெரிசா கேட்டது நல்ல கேள்வி என்று சாஸ்திரிகளின் தாயார் தவிர – காதில் விழாத காரணத்தால் – மற்றவர்கள் ஒத்துக்கொண்டாலும் அதற்கான பதில் யாருக்கும் தெரிந்திருக்கவில்லை.

இந்தப் பொண்ணரசி எதுக்கு போற இடத்துக்கெல்லாம் ச்ருதிப் பெட்டியக் கட்டித் தூக்கிண்டு வரா. ரயில்லே கச்சேரி பண்ணுவாளோ. நல்லதா நாலு பகவத்நாமா பாடினா வேண்டாம்னா சொல்லப் போறோம் என்றாள் அவள்.

விடிந்து கொண்டிருந்தபோது அந்தம்மா பக்தி சிரத்தையோடு டிரான்சிஸ்டரை ஆன் செய்தார். இங்கே தெலுங்கும் கன்னடமும் தான் கேட்கும். அதுவும் இந்த விடிகாலையில் ஒண்ணும் வராது என்று எம்ப்ராந்திரி சொல்லிக்கொண்டிருக்கும்போதே கணீர் என்ற குரலில் தமிழில் ராமாயணக் கதை சொல்கிறது கேட்டது.

ராமன் காட்டுக்குப் போயாகவேண்டும் என்று சிறிய தாயார், அவளை சிற்றன்னை, சிற்றவைன்னு சொல்றது வழக்கம், அவள் தசரதரிடம் வரம் வாங்கி வந்தபடி ரகுராமன் புறப்பட்டான். நீ

போய்த்தான் ஆகணுமான்னு கோவில் நந்தவனத்திலே நந்தியாவட்டைப் பூ எல்லாம் கேட்டது. போகணும் என்று அதுகளிடம் சொல்லிக்கொண்டு அடுத்து தாழம்பூ புதர் பக்கம் நின்று போய்ட்டு வரட்டா என்று கேட்டான் ராமச்சந்திர மூர்த்தி.

எழுந்து உட்கார்ந்த தியாகராஜனுக்கு ஆச்சரியம் தாங்க முடியவில்லை. இது அரசூர்லே ராமாயணப் பிரசங்கம்னா. இங்கே எப்படி கேட்கறது என்று வியப்போடு விசாரித்தார் அவர்.

அது சாயந்திர நேரத்தில் செய்யறதாச்சே என்றாள் அகல்யா. உனக்கு எப்படிம்மா தெரியும் என்று சாஸ்திரிகளின் மனைவி திகைப்போடு வினவினாள்.

அகல்யா தனக்கு அரசூரில் இருந்து கல்யாண ஆலோசனை வந்ததைச் சுருக்கமாகச் சொல்ல, ஆண் குரலில் வந்த ராமாயணத்தில், ராமன் எல்லோரிடமும் விடை பெற்றுக் கொண்டிருந்தான்.

மூணு நாள் இந்தப் பையன்தான் இனிமே. அந்தப் பொண்ணு தூரம் குளிச்சு வர்ற வரைக்கும்.

சாஸ்திரிகள் மனைவி சொல்ல, திலீப் இதை ஏதாவது ரேடியோ ஸ்டேஷன்லே வந்து பதிவு பண்ணிப்போய் ஒலிபரப்புவாங்களா இருக்கும் என்றான்.

இது என்னிக்கு சொன்ன கதை என்று டிரான்சிஸ்டரைக் கட்டித் தூக்கி மடியில் வைத்துக்கொண்டு கேட்டாள் எம்ப்ராந்திரியின் மனைவி.

நல்ல ஆங்கிலத்தில் வந்த இந்தக் கேள்விக்கு அதே படிக்கு, இதை அரசூர் சங்கரன் அண்டர் செக்ரட்டரி போன்றோரிடம் கேட்டால் தகுந்த பதில் கிடைக்கலாம் என்றாள் கொச்சு தெரிசா.

என்னிக்குச் சொன்ன கதையா இருந்தா என்ன, ராமன் இன்னும் ரெண்டு வருஷம் போய்ட்டு வரேன், போய்ட்டு வரேன்னு ஒருத்தர் விடாம, ஒரு பிராணி, செடி கொடி புல் பூண்டு விடாம சொல்லிண்டு அயோத்தியிலே தான் இருப்பான் என்றாள் தியாகராஜ சாஸ்திரிகளின் மனைவி. தான் ஒரு காலத்தில் தினசரி கதை கேட்கப் போனதாகவும், இப்போது அது சாத்தியமாகாததால், அவ்வப்போது ஆழாக்கு அரிசியும், புடலங்காயும், ஒரு குத்து மாகாணிக்கிழங்கு மாகத் தட்சணை எடுத்துப் போய் கதைக்கு உட்கார்ந்து ராமன் எந்தத் தெருவில் இருக்கிறான் என்று தகவல் கேட்டுக்கொள்வதாகவும் சொன்னாள்.

ரேடியோ பெட்டி வைத்திருக்கிறவர்கள் கவனத்துக்கு. நீங்கள் உபயோகிக்கும் ஒவ்வொரு ரேடியோ பெட்டிக்கும் ஒரு லைசன்ஸ் எடுத்திருக்கவேண்டும். வருடா வருடம் செத்துப் போனவர்களுக்கு திவசம் செய்கிற மாதிரி, கல்லறைத் திருநாள் வழிபாடுபோல, ரேடியோ பெட்டிகளுக்கு வருடாந்திர லைசன்ஸ் புதுப்பிக்கத் தேவை இருக்கிறது. லைசன்ஸ் இல்லாத பட்சத்தில் ரேடியோ பெட்டிகள் கைப்பற்றப்பட்டு உடைத்து எறியப்படும். எச்சரிக்கை.

அந்த டிரான்சிஸ்டர் ரேடியோவில் திடீரென்று கேட்ட குரலை தியாகராஜனும் எம்ப்ராந்தரியும் அடையாளம் கண்டுகொண்டார்கள். லைசன்ஸ் இல்லாத ரேடியோ பெட்டிகள் பறிமுதல் செய்யப்பட்டு உடைத்து நொறுக்கப்படும் என்று சாத்வீகமான குரலில் ரேடியோ இன்ஸ்பெக்டர் சாமுவேல் என்ற சாமிவேல் விடுக்கும் எச்சரிக்கை அது.

இந்த மனுஷன் எங்க மனையில் இருந்த பழைய பெட்டியை உடைச்சுப் போட்டுப் போனான், கழுவேறி. எம்ப்ராந்தரியின் மனைவி சொன்னாள்.

சாமுவேல் இப்போ எப்படி பேச முடியும்? நாங்க கிளம்பின தினத்தில் தான் அவர் முனிசிபல் ஆஸ்பத்திரியில் செத்துப் போனார்.

சாஸ்திரிகளின் மனைவி கேட்டாள். யாருக்கும் ஒண்ணும் புரியலை. ஆனால் மெதுவாகச் சொல்லப்பட்ட ராமாயணம் எம்பிராந்தரி மனைவிக்குப் பிடித்துப் போனது. அது தொடர்ந்து வந்த மணியமாக இருந்தது. கொஞ்சம்போல் உறங்கி ஓய்வெடுக்க அந்தம்மா நினைத்து, மதி என்று டிரான்சிஸ்டர் பெட்டியிடம் சொன்னாள். அதென்னமோ கேட்காமல் பிருபிருத்துக்கொண்டே இருந்தது. தியாகராஜ சாஸ்திரிகள் பெட்டியைக் கையில் எடுத்து, அடிப்படை சம்ஸ்கிருத இலக்கணம் படிக்க வேத பாடசாலையில் பயன்படுத்தும் சொற்களோடு, அம்மொழியில், செல்லமான ஒரு வசவையும் சேர்த்து மொழிய பெட்டி அமைதியானது. பத்து நிமிடம் சென்று அது எல்லா வானொலி நிலையங்களையும் ஒலிபரப்பலானது.

ஜபல்பூர் ஜங்ஷனில் ரயில் நின்றபோது எல்லோருக்கும் சாப்பிட ஆகாரம் வாங்கிவரப் பெரிய கித்தான் பைகளோடு கிளம்பிப் போனான் திலீப். அவன் தனியாக எல்லாம் சுமந்து வர முடியாது என்பதால் தானும் வருவதாக தியாகராஜ சாஸ்திரிகள் கூட்டுச் சேர்ந்துகொண்டார்.

என்னமோ தோன்ற அகல்யா தானும் வருவதாக அவர்களோடு நடந்தாள் அகல்யா. தெரிசாவும் சாஸ்திரிகள் மனைவியும் என்ன மிரட்டியும் அவள் திரும்பி வருகிற வழியாக இல்லை. பம்பாய் கி பிந்தாஸ் சோக்ரியாக்கும் என்று அவளுக்குப் பெருமிதம். தைரியமான பம்பாய்ப் பெண்ணாம்.

பலகாரம் மொத்தமும் ஸ்டேஷன் வி ஆர் ஆர் கேண்டீனில் அவசர அவசரமாக வாங்கி எடுத்துக்கொண்டு கிளம்பியபோது திலீப் அங்கே எண்ணெய்ச் சட்டி வைத்து பெரிசு பெரிசாக உருளைக்கிழங்கு உருட்டி கடலை மாவுப் பதார்த்தம் பொரித்து இறக்குவதைப் பார்த்தான்.

ஒண்ணே ஒண்ணு. எப்படி இருக்கும்னு டேஸ்ட் பார்க்கணும்.

அவன் தடுமாறி, தியாகராஜ சாஸ்திரிகளின் ஒத்துழைப்போடும், அகல்யாவின் எதிர்ப்போடும் மீண்டும் போய் வாங்கி ஆளுக்குக் கொஞ்சம் பிய்த்து ஊதி ஊதித் தின்கிற வரையில் ரயிலை நிறுத்தி வைக்க ரயில்வேக்காரர்களுக்கு பைத்தியமா என்ன? ஊதிவிட்டு நகர்ந்தது அது.

ஓடுகிற வண்டியைப் பிடிக்கக் கூடவே ஓடி வர வேண்டிப் போனது அவர்களுக்கு. அகல்யாவை ஓட வேண்டாம் என்று எச்சரித்தபடி திலீப்பும் அவன் பின்னால், நிற்கச் சொல்லு என்று கூவியபடி தியாகராஜ சாஸ்திரிகளும் ஓடி வர, அகல்யா ரயில் ஏறிவிட்டாள்.

அடுத்து திலீப் ஏறி சாஸ்திரிகளைக் கையைப் பிடித்து உள்ளே இழுத்தான். கைப்பை மட்டும் கீழே ப்ளாட்பாரத்தில் விழ அவரும் ஏறினார்.

அதுலே ஆயிரம் ரூபாய் இருக்கு என்று அவர் அலற, ப்ளாட்பாரத்தில் பார்த்துக்கொண்டிருந்த ரயில்வே போர்ட்டர் ஒருத்தர் பையை எடுத்து கம்பார்ட்மெண்டோடு ஓடிவந்து உள்ளே எறிந்தார். சாஸ்திரிகளின் உயிர்த் தலத்தில் பலமாகத் தட்டியபடி பத்திரமாக வந்து சேர்ந்தது.

படவா, போண்டா திங்கறதுக்கா யாத்திரை வந்தே என்று அது பழித்துக் காட்டி, படாத இடத்தில் பட்டு தண்டனையும் கொடுத்ததாக அவர் சொல்ல, தெரிசா பெருஞ்சிரிப்பு சிரித்தாள்.

அந்த சிரிப்பும் மகிழ்ச்சியும் எல்லோரையும்பற்றிக்கொள்ள வாரணாசி வந்து சேர்ந்தது நேற்று பிற்பகலில்.

ஹோமம் ஆரம்பமாறது. கலந்துக்க வேணும்.

திராவிடப் பண்டிதர் வேண்டுகோள்விட, எல்லோரும் அங்கேதான்.

எந்தக் கடவுளின் கருணையினால் நாமனைவரும் நலமாகவும் எந்தக் குறையுமின்றியும் உயிர்த்திருக்கிறோமோ அந்த க்ஷேத்ரபதியை வழிபடுகிறோம். நம்முடைய பசுக்களும் குதிரைகளும் நலம் பெற்று இருக்க, அவற்றின் எண்ணிக்கை அதிகரித்து வர, அவரைத் துதிக்கிறோம். இயற்கை அன்னையின் கருணை எம் பசுக்கள் சுரக்கும் பால்போல் பெருகி ஓட அருள்க.

நான்கு வட இந்திய புரோகிதர்கள் தெளிவான உச்சரிப்போடு ரிக்வேத மந்திரங்களை ஓதிச் சடங்குகளைத் தொடங்கினார்கள்.

தாவரங்கள் இனியவை ஆகுக. தண்ணீர் இனியதாகுக. ஆகாயம் இனியதாகுக. வெளி இனியதாகுக.

புருஷசூக்தம் சொல்றாளா என்று பாட்டியம்மா விசாரித்தாள்.

அம்மாவுக்கு வேதம் என்ன, கஜானனம் கூட ரெண்டாவது வரி சொல்லத் தெரியாது. ஆனாலும் புருஷசூக்தம்ங்கற பெயர்லே ஓர் ஈர்ப்பு.

தியாகராஜ சாஸ்திரிகள் சொன்னார்.

பாட்டியம்மா கேட்டுட்டாங்க இல்லே? புருஷசூக்தம் சொல்லச் சொல்றேன் பண்டாக்களை. திராவிடப் பண்டிதர் சிரித்தார்.

இன்னும் கொஞ்சம் தட்சணைக் காசு எடுத்துக்கொண்டு அவர் ஹோமம் செய்ய இருந்த புரோகிதர்கள் பக்கம் போனார். அவர்களின் ஒருமித்த குரலில் கம்பீரமாக வேத மந்திரங்கள் தொடர்ந்து மேலெழுந்து வந்து கொண்டிருந்தன.

இந்த வரிகள் விஷ்ணு சஹஸ்ரநாமத்தில் இருந்து வருகிறவை. என்னோடு இவற்றைத் திரும்பவும் சொல்லுங்கள் சகோதரி.

திராவிடப் பண்டிதர் கனமும் கம்பீரமும் நிரம்பிய குரலில் சொல்லச் சொல்ல கொச்சு தெரிசா திரும்பச் சொன்னாள் –

யார் மகத்தான ஒளியாக இருக்கிறாரோ, யார் அனைத்தையும் கட்டுப்படுத்துகிறாரோ, யார் எங்கும் எதிலும் எவரிலும் நிலவும் தலையாய சத்தியமாக இருக்கிறாரோ, யார் தலை சிறந்த இலக்காக இருக்கிறாரோ, அந்த விஷ்ணுவை வணங்குவோம்.

துளசி இலை மிதக்கும் சுத்தமான கங்கை நீர் அருந்தக் கிடைத்தது. மூன்று முறை அந்நீரை உள்ளங்கையில் வாங்கி அருந்தி, கண்கள் மூடியிருக்க, ஹரி என்று உச்சரித்து குழிந்த உள்ளங்கையை உச்சிச் சிரசில் பொத்தி வைத்துப் பூசிக்கொண்டாள்.

மகாவிஷ்ணுவில் அனைத்தும் அடக்கம். மகாவிஷ்ணுவே அனைத்தாகவும் காணப்படுவார். அனைத்துயிர்களின் சாரமாக உணரப்படுவார். அவர் உலகைக் காக்கிறார். அவர் அழிவற்றவர். அவர் அனைத்தையும் அனைவரையும் ஆள்கிறவர். மூவுலகிலும் நிறைந்து நிலைத்திருக்கிறார் அவர். எல்லோருமானவர். எல்லா வற்றிலும் இருந்து இருத்தலின் பேரின்பம் நுகர்கிறார்.

பால், தேன், பழக்கூழ், தேங்காய், ஏலம் கலந்ததை ஹோமம் நடத்தியவர்கள் நிவேதனம் செய்து ஆராதித்துக் கொடுக்க, தெரிசாவின் வலது உள்ளங்கையில் சிறு உத்தரிணி கொண்டு அதை வார்த்தார் திராவிடப் பண்டிதர்.

இதை எச்சிலாக்காமல் வாயிலிட்டுச் சுவைத்து உண்ணுங்கள். நாராயணனைத் தித்திக்கத் தித்திக்க உங்களுக்குள் ஏற்று வாங்கிக் கொள்கிறீர்கள்.

கேசவா, நாராயண, மாதவா, கோவிந்தா, விஷ்ணு, மதுசூதனா, த்ரிவிக்ரமா, வாமனா, ஸ்ரீதரா, ரிஷிகேசா, பத்மநாபா, தாமோதரா, சங்கர்ஷணா, வாசுதேவா, ப்ரத்யும்னா, அநிருத்தா, புருஷோத்தமா, அதோக்ஷஜா, நரசிம்மா, அச்சுதா, ஜனார்த்தனா, உபேந்திரா, ஹரி, கிருஷ்ணா.

விஷ்ணுவின் இருபத்துநான்கு திருநாமங்களை ஒவ்வொன்றாக அந்த நாமத்தில் மனம் லயித்து திராவிடப் பண்டிதர் சொல்ல, கண் மூடியிருந்து கொச்சு தெரிசா அவற்றைத் திரும்ப உச்சரித்தாள். அவள் கண்களில் கண்ணீர் பெருகி வழிந்தது.

பண்டிதர் எழுந்தார். கையில் பஞ்ச பாத்திரமும், உத்தரிணியுமாக, கங்கா தீரத்துக் கல் பாளங்களின் வெம்மையில் பாதம் தோய நடந்து ஆற்று நீரில் கால் அமிழ்த்தி நின்றார்.

இது சாமவேதம்.

அவர் நீண்ட சொற்களும் திரும்பித் திரும்பி ஒலிக்கும் குறுஞ்சொற்களும், உயர்ந்து உயர்ந்து மேலெழும் குரலுமாகச் சாம கானம் பாடத் தொடங்கினார்.

தண்ணீரே, நீ ஆரோக்கியத்தையும் ஆனந்தத்தையும் கொண்டு வருகிறாய். நாங்கள் சக்தி மேம்பட்டிருக்க, அது குறித்து மகிழ்ந்திருக்க எமக்கு உதவு. பனித்துளியை எங்களுக்குப் பங்கு வைத்து நீ கொடு நீரே.

அவர் கணீரென்று சொல்லியிருக்க, கால்டர்டேல் மசூதியில் தொழுவதற்கு அழைக்கும் மௌல்வியின் குரல் கொச்சு தெரிசாவின் நினைவில் வந்து போனது.

கடவுளை அழைக்கிற குரல்கள் ஒரு போலத்தான் இருக்கும்.

அவள் அகல்யாவிடம் சொல்ல, ஆமா, பாங்கு சொல்ற மாதிரி இல்லே என்றாள் அகல்யா. அவள் கையை இறுகப்பற்றித் தோழமை சொன்னாள் தெரிசா. திராவிடப் பண்டிதர் நிறுத்தி அர்த்தம் சொல்லித் தொடர்ந்து சாமவேதம் இசைத்தபடி சிறு துளிகளாக, கொண்டுவந்த நீரை கங்கைப் பிரவாகத்தில் கலக்க வைத்தார்.

மிகுந்த சுபமுடையதாக, அன்னையரின் இடையறாத அன்பும் தாய் முலைப் பாலும் போன்று தேடி வந்து விரைந்து பெருகி வெள்ளமென உயிர்ப்பித்துப் பிரவகிக்கும் தண்ணீரே, எமக்கு வலிமை அருள். எம் மாசு அனைத்தையும் நீக்கி எம்மைப் பரிசுத்தமானவர்கள் ஆக்குக நீரே.

முழுக்குப் போட்டுக் குளித்து புதுத் துணி தரித்து வரலாம். எல்லோருமே இதைச் செய்யலாம்.

சொல்லியபடி நடந்து ஊன்றியிருந்த வண்ணக் குடை நிழலுக்குத் திரும்பினார்.

இந்த நிமிடத்து வெள்ளப் பெருக்குக்கு, போன நொடியில் அனுபவப்பட்டுக் கடந்துபோன நீர்ப்பெருக்குக்கு முற்றிலும் மாறுபட்டதாகத் தன்னை சதா புதுப்பித்துக்கொண்டு அமைதியாகப் பாய்ந்து முன் நகர்ந்து செல்லும் கங்கையின் இதமான குளிர்ச்சி மனதிலும் ஊடுருவி தண்மையும் அன்பும் இரக்கமுமாகச் சூழ்ந்திருக்க கொச்சு தெரிசா கங்கை வெள்ளத்தில் அமிழ்ந்து நின்றாள்.

கரையேற வேண்டுமா என்று மனதில் ஏக்கம்.

நானும் நீயும் சேர்ந்து கரை சேருவோம்.

அவள் வயிற்றினுள் அசைவு சொன்னது. மெய் சிலிர்த்துப் போனது தெரிசாவுக்கு. இதோ வந்தேன் என்று ஈரக் கல் படிகளில் கவனமாகக் கால் வைத்து நடந்து, கரைக்குத் திரும்பினாள் அவள்.

புதிய சேலையையும், நனைந்த உடல் துவட்ட டர்க்கி டவலுமாக யாரோ அவளுக்காகக் காத்திருந்தார்கள்.

தெரிசா, இது உனக்கு.

அவள் முன்னால் சிரித்தபடி நின்று அவள் கையைப்பற்றி அழுத்தியபடி சங்கரன் சொன்னான்.

அவளுக்கு கனவும் நினைவும் கலந்த கணங்களாக குழம்பிப் போயிருந்தது.

ஏதோ நினைவு வர தியாகராஜ சாஸ்திரிகள் தலையைக் குலுக்கிக் கொண்டார். மருதையன் என்றார், தனக்குள். எல்லாம் நினைவு வந்தது.

சங்கரன் இவாளுக்காக ஓடி வந்திருக்கான். மாமா வழியிலே மூணாம் தலைமுறை அம்மங்கா அத்தம்பி உறவாச்சே. நான் பேமிலி மரம் படம் பார்த்தேனே. ஸ்பஷ்டமா போட்டு இருந்தது.

தியாகராஜ சாஸ்திரிகள் எல்லோரிடமும் சொல்லக் கொச்சு தெரிசாவின் கைகளை மெல்லப் பிடித்து குடைகளுக்குக் கீழே அன்போடு அழைத்துப் போனான் சங்கரன். சாஸ்திரிகள் மனைவி மட்டும் இது சரியில்லை என்ற முக பாவத்தில் இதைப் பார்த்துக் கொண்டு நின்றாள். அப்புறம் முக்காலியில் வடக்கில் பார்த்தபடி உட்கார்ந்துகொண்டாள் அவள்.

ஷங்க்ஸ் ஷங்க்ஸ் ஷங்க்ஸ். என் பிரியமான ஷங்க்ஸ்.

சங்கரன் தோளில் சாய்ந்து தெரிசா விம்மினாள். அதற்கு மேல் வார்த்தை வரவில்லை.

எல்லாம் தெரியும். நான் இருக்கேன்.

அவன் சுருக்கமாகச் சொன்னான்.

வயற்றில் இந்த...

தெரியும். பகவதிப் பாட்டி சொன்னா. நம்ம உறவுக்கு சாட்சி. மருதையன்.

அவள் காதில் மெல்லச் சொல்லி அவளை நகர்த்தினான்.

ஆற்றங்கரைக் காற்றுக்குத் தடுப்பாக கிடுகுத் தட்டிகளும் தகர அரண்களும் தக்கபடி வைத்து மணலில் செங்கல் அடுக்கி நெய்யும் சமித்துகளும் ஒருமித்துக் கனன்று எரிய ஹோமத்தீ வளர்க்கப் பட்டது. சுற்றியிருந்து நான்கு புரோகிதர்களும் நெய் வார்க்க, நல்லதை நாடும் கணபதி ஹோமமும், இறப்பென்னும் பிணிக்கு எதிராக நீண்ட ஆயுளைத் தரும் மிருத்யுஞ்செய ஹோமமும் செய்யப் பட்டுக் கொண்டிருந்தன. காற்றில் வந்து கண்ணில் படிந்து சற்றே எரிச்சல் அளித்து கண்ணீர் சுரக்க வைத்த ஹோமப் புகையை அவர்கள் ஏற்று வாங்கி விழிகளை மூடியும் திறந்தும் நின்றிருந்தார்கள்.

வந்ததுதான் வந்தேள். உங்க ஆத்துக்காரியையும் கூட்டிண்டு வந்திருக்கலாமே.

தியாகராஜ சாஸ்திரிகளின் மனைவி சொல்ல, அவசரமாக சங்கரன் விளக்கினான் –

ஆபீஸ் வேலையா இங்கே வந்தேன், அப்படியே இங்கேயும் ஒரு நடை.

எப்படியோ போ. காசி டூர் முடிச்சு டெல்லிதான் நானும் ஆத்துக்காரியும் அம்மாவும். நீ வேறே எங்கேயாவது படையெடுத்துடாதே.

தியாகராஜன் சொன்னார்.

ஒரு வினாடி தயங்கி ஏதோ சொல்ல உத்தேசித்து, அப்புறம் சிரித்து சங்கரன் எம்பிராந்திரியிடம் நலம் விசாரிக்க நகர்ந்தான்.

சங்கரனை யாரென்று ஒரு வழியாகப் புரிந்துகொண்ட சாஸ்திரிகளின் அம்மா சொன்னாள் –

புகையிலக்கடை சங்கரய்யர் பேரனா, நன்னா இரு. எங்க இவர் ஒரு விசை, நவராத்திரிக்கு பெண்டுகளுக்கு வச்சுக் கொடுக்கறதுக் கோசரம் கொட்டைப் பாக்கு உங்க கடையிலேதான், ஒரு வீசை வாங்கிண்டு வந்தார். ஆத்துக்கு வந்து பார்த்தா அதிலே நாலு பூச்சி அரிச்சிருந்தது. போறது. ஷேமமா இரு.

மாமி கவலையேபடாதீங்க. நான் அதைத் திருப்பி எடுத்துண்டு பணமாகவோ கொட்டைப் பாக்காகவோ கொடுத்திடறேன். கொண்டுவந்திருக்கேளா?

சங்கரன் சிரிக்காமல் கேட்க, மற்றவர்கள் அடக்கமுடியாமல் சிரித்தார்கள். திராவிடப் பண்டிதரும் ஒருவாறு புரிந்துகொண்டு சடங்குகளை நிர்வகிப்பதற்கு இடையே சிரித்துவிட்டுத் தொடர்ந்தார்.

பகவத்கீதையின் பனிரெண்டாம் அத்தியாயம் இது. கூடவே சொல்லலாம் சகோதரி.

மனதை என்பால் நிறுத்து. மதியை என்னுள் புகுத்து. இனி என்னுள் உறைவாய். எதையும் எதிர்பார்த்தலின்றித் தூயவராக, திறமுடைய வராக, பற்றுதல் அற்றவராக, கவலை நீங்கியவராக, எல்லா ஆடம்பரங்களையும் துறந்து என்னிடம் பக்தி செய்கிறவர்கள் எனக்கினியவர்கள்.

திராவிடப் பண்டிதர் சந்தனத்தையும் குங்குமத்தையும் சிறு சிமிழ்களில் நிறைத்து எம்பிராந்திரியின் மனைவியிடம் கொடுத்தார்.

எல்லோரும் அதற்குள் ஆற்று நீராடித் திரும்பி வந்திருந்தார்கள். எம்பிராந்தரியின் மனைவி நாணிக்குட்டி என்ற நாராயணி அந்தர்ஜனம், தெரிசா தொடங்கி அனைவருக்கும் அதை நெற்றியில் பூசி அம்மே நாராயணா என்று மந்திரம் முணுமுணுத்தாள். பாட்டியம்மாள் களைப்பு காரணமாக மீண்டும் ஓரமாகப் படுத்துக் கண் மூடியிருந்தாள்.

கொச்சு தெரிசா சந்தனமும் குங்குமமுமாகக் கை கூப்பி நிற்க, சங்கரன் தனக்குக் கொடுத்து தரித்து மிகுந்த குங்குமத்தை என்ன செய்யலாம் என்று யோசித்தான்.

தெரிசாவே எதிர்பார்க்காமல் நேரே அவளிடம் வந்து, அவள் நெற்றியில் அதை அணிவித்தான். அவன் முகத்தில் ஒரு பரவச நிலை தட்டுப்பட்டது. தெரிசாவுக்கு அது மிகவும் வேண்டி யிருந்தது. இந்த முகபாவமும் குரலும் உற்சாகமும் நாளை மாறலாம். ஆனால் இதெல்லாம் கூடி இருக்கிற இந்த வினாடியை வாழ்த்த ஒரு பிரார்த்தனை செய்யலாமன்றோ. அவள் நினைத்தபடி நிற்க ராதா கிருஷ்ண திராவிடப் பண்டிதர் அவளிடம் கூறியது -

சகோதரி, இன்றிலிருந்து நீங்கள் சாரதா என்று பெயர் பெறுவீர்கள். மூன்று தலைமுறை முன் வேற்று மதத்துக்குக் கடந்து போன கிட்டாவய்யனின் மூத்த மகளுக்கு இட்டிருந்த பெயர் அது. சகோதரியை எல்லோரும் அழைக்கலாம். சாரதா.

அவள் காதில் சங்கரன் குரல் முதலில் படிந்தது.

சாரதா

உம் என்றாள் இமைகள் அடைத்திருக்க.

சாரதா, நீ தேவதை மாதிரி இருக்கே.

கிசுகிசுத்து அவன் விலக, வெட்கத்தோடு தரை பார்த்திருந்தாள் சாரதா.

சாரதா சாரதா என்று ஒவ்வொருவரும் அவளை வாழ்த்தி அழைக்க, கொச்சு தெரிசா தனக்கு ஒருநாள் மூத்தவர் என்றாலும் அவர்கள் பாதங்களில் வணங்கி ஆசி பெற நடந்தாள்.

கங்கை அன்னைக்கு முதல் நமஸ்காரம் செய்யலாமே என்றார் பண்டிதர். அவா ஃபேமிலி ஹைவே-யில் இருக்கா என்று அவரிடம் தியாகராஜ சாஸ்திரிகள் ஞாபகப்படுத்தினார்.

ஒரே ஒருமுறை எல்லோருக்கும் சேர்த்து நமஸ்காரம் செய்தால் போதும் என்று பண்டிதர் சலுகை காட்ட, சாரதா சற்றே சிரமத்தோடு தரையில் மண்டியிட்டு வணங்கி எழுந்தாள்.

எம்பிராந்தரி தம்பதிகள் முதலில் அவளுக்கு ஆசியளித்தார்கள்.

ஹோமம் செய்துகொண்டிருந்த மறையவர்கள் சொன்னார்கள் – எல்லோரும் வரலாம். முடிஞ்சுண்டிருக்கு. இதுக்கு அப்புறம் கணபதி புனர்பூஜையும் கங்காமாதாவுக்கு புஷ்பாஞ்சலியும்தான்.

முடிச்சு மணக்க மணக்க தென்னிந்திய ஆகாரம் நம்ம வீட்டுலே. எல்லோரும் வந்து சாப்பிட்டு வாழ்த்திப் போகணும் என்றார் பண்டிதர்.

இல்லாட்டாலும் வேறே எங்கே சாப்பிடறதாம்? இங்கத்திய ஓட்டல்லே எல்லாம் வெண்ணையைக் குழைச்சு சப்பாத்திதான் நாள் முழுக்க தட்டிண்டிருக்கான் என்றார் சாஸ்திரிகள்.

இது சப்பாத்தி சாப்பாடு இல்லே, வடை, தோசை, பொங்கல், ரைஸ், தால் சாவல், சாம்பார் எல்லாம் உண்டு.

திராவிடப் பண்டிதர் விளக்கினார். எல்லோருடைய முகத்திலும் சாப்பிட்ட பின் வரப்போகும் திருப்தி முன்கூட்டியே தெரிந்தது. எல்லாம் சரிதான். தோசை மதிய உணவுக்கா? போகிறது, தோசை என்று ஆர்வக் கோளாறால் அவர் இம்மியளவு பிழையோடு அறிவித்ததாக எடுத்துக்கொண்டனர். தோசை இருந்தாலும் சரிதான். சாம்பார் சாதத்துக்கும் தயிர் சாதத்துக்கும் ஆறிப்போன தோசை நல்ல பக்க பலமாக இருக்கும் என்று சாஸ்திரி மனைவி சொல்ல எல்லோரும் ஆமா ஆமா என்றார்கள்.

இனி விரதம் மட்டும் என்றார் பண்டிதர்.

விரதம் எப்போவாவது எடுப்பேன்னு உறுதிமொழி எடுத்துக்கறது, இன்னிக்கே இருக்கவேண்டியதில்லை.

என்ன மாதிரியான விரதம் இது? எல்லோரும் எடுத்துக்கலாமோ? அகல்யா கேட்டாள்.

இரண்டு வாரத்துக்கு மட்டும் எடுத்தா போதும். குடலும் ரத்தமும் சுத்தப்படும் என்ற பண்டிதர் மந்திரம் சொல்லத் தொடங்கினார்.

பனிரெண்டு நாட்கள் பகலும் இரவும் பசுவின் பால் மட்டும் அருந்தி நானோ என்னைச் சார்ந்தவர்களோ, முன்னால் வந்தவர்களோ செய்த பாவம் நீங்கவும், பரிசுத்தம் மேம்பட்டு வரவுமான சந்த்ராயன விரதம் மேற்கொள்ள பிரதிக்ஞை செய்கிறேன். பரிசுத்தமான நினைவுகளோடு ஆதியும் அந்தமும் இல்லாத அருட்பெருஞ்சோதி வடிவமான நாயகனை வணங்குகிறேன்.

திரும்பச் சொல்லி, கிண்ணத்தில் அளிக்கப்பட்ட பாலை ஒரு மிடக்கு குடித்துவிட்டுத் திரும்பக் கொடுத்துவிட்டாள் சாரதா.

வயிற்றுக்குள் இருக்கும் சிசுவுக்கு அந்தப் பால் போய்ச்சேரட்டும். அதற்கு எந்தப் பாவமும் என்றும் அண்டாது போகட்டும்.

பொன் நிறத்தில் அங்கங்கே காசு காசாக வாரித் தெறித்த பெரிய நீலத் தோகை விரித்து அவள் மனதில் ஒரு பெரிய மயில் ஆடிக்கொண்டிருந்தது. அந்த மயில் வெளியே பறந்து ஆற்றுநீர்ப் பரப்பில் மெல்ல ஆடத் தொடங்கியது.

உபநிடதத்திலிருந்து வரிகள் நிறுத்தி நிதானமாக ஓதப்பட்டன. தெரிசா என்ற சாரதா அவற்றைத் திருப்பிச் சொன்னாள். மறுமுறை ஓதப்பட்டன. மறுமுறை சொன்னாள். தட்டுத் தடுமாறித் தானே சொன்னாள். ராதாகிருஷ்ண திராவிடப் பண்டிதர் ஆதரவாகக் கையசைக்க, தடங்கலின்றி அவள் திரும்பவும் சொன்னாள். மனம் முழுக்க நிறைந்த அந்தச் சொற்கள் வெளி எங்கும் ததும்பி வழிய, சாரதா ஆற்றுப் பிரவாகத்தைப் பார்த்தபடி நின்றாள்.

வானில் அமைதி நிலவட்டும். நீரில் அமைதி நிலவட்டும். தாவரம் செழிக்கும் நிலத்தில் அமைதி நிலவட்டும். மரங்களில் அமைதி நிலவட்டும். கடவுளரில் அமைதி நிலவட்டும். பிரம்மத்தில் அமைதி நிலவட்டும். அனைவரிலும் அமைதி நிலவட்டும். அமைதியில் அமைதி நிலவட்டும். அருள் பெற்ற எனக்குள் அமைதி வளரட்டும்.

# பின் கதை

பின் கதைக்கப் பெரிதாக ஒன்றுமில்லை. அவரவர் வாழ்க்கை அவரவர் ஏற்றெடுத்த பாதையில் சகலமான சந்தோஷம், துக்கம், அன்பு, காதல், விரோதம், நட்பு, பரவசம், ஆனந்தம் என்றுதான் போய்க்கொண்டிருக்கிறது. ஆனாலும், நிறைவடைந்தது என்று எழுதி, அரை இடம் தள்ளி எடுத்துப்போய் முடிப்பது சம்பிரதாயமும் சுவாரசியமும் என்பதால், இவர்கள் இதன் பிறகு –

வைத்தாஸ் மூன்று வருடம் பிரிட்டனில் தூதராக இருந்தபின் பிரான்சுக்கு அனுப்பப்பட்டான். அங்கே இருக்கும்போது அவன் நாட்டில் புரட்சி திரும்ப வெடித்தது. கடவுளின் மூத்த சகோதரியும், ஆடும் பறவை நிறைந்திருக்கும் முன்றில் கொண்ட மாளிகையில் வசிப்பவருமான நாட்டின் அதிபருக்கு எதிரான புரட்சி அது. அவளுடைய வளர்ப்பு மகள் எமிலி சில ராணுவத் தலைவர்களின் உதவியோடு நடத்திய அந்தப் புரட்சி தோல்வியில் முடிந்தது. இது அரசாங்க அறிவிப்பாகும். பதினெட்டே வயது நிரம்பிய எமிலியும் அவளுடைய கூட்டாளிகளும் வரிசையாக அணிவகுத்த பீரங்கிகளுக்கு முன் நிறுத்தப்பட்டு, அவை ஒரு சேர வெடித்து மரணமடைய விதிக்கப் பட்டார்கள். பீரங்கிக் குண்டுகள் வெடிக்கும் முன் எமிலி தன் மந்திரவாதத்தைப் பயன்படுத்தி வெறுங்கையில் இருந்து ரோஜாப் பூக்களை உதிர்த்து ஒவ்வொரு பீரங்கி மேலும் அவற்றை அழகுற வைக்கும்படி நிர்ப்பந்திக்கப்பட்டாள். ரத்தச் சிவப்பு நிறத்தில் அவள் உதிர்த்த ரோஜா மலர்களை பீரங்கிகளின் மேல் வைக்க அவளுடைய உயரம் குறைவாக இருந்ததால், அவற்றை இயக்கியவர்கள் அவற்றைப் பெற்று பீரங்கிச் சக்கரத்தின் மேல் வைத்து குண்டு எறிந்தார்கள். எமிலி இறந்த பின் அவளுடைய திறந்த வலது கையில் இருந்து இதய வடிவத்திலான சிறு சாக்லெட்கள் உதிர்ந்தபடி இருந்ததாகப் புதியதாக எழுந்த நாட்டுப் பாடல்கள் சொல்கின்றன.

வைத்தாஸ் அந்தப் புரட்சி நேரத்தில் அரசு எதிர்ப்பாளராக இனம் காணப்பட்டான். அவன்மேல் வழக்கு தொடுக்கப்பட்டு, அவன் நேரில் வராமலேயே மரண தண்டனை அறிவிக்கப்பட்டது. நான்

ஏற்கெனவே இறந்து போனபடியால் இந்தத் தண்டனையை நிராகரிக்கிறேன் என்று அறிவித்தான் வைத்தாஸ். நந்தினி அதிபர் பதவிக்கான விலக்கல் உரிமையைப் பயன்படுத்தி அந்தத் தண்டனையை ரத்து செய்தாலும், அரசியல் அடைக்கலம் பெற்று பிரான்ஸில்தான் இன்னும் வசிக்கிறான் அவன். வைத்தாஸ் எழுதிய நாவல் சக எழுத்தாளர்களாலும் விமர்சகர்களாலும் ஜாக்கிரதை யாகக் கண்டுகொள்ளாமல் விடப்பட்டது. அவன் அடுத்த நாவல் எழுதவில்லை. பிரஞ்சில் இருந்து நல்ல ஆங்கில மொழிபெயர்ப்பு களைச் செய்துவருகிறான். இந்த நாவலை, பிரஞ்சில் இருந்து மொழிபெயர்த்தது என்று மறுமுறை வெளியிடலாமா என யோசித்துக்கொண்டிருக்கிறான். வயதானவர்களுக்கு வரும் நோய்களும் வெகுமதிகளும் அவனுக்கும் வந்துகொண்டிருக் கின்றன. எல்லா நாடுகளிலும் அவனுக்கு நெருக்கமான சிநேகிதிகள் இருக்கிறார்கள். அவன் நாட்டில் ஆட்சி அவ்வப்போது மாற, அதற்கிடையே வந்த ஒரு அரசு அவன் எழுதாத ஒரு நாவலுக்கு இந்த நூற்றாண்டின் சிறந்த நாவல் விருதை அளித்தது. எழுதாத கதைகள் வசீகரமானவை என்கிறான் வைத்தாஸ்.

ஃபோர்ட் பவுண்டேஷன் நிதியோடு சியாமளாவின் பாரம்பரியக் கலை ஆய்வு மைய அமைப்பு வருடா வருடம் ஸ்பான்ஸர்ஷிப் வாங்கி வண்ணமயமான அழைப்புகளோடு நாட்டுப்புறக் கலை நிகழ்ச்சி நடத்தி இந்திய அரசாங்கத்தின் கலாச்சார அதிபர்களிடம் இணக்கமாக உள்ளது. அரசுக் காரியம் ஏதும் சாதிக்கத் தகுந்த இணைப்பை உருவாக்குவதையும் சென்னைக்குக் குடிபெயர்ந்த அந்த நிறுவனம் செய்துவருவதாகச் சொல்கிறார்கள். மறைந்த அமைச்சரின் மனைவியான டாக்டர் சியாமளாவுக்கு அரசியலிலும் கலைத்துறையிலும் சர்வதேச அளவில் நண்பர்கள் உண்டு. அவள் வைத்தாஸை ஏதென்ஸில் திருமணம் செய்துகொண்டதாக ஊர்ஜிதம் ஆகாத செய்திகள் சொல்கின்றன. அவர்கள் எடின்பரோ விளிம்புக் கலைவிழா நேரத்தில் கைகோர்த்தபடி சுற்றி அலைந்ததைக் கண்டதாக அவள் மகள் ஜனனியிடம் சில நண்பர்கள் சொல்ல, யார் கை வலது, யாருடையது இடது என்று தெரியாமல் கருத்துச் சொல்ல முடியாது என்று அவள் திட்டவட்டமாகத் தெரிவித்துவிட்டாள். ஜனனி, போலந்து நாட்டுத் தலைநகர் வார்ஸாவில் பல்கலைக் கழகப் பேராசிரியராக இருக்கிறாள்.

கற்பகம் தன் நூற்று மூன்றாம் வயதில் சென்னையில் காலமானார். அவர்களுடைய பரம்பரை வீட்டில்தான் சியாமளாவின் நாட்டுப் புறக் கலைகள் ஆராய்சி மையம் செயல்பட்டு வருகிறது. வீடு திலீப் மற்றும் ஜனனி பெயர்களில் உரிமை மாற்றப்பட்டுள்ளது.

சங்கரன் தன் தோழியான பிடார் ஜெயம்மா மூலம் தனக்கும் சாரதா என்ற தெரிசாவுக்கும் இடையே உள்ள உறவைப்பற்றி மனைவி வசந்தியிடம் வெளிப்படுத்த முடிவு செய்திருக்கிறான். இது எண்பத்திரெண்டாவது தடவையாக அவன் அப்படி எடுத்த முடிவு. ஜெயம்மா எப்படி இதை எடுத்துக் கொள்வாள் என்ற தயக்கத்திலேயே இதற்கு முந்தைய முடிவுக் கெடு அனைத்தும் கைக் கொள்ளாமல் போனது. அவன் வசந்திக்கு நல்ல கணவனாகவும் பகவதிக்குப் பிரியமான தந்தையாகவும் இருக்கிறான். சாரதா, மருதையனுக்கு உயிரான தாயாக இருக்கிறாள். மூன்று மாதத்துக்கு ஒருமுறை சங்கரன் கேரளம் வரும்போது சாரதா அவனை அப்பா என்றே மருதையனுக்குச் சுட்டுகிறாள். எனினும் மருதையன் அப்படிக் கூப்பிடுவதில்லை. மருதையனும் பகவதியும் சிறந்த பள்ளிகளில் படித்து வருகிறார்கள்.

அகல்யா ஆலப்புழை மத்திய அரசு நிறுவனத்தில் அதிகாரியாகப் பதவி உயர்வு பெற்றிருக்கிறாள். திலீப் இரண்டு வருடம் சாரதாவின் கிட்டாவய்யன் ரெஸ்ட்ராண்டில் நிர்வாகியாக இருந்தபின், ஆலப்புழையில் சுய முதலீட்டில் ஓட்டல் நடத்தி வருகிறான். மலையாளத்தின் சுவாசிக்கும் குடும்பம் அவர்களது.

நடாஷா வாசிலிவிஸ்கி எப்போதாவது திரும்பி வந்து கேரள அச்சுக்கலை வரலாறுபற்றிய தன் ஆய்வைத் தொடர்வாள் என்ற நம்பிக்கையோடு அவளுடைய காகிதங்கள், ஒலிப்பதிவு நாடாக்கள் எல்லாவற்றையும் பத்திரமாகக் கள்ளியம்பெட்டியில் பாதுகாத்து வைத்திருக்கிறான் திலீப். உடைந்து சிதறிய சோவியத் யூனியனின் எந்தப் பகுதியில் அவள் இருக்கிறாள், என்ன செய்கிறாள் எனத் தெரியவில்லை.

முசாபர் கால்டர்டெல் நகராட்சித் தேர்தலில் வெற்றி பெற்று துணை மேயராக ஒரு வருடம் இருந்தான். புது வருட வாழ்த்துகளை சாரதாவோடும் மருதையனோடும் தவறாது பரிமாறி வருகிறான் அவன்.

அமேயர் பாதிரியார் வாடிகனில் போப்பரசரின் பணியில் இருக்கும் போது ஆவி பிரிந்து ஏசுவில் உறங்கத் தொடங்கியது ஒரு ஈஸ்டர் தினத்தில். தெக்கே பரம்பில் பாதிரியார் அப்போது அவர் பக்கத்தில் இருந்தார். லெ தான்ஸ் தெ பான் என்பது அமேயர் பாதிரியார் இறுதியாக சொல்லியது. அது பிரஞ்சு மொழியில் இருந்தது. மயில் ஆடுகிறது என்பது அதன் பொருளாகும்.

---

www.ingramcontent.com/pod-product-compliance
Ingram Content Group UK Ltd.
Pitfield, Milton Keynes, MK11 3LW, UK
UKHW042139021026
15589UKWH00003B/928

9 788184 937053